'अफाट! प्रखर!... अंगावर काटा आणणारी वर्णने आणि धारदार उपहास'

– इंडिया टुडे

'प्रस्तुत काळातील भारतीय लेखकांनी लिहिलेल्या कादंबऱ्यांपैकी, एक अतिशय उत्कृष्ट लेखनाचा नमुना'

– इंडियन एक्स्प्रेस

'धाडसी लेखन... गुंगवून टाकणारा वाचनानुभव'

– द हिंदू

'स्त्रियांच्या आयुष्याबद्दल लेखन करणे यात के. आर. मीरा निपुण आहेत. या पुस्तकातील त्यांचं लेखन अतिशय सक्षम आहे.'

– आउटलुक

'अत्यंत धाडसी पुस्तक! कथेच्या विषयाची गगनभेदी व्याप्ती, ती सादर करण्यातलं धैयशील औद्धत्य आणि प्रेम व मृत्यू या जीवनातील परस्परविरोधी बिंदूंना एकत्र आणून ज्या प्रकारे एक नाजूक; पण तितकीच सक्षम कथा विणली गेली आहे, याबद्दल लेखिकेचं कौतुक आहे.'

– द हिंदू

'मनुष्याचं जीवन आणि त्याचे आचारविचार यामागे दडलेली गुपितं लेखिका ज्या तरलपणे बाहेर काढते, त्याला तोड नाही. मीरा यांची लेखनशैली अशा प्रकारची आहे की, त्यामुळे एखाद्या प्रसंगाचं चित्र जसंच्या तसं आपल्या डोळ्यांसमोर उभं राहतं - मग ते सुंदर असो अथवा भीषण. त्याच सहजसुंदर लेखनशैलीद्वारे लेखिकेने चेतना या मुख्य पात्रामध्ये होणारे बारीकसारीक बदल मोठ्या कौशल्याने टिपून, वाचकाला तिच्या बदलणाऱ्या मानसिकतेची व्यवस्थित ओळख करून दिली आहे.'

– डेक्कन हेरॉल्ड

'मीराने या कादंबरीमध्ये कोलकात्याचं जे वर्णन केलं आहे, ते अत्यंत 'दृश्य' आणि त्यामुळेच उत्कृष्ट झालं आहे. शहराचे चांगले-वाईट बारकावे टिपून, ते अतिशय प्रभावी पद्धतीने वाचकांसमोर मांडून, लेखिकेने एक प्रकारे मानववंशशास्त्रज्ञाची कामगिरी बजावली आहे. कोलकात्यामधील माणसं, रस्ते, इमारती, प्राचीन आणि अर्वाचीन गोष्टींचा संगम या सगळ्यांची चांगली व भेसूर बाजू यथायोग्य पद्धतीने मांडून, मीराने चेतनाची कथा अधिक सजीव केली आहे.'

– इंडियन एक्स्प्रेस

'मंत्रमुग्ध करणारी कादंबरी'

– न्यू इंडियन एक्स्प्रेस

'समकालीन मल्याळी साहित्यातील बुलंद आवाजांपैकी एक असलेल्या के. आर. मीराची ही कादंबरी, वाचकांना सुरुवातीपासून शेवटपर्यंत अक्षरश: खिळवून ठेवते. कोलकात्याच्या इतिहासातील भयावहता आपल्या मानगुटीवर भूत बनून बसवण्यात मीराने बाजी मारलेली आहे.'

– ओपन

'कथेचा गाभा हिंसेने ग्रासलेला आहे, रूपकांनी अलंकृत आहे आणि तपशिलांनी धक्का देणारा आहे. मीरा ज्या परिशुद्धतेने फाशी देण्याच्या प्रक्रियेचं वर्णन करते, ते वाचून वाचकांचा श्वास रोखला जाईल, हे निश्चित!'

– द हिंदू बिझिनेस लाइन

वाचकांच्या मनावर फासाच्या दोरखंडाप्रमाणे विळखा जमवून बसणारी ही कादंबरी आहे. अंगावर सरसरून काटा आणणारी प्रखर वर्णने आणि मार्मिक पण गूढ विनोद यावरून लेखिकेचं आपल्या कथनावर किती कमालीचं नियंत्रण आहे याचा प्रत्यय येतो. जे. देविकाने जसं 'आराचर'चं वर्णन करताना त्याला 'बंगालला मल्याळी भाषेकडून मिळालेलं सर्वांत मोठं प्रेमाचं प्रतीक' म्हटलेलं आहे, त्याचप्रमाणे जे. देविकाने प्रत्यक्ष जो इंग्रजी अनुवाद केला आहे, तोही मल्याळी किंवा बंगाली भाषा न समजणाऱ्या वाचकवर्गासाठी फार मोठी पर्वणी आहे. स्थळ आणि काळाच्या मर्यादा तोडून वाचकांच्या हृदयाला भिडणाऱ्या लेखनाचा उत्कृष्ट नमुना म्हणजेच हे पुस्तक.

– इंडिया टुडे

'मृत्युदंडाच्या शिक्षेच्या प्रथेवर आणि त्यात जडलेल्या पाशवीपणावर धाडसी टीका करणारं हे पुस्तक आहे. या कथेमधून आपल्याला जल्लाद म्हणून काम करणाऱ्या सामान्य माणसांचं आयुष्य आणि अंतरंग उलगडलेलं दिसतं. कित्येक शतकांवर पसरलेल्या काळातील निवडक अनुभव, समकालीन परिस्थितीच्या पार्श्वभूमीवर, वस्तुस्थिती, कथाकल्पना, प्रसारमाध्यमांच्या बातम्या आणि दिवास्वप्न या सर्वांचा आधार घेऊन त्याचे मोजमाप करणारी ही कादंबरी.'

– मिन्ट

'अद्‌भुत!' लेखिका मीरा यांनी इतिहास, प्रणय आणि आजच्या काळातील राजकीय परिस्थिती यांची गुंफण करून, अत्यंत समन्वित कथा विणलेली आहे.

– कारवाँ

आपल्या स्नेहीजनांना पुस्तके भेट द्या

'आराचर' या मल्याळी पुस्तकाचा मराठी अनुवाद

लेडी जल्लाद

के. आर. मीरा

अनुवाद
रेश्मा कुलकर्णी-पाठारे

मेहता पब्लिशिंग हाऊस

✆ +91 020-24476924 / 24460313 / Mob. No. 9545000513
Email : production@mehtapublishinghouse.com
Website : www.mehtapublishinghouse.com

- *या पुस्तकातील लेखकाची मते, घटना, वर्णने ही त्या लेखकाची असून त्याच्याशी प्रकाशक सहमत असतीलच असे नाही.*

AARACHAR by K. R. MEERA
TRANSLATED INTO ENGLISH BY J. DEVIKA

Translated from English into Marathi Language by Reshma Kulkarni-Pathare

लेडी जल्लाद / अनुवादित कादंबरी

अनुवाद : रेश्मा कुलकर्णी-पाठारे
Email : author@mehtapublishinghouse.com

मराठी अनुवादाचे व प्रकाशनाचे हक्क : मेहता पब्लिशिंग हाऊस, पुणे.

प्रकाशक : सुनील अनिल मेहता, मेहता पब्लिशिंग हाऊस,
१९४१, सदाशिव पेठ, माडीवाले कॉलनी, पुणे – ४११०३०.

मुद्रक : ट्रिनिटी ॲकॅडमी फॉर कॉर्पोरेट ट्रेनिंग लिमिटेड

मुखपृष्ठ : चंद्रमोहन कुलकर्णी

प्रथमावृत्ती : डिसेंबर, २०२०

किंमत : ₹ ५९५

P Book ISBN 9789353174934
E Book ISBN 9789353174941
E Books available on : amazonkindle Apple Books Google Play Books

---

ऋणनिर्देश

'हॅन्गवुमन' या इंग्रजी पुस्तकाची मूळ मल्याळी आवृत्ती - 'आराचर' - वाचकांसमोर आल्यापासून, माझ्यावर चहूबाजूंनी कौतुकाचा वर्षाव झालेला आहे. प्रत्यक्षात भेटून, फोन करून, पत्र पाठवून अगणित वाचकांनी माझ्या लेखनाचं कौतुक केलं आहे. प्रत्येक कौतुकमिश्रित अभिप्रायानंतर, मला एक प्रश्न हमखास विचारला जातो तो म्हणजे, 'तुम्ही बंगालमध्ये किती वर्षं वास्तव्य केलं आहे?' खरंतर यापूर्वी मी स्पेन, फ्रान्स आणि इंग्लंडच्या पार्श्वभूमीवर आधारलेल्या अनेक लघुकथा लिहिल्या आहेत; पण एक अशी कथा जिचं मध्यवर्ती पात्रच अशा ठिकाणी जन्मलेलं आहे, ज्याचा मला काहीही गंध नाही आणि जी कथा त्या पात्राच्या आवाजात कथन केली जात आहे, असं लिखाण मी यापूर्वी कधीच केलेलं नव्हतं किंबहुना मी असं काही लेखन करीन असं कधी वाटलंही नव्हतं. मात्र, भारतीय समाजामध्ये स्त्रियांचं स्थान अधोरेखित करणारं एखादं पुस्तक लिहावं, अशी इच्छा बरीच वर्षं माझ्या मनात घोळत होती. त्या दृष्टीने मी अनेक वर्षं, योग्य ती पार्श्वभूमी व स्फूर्ती या दोहोंच्या शोधात होते. एके दिवशी जोशी जोसेफने बनवलेला 'वन डे फ्रॉम अ हॅन्गमॅन्स लाइफ' हा लघुचित्रपट पाहण्यात आला आणि तेव्हापासून खऱ्या अर्थाने माझ्या विचारांना योग्य ती दिशा गवसली.

मी कोलकात्याला प्रथम गेले ती १९९९ मध्ये. 'पीपल्स युनियन ऑफ सिव्हिल लिबर्टीज' या मानवाधिकार संस्थेने मला पत्रकारांसाठीचा मानाचा राष्ट्रीय पुरस्कार बहाल केला होता. तो पुरस्कार घेण्यासाठी जमशेदपूरला जाताना, मी काही काळ कोलकात्यामध्ये थांबले होते. तोपर्यंत बंगालचं जे दर्शन झालेलं होतं ते फक्त सत्यजित रेंच्या चित्रपटांमधून आणि बंगाली पुस्तकांच्या मल्याळी अनुवादांमधून. त्यानुसार माझा असा समज झाला होता की, सगळी बंगाली माणसं उंच, गोरी अन् दिसायला सुंदर असतात. माझ्या कल्पनेतलं बंगाल फारच मोहक व कलात्मक होतं. मात्र, प्रत्यक्षात बघितलं तर बंगालचं चित्र सपशेल उलट निघालं. गंजलेल्या,

भोकं पडलेल्या जुन्या फियाट टॅक्सी, थुंकी, शेंबूड आणि दारिद्र्याने ओसंडून वाहणारे रस्ते; सतत पान चघळल्यामुळे किडलेले दात दाखवणारी बोळकी तोंडं आणि वर्षानुवर्षं रंगाचा लेप न लागलेल्या मळकट, जुन्या इमारती.

पुढे जेव्हा मी कोलकात्याच्या पार्श्वभूमीवर आधारलेली एक कथा लिहायला बसले, तेव्हा दिलीप - माझ्या नवऱ्याने - पहिली काही पानं वाचून मला अभिप्राय दिला, 'चांगलं आहे; पण यामध्ये कोलकाता कुठे दिसत नाही. चल, आपण पुन्हा कोलकात्याला फेरी मारून येऊ.' मग आम्ही पुन्हा कोलकात्याला आलो. तोपर्यंत त्या शहरामध्ये बरेच बदल झालेले होते. जुन्या फियाट गाड्यांच्या जागी जुन्या(च) पण भरभक्कम ॲम्बॅसिडर गाड्या दिसू लागल्या होत्या. उंच इमारती उभ्या राहू लागल्या होत्या. 'मॅकडोनल्ड', 'केएफसी'सारख्या विदेशी नावांच्या पाट्या झळकू लागल्या होत्या. तरुणांना ठेका धरायला लावणारे डिस्को क्लब सुरू झाले होते. लाल, पिवळ्या, निळ्या दिव्यांच्या झगमगाटामध्ये कोलकाता न्हाऊन निघू लागलं होतं. धुळीने माखलेल्या बस आणि जुन्या रिक्षांशेजारून भल्यामोठ्या गाड्या दिमाखाने पळू लागल्या होत्या. श्रीमंती आली असली तरी गरिबीही तितकीच कायम होती. भीक मागणारी लहान मुलं सिग्नलपाशी थांबणाऱ्या गाड्यांभोवती घोळका करू लागली होती.

हा सगळा बदल मला चकित करू लागला आणि मी ठरवलं की, याच शहराच्या पार्श्वभूमीवर भारतीय स्त्रीचा बदलता आवाज वाचकांपर्यंत पोहोचवू शकणारी कादंबरी लिहायची.

छायाचित्रकार व दिग्दर्शक असलेल्या शुभाजित दास भौमिकने मला बऱ्याच ठिकाणी फिरवलं - कालीघाट, सोनागाची, गंगा नदी, अनेक बंगाली लोकांच्या घरी इत्यादी. तसंच नावाजलेले मूर्तिकार के. एस. राधाकृष्ण हे माझे चुलत बंधू आहेत; त्यांच्यासोबतही मी बरंच कोलकाता पालथं घातलं. 'आराचर' तयार होत असताना, डी. सी. बुक्सने मला पाच मुखपृष्ठांमधून निवड करायला सांगितली होती. त्यांपैकी दोन मुखपृष्ठं राधाकृष्णनने चितारली होती.

कोलकात्याहून घरी परतल्यावर, मी जुन्या कोलकात्याबद्दल माहिती देणाऱ्या पुस्तकांच्या ढिगामध्ये लुप्त झाले! जितकं अधिक वाचत गेले, तितका माझा संभ्रम वाढत गेला की, या शहराचा भूतकाळ नेमका कुठे संपतो आणि वर्तमानकाळ नेमका कुठे सुरू होतो? मला असं वाटू लागलं की, इंग्रजांच्या वेळचा वसाहतवाद आणि आताच्या काळातील 'कॉर्पोरेट राज' यामध्ये विशेष फरक नव्हता. राज्य करणारे आणि बळी जाणारे, दोघांच्या कथा सारख्याच होत्या. मला सर्वांत आश्चर्य वाटलं ते म्हणजे, इतिहासाच्या पानांमधून पूर्णपणे लुप्त असणाऱ्या स्त्रियांच्या प्रत्यक्षात ठायीठायी दिसणाऱ्या खुणांचं. नव्या जगाची स्वप्नं बघत संपूर्ण आयुष्य

वेचणाऱ्या... घरामध्ये आणि घराबाहेर मोठ्या धिटाईने बंड पुकारणाऱ्या... कवट्या धुळीत मिळाल्यावरही ज्यांच्या विचारांच्या जटा कबरीच्या बाहेर येऊ पाहत होत्या अशा स्त्रिया... ज्यांच्या अस्तित्वाबद्दल कुणी लिहिलं नाही तर इथे कधीतरी त्यांचं अस्तित्व होतं हे सत्य लपूनच राहिलं असतं अशा स्त्रिया.

या पुस्तकासाठी मी जो विषय निवडला आहे, त्यावरून काही वाचकांना प्रत्यक्षात अस्तित्वात असलेल्या आणि प्रत्यक्षात घडून गेलेल्या काही माणसांची व घटनांची आठवण होण्याची शक्यता आहे. मात्र, तसं आढळल्यास तो निव्वळ योगायोग समजावा. कथेच्या मुळाशी जरी काही सत्य घटनांची नांदी असली तरी, कथेमधली सगळी पात्रं संपूर्णतः काल्पनिक आहेत. कथेमधील काही वळणांवर सत्य आणि कल्पना यामध्ये समतोल राखण्यासाठी मी काही मोजक्या सत्य घटनांचा आणि ऐतिहासिक नोंदींचा आधार घेतलेला आहे; पण अशा काही जागा सोडल्यास, बाकी संपूर्ण कथेची जननी माझी कल्पनाशक्तीच आहे.

मी 'आराचर' लिहायला घेतलं याचं श्रेय 'माध्यमम' साप्ताहिकाचे संपादक व स्वत: एक निष्णात लघुकथा लेखक असलेल्या श्री. पी. के. पराक्कावडू यांनी सतत दिलेल्या प्रोत्साहनाला जातं. इतिहासकार श्री. पी. थन्कप्पन नायर यांनी मला ऐतिहासिक पुरावे व नोंदी मिळवून देण्यामध्ये जी मौलिक मदत केली, त्यासाठी मी त्यांची सदैव ऋणी राहीन. तितकीच कृतज्ञता कोलकाता येथील 'सेंट्रल रेफरन्स लायब्ररी'चे के. के. कोचू कोशी; 'आराचर'चे प्रकाशक डी. सी. बुक्स आणि कोलकात्यामधील माझे मल्याळी मित्र-मैत्रिणी या सगळ्यांसाठी राखीव आहे.

पत्रकार-लेखिका निशा सुझन यांनी 'यलो इज द कलर ऑफ लाँगिंग'मधील माझ्या कथा वाचून, मला 'तेहेलका'च्या २०१२ च्या कथा विशेषांकामध्ये लिखाण करण्याचा प्रस्ताव दिला. त्याच प्रकारे सजीव कुमारपूरमने इंग्रजीत अनुवाद केलेल्या 'आराचर'चं पहिलं प्रकरण वाचकांसमोर मांडलं. गंमत म्हणजे, हे जेव्हा घडलं, तेव्हा मल्याळममध्ये पुस्तक छापून येणंही बाकी होतं. 'तेहेलका'चा अंक छापला गेल्यावर, 'पेंग्विन'मधील माझ्या संपादिका आर. सिवाप्रियाने मला ई-मेल पाठवून, या पुस्तकाची इंग्रजी आवृत्ती छापण्यात आम्हाला रस आहे, असं कळवलं. माझ्यासाठी पर्वणीची गोष्ट अशी घडली की, जे. देविका यांनी माझ्या मल्याळी पुस्तकाचा इंग्रजी अनुवाद करण्याची तयारी दर्शवली! आपला अमूल्य वेळ खर्च करून माझ्या पुस्तकाचा उत्कृष्ट अनुवाद केल्याबद्दल मी त्यांची मनापासून आभारी आहे. डी. डी. श्रीकुमारने जे. देविका यांच्या प्रारंभिक मसुद्याचं वाचन करून, काही उत्तम टिप्पणी केली. या आणि अशा कित्येक मित्र-मैत्रिणींनी वेळोवेळी केलेल्या मदतीचे आभार कसे मानू, हे खरंच समजत नाही. त्यांच्या प्रति वाटणाऱ्या कृतज्ञतेला शब्दांमध्ये बंदिस्त करणं अन्यायकारक होईल. म्हणूनच त्या भावनांना

मी माझ्या मनाच्या कुपीत जतन करून ठेवलं आहे.

मी बंगाली नाही. मी कधी बंगालमध्ये वास्तव्यही केलेलं नाही. मला तर हिंदी भाषासुद्धा धड नीट येत नाही. केरळमधील एका लहानशा गावातील सामान्य घरात जन्मलेली मी एक अतिसामान्य मुलगी आहे. मी लेखिका झाले, ते केवळ भन्नाट स्वप्नं बघण्याच्या जोरावर आणि त्या स्वप्नांवर ठाम विश्वास ठेवण्याच्या वेड्या क्षमतेवर! लिखाण ही माझी 'चेतना' आहे आणि माझं 'भविष्य'सुद्धा! खरंच!

– के. आर. मीरा

एप्रिल, २०१४

१

राज्यपालांनी जतिंद्रनाथ बॅनर्जीची दया-याचिका फेटाळल्याची बातमी जेव्हा आम्ही सर्वप्रथम टी.व्ही.वर बघितली, नेमकं त्याच वेळेला निमताला घाटावर पहिल्या शववाहिनीने प्रवेश केला. ती शववाहिनी आमच्या घरावरून गेली – चितपूर येथील स्ट्रॅन्ड रोडवरील आमच्या टीचभर घराशेजारी एक कळकट झालेलं मंदिर, न्हाव्याची एक खुर्ची आणि लहानसे चहाचे पेले रचलेलं एक छोटेखानी चहाचं दुकान या सगळ्यांची गर्दी होती आणि हे सगळं आमच्याच घरच्यांनी थाटलेलं होतं.

चितपूर हा भाग नेहमी कृष्णवर्णीयांनी भरलेला होता. आमच्या कित्येक पिढ्या या लहानशा घरामध्ये वास्तव्य करून गेल्या आहेत. अगदी युरोपियनांनी कोलकात्याचे श्वेतवर्णीय आणि कृष्णवर्णीय लोकांसाठी असे दोन भाग केले त्याही आधीपासून... किंबहुना हुगलीच्या किनाऱ्यावर बसाक व सेठ लोकांनी आपली वस्ती थाटली, त्याही आधीपासून आमचं घराणं चितपूरमध्ये वास्तव्य करीत आलेलं आहे. आज जरी हा भाग शेवाळाची पुटं चढून कळकट्ट झालेला असला, तरी त्याच्या हृदयाशी असलेलं रबींद्रनाथ ठाकुरांचं खानदानी घर – जोरासान्को ठाकूरबारी – हे अजूनही चितपूरचा थोडाफार थाट राखून आहे. लाल बाजारमधून सुरू करत ट्रॅम वाहून नेणाऱ्या रबींद्र सारानीवरून चालत गेलात, तर तुम्ही तबल्याची दुकानं, छापखाने, सुरी-विक्रेत्यांचे ठेले इत्यादी नानाविध प्रकार पार करत मदनलाल चॅटर्जी मार्गावरून जात्रापारा भागामध्ये पोहोचाल. जात्रापारा येथे बऱ्याच नव्या व नावाजलेल्या नाटक कंपन्यांची कार्यालये आहेत. तिथून थेट पुढे गेलात की, लगेच सोनागाची व कुमोरतुली हे भाग लागतात. इथे नानाविध देवी-देवतांचे पुतळे विकायला ठेवलेले असतात. तिथून उजवीकडे वळलात की, मच्छुआ बाजार लागतो. नावात मत्स्याचा उल्लेख असला तरी या बाजारात फक्त फळं मिळतात; मास-मच्छी नव्हे. निमताला घाट मार्गावरून डावीकडे वळून स्ट्रॅन्ड रोडला लागलात की, गंगेच्या बाजूला वसलेला स्मशानघाट नजरेस पडेल. इथेच सर्वांची इहलोकीची यात्रा संपुष्टात येते.

न्हाव्याची खुर्ची, चहाचा ठेला आणि छोटेखानी मंदिर या सर्वांनी वेढलेलं आमचं अस्तित्व – म्हणजेच, आमचं घर – हे स्ट्रॅन्ड मार्गावरून आत वळून स्मशानघाटाकडे जाणाऱ्या रस्त्यावर लागणाऱ्या तीनपदरी नाक्याच्या ऐन तोंडाशी होतं; त्यामुळे आमच्या घराबाहेर रात्रंदिवस कुणा ना कुणाच्या केकाटण्याचे आवाज येत राहायचे. हमाल, न्हावी, भिकारी, कान कोरणारे, फेरीवाले आणि निमताला घाटाकडे अंत्यसंस्कारांसाठी जाताना आक्रोश करणारे... सगळ्यांचे आवाज दिवस-रात्र आमच्या कानावर पडत राहायचे. त्यांच्या बरोबरीने, रस्त्यावरून जाणारी वाहनं, हातगाड्या, घोडागाड्या, आजूबाजूच्या लहान-मोठ्या मंदिरांमध्ये मोठ्या तन्मयतेने घंटा वाजवणारे भाविक या सर्वांचीही जोड असायची. आमच्या नाकामध्ये सदैव दोन वास ठळकपणे दरवळत राहायचे – शुद्ध तुपात तळली जाणारी मिठाई आणि घाटावर जळत असलेली प्रेतं!

निमताला घाटाकडे जाण्यासाठी आत वळलेल्या शववाहिनीसोबत काही संन्यासी 'हरे रामा, हरे रामा' असं पुटपुटत चालत होते. त्यांपैकी बरेचसे संन्यासी तरुण – खरंतर पोरगेलेसे – होते. केशरी झगे घातलेले, दाढ्या वाढवलेले ते गौरवर्णीय तरुण मध्येमध्ये हलक्या आवाजात एकमेकांशी गप्पागोष्टी करत आणि प्रसंगी हसू दाबण्याचे विफल प्रयत्न करत जात होते. त्यांच्यासोबत असलेला एक पोक्त वयाचा, चष्मा घातलेला आणि केस पिकलेला संन्यासी, केशरी रंगाच्या शववाहिनीतील केशरी कापडात गुंडाळलेल्या मृतदेहाशेजारी गंभीर चेहऱ्याने उभा राहिला. केशरी कापडावर आणि शववाहिनीच्या चहूबाजूंनी लिहिलेलं ॐ हे अद्याक्षर नजरेत भरत होतं. हातावर लावलेल्या साबणाचा फेस धुवत मी विचार करू लागले की, यापैकी नेमकं कुणाला प्रेत म्हणावं – आडवं पडलंय त्याला की उभं आहे त्याला!?

इतक्यात, सुखदेव काका (ज्यांना काही लोक सुदेव असंही म्हणत) आपल्या चेहऱ्यावर मोठ्ठालं हास्य मिरवत, धावतपळत आले आणि त्यांनी दया-याचिका नामंजूर झाल्याची बातमी दिली. सुखदेव काकांना मी प्रेमाने काकू म्हणायचे, तर काकूंना असं जोरजोरात बोलताना ऐकून बाबा ऊर्फ फणीभूषण ग्रद्धा मलिक रागाने फूत्कारले, "छे! फक्त नावाचा पुरुष आहे हा! पुरुषाला काही संयम असावा, काळ-वेळेचं भान असावं हे याच्या गावीच नसतं कधी!"

झालं! साध्याशा गोष्टीचं रूपांतर भांडणात झालं. "अच्छा, म्हणजे दहा-बारा वर्षांनंतर काम मिळतंय ही बातमी आनंदाने सांगितली, तर तो गुन्हा ठरतो होय?" काकू कुरकुरले. "मूर्ख आहेस तू! शुद्ध गाढव!" बाबांनी त्यांना दटावले. दोघांचे चढलेले आवाज ऐकून माझी आजी - ठाकूमा - डोक्यावर फाटका पदर लपेटत, लंगडत बाहेर आली. ही बाबांची आई, भुवनेश्वरी देवी, हिने आयुष्याची

तब्बल शंभरी पार केलेली होती. काळाच्या ओघात तिचं शरीर इतकं सुकून गेलं होतं की, मला ती बाबांच्या हातात मावेल इतकी बारीक वाटायची. मी निमूटपणे आमच्या दोघांच्या घरामध्ये वसलेल्या लहानशा अंगणातील शेवाळाने लदबदलेल्या मोरीमध्ये रामूदाचे कपडे धुवत राहिले. काकू चडफडत आपल्या खोलीत निघून गेल्यावर, बाबांनी मोठ्या समाधानाने आपल्या करड्या मिशीवर ताव दिला, तेव्हा मला लक्षात आलं की, त्यांचं संभाषण ऐकत असताना मी नकळत माझ्या ओढणीच्या टोकाची गाठ बांधली होती. ओढणी तशी बऱ्यापैकी जुनी आणि मळकट होती; पण तरीही त्याला बसलेली गाठ मात्र अगदी चपखल होती. आमच्या घराण्यात जन्माला आलेली लहान बाळंसुद्धा उत्कृष्ट गाठी बांधू शकतात आणि त्यात काही आश्चर्य वाटायला नको. जन्माला आलेलं प्रत्येक ग्रद्धा मलिक मूल हे आपल्या हातांनी सर्वप्रथम फासाची गाठ मारायलाच शिकतं!!

तो दिवस होता १८ मे. आकाशातल्या ढगांचा शुभ्रपणा कमी होऊ लागला होता. अधूनमधून गडगडणाऱ्या ढगांच्या आवाजाने पावसाळ्याच्या आगमनाची चाहूल लागत होती. इतक्यात मोठ्याने वीज कडाडली! मी उत्सुकतेने आकाशाकडे पाहू लागले – गारा पडल्या तर मजा येईल, असा विचार करत. लहानपणी मी आणि रामूदा रस्त्यावर धावत जाऊन गारा गोळा करत बसायचो. मागच्या वेळी ज्या गारा पडल्या, त्या इतक्या मोठ्या होत्या की, आकाशरूपी काचेच्या छतावरून कौलं पडताहेत की काय असं वाटावं! तोपर्यंत मी मोठी झाले होते. रस्त्यावर सैरावैरा पळत गारा गोळा करण्याचं माझं वय उरलं नव्हतं. भिंतीला पाठ टेकून बरसणाऱ्या गारा बघत, मी माझ्या ओढणीला गाठी मारत बसले होते. मला अजूनही आठवतंय, त्या दिवशी पडणाऱ्या गारांचा आघात इतका जीवघेणा होता की, आकाशात उडणारे कावळे त्या मारामुळे कळवळून, पंख फडफडत काव-काव करीत जमिनीवर विव्हळत पडत होते. एक मोठी टिटवीसुद्धा अशीच कळवळत पडली होती – अगदी माझ्या पायाशी. अंधार पडला तसे रस्त्यावरचे दिवे लावले गेले. मिणमिणत्या दिव्यांच्या प्रकाशामध्ये रस्त्यावर पडलेल्या गारा पाण्याच्या थारोळ्यात बदलताना बघत, मी कितीतरी वेळ तशीच उभी होते. वितळणाऱ्या गारांना आपल्या चाकांनी तुडवत जाणारी शववाहिनी चांगलीच महागडी होती. तिला गुलाब व इतर बऱ्याच सुगंधी फुलांनी मढवलेलं होतं; पण त्या शववाहिनीसोबत कुणीच माणसं चालत जाताना दिसत नव्हती. माझं कुतूहल चाळवलं गेलं. कोण असेल ती व्यक्ती जिचा अखेरचा प्रवास इतक्या एकटेपणात व्हावा? मान कलती करून बघितलं तर आतमध्ये एका स्त्रीचा देह दिसत होता. लालबुंद रेशमी कासी साडी लपेटलेल्या त्या स्त्रीच्या चेहऱ्यावरचा करारीपणा मृत्यूमध्येही जसाचा तसा होता. फुलांच्या गादीवर ठेवलेला तिचा तो देह...

रेखीव, गोऱ्यापान चेहऱ्यावरचं ते तेज... दोन्ही पायाचे अंगठे बांधलेले... शववाहिनीच्या मागच्या काचेमधून रजनीगंधाच्या गर्दीतून [illegible] डोकावणारे ते अंगठे पुढे रात्रभर मला छळत राहिले. मला माझेच अंगठे कापून काढल्याचा भास होत राहिला. माझी ती रात्र फार वाईट गेली.

गाठी आणि माझं काहीतरी विचित्र नातं असावं. आईच्या पोटात असल्यापासून जे नातं सुरू झालेलं होतं, ते आजतागायत. पोटात असताना आमच्यातील नाळेने मला विळखा घातला होता. मला सुखरूप बाहेर काढण्यासाठी आईच्या पोटाला चीर द्यावी लागली होती. ठाकूमा पुढे कैक वर्षं मला फार अभिमानाने सांगायची की, त्या नाळेचा विळखाही मी फार सुरेख घातला होता! ठाकूमाचे शब्द ऐकून माझी आई – सचिनामयी देवी – पार खवळून उठायची! दात-ओठ खात बाबांच्या नावाने शंख करत उद्गारायची, "हो ना! आपल्या महान बापाचीच लेक ही! त्यांच्यासारखेच गुण घेऊन निपजली आहे आणि तुम्हाला तिचा कोण अभिमान... वा, वा!"

रागाने थरथरत असलेल्या आपल्या बारीक, गोरटेल्या सुनेकडे तुच्छ कटाक्ष टाकत, ठाकूमा म्हणायची, "अगं, बिनडोक बाई! तुला काय समजणार ग्रद्धा मलिकांचं महत्त्व? जा, जाऊन सरकारला विचार. मग कळेल तुला काय ते..."

त्यावर आई आपले खोल गेलेले डोळे ठाकूमावर रोखत, तीक्ष्ण नाक हवेत उडवत म्हणायची, "ते कशाला? त्यापेक्षा सोनागाचीच्या वेश्यांना जाऊन विचारते की, तुमच्या लाडक्या सुपुत्राचं काय कर्तृत्व आहे ते? त्याही बायकांमुळे जीव शांत झाला नाही म्हणून की काय हे लोढणं माझ्या गळ्यात बांधलं त्या नालायकाने!"

हे बोलताना आईचा रोख अर्थात माझ्याकडे असे. माझ्या निर्मितीची 'सुरस कथा' सांगताना आईचा जीव विटत नसे. तेवीस वर्षांपूर्वी, सात माणसांचा बळी घेतलेल्या एका नराधमाला फाशी देऊन, बाबा घरी परत येत होते. आपलं काम चोख केल्याच्या धुंदीमध्ये संपूर्ण सकाळ आणि दुपार गुत्त्यामध्ये दारू पिऊन ते घरच्या वाटेला लागले, तेव्हा त्यांना माझी आई बाजारामध्ये भाजी घेताना दिसली. मनातल्या आणि डोक्यातल्या नशेचा अंमल असा काही जबरदस्त होता की, त्यांनी भर रस्त्यात आईला कवेत घेतलं आणि सगळ्या बघ्यांसमोर तिच्यावर आरूढ होण्याचा प्रयत्न केला! त्या वेळी बाबांचं वय ६५ होतं. माझा जन्म झाला तेव्हा आई ४५ वर्षांची होती. माझ्या जन्मानंतर बाबांना फार कमी वेळा जल्लादाच्या कामासाठी बोलावलं गेलं होतं; पण तरीही, मी निरीक्षणाने शिकत गेले. पाच वर्षांची होईस्तोवर मला जल्लादाची गाठ चांगलीच आत्मसात करता आली होती. इतकंच काय तर मला ती गाठ मनुष्याच्या मानेवर चपखल बसवण्याचं तंत्रही अवगत झालं होतं. त्यासाठी मी शेजारच्या लहान मुलावर बरेचदा प्रयोग करून

बघितले होते! ती एक वेगळीच मजेशीर गोष्ट आहे – पण त्याबद्दल जरा नंतर सांगते.

काकू घरात गेल्यावर मी धुतलेले कपडे वाळत घातले. घरातून ठाकूमा आणि आईच्या भांडणाचा आवाज येत होता. संन्याशाच्या मृतदेहाला बहुतेक अग्नी दिला गेला होता; आसमंतात दरवळणारा दर्प अगदी घुसमटवून टाकणारा होता.

घाटावरून नुकतेच आलेले कुणा मृत व्यक्तीचे नातेवाईक, श्रमपरिहार करण्यासाठी आमच्या चहाच्या दुकानात आले होते. बाबा नेहमीप्रमाणे मोठ्या थाटात गल्ल्यावर बसले होते. मागच्या भिंतीवरच्या गंजलेल्या नळीवर, बाबांवर १९६० मध्ये 'स्टेट्समन' या वृत्तपत्रामध्ये छापली गेलेली पहिल्या मुलाखतीची प्रत लावली होती. त्या मुलाखतीसोबत असलेल्या बाबांच्या छायाचित्रामध्ये ते अगदी अभिमानाने जल्लादाचा दोरखंड आपल्या हातात धरून, कॅमेऱ्याकडे हसून बघत उभे होते! कालांतराने तो कागद पिवळा पडू लागला, तेव्हा बाबांनी पंधरा वर्षांपूर्वी एका इंग्रजी नियतकालिकामध्ये छापल्या गेलेल्या त्यांच्या मुलाखतीची प्रत तिथे लावली होती. त्यातील छायाचित्र रंगीत होतं.

अंत्यसंस्कारानंतर थकूनभागून आलेली गिऱ्हाइके जेव्हा त्या कागदाकडे आ वासून बघत बसायची, तेव्हा बाबा त्यांना विचारायचे, "काय दादा, वाचता येत नाही का?"

गिऱ्हाइकाने नकारार्थी मान डोलवली की, मला किंवा रामूदाला पकडून, गिऱ्हाइकासमोर ती मुलाखत वाचून दाखवायला लावायचे.

मग आम्ही वाचू लागायचो : 'ऑल सेट फॉर हॅन्गिंग : ग्रद्धा मलिक', 'हॅन्गिंग इज नो चाइल्ड्स प्ले, सेज ग्रद्धा मलिक.'

आमच्या इंग्रजी वाचनाचा सफाईदारपणे बंगाली भाषेत अनुवाद करत बाबा समोरच्याला समजावून सांगायचे. बाबांवरचे लेख वाचून तर रामूदा आणि मी इंग्रजी वाचायला शिकलो. बाबासुद्धा तसंच शिकत गेले.

बाबांच्या कामाबद्दल ऐकून काही गिऱ्हाइके अंतर्मुख होत असत. त्यांना असं गहिवरून आलेलं बघून, बाबा टेबलावर थाप मारत म्हणायचे, "अरे बाबा, मृत्यू हे एक अटळ सत्य आहे. तो कुणाला चुकलाय, सांग बरं? मला समजतंय, तू आताच एखाद्या जवळच्या नातलगाचे अंत्यसंस्कार करून आलेला आहेस; पण असं बघ, त्या व्यक्तीचं इकडचं कार्य संपलं, म्हणून तिचा इकडचा प्रवासही संपला. आपण कोण आहोत थांबवणारे? नेणारा तो – वरचा. कधी न्यायचं, कसं न्यायचं, कुणाला न्यायचं हे सगळं तोच ठरवतो. माझ्याकडे पाहा – आजपर्यंत मी ४५१ माणसांना फाशी दिली आहे; पण एवढ्या अनुभवानंतरही मी

तुला एक गोष्ट सांगेन – कुणाचाही मृत्यू आपल्या हातात नाही. तो जेव्हा यायचा, तेव्हाच येतो!''

बाबांनी लोकांना फासावर चढवलं आहे हे ऐकून कित्येक गिऱ्हाइकं टणक्न उड्या मारायची! आपल्याला शांतपणे चहा पाजणारा हा इसम चक्क यमराजाचा अवतार आहे असे भाव त्यांच्या डोळ्यांत उतरायचे. त्यांची ती गांगरलेली अवस्था बघून बाबांना अजून चेव चढायचा. मिशीवर ताव मारत, मागे लटकवलेल्या कात्रणांकडे बोट दाखवत ते म्हणायचे, ''हे बघा... एक नाही, दोन नाही, तब्बल ४५१ नराधमांना फासावर चढवलंय मी! हो!'' जात्रेमध्ये काम करण्याचा अनुभव असलेले बाबा जेव्हा हे बोलताना गरागरा डोळे फिरवू लागायचे, तेव्हा गिऱ्हाइकं पटापट पैसे टाकून दुकानातून पळ काढायची!

मात्र, ज्या दिवशी जतिंद्रनाथ बॅनर्जीची दया-याचिका फेटाळली गेल्याची बातमी पसरली, तेव्हा मात्र कधी नव्हे ते बाबा गंभीर झाले. बराच वेळ काही न बोलता, चिंताग्रस्त चेहऱ्याने काहीतरी विचार करत बसले. चहा प्यायला आलेल्या एकाही गिऱ्हाइकाशी गप्पा मारल्या नाहीत; अगदी धड कुणाकडे बघितलंसुद्धा नाही. खांद्यावर रुळणारा लाल व हिरव्या चौकड्यांचा गमछा खांद्यावर चापून बसवत, मनगटावरील जुनाट घड्याळाशी चाळा करत, शून्यात नजर लावून बसले. एक-दोन वेळा, गल्ल्यामागच्या लहानशा खोलीत जाऊन, महाकाली देवीच्या तसबिरीमागे लपवलेल्या बाटलीमधून दोन-तीन घोट मारून आले. सिगारेट तर एकामागून एक चालूच होत्या. खरंतर त्या दिवशी चहाच्या दुकानात चांगलीच गर्दी झाली होती. मा आणि स्यामिली देवी (काकूची बायको – तिला मी काकीमा म्हणायचे.) सतत चहा बनवून पार विटल्या होत्या. चहासाठी ठेवलेले मातीचे कुल्हड पटापट खिडकीबाहेरच्या टेबलावर आदळले जात होते. त्यातले काही तुटत होते; पण त्याकडे लक्ष द्यायला कुणालाच वेळ नव्हता. मी रामूदासाठी पाणी आणत असताना, बाबांच्या खोलीतला काळा टेलिफोन खणखणला. ट्रिंग... ट्रिंग... फोनचा आवाज ऐकून, बाबा धावत आतमध्ये गेले आणि लगेच फोन उचलला. बाबांनी ओठात धरलेली सिगारेट खाली ठेवल्याचं बघताना मला हे लगेच समजलं की, समोरून बोलणारी व्यक्ती तरी महत्त्वाची असावी किंवा ती सांगत असलेली बातमी तरी. एरवी त्यांच्या ओठातून सिगारेट न संपता खाली येणं ही अशक्य कोटीतली गोष्ट होती.

''बाबू? हाऽऽ, बोला बाबू... अहो, पण हे सगळं खरंच होईल का? की, गेल्या वेळेसारखं तोंडाशी आलेला घास हिरावून घेतला जाईल?'' बाबा टिपेच्या स्वरात विचारत होते.

बाबांच्या मागोमाग आलेल्या काकूने मला सांगितलं की, समोरची व्यक्ती

पोलिसातील अधीक्षक किंवा तत्सम मोठ्या हुद्द्यावरील कुणीतरी असावी.

माझे बाबा चांगले धिप्पाड व उंचेपुरे होते. ६ फूट २ इंच उंची असलेल्या बाबांसमोर, काकू जरी जाडजूड असले तरी लहानसेच वाटायचे. मात्र, दोघांचा रंग आणि बटबटीत डोळे अगदी समान होते. आमच्या घराण्यातील बऱ्याच लोकांचे डोळे तसेच होते – मोठे आणि बाहेर येणारे. त्यावरून तर आमचं नाव ग्रद्धा मलिक पडलं होतं; आमच्या डोळ्यांत लोकांना गिधाडाचं आसुसलेपण दिसायचं म्हणे!

बाबा अजून बोलत होते. "अहो, असं का बोलता, बाबू? मला भगवान महेश्वरांची शपथ आहे... खरं सांगतो, मला हे पाप करत राहायचा खरोखरच कंटाळा आलाय. मी एक कलाकार आहे, बाबू... हाडाचा कलाकार आहे; पण हे सरकारी काम आहे; त्यातही आमच्या घराण्याची मक्तेदारी असलेलं काम आहे. इतकी सेवा करूनही जर तुम्हाला वीस हजार रुपये आणि माझ्या मुलीसाठी एखादी चांगली नोकरी हे मागणं जास्त वाटत असेल, तर मग मी पुढे काय बोलू? तुम्ही दुसऱ्या कुणाला शोधा. बाबू, समजून घ्या. आज मी ८८ वर्षांचा आहे. कुठल्याही क्षणी माझं काहीही होऊ शकतं. तसं झालं की, माझ्या कुटुंबाने कुणाच्या तोंडाकडे बघायचं होऽऽ? तुम्हाला माहिती आहे, माझ्या कुटुंबाला आधार देण्यासाठी इतर कुणी पुरुषमाणूस नाही आणि तसं होण्याची कारणंही तुम्हाला माहीतच आहेत. इतकंच सांगेन, सगळ्याचा नीट काय तो विचार करा आणि मग तुम्हाला योग्य वाटेल तो निर्णय घ्या. भगवान महेश्वर तुम्हाला सद्बुद्धी देवो..."

असं म्हणत बाबांनी उजव्या हातात, सिगारेटवरची पकड न सोडता, शिताफीने गमछाने आपला घाम टिपला. मला त्यांच्या उजव्या हाताबद्दल फार कुतूहल होतं. त्याच हाताने तर त्यांनी तब्बल ४५१ माणसांना मृत्युमुखी धाडलं होतं ना!

"बाबू, खरं सांगा? पैसा हे एकच कारण आहे की अजून काही? तसं असेल, तर मी तुम्हाला एक लाख रुपये देतो. तुम्ही ओढा खटका; काही हरकत नाही. तुमच्या लेखी हे काम इतकं साधं आहे, तर मग तुम्हीच करा ना. उद्या मी देवाघरी गेल्यावर, देव मला विचारणार आहे की, मला काहीही त्रास न दिलेल्या एका माणसाला मी जीवानिशी का मारलं? त्यासाठी माझं उत्तर तयार नसावं का, बाबू? मी देवाला हेच सांगू शकेन की, देवा, मी तसं केलं ते माझ्या वृद्ध आईसाठी औषधपाणी करता यावं म्हणून; माझ्या लाडक्या बायकोसाठी साडी-चोळी आणता यावी म्हणून; माझ्या मुलावर उपचार करता यावेत आणि माझ्या मुलीचे माफक लाड पुरवता यावे म्हणून... अजून काय उत्तर देऊ शकणार आहे मी? बरंऽऽ, बरं बाबू, उद्या येतो मी भेटायला..."

त्याच सुरात, मान वर न करता बाबा एखाद्या नटाच्या आविर्भावात काकूला [illegible] म्हणाले, "[illegible]... उद्या सकाळी आपल्याला चक्रबर्ती बाबूंना भेटायला जायचं आहे. उशीर होऊ देऊ नकोस."

मग परत फोनकडे वळत म्हणाले, "ठीक आहे बाबू, भेटू या लवकरच."

फोन ठेवल्यानंतर बाबांचं काकूकडे लक्ष गेलं. काकूने त्यांचं संभाषण कितपत ऐकलंय याबद्दल क्षणभर अस्वस्थ होत, त्यांनी परत आपला कोरा मुखवटा चढवला आणि मिशीला पीळ देत, स्वतःशी बोलत असल्यासारखं म्हणाले, "ग्रद्धा.. ग्रद्धा, काय दिवस आले आहेत? पैसा सोडून इतर सगळं तुच्छ वाटू लागलं आहे. छे! असं वाटतं, यांच्यासारखी माणसं सरकारला दरमहा पैसे देत असावीत, लोकांची सेवा करता यावी म्हणून! लुच्चे सगळे!"

मी बाबांचं बोलणं ऐकत उभी राहिले. नेहमीप्रमाणे मला त्यांच्या मनाचा ठाव घेता येईना; पण तरीही त्यांच्याबद्दलचं कुतूहल अगदी जसंच्या तसं होतं. मला त्यांचा खूप अभिमानही वाटायचा. आजतागायत मी त्यांच्यासारखा कुणी रुबाबदार नट किंवा निवेदक बघितलाच नाही. अगदी टी.व्ही.वरच्या कार्यक्रमांमध्ये किंवा सिनेमामध्ये एखादं पात्रसुद्धा कधी त्यांच्याइतकं विलक्षण वाटलं नाही. बाबा नेमकं काय बोलतील याचा कधी अंदाज यायचा नाही; पण ते जे बोलायचे ते अगदी चोख आणि स्पष्ट असायचं. ऐकणाऱ्याची नस नेमकी पकडून त्याला/तिला काय ऐकावंसं वाटेल याचा नेमका अंदाज घेऊन, ते इतकं छान बोलायचे की, ऐकत राहावंसं वाटायचं. माझ्या पुढील आयुष्यामध्ये मी बरेचदा त्यांची शैली आत्मसात करून बोलण्याचा प्रयत्न केला आहे. एखाद्या प्रसंगी बाबा काय बोलले असते याचा विचार करून मी बरेचदा माझी उत्तरं आणि स्पष्टीकरणं तयार केलेली आहेत.

मी, रामूदाच्या पलंगाशेजारी ठेवलेल्या लाल खुर्चीवर बसून, काकूची मुलगी रारी हिने गेल्या वर्षी शिकलेलं इंग्रजी पाठ्यपुस्तक चाळू लागले. मला रामूदाच्या चेहऱ्याकडे बघवेना. पूर्वी आमचं घर अगदी नांदतंगाजतं होतं. गप्पा, मौजमजेला उधाण आलेलं असायचं; पण मग जसजसं गुन्हेगारांना फाशीची शिक्षा ठोठावणं कमी होतं गेलं, तसतसं आमच्या घराचं उत्पन्न आटत गेलं.

इतक्यात, बाहेरून कुणाच्यातरी भेसूर रडण्याचा आवाज ऐकू आला. खिडकीतून डोकावून बघितलं तर चार-पाच शववाहिन्या एकामागून एक अशा जाताना दिसल्या. त्यातल्या दोन शववाहिन्या तर फारच सजवलेल्या होत्या. सोनेरी कडांचे चष्मे घातलेले गुबगुबीत शरीरयष्टीचे पुरुष आणि उंची रेशमी साड्या आणि बिनबाह्यांचे पोलके घातलेल्या काही बायका त्या शववाहिन्यांमागे शांतपणे चालत होत्या. त्या जथ्थामागे चालणारी दहा-बारा वर्षांची मुलगी आपल्या वडिलांसाठी गळा

काढून रडत होती. तिचं सांत्वन करणारी माणसं पाहून, मला भडभडून आलं.

"आज धंदा तेजीत दिसतोय – " डोळे उघडण्याचे कष्ट न घेता, रामूदा पुटपुटला.

तो दिवस फार उष्ण होता. बाहेर दोरीवर वाळत घातलेले कपडे लगेच सुकत होते. दोन घरं सोडून उभ्या असलेल्या कालिमातेच्या मंदिरातील घंटांचा नाद ऐकू येत होता.

"काल संपूर्ण रात्र या रस्त्यावर वाहनांची ये-जा सुरू होती," रामूदा म्हणाला.

स्ट्रॅन्ड रोडवरची वाहनांची गर्दी तेव्हाच ओसरेल, जेव्हा माणसं मरायची बंद होतील! माझ्या बावीस वर्षांच्या हयातीमध्ये मला एकही दिवस असा आठवत नाही, जेव्हा या रस्त्यावरून शववाहिनी गेली नसेल. धनिक लोकांचे शव आणण्यासाठी शववाहिन्या असायच्या, तर गरिबांची शवं हातगाडीवरून किंवा प्रसंगी कचरा वाहून नेणाऱ्या गाडीतून आणली जायची. जितके लोक घाटावर जाणार तितका आमचा चहाचा धंदा तेजीत असायचा; पण आई आणि काकीमा दररोज रात्रभर चहा बनवत बसायच्या नाहीत. पैशाची जास्त चणचण असेल तरच आमचा चहाचा ठेला रात्री उघडा ठेवायच्या. "इथे चहा बनवत राबून, तिकडे सोनागाचीच्या वेश्यांचे खिसे गरम करण्याचे उद्योग करायला, मला काय वेड लागलंय की काय?" असा आईचा पवित्रा असे. आमच्या घरापासून सोनागाची जेमतेम दोन गल्ल्या दूर होतं. भाजी मंडई आणि मिठाईची दुकाने असलेल्या गल्ल्या पार केल्या की, लगेच सोनागाचीचा भाग सुरू होतो. जसं गंगेचं पाणी नित्यनेमाने समुद्राकडे वाहत जातं, तसे आमच्या घरात येणारा प्रत्येक अधिक दमडा, सोनागाचीच्या गल्ल्यांमध्ये लुप्त होत असे.

प्रिन्सेप घाटाकडे जाणारी १२.१५ची गाडी नुकतीच निघून गेली होती. त्याच सुमाराला इन्स्पेक्टर जनरल, करेक्शनल सर्व्हिसेस, अजय चक्रबर्तीच्या कचेरीतून बाबांचा शोध घेत एक माणूस येऊन ठेपला. माणसांचा लोट आणि शववाहिन्यांच्या गर्दीमधून वाट काढत पोलिसांची गाडी आमच्या घराकडे येताना बघून, बाबांच्या चेहऱ्यावर आगळा आनंद दिसू लागला. रस्त्यावर होणाऱ्या वाहतुकीच्या कोंडीची पर्वा न करता, पोलिसांना ताटकळत ठेवत, बाबांनी शांतपणे आपला पोशाख चढवला – पांढरा झब्बा, पायजमा आणि त्यावर काळ्या रंगाचा चामडी पट्टा. बाबांना तयार होताना पाहून काकू घाईघाईने आपल्या घरी तयार व्हायला गेले. चौकड्यांचा शर्ट चढवून त्याच्या बाह्या वर करत, ते बाबांच्या सोबत जाण्यासाठी सज्ज झाले. अंगणातल्या भिंतीशी पाठ टेकून, ओढणीच्या गाठी बांधत आणि सोडवत मी ही सगळी धावपळ पाहात उभी होते. ठाकूमा हात जोडून 'नमः शिवाय'चा जप करत होती. आतल्या खोलीमध्ये रामूदा भिंतीकडे

तोंड करून, डोळे घट्ट मिटून पडून होता. बाहेरचं वातावरण अतिशय उष्ण होतं. अंगाला घामाच्या धारा लागत होत्या. माझ्या मनाची अवस्थाही काहीशी तशीच झाली होती – कोंडल्यासारखी; कुकरमध्ये वाफ कोंडावी तशी!

बाबा परत येण्याआधीच आमच्या घरासमोर वार्ताहरांच्या चर्चा सुरू झाल्या. 'आनंदबाजार पत्रिका'चे स्थानिक वार्ताहर नरेंद्र चौधरी यांना मी आमच्या दाराशी रेंगाळताना बघितलं. चौधरींना मी ओळखत होते. बारावीची परीक्षा चांगल्या गुणांनी उत्तीर्ण झाल्यावर त्यांनी माझ्यावर एक छानसा लेख लिहिला होता : 'जल्लादाच्या मुलीने केली बारावीची परीक्षा सर' अशा आशयाचा तो लेख होता; पण बाबांनी त्यांना लेखासोबत माझं छायाचित्र छापण्याची सक्त मनाई केली होती.

चौधरींना बघून, मी त्यांच्या जवळ गेले आणि म्हटलं, "बाबू, बाबांना तुरुंगामधून बोलावणं आलं आहे. ते तिथेच गेले आहेत."

माझं बोलणं ऐकून, चौधरी किंचित स्मित करत म्हणाले, "अच्छाऽऽ, म्हणजे आता तुझे बाबा बरेच व्यग्र होणार तर? असो. तुझं काय चाललं आहे? शिक्षण सुरू आहे ना?"

उत्तरादाखल मी हलकंसं स्मित करून, नकारार्थी मान डोलवली.

त्यावर चौधरी म्हणाले, "अरे? का ते? आणि तू छापखान्यात कामाला जात होतीस, त्याचं काय झालं?"

"नाही बाबू, सध्या मी कुठेच जात नाही; घरातच असते."

थोडा वेळ माझ्याशी आणखी गप्पा मारून, चौधरी आपल्या स्कूटरवर बसून निघून गेले. गल्लीतल्या गर्दीतून वाट काढत जाणाऱ्या त्यांच्या आकृतीकडे बघताना, मला माझे छापखान्यातले दिवस आठवले. बारावी उत्तीर्ण झाल्यानंतर मदनलाल चॅटर्जी मार्गावरील, अंजनेय प्रसाद यादव यांच्या श्री मारुती छापखान्यात मी प्रूफं तपासण्याच्या कामावर लागले होते. महिन्याला ५० रुपये असा माझा पगार होता. खरंतर एका महिन्याचा पगार घेण्याइतपतही मी तिथे टिकले नाही. मात्र, जे दोन आठवडे मी तिथे जात होते, तेव्हा ठाकूरबारीच्या समोरील रस्त्यावर विकायला ठेवलेल्या पुस्तकांचा वास घ्यायला जी मजा यायची, तिची आठवण आजही मनात ताजी आहे.

दोनशे वर्षं जुन्या इमारतीच्या एका लहानशा खिडकीजवळ बसून, 'एकला चालो, एकला चालो रे'मधील मुद्रणदोष शोधत असताना, अचानक माझ्या काखेखालून दोन हात आले आणि त्यांनी माझ्या स्तनांना विळखा घातला! पान आणि घाम यांच्या संमिश्र दर्पावरून मी लगेच ओळखलं की, हा तर अंजनेय यादवांचा मुलगा - मारुती प्रसाद असणार. मी शांतपणे मागे वळून बघितलं.

माझ्या नजरेत ना भीती होती, ना घृणा. खरंतर मला खूप हसू येत होतं; पण महत्प्रयासाने आपलं हसू दाबत, मी मारुती प्रसादच्या नजरेला नजर देत, शांतपणे उभी राहिले. आम्ही सगळे ग्रद्धा मलिक इतरांच्या तुलनेत चांगलेच उंच निपजतो. आमची चणसुद्धा चांगलीच आडवी असते. अशी मी आडदांड मुलगी त्याच्या समोर उभी राहिल्यावर मारुती प्रसाद अगदी इटुकला दिसू लागला. मी त्याच्या डोळ्यांत डोळे रोखून, शांतपणे आपल्या छातीवरची ओढणी बाजूला सारली. मारुती प्रसादची जीभ कुत्र्यासारखी बाहेर आली. त्याच्याकडे हलकं स्मित करत, मी माझ्या ओढणीची गाठ मारली आणि लग्नामध्ये वर-वधू एकमेकांना हार घालतात त्या आविर्भावात मारुती प्रसादच्या गळ्यामध्ये ओढणी घातली. तो मठ्ठासारखा माझ्याकडे बघत बसला; माझ्या उघड्या छातीवर त्याची नजर खिळलेली होती. त्याला काही समजण्याच्या आत मी ओढणीची गाठ एकदम घट्ट केली! शेजारच्या खिडकीच्या गजामध्ये ओढणीचं दुसरं टोक अडकवलं आणि शांतपणे ताण देऊ लागले. मारुती प्रसादचं तोंड उघडं पडलं! डोळे विस्फारले गेले! थोड्या वेळापूर्वी हावरटासारखी लोंबणारी जीभ आता श्वास घेण्यासाठी तडफडू लागली. त्याच्या उघड्या तोंडामधून पानाचा रस गळू लागला. हात-पाय झाडत तो स्वतःचा बचाव करण्याचा प्रयत्न करू लागला; पण माझी पकड अगदी घट्ट होती.

अखेर त्याची धडपड अयशस्वी होतेय हे बघून, मी माझी पकड सैल सोडली. ओढणीचा विळखा सैल झाल्यावर मारुती प्रसाद हेलपाटत खाली कोसळला. त्याला जीभ आत घेऊन नियमित श्वासोच्छ्वास करणंही जड जात होतं. मग मी त्याला भिंतीलगत बसतं केलं. त्या वेळी मला बाबांची आठवण झाली. वार्ताहरांना मुलाखत दिल्यानंतर बाबा नेहमी आमच्यासमोर फुशारकी मारत विचारायचे, ''काय? दिली की नाही फक्कड उत्तरं?'' मारुती प्रसादची दयनीय अवस्था पाहून मलाही त्याच्या तोंडावर एखादं फक्कड वाक्य फेकावंसं वाटलं. मी त्याला म्हणाले, ''जल्लादाच्या दोरखंडाची गाठ गायींना बांधण्यासाठी नसते, हे विसरू नकोस; कधीच! समजलं?'' त्याने महत्प्रयासाने आपले डोळे उघडले, माझ्याकडे भयभीत नजरेने बघितलं आणि पुन्हा डोळे मिटून घेतले. मग मी माझ्या ओढणीची गाठ सोडवून घेतली आणि चालू पडले.

तो उन्हाळा विशेष गरम होता. तापमान ४५ डिग्री सेल्सिअसच्या वर गेलेलं होतं. खरंतर मला उष्णतेचा फारसा त्रास व्हायचा नाही; पण त्या दिवशी मी छापखान्यातून बसथांब्यापर्यंत जाऊन २२ क्रमांकाच्या बसमध्ये चढले, तशी मला माझीच भीती वाटू लागली. अंगाला घामाच्या धारा लागल्या. माझे हात इतके का कणखर होते? त्या क्षणी मला असं वाटलं की, मला माझ्या आईची गोरी त्वचा

आणि कुरळ्या केसांसोबत तिचा नाजूकपणाही मिळाला असता तर किती बरं झालं असतं!

मी घरी पोहोचले, तेव्हा ठाकूमा नेहमीप्रमाणे महाकालीच्या मंदिरात गेली होती. मा तिच्या भाचीच्या बाळाला बघण्यासाठी डमडमला गेली होती. रामूदाने मला विचारलं की, मी कचेरीतून इतकी लवकर कशी परत आले? उत्तरादाखल मी त्याला सांगितलं, "कारण आज मी हे सिद्ध केलं की, मी ग्रद्धा मलिकचीच मुलगी आहे."

माझं बोलणं ऐकून, बाबा आपल्या खोलीतून बाहेर आले. मारुती प्रसादने माझा विनयभंग करण्याचा प्रयत्न केला याबद्दल मी त्यांना सांगताच बाबांचा चेहरा संतापाने फुलून उठला. मग अचानक त्यांच्या डोळ्यांत पाणी तरळलं आणि ते घराबाहेर निघून गेले. कदाचित आत उठलेल्या वादळाला शांत करण्यासाठी गेले असावेत.

रामूदा माझ्याकडे सहानुभूतीने बघत बसला. त्यालाही काय बोलावं हे सुचेना.

थोड्या वेळाने बाबा परत आले आणि त्यांनी मला विचारलं, "ओढणीची गाठ कशी मारलीस?"

मी पुन्हा एकदा गाठ मारून त्यांच्यासमोर धरली. बाबांनी ओढणी हातात धरली आणि बारकाईने गाठीचं निरीक्षण केलं. त्यांच्या डोळ्यांत आश्चर्य तरळू लागलं. मग मी ओढणीची गाठ माझ्या गळ्यात घातली. बाबांनी दुसरं टोक धरून ओढलं. माझ्या मानेला एकदम हिसका बसला आणि तोंड उघडं पडलं. बाबांच्या चेहऱ्यावर समाधानाचं हसू उमटलं. मग त्यांनी टोक सोडून दिलं आणि मला विचारलं,

"त्या यादवाच्या दिवट्याची जीभ बाहेर लटकली असेल, हो ना?"

मान चोळत, मी होकारार्थी मान डोलवली. मग बाबांनी आपली तर्जनी माझी हनुवटी आणि गळ्याच्या मधल्या जागेवर ठेवली आणि म्हणाले, "हा... हाच तो नेमका भाग जिथे जल्लादाची गाठ सर्वांत घट्ट बसली पाहिजे. जरा जरी वर-खाली झालं तर मरणारा मनुष्य हात-पाय झाडत, तडफडत मरतो आणि तसं झालं तर ती जल्लादासाठी नामुष्कीची गोष्ट असते."

असो. मात्र, त्या दिवसापासून माझा छापखान्याचा रतीब सुटला. बाबांनी मला नोकरीवर परतण्यास बंदी केली. किंबहुना तेव्हापासून बाबांनी मला कुणाच्या सोबतीशिवाय बाहेर जायलाच मनाई केली.

१८ मेच्या संध्याकाळी जेव्हा बाबा पोलिसांच्या जीपमधून घरी परतले, तेव्हा माझ्या लक्षात आलं की, मी तीच ओढणी घातलीय जी पाच वर्षांपूर्वी मारुती प्रसादच्या गळ्याला आवळली होती. पाच वर्षांमध्ये मला जेमतेम एक-दोन नव्या

कपड्यांचे जोड मिळाले होते.

बाबा आले तेच अतिशय थकलेले आणि दारू पिऊन तर्र असे. क्षुल्लक कारणावरून आईशी भांडण उकरून काढून, ते आपल्या खोलीत झोपायला गेले. त्यांची ती खोली बऱ्याच छायाचित्रांमध्ये आणि टी.व्ही. कार्यक्रमांमध्ये दाखवली गेली आहे. खोली अगदी साधीच आहे. पत्र्याचं छप्पर, चुन्याने लिंपलेल्या भिंती; त्यावर भगवान महादेव, महाकाली आणि माझ्या आजोबांच्या तसबिरी लावलेल्या असं एकूण रंगरूप असणारी ती खोली होती. खोलीच्या दुसऱ्या भिंतीवर बाबांवर छापल्या गेलेल्या लेखांची कात्रणं लावलेली होती. दोन भिंतीच्या मध्ये एक लोखंडी सळी लावलेली होती; त्यावर बाबांचा गमछा आणि शर्ट लटकवलेला असे. अशा त्या खोलातील आपल्या पलंगावर अंग झोकून देत, रागाने थरथरत बाबा पुटपुटत होते : "लबाड! लुच्चे सगळे! यांच्या हातचं पाणी पिणंही वर्ज्य असलं पाहिजे. काय तर म्हणे, जल्लादांच्या मुलांना नोकरी दिली पाहिजे असा काही नियम नाही सरकारचा! मला शिकवताहेत, हरामखोर कुठले! ग्रद्धा मलिकांना अशी वागणूक देताय काय? बघून घेईन लेकांनो!"

बाबांकडे दुर्लक्ष करत, मी शेजारच्या खोलीतला टी.व्ही. लावला. सोनिया गांधींनी पंतप्रधान व्हायला नकार दिल्याची बातमी झळकत होती. कपाळावर मोट्ठं कुंकू लावलेली एक बाई, आपल्या देशाला दुसरी महिला पंतप्रधान लाभण्याचं भाग्य कसं मिळणार नाही, याबद्दल वार्ताहरांसमोर शोक करत होती. मला एका गोष्टीची नेहमी गंमत वाटत आली आहे : टी.व्ही.वर झळकणारी बहुतांश माणसं इतकी गोरीपान, लकाकणाऱ्या चेहऱ्याची कशी असतात? मी त्या बाईकडे निरखत असतानाच, काकूंची हाक आली,

"ओ... चेतू!"

मी बाहेर गेले. मोरीच्या बाहेरील गार फरशीवर दोन मांजरी डोळे मिटून पहुडल्या होत्या. पुढील आयुष्यात तो क्षण नेमका माझ्या स्मरणात राहिला; कारण त्याच क्षणी माझा पाय त्या मांजरींवर पडला आणि तिथपासूनच माझ्या आयुष्याला विचित्र कलाटणी मिळाली. त्यानंतर अल्पावधीतच मला अलिपूर मध्यवर्ती कारागृहात बोलावलं गेलं होतं.

एक मनुष्य मला विचित्रशा दिसणाऱ्या स्मशानघाटाकडे घेऊन गेला. मी चालत नव्हते; फुलांनी मढवलेल्या शववाहिनीतून, माझे दोन्ही अंगठे बांधून मला नेलं जात होतं. आतापर्यंत मी आयुष्यात जेवढं काही बघितलंय, त्यावरून मी एक नक्की सांगेन : प्रेमापेक्षा आणखी अधिक काही अशाश्वत असेल तर तो म्हणजे मृत्यू!

२

आमचं कुटुंब पिढीजात जल्लादाचं काम करणारं कुटुंब आहे. अगदी पार नंदा राजघराण्याची या प्रांतावर सत्ता असल्यापासून, आमच्या घराण्यातील पुरुषांनी जल्लादाचं काम केलेलं आहे. येशूच्या जन्माच्या तब्बल ४२० वर्षं आधीपासून आमच्या घराण्याचं अस्तित्व असल्याचं सांगितलं जातं. रामूदा तर ठाकूमाला नेहमी चिडवत असतो की, आमचं घराणं इतकं पुरातन आहे की, एक शिवाचे तांडव आणि विष्णूने सतीचे केलेले अठरा भाग या घटना सोडल्यास, आमच्या घराण्यातील लोकांनी बहुतेक सगळ्या महत्त्वाच्या घटना बघितलेल्या आहेत – इतकी शतकं आम्ही अस्तित्वात आहोत. आपल्या कुटुंबावर विनोद केलेलं ठाकूमाला मुळीच आवडत नाही. ती रामूदावर दात-ओठ खात गरजते, ''गप्प बस रे, महामूर्खा! मूढमती कुठला! कालीघाटावर तर सतीचा अंगठा कापून पडला आणि त्या पवित्र कालीघाटाचे पहिले रहिवासी कोण असतील असं तुला वाटतं? घराण्याची काही अब्रू नाहीच तुम्हा पोरांना!''

गमतीचा भाग सोडला तर खरोखरच आमचं घराणं खूप पूर्वीपासून अस्तित्वात आहे हे खरं. अगदी शहरात कृष्णवर्णीय आणि श्वेतवर्णीयांच्या निराळ्या वस्त्या थाटल्या गेल्या, त्याच्याही आधीपासून. ठाकूमाला तर या गोष्टीचं खूप कौतुक वाटतं की समाजाची चातुर्वण्य पद्धत घडताना बघण्याचं 'भाग्य' लाभलेल्या थोड्याफार लोकांपैकी आमच्या कुटुंबातील लोक होते.

या समाजामध्ये गुन्हेगारी, सत्तेचं राजकारण आणि त्या सगळ्याच्या अनुषंगाने येणारा मृत्युदंड या गोष्टी कित्येक शतकं चालत आलेल्या आहेत. अगदी आपल्या देशाला औपचारिकरीत्या भारत हे नाव दिलं गेलं आणि हुगली नदीच्या जवळ असलेल्या दलदल आणि अरण्यामध्ये वसलेल्या तीन लहानशा गावांचं रूपांतर कोलकाता शहरात झालं; त्याही आधीपासून हे सगळं चालत आलेलं आहे. आमच्या घराण्यातील आद्य जल्लाद म्हणजे राधारमण मलिक. ते खरंतर राजवैद्य होते. हे माझे खापर-खापर-खापर-खापर-खापर-खापर-खापर पणजोबा एका स्त्रीच्या प्रेमात पडले. तापाने फणफणलेल्या अवस्थेत ती त्यांच्याकडे उपचारासाठी आली असताना ते तिच्या प्रेमानं वेडेपिसे झाले. ही स्त्री तिकडच्या स्थानिक राजपुत्राची प्रेयसी होती. ठाकूमा सांगते, केवळ त्या स्त्रीला आपलं बनवता यावं म्हणून राधारमण मलिक जल्लाद बनले! लहानपणापासून, आम्ही ऐकलेल्या प्रत्येक गोष्टीत 'मृत्यू' ही बाब ठळकपणे हजर असे.

असो. तर या राधारमण मलिकांचं घर मोठं ऐसपैस होतं. अंगणात सुंदर

सुगंधी फुलांचा सडा पाडणारी अनेक झाडं होती. मात्र, काही केल्या राधारमणना त्या स्त्रीचं मन जिंकता आलं नाही. राजा महानंदीनचा मृत्यू झाल्यावर, महापद्मा या त्यांच्या दासीपासून झालेल्या अनौरस मुलाने, कटकारस्थानं करून महानंदीनच्या औरस मुलाला बाहेर हाकलून लावलं. मोठं युद्ध झालं. युद्धामध्ये जखमी झालेला राजपुत्र उपचारासाठी राधारमणकडे आला. राधारमणने त्याच्यावर उपचार केले; पण नंतर मात्र त्याला महापद्माच्या सुपूर्द केलं. तोपर्यंत राजा बनलेल्या महापद्माने, राजपुत्राला जनतेसमोर मृत्युदंड देण्याची शिक्षा ठोठावली. राधारमण मलिकने न्यायालयासमोर जाऊन, आपल्याला या फाशीची अंमलबजावणी करता यावी यासाठी अक्षरशः गयावया केली. असं काम स्वतःहून मागणारा तो पहिलाच इसम असेल. महापद्माने त्याची विनंती मान्य केली. पहिल्यांदा गाठ मारून दोर ओढला, तेव्हा राजपुत्र केवळ तडफडला; पण त्याचा प्राण गेला नाही. राधारमणला त्याला खाली उतरवावं लागलं. मात्र, दुसऱ्या वेळेला राधारमणने दोरखंडाची गाठ नेमकी मानेच्या तिसऱ्या व चौथ्या हाडाच्या मधोमध बसवली आणि दोर खेचला. राजपुत्राची मान अशी अलगद तुटली, जणू राधारमणच्या अंगणातल्या झाडावरून फूल गळून पडावं. हीच ती गाठ मारण्याची पद्धत ज्यासाठी ग्रद्धा मलिकांचं घराणं जगप्रसिद्ध झालं.

दुसऱ्या वेळी फाशी देण्यासाठी जेव्हा राधारमण राजपुत्राजवळ गेले, तेव्हा तो खुनशीपणे त्यांच्याकडे बघत म्हणाला होता, "जिच्यासाठी हे सगळं करतो आहेस ना, ती तुला कधीच मिळणार नाही!" मात्र, घडलं उलटच! राजपुत्राला फाशी दिल्याबद्दल काय इनाम हवं, असं महापद्माने राधारमणला विचारल्यावर, राधारमणने त्या स्त्रीची मागणी केली. त्याला ती मिळालीसुद्धा! पण इतक्या सफाईदारपणे फाशी दिल्याबद्दल त्याला आपली वैद्यकीय सेवा सोडून जल्लादाचं काम पत्करावं लागलं. त्या काळी फाशी हा प्रकार अगदी सर्रास होता. दिवसाला किमान एक तरी फाशी दिली जायची. कित्येकदा, राधारमण घरी यायचे, तेव्हा त्यांचे हात सुजलेले असायचे. पुढे राधारमण आणि त्या स्त्रीला - चिन्मयीदेवीला - दहा मुलं झाली.

ज्या रात्री ठाकूमाने आम्हाला ही गोष्ट सांगितली, तेव्हा बारा वर्षांच्या रामूदाने लगेच घोषणा केली की, "मी कधीच कोणत्या बाईच्या प्रेमात पडणार नाही." त्यावर रामूदाच्या री मध्ये री ओढत मीही म्हणाले होते, "होऽऽ, मीसुद्धा!" त्या काळी एक जाहिरात खूप गाजली होती, जिच्या गाण्यात काहीसं असं म्हटलेलं की, 'मी मोठी होऊन अगदी माझ्या भावासारखी होणार.' शेजारच्या भूपेन चक्रबर्तींच्या घरात, दहा पैसे देऊन टी.व्ही. बघण्याच्या त्या काळात, सदर गाणं माझ्या मनात घट्ट बसलेलं होतं.

ठाकूमाला फाशी देण्यात कधीच काही गैर आढळलं नाही. ती माझ्या खापरपणजोबांच्या बहिणीची मुलगी होती. ती सांगायची की, लहान असताना तिचं देवासमोर एकच मागणं असायचं : ते म्हणजे, आपलं लग्न एका जल्लादाशी व्हावं! आम्ही या विचारावर आश्चर्य व्यक्त केलं तर ठाकूमा आम्हाला समजावायची की, 'जल्लाद म्हणजे खुनी नव्हे; उलट, ती न्यायव्यवस्थेला बळकटी देण्याचे काम करणारी धैर्यवान माणसं होत.' राधारमण वैद्य असताना त्यांनी राजपुत्राचा जीव वाचवला होता; जल्लाद बनल्यावर त्याच राजपुत्राला त्यांनी फाशी दिली. डॉक्टर-वैद्यांसमोर एखादा शत्रू आला तरी त्याच्यावर उपचार करणं हे त्यांचं कर्तव्य असतं; जल्लादासमोर त्याचा स्वतःचा मुलगा आला तरी न्यायाच्या बाजूने उभं राहून त्याला फाशी देणं हे त्याचं काम असतं; त्यामुळे कुठलंच काम चांगलं किंवा वाईट नसतं; कुठल्याच कामामुळे आपण पापी होत नाही. हांऽऽ, मात्र, जेव्हा सदर काम करण्याची वेळ येऊन ठेपते, तेव्हा मात्र... 'लक्षात ठेवा... हे येड्यागबाळ्याचं काम नव्हे,' हे सांगताना, ठाकूमाच्या आवाजात निराळाच अभिमान उतरायचा. 'मन स्थिर, हात कणखर आणि डोकं शाबूत ठेवूनच हे काम करता येतं. असे सगळे गुण एकत्रितपणे स्वतःमध्ये असणारी व्यक्ती साधारण कशी बरं असू शकते?'

तरीही, आमच्या मनातला शंकासूर काही लगेच पळ काढायचा नाही. आम्ही तिला विचारायचो, "डोकं? एखाद्याला मारण्यासाठी डोक्याची काय गरज, ठाकूमा?"

आमच्या प्रश्नावर जोरात हसत ठाकूमा उत्तर देत, "तुम्हाला वाटतं, तितकं हे काम सोपं नाही. गणित, शास्त्र सगळं येतं त्यात. माझ्या आजोबांचे वडील - म्हणजे तुमच्या खापरपणजोबांच्या आईचे मोठे बंधू - योगेंद्र मलिक सांगायचे, एका दृष्टिक्षेपात गुन्हेगाराच्या शरीराच्या वजनाचा अंदाज घेता आला पाहिजे. तसेच नजरेच्या अंदाजाने त्याच्या मानेतील खळगी किती लहान-मोठी आहे हे मोजता आलं पाहिजे."

"असं का, ठाकूमा?"

"सगळा प्राण त्या खळगीत अडकलेला असतो, मुली. कुणाची हाडं मिळमिळीत असतात, तर कुणाची अगदी कणखर! तुटता तुटत नाहीत. योग्य तो अंदाज बांधून जल्लादाला त्यानुसार गाठ कमी किंवा अधिक घट्ट मारावी लागते."

ठाकूमा हे सगळं अशा आविर्भावात सांगत असे की, जणू तिने स्वतः शेकडो लोकांना फाशी दिली असावी. गोष्टी सांगत असताना ती तंद्री लागून आपल्या साडीच्या टोकाच्या गाठी मारत आणि सोडत बसायची. आमच्या घराण्यातल्या सगळ्याच स्त्रियांना ही सवय आहे. आम्ही सगळ्याच बोलता-बोलता आमच्या साडीच्या पदराच्या किंवा ओढणीच्या गाठी मारत-सोडवत बसतो. जन्मल्यापासून

सतत फाशी, दोरखंड, त्याची गाठ हे शब्द कानी पडत असल्यामुळे असेल... किंवा ती आमची मानसिक गरज असेल, देव जाणे! आम्हाला तसं करण्यात बरं वाटतं. मात्र, एकदाच आमच्या घराण्यातल्या एका महिलेने जल्लादाची नोकरी मागून घेतली होती; अगदी स्वतःहून!

आम्ही ठाकूमाला बरेचदा राधारमणची गोष्ट सांगायला लावायचो. ज्या रात्री ती गोष्ट ऐकायचो, त्या रात्री मला हमखास राधारमणच्या घराचे विचार यायचे. कसा असेल तो भलामोठा वाडा? अभिमान, सन्मान, दुःख आणि इतर चित्तथरारक घटना बघितलेला तो वाडा माझ्या मनात रुंजी घालत राहायचा. मी चौथ्या इयत्तेत असताना, शाळेने आम्हाला ठाकूरबारीला सहलीसाठी नेलं होतं. आजतागायत मी पाऊल ठेवलेलं ते सगळ्यात मोठं घर. मी मोठ्या विस्मयाने ते घर बघितल्याचं आजही स्मरणात आहे. मदनलाल चॅटर्जी मार्गावरून चालत असताना, आजूबाजूला दिसणारी कच्च्या लाल दगडाची घरं पाहून मला वाटलं की, राधारमण आजोबाचं घरही ठाकूरबारीसारखं प्रशस्त असावं. मग मी माझ्या मनोराज्यात जाऊन, तिथल्या भल्यामोठ्या अंगणात रामूदासोबत शिवाशीव खेळून यायचे; तिथल्या मजबूत खांबांमागे दडून लपाछपी खेळायचे; तिथल्या गच्चीवर उभं राहून, ऐटीत खालच्या रस्त्यावरून धावणाऱ्या ट्रॅमकडे बघत राहायचे. त्या वयामध्ये, स्वप्नांच्या राज्यामधून सत्यात येणं म्हणजे जल्लादाची गाठ मानेवर बसण्यासारखं असतं. ठाकूरबारीची स्वप्नं बाजूला सारत मला आमच्या टीचभर घरातील, ठाकूमाच्या जीर्ण पलंगाखाली घातलेल्या माझ्या कळकट अंथरुणावरून उठून दिवस सुरू करावा लागायचा. आमचं घर इतकं पडकं होतं की, कुठल्याही क्षणी कोसळेल अशी भीती वाटायची. स्ट्रॅन्ड रोडवरच्या सगळ्यात जुन्या घरांपैकी आमचं हे घर होतं. ठाकूमा सांगायची, त्यांना या टीचभर घरात राहावं लागलं, कारण त्यांच्या खापरपणजोबांना रोज गंगेचं स्नान करता येईल अशा ठिकाणीच आपलं घर पाहिजे होतं.

आमचं घर अगदी लहान होतं; खुराडेवजा म्हणावं तसं! पूर्ण घराला तीनच बाजू होत्या. सगळ्या खोल्या बाहेरच्या अंगणात उघडायच्या. चहाचं दुकान, न्हाव्याचं दुकान आणि स्वयंपाकघराला लाकडी छपरं होती. बाकीच्या खोल्यांना पत्र्याचं छप्पर होतं. बाहेरच्या बाजूने फक्त चहाचं दुकान आणि न्हाव्याचं दुकान दिसायचं. बाबांची खोली या दोघांलगत होती. घराच्या बाहेर पडताना एक नाला लागायचा. तिथे आम्ही धुणी-भांडी करायचो. बाबांच्या खोलीनंतर रामूदा, ठाकूमा आणि मी राहायचो ती खोली यायची. आमच्या खोलीला बरेच दरवाजे होते. एक दरवाजा बाबांच्या खोलीत उघडायचा; एक स्वयंपाकघरात आणि एक अंगणात. स्वयंपाकघराच्या समोर काकूची खोली होती. कुठल्याही खोलीला खिडकी अशी नव्हतीच. कच्च्या भिंतींमध्ये इथे-तिथे काढलेल्या आणि कडांना सिमेंट लावलेल्या

फटींना आम्ही खिडक्या मानून घ्यायचो.

आमच्या घराशेजारी पोर्ट ट्रस्टमधील कामगारांची घरं होती. तिथून सतत वाहणारी घाण आमच्या घरासमोरच्या नाल्यामध्ये येऊन पडत असे. अर्थातच, तिथून तिला घरात शिरकाव करायला वेळ लागायचा नाही. रात्री झोपायला गेल्यावर, जवळून धडधडत जाणाऱ्या ट्रेनची खड्खड सतत ऐकू येत राहायची. घराच्या दुसऱ्या बाजूला हरीदाचं भेळपुरीचं दुकान होतं. त्या दुकानात पानविडीसुद्धा मिळत असे. दिवसभर विशेषतः संध्याकाळनंतर गल्लीतून देशी दारू पिऊन झोकांड्या खात जाणाऱ्या दारुड्यांची अखंड आणि अर्वाच्य बडबड ऐकू यायची. त्याच्या जोडीला, हेमंत मलिकच्या कालिमातेच्या मंदिरात बळी दिल्या जाणाऱ्या प्राण्यांचा शेवटचा हतबल आक्रोशही ऐकू यायचा. त्या असहाय्य प्राण्याची तडफड माझ्या मनाला तगमग देऊन जायची. ते आवाज बुडवून टाकण्यासाठी मी डोळे घट्ट मिटून, ठाकूरबारी आणि त्यामध्ये राहणाऱ्या राधारमणच्या स्वप्नांच्या राज्यात शिरायचे. तिथे मला सुरक्षित वाटायचं.

१८ मेच्या दिवशी घराबाहेर पडले, तेव्हा माझ्या मनात राधारमण आजोबांचेच विचार सुरू होते. त्याला कारणही तसंच होतं. टी.व्ही.वर नुकत्याच आलेल्या बातमीनुसार, सरकार एका विशेष अधिकाऱ्याला नेमून, ठाकूरबारीतील तिजोरीला लागलेलं कुलूप तोडून, त्यातील वस्तूंचा पडताळा करणार होतं. शांतिनिकेतन येथील उत्तरायणमधून नोबेल पारितोषिक आणि प्रमाणपत्र चोरीला गेलं होतं.

माझ्या विचारमग्न अवस्थेत आमच्या घरासमोरील शववाहिन्या आणि रुग्णवाहिकांसोबत उभी असलेली ती गाडी माझ्या लक्षात आली नाही. काकू घराबाहेर माझी वाट बघत उभे होते. स्मशानघाटाकडे जाणारा लोंढा ओसरल्यावर मी त्यांना मला तिथे बोलावण्याचं कारण विचारलं. त्यावर काही थेट उत्तर न देता, काकूने कावेबाज स्मित करत माझ्या हातात चक्क १० रुपयांची नोट ठेवली आणि जवळच्या दुकानातून पान आणायला सांगितलं. हे प्रकरण नेहमीपेक्षा निराळं दिसत होतं. काकू मला चक्क पैसे देताहेत? तेही पान आणायला? माझ्या मनात बरेच प्रश्न जागे झाले; पण ते सगळे मनात दाबून मी घाटासमोर असलेल्या पानविडीच्या ठेल्यावर जाऊ लागले. एरवी त्या ठिकाणी जायला आमच्या घरापासून उजवीकडे वळून ठाकूमाचं शिवमंदिर आणि हेमंत मलिकच्या कालिमातेच्या मंदिरावरून लगेच जाता यायचं. मात्र, मी उजवीकडे वळू लागले तसं काकूने मला अडवलं आणि घाटावरच्या दुकानाऐवजी हरीदाच्या भेळपुरीच्या दुकानातून पान आणायला सांगितलं. २२ वर्षांच्या, कधीही प्रेमात न पडलेल्या,

साध्या, अल्लड पोरीला साजेशा आविर्भावात मी अगदी मनात गाणी म्हणत, हात हलवत हरीदाच्या दुकानाकडे जाऊन पान घेऊन आले. धोक्याचा पहिला सुगावा लागला तोपर्यंत माझी नजर टी.व्ही.वर झळकणाऱ्या त्या उमद्या तरुणावर पडली होती. अंत्यसंस्कार विधीच्या पार्श्वभूमीवर तो तरुण मुलगा हातात माइक धरून, काहीतरी बोलत होता. सातच्या बातम्यांमध्ये हे सगळं चित्रीकरण दिसत होतं. ममता बॅनर्जीने नरेंद्र मोदींचं कौतुक केल्यावर येत्या निवडणुकीत पक्षाला केवळ एक जागा मिळाल्याच्या बातमीनंतर, ही बातमी झळकू लागली होती. ते घर, आजूबाजूचा परिसर आणि भिंतींवर रंगवलेल्या 'अविनाश चॅटर्जीला बहुमताने विजयी करा'च्या घोषणा हे सगळं टी.व्ही.वर बघून बाबा मनमुराद हसत होते. मला या सगळ्याचा वीट आला होता. बाबांचं मात्र "बघा, बघा, काय गंमत चाललेय ती," असं म्हणत सगळ्यांना टी.व्ही.समोर बसवण्याचा उद्योग सुरूच होता, तेव्हा मला समजलं की, बाबा सहा वाजल्यापासून सी.एन.सी. वाहिनीसमोर ठाण मांडून का बसले होते ते.

'तब्बल तेरा वर्षांनंतर भारतामध्ये फाशीच्या शिक्षेची अंमलबजावणी केली जाणार आहे आणि ज्या गुन्हेगाराला फाशी दिली जाणार आहे, त्याचं नाव आहे जतिंद्रनाथ बॅनर्जी. मात्र, जल्लाद फणीभूषण ग्रद्धा मालिकने आपल्या सर्व मागण्या पूर्ण होईपर्यंत आपण फाशी द्यायला उभे राहणार नाही असं जाहीर केल्यापासून जतिंद्रनाथच्या शिक्षेच्या घटनेला नवी कलाटणी मिळाली आहे.' तो देखणा निवेदक माझ्याच डोळ्यांत डोळे घालून बोलतोय असा मला भास होऊ लागला.

आता बाबांचा चेहरा टी.व्ही.वर दिसू लागला. वयोमानाने ओघळलेल्या त्यांच्या गालांवर रुळणाऱ्या करड्या मिशांवर ताव मारून, तर्जनी व मधल्या बोटात न शिलगावलेली सिगारेट धरून बाबा बोलत होते : "१९८२ मध्ये जब्बार सिंगला फाशी दिल्यानंतर सरकारने मला लिखित कबुली दिली होती की, माझ्या मुलांना सरकारी नोकऱ्या दिल्या जातील. मात्र, नंतर माझा मुलगा रामदेव मलिक जेव्हा एका अपघातात गंभीर जखमी झाला, तेव्हा सरकारला आपल्या वचनाचा सोयिस्करपणे विसर पडला. त्याला हा अपघात नेमका झाला कसा? सरकारने काळजी घ्यायला नको होती का? मी या देशासाठी माझं आणि माझ्या कुटुंबीयांचं आयुष्य पणाला लावलं. सरकारने त्याची काही तमा बाळगावी की नाही? फाशी देण्याचं काम हे काही साधंसुधं काम वाटतं का या लोकांना? आम्ही कुणा कोंबडीच्या किंवा सापाच्या मानेला फास नाही लावत होऽऽ. जिवंत माणसाच्या गळ्याला फास लावतो. घ्या, मला चिमटा काढून बघा. बघा मी लोखंडाचा किंवा दगडाचा बनलो आहे की, तुमच्यासारखाच हाडामांसाचा माणूस आहे? मीही तुमच्यासारखाच आहे होऽऽ. मलाही मन आहे, भावना आहेत. मलाही तुमच्यासारखी बायको-मुलं

आहेत. इथे ज्या व्यक्तीला फाशी देण्याची गोष्ट चालली आहे, तो माझ्या मुलापेक्षाही कमी वयाचा आहे. जल्लाद म्हणून माझ्यावर त्याचं आयुष्य संपवून टाकण्याची जबाबदारी असेल. एखादी सिगारेट ओढण्याइतकं सोपं वाटतं का हे सगळ्यांना? नाही, बंधू, नाही...''

इथे बाबांनी सिगारेट शिलगावली आणि एक मोठा झुरका घेतला. टी.व्ही.चा कॅमेरा अलिपूर मध्यवर्ती कारागृहाकडे वळला. पोलीस अधीक्षकांना भेटून बाहेर पडणाऱ्या बाबांची छायाचित्रं दाखवत होते. एका छायाचित्रात, बाबांनी लांबवर नजर लावत, कुठल्याशा वस्तूला आदराने सलाम केल्याचं दिसत होतं. मग पुन्हा बाबांची मुलाखत सुरू झाली : ''मी असा माणूस आहे, जो रोज देवासमोर नतमस्तक होतो. माझ्या पुढे काय वाढून ठेवलंय हे मला माहीत नाही. आजतागायत मी ४५१ गुन्हेगारांना फाशी दिली आहे. हे बघा माझे हात... या, या हातांनी फाशी दिली त्या सगळ्या माणसांना. त्यांपैकी एकाही व्यक्तीने मला खाली उतरून हे सांगितलेलं नाही की मृत्यू नेमका कसा असतो आणि मृत्यूनंतर नेमकं काय होतं? आपण कोणत्या निराळ्या विश्वात पोहोचतो? बघा माझ्याकडे, आज मी वयोवृद्ध आहे. कुठल्याही क्षणी यमराज माझ्या भेटीला येतील. वर गेल्यावर, ती ४५१ माणसं माझी वाट बघत असतील का, कुणास ठाऊक? मला माहीत नाही. कधी वाटतं, ती थांबली असतील माझ्यासाठी. मी त्यांना यमसदनी धाडल्याबद्दल, माझा बदला घेण्यासाठी! कदाचित, गरम तेलाची कढई तयार ठेवली असेल त्यांनी माझ्यासाठी! शास्त्रज्ञ सांगतात की, मृत्यू हा मनुष्याचा अखेरचा टप्पा असतो. त्यानंतर आपल्या नश्वर शरीराचं अस्तित्व संपतं; पण खरोखरच तसं असतं का हे बघण्यासाठी, मनुष्याला मृत्यूच्या दारातच उभं राहिलं पाहिजे...''

''मृत्यूनंतर आयुष्य असतं यावर तुमचा विश्वास आहे?'' मुलाखतकाराने बाबांना विचारलं.

''नाही, बंधू. आणि विषय तो नाही. विषय आहे, मी घेतलेल्या जोखमीचा. जोखीम, बंधू जोखीम!'' असं ठासून सांगत बाबांनी पुन्हा एक मोठा झुरका घेतला आणि खांद्यावरच्या गमछाने तोंडावरचा घाम पुसला. मग मुलाखतकाराने त्यांना विचारलं,

''तुमचं शिक्षण कुठवर झालंय?''

त्यावर बाबांनी उखडल्या आवाजात प्रतिप्रश्न केला,

''का? त्याचा इथे काय संबंध? तुम्हा लोकांची हीच समस्या आहे. मी कितवीपर्यंत शिकलोय याच्याशी तुम्हाला काय देणं-घेणं? मला काय आणि किती ज्ञान आहे हे महत्त्वाचं नाही का? मला दुनियादारीची समज आहे. मला

इंग्रजी वर्तमानपत्र वाचता येतं. माझं काम व्यवस्थित करता येईल इतपत गणित, रसायनशास्त्र आणि भौतिकशास्त्र येतं; एवढं पुरेसं नाही का?''

भुवया उंचावून, कुत्सितपणे हे बोलताना बाबा खरोखरच गिधाडासारखे दिसत होते.

मुलाखतकार कोऱ्या चेहऱ्याने त्यांच्याकडे पाहत म्हणाला,

''म्हणजे तुम्हाला असं म्हणायचंय की, मृत्यूनंतर तुम्हाला कदाचित जो त्रास भोगावा लागेल, त्यासाठी सरकारने तुमच्या हयातीत तुम्हाला नुकसानभरपाई दिली पाहिजे?''

''मी म्हणालो ना, मृत्यूनंतर काय होतं याबद्दल मला काही ठाऊक नाही. प्रश्न आहे, मृत्यू येईपर्यंतच्या आयुष्याचा. त्यात भरपूर जोखीम आहे.''

''तुम्हाला कोणती जोखीम आहे?''

''माझा मुलगा, रामदेव... १९९० मध्ये मी अमर्त्य घोषला फाशी दिल्यानंतर, त्याच्या वडिलांनी माझ्या मुलाला कापून काढलं...''

बाबांचं बोलणं ऐकून माझ्या काळजात धस्स झालं. आम्ही कधीही त्या प्रसंगाबद्दल बोलायचो नाही. १९९० मध्ये रामूदा २२ वर्षांचा होता. बाबांची उंची, रुबाबदार मिशी, भरगच्च केस आणि आईची गोरीपान त्वचा व लोभसवाणे डोळे लाभलेला रामूदा त्याकाळी अतिशय देखणा दिसत असे. मी त्याला चिडवायचे की, आजूबाजूच्या सगळ्या पोरींमध्ये त्याच्या गळ्यात लग्नाचा फास अडकवण्याची अहमहमिका लागली होती. मी बघायचे ना त्या पोरींना... उसासे टाकत रामूदाकडे पाहताना... रामूदा अभ्यासात हुशार होता. त्याला जल्लाद बनण्यात मुळीच रस नव्हता. या विषयावरून बाबा आणि रामूदामध्ये बरेचदा वादही व्हायचे.

त्याकाळी रात्रंदिवस सुरू असणारी टी.व्ही.वरची बातमीपत्रं नव्हती. तो काळ वेगळा होता. आदल्या दिवशी घडलेल्या घटना थेट दुसऱ्या दिवशी येणाऱ्या वृत्तपत्रांमधून समजायच्या. अमर्त्य घोषला फाशीची शिक्षा सुनावल्याची बातमी बरेच दिवस गाजत होती. दोन-तीन वर्षांनंतर काम मिळाल्याबद्दल आमच्या कुटुंबात आनंद पसरला होता; पण मग घोषला फाशी दिल्यानंतर दोन दिवसांनी, रामूदा रात्रीच्या वेळी घरी परत येत असताना, घोषच्या वृद्ध बापाने त्याचे दोन्ही गोरेपान, नाजूक हात-पाय छाटून टाकले!

''रामदेववर झालेल्या हल्ल्याबद्दल सरकारने तुम्हाला नुकसानभरपाई देऊ केली नाही का?'' मुलाखतकाराने बाबांना विचारलं.

''त्या वेळी त्यांनी १५०० रुपये दिले आणि आता अपंग माणसांसाठीचं निवृत्ती वेतन देतात.'' बोलता-बोलता बाबांनी तुच्छ आविर्भाव करत सिगारेट भिरकावून दिल्याचं टी.व्ही.वर दिसलं.

मला असं वाटलं की, मुलाखत तिथेच संपली असेल; पण तसं नव्हतं. उलट, मुलाखतकाराने बाबांना विचारलं, "तुमचा मूलगा अपंग झालाय; पण तुमची मुलगी तर चांगली धडधाकट आहे. तुमचं कार्य तिने पुढे चालवावं असं तुमच्या मनात नाही आलं कधी?"

मी चपापले! टी.व्ही.वर बाबासुद्धा काहीसे भांबावलेले दिसले. "मी त्या दृष्टीने कधी विचार केला नाही होऽऽ..." ते पुटपुटले. मग विचारमग्न होऊन, नवीन सिगारेट शिलगावत म्हणाले, "तुम्ही म्हणता ते खरं आहे... काय हरकत आहे, नाही का? तिला सगळं तंत्र आत्मसात आहे. तिने हे काम केलं तर मला आनंदच होईल; पण बंधू, हा निर्णय काही माझ्या हातात नाही. सरकारने काय ते ठरवावं..."

बाबांचं हे बोलणं ऐकून मी, रामूदा आणि आई मंत्रमुग्ध होऊन बसलो होतो. बाबांनी आमच्याकडे वळून बघितलं; त्यांच्या सुरकुतलेल्या चेहऱ्यावर रुंद हास्य पसरलं होतं. टी.व्ही.चा कॅमेरा आता मुलाखतकाराच्या चेहऱ्यावर स्थिरावला होता. तो बोलत होता : "तर दर्शकहो, आपण आताच बघितलंत की, ग्रद्धा मलिक यांनी असं स्पष्ट केलंय की, त्यांच्या मुलीला सरकारी नोकरी मिळेपर्यंत, ते जल्लादाचं काम बजावणार नाहीत. या बाबतीत त्यांनी न्यायालयाचा आदेशही धाब्यावर बसवल्याचं दिसत आहे. कायदेमंत्री पल्लव दासगुप्ता यांच्या म्हणण्यानुसार, जल्लादाच्या मुलांना तीच नोकरी पुढे दिली जाऊ शकते. मात्र, त्यांना इतर कुठली सरकारी नोकरी मिळालीच पाहिजे, असा कोणता नियम नाही."

त्यानंतर कॅमेरा थेट जातो पल्लव दासगुप्तांच्या चेहऱ्यावर. ते म्हणत असतात : "छे, छे! काहीतरीच काय? हे काही मुलींनी करण्याचं काम आहे का? या कामाला खूप बळ लागतं – शारीरिक आणि मानसिकसुद्धा..."

मुलाखतकार त्यांना मध्येच तोडत विचारतो : "अच्छा, म्हणजे तुमच्यानुसार मुलांच्या तुलनेत मुलींमध्ये मानसिक व शारीरिक बळ कमी असतं का?"

त्यावर मंत्री स्वतःला सावरत उद्गारले, "नाही, नाही; मला तसं म्हणायचं नव्हतं... पण हे काही सर्वसामान्य काम नाही..."

कॅमेरा पुन्हा मुलाखतकाराकडे वळला. "ही बाब आता केवळ न्यायदानाच्या विषयापर्यंत सीमित राहिलेली नाही, तर तिला स्त्रीहक्काचा नवा पैलू जोडला गेला आहे. केवळ ती स्त्री आहे म्हणून एखाद्या स्त्रीला जल्लादाचं काम नाकारलं जावं, यामध्ये तिच्या मानवी हक्काचं हनन होत नाही का? आणि हे असे वाद अशा काळी उभे राहावे जेव्हा जगभरात मृत्युदंडाच्या पद्धतीलाच तिलांजली दिली जात आहे... काय मत आहे आपलं या विषयाबद्दल? दर्शकहो, आज सी.एन.सी 'फेस टू फेस'मधील चर्चेचा हाच विषय आहे : स्त्रियांना जल्लादाचं काम करण्याची

अनुमती दिली जावी का? तुमचं मत प्रदर्शित करण्यासाठी, खाली दिलेल्या क्रमांकावर आम्हाला फोन करा...''

मी पुरती थिजून बसले होते. मला वाटलं, आता तरी मुलाखत संपलेली दिसतेय; पण नाही; मुलाखतकार पुढे बोलत(च) होता : ''आम्ही देशातील सर्वांत प्रसिद्ध जल्लाद श्री. फणीभूषण ग्रद्धा मलिक यांच्या घरी गेलो असता, त्यांनी सगळ्यात पहिली अट घातली होती ती म्हणजे त्यांच्या एकाही कुटुंबीयाचे छायाचित्र प्रदर्शित केले जाऊ नये; पण सी.एन.सी.ला आपल्या गुप्त सूत्रांकडून, ग्रद्धा मलिक यांच्या मुलीचे छायाचित्र मिळवण्यात यश आलं आहे. ८८ वर्षांचे फणीभूषण ग्रद्धा मलिक आता आपल्या मुलीचं भवितव्य सुरक्षित करण्यासाठी, सरकारशी दोन हात करण्यात गुंतले आहेत. बारावीची परीक्षा अतिशय छान मार्कांनी उत्तीर्ण झालेल्या या मुलीला, केवळ बिकट आर्थिक परिस्थितीमुळे आपलं शिक्षण सोडावं लागलं होतं.''

मी डोळे विस्फारून पाहू लागले – कारण आता पडद्यावर चक्क माझं छायाचित्रण केलेलं दिसत होतं! काकूकडून पैसे घेऊन उजवीकडे जाऊ पाहणारी मी. मग काकूने सांगितल्यानुसार डावीकडे वळताना मी. हात हलवत, गाणं गुणगुणत जाणारी मी. हरीदाच्या दुकानात पान घेत उभी असलेली मी. मग फाटकी ओढणी सावरत माझी उघडी छाती कशीबशी झाकण्याचा प्रयत्न करणारी मी. मग अचानक, कॅमेरा माझ्या चेहऱ्यावर रोखला जातो. मी नव्यानेच माझा स्वतःचा चेहरा पाहू लागते. नाकाच्या डाव्या बाजूला असलेला तीळ, भुवयीवरचे बारीक केस, गिधाडासारखे मोठे डोळे – त्या क्षणी मला जाणवतं की, लोक जेव्हा माझा चेहरा पाहतात, तेव्हा मी त्यांना अशी दिसते!

स्वतःकडे दिङ्मूढपणे पाहात असताना, मुलाखतकाराने शेवटी आपली बडबड आवरती घेत म्हटलं : ''भवानीपूर येथून सी.एन.सी.साठी हे वार्तापत्र सादर करताना, कॅमेरामन अतुल किशोर चंद्रासह, मी - संजीवकुमार मित्रा - आपल्या सर्वांची रजा घेतो.''

''संजीवकुमार मित्रा! मी त्याचं नरडं नाही आवळलं तर बघा!'' बाबा थयथयाट करू लागले.

पण, बाबांचं म्हणणं चूक होतं. या मित्राचा खून तर माझ्या हाती लिहिला होता! म्हणूनच तर बघता क्षणी मी त्याच्याकडे एवढी आकृष्ट झाले होते ना! त्याच्यात काहीतरी खास होतं – सडसडीत बांधा, झुपकेदार केस, लांब निमुळतं नाक. मला वाटलं की, मी त्याच्या प्रेमात पडतेय; पण नाही, काही आकर्षणं प्रेमापेक्षाही तीव्र आणि (म्हणूनच) धोकादायक असतात. आमच्यासारख्या लोकांच्या नशिबी जे प्रेम येतं, तेही फासाच्या गाठीसारखंच असतं. गाठ आवळली गेली

की, मनुष्य मरतो तरी, नाहीतर गाठीच्या विळख्यातून स्वतःला सोडवून पळतो तरी; पण जे त्या गाठीतून सुटतात, ते त्या प्रेमातून कधीच पूर्णपणे मुक्त होऊ शकत नाहीत. राधारमण मलिकशी लग्न केलेल्या चिन्मयीदेवीप्रमाणे तेसुद्धा आयुष्यभर तडफडत राहतात.

३

सकाळच्या बातम्यांमध्ये तृणमूल काँग्रेसच्या पूरबस्थली येथील सभेत सीपीएमने घातलेल्या गोंधळाबद्दल वार्तापत्र सादर करणाऱ्या संजीवकुमार मित्राला पाहून, माझी पुन्हा एकदा खात्री पटली की, तो फार देखणा होता. त्याचं ते टोकदार नाक, कोरीव भुवया, उंच कपाळ... आहाऽहा! पुरुष असावा तर असा. डोळ्यांवरच्या काळ्या चष्म्यामुळे मला त्याच्या डोळ्यांचा ठाव घेता येत नव्हता; पण तरीही, कालपासून माझ्या डोक्यात केवळ त्याचीच छबी रुंजी घालत होती. आज मी खूप लवकर उठले होते; अगदी स्ट्रॅन्ड रोडवरून मलिक घाटाकडे जाणाऱ्या फुलांच्या गाड्या सुरू होण्याआधी, मी जागी झाले होते आणि टी.व्ही. लावून बसले होते. त्याला बघायची इच्छा इतकी तीव्र होती की, देवाच्या कानापर्यंत माझ्या मनातली प्रार्थना नक्कीच पोहोचली असणार. सकाळच्या बातम्यांमध्ये त्याचाच चेहरा दिसला! तो काय बोलत होता याकडे माझं काही लक्ष नव्हतं. मी फक्त त्याचा सुंदर चेहरा निरखण्यात मग्न होते. मला त्याला बघायचं होतं! प्रत्यक्षात! त्याला भेटायचं होतं, त्याला स्पर्श करायचा होता! या सगळ्या भावना माझ्यासाठी फार नवीन होत्या. माझ्या मनात उठलेलं काहूर मला विस्मयचकित करत होतं.

थोड्या वेळाने, बातमीपत्र संपलं आणि 'माझ्या' संजीवकुमार मित्राचा चेहरा टी.व्ही.मधून गुडूप झाला. मोठा सुस्कारा सोडून, मी नाइलाजाने उठले. बाहेरून जाणाऱ्या कुठल्याशा गाडीतून पंकज मलिकचं 'आयी बहार आज...' हे गाणं वाजत होतं. रामूदा डोळे मिटून त्या गाण्यावर ताल धरत होता. मी मोठ्या आशेने पुन्हा टी.व्ही. लावायला जाणार इतक्यात, बाहेरून कुणीतरी जोरात ओरडल्याचा आवाज आला :

"ग्रद्धादा, अरे, तुला वेड लागलंय का?"

मी स्वयंपाकघराच्या खिडकीतून डोकावून बघितलं. १२० वर्षं जुन्या 'भविष्यात' या नियतकालिकाचे संपादक, मानवेंद्र बोस उभे होते. त्यांना पाहून माझं ऊर अभिमानाने व आश्चर्याने भरून आलं.

"इतक्या निरागस, तरुण मुलीला तू अशा पेचात अडकवण्याचं धाडस तरी

कसं केलंस रे?'' वाघाच्या डरकाळीसमान भासणाऱ्या आवाजात बोस बाबू गरजले.

'भविष्यात'चं कार्यालय ठाकूरबारीच्या अगदी जवळ, चितपूर रोडवरील संगीत वाद्यांच्या दुकानांच्या थेट मागे उभं होतं. मारुती यादवच्या छापखान्यामध्ये काम करत असताना, मी बरेचदा फुलूरी किंवा पियानजीवर मिटक्या मारीत, त्या जुन्या ब्रिटिशकालीन कार्यालयामध्ये डुलक्या काढू पाहत असे. तिथे रुळणारा कागदाचा तो विशिष्ट वास मला फार आवडायचा. बोस बाबूंचा चेहरा तेजस्वी होता; छातीपर्यंत रुळणारी दाढी कुरवाळत ते आपला मोडका पाय घेऊन कार्यालयात फेऱ्या मारत बसत. आणीबाणीच्या काळात पोलिसांच्या लाठीमारात बोस बाबूंचा पाय कायमचा जायबंदी झाला होता. ते दर महिन्याला काकूकडे केस कापून घ्यायला येत असत. त्यांच्या पांढऱ्याशुभ्र केसांचे झुपके जमिनीवर पडताना बघून मला फार मजा वाटायची.

"बोस बाबू, तुम्ही एवढे का रागावताय? फासाच्या दोरखंडाला आणि फाशी जाणाऱ्याला काय फरक पडतोय की, त्याच्या शिक्षेची अंमलबजावणी करणारी व्यक्ती स्त्री आहे की पुरुष?'' बोस बाबूंच्या चढ्या आवाजावर, तितक्याच शांतपणे चहाचे घोट घेत, पेपरची पानं उलटत बाबांनी केलेला प्रतिप्रश्न! जग इकडचं तिकडे झालं तरी बाबांचा सकाळचा रतीब काही चुकत नसे. चहा, सिगारेट आणि सकाळचं वर्तमानपत्र. इंग्रजी नव्हे – बंगाली. इंग्रजी वर्तमानपत्रं त्यांना दुकानदार सकाळच्या गिऱ्हाइकांची गर्दी ओसरल्यावर, थोड्या वेळाने आणून देत असे. ती आदल्या दिवशीची असत. ती वर्तनमानपत्रं वाचून झाल्यावर, बाबा पुन्हा त्यांची नेटकी घडी घालून, दुकानदाराला परत देत असत.

"गुन्हेगाराचे हात-पाय घट्ट बांधावे लागतात. पूर्ण चेहरा झाकला जाईल अशा प्रकारे तोंडावरून फडकं टाकावं लागतं आणि मग येते, गाठ! हे सगळं सुदेवसुद्धा करू शकतो,'' बाबा, बोस बाबूंना समजावू लागले. "पण नेमकं कसब असतं ते गाठ चपखल ठिकाणी बसली आहे की नाही, हे ठरवणं. मग त्यानंतर काय? खटका ओढायचं काम तर लहान मूलदेखील करू शकतं. माझे आजोबा, कालिचरण मलिक जेव्हा ब्रिटिश राज्यात जल्लादाचं काम पाहू लागले, तेव्हा ते फक्त ११ वर्षांचे होते. त्यांच्या गाठ मारण्याच्या कौशल्याची इतकी ख्याती होती की, लोक त्यांना आदराने महामलिक म्हणून संबोधत. त्यांना जल्लाद नव्हे, तर कलाकार समजायचे!''

"ते सगळं ठीक आहे, ग्रद्धा; पण स्वतःच्या मुलीकडे जरा नीट बघ की, बाबा! किती हुशार मुलगी आहे ती? तिने आपलं चातुर्य या अशा कामात व्यतीत करावं असं तुला खरंच मनापासून वाटतं का?''

बोस बाबूंच्या प्रश्नावर बाबा म्हणाले, "बाबू, आमच्या क्षेत्रात नेहमी कणखर

आणि मजबूत व्यक्तींची गरज पडली आहे. त्यात घाबरण्यासारखं काही नाही – हे आमचं खानदानी कार्य आहे आणि ती माझी मुलगी आहे. तिच्या डोक्यावर महाकालीचे आशीर्वाद आणि धमन्यांमध्ये आमच्या धैर्यवान पूर्वजांचं रक्त असताना, तिला भीती वगैरे वाटण्याचा प्रश्नच उद्‌भवत नाही.''

काही क्षण शांततेत घालवून, बाबा पुढे म्हणाले, ''सरकारने तिची नियुक्ती केली, तर काही हरकत नाही. तसंही सध्या मी आहेच. तिची नियुक्ती सध्या तरी केवळ उपचारादाखल असेल आणि तसंही खरोखरच फाशीच्या शिक्षेची अंमलबजावणी होईल, याची काय खात्री? आजकाल मानवाधिकाराचे वारे वाहत आहेत. आताच्या समाजाला फाशी देणं हे हत्येसमान वाटू लागलं आहे. विचित्र आहे सगळं! गुन्हेगाराचे मानवाधिकार जोपासायचे आणि मग जो त्या गुन्हेगाराच्या हाती निर्दयपणाने मारला गेला, त्याच्या मानवाधिकारांचं काय? उगाच जल्लादांच्या जेवणामध्ये झुरळ वगैरे टाकायचे चाळे करायचे की झालं का सगळं? पूर्वी महिन्याला वीस-पंचवीस फाशी व्हायच्या... आणि आता...''

बाबांचं वाक्य पूर्ण होण्याआधीच, मला माझ्या मागे घाबरून उभ्या राहिलेल्या आईची चाहूल लागली.

''तुझ्या बापाचं काळीज जन्मतःच उलटं आहे! त्याला कधी कुणाची दया आली असेल तर शपथ! कोणता विचित्र बाप आपल्या एकुलत्या एक मुलीला असं भयंकर काम करायला धाडू पाहील? तुरुंगात जाऊन डाकू-दरोडेखोरांना, खुन्यांना फासावर चढवायचं? पोरी, तू घाबरणार नाहीस का गंऽऽ? हा काय पोरखेळ वाटतो का तुझ्या बापाला? कसलाच काही विचार करायचा नाही म्हणजे काय?''

आई मुसमुसू लागली, तशी मी आपल्या विचारात मग्न झाले. खरंतर आईने मला लहानपणापासून नीट ओळखलं आहे असं मला कधीच वाटलं नाही; पण आजचा तिचा प्रश्न मला अंतर्मुख करून गेला. एखाद्याला फासावर लटकवणं हा खरोखरच पोरखेळ नव्हता, नाही? भिंतीशी पाठ टेकून मी विचार करू लागले. आयुष्यभर फाशी देण्याच्या ज्या पद्धतींबद्दल बाबा आणि ठाकूमाकडून ऐकत आले होते... गाठी मारत बसण्याचा चाळा करत आले होते... त्याची प्रत्यक्षात एखाद्या जिवंत व्यक्तीवर अंमलबजावणी करताना मला नेमकं कसं वाटणार होतं? संध्याकाळी पूजा संपवून, रात्रीच्या वेळी घराबाहेर पडणाऱ्या बाबा आणि काकूला मी कित्येकदा बघितलं होतं. अलिपूर मध्यवर्ती कारागृहाशी माझी तोंडओळख होती, ती केवळ वर्तमानपत्रं आणि टी.व्ही.वर बघितलेल्या त्याच्या छायाचित्रांमधून. काटेरी तारांचं कुंपण घातलेल्या उंच लाल भिंती. आजूबाजूला प्रखर दिव्यांची रोषणाई. आतमध्ये कुठेतरी फाशी देण्यासाठी तयार केलेली

जागा. सागाने बांधलेला फलाट. फाशीचा स्तंभ. खांबावरून लटकणारा फाशीचा दोरखंड. काळ्या रंगाने रंगवलेल्या फलाटावर आखलेलं सफेद वर्तुळ. बाबा आणि आमचे कित्येक पूर्वज यांच्या सततच्या स्पर्शाने गुळगुळीत झालेला खटका. 'खडॅक्!' असा आवाज झाल्यावर, उघडं पडणारं खालचं भयावह तळघर. खटक्याचा आवाज इतका जबरदस्त असे की, तुरुंगात असलेल्या सगळ्या कैद्यांना तो ऐकू जायचा. मृत्यूचं निमंत्रण! श्वास रोखला जातो तो अखेरचा क्षण.

माझ्यावर वेळ आली तर मी हे सगळं नेमकं कसं करीन याचा विचार करत, मी नकळत हाताला झटका दिला... अंगावर सर्रकन काटा उभा राहिला!

आमच्या घराण्यातील सगळ्यात प्रसिद्ध जल्लाद म्हणजे आजोबा धर्मराज मलिक. लोक त्यांना आदराने मोश ग्रद्धा मलिक असं म्हणायचे. त्यांचं रूप एखाद्या सांडासारखं उग्र होतं; पण त्यांच्याइतका दानशूर पुरुष आमच्या घराण्यात आधी आणि नंतरही झाला नाही. धर्मराज मलिकने आपल्या हयातीत तब्बल पाच राजघराणी बदलताना बघितली. त्या काळी प्रत्येक फाशीच्या शिक्षेची अंमलबजावणी झाल्यानंतर, जल्लादाला भरभरून पैसे आणि इतर चीजवस्तू भेट दिल्या जायच्या. त्यातले बरेचसे पैसे आणि वस्तू, धर्मराज गरिबांमध्ये व अनाथांमध्ये वाटून टाकायचे.

पहाटेपर्यंत आपलं काम उरकून, ते घरी येऊन अंघोळ करायचे. महेश्वर व महाकालीची पूजा करायचे आणि मग फावडं घेऊन, शेतात राबायला जायचे. दोषी व्यक्तीला फासावर चढवण्याआधी त्याच्या आत्म्याच्या शांतीसाठी मनोभावे प्रार्थना करायचे. त्याच्या चेहऱ्यावर काळं फडकं चढवण्याआधी त्याचा चेहरा कुरवाळून कपाळाचा मुका घ्यायचे. मग त्याच्या डोक्यावर हात ठेवून त्याला म्हणायचे, "घाबरू नकोस, मुला."

गुन्हेगाराला मृत्यूच्या स्वाधीन करण्याचं कार्य ते इतक्या प्रेमाने आणि काळजीने करायचे, जणू एखाद्या लहान मुलाचे वडील त्याला शाळेच्या पहिल्या दिवशी सोडायला जात असावेत. फासाची तयारी करताना, गुन्हेगाराच्या गळ्यात दोर टाकताना, धर्मराज सतत देवाची करुणा भाकत राहायचे. "देवा, तुझ्या या लेकराला कमीतकमी त्रास होऊ दे. त्याचा मृत्यू अधिक वेदनामय करू नकोस रे, विश्वात्मा!" असं म्हणून पाणावलेल्या डोळ्यांनी गुन्हेगाराच्या गळ्यात दोरखंड अडकवायचे. फासावर जाणारी व्यक्ती अर्थातच, प्रचंड घाबरलेली असे. धर्मराज सतत त्याच्याशी बोलत राहायचे. "घाबरू नकोस, मी तुझ्यासोबत आहे. मी आहे, पोरा..." असं पुटपुटत राहायचे. मोश आजोबांनी १००१ व्यक्तींना फाशी दिली होती. त्यांची ख्याती सर्वदूर पसरलेली होती. इतकी की, त्यांना इतर ठिकाणच्या तुरुंगांमधूनही तिथल्या गुन्हेगारांच्या फाशीची अंमलबजावणी करण्यासाठी

बोलावणी यायची. आश्चर्याची गोष्ट अशी की, खुद्द दोषी व्यक्तींना धर्मराज ग्रद्धा मलिकच्या हातून फाशी दिलं जाणं ही भाग्याची गोष्ट वाटत असे!

आपल्याला मिळालेल्या बहुतक वस्तू आणि पैसे ते गरिबांमध्ये वाटून टाकायचे म्हणून ग्वाल्हेरच्या राजाने स्वखर्चाने त्यांच्या घराची दुरुस्ती करून दिली होती आणि आजीला शंभर सोन्याची नाणी भेट दिली होती. त्यांपैकी एक नाणं ठाकूमाने अजून तिच्या पानाच्या डब्यात जपून ठेवलेलं आहे. चुना-तंबाखूचे थर चढलेलं ते नाणं, आजतागायत आमच्या घराण्याच्या २००० वर्षं जुन्या इतिहासाची साक्ष देत आहे.

महिला संघटनेच्या सदस्यांना घेऊन आलेल्या वाहनाला आमच्या घराजवळ उभं राहिलेलं बघितल्यावर, मानवेंद्र बोसने बाबांची रजा घेतली. मी अजूनही माझ्या कल्पनाविश्वात गुंग होते. धर्मराज आजोबांप्रमाणे मीही गुन्हेगारांना जपून, सांभाळून फाशी देऊ शकेन का याचा विचार करत राहिले.

बाहेर, त्या टोळीचा म्होरक्या असलेली सुमती सिंग, आपल्या भसाड्या आवाजात बाबांशी बोलत होती, "ग्रद्धाजी, तुम्ही खटला भरला पाहिजे. संविधानाने आपल्या देशातील स्त्री आणि पुरुष, दोघांना समान हक्क देऊ केलेले आहेत. आपल्या मुलीवर अन्याय होऊ देऊ नका."

सुमती सिंग अगदी घाईघाईने दिल्लीवरून आल्या होत्या. खिडकीमधून डोकावत पाहत असताना, माझ्या मनात सगळ्यात प्रथम भरली ती त्यांची उंची साडी! त्यानंतर मनात भरले ते त्यांचे वेगळेच दिसणारे लाकडाचे दागिने आणि पाठीवर रुळणारे दाट, लांब केस!

"अहो बाई, आमच्याकडे त्या सगळ्या भानगडीत पडण्यासाठी पैसे कुठे आहेत? तसंही, माझ्या मुलीने तिच्या पूवर्जांच्या व्यवसायात पडायला माझी काही हरकत नाही; फक्त या लोकांनी तिला तसं करण्याची परवानगी दिली पाहिजे. तसंही बाई, जन्म-मृत्यू हे सगळं ठरवणारा तो वर बसलेला विधाता असतो. खरा जल्लाद तो. त्याच्या हातात सगळ्यांची दोरी. आपण केवळ त्याच्या हातच्या कठपुतळ्या आहोत होऽऽ..." असं म्हणत, बाबांनी नाट्यमयरीत्या आभाळाकडे हात उंचावले आणि मग पुन्हा सुमती सिंगकडे बघून बोलले, "पण मला स्वतःला असं वाटतं की, केवळ ती मुलगी आहे म्हणून चेतनाने ही संधी गमावू नये. शेवटी असं बघा, कर्ता-करविता सगळा तो आहे. वरती बसलेला विश्वात्मा! त्याने तिचं नशीब जसं लिहिलं असेल, तसंच घडेल. चांगलं तर चांगलं, वाईट तर वाईट! असं आहे ना, वाईटसुद्धा काही कारणासाठीच घडतं

आणि ते कारण शेवटी चांगलंच असतं.'' बाबा आता अगदी नटसम्राटाच्या भूमिकेत शिरले होते. त्यांच्या आवाजाला नाट्यमय धार आली होती. ''बाई, कोणत्या बापाला हे आवडेल की, त्याच्या मुलीने फासावर पाठवल्या जाणाऱ्या माणसासाठी खटका ओढावा? पण जर माझ्या मुलीला ते काम करण्यात हरकत वाटत नसेल, तर मी तिच्या इच्छेच्या आड येणार नाही. एका बापाच्या नजरेत त्याच्या मुलीचे हात नेहमीच नाजूक आणि लहानसे राहतात; पण माझी मुलगी जर सक्षम झाली असेल, तर मी तिला अडवणार नाही. हा निर्णय तिचा तिने घ्यायचा आहे. तिने मला सांगितलं की, बाबा, माझे हात आणि मन दोन्ही कणखर आहेत. मी हे काम करायला तयार आहे. त्यावर मी तिला सांगितलं की, बाळा, आपण लोकशाहीत राहतो आणि तू सज्ञान आहेस. तुला तुझा निर्णय घेण्याचं पूर्ण स्वातंत्र्य आहे.''

सुमती सिंगना बहुधा बाबांचं बोलणं समजत नव्हतं किंवा पटत नव्हतं. ती आपला मुद्दा रेटत म्हणाली, ''ग्रद्धाजी, माझं ऐका. आम्ही चेतनासाठी वकील नेमून देऊ. दिल्लीतील आमच्या नेत्यांना तिला मदत करण्यामध्ये फार रस वाटत आहे.''

''नाही. नाही, बाई. आम्हाला खटला वगैरे लढवायचाच नाही. तुमच्याकडे तिच्या खटल्यावर खर्च करण्यासाठी एवढे पैसे असतील आणि तुम्हाला तिला एवढी मदत करायचीच असेल, तर ते पैसे मला द्या. मी अगदी धूमधडाक्यात तिचं लग्न लावून देईन.''

बाबांचा हा अजब प्रस्ताव ऐकून, सुमती सिंग उखडल्या आणि म्हणाल्या, ''ग्रद्धाजी, मुलीचं आयुष्य लग्नावरच येऊन संपलं पाहिजे असा काही नियम आहे का?''

''संपत नाहीच हो, बाईऽऽ... उलट, तिथून तिचं खरं आयुष्य सुरू होतं. मी तिला कोणत्याही कायदेशीर कागदावर सही करून देणार नाही,'' बाबांनी ठणकावून सांगितलं.

तरीही, सुमती सिंग आपला हट्ट सोडायला तयार नव्हत्या. पुढे बराच वेळ बाबा आणि तिचं बोलणं सुरू राहिलं. खिडकीतून त्यांचं बोलणं ऐकत मी नकळत माझ्या ओढणीची लहानशी पण नेमकी गाठ मारली होती.

इतक्यात, बाबा आत आले आणि खांद्यावरच्या गमछाने छाती आणि पाठीवर ओघळणारा घाम टिपत मला म्हणाले, ''चेतना, बाहेर ये. त्यांना तुला भेटायचंय.'' मग अचानक, त्यांच्या स्वभावाला न साजेशा हळवेपणाने माझ्या खांद्यावर हात ठेवत म्हणाले, ''चेतू, मारुती प्रसादच्या गळ्यात फास टाकला होतास हे खरं असलं तरी, एक लक्षात ठेव. एरवी अशा एखाद्या अनोळखी व्यक्तीच्या गळ्यात

फास टाकणं हे सोपं काम नव्हे. मग ती व्यक्ती कितीही भयंकर गुन्हेगार असली तरी...''

बाबांच्या डोळ्यांत माझ्यासाठी उतरलेली काळजी बघून, मला गलबलून आलं. ते काय म्हणत होते हे मला बरोबर समजत होतं. मारुती प्रसाद तडफडायला लागला, तेव्हा मी त्याच्या गळ्यातली गाठ सैल करू शकले होते. अलिपूर कारागृहात जल्लाद म्हणून काम करताना मला तसं करता येणार नव्हतं. एकदा गळ्यात फासाची गाठ मारली की, खटका ओढावाच लागणार होता आणि खटका ओढला की, माणूस मरणारच होता.

मी दरवाजा उघडून बाहेर गेले. लोकांची गर्दी जमली होती. सगळ्यात पुढच्या बाजूला, तीन उच्चभ्रू स्त्रिया टेचात बसल्या होत्या. मला पाहून, तिघींच्या चेहऱ्यावर परीटघडीचं हास्य उमटलं.

उंच कपाळ, टोकदार नाक आणि पाठीवर रुळणारे केस सावरत सुमती सिंगने माझ्याकडे करडी नजर टाकत विचारलं, ''चेतना मलिक, तू जल्लाद म्हणून काम करू इच्छितेस का?''

''माझा नकार नाही... पण तशी खूप इच्छाही नाही,'' मी उत्तर दिलं.

''तुझे वडील तुझ्यावर दबाव आणत आहेत का?''

''दबावाचा काय प्रश्न येतो? मी जर एखादं काम करू शकत नसले, तर कुणीही दबाव आणला काय किंवा नाही आणला काय, काय फरक पडतो?''

तिन्ही बायका एकमेकींकडे चकित होऊन पाहू लागल्या. एका गरीब, अशिक्षित जल्लादाची मुलगी अशी उत्तरं देऊ शकेल अशी त्यांना अपेक्षा नव्हती, बहुधा!

''तुला हे माहिती आहे का, संविधानानुसार तुला ही नोकरी नाकारली जाऊ शकत नाही?''

''हो...''

मी नेमकं काय बोलतेय याकडे माझं फारसं लक्ष नव्हतं. बाबांसारखं बोलायला मिळतंय हीच मला मोठी पर्वणी वाटत होती. मनात आनंदाच्या उकळ्या फुटत होत्या. तिन्ही बायकांनी आपसात काहीतरी खुसफुस केली आणि मग सुमती सिंग माझ्या जवळ येऊन म्हणाल्या,

''चेतना, आम्ही या देशातली अग्रगण्य महिला हक्क संघटना आहोत. तुला माहिती आहे का, आम्ही कोण आहोत ते?''

''हंऽऽ, टी.व्ही. बघते मी.''

''बरंऽऽ. आम्ही तुझ्या वतीने हस्तक्षेप करायचा ठरवलं आहे. सरकारचा निर्णय जर सकारात्मक असला तर या देशात जल्लाद म्हणून काम करणारी तू पहिली महिला असशील.''

"आमच्या घराण्यामध्ये माझ्या आधी एका महिलेने जल्लाद म्हणून काम केलेलं आहे."

तिघींच्या चेहऱ्यावर पुन्हा आश्चर्य उमटलं. मग स्वतःला सावरत, सुमती सिंग म्हणाल्या,

"ठीक आहे; पण ती पूर्वीची गोष्ट झाली. आताच्या काळात, पूर्ण जगामध्ये एकही स्त्री जल्लाद म्हणून काम करत नाही; त्यामुळे तुझी नियुक्ती झाली तर ती गोष्ट खळबळजनक ठरेल आणि निर्णायकसुद्धा! आमचं असं प्रामाणिक मत आहे की, तू ही संधी सोडू नयेस. हा प्रश्न आता केवळ तुझ्यापुरता सीमित राहिलेला नसून, समस्त स्त्रीजातीच्या हक्कांचा प्रश्न बनलेला आहे. हीच वेळ आहे जगाला दाखवून द्यायची की, असं कुठलंच काम नाही जे एक स्त्री करू शकत नाही."

यावर मी काही उत्तर दिलं नाही. चहाच्या दुकानासमोरची गर्दी अजूनच वाढलेली दिसली. मी काही बोलत नाही असं पाहून, सुमती सिंग आणि तिच्या सहकारी बाहेर जायला उठल्या. इतक्यात, वार्ताहरांनी व कॅमेरामनने त्यांना गराडा घातला.

"मॅडम, तुम्ही मृत्युदंडाच्या संकल्पनेचा पुरस्कार करता का?"

"मुळीच नाही. आम्ही केवळ स्त्रीहक्काचे पुरस्कर्ते आहोत."

"मृत्युदंडाची प्रथा कायमची बंद व्हायला पाहिजे याबद्दल आपलं काय मत आहे?"

"त्या विषयावर कोणतंही मत व्यक्त करायचं हे ठिकाणही नाही आणि वेळसुद्धा!"

जमलेल्या गर्दीमधून वाट काढत सुमती सिंग व त्यांच्या सहकारी निघून गेल्यावर, वार्ताहरांनी आपला रोख माझ्याकडे वळवला. बंदूकधारी शिपायांनी वेढलेला एकटा दहशतवादी जसा भेदरून जातो, तशी माझी अवस्था झाली. अनेक कॅमेरे माझ्या चेहऱ्यावर रोखले गेले; तोंडासमोर निरनिराळे माइक धरले गेले. कॅमेऱ्यांच्या 'क्लिक्क्लिकाटात' माझ्यावर प्रश्नांचा भडीमार सुरू झाला.

"जतिंद्रनाथ बॅनर्जीला फाशी देताना तुमचे हात थरथरणार नाहीत का?"

"उफ्ऽऽ, हात नाही; पण माझं हृदय नक्कीच थरथरेल... अविचारामुळे चांगल्या जिवाची कशी नासाडी होऊ शकते याचा विचार करून..."

"तुम्हाला माहिती आहे का? जतिंद्रनाथला एक बायको आणि चार मुलं आहेत..."

"याचा विचार त्याने करायला पाहिजे होता, मी नाही."

"म्हणजे तुम्हाला मृत्युदंडाची संकल्पना मान्य आहे तर?"

"नाही. अजिबात नाही. काल झालेल्या निदर्शनात दोन लोक मारले गेले.

मला ती घटना मुळीच मान्य झाली नाही. ना मला ते निदर्शन मान्य झालं, ना त्या निदर्शनावर कुरघोडी करायला गेलेल्या लोकांचं वागणं''

नंदनघाट विधानसभा मतदारसंघामध्ये तृणमूल काँग्रेसचा एक उमेदवार जेमतेम २३७७ मतांनी विजयी झाला होता. अर्थात, त्याच्या विजयाला फारसा काही अर्थ नव्हता, कारण तो संसदीय मतदारसंघामध्ये तब्बल १,४३,३४९ मतांनी तोंडावर आपटला होता. तरीसुद्धा, त्याचा लहानसा विजय साजरा करण्यासाठी त्या नेत्याच्या अनुयायांनी विजययात्रा काढली होती. विजययात्रेचं रूपांतर निदर्शनात व्हायला फारसा वेळ लागला नाही. विरोधी पक्षातील लोकांनी बेछूट गोळीबार सुरू केला. चाकू-सुरे चालू लागले. या धुमश्चक्रीत २५ वर्षांचा बुद्दू शेख आणि त्याचा २६ वर्षांचा मोठा भाऊ सहेदूल शेख हे दोघे मारले गेले. दोघेही अशिक्षित व गरीब घरातले तरुण होते. त्यांचे मारेकरीही त्यांच्यासारखेच होते.

''तुम्हाला जल्लादाच्या नोकरीसाठी अर्ज करावासा का वाटतो आहे?''

''ती नोकरी उपलब्ध आहे, म्हणून...''

''वा! म्हणजे, तुम्हाला असं वाटतं की, दुसऱ्याचा खून करून तुम्ही स्वतःच्या घरची चूल पेटवू शकता?''

''मी कुणालाही मारत नाही. मारणारं सरकार आहे. मी केवळ त्या कामासाठी नेमलेलं साधन आहे.''

माझ्या या उत्तराने सगळे गप्प झाले. थोड्या वेळाने, संजीवकुमार मित्राचा आवाज आला.

''घरातली चूल पेटवण्यासाठी इतरही बरेच उद्योग आहेत की, आपल्या प्रदेशामध्ये...''

त्याचा चेहरा दिसत नसला तरी मी क्षणार्धात त्याचा आवाज ओळखला. काही क्षण, माझ्या मनावर मोरपीस फिरल्यासारखं वाटलं. काय बोलावं हे सुचेना. मग मात्र, घशाला पडलेली कोरड बाजूला सारून, मी हलक्या आवाजात उत्तर दिलं,

''त्या प्रदेशातला कणभर तरी भाग लाभू द्या की, आम्हाला. मग कदाचित आम्हालाही...''

पुढे काही बोलेपर्यंत, बाबा आणि काकूने मला मागे ओढलं आणि स्वतः वार्ताहरांसमोर उभे राहिले. वार्ताहरांनी त्यांनाही तसाच गराडा घातला आणि नको-नको ते प्रश्न विचारले. शेवटी, एक/एक करून सगळे निघून गेले. फक्त संजीवकुमार मित्रा मागे राहिला. मी त्याला स्वयंपाकघराच्या खिडकीतून निरखत राहिले. किती देखणा होता तो! काळ्या चष्म्यामागे दडलेल्या त्याच्या डोळ्यांत डोळे घालून बघायला मला फार आवडलं असतं. वाळवंटात फिरणाऱ्या तहानलेल्या

माणसाला पाण्याचा तलाव दिसावा तसं मी हपापल्यागत त्याच्याकडे पाहात होते. त्याचं ते लोभसवाणं हास्य, बोलण्याची आत्मविश्वासपूर्ण पद्धत, रुंद कपाळावर रुळणारी झुपकेदार बट... आनंदाच्या दोरखंडाने माझ्या गळ्याला विळखा घातला... दोरखंडाच्या शेपटीला अजून एक गाठ होती आणि सोबत, अजून एक माणूससुद्धा!

मित्रा माझ्या बाबांसोबत त्यांच्या खोलीत गेला. त्यांनी दरवाजा लावून घेतला; पण मी तरीही बाहेर घुटमळत राहिले. बाबांनी दोन-चार चकरा मारल्या – कधी शेंगदाणे, तर कधी तळलेल्या माशांची मागणी केली; पण खोलीतून दारूचा भपकारा येत नव्हता, त्या अर्थी ती उच्च प्रतीची दारू होती हे मी ताडलं. रात्री बऱ्याच उशिरा, संजीवकुमार लपतछपत बाबांच्या खोलीबाहेर पडला. बाबा निश्चितच घोरत पडले असणार. दरवाजा न ठोठावता, संजीवकुमार अचानक आमच्या खोलीत आला. शेजारी पडलेल्या जुनाट खुर्चीवर बसून, ठाकूमाशी गप्पा मारू लागला. मी धडधडत्या हृदयाने स्वयंपाकघरात जाऊन लपले! ठाकूमा मात्र मजेत होती; तिच्या गोष्टी ऐकायला नवीन माणूस मिळाला होता. पानाचा डबा पुढ्यात ओढून ती आणि संजीवकुमार गप्पा मारू लागले. तो आपल्या आवाजाच्या जोरावर माझ्या गळ्यातली गाठ ताणू लागला. अखेर मला जास्त वेळ दडून राहता येईना. धीटपणा दाखवून, मी आमच्या खोलीच्या दाराशी जाऊन उभी राहिले. मात्र, संजीवकुमारने माझ्याकडे ढुंकून बघितलं नाही. नाराज होऊन मी परत स्वयंपाकघरात गेले. न राहवून थोड्या वेळाने मी परत आमच्या खोलीत आले. मात्र, या वेळी समोरचं दृश्य पाहून मी हादरले! संजीवकुमारने आपला कॅमेरा बाहेर काढला होता आणि तो रामूदाची छायाचित्रं काढत होता! रामूदालासुद्धा हे आवडत नव्हतं. दोन्ही हात गमावलेला बिचारा रामूदा, भुवया आणि ओठ घट्ट आवळून धरत आपली नापसंती दर्शवण्याचा विफल प्रयत्न करत होता. माझ्या डोक्यात संतापाची लहर धावत गेली! मी तरातरा आत जात, खस्सकन संजीवकुमारचा कॅमेरा ओढला आणि धाडकन जमिनीवर आपटला! रिकाम्या डबड्यासारखा खडखड करत तो कॅमेरा घरंगळून, जमिनीवर निपचित पडला. सगळेजण आ वासून पाहू लागले.

"तुझी हिंमत कशी झाली?" संतापाने थरथरत, मी संजीवकुमारला विचारलं.

उत्तरादाखल संजीवकुमारने डोळ्यांवरचा चष्मा काढून, माझ्याकडे निरखून बघितलं. त्याचे डोळे मी पहिल्यांदाच पाहत होते. तोही मला पहिल्यांदाच पाहत होता. त्याच्या ओठावर स्मितलकेर उमटली खरी; पण त्याच्या हिरवट डोळ्यांमध्ये, माझ्यासाठी भरलेला राग आणि द्वेष स्पष्ट दिसत होता. काही न बोलता संजीवकुमारने आपला मोडलेला कॅमेरा उचलला, तो हाताने झटकला, बॅगेत भरला आणि

ठाकूमाच्या पाया पडायला गेला. इतक्यात ठाकूमाचा पानाचा डबा जमिनीवर पडला. त्यातील सगळ्या वस्तू इतस्ततः विखुरल्या. संजीवकुमारने सगळ्या वस्तू गोळा करून ठाकूमाच्या हाती दिल्या आणि तिच्याकडे बघून स्मित करत, आमच्या घराबाहेर निघून गेला. तो निघून गेल्यानंतर मी खऱ्या अर्थाने भानावर आले आणि मग मला झाल्या प्रकाराची नीट उमज झाली! घाबरून, मी बाहेरच्या अंगणात पळाले आणि तिकडच्या मोरीजवळ, अंधारात दिसेन ना दिसेन अशा पद्धतीने थरथरत उभी राहिले. तितक्यात, मुख्य दरवाजापाशी गेलेला संजीवकुमार पुन्हा मागे आला आणि माझ्याजवळ उभा राहिला. माझं हृदय इतक्या जोराने धडधडत होतं की, कदाचित त्यातील ठोके बाहेर रस्त्यावरच्या लोकांनाही ऐकू येत असावेत! मला वाटलं की, संजीवकुमार माझी माफी मागायला आला आहे; पण तसं काही न होता, संतापाने फुललेले डोळे माझ्यावर रोखत, तो अगदी हलक्या आवाजात खुसफुसला, ''मी तुला एकदा तरी माझ्या खाली घेतो की, नाही बघ! तुला जन्मभर लक्षात राहील इतक्या जोरकसपणे!''

माझ्या अंगावर शहारा आला. सर्वांग थरथरू लागलं. आकाशातल्या ढगांवर स्वप्नाळूपणे विहरताना कुणीतरी जोरात धक्का देऊन खाली पाडावं, असं काहीसं वाटू लागलं. शेवटच्या ट्रेनच्या धडधडण्याचा आवाज ऐकू येऊ लागला. पायाखालची जमीन हादरवून सोडणारी ती ट्रेन मला बीभत्स वाटू लागली. स्मशानघाटावर जळणाऱ्या मृतदेहाचा दर्प आसमंतात पसरला होता. रेल्वेचं फाटक उघडल्यावर दुसऱ्या बाजूला जाण्याची घाई करणाऱ्या शववाहिन्यांचा खडखडाट ऐकू येऊ लागला. त्या सर्व कोलाहलात, संजीवकुमार मित्रा बेमालूमपणे अंधारात गुडूप झाला. इतक्यात, आतमधून ठकूमाची किंकाळी कानावर पडली. ''ए! मा काली! माझं सोन्याचं नाणं? माझं सोन्याचं नाणं कुठे गायब झालं?''

आजोबा मोश ग्रद्धा मलिक यांची एकुलती एक आठवण आणि आमच्या घराण्याच्या इतिहासाची एकमेव ग्वाही असलेलं ते अनमोल सोन्याचं नाणं चोरीला गेलं होतं. माझी खात्री होती की, ही चोरी त्या नालायक संजीवकुमार मित्रानेच केली होती.

गरिबाच्या घरी चोरी करायला फारसे कष्ट लागत नाहीत. अर्थात, मी सोडून इतर कुणालाही संजीवकुमार मित्रावर संशय घ्यावासा वाटेना. मात्र, माझ्या गळ्यात संशयाचा फास अडकला गेला होता; नव्हे, संजीव मित्राने तो अडकवला होता आणि तोही चुकीची गाठ मारलेला फास. ज्यामुळे मी धड ना मरू शकत होते ना धड जिवंत राहू शकत होते. मनातली तगमग मला क्षणोक्षणी अस्वस्थ करत होती. रात्रभर मी संजीव मित्राला फासावर लटकवण्याच्या नानाविध पद्धतींचा विचार करत राहिले. त्याच्या मग्रूर चेहऱ्यावर काळं फडकं टाकून, फाशी देण्याच्या

तब्बल ७२७ पद्धतींनी त्याला कसं मारता येईल याबद्दल खुनशी विचार करत बसले.

४

भुवनेश्वरी देवी, अर्थात आमची ठाकूमा, आम्हाला सतत या गोष्टीची आठवण करून द्यायची की, मृत्युदंड ही केवळ एक न्यायपद्धती नसून, सत्तेचा व अधिकाराचा अमीट ठसा आहे. आजोबा भीष्मा ग्रद्धा मलिकच्या वेळच्या कथांमधून ती सतत आम्हाला या सत्याची जाणीव करून देत असे. आठव्या शतकातील पाला राजवटीमध्ये भीष्मा ग्रद्धा मलिक यांची कारकीर्द फळास आली होती. राज्यातील जनतेने बहुमताने गो पाला या व्यक्तीला प्रथम पाला राजा म्हणून निवडले होते. महायन बौद्ध असलेल्या या राजाच्या राजवटीत समस्त जनता अगदी गुण्यागोविंदाने आणि आनंदाने नांदत होती. मात्र, सदर राज्यात सुखशांती कायम ठेवण्याचं मोठं श्रेय आमच्या पूर्वजांना - भीष्मा ग्रद्धा मलिक यांना - जात होतं. एखाद्या निपुण कसायाप्रमाणे सटीकपणे फाशी देण्याचं काम करू शकणारे भीष्मा ग्रद्धा मलिक दररोज किमान शे-सव्वाशे लोकांना यमसदनी पाठवत असत.

एकदा एका हिंदू संन्याशाला फाशीची शिक्षा सुनावली गेली. त्याचा दोष हा होता की, त्याने बौद्ध धर्माविरुद्ध वावगं बोलण्याचा प्रमाद केला होता. त्या काळी, प्रत्येक फाशीनंतर जल्लादाला सोन्याच्या मोहरांचा एक बटवा दिला जायचा. संन्याशाला फाशी होणार असल्याच्या दिवशी, भीष्मा ग्रद्धा मलिकने राजाच्या मंत्रिमंडळाला सांगितलं की, संन्याशाला मारणं हे बौद्ध धर्माच्या शिकवणीत बसत नाही. मात्र, मंत्रिमंडळाने एकमुखाने हा हट्ट धरून ठेवला की, धर्म आणि राज्यकारभार यामध्ये गल्लत केली जाऊ नये. हा सगळा वाद ऐकून संन्यासी हसला आणि राजाला म्हणाला की, तुम्ही मला मारूच शकणार नाही. माझ्या जन्मपत्रिकेनुसार माझा मृत्यू शंभराव्या वर्षी लिहिलेला आहे आणि आता तर मी फक्त चाळीस वर्षांचा आहे.

संन्याशाचं बोलणं ऐकून राजाचा अहंकार दुखावला. त्याने आजोबा भीष्मांना सांगितलं की, लवकरात लवकर या माणसाला फाशी देऊन टाक. मात्र, कितीही प्रयत्न केले तरी फाशी काही लागेना. अखेर, बऱ्याच प्रयत्नांती जेव्हा संन्याशाला पुन्हा फाशी देण्यासाठी उभं केलं, तेवढ्यात खबर आली की, राजाची एक राणी प्रसूत झालीय. ज्योतिषांच्या सल्ल्याने, फाशीची तारीख तीन महिने पुढे ढकलली गेली. तीन महिने जातात न जातात तोच, नव्याने माता बनलेली राणी मृत्युमुखी पडली. तिच्या निधनानंतर ४१ दिवसांचा शोककाळ लागू केला गेला. एवढं

सगळं होत असतानाही राजाला संन्याशाचा विसर पडला नव्हता किंबहुना आता काही झालं तरी संन्याशाला फाशी द्यायचीच यासाठी तो इरेला पेटला होता. ४१ दिवसांचा शोककाळ संपला की, लगेच दुसऱ्या दिवशी पहाटे संन्याशाला फाशी दिली जावी, असे त्याने फर्मान काढले. मात्र, योगायोग कसा होता बघा! ठरलेली तारीख उजाडायच्या आदल्याच रात्री, राजाची आई निवर्तली. असं करत, काही ना काही कारणाने, फाशीचा कार्यक्रम पुढे सरकत राहिला. हा प्रकार आठव्यांदा घडला, तेव्हा भीष्मा ग्रद्धा मलिकसोबत खुद्द राजा त्या संन्याशाला भेटण्यासाठी तुरुंगात गेला.

"भीष्मा, आजतरी काम फत्ते होईल का?" राजाने आजोबांना दरडावून विचारलं.

आजोबांनी संन्याशाच्या चेहऱ्याकडे निरखून बघितलं आणि खेदयुक्त आवाजात उत्तर दिलं, "नाही राजासाहेब. त्याच्या चेहऱ्यावर मला मृत्यूची कुठलीच खूण दिसत नाही."

हे ऐकून, संन्याशी मोठमोठ्याने हसू लागला. राजा मात्र रागाने फुलून उठला. आजोबांवर आपले संतप्त डोळे रोखून तो उद्‌गारला, "भीष्मा, जर उद्या हे काम पूर्ण झालं नाही, तर तू संपलास!"

त्यावर आजोबा शांतपणे उत्तरले, "नाही महाराज, माझ्या चेहऱ्यावर किंवा शरीरावरही मृत्यू जवळ आल्याच्या कोणत्याही खुणा नाहीत."

त्या दिवशी घरी परतल्यावर, भीष्मा आजोबांना हुडहुडी भरून ताप आला. त्यानंतर कित्येक महिने ते कांजिण्यांनी बेजार होते. राजाला ना त्यांना मृत्युदंड देता आला आणि ना त्या संन्याशाला! बेशुद्धी आणि वेदना या दोहोंमध्ये झुलत असताना, आजोबा जीवनाच्या चित्रविचित्र वळणांबद्दल विचार करू लागले. वैद्य म्हणून कारकीर्द सुरू करून, जल्लाद बनलेल्या पूर्वजांवर त्यांनी एक सुंदर काव्य रचलं. ज्या दिवशी भीष्मा आजोबांचं काव्य पूर्ण झालं, त्या दिवशी उत्कलांनी पाला राज्यावर चढाई केली. त्यांनी तुरुंग उघडे करून त्यातील जेरबंद कैद्यांना मुक्त केलं. संन्याशी पळाला. धर्मा पाला राजाने आपली हार मान्य केली.

त्यानंतर, देवा पाला राजा गादीवर बसला. त्याने उत्कलावर आक्रमण केलं आणि तिथल्या जनतेवर बेछूट तुटून पडला. हे सगळं होत असताना भीष्मा आजोबा ९० वर्षांचे झाले होते. देवा पाला राजाने शेकडो माणसं कैद करून आणली आणि भीष्मा आजोबांसमोर उभी करत त्या सगळ्यांना फाशी देण्याचं फर्मान सोडलं. थरथरत्या हातांनी, भीष्मा आजोबांनी एकेक माणसाच्या गळ्यात फासाची गाठ मारायला घेतली. इतक्यात, त्यातला एक माणूस पुढे होऊन, भीष्मा आजोबांना म्हणाला, "काय भीष्मा, आता तरी माझी वेळ आली आहे

का?''

आजोबांनी चमकून त्या व्यक्तीकडे बघितलं. तो संन्याशी होता. भीष्मा आजोबांनी राजा आणि जनतेसमोर हात जोडून विनंती केली, 'आपण याला माफ करू या का?' पण जनतेचा संन्याशावर रोष होता. मृत्यूला इतके वेळा हुलकावणी देणाऱ्या व्यक्तीला अजून दया दाखवण्याची काय गरज, असा त्यांचा प्रश्न होता. 'नाही, नाही; आता याला दया नाही. उलट याला तर सगळ्यात आधी फाशी दिली पाहिजे,' असं सर्वांचं म्हणणं होतं. आजोबांनी संन्याशाच्या हाताला स्पर्श केला. त्याची त्वचा गरम होती. रक्तवाहिन्या तापलेल्या होत्या. ती खूण होती. आजोबांनी संन्याशाला सांगितलं, 'तुझी वेळ आली.' संन्याशाने मान डोलवली. आजोबांनी शांतपणे खटका ओढला. संन्याशी क्षणार्धात मोकळा झाला. ना कुठली तडफड, ना कशाचं भय. रात्री, आजोबा घरी परत आले आणि त्यांनी तेल लावून अंघोळ केली. मग कालिमातेसमोर आपला अंगठा कापून, रक्ताचा अभिषेक करत प्रार्थना केली, भरपेट जेवण केलं आणि झोपी गेले. त्या रात्री झोपेतच त्यांना अगदी शांतपणे मृत्यू आला.

माझे बाबा जब्बार सिंगला फाशी द्यायला गेले, त्या घटनेचं वर्णन करताना, ठाकूमा न चुकता भीष्मा आजोबांची गोष्ट सांगत असे. जब्बार सिंगची फाशी ठरल्या दिवशी झालीच नव्हती. पूर्ण आठवडाभर बाबा फाशीची तयारी करत होते - गाठ तयार करणं, वाळूचं पोतं तयार करणं, कालिमातेची पूजा करणं इत्यादी सगळी तयारी करून दमलेले बाबा, जेव्हा शेवटी फाशी देण्यासाठी तयार झाले, नेमकं तेव्हाच अलिपूर कारागृहाकडे न्यायालयाचा स्थगिती आदेश येऊन ठेपला. आमच्या कुटुंबावर अवकळा पसरली. माझी मोठी बहीण निहारिकाच्या लग्नासाठी बाबा पै-पै जमा करण्याच्या नादात असतानाच हा अडथळा उभा राहिला होता. जब्बार सिंगच्या फाशीच्या मोबदल्यात, बाबांनी सरकारकडे २५०० रुपये रोख आणि रामूदासाठी नगरपालिकेमध्ये नोकरीची मागणी केली होती. त्या वेळी रामूदा १४ वर्षांचा होता.

सरकारने घासाघीस करून १००० रुपयांचा मोबदला मान्य केला होता. मात्र, राष्ट्रपती ग्यानी झैलसिंग यांनी अखेरच्या क्षणी जब्बार सिंगची दयायाचिका मंजूर केल्यामुळे बाबांच्या सगळ्याच नियोजनावर बोळा फिरवला गेला.

''मृत्यूच्या खुणा बघायला विसरलास की काय तू?'' त्या वेळी ठाकूमा बाबांना ओरडली होती.

''अगं आई, असं कसं विसरेन मी? शपथ घेऊन सांगतो, मी सगळं नीट तपासलं होतं. तो तोंडाने श्वास घ्यायला लागला होता; त्याच्या नाडीचे ठोके जलद झाले होते. डॉक्टरांच्या तपासणीतसुद्धा हे सिद्ध झालं,'' असं समजावून,

बाबा थोड्या वेळाने म्हणाले, "काहीही असलं तरी, माझ्या होऱ्यानुसार जब्बार सिंग पंधरा दिवसांपेक्षा जास्त काळ जगणार नाही."

पुढील आयुष्यात, बाबांच्या या अचूक अंदाजबांधणीचं मला नेहमीच कौतुक वाटत आलेलं आहे. जब्बार सिंगला फाशी दिली गेली नाही; पण तो पंधरा दिवसांच्या वर जगलाही नाही. एके दिवशी, आपल्या तुरुंगकोठडीत तो अर्धा उभा आणि अर्धा बसलेला अशा अवस्थेत मृत सापडला. बाबा मस्करीत म्हणाले, 'माझे हजार रुपये खाऊन गेला ना, त्याबद्दल देवाने त्याला शिक्षा दिली.' त्या वेळी निहारिकाचं लग्न होऊ शकलं नाही. तिच्या लग्नाचा योग यायला पुढे बरीच वर्षं लागली. तेही, बाबांनी अखेर भल्या मोठ्या व्याजाने सावकाराकडून काढलेल्या कर्जावर होऊ शकलं. कर्जाच्या ओझ्यामुळे, आधीच गरिबीत दिवस ढकलणाऱ्या आमच्या घरात अजूनच धुसफूस आणि कटकट वाढली. त्यात काही महिन्यांतच, निहारिका परत माघारी आली. बापाने लग्नात पुरेसा खर्च केला नाही आणि पोरीसोबत हुंड्यात फारसं काही पाठवलं नाही या कारणास्तव सासरच्यांनी तिला माहेरी धाडून दिली. मी त्या वेळी ५ वर्षांची होते. एका सकाळी ती बाबांच्या खोलीतल्या कपडे वाळत घालण्याच्या दांडीवर, फास लावून लटकलेली दिसली. फासावर लटकून मरण पावलेली व्यक्ती बघण्याचा तो माझा पहिला प्रसंग.

संजीवकुमार मित्रा ठाकूमाचं नाणं चोरून पळाला, त्यानंतरच्या सकाळी बाबा खूप उशिरा जागे झाले. आंबट चेहऱ्याने, आम्ही सगळे त्यांच्या उठण्याची वाट बघत होतो. आई त्यांच्यासाठी चहा घेऊन गेली आणि शिव्यांची लाखोली वाहू लागली. बाबांना कसं एकही काम धड करता येत नाही, ते वाट्टेल त्या बाईच्या मागे कसे फिरत असतात अशा मिळेल त्या मुद्द्यावरून ती त्यांच्यावर तोंडसुख घेत राहिली. दुसरीकडे, ठाकूमाचा शोध सुरूच होता. मी रामूदाला चहा द्यायला गेले, तेव्हा नेहमीप्रमाणे त्याच्याशी गप्पा मारत बसू शकले नाही. संजीवकुमार मित्राची धमकी माझ्या कानात रुंजी घालत होती. मारुती प्रसादसोबत घडलेल्या त्या अप्रिय घटनेची आठवण मला छळू लागली. एक वेळ मी मारुती प्रसादने केलेलं कृत्य नजरेआड करू शकत होते; पण संजीवकुमारने माझ्यावर केलेला शाब्दिक आणि मानसिक आघात मला भयंकर त्रास देत होता. मला समजत नव्हतं की, मला नेमका कोणत्या शब्दांचा त्रास होतोय? शब्दांचा होतोय की त्याने ज्या द्वेषाने धमकी दिली त्याचा? रामूदाने लगेच ओळखलं की, माझ्या मनात काहीतरी खळबळ चालू होती. तो आपल्या ओढलेल्या, काळजीयुक्त चेहऱ्याने माझ्याकडे बघत, सतत हेच विचारत राहिला की, मी नेमकी कशामुळे संत्रस्त आहे?

त्याच्याकडे बघून मला अमर्त्य घोषची आठवण येऊ लागली.

अमर्त्य घोषचा चेहरा मला चांगलाच ठाऊक होता. बाबांच्या खोलीत लावलेल्या कात्रणांमध्ये, अमर्त्य घोषच्या बातमीचं मोठं कात्रण होतं. घोषने, दक्षिण कोलकात्यातील बडे उद्योजक चंद्रसेन घोष आणि त्यांची १०, ६ व ३ वर्षांची तीन लहान मुलं, अशी चौघांची निर्दयपणे हत्या केली होती. अमर्त्य हा चंद्रसेन घोषच्या घरी नोकर म्हणून कामाला होता. दिसायला देखणा असलेल्या अमर्त्य आणि चंद्रसेन घोषची पत्नी देवप्रिया यांच्यामध्ये प्रेमप्रकरण सुरू झालं. बघताबघता, प्रकरण इतकं वाढीस लागलं की, अमर्त्य देवप्रियाला आपल्या नवऱ्याला सोडून त्याच्यासोबत येण्याचा हट्ट करू लागला. ती काही त्याचा हट्ट मान्य करायला तयार होईना. या विषयावरून दोघांमध्ये वाद वाढू लागले. दिवसेंदिवस अमर्त्यच्या डोक्यात प्रेमाची एवढी झिंग चढू लागली की, त्याला बाकी काही सुचेना. एक दिवस त्याने चंद्रसेनला देवप्रियाच्या खोलीत जाऊन दरवाजा बंद करून घेताना बघितलं. ते पाहून अमर्त्यचा स्वतःवरचा ताबा सुटला. त्याने चंद्रसेनच्या खोलीत जाऊन त्याची बंदूक घेतली, वरच्या मजल्यावर जाऊन मुलांच्या खोलीचं दार उघडलं, दिवे लावले आणि तिन्ही मुलांना गोळ्या झाडून ठार केलं! मरता-मरता, त्यातल्या सर्वांत मोठ्या मुलाने आरडाओरडा केला. आवाज ऐकून चंद्रसेन वर धावत आला. मात्र, समोरच्या दृश्यावर काही प्रतिक्रिया देऊ शकण्यापूर्वीच अमर्त्यने त्याच्यावरही गोळ्या झाडल्या. हा सगळा प्रकार पाहून चंद्रसेनच्या मागोमाग धावत आलेल्या देवप्रियाला तिथेच भोवळ आली. घरातले इतर नोकरचाकर वर येईपर्यंत अमर्त्य तिथून पळून गेला. पुढे बरेच महिने तो अज्ञातस्थळी लपून होता. मात्र, पोलिसांनी अमर्त्यला हुडकून काढण्यासाठी प्रयत्नांची पराकाष्ठा केली. अखेर बऱ्याच महिन्यांनी त्या शोधमोहिमेला यश आलं. अमर्त्य पकडला गेला तेव्हा पुरेशा अन्नपाण्याअभावी त्याचा पार सापळा झाला होता. त्याच्यावर चालवल्या गेलेल्या न्यायालयीन खटल्यामध्ये अमर्त्य दोषी ठरवला गेला. उच्च न्यायालय आणि सर्वोच्च न्यायालय, दोन्हीकडे त्याला दोषी करार दिले गेले. राष्ट्रपती आर. वेंकटरमण यांनी त्याची दयायाचिका फेटाळून लावली. ४ जुलै, १९९० रोजी त्याला मृत्युदंडाची शिक्षा सुनावली गेली.

या बिंदूपर्यंत आमच्या कुटुंबाचा या घटनेशी काहीच संबंध नव्हता. त्यानंतर मात्र आम्ही सगळेच या थरारनाट्यात सामील केलो गेलो. अमर्त्यला फाशीची शिक्षा सुनावली गेल्यावर, एके दिवशी एक अतिशय वृद्ध मनुष्य बाबांना भेटायला आमच्या घरी आला. बंद दरवाजामागे बराच वेळ त्यांची चर्चा सुरू होती. थोड्या वेळाने बाबांचा आवाज वाढू लागला.

"आमी की कोरबो (मी काय करू)? तुझ्या बायकोला पुन्हा मूल झालं नाही

म्हणून मी माझा कामधंदा तर सोडू शकत नाही ना? आणि तसंही, हा आमचा पिढीजात व्यवसाय आहे. अगदी भारत देशाचा जन्म होण्यापूर्वीपासून आम्ही ग्रद्धा मलिक हेच काम करत आलो आहोत. आमच्या घराण्याचा इतिहास म्हणजे खुद्द बंगालचा – किंबहुना भारताचा – इतिहास आहे आणि तुम्हाला वाटतं की, तुमच्या काही रुपड्यांसाठी या फणीभूषण ग्रद्धा मलिकने आपल्या घराण्याच्या नावाचा, त्याच्या इतिहासाचा, त्याच्या वारशाचा सौदा करावा? छे! हे कदापि शक्य नाही, दादा.''

''ग्रद्धा, अरे, माझा पोरगा सरळसाधा आहे रे! त्या बाईने त्याच्यावर चेटूक केलं. त्याचं डोकं फिरवलं. जरा समजून घे!'' वृद्ध मनुष्य डोळ्यांत पाणी आणून म्हणाला.

''काय सांगता दादा तुम्ही? एक नाही, दोन नाही; तर तब्बल चार व्यक्तींना निर्दयपणे मारून टाकलं तुमच्या पोराने. त्यांपैकी तीन तर लहानगी पोरं होती आणि तरी तुम्ही म्हणताय की, तो साधा, सरळ आहे? अहो, मी तर म्हणेन की, तो माणूसच नाही, नराधम आहे; नराधम! एखाद्या पशूलासुद्धा त्याच्यापेक्षा अधिक करुणा ठाऊक असेल. लहान मुलांनाही मारू शकतो तो माणूस कसला होऽऽ?'' बाबांनी दात-ओठ खात विचारलं.

इतकं ऐकूनसुद्धा, म्हातारा काही आपला हेका सोडायला तयार नव्हता. ''ग्रद्धादा, त्या बाईने त्याला काहीतरी विचित्र पाजलं असेल होऽऽ. म्हणून तो असा पिसाटल्यासारखा झाला. मी तुम्हाला खात्री देतो, तो यापुढे एकही गैरकृत्य करणार नाही किंबहुना मी तर म्हणतो, तुम्ही त्याला तुरुंगातून सोडूच नका. तिथेच राहू द्या त्याला, म्हणजे तो काही वेडंवाकडं कृत्य करूच शकणार नाही. फक्त त्याला फाशी देऊ नका होऽऽ. त्याला तुरुंगात ठेवा; पण त्याला जिवंत राहू द्या. मी हात जोडतो तुमच्यापुढे.''

यावर बाबांनी काही उत्तर दिलं नाही. गमछाने घाम पुसत, ते दरवाजा उघडून बाहेरच्या अंगणात आले. उष्म्याचे दिवस होते. मा कालवणासाठी मासे साफ करत बसली होती. फुटबॉलसाठी – आणि विशेषतः ईस्ट बेंगॉल संघासाठी – वेडा असलेला रामूदा, जवळच वर्तमानपत्र वाचत बसला होता. मी गणितं सोडवण्याचा प्रयत्न करत बसलेले; पण काही केल्या, माझं मन लागत नव्हतं. त्या वृद्ध माणसाच्या चेहऱ्यावरच्या दयनीय भावांनी, माझं ८ वर्षांचं हृदय पार ढवळून निघालं होतं. बाबा अंगणात गेल्यानंतर, तो त्यांच्या मागोमाग आला होता. बराच वेळ मूकपणे अश्रू ढाळत तिथेच उभा होता. काही दिवसांनी तो परत आला होता; तीच मागणी घेऊन! तरीही, बाबा त्याचं म्हणणं मान्य करेनात. तिसऱ्यांदा तो आला, तेव्हा त्याच्यासोबत एक कृश, वृद्ध महिला होती. ती तर

चक्क मा आणि ठाकूमाच्या पायावर डोकं ठेवून, धाय मोकलून रडली. फाशीच्या दिवशी बाबांनी आजारपणाचं कारण सांगून घरी राहावं, इतकीच तिची इच्छा होती. तसं केलं तर फाशीची शिक्षा माफ होण्याची शक्यता होती, असा कदाचित तिचा समज असावा. "तो आमचा एकुलता एक मुलगा आहे, दादा... दया करा होऽऽ... आम्ही कोणाच्या तोंडाकडे बघायचं?" असं तिने बाबांनाही विनवून पाहिलं. आई डोळे पुसत आतमध्ये निघून गेली. ठाकूमा त्या बाईची समजूत काढत होती. बाबा मात्र निश्चल राहिले. अखेर, फाशीचा दिवस उजाडला. त्या दिवशी सकाळी, वृद्ध मनुष्य पुन्हा आमच्या दारात आला; पण या वेळी तो गयावया करत आला नाही. उलट दारू पिऊन झोकांड्या खात, बाबांना शिव्याशाप आणि धमक्या देत आला.

"ग्रद्धा! जर माझ्या मुलाला काही झालं ना, तर माझ्याशी गाठ आहे! लक्षात ठेव तू! आणि ही पोकळ धमकी नव्हे!"

त्याचा आरडाओरडा आजूबाजूला सगळीकडे ऐकू येत होता. अखेर बाबांचं रक्षण करण्यासाठी लावलेल्या पोलिसांनी त्या म्हाताऱ्याला उचलून नेलं. तरीही त्याचा द्वेषाने भरलेला कातर आवाज बराच वेळ माझ्या कानात रुंजी घालत होता. अखेर मध्यरात्र उलटून गेली. दोन वाजता, अलिपूर कारागृहाची जीप बाबांना नेण्यासाठी आमच्या दारात आली. बाबा आणि काकू निघाले. का कुणास ठाऊक; पण कधी नव्हे ते बाबा खूप अस्वस्थ होते. निघण्यापूर्वी त्यांनी माझ्या आणि रामूदाच्या डोक्यावर प्रेमाने थोपटलं. रामूदा इटली आणि अर्जेंटिनामधील फुटबॉल सामन्याचं रेडिओ प्रक्षेपण ऐकण्यात मग्न होता. आम्ही घरातले बाकी सगळेजण त्यांना जीपपर्यंत सोडण्यासाठी रस्त्यावर आलो. नजरेआड होईपर्यंत बाबा आमच्याकडे पाहात होते. जी माणसं आम्हाला जवळून ओळखत नाहीत, त्यांना कधीच त्या व्यक्तींचं आत्मिक दुःख समजणार नाही जे इतरांचा प्राण घेऊन आपल्या घरातली चूल जाळतात.

बाबांच्या खोलीत लावलेल्या, अमर्त्य घोषबद्दलच्या कात्रणाचा मजकूर, पुढीलप्रमाणे होता :

मी माझं आयुष्य आपल्या देशासाठी समर्पित केलेलं आहे :
फणीभूषण ग्रद्धा मलिक

कोलकाता : जल्लाद फणीभूषण ग्रद्धा मलिकने जाहीर केलं आहे की, त्याला मृत्यूचं भय नाही आणि आपलं कर्तव्य बजावताना त्यांना मृत्यू आला, तर ते त्यांनी देशासाठी दिलेलं बलिदान असेल. 'मी केवळ

सरकारच्या हातचं साधन आहे.' ग्रद्धा मलिक म्हणतात, 'सरकार मला जे काम करायला सांगेल, ते करणं मला भाग आहे. त्यात माझ्या वैयक्तिक मतांना किंवा इच्छांना स्थान नाही.' – अमर्त्य घोषला होणाऱ्या फाशीच्या शिक्षेच्या काही तास आधी वार्ताहरांशी बोलताना, ग्रद्धा मलिक यांनी हे विधान केलं आहे. अमर्त्य घोषच्या कुटुंबीयांनी ग्रद्धा मलिक यांना गंभीर धमक्या दिल्याची खबर आहे. ग्रद्धा मलिक कुटुंबीयांच्या कित्येक पिढ्यांनी, गेली कित्येक शतके, जल्लाद म्हणून कार्य बजावलं आहे. 'जल्लादाचं काम हा आमच्या घराण्याचा ऐतिहासिक आणि सामाजिक ठेवा आहे; हे काम करण्यापासून आम्हाला केवळ या देशाची न्यायव्यवस्था रोखू शकते – इतर कोणी नाही. गुन्हेगाराच्या घरच्यांच्या धमक्यांना घाबरून आम्ही आमची कर्तव्यं विसरून घरी बसावं, हे ग्रद्धा मलिकांना शोभेसं नाही,' असं फणीभूषण ग्रद्धा मलिक यांनी ठासून सांगितलं. बंगाली भाषेत गिधाडाला 'ग्रद्धा' म्हणतात. त्यांच्या गोलाकार, फुगीर डोळ्यांमुळे मलिक कुटुंबीयांना ग्रद्धा मलिक असं संबोधलं जाऊ लागलं. ७५ वर्षांच्या फणीभूषण ग्रद्धा मलिकचा दावा आहे की, त्यांनी ४४५ आरोपींना फाशी दिलेली आहे. वयाच्या १९ व्या वर्षी, आपले वडील पुरुषोत्तम ग्रद्धा मलिक यांचा सहाय्यक म्हणून, फणीभूषणने जल्लाद म्हणून काम करायला सुरुवात केली.

दरम्यान, अलिपूर कारागृहातून मिळालेल्या बातमीनुसार, फाशीची शिक्षा ठोठावली गेल्यामुळे अमर्त्य घोष आपलं मानसिक संतुलन गमावून बसला आहे. आपल्या वृद्ध आई-वडिलांना भेटल्यावर त्याचं संतुलन इतकं ढळलं की, पोलिसांना त्याला आपल्या कोठडीत परत आणताना नाकी नऊ आले. अमर्त्य घोषची शेवटची इच्छा आहे की, त्याला आपल्या प्रियतमेला - अर्थात, स्वर्गीय चंद्रसेन घोषची पत्नी देवप्रियाला - एकदा भेटून दिलं जावं. मात्र, दिल्लीमध्ये आपल्या आई-वडिलांच्या घरी राहायला गेलेल्या देवप्रियाने, अमर्त्यला भेटण्यास नकार दिला आहे. तिने असं स्पष्ट केलं आहे की, तिच्या प्रेमळ पतीला व तीन निरागस मुलांना निर्दयपणे मारू शकणारी व्यक्ती साक्षात सैतानाचं रूप असावी आणि अशा व्यक्तीचं नाव घेणंसुद्धा तिला मोठं पातक वाटत आहे.

या वृत्तान्तासोबत एक छायाचित्रही होतं. त्यामध्ये भिंतीशी रेलून उभं राहून कसल्याशा विचारात गढलेल्या रामूदाचा चेहरा दिसत होता. त्याच्या समोर बाबांचं, फाशीची

गाठ वर धरून उभ्या असलेल्या बाबांचं छायाचित्रं होतं. ते छायाचित्र अशा शिताफीने काढलं गेलं होतं की, बघणाऱ्याला वाटावं जणू बापाने स्वतःच्या मुलाच्याच गळ्यात फासाचा दोरखंड अडकवला आहे. २२ वर्षांचा, उंचापुरा, रुबाबदार दिसणारा रामूदा. झुपकेदार केस, सरळ नाक, पाणीदार डोळे... स्वच्छ पांढऱ्या झब्बा-पायजम्यातलं त्याचं ते लोभसवाणं रूप... छायाचित्राखालच्या चित्रपरिचयाचा मजकूर काहीसा असा होता : 'अमर्त्य घोषसाठी तयार केलेला फाशीचा दोरखंड दाखवताना फणीभूषण ग्रद्धा मलिक; त्यांच्या मागे उभा आहे त्यांचा एकुलता एक मुलगा - रामदेव ग्रद्धा मलिक. रामदेव हा न्यू प्रॉव्हिडन्स महाविद्यालयाचा वाङ्मयातील एम.ए. पदवीचा दुसऱ्या वर्षातील विद्यार्थी आहे.'

अमर्त्य घोषचे अत्यसंस्कार निमताला घाटावर केले गेले. आमच्या घरावरून आपल्या मुलाचा मृतदेह नेताना, त्याच्या आई-वडिलांच्या डोळ्यांतलं पाणी आटलं होतं. शुष्क डोळ्यांनी चाललेली ती अंत्ययात्रा पाहून सगळ्यांनाच हादरा बसला होता. अमर्त्य घोषच्या चितेने पेट घेतला, तसं त्याच्या आईने स्वतःला चितेवर झोकून दिलं. ती गंभीररीत्या भाजली आणि अवघ्या काही दिवसांत, इस्पितळामध्ये तिचं निधन झालं. त्यानंतर दोन दिवसांनी, अमर्त्य घोषच्या वृद्ध बापाने दबा धरून रामूदावर हल्ला चढवला. फुटबॉलचा सामना पाहून मोठ्या आनंदाने आपल्या मित्रांशी गप्पा मारत घरी परतणाऱ्या रामूदावर हल्ला चढवून, अमर्त्य घोषच्या बापाने भल्या मोठ्या करवतीने त्याचे दोन्ही हात आणि पाय छाटून टाकले!

बाबांनी त्या कामातून मिळवलेले सगळे पैसे रामूदाच्या उपचारांवर खर्च झाले. या घटनेनंतर, बाबांनी नियम घालून दिला की त्यांच्या कुटुंबीयांची छायाचित्रं छापली जाऊ नयेत. ज्या वृत्तपत्राने रामूदाचं छायाचित्रं छापलं होतं, त्याच्या कार्यालयात जाऊन बाबांनी खूप धुडगूस घातला. त्यांना शांत करण्यासाठी, वृत्तपत्रातील लोकांनी त्यांना १०० रुपये आणि दारूची एक बाटली देऊ केली. त्यानंतर आपल्याबद्दल लिहिण्यासाठी बाबा वार्ताहरांकडून पैसे घेऊ लागले. जतिंद्रनाथ बॅनर्जीची वेळ येईपर्यंत, बाबा वृत्तपत्रांकडून ५०० रुपये आणि टी.व्ही. वाहिन्यांकडून १००० रुपये या दराने पैसे घेत होते. त्यांच्या खोलीत बाटल्यांचा खच वाढू लागला. पलंगाखाली, पुरुषोत्तम आजोबांच्या तसबिरीमागे आणि अगदी कालिमातेच्या तसबिरीमागेदेखील दारूच्या बाटल्या रचल्या जाऊ लागल्या.

बटाट्याची भाजी बनवत बसलेले असताना माझ्या मनात अमर्त्य आणि जतिंद्रनाथचे विचार तरळू लागले. कोण कुठली माणसं; त्यांचा आणि आमचा खरंतर काय संबंध? पण त्यांनी केलेल्या कृत्यांमुळे आमच्या अवघ्या कुटुंबाचं आयुष्य वेळोवेळी ढवळून निघालं होतं. मी भाजी बनवत असताना मा दुसरीकडे लुचीसाठी पीठ भिजवत होती. इतक्यात काकीमा धापा टाकत आली आणि

काळजीयुक्त चेहऱ्याने म्हणाली, "ते दुसऱ्या कुणालातरी आणत आहेत! म्हणजे, तसा शोध सुरू केलाय म्हणेऽऽ..." तिच्या गोड चेहऱ्यावर काळजी, राग इत्यादींचा संमिश्र कोलाहल उमटला होता.

काकीमा सांगत होती की, बाबांच्या अवास्तव मागण्यांना कंटाळून, सरकारने दुसऱ्या राज्यातून जल्लाद आणण्याचं ठरवलंय. आईचे हात पिठाच्या परातीत थबकले. माझ्या हातातून बटाटा गळून पडला. मला तर हसावं की रडावं हेच कळेना. अखेर मी एका दिवसाची जल्लाद ठरले तर! काय बोलावं हे सुचेना. शेवटी आम्ही शांतपणे पुन्हा हातातल्या कामांकडे वळलो. अधूनमधून आई कालिमातेच्या नावाने सुस्कारे सोडत होती.

"दादांनी फारच ताणून धरलं बुवा! त्यांच्या हट्टामुळे आता इतरांनाही पडतं घ्यावं लागणार," काकीमा पुटपुटली.

"मग जा, तुझ्या नवऱ्याला सांग त्या जतिंद्रनाथला फासावर लटकवायला!" आमच्या नकळत घरात आलेले बाबा, काकीमावर ओरडले. "त्या भेकडाला एखादी कोंबडी मारता आली तरी नशीब समजावं. मला सांगतेय! नाही, दोष माझाच आहे. भाऊ आहे म्हणून त्याला सोबत घेऊन जात राहिलो... त्याचाही काही फायदा होईल म्हणून जास्त पैसे मागितले, हा सगळा माझाच गाढवपणा ठरला!"

तोंडावर पाण्याचे हबकारे मारून, खोलीत शिरता-शिरता बाबा उद्गारले, "तुम्ही सगळे साक्षी आहात... तो जतिंद्रनाथ या फणीभूषण ग्रद्धा मलिकच्याच हातून मरणार आहे, बघाल तुम्ही! त्याचं नाव माझ्याच खात्यामध्ये लिहिलेलं आहे."

बाबांचा रागरंग पाहून, आम्ही सुज्ञपणे गप्प राहिलो. आई लुच्या तळू लागली. बटाटे पाण्यात भिजवून मी अंघोळीसाठी निघून गेले. काकीमाचा चेहरा तर एवढासा झाला होता. तोंडातल्या तोंडात पुटपुटत तीही आत निघून गेली. अंघोळ करून अंगणात आले तर निमताला घाटावर जळणाऱ्या मृतदेहांचा दर्प नाकात शिरला. आज जरा जास्तच मृतदेह जाळले जात होते बहुधा! केस वाळवत उभी असताना, माझी नजर बाबांच्या खोलीत लावलेल्या वृत्तपत्र कात्रणांकडे गेली. माझ्या डोक्यात विचार तरळला : कुठे असेल देवप्रिया आता? कशी दिसत असेल? त्याच क्षणी, बाबांनी माझ्या नकळत लावलेल्या टी.व्ही.वर संजीवकुमार मित्राचा चेहरा झळकला. मी दचकलेच!

"अमर्त्यच्या फाशीची खरी शिक्षा भोगावी लागली ती निरागस रामदेव ग्रद्धा मलिकला. चंद्रसेन घोषच्या मृत्यूनंतर, त्याची पत्नी देवप्रिया एका बड्या उद्योजकासोबत राहू लागली. तीन वर्षांनी त्यालाही सोडचिठ्ठी देत, देवप्रियाने लंडनमध्ये बडं प्रस्थ

असलेल्या दुसऱ्या उद्योजकाशी लग्न केलं. सध्या ती त्याच्यासोबत लंडनमध्ये स्थायिक आहे. ज्या बाईसाठी अमर्त्य घोषने चार निरागस जीवांना यमसदनी धाडलं, ती स्वतः आज या सगळ्या कोलाहलापासून दूर जाऊन बसली आहे. या थरारनाट्याचे बळी कुणीतरी दुसरेच ठरले. अमर्त्यला फाशी दिली गेली. अमर्त्यच्या वडिलांनी बदला घेण्यासाठी जल्लाद फणीभूषण ग्रद्धा मलिकच्या तरुण मुलाचे दोन्ही हात-पाय छाटून टाकले. थोडक्यात सांगायचं, तर अमर्त्यला देवप्रियेच्या असलेल्या लालसेची सर्वांत मोठी किंमत मोजावी लागली. रामदेव ग्रद्धा मलिक या तरुण निरागस मुलाला – ज्याचा ना अमर्त्यशी काही संबंध होता ना त्या देवप्रियाशी आणि आता आपलं सरकार, रामदेव ग्रद्धा मलिकचे वडील, जल्लाद फणीभूषण मलिकचाच काटा काढायला बघतंय. का? तर सरकारने आपल्या एका तरी अपत्याला नोकरी द्यावी, अशी मागणी वृद्ध फणीभूषणने केली आहे म्हणून! फणीभूषण ग्रद्धा मलिकला बाजूला सारून, सरकारने चार राज्यांतील जल्लादांना जतिंद्रनाथला फाशी देण्यासाठी आमंत्रित केलं आहे. मात्र, चारही जल्लादांनी विमानाने येण्या-जाण्याचा खर्च आणि पंचतारांकित हॉटेलमध्ये राहण्याची सोय अशा महागड्या मागण्या समोर ठेवल्या आहेत. असले फाजील खर्च करण्यापेक्षा, सरकारने खरंतर फणीभूषण ग्रद्धा मलिकच्या मुलीला - चेतनाला - सरकारी नोकरी देऊ करावी. त्यातही जर सरकारने चेतना ग्रद्धा मालिकला जतिंद्रनाथच्या फाशीसाठी जल्लाद म्हणून नेमलं, तर स्त्रीसमानतेचे खरे पुरस्कर्ते म्हणून सरकारचा उदोउदो होईल, यात दुमत नाही. सी.एन.सी.साठी कॅमेरामन अतुल किशोर चंद्रासोबत, मी संजीवकुमार मित्रा...''

रामूदाने दोन-तीनदा टी.व्ही.च्या पडद्याकडे पाहून डोळे मिचकावले आणि मग भिंतीकडे तोंड करून पडून राहिला. हात कापले गेल्यामुळे त्याला स्वतःहून केवळ आपलं डोकं हलवता यायचं. खालचं शरीर वळवण्यासाठी त्याला मदत घ्यावी लागायची. माझं डोकंसुद्धा बधिर झालं होतं. इतक्यात अपेक्षेनुसार, बाबांच्या खोलीतला टेलिफोन खणखणू लागला. बाबांचा हा टेलिफोन खणखणला की, माझ्या छातीत नेहमी धडकी भरते; कारण बहुतेक वेळा, तो कुणाच्यातरी मृत्यूचाच संदेश घेऊन खणखणतो. या वेळी मात्र तसं झालं नाही. काही क्षण फोनवर बोलून, बाबा खदखदून हसत आमच्या खोलीत धावत आले. ''चेतू! रामू! आपण जिंकलो रे! आय.जी. बाबूंचा (इन्स्पेक्टर जनरल ऊर्फ पोलीस अधीक्षक) फोन होता. त्यांनी मला न्यायालयाचं हुकूमपत्र स्वीकारण्याची विनंती केली आहे.''

मी काही न बोलता स्तब्ध उभी राहिले. रामूदाने परत भिंतीकडे तोंड वळवलं. बाबांनी बंद टी.व्ही.कडे कटाक्ष टाकला आणि रुंद हास्य करत उद्‌गारले, ''माणूस लबाड आहे; पण बातमी कशी खमंग करावी याचं तंत्र त्याला नेमकं गवसलेलं

आहे!''

बाबांना न्यायालयाचं हुकूमपत्र स्वीकारायला सांगितलं याचा अर्थ सरकारने त्यांच्या मागण्या मान्य केल्या होत्या. म्हणजेच, मला जल्लाद म्हणून काम करावं लागणार होतं! आमच्या दारावरून अजून एक शववाहिनी खडखडाट करत गेली. बंद टी.व्ही.च्या पडद्यावर मला संजीवकुमार मित्राचे रागाने भरलेले, हिरवे डोळे दिसत राहिले. अखेर स्वतःची सत्ता गाजवण्यासाठी, प्रत्येकाला कुणा ना कुणाच्या मृत्यूची गरज लागते हेच खरं!

५

फाशीच्या शिक्षेची अंमलबजावणी करण्याच्या तयारीच्या यादीमध्ये सगळ्यात पहिली गोष्ट येते, ती म्हणजे फाशीची तारीख ठरवणे. तारीख ठरवण्याची जबाबदारी न्यायालयावर असते. फाशीच्या हुकूमपत्राची एक प्रत, दोषी व्यक्तीला दिली जाते. दुसरी प्रत जल्लादाकडे पाठवली जाते. हुकूमपत्राची प्रत मिळाल्यानंतर जल्लादाला तीन-चार वेळा कारागृहात जावं लागतं. आय.जी.सोबत औपचारिक करार केला जातो. दोषी व्यक्तीची शारीरिक व मानसिक स्थिती तपासली जाते. बाकीची सगळी तयारी नीट झालीय ना, हे बघितलं जातं. या सगळ्या गोष्टी आता आमच्या शेजारपाजारच्या लोकांनाही तोंडपाठ आहेत.

"चेतनाला कारागृहात जावं लागेल का?'' मा चिंतेच्या स्वरात विचारत होती.

"लागेल तर जावं लागेल ना... आपल्याला तरी काय माहिती? आणि तसंही ती एकटी कुठे जाणार आहे? तिचे बाबा आणि काकू सोबत असतीलच की...'' काकीमा इतक्या सहजपणे बोलत होती, जणू मला बाजारात भाजी आणायला पाठवायच्या गोष्टी होत असाव्यात! आताशा काकीमाच्या वागणुकीत खूप फरक पडला होता. तिच्या डोळ्यांत सतत द्वेष आणि चीड दिसे. ती एकसारखी बज-बजला आपल्या माहेरी जाऊन राहत असे. पूर्वी ती खूप प्रेमळ होती. आम्ही सगळे दुपारच्या वेळी रामूदाच्या पलंगापाशी बसून गप्पा मारत राहायचो. चंपा आणि रारी आलटूनपलटून काकीमा, मा किंवा माझ्या मांडीवर पडून गप्पा ऐकत राहायच्या. कधीतरी काकू आणि ठाकूमा आमच्यात सामील होऊन सिनेमाच्या गोष्टी किंवा एखादी नवीन बातमी वगैरे सांगत असत. काकीमाचे वडील गिरणी कामगार होते. त्यांना जबड्याचा कर्करोग झाला होता. अखेर, एस.एस.के.एम. इस्पितळामध्ये त्यांचा मृत्यू होऊन, आमच्या घराजवळच्या निमताला

घाटावर त्यांचे अंत्यसंस्कार पार पडले होते. त्या वेळी, माझ्या गळ्यात पडून हमसून-हमसून रडणारी काकीमा आता कुठेतरी लुप्त झाली होती.

स्वयंपाकघरातून मी थेट टी.व्ही.चालू करायला गेले. टी.व्ही.वरची चित्रं सतत हलत होती. ''दोन-तीन टपल्या मार त्याला; मग स्थिरावतील ती चित्रं,'' असं रामूदाने मला पडल्या जागेवरून फर्मावलं. त्याने सांगितलं तसंच झालं आणि अखेर मला सी.एन.सी. वाहिनी दिसू लागली. काँग्रेसने सी.पी.एम.ला संसेदत सामील व्हायचं दिलेलं आमंत्रण सी.पी.एम.ने नाकारल्याचं बातमीपत्र संपल्यावर, संजीवकुमार मित्रा पुन्हा आमच्या घरात शिरला. भवानीपूरमध्ये आत्महत्या केलेल्या १७ वर्षांच्या मोलकरणीबद्दल तो बातमीपत्र सादर करत होता. टी.व्ही.वर दिसणाऱ्या दृश्यामध्ये शे-पाचशे माणसं एका मोठ्या इमारतीसमोर धुडगूस घालताना दिसत होती. कॅमेऱ्याचा रोख वरती गेला. इमारतीमधील ४-ए क्रमांकाच्या फ्लॅटवर त्याचा रोख स्थिरावला. मुलीचा मृतदेह तिथे सापडला होता म्हणे. या आत्महत्येच्या पार्श्वभूमीवर, संजीवकुमार मित्राने आपल्या वाहिनीसाठी पूर्व मिदनापूरमधील एग्रा येथून कामासाठी शहरात येणाऱ्या गरीब मुलींवर एक विशेष कार्यक्रम सादर केला.

टी.व्ही.वरून संजीवकुमार मित्राची छबी जाते ना जाते तोच, त्याची मोठी गाडी आमच्या दाराशी येऊन थांबली. माझी अस्वस्थता वाढू लागली. खोलीमध्ये फेऱ्या घालून पाय दुखू लागले, तशी मी रामूदाच्या पलंगाशेजारी जाऊन बसले. त्याच्या हातांच्या थोटकांवर पांघरूण चढवत असताना, रामूदाने मला माझ्या अस्वस्थतेचं कारण विचारलं; पण मी नीट उत्तर दिलं नाही. त्याच्या चेहऱ्यावर दाढीची खुटं उगवू लागली होती. त्यांपैकी बरीचशी खुटं पांढरी पडली होती. ही वेळ त्याच्यावर इतक्या तरुण वयात यावी या विचाराने मला भडभडून आलं.

बाबा संजीवकुमार मित्राला आपल्या खोलीत घेऊन गेले. दारू आणि सिगारेटच्या धुराचा संमिश्र दर्प दरवळू लागला. संजीवकुमार मित्राचा मृत्यू आपल्याच हाती लिहिला आहे अशी अवघ्या काही दिवसांपूर्वी गमजा मारणारे बाबा, फारच लवकर त्याच्या गोटात शिरले होते. संजीवकुमार चांगलाच तरबेज चोर दिसत होता - सोन्याची नाणीच काय, लोकांची हृदयं चोरण्याचं कसबसुद्धा त्याला पक्कं अवगत होतं.

माने त्याच्यासाठी पाण्याचा पेला आत नेला. न राहवून, मी खोलीच्या उघड्या दारातून डोकावून पाहिलं. बघते तर काय? बाबांनी आमच्या घराण्याच्या ऐतिहासिक वस्तू ठेवल्या असलेला लाकडी डबा, संजीवकुमारसमोर उघडा करून ठेवला होता.

''हे बघितलंस? कोलकात्याचा निर्माता असलेल्या जॉब चारनॉकच्या बायकोच्या

थडग्यावर कोंबड्यांची बळी देण्यासाठी जी सुरी वापरली जायची, त्या सुरीचा हा दांडा आहे. १७ व्या शतकातले आमचे पूर्वज, शिवराजा गद्धा मलिक यांचा ठेवा होता हा... सुरी गंजून पडून गेली; आता फक्त हा दांडा उरलाय...''

बाबांनी संजीवच्या हातात तो लाकडी तुकडा ठेवला. माझ्या मनात जॉब चारनॉकची गोष्ट रुंजी घालू लागली. इंग्रज अधिकारी असलेल्या जॉब चारनॉकने सती जात असलेल्या एका हिंदू महिलेला आगीमधून बाहेर काढलं होतं. तिच्या नवऱ्याच्या मृत्यूनंतर, त्या बाईच्या घरची माणसं तिला जबरदस्तीने सती जायला भाग पाडत असताना जॉब चारनॉक मध्ये पडला आणि त्याने त्या बाईचा पत्नी म्हणून स्वीकार केला. तिच्यासाठी त्याने भारतीय पद्धतीही अंगीकारल्या. झब्बा-पायजमा घालून कामावर येणाऱ्या आपल्या सहकाऱ्याकडे, इतर इंग्रज अधिकारी मोठ्या तुच्छतेने बघत; पण जॉब चारनॉक बधला नाही. त्याने आपल्या पत्नीकडे ख्रिस्त धर्म स्वीकारण्याचा हट्ट धरला नाही; पण तिचं नाव मात्र बदललं. चारनॉकची पत्नी आता मारिया म्हणून ओळखली जाऊ लागली. एकोणीस वर्षांच्या संसारानंतर जेव्हा मारियाचं निधन झालं, तेव्हा तिला ख्रिस्ती पद्धतीने दफन केलं गेलं; पण तिच्या थडग्यावर कोंबड्याचा बळीसुद्धा दिला गेला.

''मित्रा बाबू... खरंतर कोलकात्याचा जन्म होण्यासाठी कुठल्या साहेबाची गरज नव्हती होऽऽ. चारनॉकचा जन्म झाला, त्याच्या दीडशे वर्षं आधीपासून हे चितपूर अस्तित्वात होतं. गुरू नानक चितपूरमध्ये ज्या ठिकाणी शीख धर्माचा प्रचार व प्रवचनं करायचे, त्या ठिकाणी आता गुरुद्वारा उभा आहे. आपलं हे चितपूर म्हणजे महाभारतासारखं आहे बघा, मित्रा बाबू! इथे ज्या अगम्य गोष्टी सापडतील त्या इतरत्र सापडणार नाहीत,'' असं बोलून बाबांनी अचानक मला हाक मारली.

''चेतू, जरा इकडे ये बाळा...''

मी मान खाली घालून खोलीत शिरले. संजीवकुमार लाकडी डब्यातल्या वस्तू निरखत होता. बाबांचं अर्ध लक्ष त्यांच्या हातातल्या दारूच्या बाटलीवर केंद्रित होतं. चार फालतू दारूच्या बाटल्या आणि काही रुपयांच्या बदल्यात, बाबा संजीवकुमारला आमच्या पारंपरिक गोष्टींवर हक्क देऊ करत होते, हे पाहून मी कमालीची अस्वस्थ झाले.

''चेतू, या साहेबांना तुझी मुलाखत घ्यायची आहे. ते फक्त वर्तमानपत्रात लिहीत नाहीत, तर टी.व्ही.वरसुद्धा दिसतात हंऽऽ... बोरो मानूष (मोठा माणूस)!''

बाबांनी मोठ्या काळजीने दारूची बाटली आपल्या बगलेत घातली आणि पलंगाखाली नेऊन ठेवली.

''मित्रा बाबू, विचारा तुमचे प्रश्न. मी उत्तरं देईन. ती ऐकून शिकेल. तिलाही

आता सगळं पटापट शिकावं लागेल, नाही का? आता तिच्याही बऱ्याच मुलाखती होतील. सगळीकडे मी थोडाच हजर असणार आहे? आताच ८८ वर्षांचा झालोय... अजून किती काळ जिवंत राहणार मी, नाही का?''

संजीवकुमार मित्राच्या चेहऱ्यावर कावेबाज हसू रुळत होतं. त्याचे हिरवे डोळे माझ्या अंगांगाचा ठाव घेत होते. त्याच्या त्या बोचऱ्या नजरेपासून बचाव करण्यासाठी मी भिंतीला चिकटून उभी राहिले, तर तो आणखी निलाजरेपणाने माझ्या उरोजांकडे बघू लागला! मला चीड आली. आपली फाटकी ओढणी छातीवर घेत, मी पुरुषोत्तम मलिक आजोबांच्या तसबिरीकडे पाहू लागले. आजोबा दिसायला फारच छान आणि मृदू होते. त्यांना खरंतर एखाद्या नटाचं किंवा शिक्षकाचं काम शोभलं असतं. अशा माणसाला जल्लादाचं काम करायला लागावं, हे मला विचित्र वाटत होतं.

''तर... चेतना... माझा पहिला प्रश्न हा आहे की, तुझं अवघं घराणं जल्लादाचं काम करत आलं आहे. आता तू तीच परंपरा पुढे चालवणार आहेस. कसं वाटतंय तुला ही जबाबदारी पेलताना?''

मी काही उत्तर देण्याआधीच बाबा म्हणाले, ''हा काय प्रश्न झाला, बाबू? कसं वाटणार तिला? अहो, उत्तमच वाटणार की! आमच्या घराण्याचा इतिहास या देशाच्या इतिहासापेक्षाही जुना आहे. तुम्हाला विलियम मारवूड माहिती आहे? फाशी देण्यासाठी जगभरात जी 'लाँग ड्रॉप हॅन्गिंग मेथड' वापरतात, त्याचा तो जनक. कुणाकडून शिकला असेल तो ही पद्धत? खुद्द आमचे पूर्वज ज्ञाननाथ ग्रद्धा मलिककडून! पुरुषोत्तम ग्रद्धा मलिकचे वडील असलेल्या कालिचरण ग्रद्धा मलिक यांचे वडील म्हणजे ज्ञाननाथ ग्रद्धा मलिक. तुम्हाला माहिती आहे? ते उत्तम गणितज्ञ होते. खरंतर त्यांनी आमचं वंशपरंपरागत काम नाकारून, गावामध्ये गणिताचा शिक्षक म्हणून काम पत्करलं होतं. गावामध्ये असताना त्यांची भेट एका गोऱ्या साहेबाशी झाली. त्या साहेबानं त्यांना आपल्यासोबत लंडनला नेलं, जिथे त्यांची भेट मारवूड यांच्याशी झाली. एकदा साहेबाने नाताळाच्या मेजवानीसाठी डुकराच्या मांसाचा बेत करायचं ठरवलं; पण काही केल्या, त्याला ते डुक्कर मारता येईना. ज्ञाननाथांना गंमत वाटली. त्यांनी फासाची गाठ तयार करून, डुकराच्या गळ्यात घातली. एका क्षणार्धात डुकराच्या मानेचं हाड तुटून, त्याचा प्राण गेला. मारवूडला ज्ञाननाथांच्या कौशल्याची कमाल वाटली! भारतीय असून इतकं कौशल्य असलेला कोण हा मनुष्य? मग ज्ञाननाथांनी त्याला ग्रद्धा मलिकांच्या कार्याबद्दल माहिती दिली. मारवूडला ज्ञाननाथांनी बांधलेली गाठ शिकण्यात रस वाटू लागला. ज्ञाननाथांनी मारवूडला सांगितलं की, गाठ बांधताना नेहमी समोरच्या व्यक्तीच्या वजनाचा अंदाज घेऊन दोरखंडाची लांबी ठरवावी. ती लांबी जर योग्य

असेल तरच माणसाची मान चट्कन तुटेल आणि त्याला अवघ्या काही सेकंदांत मृत्यू येईल. जर दोरीची लांबी नीट नसेल, तर माणूस खूप तडफडू शकतो. त्याची जीभ दातात अडकून रक्ताळू शकते. प्रसंगी त्याचं मुंडकंही शरीरापासून तुटून लोंबकाळू शकतं! हे तंत्र राधारमण ग्रद्धा मलिकने शोधून काढलं होतं...''

संजीवकुमार लक्ष देऊन ऐकत होता; पण तरीही, अधूनमधून तो माझ्याकडे रागीट कटाक्षही फेकत होता.

बाबांनी सिगारेटचा मोठा झुरका घेतला आणि ते पुढे सांगू लागले : ''तर, लागलीच दुसऱ्या दिवशी, मारवूड तिकडच्या कारागृहात गेला आणि तिथल्या अधिकाऱ्यांना आपल्याला मिळालेल्या नवीन ज्ञानाबद्दल सांगितलं. खरंतर तो काही जल्लाद नव्हता; पण त्याने कारागृहाच्या अधिकाऱ्यांकडे मिन्नतवारी केली की, त्याला एकदा तरी ही पद्धत वापरून, माणसाला फाशी देण्याची संधी दिली जावी. अखेर त्याची विनंती मान्य केली गेली. त्या पहिल्या प्रसंगाच्या वेळी, आमचे आजोबाही हजर होते. त्यांनी गुन्हेगाराकडे एक कटाक्ष टाकून जाहीर केलं की, त्याचं वजन १२७ पौंड असेल. मग त्यांनी त्या हिशोबाने दोरीची लांबी ठरवली आणि गुन्हेगाराला फासावर लटकवलं गेलं. एका मिनिटाच्या आत सगळा खेळ संपला. इंग्रज अधिकारी खूश झाले. त्यांनी मारवूडला जल्लाद म्हणून नेमले. त्यानंतर त्याने दोनशेहून अधिकजणांना फाशी दिली...''

''आणि तुमचे आजोबा...? त्यांचं काय झालं?''

''आजोबा एका गोऱ्या स्त्रीच्या प्रेमात पडले; पण तिला त्यांच्यापेक्षा मारवूड जास्त आवडला. हृदयभंगाचं दुःख कुरवाळत आजोबा मायदेशी परतले. त्यांचे वडील आणि मोठा भाऊ जल्लाद म्हणून काम करत असत; पण काही काळाने, मोठ्या भावाला क्षयरोगाने ग्रासले. त्याच्या कुटुंबीयांनी त्याला वाराणसीला नेऊन, अखेरचे दिवस तिथेच कंठण्यासाठी टाकून दिलं. सगळ्यांची हीच अपेक्षा होती की, ज्ञाननाथांनी त्यांच्या भावाच्या जागी जल्लाद म्हणून काम करावं; पण ज्ञाननाथांची मानसिक स्थिती पार विस्कटलेली होती. आधीच हृदयभंगाचा दाह, त्यात जोडीला, मारवूडने आपल्याला हरभऱ्याच्या झाडावर चढवून आपलं कसब आपल्याकडून हिरावून घेतल्याची बोच – दिवसेंदिवस त्यांच्या मनातलं दुःख वाढत गेलं. दुःखाच्या वेदना असह्य होऊ लागल्या तसा ज्ञाननाथांनी गांजाचा आसरा घेतला. मात्र, त्यांच्या डोक्यावर गांजाचा आणखी विपरीत परिणाम होऊ लागला. ते वेड्यासारखे वागू लागले. हांऽ! पण फाशीस्तंभाकडे गेले की, त्यांचं वेड कुठल्या कुठे पळून जायचं! मग ते अगदी चोख व्यावसायिक पद्धतीने वागायचे.''

''त्यांना वेड लागलं होतं? म्हणजे नेमकं काय झालं होतं?'' संजीवकुमारने न राहवून विचारलं.

"अहो, त्यांना असं वाटायचं की, ते गणितातलं कुठलंसं खूप मोठं, जटील कोडं सोडवत आहेत. घरातल्या, अलिपूर कारागृहातल्या कित्येक भिंती त्यांच्या कुडमुड्या अक्षरात लिहिलेल्या आकड्यांच्या जाळ्याने भरल्या होत्या. अगदी आता-आतापर्यंत अलिपूर कारागृहातील फाशीस्तंभाजवळच्या भिंतीवर त्यांनी मांडलेली गणितं दिसायची. माझे बाबा - फणीभूषण ग्रद्धा मलिक - ज्ञाननाथांचं हस्ताक्षर ओळखायचे नाऽऽ... त्यांनीच मला हे सांगितलं..."

इथे, सिगारेटचा एक मोठा झुरका घेत, बाबा संजीवकुमारला म्हणाले, "मी शेवटी जे बोललो ते समजलं ना तुम्हाला? हे सगळं चेतनानं म्हटलंय अशा आविर्भावात गेलं पाहिजे. ही माझी मुलाखत नाही; चेतनाची आहे."

"ग्रद्धा बाबूऽऽ! तुम्ही म्हणजे ना, कमाल आहात कमाल! एकमेवाद्वितीय!" संजीवकुमार नाटकीपणाने बाबांसमोर हात जोडत उद्गारला. बाबाही काही कमी नव्हते; त्यांनीही तितक्याच नाटकीपणाने सिगारेटचा झुरका घेत, एखाद्या बादशहाच्या थाटात संजीवकुमारच्या कौतुकाचा 'स्वीकार' केला.

"बरंऽऽ, तर मग चेतना, तुझं तुझ्या वडिलांबाबत - फणीभूषण ग्रद्धा मलिकबाबत - काय मत आहे?"

संजीवकुमारचा प्रश्न ऐकून, मी अजूनच भिंतीकडे झुकले - जणू काही ती भिंत मला कवेत घेऊन, बसू शकली असती तर किती बरं झालं असतं, असा विचार करत. खरंतर या प्रश्नाचं मी अगदी गंमतीशीर आणि खेळीमेळीचं उत्तर देऊ शकले असते; पण त्या क्षणी, माझ्या मनावर फक्त प्रचंड ताण येत होता. त्याची नजर मला सतत बोचत होती. त्याने ज्या गलिच्छ प्रकारे माझ्या शरीराकडे बघितलं होतं, त्याने मला अजूनही किळस वाटत होती. मात्र, मला संजीवकुमारबद्दल केवळ तिडीक वाटली असती तर काही प्रश्न नव्हता; गोंधळ असा झाला होता की, मी त्याच्याकडे अत्यंत आकृष्ट होत होते. त्याचं ते मनमुराद हास्य, त्याचं भडभडून बोलणं, त्याचे ते लकाकणारे हिरवे डोळे... माझ्यातल्या जल्लादाला त्याच्यातल्या सळसळत्या जिवंतपणाने भुरळ घातली होती! फार विचित्र तिढा होऊन बसला होता.

अर्थात, मला त्या प्रश्नाचं उत्तर द्यायची वेळ आलीच नाही. पाठ केल्यासारखं बाबा बोलू लागले, "माझे बाबा, फणीभूषण ग्रद्धा मलिक... काय सांगू मी त्यांच्याबद्दल? माझ्यासाठी माझे बाबा म्हणजे साक्षात देव आहेत!"

मध्येच, बाबांनी माझ्याकडे डोळे मिचकावत विचारलं, "काय चेतू? बरोबर बोलतोय ना मी?"

मी कसंनुसं हसले. काय बोलणार होते मी बाबांच्या या विधानावर? त्या क्षणी मला लक्षात आलं की, बाबांना आयुष्यभर माझ्याकडून कोणती अपेक्षा होती

ते! त्यांना त्यांच्या मुलांनी - विशेषतः मी - देवपदी मानायला पाहिजे होतं.

"हाऽऽ, मित्रा बाबू, तुम्ही ध्वनिमुद्रण सुरू ठेवा. तर माझे बाबा... माझ्या बाबांपुढे मला जग काही नाही. मी त्यांना खरोखरच देवपदी मानते. आज ते ८८ वर्षांचे आहेत. वयाच्या विसाव्या वर्षी ते बंगाल प्रांताचे अधिकृत जल्लाद म्हणून कामाला लागले. तेव्हापासून, त्यांनी आपल्या देशात बऱ्याच ठिकाणी जल्लाद म्हणून काम केलं आहे. त्यांच्याइतका सफाईदारपणे फाशी देणारा मी तरी अजून बघितलेला नाही... जगात कायदा आणि न्यायव्यवस्थेची नितांत गरज असते. न्याय आणि कायदाव्यवस्थेशिवाय चांगला समाज घडू शकत नाही. सरकार नसेल, कायदा नसेल, नीतिनियम नसतील तर आपल्या सगळ्यांचं अस्तित्व धोक्यात येईल. सेना आणि पोलीस यांच्यानंतर न्याय व कायद्याचा खरा पाठीराखा असतो, तो म्हणजे जल्लाद! जल्लाद हा काही खुनी नव्हे. तो सुपारी घेऊन लोकांना मारणारा गुंड नव्हे. तो एक प्रतिष्ठित सरकारी नोकर असतो. जसा एखादा तहसीलदार गावाच्या भल्यासाठी शाळा किंवा रस्ता बांधण्यासाठी एखाद्या शेतकऱ्याची जमीन घेऊन टाकतो, तसंच जल्लाद आपल्या देशाच्या व समाजाच्या रक्षणासाठी एखाद्या व्यक्तीचा जीव हिरावून घेतो..."

बोलता-बोलता, बाबा सिगारेटचा झुरका घ्यायला थांबले, तसं संजीवकुमारने पट्कन विचारलं,

"पण चेतना... तू तर तरुण आहेस. तू हे काम स्वीकारलंस तर तुझ्याशी लग्न कोण करील?"

या वेळी मात्र बाबांनी उत्तर देण्यापूर्वी, मी म्हणाले,

"मला माझ्यावर प्रेम करणारी व्यक्ती पाहिजे; माझ्या कामावर नव्हे."

त्यावर संजीवकुमारने माझ्यावर आपले हिरवे डोळे रोखत विचारलं,

"माणसाचं व्यक्तिमत्त्व आणि त्याचं काम या दोन गोष्टी इतक्या वेगळ्या ठेवता येतात का?"

त्याच्या या प्रश्नाचं माझ्याकडे उत्तर नव्हतं. मग संजीवकुमारने आपला कॅमेरा बंद केला. तो उभा राहिला आणि बाबांसमोर आपला हात पसरला. बाबांनी त्याचा हात हातात घेतला; पण त्यांच्याही चेहऱ्यावर तसाच संभ्रम होता, जसा तो माझ्या चेहऱ्यावर होता. माझ्यावर डोळे रोखत संजीवकुमार बाबांना म्हणाला, "ग्रद्धा बाबू, हा सगळा गोंधळ संपला की, चेतनाचा हात माझ्या हातात द्या... बायको म्हणून... अर्थात, तुम्हाला मान्य असेल तर."

बाबा जागीच थिजून गेले. माझ्या डोक्याला मुंग्या आल्या. काही सेकंद शांततेत गेल्यावर, नकळत माझ्या डोळ्यांना पाझर फुटला. माझी खूप इच्छा होती की, संजीवकुमारने कधीतरी माझ्यासमोर लग्नाचा प्रस्ताव मांडावा; पण

माझ्या अल्लड, निरागस २२ वर्षांच्या मनाला हे समजलं नव्हतं की, त्याने केवळ आपली धमकी खरी करण्यासाठी हा घाट घातला असेल!

बाबांच्या डोळ्यांत पाणी मावेना. आपल्या मुलीसाठी अचानकपणे इतकं उत्तम स्थळ चालून आलंय म्हंटल्यावर, ते आपली चिंता मिटल्याच्या आनंदात अक्षरशः गळून गेले. मग थोड्या वेळाने बाबा उठले. माझ्या आणि संजीवकुमारच्या डोळ्यांत रोखून बघितलं. मग मा काली आणि आजोबांच्या तस्बिरींना नमस्कार करून, एखाद्या टी.व्ही. कार्यक्रमात शोभेल अशा आविर्भावात माझ्याकडे हात दाखवून उद्गारले, "घ्या, मित्रा बाबू, तुमच्या बायकोला घेऊन जा! आजपासून ती तुमची झाली."

खांद्यावरच्या गमछाने डोळे टिपत, बाबा खोलीबाहेर निघून गेले. आईने मला नंतर सांगितलं की, ते स्वयंपाकघरात येऊन ढसाढसा रडले होते. आता बाबांच्या खोलीमध्ये मी आणि संजीव मित्रा एवढेच उरलो होतो. माझ्या गळ्याभोवती रेशमी फास बांधला जात असल्याची अनुभूती येत होती. त्या फासाचे मलमली धागे गुदगुदल्याही करत होते आणि तितकेच हवेहवेसेही वाटत होते. संजीवकुमार माझ्या जवळ येऊन उभा राहिला. मान कलती करून माझा चेहरा निरखू लागला. मी लाजून कावरीबावरी झाले होते. इतक्यात काही समजण्याच्या आत, त्याने माझ्या डावा स्तन हातात धरून, त्याला जोरात पीळ दिला! "तो कॅमेरा एक लाख रुपयांचा होता, समजलं?" तो सापासारखा फुसफुसला.

क्षणार्धात माझ्या मनातले गुलाबी ढग विरून गेले. अंगांगात संचारणारी वेदना आणि शरम कशीबशी गोळा करत, मी रामूदाच्या खोलीकडे धावत गेले. रामूदाचं बिनहातांचं धड पाहून, मला त्या क्षणी विचित्रपणे बरं वाटलं. कितीही इच्छा झाली तरी रामूदा एखाद्या स्त्रीला अशा वेदना देऊ शकणार नाही, या विचाराने मला चक्क आनंद झाला.

त्या रात्री, वर्षाचा पहिला पाऊस पडला. जळणाऱ्या मृतदेहांपेक्षाही उग्र आणि नकोसा दर्प माझ्या मनात रुंजी घालत होता. बाहेरच्या निमुळत्या गल्ल्यांमध्ये सडणाऱ्या कचऱ्याच्या ढिगांचा घाणेरडा वास येऊ लागला. माझं मन जड झालं होतं. काहीच करावंसं, बोलावंसं वाटेना. काही कारण नसताना, मला अचानक त्या आत्महत्या केलेल्या गरीब मुलीची आठवण आली. खिडकीपाशी आपली चटई टाकून, आईच्या फाटक्या साडीवर अंग झोकून दिल्यावर, पावसाचे शिंतोडे माझ्या घामेजलेल्या क़पाळावर पडू लागले. मी २२ वर्षांची होते. मला दुनियादारीचा फारच तोकडा अनुभव होता आणि वाईटसुद्धा! मात्र, आपल्यावर प्रेम करत नसलेल्या पुरुषाचा स्पर्श व दर्प किळसवाणा असतो, इतपत मला समजलं होतं. मारुती प्रसादच्या स्पर्शामध्ये वखवख होती. संजीवकुमारच्या स्पर्शात अहम् होता;

पराकोटीचा अहम् होता. एकवेळ मी वखवख माफ करू शकत होते; पण केवळ स्वतःच्या अहंकाराला चुचकारण्यासाठी एखाद्या तरुण मुलीचा असा फायदा घेणं मला कदापि मान्य नव्हतं. कदाचित अशाच काहीशा अनुभवामुळे त्या १७ वर्षांच्या मुलीने जीव दिला असावा.

डोक्यावर घेतलेलं पांघरूण बाजूला सारून मी माझ्या चेहऱ्यावर पडणाऱ्या पावसाचा मारा झेलत राहिले. डोक्यात विचारांचं वादळ उठलं होतं. मनाशी खूणगाठ बांधली गेली की, माझ्या आयुष्यात मी कोणत्याच पुरुषाला देवाच्या पदी नेऊन बसवणार नाही. प्रत्येक पुरुषाला असं वाटतं की, त्याने पुरुषाचा जन्म घेऊन स्त्रियांवर काहीतरी मोठा उपकार केला आहे. छे! किती तो अहंकार? प्रत्येक पुरुषाला स्वतःचं पूजन केलेलं आवडतं; पण आपण त्या लायकीचं काही काम केलंय का, याचा विचार कोणालाच करायचा नसतो. त्यांना तशी गरजच वाटत नाही!

डोळ्यांना अश्रूंच्या धारा लागल्या. छाती अजूनही ठणकत होती. ती वेदना बाहेरची होती की मनातल्या क्रोधाची, हे सांगणं कठीण होतं; पण त्या क्षणी मी एक निर्धार केला – संजीवकुमारच्या गळ्याला बरोबर बसेल अशी गाठ आता मी तयार करणार. त्याला जसं मला एकदा तरी जोरकसपणे 'घ्यायचं' आहे ना, तसंच मीही त्याला तितक्याच जोरकसपणे घेणार! सोडणार नाही त्याला!

६

दुसऱ्या दिवशी, बाबा आपल्या खोलीतून बाहेर पडले तेच 'सुरत उधार' या जात्रेमध्ये बिबेक नावाच्या पात्राने म्हटलेलं गाणं गुणगुणत :

'हृदयाचा ठाव घेत पुढे जात राहा, हाच तो क्षण आहे...
हीच ती घटिका...'

अशा काहीशा आशयाचं ते गाणं अभिभूषण भट्टाचार्य हा नट, बिबेकचं पात्र साकारताना गात असे. बिबेकचं पात्र म्हणजे त्या जात्रेतल्या कलाकारांची सद्सद्विवेकबुद्धी होय. त्यामुळे तो कधीही यायचा, कधीही गायब व्हायचा. कुठेही प्रकट व्हायचा - न्हाणीघर, मंदिर, शयनकक्ष - आणि स्वर्ग व नरकाच्या मध्ये हेलकावे खात राहायचा. काळ्या, पांढऱ्या, भगव्या वस्त्रांमध्ये, अनवाणी पावलांनी इथे-तिथे फिरत, आपल्या केसाच्या जंजाळाला हेलकावे देत वावरणाऱ्या या

पात्राचा जन्म कालिचरण ग्रद्धा मलिकच्या हातून घडला होता. आमच्या घराण्यातल्या कलाकार मंडळींपैकी कालिचरण यांचा नंबर सगळ्यात वरचा असे.

त्या दिवशी, संजीवकुमार घरी असताना आणि तो गेल्यानंतरही बाबा बराच वेळ दारू पीत बसले. मग आईने दिवसभर चहा विकून गोळा केलेली नाणी त्यांनी तिच्याकडून हिसकावून घेतली. त्यावरून दोघांमध्ये मोट्ठं भांडण झालं. बाबांनी आईला थोबाडीत मारली. ते ओरडत राहिले, ती रडत बसली. मी मध्ये पडायचा प्रयत्न केला; इतक्यात बाबांचा हात आईच्या नाकावर बसला. त्या माराने तिच्या नाकातून रक्त वाहू लागलं! मी धावतपळत घाटावरून बर्फ आणण्यास गेले. घाटावरील दुकानांच्या गर्दीतून वाट काढत, मी नाबानितदाच्या दुकानात पोहोचले. तो अंत्यसंस्कारासाठी आलेल्या लहान मुलांना आइस्क्रीम देत होता. मग मीही त्याच्याकडून बर्फाऐवजी दोन वेगळ्या रंगाच्या आइस्क्रीमच्या कांड्या घेतल्या आणि घाईघाईने घराकडे धावू लागले. इतक्यात, बाजूला उभ्या केलेल्या एका हातगाडीला माझा धक्का लागला आणि त्यावर चेहरा झाकून ठेवलेलं एका माणसाचं प्रेत खाली घसरू लागलं. मी जागीच थिजून गेले. अचानक, सिरकार मामाची आठवण झाली. हातगाडीवाला आपली फाटकी लुंगी सावरत माझ्या नावाने शंख करत आला, तेव्हा कुठे मी भानावर आले. कशीबशी माफी मागत, मी घराकडे धाव घेतली. ऐन रस्त्याच्या मधोमध उभ्या असलेल्या हेमंत मलिकच्या कालिमातेच्या मंदिरातून पूजेचा नाद ऐकू येऊ लागला. ते मंदिर जेमतेम अर्धा मीटर रुंद असेल. कालिमातेची मूर्ती आणि खुद्द हेमूदा हे दोघे सोडल्यास तिसऱ्या व्यक्तीला उभं राहायलासुद्धा तिथे जागा नव्हती. कालिमातेच्या मूर्तीसमोर शिरच्छेद करण्याचं एक जुनाट यंत्र ठेवलेलं असे. इंग्रजीत त्या यंत्राला गिलोटिन असं म्हणतात. त्या लाकडी यंत्राच्या गोल खाचेमध्ये बळी दिल्या जाणाऱ्या प्राण्याचं मुंडकं ठेवलं की, त्याला तसूभरही हलता येत नसे. मग हेमूदा अगदी सफाईदारपणे, एका झटक्यात मुंडकं कापत असे. त्या दिवशीही, मंदिरावरून येत असताना बळी दिला जाताना बघून किंचाळणाऱ्या लोकांच्या गर्दीतून वाट काढत घरापर्यंत यायला मला जरा वेळच लागला. मी परत येईपर्यंत आई बऱ्यापैकी स्थिरावली होती. संध्याकाळच्या स्वयंपाकासाठी मासे साफ करत होती. धावपळ करून मी पुरती दमून गेले होते. कपाळावरचा घाम पुसत, अभ्यास करत बसलेल्या चंपाशेजारी जाऊन पहुडले. आतमध्ये काकीमा रारीवर ओरडत होती. चंपाने मला काहीतरी काम सांगितलं, तसं मी तिच्यावर खेकसले. चंपा आपले गाल फुगवून निघून गेली.

रामूदा तिथेच होता. त्याने माझ्याकडे प्रेमाने बघत विचारलं, ''कुठला आहे गं तो?''

तेव्हा कुठे माझ्या लक्षात आलं की, संजीवकुमार पुन्हा घरी आला होता. माझा चेहरा आंबट झाला. इतक्यात, बाबांनी हाक मारून मला आपल्या खोलीत बोलावून घेतलं. पुन्हा त्या नालायक माणसाच्या सान्निध्यात जायच्या कल्पनेनं माझ्या अंगावर सरसरून काटा आला. तरीही, माझा नाइलाज होता.

"छोटडी, ये ये, मी सांगतो तुला..." दारूच्या नशेत जरा जास्तच आनंदी झालेले बाबा, टाळ्या पिटत बोलू लागले.

संजीवकुमार माझ्याकडे गंभीर नजरेने पाहत होता. त्याच्या हिरव्या शर्टाचं प्रतिबिंब डोळ्यांवरच्या काळ्या चष्म्यावर पडत होतं. केसांच्या बटा कपाळावर खेळू पाहत होत्या. त्याची बसण्याची पद्धत आणि त्याने शिंपडलेल्या उंची अत्तराच्या वासावरून हे स्पष्ट होतं की, आमच्यासारख्या गरिबाच्या कोंदट, खुराडेवजा घराची त्याला सवय नव्हती.

"चेतूऽऽ... अगं, हे बघ काय सांगताहेत! तू म्हणे, अजून त्यांच्या लग्नाच्या मागणीला नीट उत्तर दिलेलं नाहीस?" बाबांनी हसऱ्या मुद्रेने माझ्याकडे पाहत विचारलं.

डोळ्यांवरचा चष्मा हलकासा खाली खेचून, संजीवकुमार माझ्यावर डोळे रोखत म्हणाला,

"मी जर तुला आवडत नसेन, तर तसं स्पष्ट सांग चेतना..."

त्याच्या त्या गंभीर आवाजाला आणि नजरेला मी मुळीच फसले नाही. त्याच्या बोलण्याचा रोख मला नेमका कळत होता.

"अहोऽऽ, संजू बाबू, चेतनाला तुम्ही आवडताच हो! न आवडण्यासारखं आहे काय? माझी पोर तशी अबोल आहे. लहानपणापासून तशीच आहे ती... तुम्ही काळजी करू नका..." नेहमीप्रमाणे बाबा मध्ये बोललेच. आता तर त्यांची जीभ फारच जड झालेली वाटत होती. ते पुन्हा माझ्याकडे रोख वळवून उद्‌गारले,

"चेतूऽऽ, आपण आय.जी. बाबूंना भेटायला गेलो ना, तर ते कदाचित तुला काही प्रश्न विचारतील. म्हणजे, तुझी मुलाखत घेतील... म्हणजे, तुला फासाची गाठ बांधता येते ना वगैरे वगैरे..."

बोलता बोलता, बाबांनी आपल्या पलंगाखालून दोरखंड काढला आणि माझ्या हातात दिला. मान वर न करता, मी शांतपणे तो दोरखंड घेतला आणि एक साधीशी; पण भक्कम अशी एक विळखा असलेली फासाची गाठ बांधली.

"वा पोरी!! बघितलंत, संजू बाबू? काय कला आहे माझ्या पोरीच्या हातात! मी सांगत होतो की नाही तुम्हाला? अहो, आमचं संपूर्ण घराणं या कार्याच्या सेवेत लागलेलं. हे धैर्य, न्यायाची चाड, हा हुनर हे सगळं आमच्या धमन्यांमधल्या रक्ताचा अविभाज्य भाग झालंय..."

मग संजीवकुमारसमोरच, बाबांनी मला फासाचा दोर कसा तयार करायचा हे शिकवलं. गाठ व्यवस्थित करून, तिच्या विळख्याला केळीचं साल, तूप आणि साबणाने कसं घासावं हे शिकवलं. मीसुद्धा लगेच शिकले. बाबा म्हणाले तसं, या गोष्टी आमच्या रक्तात मुरलेल्या होत्या. मी तयार केलेली फासाची गाठ आपल्या गळ्यात घालून, संजीवकुमार मित्रा दात विचकत म्हणाला,

"काय? ओढून बघायचं का?"

त्या क्षणी, खरंतर माझ्या डोळ्यांसमोर मारुती प्रसादचा चेहरा तरळला; हात शिवशिवू लागले. मनावर ताबा ठेवत मी शांतपणे उत्तर दिलं :

"तुमची उंची सहा फुटांवर आहे. तुमच्यासाठी आठ फूट दोन इंच लांबीचा दोर लागेल. हा दोर पाच फूट दहा इंच उंच व्यक्तीसाठी योग्य आहे."

संजीवकुमारने माझ्याकडे चमकून पाहिलं. मी थंडपणे दिलेलं उत्तर कदाचित त्याला पचनी पडत नव्हतं. आश्चर्ययुक्त स्वरात त्याने मला विचारलं,

"पण, माझ्यासाठी हा दोर वापरला तर काय हरकत आहे? म्हणजे... काय होईल?"

"वेळेचा आणि साधनाचा अपव्यय!"

"अच्छाऽऽ... मग... तुझ्यासाठी किती मोठा दोर लागेल, चेतना?"

मी काही क्षण शांत झाले. माझी उंची जतिंद्रनाथाएवढी होती. आता तयार केलेला दोर माझ्यासाठीही चालणार होता.

मी काही बोलण्याच्या आत, बाबा पुन्हा बोलू लागले :

"संजू बाबू, पूर्वीच्या काळी ही गाठ तयार करणं म्हणजे आपल्यातच एक मोठा सोहळा असे. जल्लादाच्या घरी दोरखंड पोहोचवला गेला की, त्याची शक्तिपूजा केली जायची. केळीचं साल, तूप आणि साबणाने गाठीला मुलायम केल्यानंतर, दोरखंडाला लाकडी डब्यात बंद करून तिजोरीत ठेवलं जायचं. का महिती आहे? नाहीतर, उंदरांनी दोर चावून काढण्याची भीती असे.

खरंच! माझे बाबा सांगायचे की, ही औरंगजेबाच्या राज्यात घडलेली घटना आहे. उंदरांनी दोर खाऊन टाकला होता! इंग्रज आल्यानंतर दोरखंड ठेवण्यासाठी लोखंडी डबे वापरले जाऊ लागले. आजच्या काळात, सरकार दोरखंड आपल्या ताब्यात ठेवते. फाशीच्या आदल्या दिवशी आम्ही एकदा शेवटचा म्हणून तो दोर आणि गाठ तपासून घेतो. मग घरी परत येऊन, पूजा वगैरे करून, रात्रीच्या वेळी पुन्हा कारागृहामध्ये दाखल होतो..."

बाबांच्या डोळ्यांत होणाऱ्या जावयासाठीचा आदर लख्ख चमकत होता. संजीवकुमारच्या डोळ्यांत विजयी मुद्रा झळकत होती. तो सतत माझ्याकडे कुजकटपणे हसत बघत बसला. मलाही त्याला तसंच प्रत्युत्तर द्यायचं होतं; पण काही केल्या

त्याच्याइतका कुजकटपणा मला माझ्या चेहऱ्यावर आणता येईना. फासाचा दोर गळ्यात लटकवून खटका ओढला जाण्यासाठी थांबलेल्या माणसाची तडफड काय असते, हे मला त्या क्षणी उमजलं.

''संजू बाबू, पूर्वीच्या काळचे खुनी अगदी चित्रविचित्र पद्धतीने खून करायचे. त्यांच्या क्रौर्याच्या तुलनेत, फाशीची शिक्षा त्यांना फारच लवकर मुक्त करायची; आणि यासाठी, जल्लादाचं कसब कारणीभूत असतं. चेतू, हे मी जे सगळं सांगतोय, ते तूही ऐकणं महत्त्वाचं आहे. गुन्हेगाराला फाशीच्या स्तंभावर चढवलं गेल्यानंतर पुढची प्रक्रिया पटापट घडली पाहिजे. लक्षात ठेव, आपण तिथे एखाद्या कोंबडी किंवा सापाला मारणार नसतो; धडधाकट, जिवंत माणसाला मारणार असतो. त्याला समजत असतं की, आता त्याच्या आयुष्याच्या शेवटच्या काही घटका उरल्या आहेत. इतक्या अखेरच्या टप्प्यावरही त्याला आशा असते की, त्याच्याकडे दहा-पंधरा मिनिटं उरली असतील; त्याचा मृत्यू किमान तेवढा तरी दूर असेल. आपलं काम असतं त्याचा मृत्यू शक्य तितक्या लवकर आणणं. पाच सेकंद! एक... दोन... तीन... चार... पाच सेकंदांत सगळा खेळ खल्लास झाला पाहिजे. माझे आजोबा, कालिचरण मलिक, यांची गाठ एवढी पक्की असायची की, त्यांना कधी एक सेकंदापेक्षा जास्त वेळ लागला नाही!''

''आणि... तुमचं काय, ग्रद्धा बाबू?'' संजीवकुमारने नाक खुपसत विचारलं. अर्थात, बाबांना त्यात काहीच वावगं वाटलं नाही. त्यांनी हसून उत्तर दिलं,

''मला अर्धा ते एक मिनिट लागतं. एकदाच असं घडलं की, मला जास्त वेळ घ्यावा लागला; पण तो काळ इंग्रज राजवटीचा होता...'' एवढं बोलून, बाबा अंतर्मुख झाले. मग अचानक मला म्हणाले,

''चेतू, आत जा. मी बोलावल्याशिवाय बाहेर येऊ नकोस.''

मी आत गेले; पण मनातली उत्सुकता मला स्वस्थ बसू देईना. मी कान देऊन ऐकू लागले. बाबा संजीवकुमारला सांगत होते,

''खरंतर त्या प्रसंगाची उजळणी करणं मला आवडत नाही, संजू बाबू... कारण मी जल्लाद होण्यापूर्वी अभिनेता आणि गायक म्हणून काम करायचो. त्या काळी माझं एका मुलीवर प्रेम होतं. म्हणूनच, मी चेतूला आत पाठवलं.''

बाटली उचलून पुन्हा खाली ठेवल्याचा आवाज झाला. बाबा परत पिऊ लागले होते.

''तिचं नाव होतं आशापूर्णा. 'षष्टी की शांती' या जात्रेमध्ये ती गायिका आणि मी खलनायक म्हणून काम करत होतो. त्या जात्रेचा मुख्य नट होता सत्यपाल चक्रबर्ती. अतिशय रुबाबदार माणूस! सत्यपाल मंचावर आला की, जनता आनंदाने बेभान व्हायची! तर बायका इश्श! इश्श! करत लाजू लागायच्या

आणि पुरुष डोळे फाडून त्या उमद्या सौंदर्याकडे बघत राहायचे. सत्यपालचा थाट काही न्याराच होता!''

आपल्या बटबटीत डोळ्यांमुळे आणि फुगीर गालांमुळे त्या काळी बाबांना खलनायक म्हणून बरीच प्रसिद्धी मिळू लागली होती. गोरागोमटा नायक आणि राकट, काळा खलनायक यांची जोडी चांगलीच गाजत होती. तर त्या सुमाराला, बाबा आशापूर्णाच्या प्रेमात पडले आणि आशापूर्णा सत्यपालच्या प्रेमात पडली! हा तिढा उघडकीस आला तेव्हा सत्यपाल मिळेल त्या प्रसंगी बाबांचा पाणउतारा करू लागला. बाबांच्या डोळ्यांत मुख्य नायक बनण्याची स्वप्ने तरळत होती. सत्यपालने आशापूर्णावर मोहिनी टाकून, तिला आपल्यासोबत राहायला येण्यासाठी गळ घातली. बाबांचा हृदयभंग झाला; त्यांनी नाटक कंपनी सोडली आणि काही काळासाठी मुंबईला निघून गेले. दोन वर्षांनी, दुसऱ्या नाटक कंपनीने त्यांना आपल्या जात्रेचा नायक होण्यासाठी आमंत्रित केलं. एके दिवशी, प्रयोग करून परत येत असताना, त्यांना आशापूर्णा दिसली. ती वेश्या बनली होती!

''मी तिच्यावर खूप प्रेम केलं होतं हो, मित्रा बाबू! अगदी जीव ओतून प्रेम केलं होतं...'' इतक्या काळानंतरही, त्या आठवणीने बाबांच्या मनाचा बांध फुटला होता. ते ढसाढसा रडत होते. ''आम्ही पुन्हा भेटलो, तेव्हा तिने माझी वारंवार माफी मागितली. मी तेव्हाही तिला पत्करायची तयारी दाखवली. वेळोवेळी सांगून पाहिलं की, तिने स्वतःला एवढं दोषी मानू नये; पण शेवटपर्यंत, आशापूर्णाने माझं नाहीच ऐकलं. माझ्या डोळ्यांदेखत, एका फाटक्या हातगाडीवाल्यासोबत निघून गेली. अवघ्या १८ वर्षांच्या वयात मला हा धक्का कसा सोसणार होता, सांगा बरं?''

रडता-रडता बाबा हसू लागले. त्यांचं त्यांनाच समजत नव्हतं की, आपण नेमकं काय करतोय.

''तुम्ही जल्लाद केव्हा झालात, ग्रद्धा बाबू?''

''मी जात्रेत काम करत असताना, माझ्या वडिलांचा साहाय्यक म्हणून काम करणाऱ्या मोठ्या भावाला कावीळ झाली आणि त्यात तो दगावला. दुसरा भाऊ नागभूषण मलिकला इंग्रजांनी कामावरून काढून टाकलं होतं. ती एक वेगळीच कहाणी आहे... नंतर कधीतरी सांगेन. तर असं सगळं झाल्यामुळे, बाबांना कुणी साहाय्यक उरला नव्हता. म्हणून मग त्यांनी मला ते काम करायला फर्मावलं. त्या काळी, वडिलांचा शब्द अखेरचा असे; त्यामुळे त्यांना नकार वगैरे देण्याचा प्रश्नच नव्हता. मी जेव्हा पहिल्यांदा त्यांच्यासोबत फाशीच्या अंमलबजावणीसाठी जायला निघालो, तेव्हा माझ्या मनात प्रचंड खळबळ माजली होती. देवाला, बाबांना आणि माझ्या दैवाला शिव्यांची लाखोली वाहातच मी कारागृहात दाखल

झालो. त्या काळी, एका दिवसात चार-पाच फाशी सहज दिल्या जायच्या. १९३४-३५चा काळ असेल तो. आत गेल्यावर, बाबांनी मला तडक कामाला लावलं. 'फणी, हे आण...ते कर... त्या माणसाचे हात बांध...' मी निमूटपणे सगळं करत गेलो. मग बाबा फळकुटावर चढले आणि गुन्हेगाराच्या चेहऱ्यावर ते काळा मुखवटा चढवणार, इतक्यात... त्याने मला हाक मारली, "फणीभूषणऽऽ!" मी दचकून वर बघितलं, तर समोर कोण होतं माहिती आहे? चक्क सत्यपाल चक्रबर्ती!!!"

बाबा थांबले. कदाचित सिगारेटचा झुरका घेतला किंवा दारूचा घुटका... मग पुन्हा सांगू लागले,

"त्या क्षणी माझी काय स्थिती झाली असेल याची तुम्ही कल्पनाही करू शकणार नाही, संजू बाबू! आजही तो प्रसंग डोळ्यांसमोर उभा राहिला तर अंगावर काटा येतो. सत्यपालच्या डोळ्यांत पाणी होतं. "फणीऽऽ, मला जगायचंय रे. मला वाचव रेऽऽ..." तो मला विनवत होता. त्याच्या या विनंतीवर काय बोलावं मला काही समजेना! हृदय धडधडत होतं; बोबडी वळली होती. मी त्याच्यासाठी काहीच करू शकणार नव्हतो! सत्यपाल अजून काही बोलण्याआधी बाबा पुढे झाले आणि त्यांनी चट्कन त्याच्या तोंडावर मुखवटा चढवला. त्यांच्या हालचालीतली चपळाई पाहून, इंग्रज अधिकारी बाबांना 'लाइटनिंग मलिक' का म्हणायचे हे समजलं. त्यांची गती खरोखरच विजेसारखी चपळ होती. क्षणार्धात, सत्यपालच्या चेहऱ्यावर मुखवटा टाकून बाबांनी मला फर्मावलं, "फणी, खटका ओढ." मी खटका ओढायला गेलो, तेव्हा माझ्या मनात कसलं भूत शिरलं देव जाणे... त्या काळी, खटक्याला लागून असं एक उपकरण ठेवलं जायचं ज्याच्याने दोरीची लांबी कमी-जास्त करता यायची. मी दोरखंडाची लांबी जराशी कमी केली. तिथून बाबा सांगत होते, 'फणी, कसली वाट बघतोस? खटका ओढ कीऽऽ!' काही क्षण गेल्यावर, मी जीव मुठीत धरून खटका ओढला. सत्यपालच्या पायाखालचं फळकूट बाजूला सरकलं आणि त्याचं धड खालच्या खळगीत गेलं; पण दोरखंडाची लांबी कमी केल्यामुळे त्याचं डोकं वर तरंगत राहिलं. एरवी आम्हाला तडफडणाऱ्या माणसाचं शरीर आणि डोकं दोन्हीही दिसत नाही. दोरखंडाचं थरथरणं थांबलं की, आम्ही समजतो, प्राण गेला; पण त्या दिवशी मात्र सत्यपालची अखेरची तडफड आम्ही उघड्या डोळ्यांनी बघितली. त्याचा प्राण जायला अर्धा तास लागला. बाबा नखशिखांत हादरले होते. मी मात्र निश्चलपणे त्याची तडफड पाहत उभा होतो. माझ्या प्रिय आशापूर्णाला एवढा तरी न्याय देऊ शकलो याचा माझ्या तरुण मनाला आसुरी आनंद झाला."

बाबा कदाचित अजूनही रडत असावेत, कारण त्यांनी नाक पुसल्याचा आवाज

आला. केवढे हळवे झाले होते ते आज!

"तुम्हाला माझं बोलणं कदाचित अतिशयोक्तीचं वाटेल, संजू बाबू... पण, आशापूर्णा म्हणजे साक्षात सौंदर्याची मूर्ती होती! मी आजतागायत तिच्याहून सुंदर स्त्री बघितलेली नाही. काय तिचं ते हास्य, काय तो कमनीय बांधा, ती हंसासारखी डौलदार चाल... देवाने कोरून काढल्यासारखा रेखीव चेहरा! बरं, ती नुसती सुंदरच नव्हती तर तितकीच लाघवी आणि गोडसुद्धा होती. जो बघायचा तो तिच्या प्रेमात पडायचा! होतीच ती तशी! आणि अशा लावण्यवतीला त्या नराधमाने चक्क वेश्या व्यवसायात ढकलावं? किती नीच मनाचा माणूस असेल तो? एकदाही त्याचं मन कचरलं नाही का, ते पाशवी कृत्य करताना? मग मी तरी शांत कसा राहणार होतो होऽऽ?"

आता, बाबांच्या आवाजाला धार चढली होती. ते पुढे सांगू लागले,

"माझ्या बाबांनी - पुरुषोत्तम ग्रद्धा मलिक यांनी - सगळ्यांच्या समोर सणसणीतपणे माझ्या श्रीमुखात भडकवली! पण मी तसाच उभा राहिलो. अढळ, निश्चल! दोरखंडाची थरथर बघत. अर्ध्या तासाने जेव्हा ती थरथर थांबली, तेव्हा मी पुढे जाऊन दोरखंडाला हात लावून खात्री केली की, खरंच सगळं संपलंय ना? संपलं होतं. बाबांनी डॉक्टरांना हाक मारली; पण तरीही माझ्या मनातलं प्रतिशोधाचं भूत काही उतरायला मागेना. क्षणार्धात, मी दोरखंडाची गाठ सैल केली. सत्यपालचं धड खालच्या खळगीत पडलं. 'धडाम्!!' अशा आवाजाने ते जेव्हा पडलं, तेव्हा माझ्या चेहऱ्यावर रुंद हास्य पसरलं. बाबा पुन्हा मला मारायला धावले. मात्र, मी ख़ूश होतो. कोणी कितीही मारलं तरी मला फरक पडणार नव्हता; पण माझा हा आनंद फार काळ टिकला नाही. का माहिती आहे, संजू बाबू? सत्यपालचा मृतदेह ताब्यात घेण्यासाठी कोण उभं असेल? खुद्द आशापूर्णा! ती आणि तिचं पांगळं लहान मूल! सत्यपालचा मृतदेह पाहून, आशापूर्णा धाय मोकलून रडू लागली; छाती बडवू लागली! संजू बाबू, खरं सांगतो, त्या क्षणी मला असं वाटलं की, धरणी मला पोटात घेईल तर किती बरं होईल! मला ना, स्त्री हा प्रकार नेमका कधी समजलाच नाही होऽऽ! आजतागायत मी इतक्या स्त्रिया बघितल्या आहेत; पण त्यांचं नेमकं एखाद्यावर का प्रेम बसेल आणि त्या एखाद्याचा का दुःस्वास करतील, हे खरंच सांगता येत नाही. आज वयाच्या ८८व्या वर्षी हे माझ्या आयुष्यातलं न उलगडलेलं कोडं आहे."

"आशापूर्णानंतर तुमच्या आयुष्यात कुणी स्त्री आली नाही का, ग्रद्धा बाबू?"

"छे! आल्या कीऽऽ... बऱ्याच आल्या; पण आशापूर्णावर मी जितकं प्रेम केलं, तसं नंतर कुणावरही करू शकलो नाही."

"तिचं नंतर काय झालं...?"

"आशापूर्णाचं? माहीत नाही. त्यानंतर आजतागायत मी तिला बघितलेलं नाही."

"तुमच्या आयुष्यात आलेल्या त्या स्त्रिया नेमक्या कोण होत्या? वेश्या?"

"नाही, मला पैसे टाकून बाई (विकत) घ्यायला आवडत नाही. बाई कशी, मनात भरली पाहिजे. मग तिला आपलंसं करण्यात एक वेगळी मजा असते."

ही जर जात्रा असती ना, तर आतापर्यंत बिबेकने प्रवेश घेतला असता. सगळ्या बंगालला हे ठाऊक होतं की, चहाच्या दुकानात चांगली गर्दी झाली, गल्ल्यात पैसे खुळखुळू लागले की, बाबा आपला पांढरा झब्बा-लेंगा घालून, मिशी आणि केसांना चापूनचोपून बसवून, सोनागाचीच्या मार्गाला लागायचे.

"चेतनाच्या आईशी तुमची भेट कशी झाली?"

"अरे, तिची निवड माझ्या वडिलांनी केली. त्याचं असं झालं... तिच्या आईशी माझ्या बाबांना पूर्वी लग्न करायचं होतं; पण ते शक्य झालं नाही. मग ती बाई अचानक वारली आणि बाबांनी या मुलीचे (म्हणजे, माझ्या बायकोचे) सावत्र आईकडून झालेले हाल बघून ठरवलं की, हिला आपल्या घरची सून करायची. झालं, मग काय? पडला हा धोंडा आमच्या गळ्यात! असं आहे ना, या हरामखोर बाईला माझी किंमत कधीच समजणार नाही. अर्थात, तिला ती समजून घेण्यात रसही नाही म्हणाऽऽ..."

"आऽहाऽहाऽऽ... म्हणजे, तुमची किंमत जाणणारी इतर कुणीतरी आहे तर?" संजीवकुमारने खडा टाकून बघितला.

"हाऽऽ, एक काय, चार आहेत," बाबांनी फुशारकी मारत उत्तर दिलं.

"चार? अरे देवा! चांगलं चाललंय हाऽऽ... या वयात चार बायका म्हणजे, कमाल आहे तुमची, ग्रद्धा बाबू!"

"काय करू? पुरुषाचा जन्म माझा. आज माझं वय आहे ८८. माझी बायको माझ्यापेक्षा एकवीस वर्षांनी लहान आहे. ती अवघी २५ वर्षांची असताना तिला नाना दुखणी चालू झाली. कधी पाठ दुखतेय, तर कधी नाक दुखतंय... नुसती किरकिर! मग मला भेटली, मालती. त्या वेळी ती ३५ वर्षांची होती. ते प्रकरण दहा वर्षं चाललं. मग तिलाही काही त्रास सुरू झाले. तिची मुलंही मोठी झाली. तोपर्यंत मी ५५ वर्षांचा झालो होतो; पण मित्रा बाबू, तेव्हाच तर पुरुषाचं खरं आयुष्य सुरू होतं ना? मग मला भेटली, सावित्री. अवघ्या तिशीत विधवा झालेली ती बिचारी... पदरात लहान मुलं. तिला मी खूप आधार दिला. आम्ही पंधरा वर्षं एकत्र होतो. मग एके दिवशी, तिच्या मुलाला मुंबईत नोकरी मिळाली आणि ते कायमचे इथून निघून गेले. मी पुन्हा एकटा पडलो. वयसुद्धा वाढलं होतं; पण वयाचं काय होऽऽ? तुम्ही मनातून जितके स्वतःला तरुण किंवा वृद्ध

समजता, ते तुमचं वय! माझं नशीब चांगलं म्हणून मला सावित्री गेल्यानंतर सुदक्षिणा भेटली. आता ती पन्नास वर्षांची आहे; पण ठीक आहे...''

''चेतनाच्या आईला हे सगळं माहिती आहे का?''

''अर्थात! ती स्त्री आहे ना? स्त्रियांची नाकं निराळीच असतात, मित्रा बाबू. लग्न झालेल्या स्त्रीचं नाक तर विशेष तीक्ष्ण बनतं. आपल्या नवऱ्याजवळून एखादी बाई नुसती चालत गेली तरी बायकोच्या नाकाला लगेच सुगावा लागतो.''

दारू, घाटावर जळणारी प्रेतं आणि स्वयंपाकघरात तळत असलेली मच्छी यांचा संमिश्र दर्प मला प्रचंड अस्वस्थ करत होता. आईच्या नाकातून अजूनही रक्त येत होतं. तरीही ती कशीबशी बाबांसाठी मच्छी तळत बसलेली.

''बरंऽऽ, ग्रद्धा बाबू, उद्या आय.जी. साहेबांना भेटायला जायचंय ना? मी गाडी आणतो...'' संजीवकुमारने उठून, आळोखेपिळोखे देत, कंटाळलेल्या आवाजात बाबांना सांगितलं.

''नको, नको. कशाला ते? आपण रिक्षा करू याऽऽ...'' बाबांनी विनम्रतेचा आव आणत म्हटलं.

''उंऽऽ... हाऽऽ... मी खरंतर तुम्हाला काय सांगायला आलो होतो... चेतनाला ही नोकरी मिळण्याबद्दल... मी - म्हणजे, माझी वाहिनी - तिला ही नोकरी मिळवून देण्यासाठी कंबर कसणार आहे. आम्ही सगळे तिच्या पाठीशी उभे आहोत.''

संजीवकुमारचं बोलणं ऐकून बाबा हरखून गेले!

''होऽऽ? खरंच की काय? चेतू? ओऽऽ चेतू... इकडे ये लवकर!''

बाबांचा आवाज ऐकून मी खोलीत आले. मला पाहून बाबा उद्गारले,

''चेतू? अगं ऐकलंस का? संजू बाबूंची वाहिनी तुला ही नोकरी मिळवून द्यायला सज्ज झालेय. संजू बाबूंच्या रूपाने आपल्या घरी देव अवतरलाय, पोरी! मी सांगतो तुला, या माणसाला कधीही विसरू नकोस. तो आपला देव आहे; आपला तारणहार आहे!'' असं म्हणून, बाबांनी संजीवकुमारचा हात प्रेमाने आपल्या हातात घेतला आणि रडू लागले.

''छे! ग्रद्धा बाबू, काय हे? मी काय म्हणतोय ते ऐकून तरी घ्या...'' असं म्हणत, संजीवकुमारने बाबांना त्याच्या शेजारी पलंगावर बसवलं आणि माझ्याकडे अलिप्त कटाक्ष टाकत म्हणाला,

''आपण चेतनाला हे काम मिळवून देऊ. आपल्या देशात मृत्युदंडाच्या शिक्षेला सध्या खूप विरोध होत असला तरी, बहुतांश न्यायाधीशांना ही शिक्षा चालू ठेवण्यात रस आहे; त्यामुळे तिची नोकरी जाण्याचा प्रश्नच येत नाही आणि तसंही मी आहे ना माझ्या बायकोची काळजी घ्यायला...''

हे ऐकून, बाबा आणखी भावुक झाले. ते संजीवकुमारला म्हणाले,

"संजू बाबू, तुमचे हे उपकार मी कसे फेडू? तुम्ही आम्हाला इतकी मोठी मदत करताय की, त्या बदल्यात तुम्ही माझा आत्मा मागितला ना, तर तोसुद्धा मी हसत काढून देईन."

"आत्मा नको; पण तुमचा जीव मात्र हवाय मला–"

"जीव?"

"अहो, म्हणजे तुमच्या जीवनकथा हव्या आहेत आम्हाला."

संजीवकुमारचं बोलणं ऐकून बाबा गप्प झाले. दारूचा अंमल चांगलाच चढलेला दिसत होता; पण त्यांच्या डोक्यात विचारांचं चक्र गरगर फिरत असल्याचं त्यांच्या डोळ्यांतले बदलते भाव बघून समजत होतं. संजीवकुमार सांगत होता,

"तुम्हाला लक्षात येतंय का, ग्रद्धा बाबू? तुम्ही इतक्या लोकांना फासावर चढवलंय. तुमच्या पोतडीत किती सुरस गोष्टी असतील सांगण्यासारख्या...! तुम्हाला कदाचित माहिती नसेल; पण ज्या कंपनीकडे आमच्या वाहिनीची मालकी आहे, त्या कंपनीची तब्बल १२७ प्रकाशनं आहेत! आणि आता ते जे नवीन प्रकाशन काढत आहेत, त्याखाली त्यांना तुमचं आत्मचरित्र छापण्याची इच्छा आहे."

"हंऽऽ..." बाबा आपली दाढी कुरवाळत बोलू लागले. "एखाद्या अंकासाठी असेल तर माझी हरकत नाही..."

"नाही. त्यांना मालिका बनवायची आहे."

"खूप वर्षं झाली हो, संजू बाबू... इतकं सगळं आता माझ्या लक्षात नाही," – स्वतःला या सगळ्या क्लिष्ट प्रकारातून वेळीच बाहेर काढण्याच्या पवित्र्यात, बाबा जागचे उठून म्हणाले.

संजीवकुमारला हा नकार पचनी पडला नाही. आवाजाची धार वाढवत तो बाबांना म्हणाला,

"तसं असेल तर मग चेतनाला ही नोकरी मिळणंसुद्धा कठीण होईल."

त्यावर बाबांनी संजीवकुमारकडे दुखावलेल्या चेहऱ्याने पाहत म्हटलं,

"संजू बाबू, वैयक्तिक पातळीवर तुम्हाला माझे अनुभव सांगायला माझी मुळीच हरकत नाही; पण मासिक-पुस्तकात त्यांचा गवगवा करणं, हे मला फारसं रुचत नाही. खूप खासगी आठवणी आहेत त्या."

संजीवकुमारने बाबांचं मन वळवण्याचा बराच प्रयत्न केला; पण ते काही बधले नाहीत. अखेर त्यांनी वेगळा तोडगा काढला. ते संजीवकुमारला म्हणाले,

"आपण एक काम करू शकतो. फाशी दिल्यानंतर, मी तुमच्या वाहिनीसाठी खास मुलाखत देईन. फक्त तुम्हाला. तुम्ही काय म्हणता त्याला? हाऽऽ,

एक्सक्लुसिव! खरं सांगायचं तर मला लंडन, अमेरिका येथील अनेक वाहिन्यांची, अशी मुलाखत देण्यासाठी आमंत्रणं येत आहेत. त्यासाठी ते मला लाखो रुपये द्यायला तयार आहेत; पण मी तुमच्या वाहिनीकडून एक छदामही घेणार नाही. अखेर, तुम्ही माझे होणारे जावई आहात. मी तुमच्याकडून मोबदला कसा मागू शकतो?''

संजीवकुमारने काही वेळ विचार करून उत्तर दिलं,

''तसं असेल, तर मला तुमची नाही, चेतनाची मुलाखत घ्यायला आवडेल.''

माझ्या काळजात धस्स झालं. संजीवकुमार पुढे बोलू लागला,

''यापुढे चेतना जिथे जाईल, तिथे आमच्या वाहिनीचे वार्ताहर तिच्या सोबत असतील. तिने इतर कोणत्याही वृत्तपत्राला, मासिकाला अथवा वाहिनीला एकही मुलाखत अथवा विधान देऊ नये. फाशीची अंमलबजावणी होईपर्यंत केवळ आमची वाहिनी तिच्यासोबत असेल; अगदी सावलीसारखी.''

बाबांना काही उमजेना. तोंड उघडं टाकून ते संजीव मित्राकडे पाहत बसले. तो अजून बोलतच होता.

''आता उदाहरणार्थ, ती जेव्हा आय.जी. किंवा डी.जी.पी. साहेबांना भेटायला अलिपूर कारागृहात जाईल, तेव्हा आम्ही तिच्यासोबत जाऊ. ती तिथे काय करते, काय बोलते हे सगळं चित्रित करू. त्यासाठी आम्ही व्यवस्थित किंमतसुद्धा मोजू...''

असं बोलून, संजीवकुमारने खिशातून एक दुमडलेला कागद काढून माझ्यासमोर धरला. स्टॅम्प पेपर बघण्याची आणि सही करण्याची ती माझी पहिलीच वेळ होती. स्टॅम्प पेपरवर लिहिलेला मजकूर पुढीलप्रमाणे होता :

> मी, चेतना मलिक, फणीभूषण ग्रद्धा मलिक यांची कन्या, आजपासून पुढचे चोवीस दिवस - म्हणजेच, २४ जूनपर्यंत - सी.एन.सी. पब्लिशिंग हाउसच्या मालकीची असलेल्या सी.एन.सी. वाहिनीला माझ्या मुलाखती छापण्याचा आणि दाखवण्याचा एकमेवाधिकार देऊ करते. २४ जूनला जतिंद्रनाथ बॅनर्जीच्या फाशीची तारीख ठरवली गेली आहे. केंद्र सरकारने ठरवलेल्या या घटनेशी निगडित माझ्या ज्या काही मुलाखती होतील, त्या केवळ सी.एन.सी.ला दिल्या जातील. सी.एन.सी.शिवाय इतर कोणत्याही वृत्तपत्र, नियतकालिक, रेडिओ किंवा टी.व्ही. वाहिनीशी मी या संदर्भात कुठल्याही प्रकारचा संपर्क ठेवणार नाही. या कराराअंतर्गत, मला सी.एन.सी.कडून एकूण ५००० रुपयांची रक्कम मिळणार आहे. त्यांपैकी १००१ रुपये मला आगाऊ देण्यात आले आहेत.

आपली विनम्र,
(सही)

प्रथम साक्षीदार : फणीभूषण ग्रद्धा मलिक
द्वितीय साक्षीदार : संजीवकुमार मित्रा

बाबांनी या सगळ्या प्रकाराबद्दल माझं मत विचारलं नाही. नुसता सही करण्याचा आदेश दिला. मी सही केली. संजीवकुमारने माझ्या हातावर १००१ रुपये ठेवले; म्हणजे त्याने १००० रुपये बाबांच्या हातात ठेवले आणि एक रुपयाचं नाणं माझ्या हातात ठेवताना मुद्दाम माझ्या बोटांना स्पर्श केला. खरंतर त्या तरुण वयात अशा स्पर्शाने मी मोहरून जायला हवं होतं; पण संजीवकुमारचा स्पर्श मोहरून टाकणारा नव्हता. त्यात एक प्रकारची चीड व त्रागा होता. त्याने दिलेलं एक रुपयाचं नाणं माझ्या तळहाताला भाजत होतं! काही न बोलता मी मागे वळून माझ्या खोलीकडे चालू लागले; पण एरवी तुरुतुरु पळणारे माझे पाय त्या दिवशी गोठल्यासारखे झाले होते. डोक्यात विचारांचं थैमान चालू होतं. सगळ्यावर किंमत लावली जात होती. सगळ्याचा बाजार मांडला जात होता – माझ्या शब्दांचा, हालचालींचा, अनुभवांचा...! मनात खोलवर काहीतरी ठुसठुसल्यासारखं वाटू लागलं किंबहुना एखाद्या घाणेरड्या किड्याने आपल्या मनात प्रवेश करून वळवळ सुरू केलीय, असं वाटू लागलं.

७

"खरंच? त्यांनी सभापती व्हायला होकार दिला? वा! उत्तम बातमी आहे; अगदी ऐतिहासिक क्षण आहे, म्हणा ना!" वाहिनीच्या गाडीच्या पुढच्या आसनावर बसून, संजीवकुमार आपल्या मोबाइल फोनवर एका व्यक्तीशी बोलत होता. बोलून झाल्यावर, त्याने मागे वळून पाहिलं आणि उद्गारला,

"अरे, अतुल... ग्रद्धादा... सोमूदाने लोकसभेचे सभापती होण्यासाठी मंजुरी दिली आहे. काल दिवसभर चर्चा रंगली होती, आठवतं ना? पण या बातमीची अधिकृत घोषणा आज संध्याकाळी ६ वाजता होणार आहे."

कालपासून टी.व्ही.वर सतत एकच चर्चा रंगली होती. ती म्हणजे, सी.पी.एम.ने नव्या संसदेत लोकसभा सभापतीचं पद स्वीकारावं की नाही? त्याही आधी ही

चर्चा रंगत होती की मुळात सी.पी.एम.ने संसदेत प्रवेश करावा की नाही? मात्र, आमच्या घरच्यांचे डोळे लागले होते ते जतिंद्रनाथ बॅनर्जीच्या फाशीकडे किंवा माझ्या नेमणुकीबद्दल काही सांगत आहेत का याकडे. ठाकूमाने तर माझ्या नेमणुकीच्या बाजूने आणि विरोधात काय-काय म्हटलं जाईल याची जंत्री तयार केली होती. मात्र, मला या सगळ्यात काही रस नव्हता. मला वादविवाद आवडत नव्हते; कुणाचा जीव जातोय ही कल्पना आवडत नव्हती. ठाकूमाने मला खूप समजावलं होतं की, आमच्या घराण्याचा इतिहास काय होता हे मी लक्षात घ्यावं; जल्लाद म्हणून आपल्या हातात कशी एक प्रकारची सत्ता आहे याचं भान ठेवावं; पण सलवार-कुर्ता घालून, दोन वेण्या बांधून सी.एन.सी.च्या गाडीत मागच्या बाजूला बसून मला या सगळ्याचा तिटकारा येत होता. सोनिया गांधी प्रधानमंत्री झाल्या काय किंवा ज्योती बसू झाले काय – मला सगळंच सारखं वाटत होतं.

माझं बहुतांश आयुष्य चितपूरमध्येच स्थिरावलेलं होतं. चितपूरच्या पुढचे भाग पाहण्याची फारशी कधी वेळच आली नव्हती. शाळेत असताना एक-दोन वेळा शहरात गेलो होतो आणि दुर्गापूजेच्या वेळी कालिघाटाला जायचो – असे ठरावीक प्रसंग सोडल्यास शहर आणि माझा फारसा संबंध नसे; त्यामुळे त्या दिवशी शहराची गर्दी, भोंग्यांचे आवाज, मोठमोठ्या इमारती हे सगळं माझ्या अंगावर येऊ लागलं.

संजीवकुमारच्या गाडीचं वातानुकूलन जोरात होतं. ठाकूमाच्या पाया पडून आणि आई व रामूदाचा निरोप घेऊन घरातून निघताना मी बऱ्यापैकी घामेजले होते; त्या तुलनेत गाडीतला गारवा सुखावह वाटत होता. कॅमेरामनने सांगितलं त्या जागेवर मी आणि बाबा जाऊन बसलो. गाडी सुरू होण्याआधीच त्याने चित्रीकरण सुरू केलं. एरवी मला माझ्या दिसण्याबद्दल बराच न्यूनगंड असे; पण स्वतःला एकदा टी.व्ही.वर बघितल्यानंतर आता मला त्या गोष्टीची भीती उरली नव्हती.

गाडीच्या काळ्या काचांमधून मी बाहेरून धावत असलेल्या शहराच्या आ वासलेल्या जबड्यामध्ये डोकावून पाहत होते. सगळ्या भिंतींवर हातोडा व कोयत्यांची छायाचित्रं डकवली होती. या ना त्या पक्षाला मत देण्याची आव्हानं लावली होती. पडक्या भिंती. खड्डे पडलेले रस्ते. रिक्षा ओढत जाणारी कृश माणसं. चिंध्यांमध्ये लपेटलेली तान्हुली कडेवर घेऊन भीक मागणाऱ्या बायका.

गरगरा फिरणाऱ्या डोळ्यांची आणि जटा झालेल्या केसांची एक वेडी बाई, हात-पाय झाडत आमच्या गाडीमागे धावत होती. तिला बघून माझं मन कातर झालं. मागे वळून-वळून मी तिच्याकडे पाहत बसले. जात्रेमध्ये बिबेक हे पात्र जेव्हा मंचावर येतं, तेव्हा मुख्य गायक/गायिका सोडल्यास बाकी गायकसंघ

पडद्याआड जातो. बिबेकचं पात्र आपल्या गाण्यामधून जात्रेला पैसे मिळवून देतं. त्या क्षणी मला असं वाटलं की, ती वेडी बाई हा माझा बिबेक (माझी सद्सद्विवेकबुद्धी) होती आणि ती गात नव्हती, तर जिवाच्या आकांताने ओरडत होती! मला माझ्या निर्णयाबद्दल संदेह वाटू लागला.

"ज्योती बाबूंनी त्या वेळी जो निर्णय घेतला होता, तो फारसा योग्य नव्हता..." मिशीला पीळ देत बाबा संजीवकुमारशी गप्पा मारत होते. मध्येच त्याच्याकडे रुंद हास्य फेकत उद्‍गारले, "संजू बाबू, मी काय सांगतोय ते लिहून ठेवा. आमच्या – म्हणजे, माझ्या आणि ज्योती बाबूच्या मृत्यूनंतर – आम्ही दोघे भारतातच नव्हे तर पूर्ण जगात प्रसिद्ध होऊ! आमचं शरीर नष्ट झालं तरी आमची कीर्ती अमर ठरेल."

"ग्रद्धादा, तुम्ही पण नाऽऽ..."

मला अस्वस्थ वाटू लागलं. फाशीस्तंभाकडे नेत असलेल्या व्यक्तीला असंच वाटत असावं. पुढे काय, पुढे काय होणार, आपल्यापुढे काय वाढून ठेवलंय याची सतत भीती. माझ्यापुढे काय वाढून ठेवलंय हे मला आता अजिबात समजत नव्हतं आणि ती अनिश्चितता मला असह्य होत होती. अलीकडे मला माझे हात लपवून ठेवावेसे वाटू लागले होते. ज्या दिवशी मला हे समजलं की, माझ्या हातात एखाद्या व्यक्तीला मारून टाकण्याची ताकद आहे; त्या दिवसापासून मला माझ्या हातांची भीती वाटू लागली. आताही मी प्रचंड घाबरलेले होते.

आम्ही गाडीमधून उतरलो तशी मी बाबांना हाक मारली,

"बाबाऽऽ..."

"उंऽऽ हूं...?"

पुढे कसं बोलावं हे मला समजेना. घशाला कोरड पडली होती. अखेर, कसाबसा धीर एकवटून, मी म्हणाले,

"बाबा, मला हे काम करायचं नाही."

"का? काय झालं? माझी चेतना घाबरली का?" बाबा काही उत्तर देण्याआधीच, खिशातून लाल कंगवा काढून आपल्या बटा सावरत, संजीवकुमारने मधाळ स्वरात टोमणा मारला. मग तो माझ्या जवळ आला आणि प्रेमाने ओथंबलेल्या चेहऱ्याने माझ्याकडे बघत म्हणाला, "घाबरू नकोस, चेतना. सगळं ठीक होईल. काळजी करण्याचं कारण नाही."

माझा चेहरा खर्रकन उतरला. बाबा आपल्या मिशीला पीळ देत, माझ्याकडे खाऊ की गिळू नजरेने बघत होते.

"इथपर्यंत येऊन माघार घेणं अयोग्य ठरेल, चेतना. हे बघ, बावळटपणा करू नकोस. सरकारी नोकरी मिळवण्यात लोकांचे जन्म निघून जातात. तुझं

नशीब इतकं चांगलं आहे की, तुझ्याकडे ही नोकरी चालत आली आहे. सध्या जरी कंत्राटी नोकरी असली, तरी मी तुला वचन देतो - पुढे जाऊन तुझी नोकरी कायमस्वरूपी केली जाणार आहे; त्यामुळे तुझ्या कुटुंबाला चांगले दिवस येतील. त्यांची इतक्या वर्षांची पैशाची चणचण थांबेल.''

''मला इतर काही काम मिळू शकणार नाही का? मला जमेल असं...?''

माझ्या या प्रश्नावर संजीवकुमार जोरात हसला आणि म्हणाला, ''बेअक्कल आहेस का गं तू, चेतना? जेमतेम बारावी उत्तीर्ण मुलगी तू! तुला अजून चांगलं सरकारी काम काय मिळणार, सांग बरं? ही नोकरी तुझ्या पदरात पडतेय हे नशीब समज!''

आता बाबाही क़रवादले होते. त्यांनी संजीवकुमारच्या बोलण्याला दुजोरा देत म्हटलं, ''त्यात घाबरण्यासारखं काही नाही आणि तू एकटी नसणार आहेस. मी आणि सुदेव, दोघे तुझ्यासोबत असणार आहोत. फक्त, शेवटचा खटका तुला ओढायचाय, इतकंच! हे बघ, आपल्या घराण्यातल्या कित्येक पिढ्या हेच काम करत मोठ्या झाल्या. त्यात लाज वाटण्यासारखं किंवा घाबरण्यासारखं काही नाही. आणि आता पुरे झालं तुझं हे घाबरणं वगैरे ... नाहीतर आता माझा आवाज चढेल हंऽऽ...''

इतकं बोलून, बाबा आमच्यापुढे पाय आपटत चालू लागले तसा संजीवकुमार माझ्याजवळ येऊन म्हणाला, ''तू हे करू शकतेस, चेतना. तू धीराची आहेस. इतर मुलींसारखी मुळुमुळु रडणारी नाहीस. सावर स्वतःला आणि चल. मी आहे तुझ्यासोबत.''

त्याच्या त्या आकस्मिक मृदू झालेल्या आवाजाने मला रडू फुटलं. ज्या प्रेमाने मला आधी फसवणुकीचा विळखा घातला होता आणि ज्यासाठी मी त्या प्रेमाला मारू पाहिलं होतं, ते आता पुन्हा माझ्यावर स्वार होऊ पाहत होतं. माझ्या हृदयामध्ये असंख्य भावनांचा कल्लोळ उठला. फार असहाय, गोंधळलेलं वाटू लागलं. आता पुन्हा मी त्याच्या प्रेमात पडते की काय, अशी मला भीती वाटू लागली. मी त्याच्या डोळ्यांत रोखून बघण्याचा प्रयत्न करू लागले. मला ज्या प्रेमाची, विश्वासाची अपेक्षा होती, ते त्याच्या डोळ्यांमध्ये सापडतंय का याचा शोध घेऊ लागले; पण काळ्या काचांआड लपलेल्या त्याच्या डोळ्यांमधले (खरे) भाव मला दिसेनात. मग मी त्यावर विश्वास ठेवायचं ठरवलं की, संजीवकुमारही माझ्या प्रेमामध्ये पडला होता आणि त्या विश्वासाच्या बळावर, मी बाबांमागे चालू लागले.

राइटर्स बिल्डिंगच्या ई-ब्लॉकमधील चौथ्या मजल्यावर असलेल्या कचेरीच्या दरवाजापर्यंत कॅमेरामन आमच्या मागावर होता. मात्र, 'ए.डी.जी.पी. ॲन्ड ए.जी.सी.एस.'

अशी पाटी असलेल्या त्या दरवाजाच्या आत यायला त्याला परवानगी नव्हती. मला असं वाटायचं की, एवढ्या मोठ्या अधिकाऱ्याचं कार्यालय अतिशय सुंदर इमारतीमध्ये, ऐसपैस आणि सुशोभित असं असेल. त्या पार्श्वभूमीवर, रंग उडालेल्या जुनाट इमारतीतलं, भिंतीवर पानाच्या पिचकाऱ्या असलेलं आणि अंगणात पाण्याच्या रिकाम्या बाटल्या आणि चहाच्या मोडक्या कपांचे ढीग असलेलं कार्यालय पाहून माझा विरस झाला. आम्हाला एक तास थांबावं लागलं. अचानकपणे ५७ आय.पी.एस. अधिकाऱ्यांच्या बदलीचे आदेश येऊन ठेपले होते; त्यामुळे तिथे बराच गोंधळ उडाला होता. सुमारे ११.३० वाजता पान खात आणि अत्यंत कंटाळलेल्या पद्धतीत पाय ओढत, अजय चक्रबर्ती आपल्या कार्यालयामध्ये दाखल झाले. त्यांचा निरुत्साहीपणा पाहून, त्या क्षणी ते मला शाळेला जायचा कंटाळा करत असलेल्या लहान मुलासारखे वाटले! आल्या-आल्या त्यांनी माझ्याकडे कटाक्ष टाकला. क्षणार्धात, बाबा उभे राहिले आणि मोठ्या विनम्रतेने त्यांनी चक्रबर्ती साहेबांसमोर हात जोडले. आय.जी.साहेबांची नजर मात्र माझ्यावरच स्थिरावली होती. अत्यंत बेशरमपणे त्यांनी मला डोक्यापासून पायापर्यंत निरखून घेतलं.

"काय, फणी? ही तुझी मुलगी का?" विचित्र पद्धतीने तोंडातलं पान चावत, डोळे बारीक करून चक्रबर्तींनी विचारलं.

इतक्यात संजीवकुमार पुढे झाला आणि स्वतःची ओळख करून देत त्याने आय.जी.शी हस्तांदोलन केलं. आम्हाला आय.जी.च्या कार्यालयात बोलावलं गेलं. धडधडत्या हृदयाने मी, बाबा आणि संजीवकुमारच्या मागून आत शिरले.

जुजबी विचारपूस झाली. संजीवकुमारला बसण्यासाठी खुर्ची दिली गेली. बाबा लाचारासारखे वाकून उभे राहिले. मी तर भीतीने गारठून बाबांच्या मागे दडले होते.

इतक्यात, आय.जी.ने मला विचारलं,

"नाव काय गं तुझं?"

"चेतना," बाबांनी उत्तर दिलं.

आपल्या खुर्चीला पाळण्यासारखे हेलकावे देत, माझ्यावर नजर रोखून, आय.जी.ने बाबांना विचारलं,

"इतक्या सुंदर मुलीला या असल्या कामासाठी कशाला धाडतो आहेस रे, फणी?"

इथे, संजीवकुमारने हस्तक्षेप करत उत्तर दिलं,

"ती चांगली बारावी उत्तीर्ण आहे. तेही अगदी उत्तम टक्के गुण मिळवून..." असं म्हणत त्याने माझ्याकडे टाकलेला अभिमानाचा कटाक्ष, मनात बोचू लागला.

"त्यापुढे तिला शिकवण्याची माझी ऐपत नव्हती, बाबू. तुम्हाला तर सगळं

माहिती आहे...''

बाबा बोलू लागले तसे आय.जी.साहेब एकदम ओरडून म्हणाले,

''गप्प बस रे, फणी! सतत आपलं रडगाणं गात असतोस ते! गप्प बस!''

बाबांपेक्षा अर्ध्या वयाचा हा माणूस, त्यांच्यावर इतक्या अधिकारवाणीने ओरडतोय आणि बाबा निमूटपणे ऐकून घेताहेत, हे दृश्य माझ्यासाठी फार परकं होतं! मला आणखी भीती वाटू लागली. हे जग फार निराळं होतं आणि इथे मी माझ्या बाबांचं बोट धरून वावरू शकणार नव्हते, हे स्पष्ट होतं.

टेबलावरची फाइल हातात घेऊन आय.जी.साहेब संजीवकुमारकडे बघत म्हणाले,

''तुम्ही मला चांगलंच कोंडीत पकडलंय हंऽऽ, संजीव बाबू!''

''जरा भावनेने काम घ्या हो, अजय बाबू... सरकारने ग्रद्धादांसाठी एवढंही करू नये का? अखेर, त्यांनीही इतकी वर्षं पक्षाला पाठिंबा दिला आहे.''

''ते सगळं बरोबर आहे होऽऽ... पण असं बघा... जल्लादासाठी लिहून ठेवलेले हे नियम बघा काय म्हणताहेत...'' असं म्हणून, चक्रबर्ती साहेब नियमावली वाचून दाखवू लागले.

''पात्रता : जल्लादाच्या कामासाठी अर्ज करणारी व्यक्ती सज्ञान असावी. उंची किमान ५ फूट ४ इंच असावी. या पदासाठी केवळ पुरुषांनी अर्ज भरावा.''

आमच्याकडे रोखून बघत ते पुढे म्हणाले,

''समजतंय का काही? यात असं स्पष्ट लिहिलेलं आहे की, हे पद केवळ पुरुषालाच दिलं जाईल.''

उत्तरादाखल, संजीवकुमारने आपल्या डोळ्यांवरचा चष्मा काढून पुसला आणि म्हणाला,

''पण आम्हाला सरकारकडून विशेष परवानगी मिळाली आहे. स्त्रियांनाही या पदासाठी अर्ज करता यावा यासाठी सरकारने मंजुरी दिलेली आहे. मग आता काय समस्या आहे?''

''संजीव बाबू, अहो हे एखादं सामान्य काम आहे का? जल्लादाचं मन कठोर पाहिजे. फाशी देताना ऐन वेळी जर जल्लाद मुळुमुळु रडू लागला किंवा त्याचं अवसान गळालं, तर त्यालाच शिक्षा होते. तुम्हाला हे सगळं ठाऊक असेलच, हो की नाही?''

''अहो, अजय बाबू... तुम्ही चेतनाला ओळखत नाही म्हणून तिच्या कणखरपणाबद्दल तुम्हाला शंका वाटते; पण मी सांगतो नाऽऽ... तिचं मन आणि मेंदू आपणा पुरुषांपेक्षाही कणखर आहे.''

हे बोलताना संजीवकुमारने माझ्याकडे टाकलेला कौतुकाचा कटाक्ष मला लाजवून गेला. आय.जी.साहेब मात्र अजूनही ऐकायला तयार नव्हते.

"संजीव बाबू, या बायकांचं काही सांगू नका. त्यांचं मन सरड्याच्या रंगापेक्षा पटापट बदलत असतं. हे बाईने करण्याचं काम नव्हे."

"स्त्रीहक्क समित्यांनी तुमची ही मतं ऐकली नाहीत म्हणजे मिळवलं..." आय.जी.कडे हलकं स्मित टाकत संजीवकुमारने टोमणा मारला.

इतक्यात, बाबा मध्ये पडले. त्यांनी अगदी विनम्र आवाजात विचारलं,

"आय.जी.बाबू, तुमची हरकत नसल्यास या फणीने एक सुचवलं तर चालेल का? फाशी देण्याच्या प्रक्रियेचं सगळं प्रात्यक्षिक चेतनाने तुमच्यासमोर करून दाखवलं तर? मग तरी तुमचा तिच्यावर विश्वास बसेल का?"

यावर आय.जी.ने माझ्यावर नजर रोखून विचारलं,

"काय गं, पोरी? तुझा बाप म्हणतोय तसं करून दाखवू शकशील का?"

मला काय उत्तर द्यावं हे सुचेना. मान खाली घालून मी तशीच उभी राहिले; पण शरीरामध्ये एक प्रकारचा आत्मविश्वास संचारून गेला खरा!

"हंऽऽ, संजीव बाबू, ही काही कायमस्वरूपी नोकरी असणार नाही..." आय.जी.ने आम्हाला सावध करत म्हटलं.

"हो, हो... आम्हाला ठाऊक आहे, अजय बाबू. हे कंत्राटी काम आहे. दरमहा जेमतेम ७५ रुपये मोबदला मिळेल. जेव्हा कधी बोलावलं जाईल, तेव्हा चेतनाला हजर राहावं लागेल... चेतनाची या सगळ्याला तयारी आहे," बाबा मध्येच बोलून गेले.

"पण मग सुखदेव मलिकचं काय?"

"काय, आय.जी. बाबू? तुम्हाला काय तो नवीन आहे का? खटका ओढण्याची वेळ आली की, त्याला चक्कर येते. त्याला बारीकसारीक कामंच बरी..." बाबा काकूबद्दल कुरकुरले.

"तसं असेल तर मग आम्ही त्याला दरमहा ७५ रुपये मोबदला का द्यावा? तो बंद करून टाकला पाहिजे!" आय.जी. कडाडले. तरीही, बाबा मात्र शांत राहिले. त्यांनी आय.जीं.कडे दुःखी कटाक्ष टाकला आणि म्हणाले,

"तुमच्यासारख्या एवढ्या मोठ्या माणसाने असं बोलावं, याबद्दल फार वाईट वाटतं, बाबू! अहो, त्याला त्याचं कुटुंब नाही का? त्यांचं पोट भरणं हे त्याचं कर्तव्य नाही का? तो खटका ओढू शकत नसला तरी इतर कामासाठी मला त्याची खूप मदत होते, बाबू. तुम्हाला मी नेहमी सांगतो, जल्लादाला दोन साहाय्यकांची गरज असते आणि तसंही आय.जी.बाबू, आमच्या ग्रद्धा मलिक घराण्याचं एक वैशिष्ट्य आहे. आमच्याकडे एका पिढीमध्ये एकच जल्लाद अजरामर होतो. हाच आमचा इतिहास आहे."

संजीवकुमारकडे अभिमानाचा कटाक्ष टाकत, बाबा एक गोष्ट सांगू लागले.

"ऐका, संजू बाबू... एक सुरस गोष्ट सांगतो. सुमारे १९२३ चं वर्ष असावं. बंगालचा करार होत असण्याचा तो काळ. मी जेमतेम ६-७ वर्षांचा लहान मुलगा होतो. माझ्या दादूंसोबत मी बरेचदा न्यायालयात जात असे. त्या काळी देशबंधू चित्तरंजन दास हे मोठे नावाजलेले वकील होते. मला भेटले की, ते दरवेळी माझ्या हातावर १ आण्याचं नाणं ठेवत असत. तुम्हाला चित्तरंजन दास माहिती असतीलच, हो ना संजू बाबू? किती मोठा माणूस! पण दुर्दैवाने, भारतीयांना त्यांची महती कधीच समजली नाही. चित्तरंजन बाबूंनी एक असा करार घडवून आणला होता की, मुसलमानांच्या मशिदीवरून मिरवणूक नेत असताना, हिंदू लोक मोठमोठ्याने गाणी गाणार अथवा वाद्य वाजवणार नाहीत आणि खरोखरच गरज असेल, तेव्हा गोहत्यासुद्धा कायदेशीर मानली जाईल. बापरे! त्या कराराने काय खळबळ माजली होती म्हणून सांगू? ठिकठिकाणी भांडणं, मारामाऱ्या होऊ लागल्या. अशाच एका अटीतटीच्या प्रसंगी, ब्रिजेंद्र सिंग नावाच्या माणसाने एका मुस्लीम माणसाला मरेपर्यंत बदडलं. या हत्येबद्दल ब्रिजेंद्र सिंगला फाशीची शिक्षा ठोठावण्यात आली. त्या काळी माझा मोठा भाऊ नागभूषण मलिक, माझ्या वडिलांना साहाय्यक म्हणून कारागृहात जात असे. मात्र, ब्रिजेंद्र सिंगच्या फाशीच्या दिवशी, नेमका बाबांना फणफणून ताप आला. म्हणून मग नागूदाला फाशी देण्यासाठी पाचारण करण्यात आलं. फाशी द्यावी लागणार या विचाराचा ताण असह्य होऊन, नागूदा दिवसभर दारू पीत बसला. पुढची अर्धी रात्रही त्याने तशीच दारू पीत घालवली. अखेर पहाटे फाशी द्यायची वेळ आली, तेव्हा नागूदा इतका झिंगला होता की, त्याला धड चालता येईना. पोलिसांनी त्याला कसंबसं पहाटे ३.३०ला जागं केलं आणि फाशीस्तंभाकडे घेऊन गेले. नागूदाला डोळे उघडणंही कठीण जात होतं. ४ वाजता, ब्रिजेंद्र सिंगला फाशीस्तंभाकडे आणलं गेलं. नागूदावर दारूचा अंमल इतका भारी होता की, त्याला त्या माणसाचं डोकं कुठे आहे आणि पाय कुठे आहेत हेही नीट ठरवता येईना! शेवटी त्याने कसंबसं अंदाजाने ब्रिजेंद्र सिंगच्या चेहऱ्यावर काळा मुखवटा चढवला. तो चपखल बसला नाही. मात्र, त्याकडे लक्ष न देता, नागूदाने ब्रिजेंद्रच्या गळ्यात दोर अडकवला. आता ब्रिजेंद्रचा गळा निमुळता आणि नाक भलंमोठं होतं. त्यासाठी त्याला 'घुबड' म्हणून चिडवलंही जात असे. नागूदाला वाटलं की, आपण ब्रिजेंद्रच्या गळ्यात दोर अडकवला आहे; पण वास्तविक त्याने तो त्याच्या नाकात अडकवला होता! आपल्या मद्यधुंद अवस्थेत, नागूदाने काही न बघता खटका ओढला..."

इथे, बाबा थांबले आणि आम्हा तिघांच्या चेहऱ्यावर काय प्रतिक्रिया आहेत याचा अंदाज घेत पुढे बोलू लागले,

"खरंतर अशा प्रसंगी, गळ्यातला दोर निघून आला पाहिजे; पण तसं झालं

नाही. नागूदाने खटका ओढल्यावर, खालची फळी सरकली आणि ब्रिजेंद्र आपल्या नाकाला लावलेल्या दोरखंडाने लटकू लागला. काही क्षणांसाठी, त्याच्या पायाने झटापट केली आणि मग सगळं शांत झालं. हा प्रकार पाहून, तिथे हजर असलेले इंग्रज अधिकारी आणि डॉक्टर सुन्न झाले! अशा पद्धतीने फास लावून माणूस मरू शकतो हे बघण्याची त्यांची पहिलीच वेळ होती. तळघरात जाऊन मृत ब्रिजेंद्रच्या देहाची तपासणी करणारा डॉक्टर तर अजूनच थक्क झाला. मानेची हाडं अगदी चपखल तुटली होती! इंग्रजांना नागूदाच्या कौशल्याचं प्रचंड कौतुक वाटलं. त्यांनी त्याला तब्बल १०० पौंडांचं इनाम दिलं. बाबू, एक गोष्ट लक्षात ठेवा. आम्ही ग्रद्धा मलिक अगदी झोपेतून उठून जरी फाशी द्यायला गेलो ना, तरी आमच्या हातून चूक होणं अशक्य आहे. आमची फाशी नेहमी निर्दोषच असणार!''

मी बाबांकडे मोठ्या कौतुकाने बघितलं. त्यांच्यासारखी रंगवून कथाकथन करणारी व्यक्ती मी आजतागायत बघितलेली नाही. ते नुसते गोष्टी सांगण्यातच तरबेज नव्हते, तर गोष्टीमध्ये काय सांगावं आणि काय लपवावं हेही त्यांना व्यवस्थित अवगत होतं. उपरोक्त घटनेचं इतकं सुरस वर्णन करताना, बाबांनी हे नाही सांगितलं की इंग्रजांनी, नागभूषणला इनाम दिलं; पण त्याचसोबत, कारागृहातील नोकरीमधून तत्क्षणी हाकलून दिलं! ''यापुढे कारागृहाच्या आजूबाजूलाही दिसलास तर तंगडं मोडीन तुझं!'' कारागृहाच्या अधीक्षकांनी त्याला पिटाळताना धमकावलं होतं. नागभूषणने आपली नोकरी गमावली म्हणून तर बाबांना कलाकाराचा मुखवटा उतरवून जल्लाद बनावं लागलं होतं नाऽऽ!

''बरं, बरं... जा आणि त्या सिब्देवला भेट. फार दिवस उरले नाहीत आपल्याकडे, माहिती आहे ना तुला?'' असं म्हणत, आय.जी.साहेबांनी एका कागदावर काहीतरी खरडून, तो कागद संजीवकुमारच्या हातात दिला. मग त्यांनी हातानेच खूण करून आम्हाला कार्यालयाबाहेर पिटाळलं. मी आणि बाबा बाहेर आलो; संजीवकुमार काहीतरी बोलण्यासाठी मागे राहिला.

बाबा अजूनही जुन्या आठवणींमध्ये गुंतलेले होते.

''मी... मी त्या काळातल्या फार थोड्या उरलेल्या माणसांपैकी आहे, ज्यांनी चित्तरंजन बाबूंसारख्या लोकांना अगदी प्रत्यक्षात बघितलेलं आहे. तुला माहिती आहे का चेतना, चित्तरंजन बाबूंचा मृत्यू दार्जिलिंगमध्ये झाला. त्यांच्या मृत्यूची बातमी जेव्हा इकडे कोलकात्याला पोहोचली, तेव्हा त्यांच्या पार्थिव शरीराचं अखेरचं दर्शन घेण्यासाठी तीन लाखांहून अधिक माणसं, कोसळत्या पावसात, रेल्वे फलाटावर जमलेली होती! मीसुद्धा होतो त्यात. पूर्ण दिवस थांबलो होतो. जेमतेम ९ वर्षांचा असेन मी तेव्हा. या आजकालच्या लोकांना काय समजणार त्या गोष्टींचं महत्त्व? छे! बघ या राइटर्स बिल्डिंगकडे. किती महान माणसं इथे

वावरली असतील? किती थोर व्यक्तिमत्त्वं इथे या ठिकाणी उभी राहिली असतील जिथे आज आपण उभे आहोत. यापुढे इथून जाताना, हा सगळा इतिहास लक्षात घेत जा. आपल्या महान भूमीचा आदर ठेव. तिला नमन कर...'' असं बोलून, थोड्या वेळानं बाबांनी चमकून माझ्याकडे बघितलं आणि उद्गारले, ''फार हुशार मनुष्य आहे तो! तो तुला मिळाला तर तुझं अहोभाग्य असेल, हे विसरू नकोस.''

मी काहीच उत्तर दिलं नाही. आय.जी.ने सही केलेल्या कागदाच्या तुकड्यासारखं, माझं मन थरथरू लागलं. छातीला फासाच्या दोरखंडाचा विळखा बसतोय असं वाटू लागलं. तळमजल्यावरून बाहेर पडेपर्यंत, माझ्या सर्वांगाला दरदरून घाम फुटला होता.

इतक्यात, संजीवकुमार धापा टाकत आला आणि आमच्या मागोमाग गाडीमध्ये शिरत म्हणाला,

''हा क्षणसुद्धा तितकाच ऐतिहासिक आहे! ही संधी सोडली असतीस तर ती तुझ्यासाठी एक ऐतिहासिक चूक ठरली असती!''

संजीवकुमार अशा आविर्भावात वागत होता, जणू काही तो माझा अगदी वर्षानुवर्षांचा जुना मित्र असावा. मला मात्र त्याच्याकडे नजर उंचावून बघणंही जड जात होतं. कितीही विसरायचा प्रयत्न केला तरी त्याची ती रागीट नजर आणि गुरकावून दिलेली धमकी मी माझ्या डोक्यातून काढू शकत नव्हते.

''माझ्या मृत्यूनंतर ही मुलगी माझं नाव आणि माझं आयुष्य भारतासमोरच नव्हे, तर पूर्ण जगासमोर अजरामर करील! आणि त्यासाठी मी तुमचा आजन्म ऋणी राहीन, संजू बाबू!'' नाट्यमय पद्धतीने संजीवकुमारसमोर हात जोडत बाबांनी 'संवादफेक' केली! मग अचानक, पवित्रा बदलत करवादले, ''छे! काय गरम होतंय, नाही का? कधी एकदा पाऊस येतोय असं झालंय मला!''

खिशातून निळा रुमाल काढून, आपलं घामेजलेलं तोंड पुसत संजीवकुमार म्हणाला,

''पाऊस असला काय आणि नसला काय, बंगालमध्ये सगळं सारखंच! पाऊस नसला तरी घाम येतो, असला तरी घाम येतो... पाऊस असावा तर आमच्या शहरातल्या सारखा! एक सर येते आणि सगळं कसं गारेगार होऊन जातं! अहाहाऽऽ!''

का कुणास ठाऊक; पण त्या क्षणी तरी मला तो वेगळाच वाटला. हळवा. प्रेमळ. चांगला!

''म्हणजे? तुम्ही बंगालचे नाही का, संजू बाबू?'' बाबांनी विस्मयचकित होऊन विचारलं.

''काय फरक पडतो, ग्रद्धादा? आमचा जन्म कुठलाही असो, एकदा का

पत्रकार झालो की, आमची जात एकच असते.''

''हो, ते ठीकच आहे होऽऽ... पण प्रत्येकाचं एक जन्मस्थान असतंच ना?''

''हंऽऽ, माझं जन्मस्थान बंगालसारखंच दुसरं ठिकाण आहे. बंगालइतकं वाईट नाही... पण, त्यापेक्षा फारसं चांगलंही नाही,'' संजीवकुमार तंद्री लागल्यासारखा बोलला.

''देवा रे! पण तुमच्या शुद्ध बंगाली भाषेवरून अजिबात लक्षात येत नाही की, तुम्ही मूळचे बंगालचे नसाल!''

''माझ्या आईने मला बंगालमध्ये जन्माला घातलं...'' संजीवकुमारने स्मित करण्याचा विफल प्रयत्न करत ही माहिती पुरवली खरी; पण त्या स्मितामागे दडलेली निराळी भावना माझ्या डोळ्यांतून निसटू शकली नाही. काय होतं नेमकं त्याच्या मनात? चीड? लाज? देव जाणे! त्याला त्याबद्दल चर्चा करायची नव्हती एवढं नक्की!

''आता तुमची आई कुठे असते?'' बाबांनी नेट लावत विचारलं.

''ती आता जिवंत नाही,'' संजीवकुमारचं तुटक उत्तर. मग अचानक, तो माझ्याकडे वळला आणि रुंद हास्य करत म्हणाला,

''काही वर्षांपूर्वी मी तिला अखेरचा निरोप दिला. सुंदर लाल रंगाची कासी साडी नेसवून, अत्यंत दिमाखदाररीत्या सजवलेल्या शववाहिनीमधून मिरवणूक काढत मी तिला घाटावर घेऊन गेलो होतो...''

त्याच्या आवाजात कापरं भरू लागलं, तसा माझ्या पायांनाही कंप सुटला. आपले दोन्ही अंगठे बांधले जात आहेत असा भास होऊ लागला...! मला तो दिवस लख्खपणे आठवत होता. गारांचा वर्षाव होत असताना आमच्या गल्लीमध्ये प्रवेश केलेली ती फुलांनी मढवलेली शववाहिनी. त्यामध्ये शांत चेहऱ्याने चिरनिद्रा घेत असलेली ती स्त्री. त्या वेळी मला त्या स्त्रीबद्दल वाटलेल्या उत्सुकतेचं उत्तर आज अचानक अशा प्रकारे समोर आल्यावर, मी घाबरले. हा संजीवकुमार नेहमी असंच करतो! मी त्याच्यापासून दूर जाण्याचा प्रयत्न करत असले की, हा असं काहीतरी बोलून, माझ्या मनावरचा रेशमी फास घट्ट आवळायला घेतो. छे! हे चांगलं नाही. मला त्रास होतो आहे या सगळ्याचा! पण... पण यामधून सुटावं तरी कसं? स्वतःशी विचार करत, माझी नजर नेमकी संजीवकुमारवर पडली. तो आपला काळा चष्मा काढून थेट माझ्याकडे बघत, अगदी मधाळ हसला. त्या क्षणी माझ्यातला 'बिबेक' कुठे लपून बसला, देव जाणे! मला वाटू लागलं की, एखादा पुरुष जेव्हा एखाद्या बाईवर मनापासून प्रेम करतो, तेव्हा तो तिच्याकडे अशाच नजरेने पाहत असावा. माझ्या बिबेकने नको त्या वेळी दडी मारली होती. त्याने मला एवढंही सावध केलं नाही की, जर माझं नाव अजरामर होणार होतं,

तर ते या शापित प्रेमाच्या जाळ्यात अडकून, मनाला कायमचा घोर लावूनच होणार होतं.

८

बाहेरच्या जगाप्रमाणे, मनुष्य कारागृहात गेला की, तिथेही त्याचं एक निराळं विश्व तयार होतं – आणि त्या विश्वाचा रंग लाल असतो. पुरातन किल्ल्याला शोभतील अशा दोन माणसांच्या उंचीच्या अवाढव्य भिंतींमध्ये बसवलेल्या महादरवाजातून आत शिरत, मी अलिपूर मध्यवर्ती कारागृहात दाखल झाले. आतमधील सगळ्या भिंतींचा रंग लाल होता. बाबांनी मला सांगितलं की, फाशीस्तंभाकडे जायला आपल्याला तीन दरवाजे पार करावे लागतात.

पहिल्या दरवाजावरच्या रक्षकाला बाबांनी विचारलं,

"सिब्देव बाबू आले आहेत का? त्यांना सांगा, जल्लाद ग्रद्धा मलिक त्यांना भेटण्यासाठी आला आहे."

थोडा वेळ वाट बघितल्यानंतर, दरवाजा उघडला गेला आणि आम्ही संजीवकुमारसोबत आत शिरलो. आता बाबा उत्साहात आले होते. "मुख्य तुरुंग तिसऱ्या दरवाजामागे आहे. चला, चला लवकर..." असं म्हणत, ते झपाझप चालू लागले.

इतक्यात, पोलिसांची जीप आमच्या समोर येऊन उभी राहिली. बेड्या घातलेला एक तरुण माणूस, विरक्त चेहऱ्याने त्यामधून उतरला आणि पोलिसांच्या मागे चालू लागला. संजीवकुमार हसून माझ्याकडे बघत उद्‌गारला,

"हाही कदाचित चेतनाच्या हाती बळी जाणार असं दिसतंय..."

"छे! होऽऽ, कसलं काय संजीव बाबू? फाशीची शिक्षाच नेस्तनाबूत व्हायची वेळ आलेय. तुम्ही बघताय ना, सगळीकडे फाशीची शिक्षा बंद करण्यात यावी यासाठी किती आरडाओरडा सुरू आहे तो? कदाचित, जतिंद्रनाथची फाशी ही शेवटची ठरणार बहुतेक..." असे उद्‌गार काढून मोठा उसासा टाकत, बाबा पुन्हा बोलू लागले,

"माझ्या वडिलांच्या काळी महिन्याला वीस, तीस... कधी अगदी पन्नासजणांनाही फाशी दिली जायची. त्या वेळी केवळ खून करणाऱ्यालाच फाशी द्यायचे असं नाही नाऽऽ. अगदी मी तरुण असतानासुद्धा जल्लादांच्या आयुष्यात चांगले दिवस होते; पण आताची परिस्थिती चिंताजनक आहे. गेल्या बारा-तेरा वर्षांत आज मला हे काम मिळालं आहे. असं का व्हावं, सांगा बरं? गुन्हे कमी झाले आहेत का?

मुळीच नाही! किंबहुना पूर्वी जिथे वर्षाला एखाद-दुसरा खून व्हायचा, तिथे आज तर सर्रास मृडदे पडत असतात. तरी पूर्वी फाशी जाणाऱ्या माणसांचं प्रमाण आणि आजचं प्रमाण पडताळून बघितलं, तर सगळं गणित उलटं पडलेलं दिसतं. मी बोललो असं सांगू नका, संजू बाबू, पण पुराणामध्येही हेच लिहिलेलं आहे की, पृथ्वीवरचा भार हलका करायचा असेल तर दुष्ट प्रवृत्तीच्या माणसांना यमसदनी धाडायला हवं. मला सांगा, ते व्यास आणि वाल्मीकी काय मूर्ख होते का? भगवान कृष्णाला डोकं नव्हतं का?''

''चेतना, तुझ्या बाबांची कमाल आहे, बघ! इतकं वय होऊनसुद्धा ते कसे सगळ्या गोष्टींबद्दल सतर्क आहेत. कोणत्याही विषयावर अधिकारवाणीने बोलू शकतात. वा!''

''हा! हे सगळं मी का करू शकतो, संजू बाबू? कारण मी आजही 'आनंदबाजार पत्रिके'तील शब्दन्‌शब्द वाचून काढतो. टी.व्ही.वरच्या सगळ्या महत्त्वाच्या वृत्तवाहिन्या बघतो. टी.व्ही.मुळे एक चांगलं झालं आहे – अगदी अंगठाछाप माणसालाही जगात काय चाललंय हे समजू शकतं.''

चालता-चालता, बाबांनी आपल्या गमछाला घाम पुसला. दुसऱ्या दरवाजातून आत शिरल्यावर आम्हाला अधीक्षकांचं कार्यालय दिसलं. बाबा अगदी सहजपणे वावरत होते. मी मात्र बिथरल्यासारखी त्यांच्या मागून अडखळत, धडपडत चालले होते. आम्ही तिसऱ्या दरवाजासमोर उभे राहिलो तशी मला आतली दुमजली इमारत दिसू लागली. थोड्या वेळापूर्वी बघितलेल्या बंदी तरुणाला तिथे नेलं जात होतं. त्या इमारतीच्या वरच्या मजल्यावर, पांढरे कपडे घातलेले कैदी गप्पा मारत किंवा कंटाळवाण्या चेहऱ्याने बसलेले दिसत होते. ती इमारत, तिथलं ते वातावरण... सगळं माझ्या अंगावर येऊ लागलं! सर्वत्र थंड, काळा अंधार पसरला आहे आणि मला तो घुसमटवून टाकत आहे असा भास होऊ लागला. यापूर्वी मी एकदाच अशी मोठी इमारत बघितली होती; ती म्हणजे, ठाकूरबारी. मात्र, ठाकूरबारीत आत शिरल्यावर मनात जलतरंगाचे सूर किणकिणू लागले होते, तर या अलिपूर कारागृहाच्या दरवाजातून आत गेल्यावर मला निमताला घाटावर जसं थिजल्यासारखं वाटतं, तसं वाटू लागलं. बरोबर आहे ना... अखेर कारागृहसुद्धा स्मशानघाटासारखंच असतं. स्मशानघाटावर मनुष्याचं मृत शरीर जाळतात. कारागृहामध्ये मनुष्यातल्या मनुष्यपणाला तिलांजली मिळते!

''काय म्हणता, ग्रद्धादा? कसे आहात? सगळं ठीक आहे ना?'' बाबांशी हस्तांदोलन करत, सिब्देव घोषने आमची खुशाली विचारली.

सिब्देव बाबू पन्नाशीतले गृहस्थ होते. त्यांच्या हसऱ्या आणि मृदू चेहऱ्याकडे बघून वाटायचं नाही की, त्यांचा गुन्हेगारांशी रोजचा संबंध येत असेल. सिब्देव

बाबूंकडे बघून मला घाटावरच्या नारायणदाची आठवण झाली. घाटावर तिरड्या तयार करण्याचं काम करणारा नारायणदासुद्धा असाच हसतमुख होता. मला सिब्देव बाबू आवडले.

इथेही, संजीवकुमारला बसायला खुर्ची दिली गेली; मी आणि बाबा भिंतीला खेटून उभे राहिलो. सिब्देव बाबूंचं कार्यालय, आय.जी.च्या कार्यालयापेक्षा बरंच लहान होतं. लोखंडाची, चार मध्यम आकाराची कपाटं सोडल्यास, तिथे फारसं काही ठेवायला जागा नव्हती.

"तुमच्या कृपेने सगळं ठीक आहे, बाबू..." बाबांनी हसत उत्तर दिलं.

मग सिब्देव बाबूंनी माझ्याकडे मोर्चा वळवला. पिकत चाललेल्या केसांमधून हात फिरवत, मला म्हणाले,

"महिन्याला ७५ रुपये बिदागी मिळेल. चालेल ना?"

उत्तरादाखल, मी बावळटासारखी हसत बसले.

"२४ तारखेला फाशी द्यायचं ठरवलं आहे. आजपासून ठीक एकोणतीस दिवसांनी..." असं म्हणत, सिब्देव बाबूंनी लाल रंगाच्या दोरीने लपेटलेली एक फाइल काढली. त्यातून एक कागद काढून त्यावर सही करून, माझ्यासमोर धरत ते म्हणाले,

"हा तुझा नियुक्ती आदेश आहे. समजलं? नीट जपून ठेव."

मी हात लांब करून तो कागद घेतला.

मग सिब्देव बाबू मला म्हणाले,

"चेतना, तू मला मुलीसारखी आहेस. मी सांगतो ते नीट ऐक. हे तुझे वडील... यांचा अनुभव खूप दांडगा आहे. ते तुला जे सांगतील, ते ऐकत जा. त्यांना तू देवाच्या स्थानी मानलं पाहिजेस... आयुष्यभर! समजलं?"

हे ऐकून, बाबांमधला कलाकार जागृत झाला! नाट्यमय स्वर लावून ते बोलू लागले,

"चेतना, हे गृहस्थ... सिब्देव बाबू... माझ्यालेखी हे माणसाच्या रूपात देव आहेत. यांनीच आपली बिदागी ५० रुपयांपासून वाढवून ७५ रुपये केली."

"पण सिब्देव बाबू, एवढ्या मोठ्या कामासाठी ७५ रुपये ही बिदागी फार कमी नाही वाटत का?" मध्येच संजीवकुमारने विचारलं.

"कायदा तेवढ्याचीच संमती देतो. आम्ही आमच्या इच्छेनुसार वाढ केली तर बुद्धिवाद्यांच्या पोटात दुखू लागतं. लगेच मोर्चे निघतात आमच्याविरोधात! तसंही, हे कामसुद्धा अनियमित आहे. जेव्हा काम येतं, तेव्हा ग्रद्धादा आपली योग्य ती किंमत मागून घेतात आणि त्यांना ती मिळतेसुद्धा! आताही त्यांनी २०,००० रुपयांची मागणी केली आहे."

"मी त्यामध्ये १ पैसाही कमी करणार नाही..." बाबांनी अगदी विनम्र पण तितक्याच ठाम आविर्भावात सांगितलं।

किल्ल्यांचा जुडगा घेऊन सिब्देव बाबू उठले. बाबांनी तोंडावरचा घाम पुसला आणि मला त्यांच्या मागे जायला सांगितलं. संजीवकुमार सोबत येण्यासाठी उठला, तसं सिब्देव बाबूंनी त्याला थांबवत म्हटलं,

"माफ करा, बाहेरच्या लोकांना इथे आत येण्याची परवानगी नाही."

मात्र, संजीवकुमारने त्यांना प्रत्युत्तर देत म्हटलं,

"नियम आणि परवानगी मोडीत काढण्याचा पेशा आहे माझा, सिब्देव बाबू! काळजी करू नका, मला डी.जी.पी. साहेबांची परवानगी आहे."

त्यावर काही न बोलता, सिब्देव बाबू तिसऱ्या दरवाजाकडे चालू लागले. आम्ही सगळे त्यांच्या मागे चालत होतो. दरवाजापाशी आल्यावर, तिथल्या रक्षकाने अदबीने सिब्देव बाबूंना सलाम ठोकला आणि दरवाजा उघडून आमच्यासोबत आत आला. उजवीकडे असलेला छापखाना, शाळा आणि मुदपाकखाना ओलांडून, आम्ही कोठाराकडे पोहोचलो.

"हा ब्रिटिशकालीन तुरुंग आहे. बघितलास, किती मजबूत आहे तो?" संजीवकुमार माझ्याशी खेळीमेळीच्या स्वरात बोलत होता.

मला त्याच्या या दुटप्पीपणाचा खूप राग यायचा. मध्येच अशी सलगी करून तो आपल्या खऱ्या भावना लपवण्याचा प्रयत्न करायचा आणि ते मला अजिबात आवडायचं नाही. एका वेळी दोन परस्परविरोधी व्यक्तींशी कारभार करताना आपल्या मनाची जी तारेवरची कसरत होते, तिचा मी सध्या पुरेपूर अनुभव घेत होते.

आम्ही चालत-चालत, एकेक दालन पार करत होतो. लाल रंगाचे व्हरांडे. लाल रंगाच्या भिंती. ग्रॅनाइटच्या दगडाचे भलेमोठे खांब. सगळ्या गोष्टी मनात टिपत, मी, बाबा आणि संजीवकुमारसोबत समोरच्या दुमजली इमारतीकडे चालत जात होते. आतल्या तुरुंगांचे दरवाजे उघडे होते; पण मधल्या आवारामध्ये एकही कैदी दिसत नव्हता. मध्येच एका माणसाच्या जोरात खोकण्याचा आवाज आला. फुफ्फुसं वरील आवरण फाडून बाहेर येतील की काय असं वाटणारा तो खोकला ऐकून, माझ्या अंगावर शहारा आला. वाकून बघितलं तर, शेजारच्या कोठडीमध्ये फाटक्या चटईवर पडलेला एक जर्जर, खंगलेला म्हातारा सतत येणारी खोकल्याची उबळ दाबून ठेवण्याचा निष्फळ प्रयत्न करत होता. त्याचे खोल गेलेले डोळे आणि केस भादरलेलं डोकं पाहून, मला परत भीती वाटू लागली.

कोठारासाठी लागणारी किल्ली चांगलीच मोठी आणि जाडजूड होती. आमच्यापुढे जाऊन कोठार उघडणाऱ्या पोलिसाने चार-पाच जोरकस शिंका मारल्या आणि

दिवा लावला. कोठार बऱ्यापैकी मोठं होतं. समोरच्या भिंतीलगत, चार लोखंडी पेट्या एकावर एक रचून ठेवलेल्या होत्या. त्या पेट्यांमध्ये काय आहे हे मला माहिती होतं. माझ्या अंगाचा थरकाप उडाला.

बाबांना मात्र काहीच भीती वाटत नव्हती. चॉकलेट-गोळ्यांच्या दुकानात फिरणाऱ्या लहान मुलाच्या आनंदात ते उद्‌गारले,

''हाऽऽ...ही! ही पेटी चालेल.''

पोलिसाने किल्ल्यांच्या जुडग्यामधून एक किल्ली बाहेर काढली आणि सगळ्यात वरची पेटी उघडली.

''छोटडी, ये, इकडे बघायला ये.'' बाबांनी मला प्रेमाने हाक मारून जवळ बोलावलं.

थरथरत्या पायांनी मी खोलीमध्ये शिरले. तिथली कोंदट, धुळीने माखलेली हवा मला घुसमटवू लागली. चार-पाच शिंका आल्या. बाबांनी त्याकडे दुर्लक्ष केलं आणि पेटीचं झाकण उघडलं. मी आतमध्ये डोकावून बघितलं तर, शतकभर जुने असलेले फाशीचे दोरखंड विळखा घालून पडलेल्या कोब्रा सापासारखे पेटीमध्ये निपचित पडले होते.

''हा चालेल, सिब्देव बाबू. हा दोरखंड फार उत्तम प्रतीचा आहे. तुम्हाला आठवतं का, आपण यानेच दोन गुन्हेगारांना एकत्र फाशी दिली होती...?'' दोरखंडाला आपल्या हातात कुरवाळत, बाबा जुन्या आठवणींच्या विश्वात फेरफटका मारायला गेले!

मला मात्र श्वास घेणंही जड जात होतं. त्या दोरखंडाला आधीच पाच गाठी होत्या!

''पण, हा मनिला दोरखंड आहे ना, ग्रद्धा बाबू? हाच घेऊ या की आपल्याकडे जो बक्सार दोरखंड आहे, तो जास्त योग्य ठरेल?'' असं म्हणत, सिब्देव बाबूने संजीवकुमारकडे वळून म्हटलं, ''हा दोरखंड बिहारच्या बक्सार कारागृहामध्ये बनवतात. छान टिकाऊ दोर असतो; पण ग्रद्धादांना फारसा आवडत नाही तो.''

''संजू बाबू, हा दोरखंड गंगा रोप्स कंपनीने बनवलेला आहे. आता ती कंपनी कार्यरत नाही; पण आजतागायत मी या दोरखंडाइतका मजबूत माल अजून कुणाकडेही बघितलेला नाही. ४० किलो वजन... ६० फूट लांबी... संजू बाबू, अशा दोरखंडाने जीव जाण्यासाठीही भाग्य लागतं!'' मोठ्या प्रेमाने त्या दोरखंडाचा मुका घेत बाबांनी जाहीर केलं!

''एखादा दोरखंड एका गुन्हेगाराला फाशी देण्यासाठी वापरल्यावर, तुम्ही पुन्हा तिचा वापर करता का?'' संजीवकुमारने बाबांना विचारलं.

त्यावर बाबांनी उत्तर देण्याआधी, सिब्देव बाबू म्हणाले,

"असं मानतात की, दोरखंडाचा खरा मालक जल्लाद असतो. काही ठिकाणी, फाशी देऊन झाल्यावर, जल्लाद दोरखंड घरी घेऊन जातो आणि त्याचे छोटे-छोटे तुकडे करून विकून टाकतो. काही लोकांचा असा विश्वास आहे की, त्या दोरखंडाचा तुकडा जाळून, त्याची राख पाण्यात मिसळून प्यायली तर तुम्ही सर्वांत असाध्य रोगांपासूनही सुरक्षित राहू शकता."

"छे! या सगळ्या भाकडकथा आहेत! माझा या सगळ्यावर विश्वास नाही!" असं उद्गारून, बाबा पुढे म्हणाले, "आणि इतका चांगला दोरखंड कापायचा कशासाठी? हा आजही इतका मजबूत आहे की, अजून शंभर लोकांना तरी व्यवस्थित फाशी देऊ शकतो."

मग बाबांनी पुन्हा त्या पेटीमध्ये हात घातला आणि अजून एक दोरखंड बाहेर काढला. त्याकडे अतिशय भावपूर्ण नजरेने बघत, ते उद्गारले,

"हा बघा... हा दोरखंड माझ्या वडिलांच्या वेळचा आहे. याला मारलेली गाठ बघा कशी उत्कृष्ट आहे. इतक्या कलात्मक पद्धतीने गाठ मारणं केवळ बाबांनाच जमलं असतं!" जरा वेळ विचार करून, पुन्हा बाबा बोलले, "हो! मला ही गाठ चांगलीच आठवते. दिनेश चंद्र गुप्ताला फाशी देण्यासाठी बांधली गेली होती... त्या कामानंतर बाबांना मी आयुष्यात पहिल्यांदा रडताना बघितलं होतं. ती एकच फाशी होती जी त्यांनी अत्यंत मनाविरुद्ध दिली होती. बिचारा दिनेश चंद्र गुप्ता! १९ वर्षांच्या कोवळ्या वयात त्याला आपला प्राण गमवावा लागला. त्याच्यासारखे धीट युवक, तर आमची प्रेरणास्थानं होते. त्याला फाशी का दिली गेली ही गोष्ट फार मोठी आहे. पुन्हा केव्हातरी सांगेन हंऽऽ, संजू बाबू... त्या गोष्टीमुळे तर तुमच्या प्रकाशनाच्या शेकडो प्रती विकल्या जातील."

मोठा उसासा टाकून, बाबांनी तो दोरखंड पुन्हा पेटीत ठेवून दिला. मग पहिला दोरखंड हातात धरून सिब्देव बाबूंना म्हणाले,

"हंऽऽ, हाच घेऊ या जतिंद्रनाथसाठी. हाच योग्य ठरेल."

"ठीक आहे, ग्रद्धादा! जशी तुमची मर्जी."

मग बाबा माझ्याकडे वळून म्हणाले,

"आपल्याला इथे अजून दोनदा यावं लागेल. फाशीच्या तारखेच्या एक आठवडा आधी आणि मग फाशीच्या एक दिवस आधी – फाशीस्तंभ, तळघर आणि खटका तपासण्यासाठी. ठीक आहे? आणि आपल्याला, वाळूचं पोतं घेऊन फाशीची तालीमसुद्धा करावी लागेल. बाबू, काय वजन सांगितलंत जतिंद्रनाथचं?"

"जेमतेम ५० किलो. ५ फूट १० इंचांची उंची आहे. बारीक मनुष्य आहे होऽऽ."

"ठीक आहे. तर मग चेतू... आपण तालीम करताना किती वजनाचं वाळूचं पोतं घ्यावं?" बाबांनी माझी परीक्षा घेत विचारलं.

"त्याच्या वजनाच्या दीडपट - म्हणजे, ७५ किलोचं."

"शाब्बास! आणि दोरखंडाची लांबी किती ठेवावी?"

"७ फूट २ इंच."

"अगदी बरोबर! आता बाळा, सिब्देव बाबूंना या दोरखंडाची गाठ बांधून दाखव बरं..."

माझा नाइलाज होता. घामेजलेल्या हातांनी, मी दोरखंडाला हात लावला. दोरखंडातून निघणारी बारीक तुसं माझ्या तळहाताला काटे असल्यासारखी टोचत होती. मनात वाढत चाललेल्या भीतीमुळे दोरखंड अधिकच जड वाटू लागला. पोलीस आणि सिब्देव बाबू माझ्याकडे सचिंत नजरेने पाहत होते. बाबा आपल्या गमछाने तोंड पुसत, माझ्याकडे बघत होते. शेवटी, कसाबसा धीर एकवटून मी दोरखंडाला गाठ मारली आणि बाबांच्या हाती दिली.

"उत्तम! वा चेतू, सुंदर गाठ मारलीस!" विजयी मुद्रेने दोरखंड हवेत धरत, बाबांनी माझं कौतुक केलं. "बघा, सिब्देव बाबू... संजू बाबू... मी तुम्हाला म्हटलं नाऽऽ, हे माझं रक्त आहे. ते चूक करूच शकत नाही. चेतू मुलगी असली म्हणून काय झालं? तिच्या धमन्यांमध्ये ग्रद्धा मलिकांची धिटाई आणि कणखरपणा असलेलं रक्त धावत आहे."

सिब्देव बाबू, पोलीस आणि संजीवकुमारने होकारार्थी माना डोलवल्या, तरी माझ्या चेहऱ्यावर काही हास्य उमटेना. उलट, मला आणखी दलदलीत रुतत चालल्यासारखं वाटू लागलं. आयुष्यात कौतुक, प्रशंसा, लोकप्रियता मिळवण्याचे इतर एवढे मार्ग असताना, दैवाने माझ्या पदरात हाच बीभत्स मार्ग का टाकला असावा या विचाराने माझ्या मनाची अगदी तगमग होऊ लागली. कुठलीही प्रतिक्रिया न देता, मी माझ्या ओढणीने कपाळावरचा आणि मानेवरचा घाम टिपत तशीच उभी राहिले.

तेवढ्यात, बाबा म्हणाले,

"बरं, मग इतर गोष्टी १८ जूनला बघू या."

"एकदा फाशीस्तंभ बघून घ्यायला नको का?" संजीवकुमारने प्रश्न केला.

"नाही, संजू बाबू. तेवढा वेळ नाही आपल्याकडे."

बाबांचं उत्तर ऐकून संजीवकुमारचा चेहरा पडला; पण बाबांनी त्याकडे सपशेल दुर्लक्ष केलं. त्यांनी तसं का केलं याचं उत्तर मला दुसऱ्या दिवशी मिळालं.

आम्ही बाहेर आलो, तर संजीवकुमारचा कॅमेरामन आमच्यावर कॅमेरा रोखून तयारच होता. संजीवकुमारने खिशातून पावडरीचा डबा काढला आणि चेहऱ्यावर

थोडी पावडर थापली. मग लहानशा कंगव्याने आपले केस विंचरून, त्याने कॅमेरामनकडून माइक घेतला आणि बोलू लागला .

"तर अशा रीतीने, जगात पहिल्यांदाच, एका स्त्रीला जल्लादाच्या पदावर अधिकृतरीत्या नेमलं गेलं आहे. आपल्या राज्यातील सुप्रसिद्ध जल्लाद श्री. फणीभूषण ग्रद्धा मलिक यांनी समोर ठेवलेल्या सगळ्या मागण्या मान्य करून, बंगाल सरकारने त्यांच्या मुलीला - कु. चेतना ग्रद्धा मलिक हिला - जल्लाद या पदावर नियुक्त केलेलं आहे. चेतना ग्रद्धा मलिकला सरकारचा औपचारिक आदेश मिळाला आहे. तिने आताच अलिपूर सुधारगृहामध्ये जाऊन अधीक्षक व आय.जीं.ची भेट घेतली आहे आणि फाशीसाठी कराव्या लागणाऱ्या तयारीचा पहिला टप्पा पार केला आहे. आता आपण बघत आहोत की, चेतना आणि तिचे वडील अलिपूर कारागृहामधून बाहेर पडत आहेत. चेतनाने अतिशय उत्तम मार्कांनी बारावीची परीक्षा उत्तीर्ण केली होती. चेतना, सी.एन.सी.मध्ये तुझं स्वागत आहे. तुला तुझ्या नियुक्तीविषयी, नव्या कामाविषयी आमच्या दर्शकांना काय सांगावंसं वाटतं? जल्लाद म्हणून काम करताना तुला भीती वाटणार आहे का?"

कुठल्याही पूर्वसूचनेशिवाय संजीवकुमारने मला असे प्रश्न विचारल्यावर काही क्षण मी गडबडले; पण मग थेट कॅमेऱ्याकडे बघत, डोक्यात आलेला पहिला विचार उद्गारत म्हणाले,

"आम्हा ग्रद्धा मलिकांना भीती ही गोष्ट ठाऊक नाही!"

बाबांच्या चेहऱ्यावर रुंद हास्य पसरलं. संजीवकुमारने पुढे विचारलं,

"तुला ही नोकरी मिळाल्याचा आनंद झाला का?"

"जगातील समस्त स्त्रियांसाठी हा मोठ्या अभिमानाचा क्षण आहे."

"असं का? तू जल्लाद झालीस याबद्दल समस्त स्त्रियांनी अभिमान बाळगावा असं काय आहे?"

"कारण त्यामुळे हेच सिद्ध होतं की, असं एकही काम नाही जे स्त्री करू शकत नाही."

"तू स्त्रीवादी आहेस का?"

"मला नाही माहीत. तुम्हाला काय वाटतं? मी आहे का तशी?"

माझ्या उलट प्रश्नाने संजीवकुमार गांगरून गेला. मी असं काही विचारेन याची त्याला अपेक्षा नव्हती. माझ्या प्रश्नाचं उत्तर न देता, तो कॅमेऱ्यात बघून बोलू लागला,

"जल्लाद म्हणून कार्यभार स्वीकारत असलेली चेतना ग्रद्धा मलिक आपल्यासमोर एक प्रश्न उपस्थित करून गेली आहे – ती स्त्रीवादी आहे की नाही? या प्रश्नाचं उत्तर काहीही असो; पण चेतनाच्या निर्णयामुळे, जतिंद्रनाथला काकणं भरलेल्या

मनगटाने ओढलेल्या दोरखंडाने मुक्ती मिळणार यावर तरी शिक्कामोर्तब झालेलं आहे. ही घटना इतिहासात अमर होणार याबद्दल दुमत नाही. सी.एन.सी.ला आपल्या दर्शकांना हे कळवण्यात आनंद होत आहे की, जतिंद्रनाथला फाशी होईपर्यंत, चेतना ग्रद्धा मलिकशी बोलण्याचा एकमेव हक्क आम्हाला मिळाला आहे. उद्या ७.३०च्या बातम्यांमध्ये, जतिंद्रनाथवर दाखवला जाणारा विशेष कार्यक्रम बघायला विसरू नका! दिनांक १ जूनपासून आम्ही दररोज तुम्हाला फाशीच्या टप्प्यांबाबत चेतना ग्रद्धा मलिककडून मिळणारी नवनवीन अद्यतने दाखवत जाऊ. चेतना ग्रद्धा मलिकला मुख्य जल्लादाची साहाय्यक म्हणून नेमण्यात आलेलं आहे. तर, दररोज पाहायला विसरू नका, 'हॅन्गवुमन्स डायरी' – एका महिला जल्लादाची रोजनिशी! फक्त आणि फक्त आपल्या लाडक्या सी.एन.सी.वर! अलिपूर सुधारगृहाच्या मुख्य प्रवेशद्वारावरून, सी.एन.सी.साठी कॅमेरामन अतुल किशोर चंद्रासोबत, मी – संजीवकुमार मित्रा.''

कॅमेरा बंद झाल्यावर, संजीवकुमार आमच्याकडे वळून म्हणाला,

''चेतना! मस्त बोललीस तू! ग्रद्धादा, तुमची मुलगी खूप हुशार आहे. तुम्ही तिचं शिक्षण पुन्हा सुरू करावं असं मला वाटतं. मी मला जमेल तशी मदत करीन त्यासाठी...''

''संजू बाबू, तुमच्या उपकारांची परतफेड कशी करू, मला काही समजत नाही...'' आपल्या डोळ्यांना गमछा लावत बाबा म्हणाले.

''बुधवारी ७.३०च्या कार्यक्रमात आपल्याला चेतनाची मुलाखत प्रसारित करायची आहे. तुम्ही ७ वाजेपर्यंत स्टुडिओत पोहोचण्याची व्यवस्था करा. मी ६ वाजता गाडी पाठवेन. चेतनाला नीट तयार करा.''

''हो, संजू बाबू. बरंऽऽ, मी माझ्या अनुभवातून काही सांगितलं तर चालेल का?'' बाबांनी संजीवकुमारकडे विनम्रपणे बघत विचारलं. संजीवकुमारने होकारार्थी मान डोलवल्यावर, बाबा म्हणाले,

''तुमच्यासारख्या टी.व्ही. वाहिन्यांनी आम्हा गरीब लोकांना आपलं मत मांडण्यासाठी स्वातंत्र्य आणि समानता, दोन्ही देऊ केलेलं आहे. यापूर्वी कुणालाही आमच्या जीवनाबद्दल जाणून घेण्यात स्वारस्य नव्हतं; पण आता तशी परिस्थिती राहिलेली नाही. माझ्या मुलीचंच घ्या नाऽऽ... तुम्ही आणि तुमची वाहिनी नसती तर तिला आज इतकं महत्त्व मिळालं असतं का? किंबहुना तिला आज ही नोकरी तरी मिळाली असती का? मुळीच नाही!''

बाबांच्या बोलण्यातल्या लाळघोटेपणाला वैतागून, संजीवकुमारने तोंड वाकडं करत म्हटलं,

''बरोबर आहे, ग्रद्धादा!! अगदी योग्य ते बोललात तुम्ही! चला, मला ही

आजची चित्रफीत लवकरात लवकर स्टुडिओत पोहोचवली पाहिजे. मी निघतो. तुम्ही स्वतः घरी जाल का? मला गाडी देता येणं कठीण वाटतंय.''

"हो, हो. काही काळजी करू नका. आम्ही दोघे जाऊ. १ जूनच्या मुलाखतीमध्ये चेतनाने काय बोलावं यासाठी मी तिची व्यवस्थित तयारी करून घेईन.''

"मला नाही वाटत त्याची गरज पडेल, ग्रद्धादा. खारीच्या पिल्लाला झाडावर कसं चढायचं हे शिकवावं लागत नाही नाऽऽ...'' गाडीमध्ये चढता-चढता, संजीवकुमारने आमच्याकडे हात उंचावत म्हटलं. बाबा हसले. मी मात्र निक्षून त्याच्या नजरेला नजर देण्याचं टाळत होते. त्या क्षणी, संजीवकुमारच्या चेहऱ्यापेक्षा मला कारागृहाच्या लाल भिंती अधिक आकर्षक वाटत होत्या. निरोप घेतानासुद्धा मी त्याला पूर्णपणे टाळलं. त्याच्यासारख्या प्रभावी माणसाचा माझ्यासारखी सामान्य मुलगी अजून कोणत्या प्रकारे बदला घेऊ शकत होती, सांगा बरं? 'अनुल्लेखाने मारणे' हे एकच हत्यार माझ्याजवळ होतं आणि ते मी जमेल त्या पद्धतीने वापरत होते. दुर्दैवाची गोष्ट अशी - आणि कदाचित, तुम्ही मला त्यासाठी वेडी म्हणाल; पण - त्याच्याशी असं तुटकपणे वागताना, मला अशी आशा वाटत होती की, त्याला त्यातूनही माझी आंतरिक ओढ लक्षात येईल. विचित्रपणाच होता तो! प्रेताग्नीच्या निखाऱ्यांवर भाकरी भाजण्याचा सोस, झालं!

९

त्या रात्री मला एक भयंकर स्वप्न पडलं. त्यात मला असं दिसलं की, रबींद्र सारानीवरच्या शेवाळाने भरलेल्या गोदामात जे वडाचं झाड उभं होतं, त्याच्या पारंब्या माझ्या डोक्यावर मूळ धरत आहेत. माझ्या डोक्यावरच्या लांब, सुंदर केसांच्या जागी, वेड्यावाकड्या जटांसारख्या दिसणाऱ्या पारंब्या वाढत आहेत. भयभीत होऊन, मी त्या लाल टोकाच्या पारंब्यांमधून बोटं फिरवू लागते, तशी माझी बोटं कशावर तरी अडकतात. बघते तर काय? त्या जल्लादाच्या दोरखंडाच्या गाठी असतात! साबण, तूप आणि केळीच्या सालीने मऊसूत बनवलेल्या गाठी माझ्या डोक्यातून घरंगळत खाली येत असतात!

मी मोठ्याने किंचाळत माझ्या चटईवर उठून बसले! पहाटेचे ५ वाजले होते; तरीसुद्धा बाहेर प्रकाश पसरू लागला होता. ठाकूमाला चहा द्यायला गेले असताना, मी तिला माझ्या स्वप्नाबद्दल सांगितलं. तीसुद्धा घाबरली. "हे स्वप्नं मृत्यूचं द्योतक आहे,'' असं म्हणून तिने माझ्या डोक्यावरून ५० पैशांचं नाणं ओवाळून टाकलं. मग ते नाणं घेऊन, धिम्या पावलांनी स्मशानघाटावर गेली. तिकडे जळत

असलेल्या चितेमधली थोडी राख आणि मंतरून टाकलेला लाल धागा घेऊन परत आली. ती राख माझ्या कपाळाला फासली आणि लाल धागा माझ्या गळ्यात बांधला.

घरचं वातावरण तंग होतं. आदल्या दिवशी मी आणि बाबा कारागृहातून परत आल्यावर, घरात कडाक्याची भांडणं झाली होती. "शेवटी पोटचा गोळाच जवळचा ठरला तर! वा रे वा!" काकीमा करवादली. काकूने तिच्या बोलण्याला दुजोरा देत म्हटलं, "मुलीला असली काम करणं शोभतं का?" सगळ्यांचे चढलेले आवाज असह्य होऊन, ठाकूमा रामूदाच्या खोलीमध्ये रामनाम घेत बसली. मा काही बोलली नसली तरी तिच्या डोळ्याला सतत अश्रूंच्या धारा लागल्या होत्या. डोळे पुसत, नाक पुसत ती आपली कामं करत होती. माझ्या मनात कल्लोळ उठला होता. मी प्रचंड दमले होते. काहीच सुचत नव्हतं. रामूदाला जेवण भरवून, मी माझ्या चटईवर जाऊन पडले होते. चंपा आणि रारी आपल्या इंग्रजी व गणिताच्या गृहपाठासाठी मदत मागायला आल्या, तेव्हा मी त्यांना 'उद्या बघते,' असं म्हणून पिटाळलं. त्यावरून पुन्हा भांडणं सुरू झाली. काकीमा परत आरडाओरडा करू लागली. रामूदा डोक्यावर पांघरून घेऊन पडून राहिला. मलासुद्धा कान आणि डोळे घट्ट बंद करून झोपून जावंसं वाटत होतं; पण तेवढ्यात, हेमू दाच्या मंदिरामधून बळी जात असलेल्या प्राण्याचा आक्रोश ऐकू आला आणि माझी झोप उडाली!

सकाळी आई उठली, तेव्हा तिला आमच्या उंबरठ्यावर रक्ताचे थेंब पडलेले दिसले. "अपशकुन! अपशकुन झाला!!" असं ओरडत ती आत आली. तिचा आरडाओरडा ऐकून बाबाही बाहेर आले. मात्र, रक्ताचे डाग बघून आईसारखं घाबरून न जाता, ते उलट हसून म्हणाले, "अगंऽऽ, हा तर शुभशकुन आहे. जल्लादासाठी रक्तापेक्षा अजून कुठला चांगला शकुन असणार, सांग?" शेजारी उभ्या राहिलेल्या काकूच्या घाबरलेल्या चेहऱ्याकडे कुत्सित नजर टाकत, बाबा उद्गारले,

"भित्रा भागुबाई नुसता!! साधी कोंबडी नाही कधी मारता आली या घाबरटाला! तुझ्या या स्वभावापायी मला माझ्या मुलीचं बलिदान द्यावं लागलं. काही वाटतं का तुला त्याचं?" काल संध्याकाळचं भांडण उकरून काढत बाबा करवादले.

"माझी एवढी काळजी करायची तुम्हाला गरज नव्हती, दादा आणि आज ना उद्या, चेतनाला लग्न करून सासरीच जायचं आहे. दुसऱ्याचा संसार थाटायचा आहे. हे सगळं विसरू नका तुम्ही..."

"अरे, तू कशाला काळजी करतोस रे तिच्या लग्नाची? या दाराशी रांग लागेल तिचा हात मागणाऱ्यांची!" बाबांनी हसत फुशारकी मारली. तेवढ्यात,

काकीमा येऊन बोलली,

"मी असं ऐकलंय की, त्या दिवशी तो कोण मुलगा आला होताऽऽ... तो पत्रकार? त्याने म्हणे, चेतनाचा हात मागितला आहे? खरं आहे का हे?"

"हो, खरं आहे; पण अजून आमचा निर्णय ठरायचा बाकी आहे. आता चेतना काही कुठली सामान्य मुलगी राहिलेली नाही. जगातली पहिली महिला जल्लाद झालेय ती. समस्त स्त्रीजातीसाठी स्वाभिमान आणि कणखरपणाचं द्योतक झालेय ती. बघू या, काय करायचं पुढे तेऽऽ... बरं, चेतू, चल तयार हो पटापट. आपल्याला निघायला हवं."

बाबा मला कुठे न्यायचं म्हणत होते, याबद्दल मला काहीच ठाऊक नव्हतं. १ जूनपासून टी.व्ही. स्टुडिओला जावं लागणार आहे, एवढंच मला माहिती होतं; पण मग आता बाबा मला कुठे नेणार होते? आणि जर कुठे जायचं ठरलं होतं, तर मग संजीवकुमार सोबत का येणार नव्हता? आमच्यातल्या करारानुसार, घराबाहेरचा माझा सगळा वेळ त्याच्या अखत्यारित होता ना? मला हे सगळं बाबांना विचारावंसं वाटत होतं; पण तशी हिंमत झाली नाही. सुमारे ११ वाजता, स्वतः झकपक तयार होऊन, ते मलाही पटापट आवरायची घाई करू लागले. मी केसांच्या वेण्या बांधल्या आणि माझ्याजवळ असलेला एकुलता एक चांगला सलवार-कुडता अंगावर चढवला. फिक्या जांभळ्या रंगाच्या त्या पोशाखात मी एरवीपेक्षा चांगली दिसत होते. बस क्र. ६२ मध्ये वाजवीपेक्षा जास्तच गर्दी होती. अलिपूर कारागृहाच्या लाल भिंती नजरेस पडल्या, तसा माझ्या पोटात भीतीचा गोळा उठला. अजूनही संजीवकुमारचा पत्ता नव्हता. बाबा त्याच्याबद्दल काही बोलतही नव्हते. असं का?

कसं कोण जाणे; पण कदाचित माझ्या डोक्यातले विचार डोळ्यांत उतरलेले पाहून, बाबा अचानक म्हणाले,

"तो चांगला आहे. अगदी हुशारसुद्धा आहे. आपल्याला मदत करतोय. सगळं ठीक आहे; पण काही ठिकाणी पत्रकारांना विश्वासात नाही घेता येत. लक्षात ठेव..."

बाबा काय बोलत आहेत, हे मला नीटसं समजेना.

"चेतू, तुला सरकारी नोकरी मिळाली आहे. ही नोकरी देणारं सरकार तुझं खरं मायबाप आहे. त्यांच्यापुढे इतर कुणी नाही."

आम्ही कारागृहामध्ये पोहोचेपर्यंत बाबा अजून काही बोलले नाहीत. मला दरवाजाबाहेर ठेवून, ते सिब्देव बाबूंच्या कार्यालयात गेले. थोड्या वेळाने, एका पोलिसाला सोबत घेऊन बाहेर आले आणि मला त्यांच्यासोबत येण्याचा इशारा केला. आपण कुठे चाललो आहोत याबद्दल त्यांनी काही सुतोवाच केलं नाही.

थोड्या वेळाने, आम्ही दुसरा दरवाजा ओलांडून डावीकडे वळलो. तिथे पोहोचल्यावर, बाबा मला म्हणाले,

''चेतू, तिथे बघ. फाशीची शिक्षा ठोठावलेल्या गुन्हेगारांच्या कोठड्या तिकडे आहेत.''

मी डोळे विस्फारून पाहू लागले. बाबा दाखवत होते, त्या ठिकाणी एका ओळीमध्ये तीन खुराडेवजा कोठड्या होत्या. त्यांच्या दरवाजांवर जाळ्या लावलेल्या होत्या; त्यामुळे आतलं फारसं काही दिसत नव्हतं. त्यात, त्या कोठड्यांमध्ये लावलेल्या पिवळ्याजर्द दिव्यांमुळे तर अजूनच त्रासल्यासारखं होत होतं. पुढील आयुष्यात जेव्हा कधी त्या कोठड्यांचा विचार डोक्यात येई, तेव्हा सर्वप्रथम ते त्रासदायक पिवळे दिवेच समोर यायचे! असो. तर आम्ही तसेच पुढे चालत जाऊन, फाशीस्तंभाकडे पोहोचलो. थोड्या उंचीवर उभ्या असलेल्या फळीवर, एक उंच लांब लाकडी दांडा उभारलेला होता. त्याकडे निर्देश करत बाबा म्हणाले,

''फांसी काथ!''

बापरे! आजतागायत अनेकदा ज्या फाशीस्तंभाबद्दल असंख्य वेळा ऐकलं होतं, तो आज पहिल्यांदाच प्रत्यक्षात पाहत होते. भीती वाटत होती. समोर उभ्या असलेल्या निर्जीव लाकडी दांड्यावर इतक्या लोकांनी आपला प्राण सोडला आहे या विचाराने मला कसंनुसं व्हायला लागलं. माझं हे विचारचक्र सुरू असताना, बाबा मला फाशी कशी द्यायची याबद्दल प्रत्यक्ष माहिती देत होते. ''हे बघ चेतू, मी नेहमी सांगतो ना तुला, तोच हा आकडा - ज्यामध्ये दोरखंड अडकवला जातो. ही दोरखंड ओढण्यासाठी लागणारी कप्पी... गाठ इथे असायला हवी...'' बाबांचं बोलणं ऐकत असताना मला माझ्या मनाच्या कुपीत मोठा पक्षी अडकल्याचा भास होऊ लागला. तो पक्षी अडकलाय... बाहेर येण्यासाठी आटोकाट प्रयत्न करतोय... त्यासाठी माझ्या हृदयाला आतमधून आपल्या नखांनी व चोचीने घायाळ करतोय असे काहीबाही विचार मनात येऊ लागले.

बाबांच्या आवाजाने माझी तंद्री भंग पावली.

''चेतू, इकडे ये. हा बघ, खटका. हात लाव याला.''

जड पावलांनी पुढे येऊन मी खटक्याला हात लावला. माझ्या कित्येक पूर्वजांनी लीलया हाताळलेला तो जुनाट लोखंडी खटका सापाच्या कातडीसारखा गुळगुळीत आणि थंडगार होता! माझ्या पूर्वजांचीही कमाल होती बघा! आपलं पिढीजात कार्य अखंड सुरू राहावं यासाठी एक जल्लाद निवृत्ती किंवा मृत्यूच्या टप्प्यापर्यंत येऊन पोहोचला की, तो लगेच त्याच्या पुढच्या पिढीतल्या व्यक्तीला आपलं कार्य सुरू ठेवण्यासाठी तयार करत असे. न्यायदेवतेच्या चरणी पिढ्यान्‌पिढ्या चालू असलेली आमच्या घराण्याची सेवा अशीच अबाधित सुरू राहावी यासाठी

सगळेच ग्रद्धा मलिक कंबर कसून उभे असतात. आज ती धुरा माझ्या हाती सोपवली गेली होती. एका अर्थी मला या गोष्टीचा अभिमान वाटायला हवा होता; पण तसं न वाटता, उलट मला त्याचा त्रास होत होता. कसलं कार्य आहे हे? काय अर्थ आहे या सगळ्याला? निरर्थक आहे सगळं!

नाइलाजाने, मी खटक्याला हात लावला आणि तो ओढण्याचा प्रयत्न केला; पण तो बऱ्यापैकी गंजलेला होता. बाबांनी प्रयत्न करून बघितला; त्यांनाही खटका उचलता आला नाही. ''खटका खूप गंजलाय, बाबू... तेल घालायला हवं,'' त्यांनी पोलिसाकडे तक्रार केली. पोलीस तेल आणायला गेला. बाबासुद्धा त्याच्यासोबत गेले.

मी फाशीस्तंभाच्या समोर उभी राहून, त्याकडे निरखून पाहू लागले. ढगाळलेल्या आभाळाच्या पार्श्वभूमीवर तो फाशीस्तंभ एखाद्या अपूर्ण राहिलेल्या शिल्पाकृतीसारखा दिसत होता. एका क्षणी मला असं वाटून गेलं की, मी इथे यापूर्वी बरेचदा येऊन गेले आहे. त्या विचाराने मला जरा सैलावल्यासारखं वाटलं. आमच्या घराण्याला हे काम नेमून दिलेलं आहे. गंगेतील पाणी जसं अखेर समुद्राला जाऊन मिळतं तसं; आमच्या घराण्यातली माणसं शेवटी याच कामाला लागतात. जल्लादाचं काम वरकरणी कितीही कठोर आणि संवेदनाहीन वाटत असलं तरी प्रत्यक्षात ते केवळ एक सरकारी, यांत्रिक काम असूच शकत नाही. विशेषतः कोणतीही स्त्री, स्वतःच्या मनाशी प्रचंड द्वंद्व न करता (आणि त्या द्वंद्वामध्ये आपल्या मनावर ताबा न मिळवता) हे काम करू शकणार नाही.

इतक्यात, मला माझ्या मागे कुणीतरी उभं असल्याचा भास झाला. मी दचकून मागे पाहिलं. बघते तर, बाबा माझ्याकडे हसून बघत उभे होते.

''मी तुला काल मुद्दामच इथे घेऊन आलो नाही, चेतू. हे सगळं प्रत्यक्षात पाहून तुझी काय प्रतिक्रिया होईल याचा मला अंदाज येत नव्हता आणि जर तू इतरांसमोर घाबरली असतीस, तर हे काम आपल्याला मिळणं कठीण होतं; पण आता, मला तुझा खरंच अभिमान वाटतो; चेतू, तू खूप धीराची आहेस.''

बाबांच्या कौतुकावर काय प्रतिक्रिया द्यावी हे मला समजेना. त्या क्षणी त्यांना हे सांगणं अयोग्य वाटलं की, मी धीराने नव्हे, तर नाइलाजाने हे सगळं करायला तयार झाले होते.

तोंडावरचा घाम पुसत बाबा बोलू लागले,

''किती वर्षांनी येतोय मी इथे! पण प्रत्येक वेळी आलो की, पहिल्यांदाच येत असल्यासारखं वाटतं. हा भाग बघितलास, चेतू? पूर्वी इथे एक भिंत असायची. त्यावर दादूंची गणितं लिहिलेली असायची आणि त्या तिथे एक दरवाजा होता. इंग्रज अधिकारी त्या दरवाजामधून फाशी दिली जाताना बघत

असत. आता हे बघ... या इथे डी.जी.पी., अधीक्षक आणि दंडाधिकारी उभे राहतात. गुन्हेगाराला आत आणलं जातं. मग त्याच्या तोंडावर काळा मुखवटा चढवला जातो आणि त्याचे हात बांधले जातात. दंडाधिकारी समोरच्या बाजूला उभे राहतात. त्यांनी आपल्या हातातला लाल रुमाल जमिनीवर पाडला की, जल्लादाने खटका ओढायचा असतो. रुमाल पाडणं ही खूण असते.''

मी स्तब्ध होऊन ऐकत होते.

''त्या वेळी जल्लादाने आपलं संपूर्ण लक्ष त्या रुमालावर केंद्रित करायचं असतं. मनातले इतर सगळे विचार, संभ्रम बाजूला सारून, फक्त त्या रुमालावर आपलं मन स्थिर करायचं असतं. त्या काही क्षणांसाठी तुमच्या आयुष्यामध्ये केवळ तो खटका आणि तो लाल रुमाल या दोनच गोष्टी आहेत, असं मानून चालायचं असतं.''

उसासा टाकत, बाबा पुढे म्हणाले,

''हे बघ बेटा, आपण केवळ न्यायदानाच्या कामामध्ये आपला खारीचा वाटा उचलत असतो. आता जतिंद्रनाथचंच बघ ना. आजारी आईसाठी औषधं आणण्याकरिता जात असलेल्या एका लहान मुलीला त्याने किती निर्दयपणे मारलं? त्या मुलीने त्याच्यासमोर किती गयावया केली असेल? तिला किती त्रास झाला असेल? पण त्याने तिचं ऐकलं का? नाही. त्या वेळी त्याच्या डोक्यावर सैतान स्वार झाला होता. सरकारचं काम आहे, समाजस्वास्थ्यासाठी या सैतानांचा खातमा करणं आणि जल्लाद म्हणून आपलं काम असतं अशा सैतानांचा प्राण हिरावून घेणं. तेच आपलं कर्म आहे; आपल्या पूर्वजन्मीच्या कर्मांचं फळ आहे.''

फाशीस्तंभाकडे दृष्टिक्षेप टाकून, बाबा पुन्हा माझ्याकडे वळून म्हणाले,

''मानेवरची गाठ घट्ट झाली की, तुला 'खुट्ट' असा आवाज येईल. मानेमधली हाडं तुटण्याचा तो आवाज असतो. ते झालं की, शरीर व मेंदूला परस्परांमध्ये जोडणाऱ्या नसा तुटतात आणि मनुष्य बेशुद्ध होतो. मात्र, यामध्ये जराशी चूक झाली तर, त्या माणसाची नखं वाढू लागतात. त्याच्या बोटाच्या कातडीमध्ये रुतू लागतात. तो मल, मूत्र, इतर घाण बाहेर फेकू लागतो...''

मी गलितगात्र झाले!!! बाबांचं बोलणं ऐकून मला असं वाटू लागलं की, स्वप्नात बघितलेलं वडाचं झाड खरोखरच माझ्या गळ्याभोवती आपल्या पारंब्यांचा विळखा घालत आहे.

सेनाराजांच्या राजवटीमध्ये आमचे एक पूर्वज, चित्तस्वरूप मलिक जल्लादाचं काम करीत होते. पालाराजांपैकी शेवटचा राजा, मदाना पाला याला, सेनाराजांनी पार धुळीला मिळवलं होतं. चित्तस्वरूपना, मदाना पालाला फाशी द्यायचा हुकूम फर्मावला गेला. सत्तेत असताना, मदाना पालाची तुलना शूर सिंहाशी केली जात

असे; मात्र, बंदिवान झाल्यावर त्याची रया एखाद्या पळपुट्या कोल्ह्यासारखी झाली होती. फाशीस्तंभावर चढवला गेला असताना, मदाना पाला गल्लीतल्या कुत्र्याप्रमाणे कुईऽकुई करत मेला होता. सत्ता आणि सत्तेभोवतीचं राजकारण किती चंचल असतं; राजांची कीर्ती व मानसन्मान केवळ त्यांच्या पदाशी जोडलेला असतो – पद गेलं की, मोठ्यातला मोठा राजाही कसा चिचुंद्रीसारखा जीव वाचवत फिरतो हे सगळं समजावण्यासाठी ठाकूमा आम्हाला बरेचदा मदाना पालाची गोष्ट सांगत असे. या सगळ्याला केवळ महाराज नंदकुमारचा अपवाद होता; पण तो काही खरोखरचा राजा नव्हता. असो. बाबांचं बोलणं ऐकून, माझ्या मनात एकच गोष्ट घोळत होती. ती म्हणजे, राजा असो किंवा फकीर – जल्लादाच्या हाताला लागले की, दोघेही भीतीने आपल्या धोतराचं पितांबर करतात!!!

बाबा अजूनही काही सांगत होते; पण तेवढ्यात, तेल घेऊन आलेला पोलीस बघून ते गप्प बसले. बाबा आणि पोलीस दोघे खटक्यावर तेल घालू लागले तसं मी फाशीस्तंभाच्या तळाशी कोळिणीने बांधलेलं सुंदर जाळं बघण्यात गढून गेले. इतक्यात, मागून चालत येणाऱ्या पावलांचा आवाज झाला. मी गर्रकन मागे फिरले. बघितलं तर समोर संजीवकुमार मित्रा उभा!! माझं हृदय धडधडू लागलं.

"अच्छा! म्हणजे एक दिवस करार करायचा आणि दुसऱ्या दिवशी बिनधास्तपणे त्या कराराचं उल्लंघन करायचं! चांगलं चाललंय, ग्रद्धा बाबू! तुम्ही माझ्याशी असा खेळ खेळायला नको होता!" संजीवकुमार बाबांवर ओरडला.

मी चिंताग्रस्त नजरेने बाबांकडे बघितलं. ते मात्र अगदी मजेत होते! तोंडभर हसून, संजीवकुमारकडे वळून म्हणाले,

"काय झालं, संजू बाबू? इतके रागावलेले का दिसता?"

"हे वरून मलाच विचारता? खरंच? ग्रद्धादा, मी तुम्हाला निक्षून सांगितलं होतं की, यापुढे फाशी होईपर्यंत चेतनाचे सगळे दिवस आमच्या वाहिनीच्या अखत्यारित असतील; हो की नाही?"

"होऽऽ, पण तुम्ही आजचा दिवस कुठे मागितला होतात?" बाबांनी थंड स्वरात प्रत्युत्तर दिलं. "काल संध्याकाळी निघताना तुम्ही मला म्हणालात की, १ जूनला चेतनाने तुमच्या वाहिनीच्या कार्यक्रमामध्ये भाग घेण्यासाठी सज्ज राहावं. त्याशिवाय आजच्या बाबतीत वेगळं काही बोलणं झालेलं मला तरी आठवत नाही बुवा! उगीच चिडू नका, संजू बाबू. आम्ही सरकारी नोकर आहोत आणि हे आमचं काम आहे. जसं वाहिनीसाठी चित्रीकरण करणं तुमचं काम आहे, तसंच! मी तुम्हाला असं वचन तर नक्कीच दिलेलं नाही की, आम्ही साधं शिंकलो किंवा कुशीवर वळलो तरी लगेच तुम्हाला त्याची बातमी देऊ. बरोबर की नाही? असा कुठला मुद्दा अधोरेखित आहे का आपल्या करारामध्ये? नाही ना? मग झालं तर

आणि जरी तो असता, तरी तो पाळणं फार अव्यवहार्य आणि गैरसोयीचं असतं.''

बाबांचं मुद्देसूद स्पष्टीकरण ऐकून, संजीवकुमारच्या चेहऱ्यावर फुलणारा संताप मला लख्ख दिसत होता. महत्प्रयासाने आपल्या भावना रोखून धरत तो बाबांना म्हणाला,

''मी तुम्हाला ५००० रुपये दिले आहेत! विसरलात का तुम्ही, ग्रद्धादा?''

''संजू बाबू, तुमची स्मरणशक्ती जराशी कमी आहे. तुम्ही माझ्या हातावर फक्त १००० रुपये ठेवले आहेत. उरलेले पैसे द्या, मग बघू पुढचं काय ते!''

''कमाल करता तुम्ही, ग्रद्धादा! पैशापेक्षा इतरही गोष्टी महत्त्वाच्या नसतात का? तुम्ही आम्हाला दिलेला शब्द महत्त्वाचा नाही का?''

''कमाल तर तुम्ही करताय, संजू बाबू. मी नेहमीच माझा शब्द पाळतो; पण तुम्ही मला तो शब्द पाळायला सांगत आहात जो मी मुळातच दिलेला नाही!''

संजीवकुमार मित्राने माझ्याकडे आणि बाबांकडे रोखून बघितलं. त्याच्या कपाळावरची नस उडत होती. काही क्षणांनी, त्याने आपल्या चेहऱ्यावर प्रयत्नपूर्वक हसू आणत बाबांना म्हटलं,

''तुमच्या जागी इतर कुणी असता तर माझी प्रतिक्रिया वेगळी झाली असती; पण तुम्ही माझ्यासाठी कुणी परके नाही, ग्रद्धादा. तुम्ही त्या मुलीचे वडील आहात जिच्याशी मी लग्न करू इच्छितो. माझ्या होणाऱ्या सासऱ्यांचा अनादर...''

''हे सगळं करारामध्ये लिहिलेलं नाही!!'' संजीवकुमारला मध्येच तोडत, मी माझ्या नकळत बोलून गेले.

क्षणभर मला खरंच वाटेना की, मीच हे बोलून गेले होते. संजीवकुमारच्या चेहऱ्यावर विजेचा धक्का बसल्यासारखे भाव पसरले! बाबांनी मात्र माझ्याकडे दृष्टिक्षेप टाकला आणि शांतपणे खटक्याला तेल लावू लागले.

संजीवकुमारच्या संतापाचा पारा चढू लागला. त्याने माझ्यावर आपली कृद्ध नजर रोखली. त्या नजरेने, माझ्या मनात पुन्हा तो किडा वळवळू लागल्याचा भास होऊ लागला.

''चेतना बरोबर बोलतेय, संजू बाबू. तुम्ही तिला असं म्हणाला होतात की, तुम्ही तिच्याशी लग्न कराल; पण या गोष्टीची खात्री काय? तुम्ही आम्हाला तशी काही लेखी खात्री दिलेली नाही किंवा आपल्यात झालेल्या करारामध्येही असं काही नमूद केलेलं नाही. तुम्ही दोघं एकमेकांच्या प्रेमात आहात का? वाटत तरी नाही. माझ्या मुलीने असं कुठेच म्हटलेलं नाही की, ती तुमच्याशी लग्न करणार आहे. हे सगळं फक्त तुम्हीच म्हणत आहात... आणि तेही, फक्त म्हणत आहात. लिखित स्वरूपात काहीच हमी नाही आमच्याकडे,'' संजीवकुमारकडे जळजळीत कटाक्ष टाकत बाबा उद्गारले.

अवघ्या काही क्षणांमध्ये घटना ज्या प्रकारे उलगडत गेल्या ते बघून माझी दातखीळ बसली! "हे सगळं करारामध्ये नाहीये... हे सगळं करारामध्ये नाहीये..." अशी वेडसर बडबड करत मी बाबा आणि संजीवकुमारकडे आलटूनपालटून बघत बसले. प्रचंड संतापलेल्या नजरेने, संजीवकुमार माझ्याकडे बघत होता. त्याच्या आवाजातून, चेहऱ्यावरच्या भावांवरून आणि दृष्टीमधून मला सैतान डोकावत असल्याचा भास होत होता. मनातली भीती क्षणोक्षणी वाढत चालली होती. मला त्याचा तिरस्कार करायचा होता; पण माझ्याप्रति त्याच्या नजरेत भरलेला द्वेष बघून, मी तेही करण्यासाठी असमर्थ ठरले होते.

"हंऽऽ... हे आता ठीक झालं," बाबा मध्येच बोलले. संजीवकुमारने त्यांच्याकडे नजर फिरवली. बाबा मुद्दाम त्याच्याकडे दुर्लक्ष करत जवळ उभ्या असलेल्या पोलिसाला म्हणाले,

"अरे, मी या खटक्याबद्दल बोलतोय. ये इकडे, एकदा हळूच ओढून बघ," असं म्हणून, बाबा काहीतरी करण्यासाठी मागे वळले. तितक्यात, कुठल्याही पूर्वसूचनेशिवाय, संजीवकुमार खटक्याजवळ गेला आणि "अच्छा, हा खटका असतो काय? बघू मला..." असं म्हणत, त्याने बाबांकडे बघून डोळा मारला आणि जोरात खटका ओढला. 'खड्यॅक्' असा आवाज झाला!

भूकंप झाल्यासारखी, जमीन गडगडली! कान बंद करण्यासाठी उभारलेले माझे हात हवेत मारत मी धाड्कन तळघरात पडले!!! फास लावून प्राण गमावलेले हजारो मृतदेह गिळलेल्या काळ्याकुट्ट तळघरामध्ये मी गळ्यामध्ये फास न लावता, प्राण शाबूत ठेवून पडले होते! २२ वर्षांच्या आयुष्यातला, हा माझा सर्वांत मोठा थरकाप उडवणारा अनुभव होता. संजीवकुमारने माझ्या मागोमाग तळघरात उडी मारली. मरणाऱ्या माणसांच्या मलमूत्राच्या दर्पाने भरलेल्या त्या घाणेरड्या तळघरामध्ये, संजीवकुमारने अत्यंत निर्दयपणे माझ्या अंगाचा चुराडा केला!!! वडाच्या पारंब्या किती वेदना देऊ शकतात याचा मी प्रत्यक्ष अनुभव घेत होते. मरणाच्या खुणांबद्दल ठाकूमा नेहमी काय बोलते त्याचाही मला प्रत्यय आला.

विचकलेल्या दातांनी माझे ओठ चावत, संजीवकुमार गुरगुरला,

"करारामध्ये हे सगळं नाही काय? अंऽऽ?"

तळघराच्या भयावह अंधारामध्ये संजीवकुमारचा आवाज मला भुतासारखा वाटला. त्याने पुन्हा माझे स्तन कुस्करले आणि कंबरेत एक जोरदार लाथ घातली. दुःखापेक्षा, त्याच्या कृत्यामुळे वाटणारा अपमान आणि रागामुळे मला एकदम चुरडलं गेल्यासारखं झालं. त्या क्षणी एक गोष्ट माझ्या अशीही लक्षात आली की, फासाची गाठ चुकीच्या ठिकाणी बसल्यावर जेव्हा माणसाचा (किंबहुना पुरुषाचा) मृत्यू वेदनेत होतो, तेव्हा तो केवळ मल, मूत्रच नाही तर वीर्यसुद्धा

बाहेर फेकतो. मला हे कुणी सांगितलेलं नव्हतं; पण स्त्रियांना या गोष्टी आपोआपच जाणवतात बहुतेक! तो क्षण माझ्या आयुष्यातला निर्णायक टप्पा ठरला. त्यानंतर मला संजीवकुमारला 'सोडून देण्याची' इच्छा होईना!

१०

गेली कित्येक वर्षं, स्ट्रॅन्ड रोडवर आपली न्हाव्याची पेटी घेऊन बसलेला अविनाश सिरकारच बाबांची दाढी करत असे. आम्ही त्याला सिरकार मामा म्हणायचो. स्मशानघाटावरून शाळेत जात असताना मी त्याला कित्येक वर्षं, नारायणदाच्या दुकानाशेजारी आपलं 'दुकान' मांडून बसलेला बघत असे. किडकिड्या अंगावर चढवलेला कळकट्ट बनियन छातीपर्यंत वर करून, तो आपल्या गिऱ्हाइकांचे केस कापत आणि दाढी करत असे. कुठल्याशा राजकीय पक्षाने लावलेल्या झेंड्याच्या दांडीवर सिरकार मामाने एक छोटासा आरसा टांगलेला होता. त्या आरशावर पडणारी उन्हाची तिरीप परावर्तित होऊन पार रेल्वेच्या रुळापाशी येऊन थांबायची. आम्ही त्या रस्त्यावरून जात असताना, आरशामध्ये आमचं प्रतिबिंब पाहून सिरकार मामा ओरडायचे, "ए, चेतू मा! सिरकार मामाला नमस्कार नाही करणार का?" आणि मग मागे वळून बघत, खोल गेलेल्या गालांमधले पडके दात दाखवत, रुंद स्मित करायचे. आमच्या घरी येताना, न चुकता माझ्या व रामूदासाठी चिंचेच्या गोळ्या घेऊन यायचे. दिवसभर काम करून झालं की, सिरकार मामा आमच्या चहाच्या दुकानात येऊन बाबांची भेट घेत असत. मग ते एकत्र बसून वर्तमानपत्र वाचत, रेडिओवरच्या बातम्या ऐकत आणि राजकीय घडामोडींवर चर्चा करत.

एके दिवशी मी सकाळी उठले, तर कुणीतरी बातमी आणली होती की, रेल्वेच्या रुळांजवळ एका बाईचा मृतदेह सापडला होता. इतरांसोबत मीसुद्धा तो मृतदेह कुणाचा आहे हे बघायला धावले. मात्र, लोकांच्या गर्दीमधून वाट काढत पुढे जाणं मला जमलं नाही. उदास होऊन, सिरकार मामाच्या दुकानात जाऊन बसले तसे ते मला म्हणाले, "इतकी निराश नको होऊस, चेतू. पुढच्या वेळी मी तुला माझ्या खांद्यांवर उचलून घेईन. मग तुला सगळं बघता येईल, ठीक आहे?" मग त्यांनी आपल्या खिशातून दोन चिंचेच्या गोळ्या माझ्यासमोर धरल्या. झालं! माझी खिन्नता कुठच्या कुठे पळून गेली. अवघी ६-७ वर्षांची होते मी तेव्हा!

पुढचे बरेच दिवस मी, आई आणि ठाकूमा तो मृतदेह कुणाचा होता याबाबत काही बातमी मिळते का याची वाट पाहत राहिलो. सिरकार मामा रोज आम्हाला

वर्तमानपत्रातल्या बातम्या वाचून दाखवत असे.

'रेल्वे रुळाजवळ सापडलेल्या महिलेच्या मृतदेहाची ओळख अद्याप पटलेली नाही – पोलीस'

'मृतदेहाची ओळख पटली. सोनागाचीमधल्या विजयमल्लिकाचा मृतदेह असल्याचा दावा – पोलीस'

'महिलेला मारून रेल्वे रुळांवर टाकून देणाऱ्या नराधमाला लवकरच ताब्यात घेतलं जाईल – पोलीस'

रोज काहीबाही बातम्या सांगून, सिरकार मामा आम्हाला हसवत बसायचे. ज्या दिवशी अशी बातमी छापून आली की, 'मेलेल्या महिलेच्या नवऱ्याचा पत्ता लागला – पोलीस,' तेव्हा त्यांनी बाबांना यथेच्छ चिडवलं होतं!

"ग्रद्धादा, तुझ्यासाठी मोठंच काम वाढून ठेवलंय, बरं काऽऽ!" असं सिरकार मामांनी म्हटल्यावर, बाबांसह आम्ही सगळेच खूप हसलो होतो.

दोन महिन्यांनी, अजून एक बाई मेलेली आढळली. या वेळी त्या बाईचा मृतदेह भवानीपूरमधल्या एकाकी रस्त्यावर टाकलेला सापडला होता. बातमी आल्याच्या दुसऱ्या दिवशी, मा माझ्या केसांच्या वेण्या बांधत उंबरठ्यावर बसली असताना, अचानक लांबून कोलाहल ऐकू आला. बघतो तर, एक भलामोठा कुत्रा, पांढरा बनियन आणि खाकी रंगाची विजार घातलेल्या कुणा माणसाला खेचून आणत होता. त्याच्यामागे चार-पाच पोलीस आणि पोलिसांच्या मागे लोकांचा तांडा धावत येत होता. मा घाबरली आणि डोक्यावर पदर घेऊन घरात शिरली. एकच वेणी बांधलेल्या विचित्र रूपात, मीसुद्धा आमच्या घरावरून रेल्वेच्या रुळांकडे धावत असणाऱ्या कुत्र्याच्या मागे धावू लागले. तेवढ्यात एक आगगाडी धडधडत गेली. ती जाईपर्यंत, कुत्रा रुळांच्या या बाजूला भुंकत बसला. आगगाडीतल्या प्रवाशांना हे सगळं बघण्यात गंमत वाटत होती. आगगाडी गेली तशी कुत्र्याने रुळांकडे झेप घेतली. आपले भलेमोठे, टोकदार सुळे विचकत तो धावत गेला आणि... आणि एका गिऱ्हाइकाची दाढी करत पाठमोऱ्या बसलेल्या सिरकार मामांच्या अंगावर त्याने झडप घातली!! सिरकार मामा किंचाळले! कुत्रा आता आवेशात आला होता. त्याने सिरकार मामांचे लचके तोडायला घेतले. मी जागीच थिजले होते. काही क्षणांपूर्वी गमतीशीर वाटणारा प्रसंग आता भयावह बनला होता. काय होतंय हे समजायच्या आत, पोलिसांनी कुत्र्याला बाजूला सारलं आणि सिरकार मामांना ते लाथा-बुक्क्यांनी तुडवू लागले! ओरडत, विव्हळत असणाऱ्या सिरकार मामांची दृष्टी माझ्यावर पडली तशी त्यांनी आरोळी ठोकली, "चेतू!! छोटडी!! मला वाचव गंऽऽ... तुझ्या मामांना वाचव!" पण मी काहीच करू शकत नव्हते. फार असहाय वाटलं मला त्या दिवशी! खरंतर मला त्या दुष्ट

पोलिसांना मारायचं होतं, चावायचं होतं... माझ्या सिरकार मामांना सोडून द्या, असं सांगायचं होतं... पण मी काहीच करू शकले नाही.

थोड्या वेळाने, रामूदाने घोळक्यातल्या लोकांच्या गप्पा ऐकून अशी बातमी आणली की, सिरकार मामांनीच ते सगळे खून केले होते! मी तर हादरून गेले! एवढे खेळीमेळीने वागणारे, खुरटलेल्या अंगाचे सिरकार मामा कुणाचा खून करू शकतात ही शक्यता पचनी पडेना. मात्र, ती बातमी खरी होती. वर्तमानपत्रामध्ये असं लिहून आलं होतं की, सिरकार मामांनी सोनागाचीमधल्या चार बायकांची निर्दयपणे हत्या करून त्यांचे मृतदेह निरनिराळ्या ठिकाणी फेकून दिले होते.

तळघरातून बेशुद्धावस्थेत बाहेर काढलं गेल्यावर, माझ्या डोक्यात पहिला विचार आला तो सिरकार मामांचा! मी शुद्धीवर आल्यावर बघितलं, तर बाबा अतिशय चिंताग्रस्त चेहऱ्याने माझ्याकडे बघत बसले होते. एका पोक्त डॉक्टरने माझी नस तपासून सांगितलं की, आता मी धोक्याच्या बाहेर होते. माझ्याकडच्या एकुलत्या एक चांगल्या कपड्याची पाठ फाटलेली होती. मनगटावरील काचेच्या बांगड्या फुटून, त्यांचे तुकडे माझी पाठ आणि मांड्यांमध्ये रुतले होते. कमाल म्हणजे, माझे ओठ, पोट आणि स्तनांवर झालेल्या जखमांची कुणीच दखल घेत नव्हतं! हंऽऽ! त्यात आश्चर्य तरी काय होतं म्हणा? माझ्या आत्म्यावर झालेली खोल जखम तरी कोण जमेस धरत होतं?

इतक्यात, तुरुंगअधीक्षक सिब्देव घोष आरडाओरडा करत आत आले.

"अरे, काय चाललंय काय इथे? नियम, कायदा कशाचीच तमा उरलेली नाही का तुम्हा लोकांना? माझ्या चांगुलपणाचा किती गैरफायदा घ्यावा?"

"माफ करा, सिब्देव बाबू..." संजीवकुमार हात जोडत सिब्देव घोषसमोर येऊन म्हणाला, तेव्हाच मला त्याच्या कपाळावरचा लालसर निळा डाग दिसला.

"आमच्यामध्ये झालेल्या करारानुसार, चेतना आपला सगळा वेळ आमच्या वाहिनीसोबत घालवणार होती. मात्र, जेव्हा मला समजलं की, हे दोघं माझ्या नकळत एवढ्या महत्त्वाच्या कामासाठी कारागृहात आलेले आहेत, तेव्हा माझा स्वतःवरचा ताबा सुटला."

"सिब्देव बाबू, आम्ही सरकारी नोकर आहोत. आम्ही सरकारसाठी काम करतो, यांच्या वाहिनीसाठी नव्हे."

"मित्रा बाबू, ग्रद्धादांच्या म्हणण्यात तथ्य आहे."

सिब्देव बाबूंनी बाबांना दिलेला दुजोरा ऐकून, संजीव मित्राने माझ्याकडे निर्देश करत म्हटलं,

"सिब्देव बाबू, मला या मुलीशी लग्न करायचं आहे. जेव्हापासून तिला बघितलंय, तेव्हापासून माझ्या मनात फक्त तिचीच छबी घोळत आहे."

काय नाटकी मनुष्य होता हा! मला वाटायचं की, बाबांपेक्षा नाटकी कुणी असूच शकत नाही; पण संजीवकुमारचा अभिनय, तर मोठमोठ्या नटांना पाणी पाजणारा होता!

"वा! मग काय, चांगलंच आहे की! काय, ग्रद्धादा?"

माझ्याकडे लबाडपणे बघून बाबांनी उत्तर दिलं,

"अर्थात! माझी हरकत असण्याचा प्रश्नच उद्भवत नाही. संजू बाबू कधीपासून चेतनाचा हात मागत आहेत; पण तुम्हीच सांगा बाबू, नुसतं तोंडाने इच्छा व्यक्त करून काही होतं का? काही लेखी हमी, काही कागदपत्र नको का?"

उत्तरादाखल, संजीवकुमार पुढे झाला आणि आपल्या विजारीच्या खिशातून एक लहानशी डबी काढून माझ्यासमोर धरली. मला काही समजेना. काही न बोलता, संजीवकुमारने डबीतून हिरा जडवलेली सोन्याची अंगठी काढली. मग माझा उजवा हात खस्सकन पुढे ओढून, ती अंगठी माझ्या बोटात सरकवली. काही मिनिटांपूर्वी त्याने जोरात ओढलेल्या माझ्या हाताला आणि बोटांना होणारी वेदना मनात दाबून, मी निमूटपणे अंगठी घालून घेतली.

"आता तर झालं? मुलीचे वडील, एक डॉक्टर आणि काही जबाबदार पोलीस अधिकाऱ्यांसमोर मी माझ्या प्रेमाचा आणि हेतूंचा ठळक पुरावा दिला आहे."

माझा मेंदू काम करेनासा झाला! पण बाबा, सिब्देव बाबू आणि तिथे जमलेली इतर मंडळी हसून, टाळ्या पिटू लागली.

मी उठून बसण्याचा प्रयत्न करत म्हणाले,

"नाही... नको... मला या सगळ्याची गरज वाटत नाही..."

पण माझं बोलणं पूर्ण व्हायच्या आत, संजीवकुमारने मध्येच तोंड खुपसलं आणि म्हणाला,

"चेतना! काय गं तू? किती अंधार होता आतमध्ये! मला लहानपणापासून अंधाराची भीती वाटते हंऽऽ पण तरीसुद्धा, तू खाली पडलीस हे बघून मला राहावलं नाही आणि कसलाही विचार न करता मी थेट तुझ्यामागे उडी घेतली. यालाच तर प्रेम म्हणतात ना? नाहीतर मला काय वेड लागलंय का, स्वतःचा जीव धोक्यात घालून अशी उडी घ्यायला?"

कुणीच काही बोललं नाही. मी बाबांकडे मदतीच्या अपेक्षेने बघितलं, तर ते डोळे वटारून माझ्याकडे बघत होते. आता मला त्यांचीच भीती वाटू लागली. बाबांच्या शब्दाबाहेर जायचं हे मला कधी माहीतच नव्हतं; त्यामुळे आता माझ्याकडे तोंड दाबून बुक्क्यांचा मार सहन करण्यापलीकडे काही पर्याय नव्हता. कारागृहातून घरी पोहोचेपर्यंत बाबा माझ्याशी एक शब्दही बोलले नाहीत. फक्त घरात शिरताना

माझ्याकडे तुच्छपणे बघत उद्गारले,

"अंघोळ कर आणि मगच आत ये."

मी अजूनच शरमले. अंघोळ केली. संपूर्ण शरीर वेदनेने ठणकत होतं. पुढे आयुष्यभर मला तो प्रसंग आठवत राहिला. कित्येक रात्री मला स्वप्नात असं दिसत राहायचं की, मी कुठल्यातरी खोल दरीत अथवा खळग्यात पडते आहे आणि मला कुणीही वाचवायला येत नाही. ते स्वप्न पडलं की, दर वेळी मी किंचाळत उठायचे; पण त्या स्वप्नापेक्षाही भयंकर आठवण होती ती त्या माणसाची, ज्याने ओठांवर स्मित ठेवत माझ्या शरीराची लक्तरं केली होती!

त्या दिवशी आम्ही घरी पोहोचलो, तेव्हा काकू, काकीमा आणि त्यांच्या दोन्ही मुली बज-बजला निघून गेले होते. घरी पोहोचताक्षणी बाबांनी दारूची बाटली उघडली होती. ती बाटली संजीवकुमारने भेट दिली होती हे लक्षात आल्यावर तर मी अजूनच खवळले होते! मी अंघोळ करून बाहेर आल्यावर ठाकूमाने माझ्या मनगटावर महाकालीच्या मंदिरामधून मंतरून आणलेला धागा बांधला. माझ्या दुखऱ्या बोटातली सोन्याची अंगठी काढून मी आईकडे सुपूर्द केली.

"मला ही अंगठी नको. पुढच्या वेळी तो इथे आला की, त्याला परत देऊन टाक."

"देवा! यामध्ये हिरा जडवलेला आहे की काय?" माझ्या बोलण्याकडे दुर्लक्ष करत आई किंचाळली!

"बघू, बघू..." ठाकूमा धावत आली. तिने कौतुकाने अंगठी बघितली आणि मग म्हणाली, "मुलगा चांगलाच आहे. प्रेमळसुद्धा दिसतोय; पण आपल्या चेतूसाठी योग्य नव्हे..."

ठाकूमाचं मत ऐकून, मा खवळली. इतका चांगला मुलगा दिवा घेऊन शोधला तरी सापडणार नाही असं मत व्यक्त करून, माने ठाकूमाशी भांडण उकरून काढलं. तरी ठाकूमा आपल्या म्हणण्यावर ठाम होती.

"तुला समजत नाही... आपलं घराणं दोन हजार वर्षांपासून जल्लादाचं काम करत आलेलं आहे. फणीनंतर हे काम सुरू ठेवणारा मुलगाच या घराण्यासाठी योग्य ठरेल. नाहीतर आपली ही इतक्या शतकांची परंपरा काळाच्या पडद्याआड लुप्त होईल."

"मला ठाऊक होतं, तुम्ही हेच म्हणणार! या 'महान' घराण्याच्या 'महान' कार्यपरंपरेशिवाय तुम्हाला दुसरं काही सुचतं का? ते काही नाही! हा मुलगा चांगला शिकलेला आहे. त्याच्याशी लग्न करून चेतू या नरकातून तरी बाहेर पडेल."

मा आणि ठाकूमाची वादावादी सुरू असताना, मी रामूदाच्या कानात कुजबुजले, "मला त्याची भीती वाटते..."

"बरोबर आहे तुझं. तो तुझ्यावर प्रेम करणार नाही; पण लोकांसमोर तसं दाखवत राहील आणि तुला त्रास देत राहील," असं रामूदाचं(सुद्धा) मत पडलं.

ओल्या केसांच्या जटा सोडवत, मी रामूदाला विचारलं,

"तुला सिरकार मामा आठवतात का रे?"

रामूदाने मोठा उसासा सोडत उत्तर दिलं,

"माणसाच्या मनाचा ठाव घेता येत नाही, हेच खरं. कोण कधी कसं वागेल, काऽऽही सांगता येत नाही."

पुन्हा एकदा, सिरकार मामाच्या आठवणी माझ्या मनात घोळू लागल्या. अटक झाल्यानंतर सहा महिन्यांनी सिरकार मामा पुन्हा आमच्या घरी आले होते. बाबांनी त्यांच्यावर शिव्यांचा भडिमार करत म्हटलं होतं,

"ग्रद्धा मलिकांचं घर म्हणजे खुनी-दरोडेखोरांचं प्रांगण नाही! चल निघ इथून, आत्ताच्या आत्ता चालता होऽऽ!"

त्यावर आसवांनी डबडबलेल्या डोळ्यांनी, हात जोडून, सिरकार मामांनी बाबांना विनवलं होतं,

"ग्रद्धा, तू तरी माझी साथ सोडू नकोस रेऽऽ! तुझ्याशिवाय मला आहे तरी कोण? मी खरं सांगतो, मला त्या हत्यांबद्दल काहीही माहीत नाही; पण पोलिसांनी मला इतकं बदडलं की, मी घाबरून कबुली देऊन टाकली."

संतापलेल्या चेहऱ्याने दरवाजाशी उभ्या असलेल्या ठाकूमा आणि माझं मत, सिरकार मामांच्या बाजूने वळू लागलं. काकूसुद्धा म्हणाले,

"कदाचित, सिरकार म्हणतोय ते खरं असेल. त्याच्यासारख्या मवाळ माणसाला पोलिसांनी बदडून काढलं तर तो घाबरून त्यांच्या री मध्ये री ओढणारच."

"हो नाऽऽ... आपण सामान्य माणसं. त्याने जर इतके खून केले असते, तर तो एवढ्या कोऱ्या चेहऱ्याने वावरू शकला असता का? इतका वरच्या पातळीचा अभिनय जमायला सिरकार मामा एखादा नट थोडाच आहे?" माने काकूला दुजोरा देत म्हटलं.

ठाकूमा मावर कुरघोडी करत उद्‌गारली,

"गप्प बस गं! काहीतरीच बडबडत असते ही बाई! पण फणी, असं मात्र होऊ शकतं की, कुठल्याशा कारणाने डोकं फिरल्यामुळे त्याने नकळत गुन्हा केला असेल?"

एवढं सगळं ऐकूनही बाबा मात्र स्थितप्रज्ञ राहिले. त्यांच्यासारख्या सरकारी नोकरासमोर सिरकार मामासारख्या गुन्हेगाराने उभं राहण्याचीही हिंमत करू नये,

असं त्यांचं स्पष्ट आणि ठाम मत होतं. सिरकार मामा सदोष असतील असं मला मुळीच वाटत नव्हतं. पुढे बरेच महिने, ते आपलं लहानसं दुकान चालवत, आपण निर्दोष आहोत हे सिद्ध करण्यासाठी न्यायालयामध्ये खेपा घालत राहिले. एके दिवशी, कसंबसं बळ एकवटून मी त्यांना प्रत्यक्ष जाऊन विचारलं होतं की, त्यांनी खरोखरच तो भयंकर गुन्हा केला होता का? माझा प्रश्न ऐकून, सिरकार मामांनी हसून उत्तर दिलं होतं, ''चेतू मा, थोडा धीर धर. बघ तुझा सिरकार मामा कसा निर्दोष सिद्ध होतो ते! अरे, ज्याला कर नाही त्याला डर कशाला? मग बघ मी त्या दुष्ट पोलिसांना कसा धडा शिकवतो ते!''

त्यानंतर प्रत्येक सुनावणीहून परत आल्यावर ते मला सांगत राहिले की, त्यांनी कोणताही गुन्हा केलेला नाही आणि आता कुठल्याही क्षणी त्यांच्या बाजूने निकाल जाहीर होणार आहे. अखेर निकालाचा दिवस जाहीर झाला. त्याच्या आदल्या दिवशी, सिरकार मामांनी मला रस्त्यात गाठून सांगितलं,

''चेतू मा, उद्याचा दिवस निर्णायक दिवस आहे. निकाल माझ्याच बाजूने लागणार, बघशील तू! एकदा का माझ्या डोक्यावरचा हा हीन आरोप रद्द झाला ना की, मी तुला गोळ्यांचं मोठ्ठं पाकीट आणून देईन आणि मग त्या दुष्ट पोलिसांना आयुष्यभराचा धडा शिकवीन!''

मग सिरकार मामांनी आपल्या धोतीच्या घडीमधून एक लहानसं पुडकं काढलं आणि माझ्या हातात देत म्हणाले,

''चेतू मा, ही तुला सिरकार मामांकडून भेट समज. तुझ्या लग्नाच्या वेळी सोबत घेऊन जा. सध्या घरात कुणाला हे दाखवू नकोस; लपवून ठेव. उद्या मी जिंकलो ना की, घरी येऊन तुला आणखी एक मोठं बक्षीस देईन,'' असं म्हणून, त्यांनी मला पापा देण्यासाठी आपला सुरकुत्या पडलेला गाल पुढे केला. जराशा अनिच्छेनेच मी त्यांच्या गालाचा पापा घेतला. त्यांनी माझ्या डोक्यावर थोपटलं आणि मग रेल्वे रुळाच्या दुसऱ्या बाजूपर्यंत माझ्या सोबत चालत आले. घरी पोहोचल्यावर, सिरकार मामांनी दिलेली भेटवस्तू मी रामूदाच्या लाकडी डब्यामध्ये लपवून ठेवली.

दुसऱ्या दिवशी मी शाळेतून घरी आले, तेव्हा आमच्या चहाच्या दुकानापाशी बरीच गर्दी जमलेली दिसली. अविनाश सिरकारला फाशीची शिक्षा ठोठावण्यात आली होती! दुकानात जमलेले लोक बाबांशी त्या संदर्भात चर्चा करण्यात गुंतले होते. मी मात्र पुरती उद्‌ध्वस्त झाले! डोळ्यांतून पाझरणारं पाणी पुसण्याचा प्रयत्नही न करता मी धावत आपल्या खोलीत गेले. ''सिरकार मामांना अडकवणाऱ्या पोलिसांचा मी जीव घेईन!'' असं रामूदाला हमसून हमसून सांगत, कितीतरी वेळ मी असहायपणे रडत बसले.

थोड्या वेळाने रामूदा जरासा घुश्श्यातच मला म्हणाला,

"पोलिसांचं काय चुकलं गंऽऽ? सिरकार मामांनी न्यायालयात आपला गुन्हा कबूल केला. आधी मारलेल्या दोन बायकांना त्याने कुठे पुरलं त्या जागाही त्यांनी पोलिसांना दाखवल्या. मग त्यांना शिक्षा नाही होणार तर काय?"

रामूदाचं बोलणं ऐकून मला अस्वस्थ वाटू लागलं. प्रतारणेचा दोरखंड माझ्या गळ्याला आवळू पाहतोय असं वाटू लागलं. न्यायालयामध्ये आपले गुन्हे कबूल करत असताना, सिरकार मामा माझ्याशी सतत खोटं का बोलत राहिले? मला काही उमजेना. मी त्यांचा तिरस्कार करण्याचा खूप प्रयत्न केला. त्यांनी भेट म्हणून दिलेल्या पुडक्याबद्दल घरी सांगावंसं वाटत होतं; पण तशी हिंमत होईना. पुढच्या काही महिन्यांतच, सिरकार मामांच्या फाशीची तारीख जाहीर झाली. ना त्यांनी वरच्या न्यायालयामध्ये अपील केलं आणि ना दया-याचिका सादर केली. फाशीची तारीख जवळ येत गेली, तशी माझी चिडचिड होऊ लागली. बाबा जेव्हा महाकालीच्या पूजेच्या तयारीला लागले, तेव्हा तर मी आईशी उगाच भांडणं उकरून काढू लागले.

अखेर तो दिवस उजाडलाच. आमच्या पूर्वजांच्या आठवणी साठवून ठेवलेल्या डब्याला वंदन करून, पुरुषोत्तम आजोबांच्या तसबिरीसमोर मदिरेचा प्रसाद ठेवून, ठाकूमाच्या पाया पडून आणि तिच्या तोंडात थोडी मदिरा ओतून, कारागृहाने पाठवलेल्या जीपमध्ये बसून, बाबा निघाले. जीप दृष्टीआड होताच, माझा स्वतःच्या अश्रूंवरचा ताबा सुटला. त्या रात्री मला भयंकर स्वप्नं पडू लागली. दांडीवर टांगलेल्या फुटक्या आरशात स्वतःला निरखत, खुद्द सैतान आपली दाढी करत आहे, असं काहीबाही दिसू लागलं. मी जोरजोरात किंचाळत उठले.

"पोरीला भुताने पछाडलं रे बाबाऽऽ..." ठाकूमाने आरोळी ठोकली. तिने मुठीत एक नाणं घेतलं, माझ्यावरून ओवाळून टाकलं आणि कालीच्या तसबिरीसमोर ठेवलं. बऱ्याच वेळाने, मी हमसून रडतच आईच्या कुशीत जाऊन झोपले. दुसऱ्या दिवशी मला शाळेला जाता आलं नाही. अंगातलं सगळं त्राण निघून गेल्यासारखं वाटत होतं. ताप आला होता. रामूदाच्या पलंगावर पडून मी मनातलं सगळं दुःख, सगळी तगमग अश्रूंच्या वाटे बाहेर काढण्याचा प्रयत्न करत होते. दुपार टळून गेली तसे बाबा घरी आले. कधी नव्हे ते, फाशी दिल्यानंतरही ते दारू न पिता परतले होते. अंग घामाने डबडबलेलं होतं.

"माझ्या आयुष्यातला फार वाईट दिवस आहे हा, मा..." आल्या आल्या, ते ठाकूमाला उद्देशून बोलू लागले. "माझा लहानपणापासूनचा मित्र... कितीतरी वर्षं आम्ही एकत्र खेळणारे सवंगडी... आणि आज माझ्या या... या हातांनी मला त्याला फाशी द्यावी लागली!"

"कर्म, फणी... कर्म!" ठाकूमा बाबांची समजूत घालत म्हणाली.

"तुला माहिती आहे मा? मी त्याच्या चेहऱ्यावर मुखवटा चढवायला गेलो, तेव्हा अचानक अविनाश माझ्याकडे बघून हसला. मला म्हणाला, 'ग्रद्धा, शेवटी जाताना तुला त्रासच देऊन जातोय ना रे?' काय बोलावं, मला काही सुचेना! शेवटी मी त्याला इतकंच म्हणू शकलो, 'हा माझ्या पोटापाण्याचा व्यवसाय आहे, अविनाशदा.' त्यावर तो आणखी काही बोलला नाही. तशाच हसऱ्या चेहऱ्याने डोळे मिटून, त्याने माझ्यासमोर आपली मान तुकवली."

बाबांच्या कापऱ्या आवाजातून त्यांच्या मनाची तगमग स्पष्ट दिसत होती. थोड्या वेळाने, बाबा माझ्याजवळ आले. कपाळावरून मायेने हात फिरवत, मला म्हणाले, "चल, आपल्याला जायचंय. सिरकार मामाला शेवटचं बघून घेऊ या."

मी खाड्‌कन डोळे उघडले! बाबा काय म्हणत होते? सिरकार मामांना बघायला जायचंय?

"बिचारा माणूस... शेवटी त्याचा मृतदेह ताब्यात घेण्यासाठी ना कुणी नातलग आला, ना मित्र. मग मी त्याला तिथेच सोडून कसा येणार होतो?"

"कायऽऽ? म्हणजे, चार-चार खून केलेल्या नराधमाचे अंत्यसंस्कार करण्याची जबाबदारी तुम्ही स्वतःच्या बोडक्यावर मारून घेतलीत की काय?" मा त्वेषाने किंचाळली.

त्यावर बाबांनी शांतपणे उत्तर दिलं,

"त्याने चार खून केले असतील किंवा चाळीस. त्याची शिक्षा त्याला मिळालेली आहे. यापुढे त्याचे अंत्यसंस्कार नीट झाले पाहिजेत, तरंच त्याच्या आत्म्याला शांती मिळेल. चल चेतूऽऽ..."

"पोरगी आजारी आहे. तिला उगाच घेऊन जाऊ नका. तुम्हाला जे पाहिजे ते कराऽऽ" आईने बाबांना मला नेण्यापासून परावृत्त करत म्हटलं.

"नाही, तिने आलंच पाहिजे. अविनाशची शेवटची इच्छा होती की, आपल्या चेतूने त्याच्या तोंडात भाताचा शेवटचा घास ठेवावा."

हे ऐकून, सगळेच गप्प झाले. माझ्या मनात भीतीने थरकाप उडाला होता. बाबा अंत्यसंस्कारांची तयारी करायला निघून गेले. ठाकूमा मदतीसाठी त्यांच्यासोबत गेली. त्या काळी, निमताला घाटावर केवळ लाकडाची सरणं मिळत असत. सिरकार मामांना फाशी देऊन मिळालेल्या मोबदल्याच्या रकमेने, बाबांनी त्यांच्या अंत्यसंस्कारासाठी लागणारं सगळं सामान विकत घेतलं. एखाद्याच्या अंत्यसंस्काराला हजर राहाण्याची ती माझी पहिलीच वेळ होती.

बाबा आणि ठाकूमा तयारी करण्यासाठी घाटावर गेले असताना, मा चहाचं दुकान बंद करण्यासाठी बाहेर गेली. आजूबाजूला कुणी नाही असं पाहून, मी

सिरकार मामांनी दिलेलं पुडकं उघडून बघितलं. त्यामध्ये एका कपड्यात गुंडाळलेल्या, लाल रंगाची किनार असलेल्या चार अंगठ्या होत्या. मी त्या अंगठ्या माझ्या झग्याच्या खिशात लपवून ठेवल्या. थोड्या वेळाने, एका डुगडुगत्या हातगाडीवरून सिरकार मामांचा मृतदेह आणला गेला. मला पुन्हा एकदा रडू फुटलं. आम्ही घाटावर गेलो. चितेभोवती फेऱ्या घालताना मी ढसाढसा रडत होते. चितेने अग्नी पकडला तसे आम्ही गंगेमध्ये तीन वेळा डुबकी मारायला गेलो. तिसऱ्यांदा डुबकी मारताना, मी खिशातल्या अंगठ्यांना गुपचूप पाण्यात सोडून दिलं. का कुणास ठाऊक; पण अचानक मनावरचं ओझं कमी झाल्यासारखं वाटलं. त्या रात्री माझा ताप झरझर उतरला.

केसांच्या जटांमध्ये अडकलेलं माझं उजवं बोट, पुन्हा ठणकू लागलं. तेच बोट, जे काही वेळापूर्वी संजीवकुमारने निर्दयपणे कुस्करलं होतं आणि मग अत्यंत चलाखीने त्यावर आपल्या खोट्या प्रेमाची मोहोर उमटवली होती. सिरकार मामा आणि त्यांच्यासारख्या असंख्य गुन्हेगारांचं मल, मूत्र, आणि वीर्याने लडबडलेल्या त्या गलिच्छ तळघरात पडल्यावर माझ्या अंगालाच नव्हे, तर माझ्या आत्म्यालाही जी घाण लागली होती, ती मला खसखसून धुवून काढाविशी वाटत होती. सिरकार मामांनी दिलेल्या अंगठ्या पाण्यात फेकल्यावर माझी सुटका झाली होती; पण संजीवकुमारने घातलेली अंगठी काढून ठेवल्यावरही, मला कुठल्याशा घाणेरड्या तळघरामध्ये कोंडून राहिल्यासारखं वाटत होतं. मी सिरकार मामांवर खरोखरच प्रेम केलं होतं; पण त्यांनी माझ्या निरागसतेचा गैरफायदा घेऊन, मला आपल्या गुन्ह्यामध्ये भागीदार करून घेतलं होतं. सुमारे सोळा वर्षांनी, संजीवकुमारनेही तेच केलं. प्रेमाचे वायदे करत मला आपल्या गुन्ह्यामध्ये भागीदार बनवलं.

११

१ जूनच्या दिवशी, बाबा सकाळी लवकर उठले. त्यांचा दिवस सुरू झाला तोच मुळी दारूच्या सेवनाने. संध्याकाळी ६ वाजता, वाहिनीची गाडी आम्हाला न्यायला आली, तोपर्यंत बाबा दारूच्या नशेत पुरते झिंगले होते. गाडीचा चालक अधीर होत होता. म्हणून मग बाबांची अधिक वाट न बघता, मी एकटीच त्याच्यासोबत निघाले. या कृतीमागे माझ्यातला धीटपणा कमी आणि नाइलाज़ अधिक जबाबदार होता. शरीर आणि मनाला लागलेल्या जखमा अजूनही चीत्कारत होत्या. माझ्या आयुष्यातल्या जात्रेतील 'बिबेक' आमच्या गाडीमागे ओरडत धावत होता.

सी.एन.सी. वाहिनीचा स्टुडिओ, आशुतोष मुखर्जी मार्गावरील, गुलमोहराच्या

झाडांनी बहरलेल्या एका छानशा कोपऱ्यात स्थित होता. मी इथे पहिल्यांदाच येत होते. कैक दालनं, कित्येक खोल्या, चकचकीत फरशा, सुंदर कपडे घालून ऐटीत फिरणारे तरुण-तरुणी... मी हे सगळं मनात साठवून घेत होते. भिंतीवर एका रांगेत लावलेल्या असंख्य टी.व्हीं.च्या मधून वाट काढत, एका गोड मुलीने मला एका खोलीत नेलं. तिथल्या भल्यामोठ्या खुर्चीमध्ये बसून, मी आयुष्यात पहिल्यांदाच 'मेकअप' केला! तिथल्या सुबक खुर्च्या आणि दिवे लावलेले आरसे बघून मला काकूच्या लहानशा न्हाव्याच्या दुकानाची आठवण झाली. काकूच्या दुकानातल्या रेडिओवर सतत प्रेमाची गाणी ऐकू यायची. या खोलीतल्या टी.व्ही.वर मात्र फक्त बातम्या दिसत होत्या. आता चाललेल्या बातमीपत्रामध्ये, १९९९ पासून बंगालमध्ये सतत चालत असलेल्या असंख्य समस्यांबद्दल मुख्यमंत्री कुरकुरत होते. गंगेतील मातीचं होत असलेलं क्षरण, गिरण्या बंद झाल्यामुळे आ वासलेली बेरोजगारी, गरिबी, बचत खात्यांवरचे व्याजदर कमी झाल्यामुळे लोकांची होत असलेली पंचाईत... एक ना दोन! माझ्या मनात विचार आला, 'बापरे! गंगेमधलं पाणी आटलं तर सगळी प्रेतं वर नाही का येणार? पुरुष, स्त्रिया, प्राणी... सगळ्यांचीच प्रेतं वर तरंगत येतील. अगदी सिरकार मामांनी दिलेल्या अंगठ्यासुद्धा...!' नकळत, माझे डोळे पाणावले.

थोड्या वेळाने एक चटपटीत तरुण, मला संजीवकुमारच्या कार्यालयामध्ये घेऊन गेला. संजीवकुमार एका मोठ्या, पांढऱ्या रंगाच्या टेबलामागे बसला होता. त्याने हसतमुखाने माझं स्वागत केलं. त्याच्या कपाळावर पडलेली जखम आता नाहीशी झालेली दिसत होती. आमच्या आजूबाजूला भलेमोठे दिवे उभे केले गेले. माझ्या डोळ्यांची आग होऊ लागली. डोक्यावर पुन्हा ते भयंकर वडाचं झाड मूळ धरत असल्याचा भास होऊ लागला. त्याच्या पारंब्या आता माझ्या गळ्याभोवती पसरून, मला घुसमटवू पाहत होत्या. पारंब्यांच्या विळख्यामधून बाहेर पडण्यासाठी, माझ्या जीवाचा पक्षी तडफड करत होता. धुवट सलवार-कुर्त्यावर, आईने शेवटच्या क्षणी शिवून दिलेली ओढणी लपेटत मी संजीवकुमारच्या प्रश्नांची वाट पाहू लागले. कुठल्याही क्षणी खटका ओढून तो पुन्हा मला त्या घाणेरड्या तळघरात ढकलेल, अशी भीती वाटत होती.

"संपूर्ण जगामध्ये मृत्युदंडाच्या शिक्षेला कडाडून विरोध होत असताना, बंगाल सरकारने जतिंद्रनाथ बॅनर्जीला फाशीची शिक्षा द्यायचं पक्कं केलं आहे. बंगालच्या मुख्यमंत्र्यांनी असं विधान केलं आहे की, त्यांचं सरकार गुन्हेगाराच्या मानवाधिकारांपेक्षा ज्याच्यावर अन्याय झाला आहे, त्या व्यक्तीच्या मानवाधिकारांना अधिक प्राधान्य देते. साहजिकच, सदर विधानाने वादाचा धुरळा उठवला आहे. त्यावर कडी म्हणून की काय, सरकारने एका महिलेला या कामासाठी जल्लाद

म्हणून नेमलेलं आहे. भारतात अशी घटना घडण्याची ही पहिलीच वेळ. सरकारचे सध्याचे अधिकृत जल्लाद श्री. फणीभूषण ग्रद्धा मलिक यांची कन्या, चेतना ग्रद्धा मलिकला, फणीभूषण यांची साहाय्यक जल्लाद म्हणून नेमलं गेल्यानंतर, जगभरातील स्त्रीहक्क संघटनांनी मोठा जल्लोष साजरा केला आहे. फाशीच्या तारखेपर्यंत होणाऱ्या सगळ्या घटनांबद्दल चेतना आपल्या वाहिनीशी बोलणार आहे. आता आपण चेतनाशी संभाषण करू या. नमस्कार, चेतना. तुला सरकारकडून अधिकृत हुकूम मिळाल्यानंतरचा हा दुसरा आठवडा आहे. गेले दोन आठवडे जल्लाद म्हणून वावरताना तुला कसं वाटत आहे?''

मोठ्या कष्टाने, हृदयातली धडधड रोखून धरत, मी उत्तर दिलं, ''दोन आठवडे हे केवळ एक उपचार आहेत. माझा अनुभव गेल्या दोन हजार वर्षांपर्यंत जातो.'' जात्रेमध्ये काम करत असताना बाबांना काय वाटत असेल, हे मला आता नेमकं समजत होतं. प्रेक्षकांना कधीच सरळ-सोप्या पद्धतीने काही सांगितलेलं आवडत नाही. त्यांना त्यामध्ये गोंडस; पण धादांत खोट्या विधानांची पखरण हवी असते. माझं उत्तर ऐकून संजीवकुमारच्या चेहऱ्यावर उमटलेली चिंतेची रेष पाहून, मला आनंद झाला.

''लहानपणापासून, मी माझ्या घराण्यातल्या विविध जल्लादांच्या सुरस कथा ऐकत मोठी झाले आहे. त्यांच्या अनुभवाची शिदोरी हाच तर आम्हा ग्रद्धा मलिकांचा खरा ठेवा आहे. आमच्या पूर्वजांपैकी एक कुख्यात जल्लाद म्हणजे, काला ग्रद्धा मलिक. एकदा एका गुन्हेगाराला फाशीस्तंभाकडे नेत असताना, त्या गुन्हेगाराने काला ग्रद्धा मलिकांच्या कमरेत जोरदार लाथ घातली. ठरल्या वेळी फाशीचा कार्यक्रम पार पडला; पण त्यानंतर काला ग्रद्धा मलिकांची कंबर कायमस्वरूपी वाकडी झाली. पुढे आयुष्यभर, ते लंगडत चालायचे. त्या काळी दररोज एकाला तरी फाशी दिली जात असे; त्यामुळे ते सतत व्यग्र असत. साहजिकच त्यांना आपल्या कमरेवर उपचार करायलाही वेळ मिळाला नाही आणि ते आयुष्यभरासाठी अपंग झाले. मग पुन्हा अशी घटना घडू नये या उद्देशाने, काला ग्रद्धा मलिक आपल्यासोबत एक लोखंडी सोटा ठेवू लागले. फाशी देताना मनुष्य लगेच मरत नसल्याची चिन्हे दिसली की, ते सरळ त्याच्या डोक्यात सोटा हाणून विषय संपवून टाकायचे!!!''

संजीवकुमारच्या चेहऱ्यावर कुतूहल पसरलेलं दिसलं. मृत्यूबद्दल बोलणाऱ्या व्यक्तीच्या शब्दांना आगळं महत्त्व दिलं जातं, याची मला नव्याने प्रचिती येत होती. इथे बसून मृत्यूबद्दल बोलणाऱ्या कवी, चित्रकारांनी फारसं काही महान म्हटलेलं नसेल; कदाचित माझी ठाकूमा त्यांच्यापेक्षा अधिक चांगलं बोलत असावी; पण ते जाहीरपणे मृत्यूसारख्या विषयावर अधिकारवाणीने बोलून गेले

यातच त्यांचं माहात्म्य आलं!

"चेतना, तू कधी कुणाच्या गळ्यात फास अडकवला आहेस का?"

"जुन्या काळच्या सुईणी आणि आताच्या जमान्यातल्या डॉक्टरांच्या मते, ग्रद्धा मलिक घराण्यात जन्मलेलं तान्हं मूल सगळ्यात आधी कोणती कला शिकतं, तर फासाची गाठ कशी मारायची, हे!"

पुन्हा एकदा, संजीवकुमार दचकला. मग त्याने मला विचारलं,

"गेल्या दोन आठवड्यांमध्ये तू कोणकोणती तयारी पूर्ण केली आहेस?"

"सरकारकडून अधिकृत हुकूमपत्र येईपर्यंत मी कोणतीही तयारी करू शकत नव्हते. ते मिळाल्यावर मी आणि माझे वडील, आय.जी.साहेबांची भेट घ्यायला गेलो होतो. त्यानंतर आम्ही अलिपूर सुधारगृहामध्ये जाऊन फाशीस्तंभ आणि दोरखंडाची तपासणी करून आलो. यापुढची तयारी फाशीच्या तारखेच्या एक आठवडाआधी करावी लागेल."

"जल्लादाचं काम भल्याभल्या पुरुषांनाही पाणी पाजायला लावेल असं आहे. तू हे काम नीट करू शकशील याबद्दल तुला कितपत खात्री वाटते, चेतना?"

"असं कोणतंही काम नाही जे स्त्री करू शकत नाही."

माझं हे उत्तर ऐकून, संजीवकुमारने आपले भेदक डोळे माझ्यावर रोखून विचारलं,

"एखाद्या जिवंत व्यक्तीला आपण जीवानिशी मारतोय यामध्ये तुला काही पाप वाटत नाही का?"

"मी मारत नाही; मी केवळ खटका ओढते."

माझ्या उत्तरामध्ये संजीवकुमारला काय मजेशीर वाटलं, देव जाणे; पण तो हसत उद्‌गारला,

"हाऽहाऽहाऽ... सगळ्यांना माहिती आहे, हा निव्वळ एक बहाणा आहे."

"कसं काय? गुन्हेगाराविरुद्ध गुन्हा कोण दाखल करतं? गुन्ह्याचा तपास कोण करतं? गुन्हेगाराला अटक कोण करतं? सरकारची पोलीस यंत्रणा. बरोबर? गुन्हेगारावर कोणती कलमं लावायची हे कोण ठरवतं? सरकारची न्यायव्यवस्था. फाशीची शिक्षा ठोठावली गेली तर तिच्यावर शिक्कामोर्तब कोण करतं? राष्ट्रपती. फाशीची तारीख कोण ठरवतं? पुन्हा, न्यायालय. गुन्हेगाराला डांबून कोण ठेवतं? सरकारने उभारलेली कारागृहं आणि त्यातील अधिकारी. हे सगळं झाल्यावर, ठरलेल्या तारखेला, पहाटे ४.३० वाजता, लाल रुमाल टाकून फाशी देण्याचा हुकूम कोण सोडतं? सरकारनेच नेमलेला न्यायाधीश. हे असं सगळं असताना, मग जल्लाद दोषी कसा?"

मी हे सगळं कसं बोलत होते, मला काही समजेना; पण कुठलीतरी अज्ञात

शक्ती माझ्या तोंडून हे सगळं वदवून घेत आहे, असं वाटत होतं. संजीवकुमारचा चेहरा बघण्यासारखा झाला होता! कदाचित, माझ्यासारखी 'टीचभर,' जेमतेम बारावी उत्तीर्ण मुलगी, तळघरातल्या भयंकर अनुभवानंतरही खंबीरपणे बोलत आहे हे पाहून, संजीवकुमारची दातखीळ बसली होती.

काही क्षण शांततेत गेले. मग मोठा उसासा टाकत, त्याने मला विचारलं,

"पण चेतना, शेवटी खटका ओढला जाईपर्यंत तर गुन्हेगाराचा प्राण जात नाही नाऽऽ?"

"ते जल्लादाचं काम आहे. जल्लाद केवळ खटका ओढण्याचा कार्यभाग पार पाडतो. गुन्हेगाराला फाशी दिली जावी याचा निर्णय आणि हुकूम न्यायालय देतं."

"म्हणजे मग तुला असं वाटतं की, तू जे काम करत आहेस, त्यात काहीच गैर नाही?"

"आपण काय योग्य करतोय, काय अयोग्य करतोय हे जर मनुष्याला समजत असतं, तर आपण सगळेच देव झालो नसतो का? कदाचित मी जे करते, ते चुकीचं असेलही; पण कायदाव्यवस्था आणि न्यायालयाच्या दृष्टीने बघितलं तर अशा सामाजिक परिस्थितीमध्ये, त्यात काही गैर नाही. माझ्यासारखी कमी शिकलेली, गरीब घरातली मुलगी त्या शब्दावर विश्वास ठेवून पुढे जात आहे, इतकंच!"

"चेतनाऽऽ, तू खूप छान बोलतेस."

"तुमच्या वाहिनीवरील चर्चा बघून तर शिकलेय, संजीव बाबू," मी हसून उत्तर दिलं.

तेवढ्यात, कॅमेरामनने मुलाखत आवरती घेण्याची वेळ झाल्याचा संकेत दिला. संजीवकुमारने ठेवणीतलं हसू फेकत, दर्शकांचा निरोप घेतला.

"सी.एन.सी.वरील 'हॅन्गवुमन्स डायरी' या विशेष कार्यक्रमामध्ये आपण आताच चेतना ग्रद्धा मलिकची रोचक मतं ऐकलीत. उद्याच्या कार्यक्रमामध्ये, चेतनाशी थेट बोलण्यासाठी, खाली दिलेल्या क्रमांकावर संपर्क साधा. तर उद्या भेटू या, याच वेळी, याच ठिकाणी, याच कार्यक्रमात; ज्याचं नाव आहे..."

मुलाखत संपवून, चेहऱ्यावरची रंगरंगोटी उतरवून मी खोलीबाहेर आले तसं संजीवकुमार मला एका मोठ्या कक्षात घेऊन गेला. 'डायरेक्टर – प्रोग्रॅमिंग' अशी पाटी लावलेल्या त्या कक्षामध्ये एक मध्यम वयाचा, गोरागोमटा माणूस कुणाशीतरी फोनवर हुज्जत घालत बसला होता. त्याने संजीवला खुर्चीवर बसण्याची खूण केली. मला मात्र कुणीच बसायला सांगितलं नाही.

समोरच्या माणसाने चिडखोरपणे फोन बंद केला तसा संजीवकुमार त्याला

म्हणाला,

"आजचा कार्यक्रम चांगला झाला. चेतनाने छान उत्तरं दिली."

संजीवकुमारला माझं कौतुक करताना ऐकून मला विचित्र वाटलं. नाटकातले संवाद म्हणत असल्याच्या आविर्भावात तो बोलत होता.

"ठीक आहे. चांगलं आहे," समोरचा माणूस म्हणाला. "आणि लग्नाच्या निमित्ताने आतापासूनच तुमचं अभिनंदन!"

"धन्यवाद! बाबू," असं म्हणून संजीवकुमारने मला बाहेर पिटाळलं.

कार्यालयाच्या बाहेर आल्यावर तो मला म्हणाला,

"तुला घरी सोडण्यासाठी टॅक्सी बोलावली आहे."

"नाही, नको. मी बसने जाईन."

"काय गरज आहे? हे सगळं करारामध्ये नमूद आहे," माझ्याकडे जळजळीत कटाक्ष टाकत त्याने विषय बंद केला. मला त्याच्या चेहऱ्याकडे दोन सेकंद बघणंही जड जात होतं.

टॅक्सी आली. मी आतमध्ये बसले तसा तोही माझ्या मागोमाग मागच्या आसनावर बसला. त्याच्याशी होणारी लगट, त्याच्या अंगाला येणारा अत्तराचा सुगंध... सगळं मला छळू लागलं. एकाच माणसासाठी इतका द्वेष आणि इतकं आसुसलेपण कसं वाटू शकतं? माझे हात थरथरू लागले. नकळत, मी माझ्या ओढणीच्या गाठी बांधू लागले. एक विचार मनात पक्का होत होता – काही झालं तरी मी त्या दिवशीच्या अपमानाचा बदला घेऊनच राहीन. मी त्याला धडा शिकवल्याशिवाय सोडणार नाही!

टॅक्सी पुढे जात होती. निरनिराळ्या रंगांची वाहनं, माणसांचे लोट, चित्रविचित्र वस्तू विकणारी दुकानं, रस्त्यावर भीक मागणारे भिकारी, त्यांच्या हातातली रडकी पोरं... सगळ्या कोलाहलातून वाट काढत जाताना, माझं डोकं भिरभिरू लागलं.

अखेर बऱ्याच वेळाने, संजीवकुमारने टॅक्सी थांबवण्याचा आदेश दिला. चालकाला पैसे देऊन आम्ही खाली उतरलो तसं मी संजीवकुमारला विचारलं,

"ही कोणती जागा आहे? इथे का आणलंय मला?"

"हा लालबाजार भाग आहे. तुला माहिती नाही?"

माझ्या डोक्यात, ठाकूमा आम्हाला इतकी वर्षं वर्णन करत आलेल्या चार गावांची आठवण झाली. कालिघाट, सुत्तानती, गोविंदपूर आणि चितपूर. इंग्रज अधिकारी जॉब चारनॉक हुगली नदीच्या किनाऱ्याला लागण्यापूर्वी, या चार गावांमधली माणसं मासेमारी, शेती आणि विणकामावर आपली उपजीविका करीत असत. ठाकूमाच्या कथाकथनाची लकब वाखाणण्याजोगी होती. ती एखाद्या गोष्टीचं ज्या पद्धतीने वर्णन करायची, त्यावरून असं वाटायचं की, ती घटना आत्ता आपल्या

डोळ्यांसमोर घडते आहे. व्यापारी डोक्याची शेठ मंडळी जेव्हा हुगली नदीच्या तीरावर स्थायिक झाली, तेव्हा त्यांनी आजूबाजूची जंगलं कापून, त्या जागी गोविंदपूर हे गाव निर्माण केलं. तिथे त्यांनी भगवान गोविंदजींना अर्पण असं एक मंदिर उभारलं. पुढे याच शेठ कुटुंबातील काही माणसं उत्तरेकडे स्थलांतर करून गेली आणि त्या काळी आमच्या कुटुंबाच्या आधिपत्याखाली असलेल्या कालिघाट भागामध्ये स्थायिक झाली. कालिघाटपासून चितपूरकडे जाणारा रस्ता, दाट जंगलामधून जात असे. त्याच वाटेवर, चौरिंगीनाथ नावाच्या निरंकुश राजपुत्राने उभारलेलं भगवान शंकराचं मंदिर होतं. त्या काळी, गंगेचं पात्र आतापेक्षा खूपच अथांग होतं. अगदी स्ट्रॅन्ड रोडच्याही पलीकडे जायचं ते. लाल डिगीच्या पश्चिमेकडे शेठ आणि बसाक मंडळींनी आपली घरं बांधायला सुरुवात केली. शेठ लोकांसाठी, आमच्यासारख्या गरिबांनी जंगलं तोडून जी गावं उभारली, ती त्यांनी इंग्रजांना मोठ्या, चढ्या किंमतीत विकून टाकली. परिणामी, आमची शेतं आणि विणकामाची आवारं ही त्यांची मैदानं बनली. आमच्या पूवर्जांच्या इतिहासामध्ये कोलकात्याच्या इतिहासाची एवढी सरमिसळ आहे ना - की, प्रेम आणि मृत्यू यापलीकडे जाऊन, त्या कथांमध्ये जमीन, तिच्यासाठी उपसलेले कष्ट आणि तिला इंग्रजांच्या हाती जाताना बघून झालेलं अपार दुःख, या सगळ्यांचाही समावेश आहे. मला आजही आठवतंय – मी आठव्या इयत्तेमध्ये शिकत असताना, मुख्यमंत्री ज्योती बसू यांनी 'शिल्पायान' नावाची संकल्पना सुरू केली होती, ज्याद्वारे ते उद्योजकांना बंगालमध्ये येण्यासाठी आमंत्रण देत होते. त्या वेळी ठाकूमा खूप संतापली होती. व्यापारी डोक्याची माणसं समुद्रमार्गे येऊन आमच्या जमिनी हडप करणार, असं तिचं ठाम मत होतं.

असो. तर, टॅक्सीमधून उतरल्यावर, राईचं तेल आणि मसाल्याच्या वासाने मला एकदम व्यापून टाकलं. संजीवकुमारने जवळच्या भेळवाल्याकडून आम्हा दोघांसाठी झालमुरी विकत घेतली. कुरमुरे, काजू, शेंगदाणे आणि मसाल्याचं चमचमीत मिश्रण असलेली झालमुरी बघून, माझ्या तोंडाला पाणी सुटलं; पण अवघ्या काही क्षणांतच, मला पुन्हा रडू यायला लागलं. भर रस्त्यामध्ये, इतक्या देखण्या पुरुषासोबत झालमुरी खाताना जो बेधुंद, मनमोकळा आनंद मला मिळायला हवा होता, त्यापासून मी पूर्णपणे वंचित होते. या माणसावर मी जीव ओवाळून टाकला होता; पण त्याने आजतागायत माझ्याशी फक्त व्यवहारी आणि वाईट वर्तनच केलं होतं. माझ्या मनातल्या विचारांशी सोयिस्कररीत्या अनभिज्ञ राहिलेल्या संजीवकुमारने, तळहाताला लागलेला झालमुरीचा मसाला पुसला आणि मला जवळच असलेल्या कपड्यांच्या दुकानात घेऊन जाऊ लागला.

"चेतना, तुला आता रोज स्टुडिओमध्ये यावं लागेल. रोज तेच-तेच कपडे

घालून चालणार नाही.''

''तुझ्या पैशाने आणलेले कपडे घालायची मला अजिबात हौस नाही!'' मी त्याला कठोरपणे ठणकावलं.

संजीवकुमार चपापला; पण मग पुन्हा आपल्या व्यावसायिक मुखवटा चढवून त्याने माझी समजूत घातली,

''तू टी.व्ही.वर झळकणार आहेस, चेतना. रोज लाखो लोक तुला बघणार आहेत. आजच्या काळात, आपली प्रतिमा ही सर्वांत जास्त आपल्या पोशाखावरून ठरवली जाते.''

मी गोंधळलेल्या नजरेने त्याच्याकडे पाहत बसले.

''...आणि होऽऽ, आता असं नको म्हणूस की, हे करारामध्ये नमूद नाही. हे करारामध्ये नमूद असण्याची गरजही नाही आणि लक्षात ठेव, मी पहिल्यांदाच कुठल्या मुलीला कपडे घेऊन देतो आहे,'' असं म्हणून जेव्हा त्याने डोळ्यांवरचा चष्मा काढून माझ्याकडे बघितलं, तेव्हा मला पुन्हा माझ्या गळ्याभोवती फास लावला जात असल्याचा भास झाला.

''माझी आई जिवंत असताना, मला कधी तिच्यासाठी कपडे घेण्याचा योग आला नाही...''

त्याने पुन्हा माझ्या डोळ्यांत पाहून, बारीकसं स्मित केलं. आता मात्र मी हादरले. त्याच्यापासून लवकरात लवकर दूर जायला पाहिजे या हेतूने, मी झपाझप पावलं उचलून चालू लागले. या माणसाची मला अनामिक भीती बसली होती. त्याने मला दिलेल्या धमक्या, तळघरात त्याने माझ्यावर केलेले अत्याचार... या सगळ्यांमुळे, मला तो सैतानासारखा वाटू लागला होता. सिरकार मामासुद्धा त्या चार बायकांशी असेच वागले असतील का?

निमताला घाटावरील मृतदेहांच्या ढिगांमध्येसुद्धा बिनधास्त फिरणाऱ्या मला, लाल बाजारातल्या झगमगाटामध्ये अत्यंत अस्वस्थ वाटू लागलं! शहरातला अंधार आणि तो घालवण्यासाठी जागोजागी लावलेले पिवळे दिवे, सगळंच माझ्या अंगावर येऊ लागलं. आजूबाजूच्या उत्तुंग इमारती आपल्या अंगावर कोसळतील... धूर सोडत जाणाऱ्या मोठाल्या मोटारी आपला चेंदामेंदा करून निघून टाकतील, असं काहीबाही वाटू लागलं. हे शहर मला दिवे लावलेल्या कारागृहासारखं दिसू लागलं!

गोंधळलेल्या आणि घाबरलेल्या नजरेने मी मध्येच उभी राहिलेली असताना, फाटक्या कपड्यातला एक बांगड्यांचा विक्रेता माझ्याजवळ आला आणि मला बांगड्या घेण्याची विनंती करू लागला. माझ्याजवळ पैसे नव्हते; पण त्याच्याकडे असलेल्या बांगड्या फार आकर्षक होत्या.

"बाई, एकदा बघून तर घ्या. उत्कृष्ट बांगड्या आहेत. फक्त ३०० रुपये जोडी. हे मणी बघा. कधीच पडणार नाहीत."

त्याने माझी फाटकी ओढणी बघितली नव्हती की काय, देव जाणे; पण त्याने मोठ्या आग्रहाने माझ्या हातात पांढरे व हिरवे मणी चिकटवलेल्या सुंदर लाल बांगड्या ठेवल्या. मी त्या बांगड्या हाताळत असताना, संजीवकुमार मागून येऊन म्हणाला,

"कुठल्या बांगड्या आवडल्या तुला, चेतना?"

त्याच्या प्रश्नामुळे माझं तोंड आंबट झालं. मी करवादले,

"कुठल्याच नाही. मला नकोत या बांगड्या."

धंदा जातोय असं बघून, विक्रेत्याने मध्येच तोंड खुपसलं.

"बाबू, बाईंना खरंतर या बांगड्या आवडल्या आहेत. बघा ना, किती सुंदर काम आहे... फक्त ३०० रुपयांना!"

"का? सोन्याच्या बांगड्या आहेत का, एवढ्या महाग असायला?" संजीवकुमार विक्रेत्यावर खेकसला.

"बाबू, तुमच्यासाठी म्हणून २५० रुपयांना देईन."

"५० रुपये! एक पैसाही जास्त देणार नाही त्यापेक्षा!"

मला वाईट वाटलं. इतक्या स्वस्तात त्या बांगड्या मागणं म्हणजे त्या बांगड्यांचा आणि त्यांच्या विक्रेत्याचाही अपमान होता.

"नाही, मला खरंच नको आहेत बांगड्या," असं म्हणून मी पुढे चालू लागले.

संजीवकुमार थोडा वेळ विक्रेत्यासोबत गप्पागोष्टी करत, त्याच्या टोपलीतल्या बांगड्या पडताळत रेंगाळला. मग पुढे येऊन मला म्हणाला,

"ठीक आहे, ठीक आहे. तुला नको असतील बांगड्या, तर मी आग्रह नाही करणार..."

मग त्याने टॅक्सी पकडली. आम्ही दोघं आत बसलो. पूर्ण प्रवास शांततेत झाला. फक्त एकदाच, चालकाला रबींद्र सारानीपासून उजवीकडे वळून स्ट्रॅन्ड रोडला वळवण्यासाठी सांगायला म्हणून संजीवकुमारने तोंड उघडलं. टॅक्सी आमच्या घरापाशी येऊन थांबली तशी मी खाली उतरले. संजीवकुमारही माझ्या मागोमाग उतरला. नेहमीप्रमाणे घरासमोर उभ्या असलेल्या शववाहिन्यांमधून वाट काढत जात असताना, संजीवकुमार मला थांबवत म्हणाला,

"एक मिनिट, चेतना..."

मी थांबले. तो जवळ आला आणि माझा उजवा हात पकडला. मनगटावर झालेल्या बांगड्यांच्या जखमा अजून पुरत्या भरल्या नव्हत्या. संजीवकुमारने हात

पकडल्यावर मी विव्हळले.

"मला तुझी माफी मागण्याची एक संधी दे..."

मी काही उत्तर द्यायच्या आत, त्याने माझ्या हातात नुकत्याच घेतलेल्या बांगड्या ठेवल्या. मग अचानक, माझा तळहात उघडून, त्याचा मुका घेतला. त्याच्या मिशीच्या हलक्या स्पर्शाने मी जागीच थिजून गेले! तळहाताला आग लागलीय की कुणी त्यावर बर्फाचा खडा ठेवलाय हेच समजेनासं झालं!

संजीवकुमार निघून गेला. वाहनं पळू लागली. दूरवरून, आगगाड्यांचा खडखडाट ऐकू येऊ लागला. घाबरूनच, मी माझ्या दुखऱ्या मनगटाकडे बघितलं. तुटलेल्या बांगड्यांमुळे झालेल्या जखमांमध्ये पू भरला होता. मग माझं लक्ष गेलं संजीवकुमारने माझ्या हातात कोंबलेल्या बांगड्यांकडे! मण्यांनी जडवलेल्या, लालभडक बांगड्या. भर बाजारात लोकांच्या नजरा चुकवून, त्या गरीब विक्रेत्याला फसवून बिनदिक्कतपणे चोरलेल्या बांगड्या. काही वेळापूर्वी इतकी लोभसवाणी वाटणारी वस्तू, लगेच किती बीभत्स वाटू शकते याचा अनुभव मी प्रत्यक्षात घेत होते!

संजीवकुमार मित्रा हे काय रसायन आहे, हे मला अद्याप समजलेलं नाही. स्वतःच्या तनामनावरची घाण त्याने माझ्यात इतकी लिलया धुवून टाकली, जणू मी त्याच्या पापांना आपली पदरी घेण्यासाठी वाहत असलेली गंगा असावी. स्वतःचं आध्यात्मिक वर्चस्व सिद्ध करून, मग त्या वर्चस्वाच्या अधःपतनाबद्दल अश्रू ढाळले. त्याचा माझ्यावर इतका राग का होता? मी त्याचं काय वाकडं केलं होतं? सतत होत असणारा माझा अपमान आणि त्यामुळे मनात वाढत चाललेला राग, अखेर मला टोकापर्यंत घेऊन गेलाच! बऱ्याच महिन्यांनी मी जेव्हा संजीवकुमारला त्याच्या पापांची शिक्षा दिली, त्यानंतर पुढील आयुष्यात जेव्हा कधी त्या दिवसाची आठवण यायची, तेव्हा माझ्या मनात एकच विचार येत असे : 'तोमार अमार शाथे ओइरोकोम कोरा उचित छिलो ना!' – तू माझ्याशी जे वागलास ते चांगलं केलं नाहीस!

१२

"आम्ही जुन्या विचारांची माणसं आहोत, ग्रद्धा."

मानवेंद्र बोस आपल्या रुबाबदार आवाजात बाबांशी बोलू लागले, तेव्हा मला सिंहाच्या डरकाळीची आठवण होऊ लागली. आपलं दुखरं अंग शक्य तितकं आकसून, मी स्वयंपाकघराच्या एका कोपऱ्यात जाऊन बसले होते. मा आणि ठाकूमाने बऱ्याचदा विचारण्याचा प्रयत्न केला की, मला नेमकं काय झालं आहे?

मी अशी का वागते आहे? पण मी त्यांना ताकास तूर लागू दिली नाही. 'तळघरातल्या भुतांची बाधा झाली की काय पोरीला?' आईची खुसफूस. घाबरून, ठाकूमाने माझ्या डोक्यावर देवघरातलं कुंकू आणि महाकालीचं मंदिर व घाटावरच्या शंकराच्या मंदिरातून आणलेली राख, हे सगळं एकामागोमाग एक फासलं; पण तरीही माझ्या मनावरचा ताण उतरेना. गंगेमध्ये तीन वेळा डुबकी मारून उतरणारा हा ताण नव्हता आणि तसंही, आताशा मला गंगेची भीती वाटू लागली होती. पाण्यापेक्षा तिच्यात चिखल आणि घाणच अधिक भरली होती.

"एखाद्याला विकत घेणे... करार बनवणे... मला आश्चर्य वाटतं, ग्रद्धा. बंगालमध्ये डाव्या आघाडीची सत्ता असताना ही अशी वेठबिगारी चालावी? याला काही अर्थ आहे का?"

"हाऽऽ, बोस बाबू, आताच नव्हे... हे तर वर्षानुवर्षं चालत आलेलं आहे. तुम्ही लोकांनीच तर आमच्यावर सतत सत्ता गाजवली आहे, नाही का? सरकार आणि राजकीय पक्ष या निव्वळ कठपुतळ्या आहेत. प्रसारमाध्यमांनी एखादी गोष्ट करायची ठरवली की, ती आपल्या महान देशामध्ये घडणार नाही, असं कधी झालंय का?"

"माझ्या कार्याकडे मी कधी या दृष्टिकोनातून बघितलंच नाही," मानवेंद्र बाबू पडेल सुरात म्हणाले. "चेतना कुठे आहे? काल टी.व्ही.वर छान बोलली ती. किती हुशार मुलगी आहे ती, ग्रद्धा! या फालतू कामामध्ये लावण्यापेक्षा तू तिला नीट शिकवलं असतंस तरऽऽ?"

"अरेऽऽ देवा! काय म्हणता तुम्ही, बोस बाबू? शेकडो लोक घेतात तशी एखादी पदवी घेऊन, छोटीशी सरकारी नोकरी पकडून, कुठल्याशा टीपभर माणसाशी लग्न करून चेतनाला आज मिळतेय तशी प्रसिद्धी आणि मान मिळाला असता का? विचार करा, आज चेतनाचं समाजामध्ये किती महत्त्व आहे? समस्त स्त्रीजातीसाठी ती धैर्य आणि आत्मविश्वासाची प्रतीक झालेली आहे."

"हे सगळं करण्याचा निर्णय तिच्या स्वतःचा असता, तर(च) तू जे म्हणतोस ते सगळं खरं ठरलं असतं."

बाबा क्षणभर गप्प बसले. मग बोस बाबूंना म्हणाले,

"तसं तुम्हाला फारसं वाईट वाटायची गरज नाही, बोस बाबू. अजूनही मीच मुख्य जल्लाद आहे. जतिंद्रनाथला फाशी होईपर्यंत, मी कोणत्याही वर्तमानपत्र किंवा वाहिनीशी बोलणार नाही. त्याबदल्यात तुम्ही मला फक्त १०,००० रुपये द्या. काय म्हणता?"

बोस बाबूंचं उत्तर ऐकण्यासाठी मी कान टवकारले. खोलीच्या खिडकीतून चहाच्या दुकानात डोकावून बघितलं. बोस बाबूंनी काही क्षण बाबांवर नजर रोखली.

मग अचानक हसून ते उद्गारले,

"छे! नको, ग्रद्धादा! तुला यामधून काही वरचे पैसे मिळाले, तर मला आनंदच आहे; पण आमच्या पिढीतल्या लोकांना पैशाने बातम्या विकत घेण्याचा सगळा कारभारच गैर वाटतो."

"का? त्यात काय गैर आहे? मी तुम्हाला तुमचं वर्तमानपत्र चालू ठेवण्यासाठी खमंग बातम्या देतो आणि त्या बदल्यात तुम्ही मला माझी चूल पेटती ठेवण्यासाठी पैसे देता. त्यात गैर काय आहे?"

"ग्रद्धादा, मी हे काम करतो ते प्रेमापोटी! बातम्या, त्यामधून मिळू शकणारी प्रसिद्धी हे सगळं विकत घ्यावं लागलं तर त्यात मजा नाही. हे म्हणजे सोनागाचीच्या वेश्येकडे जाण्यासारखं झालं. मला वेश्येकडे जायला लाज वाटणार नाही; पण मी जर तिच्यासोबत गेलो, तर त्यामागे माझ्या मनात काही भावना असाव्यात. माझं मन काही अंशी का होईना पण त्या वेश्येमध्ये गुंतलेलं असावं आणि तिनेही माझ्यासोबत झोपावं ते पैशाच्या अपेक्षेशिवाय! निव्वळ भावनांसाठी!"

"हाऽहाऽहाऽ... तर मग तुम्ही हरी-हरी करत बसा, बोस बाबू!" बाबा मोठ्याने हसत उद्गारले. "तुम्ही माझ्यापेक्षा खूप जास्त शिकलेले आहात. दुनियादारीची समज माझ्यापेक्षा तुम्हाला अधिक असेल; पण एक गोष्ट मात्र नक्की आहे. पद्धत कोणतीही असो; त्याचा परिणाम काय झाला हे महत्त्वाचं असतं. स्त्री सोनागाचीमध्ये असो किंवा तुमच्या घरामध्ये – काम तर ती एकच करते ना? आपण तिला फक्त वेगवेगळी बिरुदं देतो. एकीला बायको म्हणतो, तर दुसरीला वेश्या! एरवी काय फरक आहे दोघींमध्ये? हा व्यवहारही तसाच आहे. तुम्हाला बातमी पाहिजे. ती मी तुम्हाला देतो. तुमचा संबंध आहे बातमी गोळा करण्याशी. मग ती तुम्ही स्ट्रॅन्ड रोडवरच्या शववाहिन्यांमागे पळून, घाम गाळत गोळा करू शकता किंवा माझ्या दुकानामध्ये बसून, आरामात चहा पीत मिळवू शकता. परिणाम एकच असेल. कुठला मार्ग निवडायचा हा निर्णय तुमचा तुम्ही घ्यायचा आहे."

काही न बोलता, बोस बाबू जायला निघाले. बाबा त्यांच्या मागे जाऊन बोलले,

"पण बाबू... तुम्ही एकदा तरी त्या संजीवकुमार मित्राला भेटलंच पाहिजे. काय चुणचुणीत मुलगा आहे होऽऽ! साध्यातल्या साध्या घटनेची खमंग बातमी कशी बनवावी याची कला त्याला फार लवकर अवगत झालेली आहे.

चेतनाला ही नोकरी मिळावी यासाठी त्यानेच खटपट केली आणि मग नोकरी मिळताक्षणी लगेच तिच्यासमोर कराराचा कागद ठेवला. मी तर त्या क्षणी त्याच्यावर खूश झालो!"

“आताशा अशाच लोकांची सद्दी आहे, म्हणायचं!” बोस बाबू हलकं स्मित करत म्हणाले. “बरं, ते सगळं जाऊ दे. नाशीपूरमधली चार लहान मुलं फ्लूमुळे दगावली आहेत. तिकडे काय परिस्थिती आहे हे बघायला जायचंय मला...”

“फ्लू? पण कालच्या बातम्यांमध्ये तर असं सांगितलं गेलं की, त्यांना कुठल्याशा नव्या प्रकारच्या संसर्गामुळे ताप आला होता?”

बाबांचं बोलणं ऐकून, बोस बाबू जोरात हसले.

“ग्रद्धा, अरे ती जी मेली ती बिचारी गरिबांची पोरं! ती एवढी अशक्त होती की, साध्या वाऱ्याच्या झोतानेही कोलमडली असती आणि तुमच्या मित्रा बाबूंसारखी माणसं काही या लोकांशी करार वगैरे करण्याच्या भानगडीत पडत नाहीत. त्या गरिबांचे चेहरे, त्यांच्या वाहिनीची शोभा वाढवणारे थोडेच असतात?”

बाबांच्या वर्मावर बोट ठेवत, त्यांच्या उत्तराची वाट न बघता, बोस बाबू आपला मोडलेला पाय रेटत निघून जाऊ लागले. ते आमच्या घराबाहेर पडतात न पडतात तोच, दोन-तीन टी.व्ही. वाहिन्यांच्या गाड्या आमच्या घरासमोर येऊन थांबल्या. त्यामधून उतरणाऱ्या तरुण-तरुणींमध्ये बाचाबाची होऊ लागली. त्यातली एक टोळी पट्कन आमच्या चहाच्या दुकानात शिरली. हे सगळं दृश्य मी आणि मा खिडकीमधून बघत होतो.

“ही मंडळी फक्त चहा प्यायला आली असतील असं वाटत नाही,” मी कुजबुजले. माझा कयास खरा ठरला. बाबांशी हस्तांदोलन करत, ते त्यांच्याशी हळू आवाजात काहीतरी बोलू लागले.

“छे, छे!... ते शक्य नाही होऽऽ... मी माझ्या शब्दाला पक्का असणारा माणूस आहे. दहा-वीस हजारांसाठी मी माझा शब्द मोडू शकत नाही. जो मनुष्य शब्द मोडू शकतो, त्याला जगण्याचा अधिकार नाही...” गमछाने तोंड पुसत, बाबा शांतपणे एखाद्या मुरब्बी व्यापाऱ्याच्या तोऱ्यात, वाटाघाटी करत बसले होते. मध्येच त्यांची नजर, दुसऱ्या गाडीतून आलेल्या आणि बाहेरच उभ्या राहिलेल्या पत्रकारांच्या जमावाकडे जात होती. मध्येच त्यांपैकी एकाने बाबांकडे बघून हात उंचावला. ते पाहून, बाबा उठले आणि त्या व्यक्तीला बाजूला घेऊन, धिम्या आवाजामध्ये बोलू लागले. स्वयंपाकघराच्या खिडकीतून मला सगळं बोलणं ऐकू येत होतं.

“बाबू, यामध्ये चेतनाचा संबंध नसेल. याबद्दल आपलं आधीच बोलणं झालेलं आहे.”

अशा पद्धतीने, बाबा आणि त्या माणसाचं बोलणं बराच वेळ सुरू राहिलं. जरा वेळाने, बाबांनी आपल्या मनगटावरील घड्याळाकडे कटाक्ष टाकला आणि त्या माणसाला काही वेळाने पुन्हा यायला सांगितलं. मग त्यांच्यासाठी थांबून

राहिलेल्या पहिल्या जमावाकडे जात, त्यांना हसून सांगितलं : "त्यांना तर माझी मुलाखत घेण्यामध्ये रस आहे. अखेर, मुख्य जल्लाद तर अजून मीच आहे नाऽऽ! चेतना माझी सहाय्यक असणार आहे आणि तसंही, तिला अजून काही अनुभव नाही."

मी स्वयंपाकघरातून रामूदाच्या खोलीत गेले. आईने त्याला उपडं झोपवलं होतं. त्याच्या गोऱ्यापान पाठीवर उठलेले कसलेसे लाल वळ बघत, मी त्याच्याशेजारी जमिनीवर बसले. तसं, रामूदाने आपली मान वळवली आणि माझ्याकडे हसून पाहत म्हणाला,

"काल तू टी.व्ही.वर किती छान दिसत होतीस गंऽऽ!"

रामूदाचं कौतुक ऐकून मला फार बरं वाटलं. मी हसले.

"आता काय बुवा, आमची चेतू मोठ्ठी आसामी होणार!" असं म्हणून, रामूदाने पुन्हा आपला गंभीर अवतार धारण करत म्हटलं,

"पण चेतू, एक लक्षात ठेव हंऽऽ... हे आता वाहत असलेले उत्साहाचे वारे, कदाचित २४ तारखेनंतर पूर्णपणे विरून जाण्याची शक्यता आहे. त्या गोष्टीची मानसिक तयारी ठेव, म्हणजे तुला नंतर त्रास होणार नाही."

मी कसनुसं हसले. रामूदाने आपले सुजाण डोळे माझ्या चेहऱ्यावर रोखले. बहुधा, त्याला अजून काहीतरी सांगायचं होतं; पण तो काही बोलणार इतक्यात आम्हाला काकूच्या बोलण्याचा आवाज आला. तो दोन माणसांशी बोलत होता.

"ते सगळं मी करून देईन... पण माझ्या हिश्श्याचं विसरू नका हंऽऽ..."

मी आणि रामूदाने एकमेकांकडे बघितलं.

"चेतनाची मुलाखत घेऊन काय उपयोग? अजूनही फणीदाच भारतातला सगळ्यात प्रसिद्ध जल्लाद आहे आणि तेही उगाच नाही हंऽऽ! त्याचा हात एकदाही थरथरलेला नाही आजतागायत!"

काकू अजूनही काही बोलणार होते; पण मध्येच त्यांचं लक्ष माझ्याकडे गेलं आणि ते थबकले. माझ्याकडे बघून कसनुसं हसले आणि निघून गेले.

"म्हणजे, इथला बाजार भरला तरऽऽ," रामूदा विषण्ण हसत उद्गारला. "जे विकत घेतात, ते नंतर विकायला बसतात आणि जे विकतात, ते नंतर विकत घ्यायला येतात."

त्या दिवशी, बाबांना घेण्यासाठी आलेली गाडी सगळ्यात आधी – संध्याकाळी ६ वाजता – आमच्या दाराशी पोहोचली. त्यानंतर, काकूसाठी एक वेगळी गाडी आली. सरतेशेवटी, माझ्यासाठी सी.एन.सी.ची गाडी येऊन थांबली. एवढा गाड्यांचा ताफा बघून, रामूदाने विनोद केला,

"काही दिवसांनी बहुतेक ठाकूमा, काकीमा आणि मासाठीसुद्धा निरनिराळ्या

गाड्या येतील इथे.''

मी स्टुडिओला पोहोचल्यावर, मेकअप दादाने माझ्या चेहऱ्यावर रंगरंगोटी केली आणि मग माझ्या हातात एक नवा पोशाख ठेवला.

''चेतना, मित्रा साहेबांनी तुला हा पोशाख घालायला सांगितलाय.''

काय करावं, मला काही समजेना. गोंधळलेल्या मनःस्थितीत इकडे-तिकडे बघत असतानाच, संजीवकुमार आत आला. संत्रस्त चेहऱ्याने मेकअप दादाकडे बघत करवादला,

''ही अजून तयार का नाही?''

अचानक मला त्या प्रसंगाची आठवण झाली, जेव्हा काकूंनी आपल्या दुकानासाठी एक जुनाट, गंजलेली खुर्ची उचलून आणली होती. खुर्चीवरचा निळा रंग बहुतेक ठिकाणी उडाला होता. तिला पुन्हा नव्यासारखं करण्याचा क्षीण प्रयत्न करत, काकूंनी त्यावर लालभडक रंगाचा थर चढवला होता. 'म्हातारीला रेशमी पोशाख घालून ती तरुण असल्यासारखी दाखवण्याचा आपल्या समाजाचा सोस काही कमी होत नाही!' मी स्वतःच्या हतबलतेवर दुर्बल चीड व्यक्त केली. इथे माझ्या मतांना काही किंमत नव्हती. मी काय घालावं, कसं दिसावं हे सगळे निर्णय दुसऱ्या कुणाच्यातरी हातात होते. चिडून, नखरे करून, मी काय साध्य करणार होते? निमूटपणे, मी संजीवकुमारने दिलेला तपकिरी रंगाचा, सोनेरी झालर असलेला पोशाख चढवला. अद्यापही जखमा न भरलेल्या माझ्या शरीराला त्रास झाला; पण मनाला टवटवी आली खरी!

तयार होऊन बाहेर आले, तसं संजीवकुमारने निर्लज्जपणे मला नखशिखांत न्याहाळलं आणि म्हणाला,

''चांगली दिसतेस की तू. बरं ऐक, आतापासून तू जरा गंभीरपणे बोलायला लागलं पाहिजेस. काहीही करून २४ तारखेपर्यंत आपल्याला दर्शकांचं लक्ष धरून ठेवायला हवं. कारागृहामध्ये चित्रीकरण करण्याची परवानगी मिळू शकणार नाही. म्हणूनच आम्ही जल्लादावर भर देत आहोत; त्यामुळे तू देत असलेली माहिती इतकी रोचक हवी की, दर्शकांची उत्कंठा सतत वाढत राहील.''

मी काहीच प्रतिसाद दिला नाही. तितक्यात, एक माणूस आला आणि त्याने संजीवकुमारच्या हातात एक कागद ठेवला. कागदावरचा मजकूर वाचून, संजीवकुमारचा चेहरा कुस्करल्यासारखा झाला.

माझ्याकडे बघून उद्गारला, ''ग्रद्धा मलिक ए.व्ही.ए.वर मुलाखत देत आहेत? खरंच?''

परत, मी गप्प राहिले. संजीवकुमार वैतागून म्हणाला,

''तसं असेल तर सी.एन.सी.चा टी.आर.पी. (वाहिन्यांची लोकप्रियता मोजणारी

आकडेवारी), ए.व्ही.ए.पेक्षा जास्त ठेवण्याची जबाबदारी चेतनाची राहील.''

काचेच्या भिंतीतून, आम्ही ए.व्ही.ए.वर चाललेली बाबांची मुलाखत बघू शकत होतो. ते आपल्या नेहमीच्या नाट्यमय पद्धतीने, अगदी आत्मविश्वासाने बोलत होते.

''चेतना, तुझ्या बाबांकडे बोलण्याचा अनुभव आणि आत्मविश्वास दोन्ही भरभरून आहे. दर्शकांना नेमकं काय ऐकावंसं वाटतं आणि त्यांना टी.व्ही.शी कसं बांधून ठेवायचं याचं गमक त्यांनी नेमकं साधलेलं आहे. मला तुझ्याकडूनही तीच अपेक्षा आहे. त्यांना जे करता येतं, ते आता तुला करता आलं पाहिजे. किंबहुना तुला हे त्यांच्यापेक्षाही उत्तम पद्धतीने करता आलं पाहिजे. कोणत्याही प्रश्नाचं उत्तर देताना, यामुळे दर्शक इतर वाहिन्या सोडून केवळ सी.एन.सी. वाहिनी(च) कसे बघतील, हा एकच विचार करून उत्तरं दे. समजलं?''

संजीवकुमारच्या सुरावरून आणि चेहऱ्यावरच्या आत्मविश्वासाच्या अभावावरून हे स्पष्ट होत होतं की, तो दाखवत नसला तरी चांगलाच हादरला होता. आज तो नेहमीप्रमाणे फसफसत्या उत्साहाने वावरत नव्हता. उलट, त्याच्या आविर्भावात खूप त्रागा दिसत होता.

कार्यक्रम सुरू झाला. संजीवकुमारने पहिला प्रश्न विचारला.

''जतिंद्रनाथच्या फाशीची तारीख जवळ येत आहे. तू गेल्या काही दिवसांमध्ये काय-काय तयारी केली आहेस?''

''आम्ही कारागृहामध्ये जाऊन दोरखंडांची तपासणी करून आलो. जतिंद्रनाथसाठी सगळ्यात योग्य ठरेल असा दोरखंड निवडून आलो. यापूर्वी त्या दोरखंडाने दोन गुन्हेगारांना फाशी दिली गेली आहे; पण तरीही, त्याची सद्यस्थिती चांगली असल्यामुळे, आम्ही त्याच दोरखंडाची निवड केलेली आहे.''

आवाजात शक्य तितकं गांभीर्य आणून, मी पुढे म्हणाले,

''खरंतर पहिल्यांदा दोरखंड हाताळताना मला खूप भीती वाटत होती; पण याच दोरखंडाला माझ्या बाबांनी, आजोबांनी, पणजोबांनी आणि इतर अनेक पूर्वजांनी सक्षमपणे हाताळलं आहे हे लक्षात आल्यावर, माझा ऊर अभिमानाने भरून आला. जल्लादाचं काम हे सोपं काम नव्हे. जल्लाद म्हटलं की, लोक घाबरतात; पण ते हे विसरतात की, जल्लादाचं काम हेसुद्धा एक प्रकारचं कार्यच आहे.''

''एक सेकंद, चेतना. एक दर्शक आपल्याशी फोनवरून संवाद साधत आहेत. हांऽऽ, बोला...कोण बोलतंय?''

''हॅलो, मी बिस्वास चक्रबर्ती बोलतोय. मला चेतनाबाईंना असं विचारायचं आहे की... मॅडम, मला खूप वाईट वाटतं की, तुमच्यासारख्या तरुण मुलीने टी.व्ही.वर येऊन, मृत्युदंडाचं जाहीररीत्या समर्थन करावं. गुन्हेगारांनी गुन्हा केला

म्हणून त्यांचा जीव घ्यायचा की त्यांना पुन्हा एक चांगली व्यक्ती बनण्याची, नवं आयुष्य जगण्याची संधी द्यायची? 'डोळ्यास डोळा' ही न्यायपद्धती आता जुनी झाली. आपलं कर्तव्य आहे की, आपण गुन्हेगारांना सुधारण्याची एक संधी दिली पाहिजे.''

संजीवकुमारने माझ्याकडे उत्तराच्या अपेक्षेने बघितलं. मी कोऱ्या चेहऱ्याने उत्तर दिलं.

''एखादा गुन्हेगार सुधारू शकण्याच्या कक्षेत असेल, तर जरूर त्याला सुधारण्याची संधी दिली जावी. माझा त्याला पूर्ण पाठिंबा राहील; पण प्रत्येक वेळी गुन्हेगार सुधारतोच असं नाही. काही गुन्हेगार सुधारण्यापलीकडे गेलेले असतात. मग अशा लोकांना मृत्युदंड देऊन आपण जर पुढच्या अनेक संभाव्य गुन्हेगारांना वेळीच आळा घालू शकलो, तर ते समाजस्वास्थ्याच्या दृष्टीने अधिक योग्य नाही का?''

मी संजीवकुमारकडे बघितलं आणि मग पुढे बोलू लागले,

''माझ्या आजोबांना, उत्तर प्रदेशातील यमुना कंपनीने बनवलेले दोरखंड विशेष आवडायचे; पण आता ती कंपनी अस्तित्वात नाही. त्या कंपनीच्या मालकांचा एकुलता एक मुलगा, एका तरुणीच्या प्रेमात पडला. त्याच्या वडिलांनी या नात्याला विरोध दर्शवल्यावर, त्या प्रेमी युगुलाने पळून जाण्याचा प्रयत्न केला. मात्र, मुलाच्या वडिलांनी त्यांचा हा डाव उधळून लावला. एवढ्यावर न थांबता, त्यांनी आपल्या मुलाला बळजबरीने घरी आणले आणि एका खोलीत डांबून ठेवले. त्याच्यावर चोवीस तास पहारा देण्यासाठी, खोलीच्या बाहेर पहारेकरी उभे केले. संध्याकाळी बघतात तर काय? वडिलांच्याच कंपनीमध्ये बनवलेल्या दोरखंडाने, त्या मुलाने छताला लटकून आत्महत्या केली होती!''

एखादी सुरस परीकथा सांगत असल्याच्या आविर्भावात, मी संजीवकुमारकडे बघून स्मित केलं आणि पुढे बोलू लागले.

''मुलाच्या आत्महत्येमुळे कंपनीचे मालक पुरते मोडून गेले. त्यानंतर बरीच वर्षं यमुना कंपनी बंद राहिली. अखेर मुंबईतील एका मोठ्या व्यापाऱ्याने ती कंपनी विकत घेतली. विक्रीच्या करारावर सही करण्यासाठी, कंपनीचे मूळ मालक जेव्हा 'ग्रॅन्ड हॉटेल'मध्ये व्यापाऱ्याला भेटायला गेले, तेव्हा त्याची पत्नीही त्याच्यासोबत होती. ही तीच मुलगी होती जिच्यावर मालकाच्या मुलाने प्रेम केलं होतं! त्या व्यापाऱ्याशी लग्न करून भोगत असलेलं यातनामय जीवन तिच्या व्यथित नजरेतून स्पष्ट दिसत होतं. आपण केवळ आपल्या अहंकारापोटी दोन निष्पाप जीवांचा बळी घेतला या विचाराने, मालक अतिशय अस्वस्थ झाले. त्यांनी जेमतेम करारावर सही केली आणि व्यापाऱ्याकडून पैसेही न घेता तडक तसेच बाहेर पडले. दोन

दिवसांनी, त्यांनीही गळफास लावून आत्महत्या केली!''

दर्शकांना थरार आवडतो हे बाबांचं ब्रीदवाक्य आठवून मी क्षणभर गप्प झाले. संजीवकुमारची नजर माझ्या चेहऱ्यावर एकटक लागलेली होती. शेवटी, मोठा उसासा टाकून मी म्हणाले,

''...ज्या दोरखंडाने त्यांनी स्वतःला गळफास लावून घेतला, तो त्यांच्याच यमुना कंपनीमध्ये बनवलेला होता!''

''बापरे! या घटनेचा काही पुरावा आहे का होऽऽ?'' संजीवकुमारने मला विचारलं.

त्याच्याकडे थंड डोळ्यांनी पाहत, मी उत्तर दिलं,

''सगळ्याच गोष्टींना पुराव्याची गरज नसते. कंपनीच्या मालकांना केवळ दोरखंड बनवण्याचं तंत्र अवगत होतं; गळफास तयार करण्याचं नव्हे. आत्महत्या करण्याचा निर्णय घेतल्यावर, ते आजोबांना भेटण्यासाठी आमच्या घरी आले होते.''

हे ऐकून, संजीवकुमारची कळी खुलली.

''पण नेमकं त्या दिवशी, बाबा आणि आजोबा दोघेही घरात नव्हते. फक्त माझे काकू होते – सुखदेव ग्रद्धा मलिक. ठाकूमाला हा मुलगा तिच्या उतारवयात झाला असल्याने, त्या वेळी काकू अगदी शाळकरी पोर होते. माझ्या वडिलांपेक्षा ते तब्बल तेवीस वर्षांनी लहान आहेत. कंपनीचे मालक आपल्या भल्यामोठ्या गाडीने आमच्या घराशी येऊन थांबले. त्यांच्या नोकराने एक लांब दोरखंड आणून आमच्या अंगणामध्ये टाकला. मालकाने ठाकूमाला सांगितलं की, त्यांना त्या दोरखंडाचा दर्जा तपासायचा होता आणि म्हणून त्याला गाठ मारून बघायची होती. ठाकूमाने मालकांना सांगितलं की, बाबा जात्रेसाठी गेले होते आणि त्यांना यायला उशीर होणार होता. इतक्यात, त्या वेळी ५-६ वर्षांचे वय असलेल्या काकूने अगदी सहजपणे गाठ मारून दाखवली.''

''आणि मग?''

''मग काय? मालक खूश झाले. त्यांनी आम्हाला खूप बक्षिसं, पैसे वगैरे दिले. त्यानंतर लगेचच त्यांच्या मृत्यूची बातमी समजली. बऱ्याच महिन्यांनी आमच्या घरच्यांच्या हे लक्षात आलं की, त्यांनी काकूने गाठ मारून दिलेल्या दोरखंडाने आत्महत्या केली होती!''

''हे सगळं खरोखरच घडलेलं आहे? म्हणजे, अगदी खरंच?''

समोर बसलेल्या माणसावर मी एकाच वेळी निरतिशय प्रेम आणि पराकोटीचा द्वेष करते, हे विसरून मी संजीवकुमारकडे बघून हसले. मालकाने आत्महत्या केली होती हे खरं होतं. काकूने अजाणतेपणाने ती गाठ मारली होती, हेही खरं

होतं. मात्र, काकूने मारलेल्या त्या गाठीने केवळ तो मालकच मेला होता, हे खरं नव्हतं. कुठल्याशा असाध्य आजाराने पछाडलेल्या एका व्यापाऱ्याने एकदा काकूला आपल्या दुकानात बोलावून, भरपूर जिलब्या खायला घालून, त्याच्याकडून असाच गळफास तयार करून घेतला होता. दुकानाच्या छतावरून लटकणारा व्यापाऱ्याचा मृतदेह खाली उतरवून, पोलिसांनी तडक आमच्या घरचा रस्ता धरला होता. ठाकूमाच्या म्हणण्यानुसार, त्यानंतर तिच्या सुखदेवला कधीच चांगली गाठ मारता आली नाही.

कार्यक्रम संपल्यावर, मी माझे जुने कपडे घालून बाहेर आले तर, हरीशनाथ संजीवकुमारशी गप्पा मारत उभे होते. मला पाहून, त्यांनी हलकं स्मित करत म्हटलं,

"आकडेवारी आल्यावर बाप, काका आणि लेकीमधली जुगलबंदी चांगलीच रंगणार आहे. बघू या, कोण जिंकतं ते?"

"बाबा खूप अनुभवसमृद्ध आहेत," मी मान खाली घालून म्हटलं.

त्यावर ते कुत्सित आवाजात म्हणाले,

"टी.व्ही.वर अनुभव नाही, तर तो कसा मांडला जातोय हे अधिक महत्त्वाचं ठरतं."

त्यांच्या या विधानावर मी काही उत्तर दिलं नाही.

त्या दिवशीही, संजीवकुमारने माझ्यासाठी टॅक्सी मागवली होती. तो मला टॅक्सीपर्यंत सोडायला आला तसं मी माझ्या मनातल्या रागावर खूप संयम ठेवून, जमेल तितक्या मधाळ आवाजात त्याला विचारलं,

"आज तू नाही येणार माझ्यासोबत?"

अर्थातच, त्याला माझा हा प्रश्न अनपेक्षित होता. मी त्याच्याकडे बघून हसले. तसा तो अजूनच संभ्रमित झाला. माझ्या बोटांनी ओढणीचा विळखा घालायला सुरुवात केली होती; पण टॅक्सीच्या अंधारामध्ये संजीवकुमारला फक्त माझा चेहरा दिसत होता; त्यामुळे चेहऱ्यावर शक्य तितके मादक भाव आणत, मी पुन्हा एकदा त्याला सोबत येण्याची खूण केली. थोडंसं थबकून संजीवकुमार आत आला. टॅक्सी चालू लागली. थोड्या वेळाने त्या दिवशी कपडे विकत घेतले, त्या दुकानाची पाटी दिसू लागली; तशी मी चालकाला गाडी थांबवण्याची विनंती केली. बांगडीवाला त्याच ठिकाणी उभा होता. मी संजीवकुमारला म्हटलं,

"चल, तिकडे जाऊ या."

बांगडीवाल्याच्या आजूबाजूला बऱ्याच स्त्रियांचा घोळका पडला होता. त्यांच्या उंची कपड्यांवरून आणि अत्तरांच्या सुगंधावरून मला समजलं की, त्या सगळ्या चांगल्या उच्चभ्रू स्त्रिया होत्या. त्या गर्दीमधून वाट काढत, मी बांगडीवाल्याजवळ

पोहोचले आणि त्याला म्हणाले,

"दादा, परवाच्या दिवशी तुमच्या दुकानामधून काही बांगड्या चोरीला गेल्या होत्या ना? मी त्याच परत करायला आले आहे."

मी त्याच्यासमोर संजीवकुमारने दिलेल्या बांगड्या धरताक्षणी, बांगडीवाल्याच्या चेहरा रागाने फुलून उठला. त्याने खस्सकन माझ्या हातातील बांगड्या ओढल्या आणि तो खरोखरच चोरीला गेलेला ऐवज आहे याची खात्री पटल्यावर, माझ्या मागे घाबरून उभ्या राहिलेल्या संजीवकुमारची कॉलर पकडली!

"अरे हरामखोर चोरा! तुला काय वाटलं, तू मारे उंची पोशाख घालून आलास आणि चोरी केलीस, तर तुला पकडलं जाणार नाही? काय रे? तुला इतकी काय भीक लागली का आमच्यासारख्या गरिबांच्या शिदोरीमध्ये हात घालावासा वाटला तुला?"

आता त्या स्त्रिया आमच्याकडे चकित नजरेने पाहू लागल्या होत्या. मध्येच, त्यांपैकी एकजण चीत्कारली.

"अय्या! हा तर संजीवकुमार मित्रा!"

संजीवकुमारची ओळख पटल्यावर, सगळ्याच बायका कालवा करू लागल्या. ठाकूमा सांगत आलेल्या गोष्टीमधला पाला राजा ज्याप्रकारे गळून जातो, त्याप्रमाणे मी संजीवकुमारला कुस्करून जाताना बघितलं. त्याने बांगडीवाल्याच्या तावडीमध्ये सापडलेला आपला हात कसाबसा सोडवला आणि पळत जाऊन, बाजाराच्या अंधारामध्ये लुप्त झाला. मग मीसुद्धा टॅक्सीमध्ये जाऊन बसले.

चालकाने मला विचारलं,

"ते साहेब...?"

"ते नाही येणार. तुम्ही चला. मला स्ट्रॅन्ड रोडला जायचंय."

घरी पोहोचले, तेव्हा शोरसे बाता खालमध्ये (माशाच्या कालवणाचा एक प्रकार) मोहरी आणि मिरच्यांमध्ये घोळून शिजत जाणाऱ्या माशाचा दरवळ मला दरवाजापाशीच जाणवला. आधी मी सरळ मोरी गाठली आणि मस्त अंघोळ केली. मग रामूदा आणि आईला शहरात घडलेल्या किश्श्याबद्दल सांगितलं. आपल्या चोरीला गेलेल्या सोन्याच्या नाण्याबद्दल खेद व्यक्त करत बसलेल्या ठाकूमाची समजूत काढत, मी पराठे आणि कालवणावर मनसोक्त ताव मारला. त्या रात्री जेव्हा मी गादीवर पडले, तेव्हा माझ्या मनाला तशीच शांती लाभली होती, जशा सिरकार मामांनी दिलेल्या अंगठ्या पाण्यात बुडवून मिळाली होती. त्या क्षणी, मला टागोरांचं तेच गाणं गुणगुणावंसं वाटू लागलं, जे मी मारुती प्रसादच्या छापखान्यामध्ये म्हणत होते : 'जोडी तोर डाक शुने केऊ ना आशे तोबे एकला चालो रे...'

तेव्हा मला आठवलं की, आणीबाणीच्या काळात मानवेंद्र बोसने हेच गाणं मोठ्याने म्हटल्याबद्दल, त्यांचा पाय तोडण्यात आला होता. त्या काळी, टागोरांच्या सव्वीस गाण्यांवर बंदी घातली गेली होती. तुमच्या हाकेला कुणी उत्तर देत नसेल, तर एकटे चालू लागा...!

१३

"ही कोणती जागा आहे, दादा?"

संध्याकाळच्या सहाच्या उन्हात, गाड्यांनी खचून भरलेल्या रांगेमध्ये अडकून पडलेल्या माझ्या गाडीच्या चालकाला मी विचारलं.

माझ्या अज्ञानाची कीव करत, तो म्हणाला,

"लाल बाजार."

लहान मुलीच्या उत्साहाने, मी गाडीच्या खिडकीमधून बाहेर डोकावून पाहिलं. जुन्या काळातल्या एका दुमजली इमारतीच्या खिडक्यांमध्ये वडाच्या झाडाने जन्म घेतला होता. त्याच्याशेजारी एक चकचकीत, नवीन इमारत उभी राहिली होती. अगदी गुळगुळीत काचा आणि लिफ्ट वगैरे असलेली. घामेजलेल्या लोकांचे तांडे रस्त्यावरून घाईघाईने जात होते. कुणी खाद्यपदार्थांच्या दुकानात शिरत होतं, तर कुणी कपडे विकणाऱ्या दुकानाचा रस्ता धरत होतं. रस्त्याच्या कोपऱ्यावर एक मुलगा 'बुड्ढी के बाल' विकत होता. लहानपणी मला हा पदार्थ फार आवडत असे. आईकडून दोन-चार आणे मिळाल्यावर, घाटाच्या रस्त्यावरून उड्या मारत जात, मऊसर, गुलाबी रंगाचे गोडगोड 'बुड्ढी के बाल' खाऊन असीम तृप्ती अनुभवणाऱ्या माझ्या लहानशा मूर्तीचा विचार डोक्यात आल्यावर, मला एकदम गहिवरून आलं. मग मनातलं दुःख विसरण्यासाठी, मी त्या वातानुकूलित गाडीच्या आसनावर, एखाद्या श्रीमंत बाईच्या थाटात रेलून बसले. बांगडीवाला कुठे दिसतो का याचा शोध घेतला. इथेच जवळ कुठेतरी, कूली बाजार होता. कूली बाजारमध्येच, महाराज ही पदवी बाळगणाऱ्या नंदकुमारला फाशी दिली गेली होती. ज्या दिवशी नंदकुमारला फाशी दिली जाणार होती, त्या दिवशी आमच्या घरातल्या सगळ्या माणसांनी उपवास केला होता आणि देवासमोर प्रार्थना केली होती. त्या काळी जल्लाद असलेले आमचे पूर्वज, मनोहर देव ग्रद्धा मलिक यांनी तर तब्बल सात दिवस उपवास आणि मौन बाळगण्याचं व्रत केलं होतं. नंदकुमारला फाशी द्यावी लागल्यावर त्यांनी जल्लादाचं काम सोडून, शेतीचं काम पत्करलं होतं. 'ज्या समाजव्यवस्थेत जल्लादाला सामान्य खुन्याच्या दर्जाला आणून बसवलं जातं,

त्या समाजात न्यायाची अपेक्षा बाळगणं मूर्खपणाचं असेल' असं त्यांचं मत होतं. वयाच्या ६०व्या वर्षी त्यांनी जल्लादाचं काम सोडलं. त्यानंतर तब्बल ४४ वर्षं त्यांनी शेती केली.

महाराज नंदकुमारची कहाणी सांगताना, ठाकूमा नेहमी गहिवरून जात असे. नंदकुमार हे नवाब मीर जफरच्या दरबारातले फार निष्ठावान मंत्री होते. संपूर्ण बंगालमध्ये त्यांना फार मान होता. नवाबानेच त्यांना 'महाराज' ही पदवी बहाल केली होती. जेव्हा वॉरन हेस्टिंग्जने नवाबाची विधवा असलेल्या मुन्नी बेगमकडे लाच मागितली होती, तेव्हा, संतापलेल्या नंदकुमारने राज्यपाल आणि ईस्ट इंडिया कंपनीच्या बंगाल परिषदेकडे औपचारिक तक्रार नोंदवली होती. त्याने आपल्या सविस्तर तक्रारीत असं नमूद केलं होतं की, वॉरन हेस्टिंग्जने गैर पद्धतीने तब्बल चाळीस लाख रुपये खिशात घातल्याचा त्यांच्याकडे पुरावा होता. मात्र, हेस्टिंग्जने खेळी खेळून, सदर पुरावे खोटे असल्याचा दावा केला आणि नंदकुमारला तुरुंगात डांबलं. पुढे नंदकुमारवर न्यायालयीन खटला चालवला गेला. दहा इंग्रज अधिकारी, दोन सामान्य नागरिक आणि सर्वोच्च न्यायालयाचे न्यायाधीश सर एलिजाह इम्पे यांच्यासमोर हा खटला सादर केला गेला. त्या सर्वांचं असं मत पडलं की, नंदकुमारने त्यांच्या बाजूने प्रस्तुत केलेल्या तीनही साक्षीदारांवर विश्वास ठेवणं शक्य नव्हतं. खोटी साक्ष देण्याच्या गुन्ह्याखाली त्या तीन लोकांना शिक्षा ठोठावण्यात आली. ५ ऑगस्टला, कूली बाजारात खास तयार केल्या गेलेल्या फाशीस्तंभावर नंदकुमारला फाशी देण्यात आली.

"त्या दिवशी, भारताचा झेंडा खऱ्या अर्थाने मान उंचावून फडकला होता," ठाकूमा आम्हाला गहिवरल्या आवाजात सांगत असे. कारागृहामधून फाशीस्तंभाकडे जाताना, नंदकुमार अतिशय शांत आणि अविचल होता. त्याच्या चालण्यामध्ये एखाद्या महाराजाला साजेसा रुबाब होता. त्याच्या फाशीचा तमाशा बघण्यासाठी हजारो माणसं हजर होती. नंदकुमारच्या तोंडावर काळा मुखवटा चढवण्यासाठी फलाटावर चढलेले मनोहर आजोबा, नंदकुमारचा हात पकडून धाय मोकलून रडू लागले. महाराजांनी त्यांच्याकडे बघून स्मित केलं आणि त्यांना म्हणाले, 'आपल्या कर्तव्याला चुकू नकोस.' पाणावलेल्या डोळ्यांनी मनोहर आजोबांनी नंदकुमारच्या चेहऱ्यावर मुखवटा चढवला आणि गळ्यात दोरखंड अडकवला. अवघ्या काही सेकंदांमध्ये नंदकुमारने प्राण सोडला. आपली बिदागी घेण्यासाठीही न थांबता, मनोहर आजोबा तिथून धावत सुटले ते थेट गेले गंगेपाशी. त्यांनी तब्बल एक हजार आठ वेळा गंगेमध्ये डुबकी मारली. मात्र, त्यांच्या या प्रायश्चित्ताने नंदकुमारचा गेलेला प्राण तर परत येऊ शकत नव्हता ना? नंदकुमारची गोष्ट संपल्यावर, ठाकूमा आम्हाला नेहमी सांगत असे,

"तर मग आपण काय शिकलो या गोष्टीमधून? सत्ताधाऱ्यांकडून, श्रीमंतांकडून काही कृपाप्रसाद मिळण्याचा लोभ ठेवू नका. तसं केलंत, तर पुढे जाऊन त्यांच्या पापामध्येही भागीदार व्हावं लागतं."

ठाकूमाच्या गोष्टी ऐकून माझ्या मनात काहीबाही प्रश्न रुंजी घालत राहायचे.

"लालमोहन शेठने खरोखरच लाल डिगी तलाव खोदून काढला होता का?"

"अर्थात! म्हणून तर त्याला त्यांचं नाव देण्यात आलं ना?"

"नाही. इंग्रजांनी त्या तलावाजवळ लाल भिंतींचा फोर्ट व्हिलियम बांधला. त्याची सावली पाण्यावर पडायची म्हणून लाल डिगी असं नाव पडलं – इति रामूदा.

"लालमोहन शेठने एकट्याने तो तलाव खोदून काढला का?"

"छे, छे! त्यांनी त्या कामासाठी हजारो कामगारांना रुजू केलं होतं. त्यामध्ये आपल्या काही गरीब पूर्वजांचाही समावेश होता."

"मग त्याला फक्त लालमोहन शेठचं नाव का दिलं गेलं? कामगारांची नावं कुठे गेली?"

"अगं पोरी, लोक केवळ त्याच व्यक्तीचं नाव लक्षात ठेवतात, जो पैसा खर्च करतो. काम करणारे भरपूर असतात; पण पैसा पुरवणारे फार थोडे असतात. म्हणूनच, त्यांची आठवण ठेवणं सोपं असतं."

ठाकूमाचं हे म्हणणं मला कधीच पटलं नाही. इयत्ता सातवीत असताना जेव्हा आम्हाला नफा-तोट्याचं सूत्र शिकवलं गेलं, तेव्हा त्यात आम्हाला असं सांगितलं होतं की, जर कामगारांना त्यांच्या कामाचा योग्य मोबदला दिला गेला, तर कुणीच अतिश्रीमंत होणार नाही आणि कोणीच अतिगरीबही राहणार नाही. मात्र, आजतागायत मी ऐकत आलेल्या सगळ्या गोष्टींमधून दिसणारं चित्र काही वेगळंच होतं. १८व्या शतकामध्ये जेव्हा मनोहर देव मलिक आणि धर्मराज मलिक हयात होते, तेव्हा कोलकात्यातील प्रत्येक इंग्रज अधिकाऱ्याच्या बंगल्यामध्ये शेकडो नोकर राबत असत. आपल्या साहेबाच्या उष्ट्या थाळ्या धुण्यापासून ते लाल डिगीमधून पाणी आणून भरण्यापर्यंत, हे नोकरचाकर पडेल ती कामं करत असत. त्यांना पोसण्यासाठी, इंग्रज सरकार आपल्या अधिकाऱ्यांकडे लंडनवरून हजारो पौंड पाठवत असे. मात्र, ते सगळे पैसे जायचे कुठे? उगीच नाही, इंग्रज साहेब इथून जाताना करोडपती होऊन गेले! ठाकूमा आम्हाला सतत सांगत राहायची, "व्यापाऱ्यांवर कधीही विश्वास ठेवू नका. गरीब माणसं विकत घेता आली नसती, तर कुणीच अतिश्रीमंत झालं नसतं."

मी स्टुडिओमध्ये पोहोचले, तेव्हा मन्ना डे आणि इंद्राणी सेन, टी.व्ही.वरच्या

एका कार्यक्रमासाठी रबींद्र संगीत सादर करत होते. टॉलिगंज चेशायर होम आणि शांतीनिकेतनमधील शिशूतीर्थ येथील गरीब मुलांसाठी निधी गोळा करण्यासाठी तो कार्यक्रम आयोजित केला होता. आलोकेर एयी झरना धारे... हे ऐकत, मी मेकअप करण्यासाठी बसले. या वेळी मी नवीन, निळ्या रंगाचा पोशाख घातला होता. मात्र, तयार होऊन मुलाखतीच्या कक्षात येऊन बघते तर काय? संजीवकुमारऐवजी दुसराच मुलाखतकार बसला होता. मी नाराज झाले. संजीवकुमारवर, त्याच्याच खुनशी अंदाजामध्ये स्मित फेकत राहण्याची माझी इच्छा अपूर्ण राहिली. नवा मुलाखतकार अगदी सौम्य आणि सज्जन होता. संजूदा आज दुसऱ्या कामात व्यग्र असल्यामुळे ते येऊ शकले नाहीत, असं सांगत त्याने माझी मुलाखत घ्यायला सुरुवात केली.

"मृत्युदंडामुळे जगातील कुठल्याही देशामध्ये गुन्हेगारी आणि गुन्हेगार यांची आकडेवारी कमी झालेली नाही. असं असताना, आपल्याकडच्या एका गुन्हेगाराला जीवदान न देता, त्याला मृत्यूच्या जबड्यात ढकलून, आपलं सरकार मानवतेला सोडून वागतंय, असं तुला वाटत नाही का? आणि भरीत भर म्हणजे, तू हे काम स्वीकारून, सरकारच्या अमानवी कृत्याला जोड देत आहेस, असं तुला वाटत नाही का?"

प्रश्न ऐकून, माझ्या मनात वीज सळसळली. कागदात गुंडाळून माझ्या हातात खुपसल्या गेलेल्या बांगड्यांची आठवण होऊन मी उत्तर दिलं,

"तसं म्हटलं तर आपण दररोज लहान-मोठ्या प्रमाणात, कुणी ना कुणी केलेल्या दुष्कृत्यांमध्ये भागीदार होतंच असतो की! त्यामधून मुक्ती मिळवायची असेल तर एकच मार्ग आहे – हिमालयात जाऊन समाधी घेणं!"

"कुठल्या दुष्कृत्यांबद्दल बोलते आहेस तू, चेतना?"

"कितीतरी आहेत. आपल्या आजूबाजूला रोज असंख्य गुन्हे घडत असतात; पण आपण ते सगळे कळून न कळल्यासारखे, आपलं आयुष्य पुढे रेटत राहतो. मी तर म्हणते, तोच सगळ्यात मोठा गुन्हा आहे."

"बरंऽऽ... आम्हाला तुझ्या वडिलांबद्दल काही सांगशील का, चेतना?"

"बाबांसारखा कर्तव्यनिष्ठ माणूस शोधून सापडणार नाही. त्यांचं आपल्या कामावर किती प्रेम आहे, हे मला खऱ्या अर्थाने, तेव्हा समजलं जेव्हा ते मला पहिल्यांदा कारागृहामध्ये घेऊन गेले. कोठारामध्ये ठेवलेले दोरखंड बघून त्यांच्या चेहऱ्यावर असा काही आनंद पसरला, जसा एखाद्या लहान मुलाला गोष्टीची पुस्तकं सापडल्यावर होतो!"

"तुमच्या घरामधल्या संभाषणांमध्ये मृत्यू या विषयाचा बरेचदा उल्लेख होत असेल, नाही?"

"आमच्या घरात मृत्यू या विषयाचा दर्प तितक्याच सहजतेने वावरतो, जेवढा माशाच्या कालवणाचा किंवा तुपात तळलेल्या लुच्यांचा सुगंध दरवळतो. मृत्यूबद्दल न बोलता आम्ही आमच्या पूर्वजांबद्दल बोलू शकत नाही आणि पूर्वजांबद्दल बोलताना मृत्यूचा विषय निघत नाही, असं कधीही झालेलं नाही."

उसासा टाकून, मी पुढे सांगू लागले,

"कळायला लागल्याच्या वयापासून, रोज या ना त्या प्रकारे माझ्या कानांवर मृत्यूचा विषय पडत आलेला आहे. आम्ही राहतो ते घरही अगदी निमताला घाटासमोर आहे; त्यामुळे आमचा दिवस सुरू होतो आणि संपतो तोच शववाहिन्यांच्या खडखडाटाने! काही वेळेला तर एका दिवसात दीडशेहून अधिक – म्हणजे, तासाला सुमारे सहा – इतक्या शवयात्रा बघायला मिळतात. मृत्यू पण कसा मजेशीर असतो बघा! त्याचं वेळापत्रक काही औरच असतं. कधी, केव्हा, कुणाला येऊन आपल्या कवेत घेईल, काही सांगता येत नाही. मला एका व्यक्तीचा मृत्यू अगदी विशेष आठवतो. तो म्हणजे, तिरडी बनवणाऱ्या नारायणदाचे वडील, आलोक नाथ दादू यांचा. दादू अतिशय कष्टाळू माणूस. ते सकाळपासून जे तिरडी बनवायला लागायचे, ते अगदी संध्याकाळपर्यंत! एकदा असेच सकाळी ११च्या सुमारास ते आमच्या चहाच्या दुकानावर आले. बाबांनी त्यांच्या हातात चहाचा पेला दिला. चहाचा घोट घेत, मातीचा बनवलेला तो पेला उंचावून दादू म्हणाले, "माणसाचा प्रवास इतकाच असतो, बघा. मातीतून मातीपर्यंत. मधला काळ दिलेला असतो, तो या अशा पेल्यांचा वापर करण्यासाठी. त्यातून कधी कोणी चहा पितं, कधी औषधं घेतं, तर कधी विष प्राशन करतं. चहा पिऊन, दादू आपल्या दुकानात गेले आणि एका नुकत्याच बांधलेल्या तिरडीवर पडून झोपले. थोड्या वेळाने, तिरडी विकत घेण्यासाठी आलेल्या एका गिऱ्हाइकाने त्यांना उठवण्याचा प्रयत्न केल्यावर लक्षात आलं की, दादू हे जग सोडून गेले होते!"

मुलाखतकार माझ्याकडे डोळे विस्फारून पाहू लागला.

"माझ्यासाठी त्याहीपेक्षा अचंब्याची गोष्ट कोणती होती, सांगू? दादू चहा घ्यायला आले होते, तेव्हा माझ्या ठाकूमाने - भुवनेश्वरी देवीने - आम्हाला सांगितलं होतं की, आलोक नाथांची जायची वेळ जवळ आली होती. त्यांच्या अवतीभोवती माश्या घोंघावू लागल्या होत्या."

मी थांबले. मुलाखतकार अजूनही माझ्याकडे आ वासून पाहत होता.

"त्या वेळी मी जेमतेम ६-७ वर्षांची असेन. ठाकूमाचं बोलणं ऐकून मी धावत दादूंच्या दुकानात गेले. बघते तर काय? खरोखरच त्यांच्या मांड्यांवर, पाठीवर माश्या घोंघावत होत्या."

पुन्हा काही क्षण शांततेत गेले. मग मी मुलाखतकाराला सांगितलं,

"माश्यांना मनुष्याचा मृत्यू जवळ आल्याचा सुगावा लागतो. मुंग्यांनासुद्धा! त्या मनुष्याजवळ जाऊन त्याला सांगू लागतात की, लवकरच तू आमचं अन्न बनणार आहेस. माझ्या ठाकूमाला तर माणसाचा चेहरा बघून, त्याच्या आजूबाजूला मृत्यू घुटमळत असल्याचं समजतं. अगदी त्या व्यक्तीचा मृत्यू वर्षभराने होणार असला, तरी."

मुलाखतकाराने घाबरून माझ्याकडे बघितलं. माझ्या मनात विचार आला, 'आता या स्टुडिओमध्ये मृत्यूचा दर्प पसरला आहे... अगदी तसाच जसा आमच्या घरात तळलेल्या लुच्यांचा दरवळ पसरतो!' अर्धा तास कुठे निघून गेला, काही समजलंच नाही. आमची मुलाखत संपल्यावर, आधुनिक पद्धतीने नटलेली एक मुलगी संध्याकाळच्या बातम्या देण्यासाठी स्टुडिओमध्ये दाखल झाली. मेकअपच्या खोलीत बसून मी तिचं बातमीपत्र ऐकत होते.

"नमस्कार, आजच्या मुख्य बातम्या. आज मुख्यमंत्र्यांनी अशी घोषणा केली की, सीपीएम आपल्या दोन मंत्र्यांना मंत्रिपदावरून बाहेर काढणार आहेत. संसदेमध्ये, एखाद्या पक्षाची मंत्र्यांची संख्या १५हून अधिक असू नये यासाठी हा निर्णय घेण्यात आला आहे... इटली देशाने कोलकात्यामधील ऐतिहासिक इमारती जतन करण्यासाठी मदतीचा हात पुढे केला आहे... मैदानात सापडलेल्या मुलीच्या मृतदेहाची अद्यापही ओळख पटलेली नाही..."

मी कपडे बदलून बाहेर आले. कालच्या विजयामुळे वाटलेली ऊर्मी आज कमी झाली होती. काहीतरी निसटलंय, काहीतरी चुकतंय असं वाटू लागलं. बाहेर पडत असताना, अचानक त्या मुलीचा आवाज किणकिणला,

"आता बघू या कोलकात्यामध्ये वाढत चाललेल्या चोऱ्यांबद्दलची काही माहिती. लाल बाजार भागामध्ये सध्या चोऱ्यांचं प्रमाण खूप वाढलेलं आहे. काही तरुणी खरेदी करण्याच्या बहाण्याने गरीब विक्रेत्यांना गंडा घालत आहेत. त्यांना पकडण्यासाठी पोलिसांचा ताफा लाल बाजारमध्ये सज्ज झालेला आहे. काल संध्याकाळी काही लोकांनी, चेतना नावाच्या मुलीला एका गरीब बांगडीवाल्याकडून बांगड्या चोरताना बघितलं. मात्र, तिला पोलिसांच्या स्वाधीन करण्यापूर्वीच, अंधाराचा फायदा घेऊन, चेतना निसटली..."

मी जागीच थिजून गेले! घशाला कोरड पडली. डोळ्यांसमोर अंधारी आली.

इतक्यात, तो बांगडीवाला दात विचकत टी.व्ही.च्या पडद्यावर झळकू लागला.

"ऊंऽऽ... खरंच... ती मुलगी ढीगभर बांगड्या घेऊन पळून जायला बघत होती. बाबू, मी तिला पकडलंसुद्धा! कितीतरी लोक आजूबाजूला होते; पण ती निसटली. मात्र, आजही तिचा चेहरा माझ्या डोळ्यांसमोर आहे. आमची परिस्थिती म्हणजे, हातावर पोट! आमचं आयुष्य खूप बिकट आहे हो, बाबू! अशा वेळी

आमच्या बाजूने बोलणार तरी कोण?''

अचानक, संजीवकुमार मित्राचा चेहरा टी.व्ही.वर आला!

''रात्रंदिवस कष्ट करणाऱ्या या गरीब माणसांना अशी एखादी चोरीही फार महागात पडते आणि लाल बाजारातला हा अनुभव काही फक्त या एकट्या विक्रेत्याचा नाही...''

माझ्या डोळ्यांसमोर काजवे चमकू लागले.

त्या रात्री, मी एकटी टॅक्सीमधून घरी जात होते. रस्त्यात लाल बाजारचा परिसर लागल्यावर मी भांबावून गेले. कधी एकदा या गौरवर्णीयांच्या वसाहतीतून आमच्या कृष्णवर्णीयांच्या वसाहतीत पोहोचतेय, असं मला झालं. तिथेच कुठेतरी कूली बाजार आहे. त्याच कूली बाजारामध्ये एका सत्यवादी बंगाली माणसाला फासावर चढवलं होतं. दोषी ठरवल्या गेलेल्या माणसावर कसा अन्याय झाला आहे, याबद्दल लेख छापणाऱ्या 'बेंगॉल गॅझेट'च्या संपादकांना तुरुंगवासाची शिक्षा दिली गेली. त्यांचं वर्तमानपत्र बंद पडलं. त्याच सुमाराला, अवघ्या दहा पैशांची चोरी करताना पकडल्या गेलेल्या रामजॉय घोषलासुद्धा तुरुंगात टाकण्यात आलं. त्याला तर लाल डिगीपासून लाल बाजारातून रस्ता काढत बो बाजारपर्यंत आणि मग तिथून पुढे बरा बाजारपर्यंत, तब्बल चार तास आसूडाचे फटके मारत नेलं गेलं! शेवटी त्याला चितपूर पुलावरून खालच्या नदीमध्ये फेकलं गेलं.

वातानूकुलित गाडीमध्ये मला दरदरून घाम फुटला होता. श्वास बंद झाल्यासारखं वाटत होतं. वाहनांची गर्दी वाढल्यामुळे, आम्ही रस्त्यातच अडकून पडलो होतो. तृणमूल पक्षाच्या विरोधात घोषणा देणारा सी.पी.एम.चा एक जथा आमच्या गाडीशेजारून गेला. थोड्या वेळाने, दुसऱ्या बाजूने सी.पी.एम.च्या विरोधात घोषणा देणारा आणखी चेकाळलेला जथा जाताना दिसला. भीतीची गोष्ट अशी की, दोन्ही पक्षांतल्या माणसांचे चेहरे सारखेच दिसत होते! मेलेल्या माणसांचे चेहरेही अगदी तसेच दिसतात. बाबांनी ज्या ४५१ गुन्हेगारांना फासावर चढवलं होतं, त्यांची नावं आठवायचा मी प्रयत्न करू लागले. त्यांपैकी बहुतेक लोकांना खून केल्याच्या आरोपाखाली मृत्युदंडाची शिक्षा झाली होती. मात्र, त्यांपैकी एकालाही या गोष्टीचा खेद नव्हता की, त्यांच्या हिंस्र कृतीमुळे त्यांनी दुसऱ्याचं आयुष्य जगण्याचा हक्क हिरावून घेतला होता.

घामाने डबडबलेली मी, गाडीत बसून होते. शहरावर अंधाराचं साम्राज्य पसरू लागलं होतं. दिवसभर काम करून घरी परतणारे थकलेभागले लोक रस्त्याच्या कडेने जात होते.

घरी पोहोचले, तर बाबांचं झिंगलेलं हास्य ऐकू आलं. तो बाबांच्या खोलीत होता! तृणमूलच्या दोन नेत्यांना गैरवर्तणुकीसाठी झालेल्या अटकेसंबंधी ते गप्पा

मारत होते.

"खरं सांगा, संजू बाबू... त्यांनी खरंच असं काही वर्तन केलं आहे का?"

"काही सांगता येत नाही होऽऽ... कदाचित त्यांना अडकवण्यासाठी कुणीतरी डावसुद्धा रचला असेल. माझ्या वडिलांच्या शहरात हे सगळं सर्रास चालतं."

माझ्याकडे लक्ष गेलं तसं संजीवकुमारने डोळ्यांवरचा चष्मा काढला आणि माझ्याकडे बघून तो कुत्सितपणे हसला. त्याच्या स्वप्नाळू डोळ्यांत डोकावून पाहिलं तसं... माझ्या लक्षात आलं की, आतापर्यंत मला मनातून वाटणारं रिकामपण हे त्याच्या नसण्यामुळे वाटत होतं!! बापरे, काय झालं तरी काय होतं मला? बाबांनी मला आत बोलावलं. अपमानाने थरथरत, मी आत गेले.

"चेतू, बघितलंस का? संजू बाबूंनी तुझ्यासाठी काय आणलंय ते?" असं म्हणत, बाबांनी एक प्लॅस्टिकचा डबा उघडून माझ्यासमोर धरला. त्यामध्ये दोन सोन्याच्या बांगड्या होत्या. संजीवकुमारने डब्यातून एक कागद काढून माझ्यासमोर धरला आणि म्हणाला,

"ही घे, बांगड्यांची पावती. मी आणल्यात तुझ्यासाठी..."

त्या विषारी बांगड्यांना स्पर्शही न करता, मी तीरासारखी धावत माझ्या खोलीत गेले! डोळ्यांसमोर पुन्हा अंधार पसरला. न्यायाची सोनेरी किरणं लुप्त होऊन, सर्वत्र फक्त गुडूप अंधार पसरला होता!

१४

पावसाचा जोर वाढू लागला. आकाशातून विजेचे लोळ असे काही खाली येऊ लागले की, जणू देवाने फासाचे दोरखंडच लटकवले असावे! बर्दवानमध्ये विजेचा झटका लागून १२ वर्षांच्या कोवळ्या राबिया खातूनचा मृत्यू झाला. तिच्यासोबत असणाऱ्या नऊ मुली जबरदस्त भाजल्या गेल्या. ही सगळी, गरिबांची मुलं होती. ती रात्र मी जागून काढली. सकाळी गादीवरून उठवेना. खूप रडू येत होतं; पण डोळ्यांतलं पाणी काही बाहेर येईना! लहानपणापासून, मला रडू आलं तरी डोळ्यांतलं पाणी बाहेर काढण्यात मला अंमळ कष्टच पडतात. झोपेतून नुकताच जागा झालेला रामूदा जेव्हा 'आमारे तुमी अशेश कोरेचो' गाऊ लागला, तेव्हा माझ्या मनातलं दुःख आणखी उमडून आलं. मला ठाऊक होतं की, टागोरांची 'गीतांजली' या वाक्याने सुरू होते – 'तू मला अनंत बनवलं आहेस...' कधी फार बेचैन असले की, बाबा आपल्या खोलीमधली चित्रं बघत, ते संपूर्ण गाणं गात असत. 'देहाचं हे पात्र सतत रिकामं करून, तू त्यात नव्याने आयुष्य भरत

असतोस' या ओळीपर्यंत येताना, बाबांच्या आवाजात पुन्हा उत्साह संचारलेला असे. मात्र, आपण कधीच परिपूर्ण आयुष्य जगू शकणार नाही या जाणिवेच्या दुःखात ते गाणं गात असणाऱ्या रामूदाचा आवाज ऐकून, मला अजून घुसमटल्यासारखं झालं. कसलीशी जादू होऊन आपलं सोन्याचं नाणं सापडतंय का हे बघण्याचा उद्योग करत बसलेली ठाकूमा, रामूदाच्या सुरात सूर मिसळून गाऊ लागली – 'अमार शुधू एक्ती मुठी भोरी दितेचो दान दिबोशो-बिभाबोरी' (पहाट फुटली की, आम्हालाही एक मूठ दान देऊ कर रे) मला असं वाटू लागलं की, कळत-नकळत सगळेजण मलाच चिडवत आहेत. विशेषतः जेव्हा शेवटची ओळ ऐकली, तेव्हा तर माझ्या संतापाला पारावार उरला नाही!

'तू अगणित दानं देत राहतोस; पण माझे हात अजूनही लहानच आहेत...
त्यामुळे, शतकं लोटली तरी अजूनही मी गरीबच आहे!'

मी जोरात ओरडले.

"गप्प बसा सगळे! सतत कचकच, सतत बडबड! काय चाललंय काय तुमचं? शांत राहा की जरा!"

"तरुण मुलीने असं दुपारपर्यंत लोळत राहाणं चांगलं आहे का?" ठाकूमा गाणं थांबवून, माझ्यावर करवादली.

"मुलगी असले तरी मीही माणूसच आहे. मलाही आरामाची गरज आहे. मला दोन दिवस आराम करायचाय. तुम्हाला याबद्दल काय वाटतं याच्याशी मला देणंघेणं नाही!"

माझ्या आवाजातल्या आणि शब्दातल्या रागाने मीच विस्मयचकित झाले.

"अगंबाई! म्हणजे? तू स्टुडिओला जाणार नाहीस का?" आईने चिंतेच्या स्वरात विचारलं. अर्थात, तिची चिंता माझ्यासाठी नव्हती, हे उघड होतं. "तू गेली नाहीस तर ते आपल्याला कबूल केलेली रक्कम देणार नाहीत. छताचा पत्रा बदलायला आला आहे. बघ कसं पावसाचं पाणी पडतंय..."

"आधी त्यांनी पूर्ण पैसे देऊ देत. उद्या त्यांनी शब्द फिरवला तर काय करायचं?" मी डोक्यावर पांघरूण ओढून घेत विचारलं.

थोड्या वेळाने, रामूदाचा प्रेमळ आवाज ऐकू आला.

"तुला खरंच ताप आलाय का गं, चेतू?"

नेहमीप्रमाणे, पावसाळ्याचे दिवस म्हणून नेहमीप्रमाणे, रामूदाचं टक्कल केलेलं होतं. पोटावर आडवं पडून आपल्या बटबटीत डोळ्यांनी माझ्याकडे बघणारा रामूदा मला एखाद्या बेडकासारखा वाटत होता आणि त्याच्या डोळ्यांतली करुणा

मला पुन्हा एकदा गलबलवून गेली. जर रामूदाचे हात कापले गेले नसते तर? आज तो किती छान दिसत असता. काहीतरी चांगलं काम करत असता. रामूदाचे हात शाबूत असते तर आज माझं आयुष्य फार वेगळं झालं असतं... आणि निहारिकाचंसुद्धा!

"लहानपणापासून तू अशीच आहेस. कधी मनातलं स्पष्ट बोलणार नाहीस," रामूदा माझ्याकडे प्रेमळ नजरेने बघत म्हणाला.

त्याचं म्हणणं खरं होतं. लहानपणापासून मला हेच शिकवलं गेलं होतं की, स्त्रीने कधीही आपलं दुःख बोलून दाखवू नये. तिच्या सहनशक्तीमध्येच तिची महती दडलेली आहे. म्हणून, आजही मला उघडपणे बोलायला त्रास होतो. परिणामी, मी स्वतःच्याच नजरेत खाली उतरते. माझ्या या अवस्थेमागचं एक मोठं कारण होती, ठाकूमा. ती मला सतत सांगत असे,

"तुला समजतंय का? या घरातल्या सगळ्या पुरुषांना या ना त्या प्रकारे बाईमुळे त्रास झालेला आहे."

असं म्हणून तिची गाडी जायची ती चिन्मयीदेवीवर – जिच्यावर राधारमण मलिकने जीव ओवाळून टाकला होता. खरंतर चिन्मयीदेवीने राधारमणची मनोभावे सेवा करत आयुष्य घालवलं. तिने कधीही आपल्या नवऱ्याला आपलं खरं प्रेम हिरावून घेतल्याबद्दल बोल लावला नाही. उलट, राधारमण देवाचा अवतार असल्यासारखी ती त्यांची सेवा करत राहायची. मात्र, तरीसुद्धा दिवसेंदिवस चिन्मयीदेवीला आपल्या समोर बघून, राधारमणच्या मनातली अपराधीपणाची भावना वाढत गेली. तिने त्यांना तब्बल दहा मुलं दिल्यानंतरही, राधारमण आजोबांना हे कधीही पटलं नाही की, तिने त्यांच्यावर मनापासून प्रेम केलं. ज्या क्षणापासून चिन्मयीदेवीने राधारमणच्या शयनकक्षात नवी नवरी म्हणून प्रवेश केला, तेव्हापासून तिने आपले शब्द आणि हास्य दोन्ही उंबरठ्यावर सोडून दिलं. त्यांनी तिला खूप प्रश्न विचारले असणार. अनेकदा तिची माफी मागितली असणार. कदाचित तिची मनधरणीही केली असेल; पण तिने एक चकार शब्दही उच्चारला नाही. तिने राधारमणच्या दहा मुलांना जन्म दिला असला तरी, त्यांपैकी एकाही मुलाला तिने छातीशी कवटाळलं नाही की दूध पाजलं नाही. चिन्मयीदेवीने आपल्या मौनामध्ये आश्रय घेतला – एखाद्या पुरुषाला यापेक्षा मोठी शिक्षा काय मिळू शकते? 'रात्री माझ्याशेजारी पलंगावर वळली की, तिचे डोळे उघडे असतात; पण त्यामध्ये काहीही भाव नसतो. गोठलेल्या नजरेने पडलेली असते...' राधारमणने भुर्जपत्रावर रोजनिशी लिहिताना म्हटलं होतं. ही माहिती राधारमणच्या पहिल्या बायकोच्या मोठ्या मुलाने - देवव्रत मलिकने - सांगितली होती. पुढे जाऊन देवव्रताने आपल्या वडिलांचा व्यवसाय चालवला. याची नोंद सुंगा राजघराण्याच्या काळामध्ये

कार्यरत असलेल्या कुमारचंद्र मलिकने ठेवली होती.

राजा पुष्यमित्र सुंगाच्या राजवटीमध्ये कुमारचंद्र मलिक अस्तित्वात होते. राजा बृहाद्रथाचा पराजय करून, त्याला मृत्युदंडाची शिक्षा फर्मावून, पुष्यमित्र राजा बनला होता. कुमारचंद्राचे पूर्वज, अग्निमित्र मलिक, हे अशोक राजाच्या काळात अस्तित्वात होते. त्यांनी सहा लग्नं केली. पाच बायकांना त्यांना वंशाचा दिवा देता आला नाही. सहाव्या बायकोला मुलगा झाला; पण त्यानंतर लगेचच तिचा मृत्यू झाला. उदयमित्र या लहान बाळावरून, आधीच्या पाच बायकांमध्ये सतत भांडणं होत राहायची. अग्निमित्र आजोबांना बाळाची देखरेख करण्यासाठी आई पाहिजे म्हणून पुन्हा लग्न करावं लागलं. मात्र, काही महिन्यांतच त्या लहानग्याचा त्याग करून, ही सातवी बायको आपल्या प्रियकरासोबत पळून गेली. त्यानंतर अग्निमित्र आजोबांनी, अशोक राजाच्या पावलावर पाऊल ठेवून, बौद्ध धर्माचा स्वीकार केला.

उदयमित्र मलिकने आपल्या हयातीत तब्बल सहा राजांच्या राजवटी जाता-येताना बघितल्या! तो काळ जरी बौद्ध धर्म आणि अहिंसेच्या प्रचाराचा असला, तरी तुरुंगवास आणि मृत्युदंडाच्या पद्धती जशाच्या तशा सुरू होत्या. उदयमित्राला सात मुलं झाली; पण त्यांपैकी केवळ एकच मूल सख्ख्या बायकोचं होतं. इतर सगळी मुलं त्या काळच्या एका नावाजलेल्या वेश्येकडून झालेली होती. प्रत्येक मुलाला जन्म दिल्यानंतर ती वेश्या आपल्या तान्ह्या बाळाला, उदयमित्राच्या पायरीवर आणून सोडत असे. उदयमित्राच्या बायकोने त्या सगळ्या मुलांना ओटीत घेतलं. त्यांचा मनापासून सांभाळ केला. पुढे सगळी सात मुलं जल्लाद बनली. बुद्धा मलिक, राजा विक्रमादित्यच्या राजवटीतला जल्लाद होता. त्याच्या बायकोचं दुसऱ्या माणसाशी प्रकरण होतं. लग्नाच्या बंधनातून मुक्त होण्यासाठी, तिने बरेचदा बुद्धा मलिकला जीवे मारण्याचा प्रयत्न केला. एकदा तर तिने त्याच्या जेवणात विष कालवलं; पण बुद्धा मलिक त्याही प्रसंगातून वाचला. बायकोला वाटलं की, आपला नवरा मेला; त्यामुळे तिने संधी साधली आणि आपल्या मुलाला घेऊन प्रियकरासोबत पळून गेली. मात्र, त्याच प्रियकराने तिचा घात केला! त्याने तिला जंगलात नेऊन तिचा खून केला आणि तिच्या अंगावरचे दागिने व पैसे घेऊन लुप्त झाला. बऱ्याच तासांनी, विषाचा अंमल उतरल्यावर, बुद्धा मलिक जेव्हा आपल्या बायकोच्या शोधात निघाला, तेव्हा त्याला तिचा निर्जीव देह, जंगलामध्ये पडलेला आढळला. त्यांचा लहान मुलगा, आईच्या प्रेताशेजारी बसून रडत होता. बुद्धा मलिक आपल्या मुलाला घेऊन घरी गेला. कालांतराने त्याने संन्यास घेतला.

"ठाकूमा, पण मग त्या काळच्या बायकांना काहीच समस्या नव्हत्या का?"

लहान वयाच्या निरागसतेने मी प्रश्न विचारला. आमच्या घराण्यातल्या स्त्रियांबद्दल, त्यांच्या आयुष्याबद्दल फारशी काहीच नोंद नव्हती.

"चांगली स्त्री तीच, जी आपल्या दुःखाचं प्रदर्शन न मांडता, सगळं हसून साजरं करते," ठाकूमाने, मला त्या वयात अनाकलनीय असं उत्तर दिलं.

"पण जर एखाद्या स्त्रीची समस्या इतकी मोठी असेल की, तिला ती दाबून ठेवता येत नसेल, तर?"

"इतक्या गहन समस्या येण्यासाठी बायका जातात कुठे? घरात तर असतात, खातात, पितात आणि झोपतात. मुलांना जन्म देण्याचा त्रास सोडल्यास, स्त्रीला इतर कोणताही त्रास नसतो!" ठाकूमाने हसत उत्तर दिलं.

"ठाकूमा, खरं सांग. तुला कधीच कुठला त्रास झाला नाही का गंऽऽ?"

"त्रास किंवा समस्या तेव्हा त्रास द्यायला लागतात, जेव्हा तुम्ही त्यांच्याकडे त्रास म्हणून बघू लागता. मला कधी कुठल्या गोष्टीचं वाईट वाटू लागलं की, मी स्वतःला सांगते– मी ग्रद्धा मलिकांची मुलगी आहे. आमचे पूर्वज शतकानुशतकं अस्तित्वात आहेत. जल्लाद नसतील तर जगातली कोणतीही सत्ता – मग तो राजा असो, इंग्रज असो किंवा सरकार – टिकू शकत नाही; त्यामुळे इतक्या शक्तिशाली घराण्यात जन्माला येऊन टुकार गोष्टींचं दुःख करत बसण्याचा कर्मदरिद्रीपणा मला कधीच जमला नाही."

थोड्या वेळाने, ठाकूमा आपलं पान चघळत, माझ्याशेजारी येऊन बसली. लहानपणापासून, तिच्याकडून ऐकत आलेल्या गोष्टींचा विचार करत, मी ठाकूमाकडे पाहू लागले.

"कसला विचार करते आहेस, चेतू?"

"ठाकूमा, दादूंनी तुझ्यावर प्रेम केलं नाही का गंऽऽ?"

माझा प्रश्न ऐकून, ठाकूमा जोरात हसली आणि म्हणाली,

"पुरुषाचं प्रेम स्त्रीच्या प्रेमापेक्षा निराळं असतं, बाळा. पुरुष फक्त त्या स्त्रीवर प्रेम करू शकतो, जी त्याला शरीरसुख देते; पण स्त्री मात्र अशाही व्यक्तीवर प्रेम करू शकते जी तिला आयुष्यभर त्रासाशिवाय आणखी काही देत नाही."

ठाकूमाचं बोलणं ऐकून रामूदा हसला. मी मात्र गप्प झाले. लहानपणापासून मी ही कथा ऐकत आले होते की, आजोबा पुरुषोत्तम ग्रद्धा मलिकचं माझ्या माच्या आईवर प्रेम होतं. त्यांनी आपलं संपूर्ण आयुष्य आपल्या त्या हरवलेल्या प्रेमाच्या दुःखात काढलं. तिच्या वडिलांनी दुसऱ्या माणसाशी तिचं लग्न ठरवून, तिला पूर्व बंगालला धाडली होती. माझे बाबा सांगायचे की, पुरुषोत्तम आजोबांच्या तळमळीमधूनच सरतचंद्र चॅटर्जीला 'देवदास'ची कथा सुचली होती. त्यामधील नायिकेचं नावही त्यांनी तसंच ठेवलं होतं – पार्बती.

पुरुषोत्तम आजोबा ऊर्फ दादू आणि पार्बती हे लहानपणापासूनचे सवंगडी. पार्बती १२ वर्षांची आणि दादू १७ वर्षांचे असताना, पार्बतीचे वडील ग्रद्धा मलिकांकडे लग्नाचा प्रस्ताव घेऊन आले. मात्र, जातीतला फरक म्हणून दादूंच्या वडिलांनी – कालिचरण ग्रद्धा मलिक यांनी – तो प्रस्ताव धुडकावून लावला. आपल्या मुलाने इतक्या खालच्या जातीतल्या मुलीशी प्रेम जुळवलं याबद्दल कालिचरणना संताप आला. पार्बतीने दादूंकडे खूप विनवण्या केल्या; त्यांनी आपली साथ द्यावी, आपल्याला सोडून जाऊ नये यासाठी तिने दादूंना वारंवार विनवलं; पण दादूंकडे आपल्या वडिलांच्या आज्ञेबाहेर जायची हिंमत नव्हती. ते बर्माला पळून गेले. तिथे त्यांना सरतचंद्र चॅटर्जी भेटले. दादूंनी सरतचंद्रांना आपली करुण कहाणी सांगितल्यावर, सरतचंद्रांनी त्यांना परत कोलकात्याला जाण्याची हिंमत दिली. मात्र, दादू परत येईपर्यंत, पार्बतीचं लग्न होऊन, नांदण्यासाठी ती पूर्व बंगालला गेली होती. ज्या रस्त्याने तिची वरात निघाली होती, त्या रस्त्यावर जाऊन दादूंनी लोळण घेतली! धुळीने माखलेल्या रस्त्यावर डोकं आपटत राहिले. 'देवदास'मधील नायकाप्रमाणे, त्यांनीही काही काळासाठी दारू आणि अफूचा आसरा घेतला. मात्र, कालांतराने, दादूंच्या वडिलांनी आपल्या भाचीशी त्यांचं लग्न लावून दिलं. दादूंची पहिली बायको म्हणजे ठाकूमाची सख्खी मोठी बहीण. दोन मुलांना जन्म देऊन, तिचा मृत्यू झाला. त्यानंतर, पुरुषोत्तम आजोबांनी ठाकूमाशी लग्न केलं.

"त्या बाईबद्दल तर काही न बोललेलंच बरं! मिठ्ठास बोलून, योग्य वेळी अश्रू ढाळून स्वतःची कामं कशी करून घ्यायची, हे तिच्याकडून शिकावं. तुमचे आजोबा मूर्ख होते, म्हणून अशा नाटकी सटवीला फसले! पण पोरी, दुसऱ्या बाईला रडवून तुम्ही तुमच्या आयुष्यात कधीच सुखी होऊ शकत नाही. कालिमातेला माझे अश्रू दिसले. म्हणून तर मुसलमानांनी तिचे तुकडे-तुकडे करून तिचा जीव घेतला ना?" चेटकिणीसारखी दात विचकत ठाकूमा उद्‌गारली.

"हो! हो! आता म्हणा ना, कालिमातेनेच देशाचे तुकडे केले ते? माझ्या आईबद्दल काही बोललात तर खबरदार! तुमचं वय वगैरे सगळं विसरून जाईन मी, सांगून ठेवते! आणि देव नेहमी चांगल्या माणसांना आपल्याजवळ लवकर बोलावून घेतो; पण तुमच्यासारखी माणसं? छे! शंभरी गाठलीत तरी याच नरकात सडत राहाल!" मा ताडताड बोलू लागली.

भांडणाचा जोर वाढू लागला, तसं रामूदाने मला विचारलं,

"झालं तुझं समाधान? काय मिळवलंस तू या भांडणाला तोंड फोडून?"

काही न बोलता, मी पुन्हा तोंडावर पांघरूण घेऊन झोपले. ठाकूमाचे शब्द माझ्या कानात रुंजी घालत होते – पुरुष फक्त त्या स्त्रीवर प्रेम करू शकतो, जी

त्याला शरीरसुख देते. एकटी पार्बतीच पुरुषोत्तम आजोबांना सुखी करू शकत होती का? माझ्या डोक्यात या प्रश्नाचा भुंगा फिरू लागला. त्याचं समाधानकारक उत्तर मिळालं तर मलाही संजीवकुमार मित्राला खूश ठेवण्याचं तंत्र मिळालं असतं; पण त्याला खूश करण्याचा विचार मनात आल्याबद्दलच मला स्वतःची लाज वाटू लागली. पुन्हा बिबेक अवतरला – बिनदिक्कत चोरी करणाऱ्या माणसाला खूश करण्यासाठी मला एवढी धडपड करायची गरज काय, असं विचारू लागला.

ठाकूमा खोलीबाहेर पडली, तसे बाबा आत आले आणि कधी न दर्शवलेल्या प्रेमळपणे त्यांनी मला विचारलं,

"छोटडी, काय होतंय बाळा तुला?"

लहान असल्यापासून बाबांनी कधीही मला जवळ घेतलं नाही की माझे लाड केले नाहीत. माझ्याबद्दल बोलताना ते नेहमी हेच म्हणायचे की, 'चेतना माझी मुलगी कमी आणि नात अधिक शोभते.' कदाचित तो त्यांचा स्वभावच होता. चार मृत मुलांना जन्म दिल्यानंतर झालेल्या निहारिकालाही त्यांनी कधी कवटाळलं वगैरे नाही. तिच्यानंतर पुन्हा दोन मृत मुलांच्या पाठीवर रामूदा झाला होता. निहारिका माझी खूप काळजी घ्यायची. माझा जन्म झाला, तेव्हा बाबा आणि आई दोघांची वयं फार जास्त होती. निहारिका दीदी माझ्या मोठ्या बहिणीपेक्षा आई म्हणून शोभायची. तिनेच मला न्हाऊमाखू घातलं. माझं कोडकौतुक केलं.

"छान बोलतेस तू टी.व्ही.वर. माझ्यापेक्षाही छान!"

रामूदाकडे कटाक्ष टाकून, बाबा त्याच्या पलंगाच्या टोकाशी जाऊन बसले. मात्र, त्या आखडलेल्या अवस्थेतही, त्यांच्यातील नटसम्राट जागृत होता. एखाद्या महाराजाच्या तोऱ्यात, अदृश्य सिंहासनावर बसल्याच्या थाटात, बाबा आपल्या गुडघ्यांवर हात रोवून, माझ्याकडे रोखून बघत म्हणाले,

"पण, एक गोष्ट लक्षात ठेव. त्यांना आपल्या अनुभवांमध्ये स्वारस्य आहे. सगळंच सांगून बसू नकोस. एकाच वेळेला सगळं उघड करून दिलंस की, त्यांचा आपल्यातला रस संपून जाईल. मग ते तुला पुन्हा कधी बोलावणार नाहीत."

रामूदा कुत्सितपणे हसला.

"लोक आपल्याला तोपर्यंतच महत्त्व देतील, जोपर्यंत त्यांना असं वाटत राहील की, आपल्या पोतडीमध्ये अजून सुरस कथा दडलेल्या आहेत आणि म्हणून तुला सतत त्यांना असं वाटून देत राहिलं पाहिजे की, तुझ्याकडे अजून खूप काही सांगण्यासारखं आहे. चिमण्यांना जसे आपण थोडे-थोडे दाणे देत राहतो, तसं करत राहायचं. एकदम अख्खं पोतं रिकामं करायचं नाही."

मला त्यांचं बोलणं समजतंय की नाही याचा अंदाज घेत, बाबा उठले आणि

म्हणाले,

"तुला काय वाटतं? लोक माझ्याकडे का आकृष्ट होतात? मी जल्लाद आहे म्हणून? नाहीऽऽ... ते माझ्याकडे येतात, कारण मी चांगलं बोलू शकतो. लोक काय गंऽऽ, कोणतंही माकड नाचताना दिसलं की, त्याच्यासमोर गर्दी करतील; पण तुम्हाला जर स्पर्धेमध्ये टिकून राहायचं असेल, तर तुम्हाला आपला नाच कधी आवरता घ्यावा हे लक्षात यायला पाहिजे!"

"तिला तो आवडत नाही, बाबा."

इतका वेळ गप्प बसलेला रामूदा, मध्येच आपल्या घोगऱ्या आवाजात म्हणाला. बाबांचा आपल्या कानांवर विश्वास बसेना. डोळे मोठे करून, त्यांनी रामूदाकडे रोखून बघितलं – जणू त्याला ते नजरेने धमकावत आहेत, असे.

"बाबा, तो चांगला माणूस नाही. आपण चेतनाचा हात त्याच्या हातात दिला तर पुढे आपल्यावर पश्चात्ताप करण्याची वेळ येईल. आधीच आपण दीदीला गमावून बसलो आहोत. आता जर चेतनासुद्धा..."

रामूदाला गहिवरून पुढे बोलवेना; पण बाबांवर काही परिणाम झालेला दिसला नाही. ते दरडावून म्हणाले,

"रामू, एरवी अशा प्रस्तावाची स्वप्नं बघण्याचीही आपली लायकी नाही! त्या मुलाने एम.ए.च्या दोन पदव्या मिळवल्या आहेत. तो उत्तम पत्रकार आहे. एवढ्या लहान वयात त्याने केवढं नाव कमावलं आहे. आपण नाही तर किमान या पोरीला तरी या नरकातून बाहेर पडता येऊ दे! त्याच्याकडे गाडी आहे, वातानुकूलित घर आहे. तुला माहिती आहे? तो चार-पाच भाषा बोलू शकतो. किती हुशार मुलगा आहे आणि आपण हे सगळं चेतूच्या इच्छेबाहेर जाऊन तर करत नाही ना? चेतूलाही तो आवडतो. हो की नाही गंऽऽ?"

शेवटचा प्रश्न विचारताना, बाबांचे डोळे असे काही मोठे झाले की, माझं खरं उत्तर घशातच विरून गेलं. खरंतर ही चांगली संधी होती. मला सांगायचं होतं की, मला संजीवकुमार आवडत नाही; पण जमलंच नाही! विचित्र गोष्ट अशी होती की, तो मला जितका त्रास देत होता, तेवढाच तो मला आवडू लागला होता! मनाचा एक भाग त्याचा तिरस्कार करत होता आणि दुसरा भाग त्याच्यावर अतोनात प्रेम करत होता.

पाऊस वाढू लागला तेव्हा आमच्या दारावरून जाणाऱ्या शववाहिन्यांची संख्याही वाढू लागली. काकीमा दारावरच्या गर्दीबद्दल कटकट करू लागली. ठाकूमा अजूनही मंदिरातून परतली नव्हती. मध्येच कधीतरी मला झोप लागली. आईने

उठवलं, तेव्हा दुपारच्या जेवणाची वेळ झाली होती. का कुणास ठाऊक, मला हुडहुडी भरली होती. डोकं दुखू लागलं होतं. संध्याकाळी वाहिनीची गाडी न्यायला आली, तेव्हा तर माझं अंग तापाने फणफणलं होतं.

"तिला खूप ताप आहे होऽऽ... ती नाही येऊ शकणार आज," आईने चालकाला खूप समजावून बघितलं; पण तो काही ढिम्म हलेना.

शेवटी नाइलाजाने, आई मला उठवायला आली. उंबरठ्यावर उभ्या असलेल्या चालकाकडे मी कसंबसं मान उंचावून बघितलं. त्याने माझे सुजलेले डोळे आणि दमलेला चेहरा बघितला आणि काही न बोलता निघून गेला.

दुसऱ्या दिवशी, संजीवकुमार स्वतः घरी आला. ठाकूमाच्या पलंगावर ऐटीत बसून, त्याने सांगितलं,

"कालचा कार्यक्रम रद्द करावा लागल्याबद्दल आमच्या व्यवस्थापनातील मंडळी खूप खट्टू झाली आहेत."

मी संजीवकुमारकडे पाठ फिरवली आणि रामूदाकडे बघितलं.

"काल ए.व्ही.ए. वाहिनीवरच्या ग्रद्धादांच्या मुलाखतीला सगळ्यात जास्त टी.आर.पी. मिळाला. चेतना, कालपर्यंत आपण पुढे होतो; पण काल त्यांना आपल्यावर सरशी करायला आयती संधी मिळाली."

मी काही उत्तर दिलं नाही.

"आज तरी तू यायलाच हवं, चेतना. नाहीतर आपण आणखी मागे पडू."

"मी आजारी आहे! तुला दिसत नाही का?" न राहवून, मी त्याच्यावर आवाज चढवला.

"तू विसरलीस का? आपल्यात करार झालेला आहे."

"हो का? मग जा! करार तोडल्याबद्दल माझ्यावर खटला भर! निघ!"

माझा क्रोध बघून किंवा कदाचित माझ्या बेदरकारपणाला घाबरून, संजीवकुमार वरमला आणि विनंतीवजा सूर लावत म्हणाला,

"चेतना, समजून घे. तू आली नाहीस, तर माझ्या नोकरीवर विपरीत परिणाम होऊ शकतो."

"हो का? मग तर उत्तम!"

"चेतना, तू आली नाहीस तर ते तुझ्या दृष्टीने नैतिकतेचं उल्लंघन होईल. तुम्ही आमच्याकडून पैसे घेतले आहेत."

"नैतिकतेच्या गप्पा तू न मारलेल्याच बऱ्या! समजलं ना? मला उगाच तोंड उघडायला लावू नकोस आणि पैशाचं म्हणशील, तर उरलेले पैसे मिळाल्याशिवाय मला पुढे हे काम करण्यात रस नाही. तसंही, तुम्ही दिलेली रक्कम फारच तुटपुंजी आहे."

"उरलेली रक्कम फाशी झाल्यानंतर मिळणारच आहे की!"

"माझा तुम्हा लोकांवर विश्वास नाही. विशेषतः तुझ्यावर."

"अरे? पण मी तुला शब्द दिला आहे ना."

"शब्द? तुझ्या शब्दावर विश्वास ठेवण्याचा गाढवपणा मी का करावा? तुझ्या शब्दात एक टक्का तरी सत्य असतं का?" मी उपहासाने हसत विचारलं.

उत्तरादाखल, संजीवकुमारने माझ्याकडे थंडपणे बघितलं.

"मी आजतागायत तुझ्याइतका खोटारडा आणि अप्रामाणिक माणूस बघितलेला नाही आणि बघायची इच्छाही नाही. मला तुझं तोंड बघायचं नाही. तू निघ इथून!" असं म्हणून, मी तोंडावर पांघरूण घेऊन, चटईवर आडवी झाले.

"पण मला मात्र तुझा चेहरा पाहत बसावंसं वाटतं, चेतना. तुझं स्मित किती गोड आहे... अगदी माझी खिल्ली उडवत असतानासुद्धा किती गोड दिसतेस तू!"

नशीब, त्या वेळी माझ्या चेहऱ्यावर पांघरूण होतं; नाहीतर त्याच्या बोलण्यामुळे माझ्यावर गालावर चढलेली लाली आणि ओठांवर खेळणारं स्मित बघून, संजीवकुमारला लगेच समजलं असतं की, ही मूर्ख मुलगी आपल्या गळाला लागली आहे. थोडा वेळ माझ्या प्रतिसादाची वाट बघून, संजीवकुमार निरोप न घेता निघून गेला.

"गेला तो..." रामूदा खुसफुसला.

मी डोळ्यांवरचं पांघरूण काढून त्याच्याकडे बघितलं, तसं तो म्हणाला,

"त्याला इथे मी दिसलो नाही... नाहीच दिसणार म्हणा... निर्जीव, निरुपयोगी मांसाचा गोळा बघून तो तरी काय करणार?"

रामूदाचं बोलणं ऐकून मला वेदना तर झालीच; पण त्याहीपेक्षा माझ्या मनाला अपराधीपणाची बोच लागली. कुठे ना कुठे, त्याच्या या अवस्थेसाठी मी जबाबदार आहे, ही जाणीव मला सलत राहिली.

दोन दिवस पट्कन निघून गेले. रोज संध्याकाळी, वाहिनीची गाडी मला न्यायला येत होती. रोज मी तब्येतीचं कारण देऊन तिला रिकामी परतवत होते. तिसऱ्या दिवशी, संजीवकुमार ४००० रुपये घेऊन आला. मी स्वयंपाकघरात भाजी चिरत होते. काही न जुमानता जेव्हा तो थेट स्वयंपाकघरात शिरला, तेव्हा मा आणि काकीमाने चट्कन आपल्या डोक्यावर पदर घेतला. त्यांच्याकडे लक्ष न देता, त्याने त्या नोटांची थप्पी माझ्यासमोर धरली आणि म्हणाला,

"घे, हे पैसे घे; पण आजपासून तुला यायलाच पाहिजे, चेतना."

"एवढे पुरेसे नाहीत," मी त्याची नजर चुकवत म्हणाले. "एरवी जेव्हा तुमच्या कार्यक्रमांमध्ये पाहुणे येतात, तेव्हा तर तुमची वाहिनी त्यांच्यावर वारेमाप खर्च करत असते. मग मलाच एवढे कमी पैसे का? मलाही योग्य रक्कम पाहिजे."

संजीवकुमारच्या चेहऱ्यावर फुलत जाणारा राग मला जाणवत होता; पण त्याने अगदी शिताफीने आपल्या भावना दाबून ठेवल्या आणि मला म्हणाला,

"हे बघ, चेतना. हा काही पोरखेळ नव्हे. आमच्या वाहिनीने एवढे कष्ट उपसले, लग्गे लावले, विनवण्या केल्या, तेव्हा कुठे तुला ही नोकरी मिळाली. तुला हे विसरून चालणार नाही."

"मग? त्यातून माझा फायदा काय? महिन्याला ७५ रुपये? आणि तुम्ही मात्र माझ्या नावावर, अवघ्या दोन महिन्यांत लाखो रुपये कमावणार. वा रे वा!"

हिंगाच्या झणक्याने लागलेला ठसका सावरत, संजीवकुमार दात-ओठ खात म्हणाला,

"चेतना, मी अजूनही नरमाईने घेत आहे; पण आता तू माझ्या सहनशक्तीचा अंत पाहते आहेस."

"आणि तूसुद्धा!" असं ओरडत, मी हातातली सुरी घेऊन उठले आणि संजीवकुमारच्या चेहऱ्यासमोर सुरी नाचवत ओरडले,

"तुला काय वाटलं? की तू काहीही करू शकतोस? माझं शरीर म्हणजे काय तुझं खेळणं आहे का? कसंही वापरायला? कसंही मोडायला? माझ्याकडे पैसा नसला तरी आत्मसन्मान निश्चित आहे. पैशासाठी मला माझं शरीर विकायची वेळ नाही आली अजून!"

मा आणि काकीमाला काही कळेना! त्या आ वासून सगळा प्रकार पाहत होत्या. जरा वेळाने, मा भानावर आली. तिने माझ्या हातातून सुरी काढून घेतली आणि म्हणाली,

"शी! काय बोलते आहेस तू, चेतू? आणि ही काय पद्धत झाली पुरुषांशी बोलायची?"

"मा! तुला काही माहीत नाही. या माणसाने मला भयंकर त्रास दिलेला आहे. आजतागायत मी त्याला माफ करत आले आहे; पण बास! आता नाही! हा माणूस मला माझ्या डोळ्यांसमोर नको आहे, सांगून ठेवते!"

भडाभडा बोलून, मी स्वयंपाकघरातून पाय आपटत निघून गेले आणि थेट रामूदाच्या पलंगाच्या पायाशी जाऊन बसले. दम लागला होता. भीतीही वाटत होती. मला असं वाटलं की, मा किंवा काकीमा माझे अश्रू पुसायला येतील; पण घडलं निराळंच! त्या दोघी त्याचे अश्रू पुसण्यात व्यग्र झाल्या! संजीवकुमार

स्वयंपाकघरात उभा राहून चक्क मुळुमुळु रडत होता. मला फार गंमत वाटली; पण आपल्या समाजामध्ये स्त्रीपेक्षा पुरुषाच्या आसवांना अधिक किंमत आहे, हेच खरं!

रामूदा डोळे मिटून गुणगुणत होता : क्लान्ती आमार खोमा कोरो, प्रभू (देवा, मी गलितगात्र झाले आहे, मला क्षमा कर.) इतक्यात, जोरात वीज कडाडली. त्या क्षणी, माझ्या मनातून शाप गेला – राबियासारखा संजीवकुमारलासुद्धा विजेचा जबरदस्त झटका लागावा! लहानपणी मी हट्टी होते; पण आता, त्या हट्टीपणाच्या जागी स्त्रीसुलभ जिद्द आली होती. त्याच जिद्दीने, मी डोळ्यांत पाणी आणि ओठांवर हसू अशा अवतारात माझ्या ओढणीची गाठ मारू लागले. रामूदाकडे बघून, मी गुणगुणले : आर आमार आमी निजेर शिरे बायिबो ना (यापुढे मी स्वतःच्या डोक्यावर स्वतःचं ओझं वाहणार नाही.) माझ्या बोलण्याचा रोख समजला तसा रामूदा डोळे विस्फारून पाहू लागला आणि जोरजोरात नकारार्थी मान हलवू लागला. त्याच्या कृतीमध्ये दडलेलं भय आणि काळजी पाहून, मी ओढणीची गाठ सोडली. रामूदा अजूनही भयभीत नजरेने माझ्याकडे पाहत होता. मी गाऊ लागले : आर निजेर द्वारे कंगाल होय रयिबो ना (स्वतःच्याच दरवाजाशी भिक्षा मागत उभी राहणार नाही.)

...पण मग माझ्या डोळ्यांना अश्रूंच्या धारा लागल्या!

१५

ठाकूमाच्या पोतडीमध्ये, काला ग्रद्धा मलिकबद्दल बऱ्याच गोष्टी असायच्या. मनोहर देव ग्रद्धा मलिकचा मुलगा आणि ज्ञाननाथ ग्रद्धा मलिकचा भाऊ असलेल्या काला ग्रद्धा मलिकने जेमतेम वर्षभर जल्लाद म्हणून काम केलं. काला ग्रद्धा मलिकने फाशीच्या शिक्षेला जनतेसाठी तमाशा बनवायची शक्कल लढवली. आमच्या कुटुंबामध्ये, गुन्हेगाराला जनतेसमोर फाशी देणारा तो पहिला जल्लाद. काला हा मनोहर देवचा सगळ्यात मोठा मुलगा. हूड, आळशी अशीच त्याची ख्याती होती. मनोहर आजोबांनी त्यांचे वडील, प्रसिद्ध जल्लाद धर्मराज ग्रद्धा मलिक यांच्या हाताखाली कामाला सुरुवात केली. धर्मराज ग्रद्धा मलिक हे अत्यंत नावाजलेले जल्लाद होते. त्यांची कारकीर्द तब्बल ऐंशी वर्षं लांब चालली. धर्मराज मलिकच्या मृत्यूनंतर जेव्हा मनोहर आजोबा प्रमुख जल्लाद बनले, तेव्हा काला ग्रद्धा मलिकने पहिल्यांदा आपल्या वडिलांचा साहाय्यक म्हणून काम केलं. तुरुंग आणि फाशीस्तंभ बघण्याची त्याची पहिलीच वेळ होती. त्या दिवशी, सहा

गुन्हेगारांना फाशी द्यायची होती. पहिली फाशी देण्यात येणार होती एका अशा चोराला, जो सुंदरबन परिसराजवळ एकट्यादुकट्या प्रवाशांना लुटून, मारून टाकत असे. त्याच्या हातून बायकासुद्धा सुटू शकत नसत. जूनचा महिना होता. पहाटे ४ वाजता फाशी द्यायचं ठरलं होतं. फाशीस्तंभाच्या फलाटावर चढताना, मनोहर आजोबा फलाटावर जमलेल्या पावसाच्या पाण्यावरून पाय घसरून पडले आणि त्यांचा पाय मोडला.

काला मलिकच्या अंगात उत्साह संचारला. त्याने आपल्या वडिलांना सांगितलं,

"तुम्ही घरी जाऊन आराम करा, बाबा. इथली काळजी करू नका. मी सगळं सांभाळून घेतो."

तरीही, मनोहर देव तिथेच थांबले. त्यांच्या देखरेखीखाली, कालाने गुन्हेगाराच्या गळ्यात फास अडकवला आणि सराईतपणे खटका ओढला. क्षणार्धात त्या माणसाचा प्राण गेला. पोराचं कौशल्य बघून, मनोहर आजोबांना हायसं वाटलं आणि ते घरी गेले. त्यानंतर कालाने एकेक गुन्हेगाराला फाशी द्यायला घेतली. चौथा गुन्हेगार फाशीसाठी उभा राहिला, तोपर्यंत कालाच्या मनातलं स्वतःबद्दलचं महत्त्व फारच शेफारलं. त्याने आपल्या १६ वर्षांच्या वयाला शोभेल अशा निरागसतेने गुन्हेगाराला विचारलं,

"तुला तुझ्या कृत्याचा पश्चात्ताप होत आहे का?"

"अजिबात नाही!" बायको, मुलांना मारून टाकण्याच्या गुन्ह्याखाली फाशीची शिक्षा झालेल्या त्या गुन्हेगाराने, मोठ्या गुर्मीत उत्तर दिलं. त्याची ती गुर्मी बघून, काला मलिकचं डोकं सटकलं. तो त्या गुन्हेगाराजवळ जाऊन गुरगुरला,

"असं काय? थांब, आता दाखवतोच तुला!"

त्याने त्या माणसाच्या गळ्यात घातलेल्या दोरखंडाची लांबी थोडी कमी केली आणि मग खटका ओढला. अर्थातच, मानेची हाडं तुटली नाहीत. उलट, त्याचा श्वास कोंडू लागला. बांधलेल्या हातापायांची झटापट होऊ लागली. मुखवटा चढवलेल्या तोंडामधून भयंकर वेदना दर्शवणारी; पण दबलेली किंकाळी ऐकू आली.

आपल्या शेजारी उभं राहून ते भयंकर दृश्य बघणाऱ्या इन्स्पेक्टर दिनेश देब चौधरीकडे पाहून, काला मलिक विजयी मुद्रेने म्हणाला,

"याच्यासारख्या हरामखोरांना असाच तडफडून मृत्यू आला पाहिजे!"

मग त्याने शांतपणे इन्स्पेक्टरकडून पान मागून घेतलं आणि गुन्हेगाराची झटापट पाहत, पान चघळू लागला. पोलिसांशिवाय तिथे जेमतेम चार-पाच बघे होते. ते मृत्यूचे तांडव काय असते हे आ वासून पाहत बसले! पहाटेच्या अंधारात नीट दिसावं म्हणून कंदील लावलेला होता. कंदिलाच्या मिणमिणत्या प्रकाशामध्ये,

दोरखंडावर लटकून मृत्यूशी निष्फळ झुंज देणाऱ्या गुन्हेगाराच्या शरीराचे हाल आणखी भेसूर दिसत होते. हातपाय बांधलेला त्याचा देह, दोरखंडाच्या टोकाशी लटकून ज्या हताश उड्या मारत होता, ते पाहून जनता गार पडली होती. काला मात्र शांतपणे पान खात बसला होता. दहा मिनिटं प्रचंड तडफडून, अखेर त्या माणसाने प्राण सोडला.

"हा हरामखोर म्हणाला होता की, त्याला आपल्या कृत्याचा पश्चात्ताप होत नाही! आता बोल म्हणावं?" कालाने जमावाकडे बघून आरोळी ठोकली.

झालंऽऽ! जमावाला चेव चढला. इतक्या निर्ढावलेल्या गुन्हेगाराला कालाने चांगली अद्दल घडवली असं त्यांना वाटू लागलं. कालावर नाण्यांचा वर्षाव झाला. घडलेल्या प्रकाराची बातमी वाऱ्यासारखी पसरली. सहाव्या माणसाला फासावर चढवण्याची वेळ आली, तोपर्यंत तेथे सुमारे दोनशे लोकांचा जमाव जमला. गुन्हेगाराला फासावर रडताना, हातपाय झाडताना, किंचाळताना बघून, बघ्यांना चेव चढत होता! "असंच पाहिजे! गुन्हा करताना त्रास नाही झाला ना? मग आता शिक्षा भोगताना तडफडलाच पाहिजे हा!" अशा आरोळ्या देत, लोक शिट्या वाजवत होते, टाळ्या पिटत होते! सहाव्या माणसाची फाशी झाल्यावर, लोक एखादा मोठा उत्सव साजरा केल्याच्या आनंदात, घरी परतू लागले. घामाने निथळलेला काला जेव्हा फलाटावरून उतरला, तेव्हा कित्येक लोकांनी त्याच्या हातात नाणी आणि नोटा ठेवल्या! कालाच्या डोक्यावर विजयाची झिंग चढली! एखादी उत्तम मैफल संपवून गवय्या जसा उन्मत होतो, तसंच काहीसं कालाच्या बाबतीत झालं.

ही तर सुरुवात होती. पुढची फाशी, पाच दिवसांनंतर होती. पहाटे ३ वाजल्यापासूनच जमाव जमू लागला. त्या दिवशी दोन लोकांना फाशी दिली जाणार होती – एक चोर आणि एक खुनी. दुसरा माणूस प्रचंड घाबरलेला होता. आपल्याला माफी दिली जावी यासाठी जोरजोरात रडून, ओरडून तो गयावया करत होता. त्याचं भेदरलेलं हंबरणं बघून कालाला आणखी चेव चढला. त्याने दोरखंडाची लांबी कमी करून, गुन्हेगाराला आपल्या हातपाय बांधलेल्या, तडफडणाऱ्या शरीराने गयावया करायला लावली. प्रचंड वेदनेच्या भरात जेव्हा तो माणूस किंचाळू लागला, तेव्हा कालाच्या डोक्यात काय आलं, कुणास ठाऊक? अचानक त्याने त्या लटकलेल्या माणसाचे पाय धरले आणि त्यावरून झोके घेऊ लागला! गुन्हेगाराच्या वेदनांना सीमाच राहिली नाही! ते पाहून, जमावातली माणसं चेकाळून टाळ्या पिटू लागली. पोलीससुद्धा हा सगळा तमाशा पाहात हसत बसले होते. शेवटी जेव्हा त्या माणसाने आपला प्राण सोडला, तोपर्यंत जमाव थेट लाल बाजारापर्यंत पोहोचला होता. काही अतिउत्साही लोक तर झाडांवर चढून फाशीचा

खेळ पाहत होते! सामान्य जनता अलाहिदा – फाशीच्या शिक्षेचं हे हीन प्रदर्शन बघण्यासाठी कोलकाता परिषदेचे मॅ'की साहेब आणि लारेन साहेबसुद्धा, अगदी घोड्यावर स्वार होऊन आले होते. इतकंच काय तर त्यांच्या बायकासुद्धा पालखीत बसून त्यांच्यासोबत आल्या होत्या. फाशी झाल्यावर, मॅ'की साहेबाने कालाच्या हातात पैशाची थैली ठेवली! तेव्हापासून, फाशीचा कार्यक्रम जनतेसाठी एक करमणुकीचं साधन बनून गेला. कालाने दोरखंड घरी आणला आणि चक्क त्याचा विधी सुरू केला. या सगळ्या बातम्या मनोहर आजोबांच्या कानी पडायला बराच वेळ लागला. आजोबा आपल्या अपघातातून सावरून, चालतेफिरते होईपर्यंत काला मलिकने पन्नास गुन्हेगारांना फाशी दिली होती. एके दिवशी मनोहर आजोबा काठी टेकत, आपल्या मुलाचं कर्तृत्व बघण्यासाठी फाशीच्या ठिकाणी येऊन पोहोचले. आपल्या आगमनाची खबर न देता, ते गुपचूप गर्दीमध्ये सामील झाले. मात्र, समोर आपल्या मुलाचे चाळे बघून, ते भयचकित झाले! काला मलिक गुन्हेगाराच्या पायाला लटकून झोके घेत होता आणि जमलेली माणसं त्याला प्रोत्साहन देत होती. कुणालाच त्या गुन्हेगाराच्या किंकाळ्यांचं भान उरलं नव्हतं. मनोहर आजोबांना हा पाशवीपणा असह्य झाला. ते फलाटावर चढले आणि सगळ्यांसमोर त्यांनी आपल्या मुलाच्या कानशिलात भडकावली! लोकांनी त्यांना ओळखलं नाही; उलट, आपल्या मौजेमध्ये व्यत्यय आणणारा हा कोण म्हातारा? म्हणून ते कुरकुर करू लागले. अखेर पोलिसांना मध्यस्थी करावी लागली. गुन्हेगार अजूनही मेला नव्हता. त्याला खाली उतरवलं गेलं आणि फाशीसाठी दुसरी तारीख ठरवली गेली. त्यानंतर मनोहर आजोबा राज्यपालांना जाऊन भेटले आणि घडल्या प्रकाराबद्दल त्यांनी अधिकृत तक्रार नोंदवली. आश्चर्याची गोष्ट म्हणजे, राज्यपाल काही ठोस पावलं उचलायला तयार होईनात; पण मनोहर आजोबांच्या आग्रहामुळे अखेर त्यांनी सार्वजनिक ठिकाणी गुन्हेगारांना फाशी देण्याची प्रथा रद्द केली. परिणामी, त्यानंतर केवळ कारागृहामध्ये, नेमलेल्या ठिकाणी, ठराविक लोकांसमोरच फाशी देण्याची प्रथा सुरू झाली.

मी स्टुडिओमध्ये न जाऊन चार दिवस उलटून गेले. पाचव्या दिवशी, सी.एन.सी.चे ज्येष्ठ व्यवस्थापक संजीवकुमारसोबत आमच्या घरी आले. त्यांना बघून, ठाकूमाचे शब्द माझ्या कानात घोळू लागले : "मृत्यूचा तमाशा बघायला सगळेच आतुर असतात."

चेहऱ्यावर रुंद हास्य मिरवत, बाबा आत येऊन मला म्हणाले, "त्यांनी पैसे आणले आहेत. आजपासून तू स्टुडिओला जायला लाग."

"त्यापेक्षा, तुम्हीच जा बाबा."

यापूर्वी मी त्यांना कधी उलटून न बोलल्यामुळे असेल; पण बाबांच्या कपाळावर आठ्या उमटल्या.

"मी? माझं तिथे काय काम? दर्शकांना तरुण माणसं बघायला आवडतात. मी आता म्हातारा झालो आणि तसंही, तू आता जगातल्या सगळ्या स्त्रियांसाठी धैर्य आणि आत्मसन्मानाचं प्रतीक बनलेली आहेस. तुलाच जायला हवं."

"मी हे नाही करू शकणार, बाबा..."

"तुझी हिंमत एवढी वाढली का, चेतना? माझ्याशी उलट बोलतेस? कानाखाली आवाज काढला ना, मग बघ कशी निमूट ऐकू लागशील!" असं म्हणून, बाबांनी खरोखरच माझ्यावर हात उगारला. घाबरून, मी बाजूला झाले.

"तुला वेडबीड लागलंय का, चेतना? त्यांनी ५००० रुपये आणले आहेत. नंतर अजून ५००० रुपये मिळणार आहेत. फाशीच्या आदल्या रात्री आपण तेव्हाच स्टुडिओत जाऊ, जेव्हा ते उरलेली रक्कम देतील; त्यामुळे आपली फसगत व्हायचा प्रश्नच येत नाही. तो मुलगा हुशारीने वागतोय... हे सगळं त्याच्याच कृपेने होत आहे... तुझं नशीब चांगलं म्हणून तुला त्याच्यासारखा मुलगा मिळतोय..."

मी बाबांकडे रोखून बघितलं. त्यांनी लक्ष न दिल्यासारखं केलं आणि पुढे म्हणाले,

"पूर्वीच्या काळी तुमचं नशीब तुमच्या जातीवरून ठरत असे. राजघराण्यात जन्माला आलात तर कसलीच चिंता नसायची; पण आताचा काळ निराळा आहे. आता सगळा महिमा पैशाचा! तुम्ही राजघराण्यात जन्माला आलेले असा किंवा भिकाऱ्याच्या झोपडीत; एकच गोष्ट महत्त्वाची असते आणि ती म्हणजे, पैसा! हातात दमडा नसेल तर काळं कुत्रंही तुमच्याकडे पाहत नाही. देवाने तुला फार उत्तम संधी दिली आहे. मूर्खपणा करून ती वाया घालवू नकोस. मी तुला तसं करू देणार नाही."

अखेर माझा नाइलाज झाला. मला स्टुडिओमध्ये जावं लागलं. कशी नव्हते जाणार? स्त्रियांच्या धैर्याची आणि आत्मसन्मानाची प्रतीक बनले होते ना!

स्टुडिओमध्ये गेल्यावर, माझी केशभूषा बदलली गेली. मला चांगले कपडे दिले गेले. माझ्यासमोर बसलेल्या संजीवकुमार मित्राच्या चेहऱ्यावर कमालीचा आत्मविश्वास झळकत होता. एखाद्या चोराच्या हावभावांमध्ये डोकावू शकणारी लाज, भीती किंवा न्यूनगंड यांपैकी काहीही संजीवकुमारच्या वागण्या-बोलण्यात दिसत नव्हतं.

त्याचा फुललेला चेहरा बघून मला वेड लागेल की काय असं वाटू लागलं!

त्याने आपली मुलाखत सुरू करत मला विचारलं,

"फाशीचा दिवस जवळ येतोय, चेतना. तुझ्या मनात सध्या काय विचार चालू आहेत?"

"माझ्या मनावर प्रचंड ताण आला आहे."

माझं हे उत्तर खरं असलं तरी, त्यामागचं कारण फाशीचा दिवस जवळ येणं हे नव्हतं.

"कोणत्या प्रकारचा तणाव वाटतो तुला?"

"बऱ्याच प्रकारचा. जतिंद्रनाथने एका चुकीमुळे आपलं चांगलं आयुष्य उद्ध्वस्त केलं याबद्दल मला दुःख होतं. वैयक्तिकरीत्या मला कुठलाही त्रास न दिलेल्या माणसाचा मला प्राण घ्यावा लागणार आहे; पण मला त्रास देत असणाऱ्या माणसांना मी काहीच शिक्षा देऊ शकत नाही याबद्दल हतबल वाटतं. स्वतःच्या दुर्बलतेची चीड येते. तुम्हाला नाही समजणार... त्या भावना समजण्यासाठी तुम्ही स्वतः माझ्या जागी असायला पाहिजे."

मी संजीवकुमारकडे रोखून बघितलं. त्याला माझ्या बोलण्यातला मथितार्थ समजला होता; त्याच्या तोंडावर हास्य खेळत होतं.

"तू कधी जतिंद्रनाथच्या कुटुंबाचा विचार केला आहेस का?"

"या क्षणीही मी त्यांचाच विचार करते आहे."

"तू जतिंद्रनाथला प्रत्यक्षात भेटली आहेस का? त्याला बघितलं आहेस का?"

संजीवकुमारचा प्रश्न ऐकून, मी उसासा टाकला आणि बाबांनी सांगितल्याप्रमाणे, स्वतःमधला कलाकार जागृत करत म्हणाले,

"इथे मला त्या दिवसाबद्दल सांगावंसं वाटतं, ज्या दिवशी मी आयुष्यात पहिल्यांदा फाशीस्तंभ बघितला! आयुष्यभर ज्या ठिकाणाबद्दल ऐकत आले होते, ते प्रत्यक्षात बघणं हा निराळाच अनुभव होता. कारागृहाच्या आतमध्ये एक असा लहानसा भाग आहे जिथे सगळ्यात भयंकर गुन्हे केलेले आणि मृत्युदंडाची किंवा तत्सम गंभीर शिक्षा भोगणारे कैदी ठेवले जातात. हा भाग बंदिस्त आहे. त्या बंदिस्त भागात, प्रत्येक गुन्हेगाराला एक लहानशी कोठडी दिलेली आहे. प्रत्येक कोठडीमध्ये एकच कैदी ठेवलेला असतो. या बंदिस्त जागेच्या मधोमध, मोकळ्या जागेमध्ये फाशीस्तंभ उभारलेला आहे. तर ज्या दिवशी मी पहिल्यांदा फाशीस्तंभ बघायला गेले, त्या दिवशी कोठडी नं.३मध्ये मला एक माणूस दिसला. नंतर वर्तमानपत्रातल्या बातम्या वाचून समजलं की, तोच जतिंद्रनाथ बॅनर्जी होता."

"चेतना, एकीकडे तू जतिंद्रनाथच्या नावाचा दोरखंड तयार करत असताना,

या वेळी त्याच्या मनात काय खळबळ माजली असेल याचा तू विचार करते आहेस का?''

मी संजीवकुमारकडे चमकून बघितलं. तो मोठ्या शिताफीने, माझी प्रतिमा डागाळली जाईल किंवा मी कचाट्यात सापडले जाईन असे प्रश्न विचारत होता. एका दृष्टीने, तो परत माझी छेड काढत होता. त्रागा करून उपयोग नव्हता. स्वतःमधला असेलनसेल तो संयम गोळा करून आणि जात्राकाराचा मुखवटा पुन्हा एकदा घट्ट बसवून, मी उत्तर दिलं,

''संजीव बाबू, अगदी काल रात्री गादीवर पडल्या-पडल्याही माझ्या मनात त्याचाच विचार घोळत होता. एका दृष्टीने विचार केला तर मला त्या माणसाची खरोखरच दया येते. त्याने जेव्हा गुन्हा केला, तेव्हा मी जेमतेम १० वर्षांची होते; आज मी २२ वर्षांची आहे. गेली बारा वर्षं, जतिंद्रनाथ आपल्या शिक्षेची अंमलबजावणी व्हावी आणि आपल्याला सुटका मिळावी याची वाट बघत आहे. त्याला फाशी द्यायचं पक्कं झालं होतं, तर मग त्याला इतकी वर्षं ताटकळत कशासाठी ठेवलं? आणि जर त्याला इतकी वर्षं ताटकळत ठेवलंच आहे, तर मग आता त्याला तुरुंगामध्येच जिवंत राहण्याची परवानगी का दिली जात नाही? पण माझ्याकडे या प्रश्नांची उत्तरं नाहीत. माझ्याजवळ केवळ हे प्रश्न आहेत...''

हा कार्यक्रम माझा अंत पाहत होता. एकवेळ खरोखरच्या जात्रेमध्ये काम करणं सोपं जात असेल; पण अशा प्रकारे टी.व्ही.वर नाटकीपणे उत्तरं देणं मला तरी फार कठीण जात होतं. मन, शरीर आणि आत्मा – तिघांची पिळवणूक करणारा प्रकार होता हा! संजीवकुमार मुद्दाम अनपेक्षित आणि अवघड प्रश्न विचारत होता. कोणत्याही पूर्वसंकेताशिवाय कार्यक्रमाचा ओघ वळवत होता. सगळ्या चित्रविचित्र परिस्थितीमध्ये दटून राहणं ही माझ्यासाठी तारेवरची कसरत होती. दररोज हाच प्रकार घडत होता. एकदा तर मी गळ्यात अडकवलेल्या माइकच्या वायरला नकळत गाठ मारू लागले. झालं! संजीवकुमारने त्याचं इतकं अवडंबर माजवलं की, विचारता सोय नाही!

''मला ती गाठ मारायला शिकव ना, चेतना...'' भर कार्यक्रमात आपल्या माइकची वायर माझ्यासमोर धरत, त्याने मला गळ घातली.

मी त्याच्याकडे गंभीरपणे बघून उत्तर दिलं,

''संजीव बाबू, ही सगळी गंमत चाललेय असं वाटतं का तुम्हाला? जगातल्या सगळ्यात मोठ्या लोकशाहीमध्ये योग्यरीत्या न्यायदान कसं होईल हे बघण्यासाठी आपण सगळे सतर्क बसलो असताना, हे असे पोरखेळ खेळणं मला जमणार नाही.''

संजीवकुमार वरमला.

"हो, हो चेतना. बरोबर बोलतेस तू," असं म्हणून त्याने त्या दिवशीचा कार्यक्रम आटोपता घेतला; पण दुसऱ्या दिवशी, ए.व्ही.ए.च्या कार्यक्रमामध्ये बाबांनी त्यांच्या दर्शकांना गाठ मारून दाखवली आणि लगेच त्यांचे टी.आर.पी. वर जाऊ लागले. पुढच्या दिवशीचा कार्यक्रम सुरू होण्यापूर्वी, हरीशनाथने मला आपल्या कार्यालयात बोलावून सांगितलं,

"तू जरासं सहकार्य केलं असतंस तर आज आपले टी.आर.पी. त्यांच्यापेक्षा जास्त असते."

मी हरीशनाथ आणि संजीवकुमारकडे आलटूनपालटून बघितलं आणि म्हणाले,

"बाबू, तुम्हाला मुलं आहेत का होऽऽ?"

"हो. एक मुलगा आहे. ५ वर्षांचा."

"मी ५ वर्षांची असताना, रिप्पर घोषला फाशीची शिक्षा झाली होती. त्या वेळी, बाबांनी आपली मुलाखत घ्यायला आलेल्या वार्ताहरांना सहजपणे फासाची गाठ मारून दाखवली होती. त्यांना ते लक्षात आलं नाही; पण मी दाराआडून सगळा प्रकार निरखत होते."

हरीशनाथांच्या चेहऱ्यावरचा रंग उडाल्यासारखा वाटला. मला हसू यायला लागलं; पण स्वतःवर ताबा ठेवत मी पुढे म्हणाले,

"दुसऱ्या दिवशी, आमच्या शेजारी राहणाऱ्या तीन वर्षांच्या मुलीवर मी तो प्रयोग करून बघितला...!"

"आणि मगऽऽ?"

"ती वेगळीच गोष्ट आहे."

"हंऽऽ... पण शेवटी, टी.आर.पी. महत्त्वाचे!" हरीशनाथ आपली भीती लपवून, गमतीच्या आविर्भावात उद्गारले. मग काय? संजीवकुमारलाही जोर चढला.

"तू इतका हट्टीपणा करू लागलीस, तर आम्हाला काहीतरी जालीम उपाय करावा लागेल हं, चेतना..." त्याने मला धमकावलं.

त्याने दिलेली धमकी पोकळ नव्हती, याचा प्रत्यय मला दुसऱ्या दिवशी स्टुडिओत गेल्यावर आला. मेकअप वगैरे करून मी जेव्हा मुलाखतीच्या कक्षात दाखल झाले, तेव्हा माझ्या लक्षात आलं की, आज तिथे तिसरी खुर्ची ठेवली गेली होती. थोड्या वेळाने, संजीवकुमार एका बाईला आत घेऊन आला आणि तिला त्या खुर्चीवर बसण्याची विनंती केली. नाकात चमकी, अंगात साधीशी काळ्या पट्टीची पांढरी साडी असा ग्रामीण अवतार केलेल्या त्या बाईच्या चेहऱ्यावर भडक मेकअप केला होता. कपाळावर भली मोठी लाल टिकली आणि भांगामध्ये वाटीभर सिंदूर (कुंकू) ओतलेल्या तिच्या अवताराकडे बघून, हसावं की रडावं हे

कळेना! तिच्या रडवेल्या चेहऱ्याकडे आणि डोळ्यांखालच्या काळ्या वर्तुळांकडे बघून हे लक्षात येत होतं की, ती फारच दुःखी होता; पण संजीवकुमारने तिचा परिचय करून देईपर्यंत, मला तिच्या स्टुडिओमधल्या हजेरीचं गांभीर्य लक्षात आलं नाही.

"नमस्कार, सी.एन.सी.च्या 'हॅन्गवुमन्स डायरी'च्या आजच्या भागात आपलं स्वागत आहे. नुकत्याच चित्रपटगृहांमध्ये झळकलेल्या 'गर्लफ्रेंड' या वादग्रस्त सिनेमातील दोन स्त्रियांमधले लैंगिक संबंध पाहून, देश हादरला आहे. आज आपल्या कार्यक्रमातही आपण दोन स्त्रियांना आमंत्रित केलं आहे. त्यांच्यातील संबंध चित्रपटात दाखवल्यासारखे वादग्रस्त नसले तरी निश्चितच चित्तथरारक आहेत! जतिंद्रनाथ बॅनर्जीची फाशी जेमतेम दहा दिवसांवर येऊन ठेपली आहे. त्याच्यासाठी फाशीचा दोरखंड तयार करत असलेल्या जल्लाद चेतना ग्रद्धा मलिकसोबत, आज आपल्याशी चर्चा करण्यासाठी आल्या आहेत खुद्द जतिंद्रनाथ बॅनर्जीच्या पत्नी, कोकिला बॅनर्जी!!!"

माझ्या अंगाला कापरं भरलं! घशाला कोरड पडली! कोकिला बॅनर्जीने आपला पदर सावरला आणि ती मुलाखतीसाठी सज्ज झाली. मला मात्र त्या वातानूकुलित वातावरणात घाम फुटू लागला! ज्या माणसाला आपण फासावर चढवणार आहोत, त्याची पत्नी आपल्या शेजारी बसलेय, या विचाराने मला जे वाटलं ते शब्दांत सांगणं कठीण आहे. कोकिलाच्या चेहऱ्यावर करारी भाव होते. तिचे भावनाशून्य डोळे माझ्यासाठी तिडीक, संताप ओकत होते का? मला काहीच समजत नव्हतं; पण एक मात्र नक्की. कोकिलाच्या डोळ्यांमध्ये ना भीती होती ना आशा. आजपर्यंत मी कधीही एखाद्या जिवंत व्यक्तीचे एवढे मृत डोळे बघितलेले नव्हते.

संजीवकुमारने घसा खाकरला आणि आपल्या चेहऱ्यावर साजेसे दुःखी भाव आणून कोकिलाला विचारलं,

"कोकिलादी, केवळ दहा दिवस... फक्त दहा दिवस राहिलेत तुमच्यासाठी भांगामध्ये सिंदूर घालून फिरायला. स्वतःला विवाहित स्त्री म्हणवून घेण्याचा मान मिरवायला. काय वाटतं, तुम्हाला या सगळ्याबद्दल विचार करताना?"

उत्तरादाखल, कोकिलाच्या तोंडातून शब्दांऐवजी भलामोठा हुंदका आला! हुंदक्याचं रुपांतर आक्रोशात व्हायला वेळ लागला नाही. संजीवकुमारने आपल्या चेहऱ्यावर बोटं ठेवून, दुःख लपवत असल्याचा आव आणला तरी, त्याच्या डोळ्यांतला आसुरी आनंद माझ्या सराईत नजरेतून सुटला नाही. मी तर निःशब्द झाले होते. अर्ध्या तासाच्या कार्यक्रमातली वीस मिनिटं कोकिलाच्या अश्रूंमध्ये वाहून गेली होती.

शेवटच्या टप्प्यात, संजीवकुमारने कोकिलाला विचारलं,

"सरकारने ज्या बाईला तुमच्या नवऱ्यासाठी यमराज म्हणून धाडलं आहे, तिला आपल्या शेजारी बघून तुमच्या मनात काय खळबळ माजली आहे?"

उत्तरादाखल, कोकिलाने फक्त माझ्याकडे बघून हात जोडले!

मग संजीवकुमारने माझ्याकडे वळून विचारलं,

"आज कोकिलादीला तुझ्याशेजारी बघून, तुला काय वाटतंय, चेतना?"

"असीम वेदना..." मी मोठ्या कष्टाने उत्तर दिलं.

"तुला तुझी नोकरी सोडून द्यावीशी वाटते का?"

"नाही."

"तर मग दर्शकहोऽऽ... आज आपल्याशी चर्चा करण्यासाठी दोन स्त्रिया समोरासमोर आल्या होत्या. त्यांपैकी एक स्त्री सध्या समस्त नारीवर्गासाठी कौतुकाचं आणि अपार धैर्याचं प्रतीक बनलेली आहे. पुढच्या काही दिवसांत, ती एक महत्त्वाचं कार्य करायला सज्ज झाली आहे; पण दैवदुर्विलास कसा असतो बघा! तिच्या कामामुळे सर्वांत मोठा आघात जिच्या मनावर होणार आहे, तीही एक स्त्रीच आहे. कोकिला आणि चेतना समोरासमोर आल्यावर आपण एकच प्रश्न विचारायला हवा. तो म्हणजे : जतिंद्रनाथ बॅनर्जीला फाशीची शिक्षा झाली पाहिजे की नाही? दर्शकहो, आपण या विषयावर आपलं अमूल्य मत नोंदवू शकता. खाली दिलेल्या क्रमांकावर एस.एम.एस. करा..."

कार्यक्रम संपल्यावर, मी लगेच मेकअप उतरवण्यासाठी खोलीत निघून गेले. बाहेर आल्यावर बघितलं की, संजीवकुमार शंभराच्या चार-पाच नोटा मोजून, कोकिला बॅनर्जीच्या हातात ठेवत होता. पैसे घेऊन, ती तडक निघून गेली. मेकअप उतरवण्याइतकाही वेळ घेतला नाही तिने. तेवढ्यात, हरीशनाथ आपल्या कक्षातून बाहेर आले आणि संजीवकुमारचं अभिनंदन करत उद्गारले,

"वा! संजू, वा! याला म्हणतात, 'नेहले पे देहला!' काय मस्त रडलेय ती बाई! आपले टी.आर.पी. आता गगनाला गवसणी घालतात की नाही, बघच!"

त्यावर संजीवकुमार दात विचकत म्हणाला,

"मी तिला आधीच सांगितलं होतं, शब्द कमी आणि अश्रू जास्त वापर."

त्याचं ते बोलणं ऐकून मला रडू यायला लागलं; पण नेहमीप्रमाणे, माझे अश्रू डोळ्यांतून बाहेर यायला तयार होईनात. चार भिंतींमध्ये पुरुषाच्या अश्रूंना किंमत असली तर प्रसारमाध्यमांवर स्त्रीच्या अश्रूंची किंमत कित्येकपटीने जास्त असते याचा आज मला प्रत्यय आला होता. कुणाशी काही न बोलता, मी स्टुडिओमधून बाहेर पडले. बघते तर समोर कोकिला बॅनर्जी आणि तिच्यासोबत एक माणूस, उभे होते. तो अगदी जपून पैसे मोजत होता. कोकिलाने खांद्यावर

ओढलेला पदर फाडून शिवलेला होता. त्याची शिलाई अगदी समोरच दिसत होती. त्या माणसाच्या पायातल्या सपाताही फार घासलेल्या दिसत होत्या. मला नंतर समजलं की, तो जतिंद्रनाथचा भाऊ होता.

मी त्या दोघांकडे पाहत उभी राहिले. थोड्या वेळाने, त्या माणसाचं माझ्याकडे लक्ष गेलं. त्याच्या चेहऱ्यावर भय आणि तिरस्कार यांचं विचित्र मिश्रण दिसू लागलं. मग कोकिलाने माझ्याकडे बघितलं. तिच्याही चेहऱ्यावर राग होता; पण माझ्या नजरेतले भाव बघून, तिचाही चेहरा नरम झाला. मी तिच्याजवळ गेले आणि काही न बोलता, तिचे कृश हात आपल्या हातात घेतले. खरंतर मला तिला सांगायचं होतं की, तिने माझ्यावर राग धरू नये; मी केवळ आपलं काम करते आहे; पण माझे शब्द ओठातच विरून गेले. आपले अश्रू लपवण्याचा प्रयत्न करत, कोकिलादीने आपले हात सोडवून घेतले, दीराच्या हातात पैसे दिले आणि माझ्याकडे बघून हसली.

"उद्या राष्ट्रपतींकडे माफीचा अर्ज पाठवायचा आहे. ते पुरेसं होणार नाही... पण तरीही, प्रयत्न करायला पाहिजेत. चल, आम्हाला आता निघायला हवं. उशीर झाला तर शेवटची बस चुकायची..." असं म्हणून, फाटक्या पदराने चेहऱ्यावरचा घाम पुसत, कोकिलाने रिक्षाला हात केला आणि निघून गेली. समोरच, संजीवकुमारने उल्लेख केलेल्या 'गर्लफ्रेंड' या सिनेमाची जाहिरात लावलेली होती. मला भडभडून आलं; पण अर्थात, स्त्रीच्या अश्रूंना कितीशी किंमत असते? तीही अंधारात, एकान्तात वाहत असलेल्या अश्रूंना?

१६

आमच्या कुटुंबामध्ये तेराव्या शतकात जन्मलेल्या रत्नमालिकेच्या चेहऱ्यावर विचित्र जन्मखूण होती. तिची जन्मखूण कपाळावरून सुरू होत, पार हनुवटीपर्यंत पोहोचणारी होती. आमच्या मूळच्या मलिक आडनावाला ग्रद्धा हा शब्द प्रथम जोडणाऱ्या रणबीर मलिक यांची ही नात्यातील बहीण. रत्नमालिका ही रणबीर ग्रद्धा मलिकच्या आत्याची मुलगी; म्हणजे त्यांची आतेबहीण. रत्नमालिकेच्या वडिलांचं निधन झालं, तेव्हा तिची आई जेमतेम १७ वर्षांची होती. त्या काळच्या प्रथेनुसार, तिला सामाजिक बळजबरीला बळी पडून सती जावं लागलं. त्या वेळी जेमतेम २-३ वर्षांच्या असलेल्या रत्नमालिकाने आपल्या आईला सती जाताना बघितलं आणि त्या घटनेचा तिच्या मनावर अत्यंत विपरीत परिणाम झाला. तिला फेफरे भरू लागली. रत्नमालिका ७ वर्षांची असताना, तिला सांभाळणाऱ्या नातेवाइकांनी

तिचं एका मुलाशी लग्न ठरवलं. मात्र, मुलाच्या घरची मंडळी तिला बघण्यासाठी आली असताना रत्नमालिकेने त्यांच्यावर शेणाचे गोळे मारले! तसं करताना ती सतत गुरगुरत राहिली, "मी चामुंडा आहे, सती नाही!" त्यानंतर काही महिन्यांतच, अचानक रत्नमालिकेच्या चेहऱ्यावर ती विचित्र जन्मखूण उमटली. तिच्या चेहऱ्याची बहुतांश उजवी बाजू त्या काळ्या डागाने व्यापली गेली; त्यामुळे तिचा चेहरा विद्रूप आणि भयानक दिसू लागला. एका बाजूला गोरा आणि एका बाजूला काळा असा तो चेहरा पाहून, लहान मुलं घाबरून ओरडू लागायची, तर मोठी मुलं तिला 'भूत, भूत,' म्हणून चिडवायची. कधीकधी ही मुलं तिला दगडसुद्धा मारायची. रत्नमालिकाला या चिडवाचिडवीचा प्रचंड राग यायचा. फेफरे भरून तिच्या तोंडाला फेस यायचा. तिचं ते तांडव बघून लोकांना हसू यायचं. मग तिची फजिती पाहण्यासाठी जमणाऱ्या जमावाकडे बघून ती अर्वाच्य शिव्या द्यायची. एकदा, एका गरोदर बाईच्या मुलाने तिला दगड मारल्यावर, रत्नमालिका बोलून गेली – "तू मेलेल्या मुलाला जन्म देशील!" दुसऱ्या दिवशी पहाट होण्याआधी, त्या बाईला जोरदार कळा येऊ लागल्या आणि तिचं मूल आतल्या आत मरून गेलं! रत्नमालिकेच्या कुटुंबीयांनी तिला खूप मारझोड केली. जल्लादाने फाशीसाठी वापरलेला दोरखंड जाळून, त्याची राख मिसळलेलं पाणी तिला प्यायला दिलं. तिला अनेक तांत्रिकांकडे नेलं. शेवटी कुठलाच उपाय चालेना, तेव्हा ते रत्नमालिकेला एका खांबाशी बांधून ठेवू लागले. तिचं वय वाढलं तसा तिच्या फेफरांचा जोरसुद्धा वाढू लागला. तोंडाला फेस आणत, डोळे गरागरा फिरवत आणि डोकं गदागदा हलवत ती अचानक काहीतरी भाकीत करून जायची. एकदा अशीच फेफरे भरलेलं असताना ती बोलून गेली की, "आजपासून सात दिवसांनी, अठरा घोडेस्वार वांगाच्या धरतीवर येऊन ठेपतील. त्यांचा नेता एक विदेशी माणूस असेल. त्या माणसाचे हात गुडघ्यापर्यंत पोहोचणारे असतील. सोनेरी आयाळ असलेल्या काळ्या अरबी घोड्याच्या टाचांच्या आवाजानं आपलं अख्खं गाव हादरून जाईल." अगदी तसंच झालं! त्या दिवसापासून बरोबर सातव्या दिवशी मुहम्मद बिन बख्त्यार खिलजीने बंगालवर हल्लाबोल केला. त्याच्यासोबत अठरा घोडेस्वार होते. इतक्या लहानशा सेनेसह आलेल्या खिलजीने राजा लक्ष्मण सेनचा पराभव करून गौर आणि नबाद्वीप ताब्यात घेतले. त्या काफिल्यामध्ये एक उत्कृष्ट प्रतीचा, काळ्या रंगाचा अरबी घोडा होता. वाऱ्याच्या गतीने डोंगरावरून उतरताना त्याची आयाळ सोनेरी सूर्यकिरणांसारखी चमकत होती!

त्या दिवशीसुद्धा स्टुडिओमध्ये जाताना मी स्वतःशी घोकत राहिले की, मी त्याला माझ्या मनाचा आणि बुद्धीचा ताबा घेण्याची संधी देणार नाही. नुकतीच पावसाची सर येऊन गेली होती. सगळं शहर धुवून निघाल्यासारखं चकचकीत दिसत होतं. गाडीच्या काळ्या काचांमधूनही झाडावरची पानं हिरवीगार दिसत होती. जुनाट टॅक्सी आणि रिक्षा नव्याने रंग लावल्यासारख्या चमकत होत्या. शतकानुशतकांची धूळ आपल्या अंगावर लेवून उभ्या असलेल्या इमारतीही दिमाखदार दिसू लागल्या होत्या. रस्त्यावर साठलेल्या पाण्यामध्ये उड्या मारत जाणारी लहान मुलं बघून मला हसू आलं; पण पुढे गेल्यावर एका मैदानामध्ये फुटबॉल खेळताना चिखलाने माखून मातीच्या मूर्तीसारखे दिसणारे तरुण पाहून, मन पुन्हा उदास झालं. स्वतःला त्या उदासीनतेतून बाहेर काढण्यासाठी मी चांगले विचार मनात आणू लागले. कल्पनेच्या राज्यात शिरून, मी स्वतःला एका पावसाळी संध्याकाळी रबींद्र सेतूवर फिरताना पाहू लागले. त्या क्षणी, त्या सेतूवर कुणीच नव्हतं. ना इतर माणसं, ना भिकारी; ना कुणी विक्रेते... होतो फक्त मी आणि खालून वाहणारी गंगा... मला आयुष्यात एकदातरी अशी संध्याकाळ अनुभवण्याची इच्छा होती. तेवढ्यात का कुणास ठाऊक; पण माझ्या मनःपटलावर तो काळाशार अरबी घोडा दिसू लागला...!

"आपला आजचा कार्यक्रम जोरदार करू या, चेतना. आजही आपण तुझ्या बाबांचा धुव्वा उडवून टाकू!" आपला मेकअप करून तयार झालेला संजीवकुमार मला सांगत होता. मी त्याच्याकडे बघितलं. मला भीती वाटू लागली होती. बारावीच्या पुढे शिकले नसले तरी मला लक्षात येत होतं की, माझ्या गळ्यात नेमक्या कोणत्या मापाचा दोरखंड अडकवावा याचं गणित संजीवकुमारला चपखल जमलेलं होतं. मी तयार होऊन मुलाखतीच्या कक्षात गेल्यावर संजीवकुमारने एका कृश देहाच्या वृद्ध महिलेस हाताला धरून आत आणलं. तिच्या अवतीभवती गोठ्यात येतो तसा वास दरवळत होता. तिने हिरवी साडी आणि कधीकाळी छान बसत असेल; पण आता फारच ढगळ झालेलं असं पांढरं पोलकं असा पेहराव केला होता. तिचे हात, मान आणि कपाळ - तिन्ही ओकेबोके होते.

कुठल्याही भीती किंवा तणावाशिवाय, ती माझ्या शेजारच्या खुर्चीत बसली. संजीवकुमारने तिच्या पोलक्याच्या गळ्याला माइक अडकवला, तेव्हा तिचा पदर जरासा सरकला. त्यातून डोकावणारा गोरापान खांदा बघून, लक्षात येत होतं की, आता जर्जर झालेली ही बाई कधीकाळी छान गुबगुबीत असावी. माझ्या आईसारखीच!

त्या बाईचा परिचय न करून देताच, संजीवकुमारने कार्यक्रमाला सुरुवात केली.

"दर्शकहो, 'हॅन्गवुमन्स डायरी'मध्ये आपलं स्वागत आहे. जतिंद्रनाथ बॅनर्जीच्या फाशीचा दिवस जवळ येत आहे आणि त्याचबरोबर जगभरात, मृत्युदंडाची शिक्षा

मानवतावादाला कितपत अनुसरून आहे याबद्दल वादविवादही वाढत चालले आहेत. या सगळ्या घटनांच्या पार्श्वभूमीवर आज आपल्यासोबत आहे जल्लाद चेतना ग्रद्धा मलिक, जिला जतिंद्रनाथला फाशी देण्याच्या कामासाठी नेमलेलं आहे आणि प्रोतिमा घोष – आपल्या राज्यात यापूर्वी फाशीची शिक्षा झालेल्या रमेशचंद्र घोष यांची आई.''

एरवी जसं माझ्या बाबांनी एखाद्या गुन्हेगाराला फाशी दिल्यावर त्याच्या आई किंवा वडिलांना भेटून माझ्या मनात जी धडधड होत असे, तशीच धडधड पुन्हा जाणवू लागली. माझ्या बाबांनी ज्या शेवटच्या दोन गुन्हेगारांना फाशी दिली होती, त्यांपैकी एक रमेशचंद्र घोष होता. त्याचे वडील, जितेंद्र घोष यांनाही मृत्युदंडाची शिक्षा ठोठावली गेली होती. त्यांनी सहाजणांच्या कुटुंबाला निर्दयपणे छिन्नविच्छिन्न करून मारून टाकलं होतं! मृत व्यक्तींपैकी एक तर अगदी तान्हं बाळ होतं. मात्र, जितेंद्र घोषचं वृद्धत्व आणि ढासळती तब्येत लक्षात घेता, न्यायालयाने त्यांची मृत्युदंडाची शिक्षा रद्द करून, आजन्म कारावासाची शिक्षा दिली होती.

''प्रोतिमादी, चेतना... तुम्हा दोघींचं स्वागत आहे.''

आपल्या काळ्या चष्म्याआडच्या डोळ्यांमधले संतापाचे फूत्कार शिताफीने लपवत, संजीवकुमारने ठेवणीतलं हास्य फेकत संवादाला सुरुवात केली.

''प्रोतिमादी, सी.एन.सी.मध्ये तुमचं स्वागत आहे. मला सांगा, आपल्या एकुलत्या एका मुलाला फाशी जाताना बघितलेल्या तुमच्या आईच्या हृदयाला, आज जतिंद्रनाथला दिल्या गेलेल्या मृत्युदंडाच्या शिक्षेबद्दल काय वाटतं? त्याला ही जी शिक्षा होत आहे, त्याबद्दल तुमचं काय मत आहे?''

प्रश्न ऐकून, ७० वर्षांच्या प्रोतिमा घोषने मान कलती करून संजीवकुमारकडे जळजळीत कटाक्ष टाकून विचारलं,

''मत? आणि माझं? कसलं मत होऽऽ, बाबू? या मुलीच्या बापाने जेव्हा माझ्या मुलाला आणि त्याच्या मित्राला फासावर चढवलं, तेव्हा कुणी माझं मत विचारलं होतं का? तेच कशाला? अगदी माझ्या मुलाला आणि नवऱ्याला – दोघांनाही जेव्हा मृत्युदंडाची शिक्षा ठोठावली गेली, तेव्हा त्याबद्दल माझं मत काय आहे हे कुणी विचारायला आलं होतं का? फाशीस्तंभावर मेलेल्या माझ्या मुलाच्या आणि कारागृहाच्या कोठडीमध्ये मेलेल्या माझ्या नवऱ्याच्या पार्थिव देहांचं काय करावं, याबद्दल कुणी माझं मत विचारलं होतं का? इतक्या वर्षांनंतर, इतक्या सगळ्या विदारक घटना घडून गेल्यानंतर, आज माझं मत विचारण्याची हिंमत तुम्ही करता काय? लक्षात ठेवा, मी ७० वर्षांची असले तरी नांगर चालवलेले कणखर हात आहेत माझे. जास्त डोक्यात जाऊ लागलात ना, तर याच हाताने थोबाड फोडीन एकेकाचं!''

प्रोतिमा घोषला आपल्या एकसुरी पण ठाम आवाजात संजीवकुमारला अशी धमकी देताना ऐकून, माझ्या मनात आनंदाच्या उकळ्या फुटल्या! पण त्याहून गंमत वाटली, ती संजीवकुमारची प्रतिक्रिया बघून. प्रोतिमा घोषने त्याला खरोखरच थोबाडीत मारल्यासारखं, तो आपल्या खुर्चीत आकसून बसला; पण मग काही क्षणांत सराईतपणे त्याने आपला व्यावसायिक मुखवटा धारण केला आणि प्रोतिमा घोषकडे कनवाळू हास्य फेकत तो म्हणाला,

"त्याचबद्दल तर मला तुमचं मत जाणून घ्यायचंय, प्रोतिमादी! इतक्या वर्षांनंतर, आज जेव्हा समाजाला मृत्युदंडाच्या शिक्षेमधील अमानवतेबद्दल जाग येते आहे, त्याबद्दल तुम्हाला नेमकं काय वाटतं आहे? हाच आग्रह तुमच्या मुलाच्या वेळी झाला असता, तर बरं झालं असतं, असं तुम्हाला वाटत नाही का?"

"प्रामाणिकपणे सांगायचं तर मला असं वाटतं की, मृत्युदंडाच्या शिक्षेची प्रथा पूर्णपणे बंद करू नये. आमच्यासारख्या लोकांसाठी, वर्षानुवर्ष जिवंतपणी मरणयातना भोगण्यापेक्षा, काही क्षणांत जीव संपून गेलेला बरं असतं. आज माझा मुलगा जिवंत असता, तर त्याचं आयुष्य नरकापेक्षा वाईट झालं असतं. एका अर्थी तो नाही याबद्दल मला हायसं वाटतं. त्याच्या वडिलांनाही तुरुंगवास होऊन ते तिथेच गेले, याबद्दलही मला बरं वाटतं. आता मी मुक्तपणे जगू शकते. ना कुणाची भीती, ना सततची चिंता आणि ना ते सतत ऐकावे लागणारे अपमान... खरंच, मी तुम्हा सगळ्यांची आभारी आहे..."

"प्रोतिमादी, तुम्ही आमचे आभार मानण्याचा संबंध येतोच कुठे? यामध्ये आमचा काहीच सहभाग नव्हता. पोलिसांनी त्याच्यावर ठपका ठेवला. न्यायालयाने त्याला दोषी करार दिले आणि मग त्याने केलेल्या गुन्ह्याची गंभीरता बघून त्याला मृत्युदंडाची शिक्षा ठोठावली."

"बरोबर आहे. पोलीस आणि न्यायालय यांनीच सगळं केलं. फिर्यादी श्रीमंत होते; त्यामुळे पोलिसांनी त्यांची बाजू उचलून धरून, माझ्या मुलावर ठपका ठेवला. आमच्याकडे चांगला वकील नेमण्यासाठी पुरेसा पैसा नव्हता; त्यामुळे माझ्या मुलाला मृत्युदंडाची शिक्षा सुनावली गेली."

"अहो, पण सहा माणसं... तुमचा मुलगा..."

"हो, सहा माणसं; पण तुम्ही कधी असा विचार केलात का, की, हे सगळं कशामुळे घडलं? आमची साडेआठ एकरांची भातशेती होती. हाडाची काडं करत आम्ही त्या शेतांवर राबायचो आणि तेरा वर्षांपूर्वी अत्यंत प्रखर उन्हाळा पडला. पावसाचं चिन्ह दिसेना. दुष्काळी परिस्थिती निर्माण झाली आणि आमचं सगळं पीक उभ्याउभ्या जळून गेलं. नव्याने सुरुवात करण्यासाठी, माझ्या मुलाला भरघोस

व्याजावर कर्ज काढावं लागलं...''

प्रोतिमा घोषची पुढची कहाणी मी अनेकदा कित्येक वर्तमानपत्रं आणि टी.व्ही.च्या मुलाखतींमध्ये वाचलेली व बघितलेली होती. शेत, दुष्काळ, नुकसान, कर्ज, मोठा व्याजदर आणि तो भरता आला नाही म्हणून चक्रवाढ पद्धतीने फुगत जाणारी व्याजाची रक्कम... इ.इ.

''सावकाराचं देणं फेडण्यासाठी आम्ही आमच्याकडची एक अन् एक वस्तू विकली; पण त्याने हिशेबामध्ये काहीतरी गफला करून, आमची जमीन हडप केली. माझ्या मुलाला हे समजल्यावर तो सावकाराकडे जाऊन खूप रडला... त्याचे पाय धरले... पण सावकार काहीच मानायला तयार नव्हता. शेवटी या अन्यायाने पेटून उठलेल्या माझ्या मुलाने सावकाराला धमकी दिली. त्याचा प्रतिशोध घेण्यासाठी सावकाराने माझ्या मुलाला आणि नवऱ्याला मारण्यासाठी गुंड धाडले. ते पाहून माझ्या मुलाचं डोकं फिरलं! हाताला लागली ती पहिली वस्तू उचलून तो तरातरा घराबाहेर पडला आणि सावकाराच्या घरी पोहोचला. त्याचा मित्र दीपक त्याला समजावण्यासाठी मागे धावला; पण सावकाराच्या घरात झालेल्या हमरीतुमरीमध्ये...''

प्रोतिमादीला पुढे बोलवेना. तिने हाताने निर्देश करत म्हटलं,

''जाऊ दे. जे झालं ते पुसता येणार नाही...''

''पण दी... सहा माणसं... त्यांपैकी एक तर लहानसं अर्भक...''

प्रोतिमाने अश्रूपात करावा या एकाच दुष्ट इराद्याने, संजीवकुमार तिला प्रवृत्त करत होता. अर्थात इतक्या मुलाखती देऊन, अनुभवी झालेल्या प्रोतिमा घोषला त्याचा मनसुबा समजणं कठीण नव्हतं. तिने संजीवकुमारवर नजर रोखली आणि उत्तर दिलं,

''हो, एक लहानसं अर्भकसुद्धा होतं त्यात. जेमतेम नऊ महिन्यांचं; पण तिथून परत आल्यावरसुद्धा माझा मुलगा आरोळ्या देत होता – ''मारून टाका त्या सगळ्यांना! मारून टाका.'' तोपर्यंत आयुष्यात मी त्याला कधीही इतकं संतप्त झालेलं पाहिलं नव्हतं. एरवी इतका शांत असलेला माझा मुलगा, सावकाराच्या फसवणुकीने ठार वेडा झाला. त्या सगळ्या माणसांनी मिळून त्याला वेडा केला. त्या वेडामुळे तो क्रूर बनला; पण सरतेशेवटी त्याला एकट्यालाच शिक्षा झाली...''

प्रोतिमाच्या डोळ्यातून एकच मोठा अश्रू ओघळला.

''आमच्याकडे लाच देण्यासाठी पैसे असते तर आज माझा मुलगा जिवंत असता. राजकीय पक्षातली माणसं, नेतेमंडळी, पोलीस, वकील या सगळ्यांना खूश करण्यासाठी आमच्याकडे रोकड असती तर माझा मुलगा कित्येक वर्षांपूर्वीच तुरुंगातून सुटून, ताठ मानेनं आज नवं आयुष्य जगत असता.''

मग तिने डोळे पुसले आणि संजीवकुमारकडे स्थिर नजरेने बघत म्हणाली,

“त्याच्या वतीने दयेचा अर्ज सादर करण्यासाठी कुणीच नव्हतं. कुठलीच सस्था त्याच्यासाठी न्याय मागायला पुढे आली नाही. कुणीही असा आग्रह धरला नाही की, रमेशचंद्र घोषला जिवंतपणी आपली चूक सुधारण्याची एक तरी संधी द्यायला हवी आणि आता मात्र तुम्ही सगळे जतिंद्रनाथ बॅनर्जीसाठी झेंडे, पताका घेऊन उभे आहात. का बरं? माझा मुलगा तर त्याच्यावर झालेल्या घोर अन्यायाचा जाब विचारायला गेला होता. पुढे जे घडलं ते अनावधानाने घडलं. त्याने कुठला कट केला नव्हता; पण जतिंद्रनाथ? त्याने तर कित्येक दिवसांपासून थंड डोक्याने कट रचून, एका लहान मुलीला आपल्या जाळ्यात अडकवून, तिच्यावर शारीरिक अत्याचार करून, तिला निर्दयपणे मारून टाकलं. मग कोणाचा गुन्हा मोठा ठरतो? सांगा बरंऽऽ?”

अर्थातच, संजीवकुमारकडे या परखड प्रश्नाचं उत्तर नव्हतं. म्हणून त्याने माझ्याकडे वळून विचारलं,

“चेतना, या प्रश्नाचं उत्तर कदाचित तू अधिक योग्य पद्धतीने देऊ शकशील...”

“संजीव बाबू, जल्लाद केवळ फाशीची प्रक्रिया पार पाडण्याची कामगिरी बजावत असतो; मत किंवा सूचना देणं हे त्याचं काम नसतं.”

“अच्छाऽऽ... पण मग एका मुलीवर अत्याचार केल्याबद्दल फाशीची शिक्षा ठोठावण्यात आलेल्या गुन्हेगाराच्या गळ्यात दोरखंड अडकवताना, तुला आनंदच होणार, नाही का?”

“बाबू, माझ्या बाबांनी – म्हणजेच ज्येष्ठ जल्लाद फणीभूषण ग्रद्धा मलिकनी – मला नेहमी असं सांगितलं आहे की, कर्तव्यापुढे इतर काहीही श्रेष्ठ नसतं. समोर स्त्री आहे की पुरुष, ही गोष्ट कर्तव्य करताना विसरून ज़ायची असते. चौदा वर्षांपूर्वी माझ्या बाबांनी अमर्त्य घोषला फाशी दिल्यानंतर, अमर्त्यच्या वडिलांनी माझ्या भावाचे – रामूदाचे – दोन्ही हात अन् पाय छाटून टाकले होते. त्या वेळी रामूदा केवळ २२ वर्षांचा होता. त्यानंतर काही वर्षांनी, बाबांना रमेश घोष आणि दीपक लाल या दोघांना फाशी देण्यासाठी पाचारण करण्यात आलं. आपल्या कर्तव्याला पुरेपूर जागून, बाबांनी दोन्ही फाशी व्यवस्थित पार पाडल्या; पण रमेश घोषला फाशी देऊन आले त्या दिवशी, कधी नव्हे इतके बाबा अस्वस्थ होते. ‘किती तरुण मुलगा होता... अगदी आपल्या रामूसारखा!’ असं बडबडत होते. पुढे बरेच दिवस बाबा कुणाशीच फारसं बोलले नाहीत. त्यांना रमेशचंद्रच्या फाशीचा मोठा धक्का बसला होता.”

हे खरं होतं. रमेशच्या चेहऱ्यावर काळा मुखवटा टाकताना, मुख्याध्यापकासमोर उभ्या राहिलेल्या उनाड मुलासारखी, त्याने आपली नजर खाली वळवली होती.

त्याच्या डोळ्यांना अश्रूंची धार लागली होती. रमेशच्या चेहऱ्यावर मुखवटा टाकलेला बघून, दीपकला तिथेच चक्कर आली होती. ते दृश्य पाहून काकू थरथरू लागले आणि बाबांसाठी नेमलेला नवीन सहाय्यक तर ऐनवेळी पळून गेला! फौजदारी न्यायाधीश, जिल्हाधिकारी आणि तत्सम अजून काही महत्त्वाची मंडळी रमेशचंद्रच्या फाशीसाठी हजर राहिली होती. त्यानंतर पुढे बरीच वर्षं, अति मद्यपान केल्यावर, रमेशचंद्रसाठी खटका ओढताना, आपल्याला किती यातना झाल्या होत्या, याबद्दल बाबा अनेकदा सांगत राहायचे.

कार्यक्रम संपल्यावर आम्ही दोघी बाहेर आलो. तेवढ्यात बाहेर उभ्या असलेल्या हरीशनाथने नाक मुरडून शेरा मारला,

''छे! अगदी गोठ्यात फिरत असल्यासारखं वाटतंय! किती तो शेणाचा वास!''

मलाच लाजल्यासारखं झालं. मी घाबरून प्रोतिमादीकडे बघितलं. क्षणार्धात तिच्या चेहऱ्यावर रौद्र भाव पसरले.

''रस्त्याच्या कडेवरून शेण गोळा करून, त्याच्या गोवऱ्या विकणाऱ्या बाईच्या अंगाला काय चंदनाचा वास येईल का?'' हरीशनाथवर धावून जात ती ओरडली. ''एकेकाळी आमच्याही अंगाला मातीचा सुगंध यायचा. आम्ही आमच्या शेतामध्ये कष्ट करायचो. तुम्ही दिवसातून तीन-चार वेळा जे बकाबका गिळत असता ना, ते आमच्यासारख्या कष्टकऱ्यांच्या कृपेनेच, हे विसरू नका! आले मोठे माझा अपमान करणारे!''

हरीशनाथ आणि संजीवकुमार नाक मुठीत धरून उभे असताना, प्रोतिमादीने वेगळ्याच व्यक्तीकडे आपला मोर्चा वळवला.

''तुम्ही सगळ्यांनी माझ्या मुलाला मारलंत, हो नाऽऽ? तुम्हीच माझ्या नकळत माझ्या मेलेल्या नवऱ्याच्या मृतदेहाची वासलात लावलीत. तुम्हीच त्याचे सगळे पैसे चोरलेत, हो की नाही?''

मग तिने आपल्या हातातली लहानशी पिशवी भिरकावून दिली आणि गरागरा डोळे फिरवत, पुन्हा पाय आपटत ती हरीशनाथजवळ गेली. त्याची तर पुरती गाळण उडाली होती! या वेळी मात्र हरीशनाथला थेट काही न बोलता, प्रोतिमादी आपल्या जवळजवळ बोडक्या डोक्यावर हात मारत किंचाळू लागली! वातानुकूलनामुळे बंदिस्त असलेल्या स्टुडिओच्या भिंती प्रोतिमाच्या आक्रोशाने थरथरू लागल्या.

''तुम्ही सगळे धुळीत मिळून जाल! तुमच्या नाका-तोंडात माती भरेल! तुमच्या आया रक्त ओकत मरतील!''

आम्ही सगळे हबकून बघत बसलो. प्रोतिमादीचं खुरटलेलं शरीर गदगदून हलत होतं. अचानक ती जमिनीवर कोसळली. तिच्या तोंडातून फेस येऊ लागला.

पाण्यातून काढलेल्या माशासारखी, ती श्वास घेण्यासाठी तडफडू लागली.

"तुमचा नायनाट होईल! तुमची राख होईल! एक ना एक दिवस तुम्हाला अल्लासमोर नतमस्तक होऊनी, आपल्या पापांचा हिशेब द्यावाच लागेल! या अल्लाऽऽ!!"

प्रोतिमादी आता एखाद्या चेटकिणीसारखी खीऽऽखीऽऽ करू लागली. तिचा आवाज तिच्या शरीराशी अगदी विसंगत वाटत होता. सगळे डोळे विस्फारून बघत बसले. कुणालाच हे सुचलं नाही की, तिला भानावर आणावं... काही मदत करावी. काही वेळ मीसुद्धा तशीच निःशब्द उभी राहिले; पण मग मला काय वाटलं कुणास ठाऊक? धावत पुढे गेले आणि प्रोतिमादीला गदगदून हलवलं. तशी ती एकदम माझ्या अंगावर कोलमडली! रामूदापेक्षाही कृश होती ती. मग कुणीतरी पाणी आणलं. मी तिच्या तोंडावर पाणी शिंपडलं तशी ती जरा भानावर आली. मग जरा वेळाने उठून बसली आणि पदराने चेहरा पुसून, आमच्याकडे पाहू लागली. थोड्या वेळाने प्रोतिमादी उभी राहिली. शांतपणे आपली भिरकावलेली पिशवी उचलून, तिने त्यातून एक कंगवा काढला आणि आपले केस विंचरले. मग आपली साडी चोपून बसवली आणि पिशवीतून इतस्ततः विखुरलेली नाणी, एक मेणबत्ती अशा बारीकसारीक वस्तू ती गोळा करू लागली.

हरीशनाथ अजूनही भेदरलेले होते. त्यांनी दबक्या आवाजामध्ये प्रोतिमादीला विचारलं,

"तुम्हाला इस्पितळात नेऊ या का?"

"नको," तिने अगदी थंडपणे उत्तर दिलं.

"कुठे राहता तुम्ही?"

"मलिक बाजारजवळ."

"तुमच्या सोबतीला कुणी आहे का?"

"होऽऽ... पंधरा हजार माणसं आहेत."

आता हरीशनाथचा संयम सुटू लागला. आपण अजून काहीतरी वावगं बोलून जाऊ असं वाटून त्यांनी संजीवकुमारला सांगितलं,

"संजू, यांना घरी घेऊन जा जराऽऽ..."

मग त्यांनी संजीवकुमारला जवळ बोलावलं आणि त्या दोघांत काहीतरी खुसफुस झाली.

प्रोतिमादीला माझ्यासाठी राखीव असलेल्या टॅक्सीमध्ये बसवलं गेलं. संजीवकुमार पुढच्या आसनावर जाऊन बसला. नुकतंच जे घडून गेलं होतं, त्याच्या पार्श्वभूमीवर आज़ मला संजीवकुमारच्या सान्निध्यात असूनही भीती वाटत नव्हती. गाडीत बसताना प्रोतिमादी मला म्हणाल्या,

"आज मी पहिल्यांदाच गाडीत बसते आहे. चला, सगळ्या गोष्टींची एक पहिली वेळ असते. आज माझी गाडीत बसण्याची वेळ आली..." असं म्हणत तिने आसनाच्या मागच्या बाजूला डोकं टेकवलं आणि उद्गारली,

"या अल्ला!"

कदाचित माझ्या चेहऱ्यावरचे प्रश्नार्थक भाव बघून की काय, प्रोतिमादी माझ्याकडे वळून म्हणाली,

"मी मूळची मुसलमान होते. माझं नाव होतं रुखिया. माझ्या नवऱ्याशी लग्न करता यावं म्हणून मी धर्मांतर करून घेतलं होतं."

मला आश्चर्याचा धक्का बसला! प्रोतिमादीच्या जागी मला दुसरंच कुणीतरी दिसू लागलं. ती बाईसुद्धा अशीच डोळे गरागरा फिरवत बोलायची.

माझ्या डोळ्यांसमोर तुर्कीचा वीर, इक्तियारुद्दीन मुहम्मद बिन बख्त्यार खिलजी तरळू लागला. बिहारवर विजय मिळवून त्याने बंगालकडे कूच केले होते; पण फक्त अठराजणांचे घोडेच खिलजीच्या अरबी घोड्याच्या वेगाशी जुळवून घेऊ शकत होते. म्हणूनच केवळ अठरा घोडेस्वारांच्या फौजेनिशी त्याने राजा लक्ष्मण सेनवर हल्ला केला. अठरा घोडेस्वार घेऊन कुणी हल्ला चढवेल असं कुणाला वाटलंच नाही. एखादा विदेशी व्यापारी आपल्या राजाला घोडे विकण्यासाठी आला असेल असं समजून, किल्ल्याच्या चौकीदारांनी खिलजीला सहज प्रवेश दिला! त्या वेळी राजा लक्ष्मण सेन ऐंशी वर्षांचे होते. ते उत्तम कवी आणि विद्वान म्हणून नावाजलेले होते. खिलजी आत शिरला, तेव्हा राजा लक्ष्मण सेन रात्रीचं जेवण घ्यायला बसत होते. खिलजी सरळ आत घुसला आणि आपल्या फौजेनिशी महाराजांना वेढा घातला. राजा विचारी होता. त्याने खिलजीसमोर हार पत्करली. खिलजीने आपल्या राजाचा पराभव केला हे समजल्यावर, हिंदूंमध्ये एकच घबराट पसरली. सगळे हिंदू इतस्ततः पळू लागले... मिळेल तिथे लपू लागले.

काळ्याशार अरबी घोड्यावरून रपेट मारणारा तो तरुण अत्यंत रुबाबदार होता. नुकताच पादाक्रांत केलेला परिसर निरखण्यासाठी, तो आपल्या घोड्यावर स्वार होऊन निघाला होता. मध्येच त्याला एका पडक्या घरामधल्या खांबाला बांधलेली एक बाई दिसली. ती जीवाच्या आकांताने ओरडत होती. तो आत गेला. बाईच्या चेहऱ्यावर ओढणी होती. तिच्या झिरझिरीत कापडाआडून तरुणाला त्या बाईचा चेहरा काळाठिक्कर असल्याचे दिसले. त्याला धक्का बसला. तेवढ्यात त्या बाईचं लक्ष त्या तरुणाकडे गेलं. त्याच्या देखणेपणाने ती मोहरून गेली आणि नकळत तिच्या चेहऱ्यावरची ओढणी गळून पडली, तेव्हा तिच्या चेहऱ्याच्या गोऱ्या बाजूचं सौंदर्य बघून, घोडेस्वारही बेभान झाला! त्याने तिला खांबापासून मुक्त केलं, आपल्या घोड्यावर बसवलं आणि तो निघून गेला. काही वर्षांनी,

त्याच घराच्या उंबरठ्यावर एक अत्यंत सुंदर मुसलमान स्त्री येऊन उभी राहिली. चंदनाच्या पालखीतून आलेल्या त्या लावण्यवतीच्या हातामध्ये एक लहानसं, गोंडस बाळ होतं. ती रत्नमालिका होती! तिच्या चेहऱ्यावरची विद्रूप जन्मखूण नाहीशी झाली होती.

हे असं कसं होऊ शकतं, असं मी ठाकूमाला विचारल्यावर तिने मला उत्तर दिलं होतं,

"कमाल आहे की नाही? पण चेतू, प्रेमात अशीच ताकद असते. म्हणून तर म्हणतात ना, माणसाला जगण्यासाठी मणभर भाकरीपेक्षा कणभर प्रेमाची अधिक गरज असते."

"पण कसं, ठाकूमाऽऽ?" माझं शंकेखोर बालमन मला स्वस्थ बसू देईना.

"असंच असतं, चेतू. कसं ते तुला पुढे मोठी झाल्यावर कळेल...!"

त्या वेळी मला अशी इच्छा झाली की, माझ्याही नाकाजवळचा तीळ पाण्यात टाकलेल्या शाईसारखा पसरत जावा आणि त्याने माझा चेहरा विचित्र दिसू लागावा. मग मीही रत्नमालिकेसारखी भाकितं करून, सगळ्यांना सळो की पळो करून सोडावं आणि मग एखाद्या राजबिंड्या घोडेस्वाराने येऊन मलाही आपल्यासोबत घेऊन जावं आणि मला आपली राणी बनवावं.

आम्ही ए.सी.जे. मार्गावरून मलिक बाजारकडे वळलो, तसा एक रथ-मेळा आमच्या बाजूने निघून गेला. आमची मोठी गाडी बघून, आठ-दहा भिकारी पोरं आमच्या गाडीभोवती येऊन उभी राहिली; पण मग प्रोतिमादीला गाडीतून उतरताना बघितल्यावर सगळी पांगापांग झाली!

इतक्या वर्षांमध्ये मी पहिल्यांदाच या परिसरात आले होते. प्रोतिमादीचं घर झोपडपट्टीमध्ये होतं. ताडपत्री आणि वाळलेलं गवत यांनी बनवलेल्या असंख्य लहानशा झोपड्यांमधून वाट काढत, आम्ही पुढे जात होतो. शेण, मल आणि मूत्राच्या दर्पाने मला मळमळू लागलं. त्यात भर म्हणून शेजारून जाणाऱ्या बायकांच्या अंगाला घामाचा आणि पुरुषांच्या तोंडाला देशी दारूचा वास येत होता. काही झोपड्यांमध्ये मिणमिणते दिवे होते, तर काहींमध्ये कृष्ण-धवल टी.व्ही. सुरू होते. बहुसंख्य झोपड्यांमधून लहान मुलांच्या रडण्याचे, बायकांच्या केकाटण्याचे आणि पुरुषांच्या गरजण्याचे आवाज येत होते. त्या सगळ्या संमिश्र कोलाहलातून चार वेळा गल्ल्या बदलल्या आणि अखेर आम्ही प्रोतिमादीच्या झोपडीपर्यंत येऊन पोहोचलो. तिची झोपडी गवत आणि काड्यांनी बनलेली अत्यंत तकलादू अशी होती. अगदी काऊचिऊच्या गोष्टीमध्ये शोभेल अशी! अर्थात, गोष्टीमध्ये गोंडस वाटणारं वर्णन, इथे प्रत्यक्षात मात्र दारुण दारिद्र्याचं द्योतक बनलं होतं. प्रोतिमादीने आधी आपल्या पिशवीमध्ये जपून ठेवलेली मेणबत्ती काढून पेटवली. जड अंतःकरणाने

मी झोपडीमध्ये शिरले. मग प्रोतिमादीने लहानसा कंदील लावला आणि आम्हाला बसण्यासाठी दोन फाटक्या चटया अंथरल्या. प्रोतिमादीचं घर लहानसं असलं तरी टापटिप राखलेलं दिसत होतं. जमीन शेणाने सारवलेली होती. खोलीच्या एका बाजूला, नीटनेटकेपणाने गोवऱ्यांचा थर लावलेला होता. भिंतीअभावी जमिनीमध्ये गाडून उभ्या केलेल्या बांबूच्या खांबांवर खिळे ठोकून, त्यावर एक कपड्यांची पिशवी, एक जुनं छायाचित्र आणि मक्का-मदिनाची एक तसबीर असं सगळं लावलेलं होतं.

खटला लढण्यासाठी, पुरुलियामधील आपल्या गावामधून, प्रोतिमादी शहरात स्थलांतरित झालेली होती. त्या घटनेला आता दहा वर्षं होऊन गेली होती. दहा वर्षं लढा देऊनसुद्धा तिच्या हाती काहीच आलं नव्हतं. राहतं घर विकावं लागलं. मुलाला फाशी झाली होती. नवऱ्याला जन्मठेप दिली गेली होती. त्याच्या सुटकेची तारीख केवळ दोन महिन्यांवर आली असताना प्रोतिमादी त्याला शेवटचं भेटली, तेव्हा त्याने तिला सांगितलं होतं की, त्याने कारागृहात काम करून काही पैसे जमवले होते. सुटकेची तारीख उलटून एक महिना झाला तरी प्रोतिमाचा नवरा घरी आला नाही. शेवटी न राहवून, तिने कारागृहाचा रस्ता धरला, तेव्हा तिला अशी धक्कादायक बातमी मिळाली की, तिचा नवरा कधीच मेला होता आणि त्याचं पार्थिव शरीर ताब्यात घेण्यासाठी कुणी आलं नाही म्हणून त्याला गंगेमध्ये सोडून दिलं गेलं होतं. प्रोतिमाला नवऱ्याने साठवलेले पैसेही कधीच मिळाले नाहीत. तिच्या अंदाजाने, सुमारे २००० रुपये तरी जमलेले होते.

इतक्यात आमच्यामधून चार-पाच उंदीर नाचून गेले. मी खूप घाबरले! माझी तारांबळ बघून, प्रोतिमादीने माझ्याकडे दयनीय नजरेने पाहत विचारलं,

“उंदीर बघितला नाहीस का कधी?”

मी वरमले आणि पुन्हा खाली बसले. मग प्रोतिमादीने दोन ग्लास विसळले आणि आमच्यासाठी पाणी भरून आणलं. मग कंदील हातात घेऊन, दोन-चार कोनाड्यांमधून काही नाणी गोळा केली आणि म्हणाली,

“तुम्ही इथेच थांबा. मी तुमच्यासाठी चहा घेऊन येते.”

“नाही, नको दीऽऽ. मला खरंच काही नको.”

“नाही, नाही. असं कसं? तुमचा पाहुणचार न करता मी तुम्हाला जाऊ नाही देऊ शकत. मी मुसलमान असल्याबद्दल तुम्हाला समस्या असेल तर काळजी करू नका; चहावाला हिंदू आहे.”

प्रोतिमादी चहा आणायला बाहेर पडली तसं मी आणि संजीवकुमार दोघेच त्या मिणमिणत्या दिव्याच्या प्रकाशाने उजळलेल्या झोपडीमध्ये, एकमेकांसोबत उरलो. कंदिलाच्या प्रकाशामुळे त्याच्या चेहऱ्यावर आणि केसांवर सोनेरी किरणं

उतरल्यासारखी वाटत होती. काही वेळाने ते खोडकर उंदीर पुन्हा आमच्या जवळ आले, तशी मी चटकन उठले आणि प्रोतिमादीने लावलेली गवका मदिनाची तसबीर निरखू लागले.

"ती जर खरंच मुसलमान असेल, तर त्याकाळी तिने एका हिंदू माणसाशी लग्न केल्यावर, तिच्या गावामध्ये रक्ताचे पाट वाहिले असतील," माझ्या नकळत, मागे येऊन उभ्या राहिलेल्या संजीवकुमारने तसबीर निरखत म्हटलं.

अचानकपणे तो माझ्या इतक्या जवळ खेटून उभा राहिल्यावर, मला अस्वस्थ वाटू लागलं. पाठ हुळहुळल्यासारखी झाली. मोठ्या निग्रहाने, मी स्वतःच्या मनाशी त्या ओळी घोकू लागले – 'मी माझ्या स्वतःच्या दाराशी भीक मागत उभी राहणार नाही' – आणि त्याला बाजूला ढकलत उद्‌गारले,

"तेराव्या शतकात, आमच्या घराण्यातल्या एका स्त्रीने मुसलमानाशी लग्न करून धर्मांतर केलं होतं. ठाकूमा म्हणते, बंगालमध्ये अजूनही त्यांचे वंशज अस्तित्वात आहेत."

मला राग आला होता. असं म्हणतात की, खिलजी राजवंश समाप्त होईपर्यंत, रत्नमालिका त्यांच्याच राजवाड्यामध्ये राहत होती. त्याकाळीसुद्धा, मृत्युदंडाची शिक्षा देण्यासाठी जल्लादांना पाचारण केलं जात असे. आमचे रणबीर ग्रद्धा मलिक – म्हणजेच रणबीर आजोबा – काम संपवून वेतनाची वाट बघत थांबलेले असताना राणीच्या दालनामधून एक सेवक, थाळाभरून भेटवस्तू घेऊन यायचा. भल्यामोठ्या कुटुंबाला पोसण्याची जबाबदारी अंगावर असलेल्या रणबीर आजोबांसाठी त्या भेटवस्तू फार मोलाच्या असायच्या. देवकोटची मोहीम सर करून खिलजी जेव्हा घरी परतला, तेव्हा तो पार मोडकळीस आला होता. जर्जर शरीराने घरी पोहोचल्यावर, त्याने लगेच पलंग धरला होता. राजाला असं गळून गेलेलं पाहून, अली मर्दान या त्याच्या सगळ्यात विश्वासू सहाय्यकानेच खिलजीचा खातमा केला. अत्यंत क्रूर अशा अली मर्दानचा शेवटी त्याच्याच मंत्रिमंडळातल्या मंत्र्यांकडून शिरच्छेद झाला! आठ वर्षांनी, नझिरुद्दीन मुहम्मद गादीवर बसला आणि त्याने मामलुक राजवटीचा पाया घातला. त्या वेळी, रत्ना बेगमच्या नवऱ्याला मारलं गेलं. ठाकूमा आम्हाला सांगायची की, त्या दोघांमधलं प्रेम असं काही विशेष होतं की, नवऱ्याच्या मृत्यूची बातमी ऐकताच, रत्ना बेगमचंही हृदय थांबलं आणि तिचा मृत्यू झाला!

विचारांच्या गर्तेतून बाहेर येऊन पाहते तर संजीवकुमार, प्रोतिमादीच्या कपड्यांच्या पिशवीमध्ये डोकावून पाहत होता. माझ्या तळपायाची आग मस्तकात गेली आणि मी त्याच्या जवळ जाऊन खुसफुसले,

"इथे काही चोरण्यासारखं असेल असं मला वाटत नाही."

तत्क्षणी, संजीवकुमार गर्रकन वळला आणि त्याने माझ्याकडे जळजळीत कटाक्ष टाकला. त्याच्यातला अहं आणि आगाऊपणा दोन्हीही त्या मिणमिणत्या प्रकाशात लख्खपणे दिसत होता. काही न बोलता, मी पुन्हा चटईवर जाऊन बसले. इतक्यात मेणबत्ती विझली. झोपडीमध्ये मिट्ट काळोख पसरला. नकळत माझे हात ओढणीकडे गेले; पण का कुणास ठाऊक गाठ मारण्यासाठी हात उचलले जाईनात. मला भीती वाटू लागली; पण माझ्यातली रत्नमालिका स्वतःमधली चामुंडा बाहेर काढायला आसुसली होती, सती नव्हे. मला वाटू लागलं की, आता या क्षणी माझ्याही चेहऱ्यावर काळा डाग उमटला तर संजीवकुमार किती घाबरून जाईल? तसंही माझ्या शरीरालाही कापरं भरू लागलं होतंच. इतक्यात अंधाराचा फायदा घेऊन, संजीवकुमार माझ्या जवळ सरकला. त्याने माझ्यावर हात टाकण्याचा प्रयत्न केला; पण त्याचा प्रयत्न सफल होण्याच्या आत, बाबांची इतक्या वर्षांची शिकवण कामी आली! ते मला नेहमी सांगायचे की, उत्तम जल्लाद असण्याची खूण कोणती? तर काय घडतं आहे हे गुन्हेगाराला समजण्याच्या आत दोरखंडाची गाठ ओढून टाकणे! संजीवकुमारला काही समजलंच नाही! तो डोकं खाली करून स्वतःची सुटका करून घेण्यासाठी तडफडू लागला. त्या प्रयत्नांत त्याचे केस माझ्या मानेला, गालाला स्पर्श करून जाऊ लागले. तो स्पर्श मला अजूनच रोमांचित करू लागला. अंधारात मला दिसत होतं की, संजीवकुमार त्या काळ्या अरबी घोड्यासारखे हात-पाय झाडत होता; पण त्याचा लगाम मात्र माझ्या हातात होता! मनाच्या आरशात, मला आमच्या लग्नानंतरची पहिली रात्र दिसू लागली. दिव्यांनी लखलखणारा आमचा शयनकक्ष. लाल रंगाचे रेशमी अभ्रे आणि चादरींनी सजवलेला आमचा पलंग व उशा आणि त्या सजवलेल्या पलंगावर धावणारे शेकडो उंदीर!!!

१७

जल्लादासाठी सगळ्यात कठीण क्षण तो असतो, जेव्हा तो गुन्हेगाराच्या चेहऱ्यावर काळा मुखवटा चढवण्यासाठी फलाटावर चढतो, तेव्हाच तर जल्लाद आणि गुन्हेगाराची खऱ्या अर्थाने नजरानजर होते. गुन्हेगाराच्या चेहऱ्यावरचे भाव, जल्लादाच्या मनःपटलावर उमटतात. काही गुन्हेगार अपराधी दिसतात, काहींना खूप पश्चात्ताप होत असतो, तर काही अगदी कंटाळवाणा चेहरा करून उभे असतात. बरेच वेळा, गुन्हेगाराच्या चेहऱ्यावर भीतीने आलेला घाम आणि डोळ्यांतून झिरपणारे अश्रू यामुळे मुखवट्याचा काळा कपडा पार भिजून जातो. गुन्हेगाराच्या चेहऱ्यावर

मुखवटा घालण्याची प्रथा ब्रिटनमध्ये सुरू झाली. फासावर जाणाऱ्या एका गुन्हेगाराने अशी विनंती केली की, त्याचे डोळे मिटून फाशी दिली जावी. त्या काळचे मुखवटे पांढऱ्या रंगाचे असायचे आणि त्यांचा खर्चही गुन्हेगारालाच करावा लागायचा. फासावर जाणाऱ्या व्यक्तीचा चेहरा झाकला गेला, तर जल्लाद आणि गुन्हेगार दोघांनाही सोपं जातं हे लक्षात आल्यावर, बऱ्याच देशांनी ही प्रथा सुरू केली. ग्रद्धा मलिकांच्या बाबतीत बोलायचं तर इंग्रजांनी आपल्या देशावर सत्ता गाजवण्यापूर्वी आणि नंतर त्यांनी प्रत्येक वेळी मुखवटे वापरलेच असं नाही. मात्र, देशाला स्वातंत्र्य मिळाल्यानंतर, फाशीच्या शिक्षेच्या प्राथमिक तयारीमधली सगळ्यात महत्त्वाची खरेदी असायची ती म्हणजे काळ्या मुखवट्याची.

प्रोतिमादीच्या घरी जाऊन आल्यानंतर दुसऱ्या दिवशी जेव्हा मी स्टुडिओमध्ये गेले, तेव्हा मी आणि संजीवकुमार एकमेकांशी असे वागत होतो जणू आमच्या चेहऱ्यावर काळे मुखवटे घातलेले असावेत! संजीवकुमार आरशासमोर बसून मेकअप करत असताना माझ्या लक्षात आलं की, तो हरप्रकारे मला टाळत होता. माझ्या मनात आनंदाच्या उकळ्या फुटू लागल्या. त्याच्या डोळ्यांवर चष्मा नव्हता. प्रोतिमादीच्या घरी झालेल्या झटापटीमध्ये त्याचा चष्मा तुटला होता. मी त्याच्या गळ्यात ओढणीचा फास टाकल्यावर संजीवकुमार आधी गांगरला होता; पण मग त्यानेही तितक्याच शिताफीने, ओढणीचं दुसरं टोक माझ्यात गळ्यात अडकवण्याचा प्रयत्न केला होता. तसं करून मला जवळ ओढण्याचा प्रयत्न करत असताना, माझा हात संजीवकुमारच्या चेहऱ्यावर लागला आणि त्याचा चष्मा फुटला. त्या आघाताने संतापलेल्या संजीवने, मग माझे खांदे दाबले होते. मीही तितक्याच जोराने त्याच्या गळ्यातला फास ओढत बसले. आमच्यातला कोलाहल इतका टोकाला गेला की, चहा घेऊन आलेल्या प्रोतिमादीचंही आम्हाला भान राहिलं नाही. त्या क्षणी माझ्या डोक्यावर रत्नमालिका स्वार झाली होती! तिला घोड्यावरून घेऊन जाणाऱ्या आणि तिचा विद्रूप चेहरा पुन्हा सुंदर करणाऱ्या राजबिंड्या तरुणासारखं आपल्यालाही कोणीतरी मिळावं, असं मला प्रकर्षाने वाटू लागलं.

"बास करा!! काय चाललंय तुमचंऽऽ?" चहाचे कप खाली आदळत प्रोतिमादी ओरडली.

दचकून आम्ही दोघं बाजूला झालो; पण ओढणीची लांबी फारच कमी झाल्यामुळे आमची डोकी आपटली. मी चटकन माझ्या गळ्यातली ओढणी सोडवली; पण संजीवकुमारला तसं करता येईना. तो तसाच ओढणी गळ्यात ठेवून हापत बसला. प्रोतिमादी त्याच्याजवळ गेली आणि तिने चक्क त्याच्या

तोंडात मारली!

"मूर्ख कुठला!"

आताही त्याच्या गालावर पडलेल्या लाल वळांची आठवण होऊन, मला हसू आलं. संजीवकुमारने आरशातून मला हसताना पाहिलं आणि तो आपल्या मेकअप दादावर गुरकावला,

"पटापट हात चालव. अमलासोलमध्ये पाच माणसं मृत्युमुखी पडलेली आहेत."

आदल्या रात्री, त्याला थोबाडीत मारल्यानंतर प्रोतिमादीने आम्हा दोघांना निमूट चहा प्यायला सांगितलं होतं. संजीवकुमार थकलेला दिसत होता. चष्मा नसलेल्या त्याच्या डोळ्यांमध्ये असह्यपणाचे भाव उमटले होते. मीसुद्धा दमले होते. माझ्या मनात प्रेमाची मधुर भावना जागृत करणारा पहिला इसम असा नालायक माणूस होता या विचाराने माझं डोकं अजून शिणत होतं. म्हणूनच दमले होते तरी संजीवकुमारवर कुरघोडी करण्याची जिद्द काही मनातून पूर्णपणे जाईना. त्याच्याबद्दलचा अतोनात संताप अजूनही माझ्या धमन्यांमध्ये सळसळत होता. फक्त काही काळापुरती विश्रांती घेण्यासाठी थांबले होते, इतकंच!

चहा पिऊन झाल्यावर, संजीवकुमारने आपल्या गळ्यातून ओढणी काढून फेकण्याचा खूप प्रयत्न केला होता; पण काही केल्या त्याला ते जमेना! त्याची निष्फळ झटापट बघून प्रोतिमादी स्वतःशी बोलल्यासारखं म्हणाली होती,

"जल्लादाची गाठ सोडवणं मोठं कठीण काम, बाबाऽऽ! एकदा ती बसली की सुटता सुटत नाही."

मला जितेंद्र घोषला भेटण्याची खूप इच्छा होती. कोलकात्यापासून सुमारे ५५० मैल दूर असलेल्या कुरसियोंग गावाजवळ आपल्या एका मित्राच्या लग्नाला जात असताना जितेंद्र घोष रस्ता चुकला आणि शोध घेत-घेत, रुखियाबी राहत असलेल्या गावात पोहोचला. रुखियाबीवर नजर पडताच त्याने ठरवलं की, काहीही झालं तरी हीच आपली पत्नी होणार! रुखिया त्याच्यासोबत यायला तयार होईपर्यंत, जितेंद्रने त्याच गावात तळ ठोकायचा निर्णय घेतला. अशी दोन वर्षं गेली. ऊन, वारा, पाऊस कशाचीही पर्वा न करता, जितेंद्र रुखियाला आपल्यासोबत चलण्यासाठी तब्बल दोन वर्षं मनवत राहिला. रात्र झाली की, तो रुखियाच्या घराबाहेरच्या झुडपांमध्ये लपून, शिट्या वाजवत तिच्याशी संवाद साधायचा. अखेर दोन वर्षांनी रुखियाला जितेंद्रची दया आली. त्याला कारणही तसंच घडलं. कडाक्याच्या हिवाळ्यामध्ये सलग चौदा दिवस अंगावर पडणारं थंडगार दव आणि धुकं झेलत जितेंद्र रुखियाच्या घराबाहेर बसून राहिला. चौदाव्या दिवशी रुखिया आपल्या घराबाहेर आली. थंडगार जमिनीमुळे तिचे गोरेपान पाय सुजून

निळे पडू लागले. मग दिवसभर झुडपांमध्ये लपून, रात्रीच्या वेळी जीव मुठीत धरून, भरपूर प्रवास करत दोघेही पुरुलियाला पोहोचले. जातीभेदामुळे आपल्या सहजीवनामध्ये अडथळा आणला जाऊ नये म्हणून रुखियाने आपलं नाव बदलून, प्रोतिमा हे नाव धारण केलं. लहानपणी, रुखियाच्या आईने दुसरं लग्न केल्यापासून, वेळी-अवेळी तिला फेफरे येत असे. लग्न झाल्यावर तिची ही समस्या अचानकपणे लोप पावली; पण मग जेव्हा तिला आपला पती तुरुंगात मरण पावल्याचं समजलं, तेव्हापासून पुन्हा एकदा तिला फेफरं भरू लागलं. प्रोतिमादी हे सगळं सांगत असताना माझे डोळे भरून आले होते. तेवढ्यात संजीवकुमारचा फोन खणखणला होता.

"फक्त दोन माणसं? हरीश बाबू, केवळ दोन लोकांसाठी इतक्या दूरवर जायचं म्हणजे त्रासच, नाही का? आपण त्या सामूहिक बलात्काराबद्दल पुढे काही बातमी दिली का? आणि न्यू मार्केटमधल्या दुकानाच्या छायाचित्रांचं काय? अच्छा! आली का? बरंऽऽ..." असं म्हणून त्याने फोन ठेवून दिला आणि माझ्याकडे बघून वैतागलेल्या स्वरात उद्गारला,

"छ्या! अमलासोलमध्ये दोन भूकबळी गेले आहेत. आता मला निघायला हवं. वैताग आहे नुसता!"

संजीवकुमारच्या बेफिकीर आणि भावनाशून्य वर्तणुकीने मला पुन्हा भडभडून आलं. किमान अशा ठिकाणी तरी त्याने आपल्या वागण्या-बोलण्याचं भान ठेवायला हवं होतं. एका अर्थी मला प्रोतिमादीचा हेवा वाटू लागला. आयुष्यात इतकं सगळं भोगूनही ती किती स्थितप्रज्ञ राहू शकत होती! नाहीतर मी! माझी ओढणी जरा अजून मजबूत असती तर...? प्रोतिमादीच्या घराला एखादा भक्कम खांब किंवा छत असतं तर...? माझ्यातल्या जल्लादाला नेहमी अशी घाई असते. मणक्याची नेमकी हाडं सापडली की, चटकन गाठ बांधण्याची!

मेकअप संपल्यावर संजीवकुमार उभा राहिला. आता तर तो अजूनच देखणा दिसत होता; पण काळ्या चष्म्याचा पडदा नसल्यामुळे त्याचे डोळे आता घाबरलेल्या उंदरांसारखे इथेतिथे भरकटत होते. आदल्या रात्रीसुद्धा चष्मा तुटल्यावर गळ्यात ओढणी अडकवलेल्या अवस्थेत उभा असताना संजीवकुमारच्या डोळ्यांत अशीच भीती दिसत होती. ओढणीची गाठ काढण्यासाठी एकच उपाय होता – तो म्हणजे ओढणी कात्रीने कापून टाकणं. खरंतर तो पोशाख आईने खास माझ्या टी.व्ही.वरच्या मुलाखतींमध्ये घालण्यासाठी आणला होता. काकीमाला पैसे देऊन न्यू मार्केटमधून आणलेल्या त्या पोशाखाची ओढणी कापण्याच्या विचाराने मी अस्वस्थ झाले; पण इलाज नव्हता. प्रोतिमादीने माझ्या हातात एक जुनी कात्री

दिली. शक्य तितकी ओढणी वाचवण्याचा प्रयत्न करत, मी संजीवकुमारच्या गळ्याजवळून ओढणी कापली आणि उरलेला भाग पुन्हा माझ्या छातीवर ओढून घेतला. संजीवकुमारने माझ्याकडे दुर्लक्ष करत, प्रोतिमादीचा निरोप घेत तिच्या हातात दोनशे रुपये सरकवले आणि म्हणाला,

"घ्या, हे वाहिनीकडून..."

पैसे बघून, प्रोतिमादीच्या चेहऱ्यावर काहीच प्रतिक्रिया उमटली नाही. काही क्षण असेच विचित्र शांततेत गेल्यावर संजीवकुमार प्रोतिमादीला म्हणाला,

"बरंऽऽ, तुम्हाला नको असतील तर मग..."

...आणि चोरासारखे, ते पैसे स्वतःच्या खिशात टाकून निघून गेला.

तो गेल्यावर मी प्रोतिमादीला म्हटलं,

"तुम्ही ते पैसे घ्यायला पाहिजे होते, दीऽऽ."

त्यावर तिचा चेहरा कणखर बनला आणि ती मला म्हणाली,

"या शहराने अनेकदा मला भिकारी बनवण्याचा प्रयत्न केला आहे; पण त्याला कधीच यश आलं नाही. मग आता तुला वाटतं की, मी या माणसाच्या वाहिनीला ते सुख लाभू देईन?"

तिचा राग बघून मला भीती वाटू लागली. तिला पुन्हा फेफरं वगैरे भरलं तर मी काय करू? पण नशिबाने तसं काही झालं नाही. प्रोतिमादीचा राग निवळला आणि तिने मला जपून घरी जायला सांगितलं. निघताना माझ्या खांद्यावर आपला हडकुळा हात ठेवून, भावनाशून्य डोळ्यांनी माझ्याकडे बघत म्हणाली,

"रमेशने तुझ्यासारखी मुलगी सून म्हणून या घरात आणायला हवी होती; पण माझ्या नशिबात तो योग नव्हता..."

दुसऱ्या दिवशी कॅमेऱ्यासमोर बसले असताना गेल्या संध्याकाळच्या आठवणीने माझं मन जड झालं. संजीवकुमारने माझ्याकडे गंभीर नजरेने बघितलं; जणू काही आदल्या दिवशी तो माझ्यासोबत नव्हताच.

"आज सगळीकडे अमलासोलच्या घटनेचा गवगवा आहे. आपल्याला आपले टी.आर.पी. राखण्यासाठी विशेष मेहनत घ्यावी लागेल; त्यामुळे तू जरा नीट उत्साहाने उत्तरं दे, समजलं?"

मालकाने नोकराला आज्ञा करावी तसं माझ्याशी बोलून संजीवकुमार मुलाखत कक्षात गेला. माझा तीळपापड झाला होता; म्हणून जेव्हा त्याने नेहमीच्या आविर्भावात, "बरं मग चेतना, फाशीची तारीख जवळ येत आहे; त्या कारवाईबद्दल नवीनतम बातमी काय?"

त्याने असं विचारल्यावर मीही त्याच आगाऊपणे त्याला उत्तर देत म्हटलं,

"हे बघा संजीवकुमार मित्रा, जल्लादाच्या आयुष्यातील बऱ्याच गोष्टी तुमच्या

समजुतीपलीकडच्या आहेत.''

संजीवकुमार माझ्या बरोबरीचा किंवा खरंतर माझ्यापेक्षा कनिष्ठ असल्याच्या आविर्भावात मी पुढे म्हणाले,

''इथे बसून नुसती शब्दफेक करणं फार सोपं असतं होऽऽ... फाशी, दोरखंड, कारागृह... पण त्या गोष्टींमध्ये समावलेलं भय त्यालाच समजू शकतं, ज्याच्या गळ्याभोवती कधी फास लागलेला असतो. म्हणतात ना, मेल्याशिवाय स्वर्ग दिसत नाही; तसाच काहीसा प्रकार आहे हा! आता हे बघा – माझ्या गळ्यातल्या या साध्याशा ओढणीला कुणाच्याही गळ्यात टाकून, काही क्षणांत मी त्याला वर पोहोचवू शकते; पण मी तसं करणार नाही. कारण एखाद्या जबाबदार सरकारकडून नागरिकांना ही अपेक्षा नसते. म्हणूनच असं सरकार जेव्हा फाशीसारख्या गंभीर शिक्षेची कारवाई करायला घेतं, तेव्हा त्यांच्यावर फार मोठी जबाबदारी असते की, ती सगळी कारवाई नेटकेपणाने पार पडली पाहिजे. सरकार आणि त्यांनी नेमलेला जल्लाद हे काही सुपारी देऊन हत्या करणारे गुंड नव्हेत की, कुणालाही पकडून कधीही फासावर लटकवतील. नाही! ते कदापि शक्य नाही.''

गंभीर आवाजात मी पुढे बोलू लागले,

''उदाहरणार्थ, दोरखंड आणि फाशीच्या गाठीविषयी बोलू या. दोरखंडाशिवाय फाशी लागू शकत नाही. दोरखंड हे न्यायाचे द्योतक आहे. वाट्टेल ती दोरी वापरून, वाट्टेल तशा गाठी मारून फाशी होऊ शकत नाही. त्या सगळ्याला एक शास्त्र आणि नियमावली आहे. माझ्या वडिलांचे एक खापर पणजोबा होते – ज्ञाननाथ ग्रद्धा मलिक. फाशीचा दोरखंड तयार करण्याची त्यांची एक विशिष्ट पद्धत होती. दोरखंडाचं एक टोक थोडंसं जाळून, ते त्यामध्ये एक लोखंडी वर्तुळ अडकवायचे. ते वर्तुळ नेमकं जाऊन गुन्हेगाराच्या मणक्याच्या हाडांमध्ये बसायचं आणि अवघ्या काही क्षणांत त्याची सुटका व्हायची. माझ्या वडिलांचं म्हणाल, तर त्यांच्या लेखी दोरखंड आणि त्यातील गाठ हे आपल्या आयुष्याचं आणि कर्माचं प्रतीक आहे. जीवन आणि मृत्यूमध्ये लोखंडाचं वर्तुळ येण्याची गरज नाही, असं त्यांना वाटतं; त्यामुळे ते नेहमी साधीशी गाठ मारतात – इंग्रजी भाषेत ज्याला 'हॉल्टर स्टाइल नूझ' म्हणतात, तशी.

खरंतर असा कुठला शब्द अस्तित्वात नव्हता; पण तीन वर्षांपूर्वी जेव्हा एक इंग्रजी भाषक कादंबरीकार बाबांची मुलाखत घेण्यासाठी आला होता, तेव्हा बाबांनी त्याला आपल्या गमछाने गाठ मारून दाखवली असता, त्याने तिला 'हॉल्टर स्टाइल नूझ' असं संबोधलेलं माझ्या लक्षात होते, असो. तर आता संजीवकुमार मित्रा अगदी लक्षपूर्वक माझं बोलणं ऐकत होता. मी पुढे सांगू लागले,

''आपल्याकडे – विशेषतः कोलकात्यामध्ये – बरीच वर्षं 'जॉन एडिंग्टन

ॲण्ड कंपनी'चे दोरखंड वापरले जायचे; पण एकदा माल यायला फार उशीर झाल्यानंतर स्थानिक कंपन्यांना प्राधान्य दिलं जाऊ लागलं. खरंतर विदेशातून येणारा दोरखंड फारच सुबक असायचा. त्याची टोकं नीट शिवलेली असायची. ३.८ मीटर लांब आणि पाऊण इंच जाड असा तो दोरखंड; चार दोऱ्या एकत्र करून बनवलेला असायचा. माझ्या वडिलांचे मोठे बंधू – शशीभूषण ग्रद्धा मलिक – यांनी जेव्हा पहिली फाशी दिली, तेव्हा त्यांना वापरावा लागलेला दोरखंड चक्क चामड्याने आच्छादलेला होता.''

संजीवकुमारकडे कटाक्ष टाकून, मी पुढे सांगू लागले,

''खरंतर शशीभूषण काकांना जल्लाद व्हायचं नव्हतं. त्यांचा फुटबॉलवर प्रचंड जीव! जल्लाद म्हणून पहिल्या दिवशी ते कामाला जात असताना नेमका फुटबॉलचा सामना सुरू होता. भरीस भर म्हणजे त्यात जोरबागानचा सर्वांत नावाजलेला फुटबॉलपटू – शैलेश बोस – खेळत होता. काकांना कारागृहात जायची अजिबात इच्छा नव्हती. त्याने कामावर जावं यासाठी दादूंनी – म्हणजे पुरुषोत्तम ग्रद्धा मलिक यांनी – काकांना खरपूस चोप दिला. त्या वेळी जेमतेम १७-१८ वर्षांच्या असलेल्या काकांचं मन आणखी खट्टू झालं. गुन्हेगाराच्या गळ्यात फास अडकवताना त्यांच्या डोळ्याला अश्रूंच्या धारा लागल्या होत्या. दोरखंड नीट बसवला गेला; पण तो नव्या पद्धतीचा दोरखंड असल्यामुळे काकांचं गणित चुकलं. परिणामी, गाठ ओढली गेल्यानंतर चामड्याच्या आच्छादनामुळे गुन्हेगाराच्या गळ्यातली एक नस कापली गेली आणि त्याला भयंकर रक्तस्राव होऊ लागला! थोड्या वेळाने गाठ सरकली आणि गुन्हेगाराचं शीर त्याच्या मानेपासून अलग झालं; त्यामुळे खालचं शरीर धाडकन तळघरात पडलं आणि डोकं मात्र दोरखंडावर लटकत राहिलं. काही क्षणांनी डोकंसुद्धा दोरखंडापासून सुटून, कपड्याचा बोळा असल्याप्रमाणे तळघरात जाऊन पडलं. ते भयावह दृश्य बघून काका जोरजोरात किंचाळू लागले.''

संजीवकुमार स्तब्धपणे ऐकत होता. प्रसंगाचं गांभीर्य लक्षात घेऊन मीही जरा थांबले आणि मग म्हणाले,

''त्या दुर्दैवी प्रसंगानंतर आजोबांनी सरकारला सांगितलं की, यापुढे चामड्याचं आच्छादन असलेला दोरखंड वापरला जाणार नाही. कालांतराने अशी सूचना करण्यात आली की, दोरखंडाचा खालचा भाग एका विशिष्ट प्रकारच्या मेणाने मऊ केला जावा. त्याकाळी त्या मेणाला 'गुट्टा पर्चा' असं म्हणायचे. कसं आहे, दोरखंड खूप कडक असतो. तो मऊ केला नाही तर चित्रविचित्र अपघात होऊ शकतात. म्हणून गुन्हेगाराला फाशी देण्याच्या एक तास आधी दोरखंड मऊ करण्याचं काम सुरू व्हायचं. गुन्हेगाराला फाशीस्तंभावर चढवण्यासाठी त्याच्या

कोठडीतून आणलं जायचं, तेव्हा त्याला मऊ केल्या जाणाऱ्या मेणाचा विशिष्ट वास येऊ लागत असे. विचार करा संजू बाबू, तुम्ही गुन्हेगार असतात तर तुम्हाला त्या क्षणी काय वाटलं असतं? कारागृहाच्या भिंतींमध्ये वितळणाऱ्या मेणाचा वास दरवळतोय... तुम्हाला माहीत आहे की, तुमच्याच फाशीचा दोरखंड तयार करण्यासाठी मेण वितळवलं जात आहे... तुमच्या आयुष्याची शेवटची काही मिनिटे बाकी आहेत...''

त्याच्या चेहऱ्यावरचे बिथरलेले भाव बघून मला गुदगुदल्या होत होत्या. महत्प्रयासाने हसू दाबत मी पुढे म्हणाले,

''इंग्रज वापरत असलेले दोरखंड इटली या देशात बनवले जायचे. फासाची गाठ सरकू नये म्हणून इंग्रजांनी त्यामध्ये चामड्याचा 'वॉशर' घालण्याची कल्पना अमलात आणली. भारतातल्या फाशीसाठीही तसाच दोरखंड वापरला जावा अशी त्यांनी सक्ती केली. माझ्या पूर्वजांना काही हे आवडलं नाही. कालांतराने चामड्याची जागा रबराने घेतली. मात्र, माझ्या बाबांच्या मते दोरखंड यमधर्माचा (मृत्यूच्या देवाचा) प्रतीक असतो; त्यामुळे चामडं असो किंवा रबर कुठलीही वस्तू त्याला दूषित करू शकत नाही.''

''आणि या सगळ्याबाबत तुझं काय मत आहे, चेतना?'' संजीवकुमारने अस्वस्थ आवाजात मला प्रश्न केला.

''आपण लोकशाहीत जगतो, संजीव बाबू. हे सरकार लोकांनी लोकांसाठी निवडलेलं सरकार आहे; त्यामुळे आपण कसं जगावं आणि मरावं याचा निर्णय घेण्याचा हक्क सर्वस्वी त्यांचा आहे.''

त्या दिवशी कार्यक्रम संपल्यावर हरीशनाथने उत्साहाने माझं अभिनंदन केलं.

''वा! चेतना, वा! आज तू खरोखरच कमाल केलीस!''

मात्र, माझा तो आनंद काही वेळातच मावळला. मेकअप उतरवताना जेव्हा समोरच्या टी.व्ही.वर मी अमलासोलमध्ये उपासमारीमुळे झालेल्या मृत्यूंबद्दलचं बातमीपत्र बघितलं, तेव्हा माझ्या पोटात पुन्हा तसाच भीतीचा गोळा उठला, जसा प्रोतिमादीच्या घरातून निघताना उठला होता. डोळ्यांसमोर सुकत जाणाऱ्या शेतीची, भुकेने मरून पडणाऱ्या गाई-गुरांची भयावह चित्रं तरळू लागली.

मी विचार करू लागले... काही लोकांची आयुष्यं किती दयनीय असतात ना? पावसाने किंवा स्वतःच्या धर्माने धोका दिल्यामुळे शहराचा रस्ता धरणारी हजारो गरीब माणसं शहरातील रस्त्याच्या कडेला कुत्र्यासारखी मुटकुळं करून झोपलेली पाहून मला नेहमी भडभडून येतं. एखादी खोली मिळालीच तर त्यामध्ये दहा-बारा माणसांचा भरणा असतो. हाताला हात आणि पायाला पाय लावून, आहे त्या निवाऱ्यामध्ये ते गुजराण करत राहतात. पाऊस पडू लागला की,

कुणीतरी फेकून दिलेल्या ताडपत्रीचा आसरा घेतात. शे-दीडशे लोकांच्या गर्दीमधून, नळावर एक-दोन तास येणाऱ्या पाण्यावर अख्खा दिवस घालवतात. रात्र पडल्यावर आणि पहाट फुटण्याच्या आधी नैसर्गिक विधी उरकून घेतात, कारण सगळं उघड्यावरच करावं लागतं. उंदीर, झुरळं, डास आणि गांडुळांच्या मध्ये राहून खायला, प्यायला आणि प्रेम(ही) करायला शिकतात. सोबतीला कुत्री, मांजरं, गाई आणि कोंबड्या असतातच.

माझा विचार सुरू असतानाच टी.व्ही.वरची सुंदर तरुणी बोलू लागली :

"नुकतंच आपल्या मुख्यमंत्र्यांनी असं विधान केलं होतं की, अमलासोलमधले मृत्यू हे उपासमारीमुळे नव्हे, तर अन्नामध्ये सापडलेल्या दूषित घटकांमुळे झाले आहेत. मात्र, त्यांच्या या विधानावर उठलेल्या राजकीय वादाच्या पार्श्वभूमीवर, मुख्यमंत्र्यांनी असं कबूल केलं आहे की, राज्यातील काही भागांमध्ये अजूनही अपार गरिबी पसरलेली आहे आणि पुन्हा असे प्रसंग उद्‌भवण्याची शक्यता नाकारता येत नाही."

तेवढ्यात, मला गेल्या वर्षी निमताला घाटावर बघितलेल्या एका आदिवासी कुटुंबाची आठवण झाली. त्यातील एक बाई, दोन लहान मुलांना घेऊन आमच्या दारात अन्न मागत आली होती. आईने त्यांना थोडा भात आणि चपात्या दिल्या होत्या. दोन्ही पोरं जीवाच्या आकांताने रडत होती. त्या बाईने आम्हाला सांगितलं की, ती आणि तिची मुलं गेला महिनाभर फक्त मैना पक्ष्याच्या मांसावर जिवंत आहेत, तेव्हा ठाकूमाला अत्यंत गहिवरून आलं होतं. प्रत्यक्षात ६ आणि ८ वर्षांची असलेली ती मुलं उपासमारीमुळे ३-४ वर्षांच्या पोरांएवढी दिसत होती. ती बाई ठाकूमाइतकी म्हातारी दिसत होती; पण वास्तविक ती माझ्या वयाची होती! आईने दिलेल्या जेवणावर ते तिघे अक्षरशः तुटून पडले होते! पोट भरून जेवल्यावर जेव्हा ते निघायला उठले, तेव्हा त्या बाईचा फाटका पदर जरासा सरकला. तिची सुकलेली छाती पाहून मला भडभडून आलं! मांसाचे दोन सुके तुकडे लोंबत असल्यासारखी तिची छाती होती.

मेकअप उतरवून बाहेर जायच्या रस्त्यावर असताना, टी.व्ही.वर पश्चिम विभागाचे मंत्री परमेश्वर बर्मनचा चेहरा झळकलेला दिसला. ते असं विधान करत होते की, अमलासोलमधले मृत्यू उपासमारीमुळे नव्हे, तर कुठल्याशा रोगाच्या लागणीमुळे झाले होते. मंत्र्याच्या गदगदलेल्या, पांढऱ्याफटक चेहऱ्याकडे बघत मी जागीच उभी राहिले. ते बोलत होते,

"अमलासोलसारख्या ठिकाणी उपासमारीने मृत्यू झाले आहेत, असा दावा करणं मूर्खपणाचं लक्षण आहे. तुम्ही कधी अमलासोलला गेला आहात का? मी गेलो आहे. तिकडच्या नैसर्गिक सौंदर्याची भरभराट बघून लक्षात येईल की, अशा

सुजलाम् सुफलाम् प्रदेशामध्ये कधी उपासमारी होऊच शकत नाही! उदाहरण द्यायचं झालं, तर तिथे वर्षभर बाबुई नावाचं एक गवत मिळतं. त्या गवताच्या दोऱ्या बनवून आपले आदिवासी बांधव किलोमागे १० रुपये इतकी कमाई करतात. इतकंच नव्हे, तर तिथल्या प्रत्येक घरात गुरा-ढोरांचा राबता आहे. गरिबातल्या गरीब घरामध्ये किमान १८ ते २५ बकऱ्या असतात...''

''म्हणजे साहेब, तुम्हाला असं म्हणायचंय की, मेलेल्या व्यक्तींपैकी एकही गरीब नाही?'' कुणीतरी मध्येच विचारलं.

''अर्थातच! मी जेव्हा अमलासोलमध्ये गेलो होतो, तेव्हा तिथला प्रत्येक तरुण अद्ययावत कपड्यांमध्ये सजलेला होता. प्रत्येकाच्या हातात घड्याळ होतं. त्यांच्याशी गप्पा मारल्यावर असं लक्षात आलं की, त्यांना क्रिकेट खेळण्याचा आणि टी.व्ही.वर क्रिकेटचे सामना बघण्याचा खूप शौक आहे. अमलासोल अगदी धनदांडगं ठिकाण आहे. तिथे ना गरिबी आहे आणि ना उपासमारी.''

लहानपणापासून मी हेच ऐकत आले होते की, आपलं सरकार खूप जागरूक आहे – अगदी निर्ढावलेल्या गुन्हेगारांना दिल्या जाणाऱ्या मृत्युदंडाच्या शिक्षेप्रमाणे क्षुल्लक गोष्टींबाबतदेखील सरकार फारच जागरूक असतं.

प्रस्तुतकर्ता तरुणी पुढच्या बातम्या वाचू लागली. ती सांगत होती,

''अमेरिकेतील एका बँकेने नुकत्याच केलेल्या पाहणीनुसार, या वर्षी भारतातील लक्षाधीशांची संख्या २२ टक्के इतकी वाढली आहे. जगभरातील सुमारे ७७ लाख लक्षाधीशांपैकी केवळ ६१,००० भारतामध्ये आहेत; पण दिवसागणिक त्यांची संख्या वाढते आहे आणि ही वाढती संख्या भारताच्या सशक्त आर्थिक स्थितीचे द्योतक आहे.''

मला अधिक ऐकवेना! मी स्टुडिओमधून बाहेर पडून गाडीची वाट बघत उभी राहिले. इतक्यात, संजीवकुमार माझ्या जवळ आला. त्याच्या चेहऱ्यावरचा मेकअप अजून तसाच होता.

''चेतना, मला तुझ्याशी काहीतरी महत्त्वाचं बोलायचं आहे.''

कंटाळवाण्या चेहऱ्याने, मी त्याच्याकडे बघितलं आणि पुढे बोलण्याचा इशारा केला.

''आपल्यातल्या गोष्टी इतक्या पुढे गेल्यावर तू माझ्याशी लग्न केलं नाहीस तर माझ्या आयुष्याला अर्थ उरणार नाही.''

''लग्न हे दोन बरोबरीच्या माणसांमध्ये होतं, संजीव बाबू.''

''मी मान्य करतो की, मी फारसा नीट वागलेलो नाही किंबहुना मी तुला बरेचदा त्रास दिला आहे; पण त्या सगळ्यामागे माझं तुझ्यावर असलेलं प्रेम दडलेलं होतं. प्रोतिमादीच्या नवऱ्याने तिच्यावर जसं बेभान प्रेम केलं, तसंच मीही

तुझ्यावर जीव ओवाळून टाकला आहे.''

प्रीतिमादीचं नाव काढल्यावर मी पाघळले. संजीवकुमारने मोठ्या शिताफीने तिचं नाव वापरलं होतं. आता आमच्या कबिल्यात आणखी एक कुशल जल्लाद सामील झाला होता – संजीवकुमार. त्याने मोठ्या कसबाने फासाची गाठ बांधून, खटकन मुंडकं तुटेल अशा पद्धतीने माझ्याच गळ्यात अडकवली होती.

१८

जतिंद्रनाथच्या फाशीचा दिवस केवळ आठ दिवसांवर आला असताना संजीवकुमारने पुन्हा एकदा माझ्या गळ्याभोवतीचा फास घट्ट आवळला. तो दिवस फार खराब होता. बाहेरून जाणाऱ्या गाड्यांच्या गडगडाटामध्येच ठाकूमाची करुण किंकाळी ऐकू आली!

'मा एकतु फान दियोऽऽ! भगवानऽऽ... दुष्काळ... दुष्काळ आला रे!!'

रामूदा आणि मी गाढ झोपेत होतो. ठाकूमाच्या किंचाळण्याने आम्हाला खाडकन जाग आली! मलाही तेव्हा भयंकर स्वप्न पडत होतं. स्वप्नात मी अलिपूर सुधारगृहाच्या भल्यामोठ्या परिसरात भर दुपारी तळपत्या उन्हात एकटीच उभी होते. कुणालातरी फाशी देण्याचं काम करण्यासाठी मला तिथे बोलावलं गेलं होतं. मात्र, उन्हाचा प्रखर प्रकाश डोळ्यांवर पडू लागला तसा गुन्हेगाराचा चेहरा दिसेनासा झाला आणि अचानक माझ्याच गळ्याभोवती फास आवळला जात असल्याचा भास होऊ लागला. त्या भयंकर मनःस्थितीत असतानाच ठाकूमाची आरोळी ऐकून जाग आली होती; अर्थातच त्यामुळे आता झोप येणं शक्य नव्हतं. ठाकूमाच्या तोंडून दुष्काळ हा शब्द ऐकून, मला अमलासोलच्या आदिवासींची आठवण होऊ लागली. तिकडच्या आदिवासींना कित्येक महिने रेशनचं सामान मिळालेलं नव्हतं. एका कपटी व्यापाऱ्याने त्यांची सगळ्यांची रेशनकार्डं लंपास केली होती. उपासमारीच्या बातम्या प्रदर्शित होऊ लागल्या, तसा तो एकदम गायब झाला होता. आदिवासी इतके अनभिज्ञ होते की, आपल्याला दर महिन्याला किती रेशन मिळण्याचा हक्क आहे हेही त्यांना ठाऊक नव्हतं.

मग रामूदा ठाकूमाची समजूत काढू लागला.

''काळजी करू नकोस. दुष्काळ पडलाच तर सरकार आपल्यासाठी अन्नाची सोय करील.''

ते ऐकून खूश होण्याऐवजी ठाकूमा रामूदावर गरजली,

''रामू, अरे, तू मला मूर्ख समजतोस की तू स्वतः मूर्ख आहेस? मी

अशिक्षित असले तरी मला एवढं समजण्याची अक्कल नक्कीच आहे की, मुळात सरकारच दुष्काळ घडवून आणतं. १९४३ मध्ये मी स्वतःच्या डोळ्यांनी हा सगळा खेळ बघितला आहे. लोकांना साध्या भाताच्या पेजेसाठी रडताना ऐकून माझ्या मावशीला शेवटी वेड लागलं! रोज सकाळी आम्ही उठायचो तर समोर कावळे आणि कुत्री कुणा ना कुणाच्या प्रेताचे लचके तोडत असायचे...''

थोड्या वेळाने बाहेरून करुण आक्रोश ऐकू आला. हे तर निश्चित स्वप्न नव्हतं. अस्वस्थ होऊन ठाकूमा उठून बसली. ''कुणीतरी भुकेने विव्हळत आहे; नक्कीच! हा सूर मला फार ओळखीचा आहे,'' असं म्हणत ती पलंगावर डोलत बसून राहिली, तेव्हा मला अलोकनाथ ग्रद्धा मलिक या माझ्या आजोबांच्या भावाची गोष्ट आठवली. अलोकनाथ आजोबा राइटर्स बिल्डिंगमध्ये सफाई कामगार म्हणून काम करत असत. त्या वेळी इमारतीमध्ये कनिष्ठ सरकारी अधिकाऱ्यांची कार्यालये वसलेली होती. त्या इमारतीमध्ये येणाऱ्या-जाणाऱ्या शिकलेल्या लोकांच्या गप्पा ऐकून अलोकनाथ आजोबा सफाई कामगारापासून विद्वान बनले. त्यांचं म्हणणं असं होतं की, जर गांधीजींनी १९३८ मध्ये हरिपुरा काँग्रेसमधून 'इंडियन नॅशनल काँग्रेस'चे अध्यक्ष म्हणून निवडून आलेल्या सुभाषचंद्र बोसच्या समोर पट्टभी सीतारामय्यांना उभं केलं नसतं तर कोलकात्यामध्ये इतकी माणसं मृत्युमुखी पडली नसती. गांधीजींच्या गटबाजीला कंटाळून सुभाषचंद्रांनी राजीनामा दिला आणि 'फॉरवर्ड ब्लॉक'ची स्थापना केली; त्यामुळे त्यांच्यावर बंडाची परिस्थिती निर्माण केल्याचा ठपका ठेवून नजरकैदेत ठेवलं गेलं. मात्र, सगळ्यांना हूल देऊन बोस जर्मनीमध्ये दाखल झाले आणि त्यांनी काही काळ तिथे आश्रय घेतला. तेथून पुढे पाणबुडीने ते जपानला पोहोचले आणि 'इंडियन नॅशनल आर्मी'ची स्थापना केली. 'इंडियन नॅशनल आर्मी'द्वारे त्यांनी इंग्लंड आणि तत्सम मित्रदेशांवर हल्लाबोल केला. जपानने बर्मा काबीज केल्यावर, गेली सात वर्षं बर्मावरून येणाऱ्या भातावर अवलंबून असलेल्या बंगाली माणसांना भाताचा मोठा तुटवडा सहन करावा लागला. त्यातच ओला दुष्काळ पडून मिदनापूर आणि २४ परगण्यामधील सगळं पीक सडून गेलं. ज्या थोड्याफार शेतकऱ्यांकडे जास्तीचं पीक आलेलं होतं, ते त्यांनी लपवून ठेवलं. भरीस भर म्हणजे १९४३ च्या उन्हाळ्यामध्ये त्या प्रदेशांमध्ये जहाजं, होड्या आणि बैलगाड्या या तिघांना प्रवेश वर्ज्य करण्यात आला. परिणामी, त्या प्रदेशामधली माणसं पूर्णपणे एकटी पडली. तरीही बरेच महिने उपासमारी सहन करून विटल्यावर अखेर त्यांनी कोलकात्याचा रस्ता धरला.

''जिकडे पाहावं तिकडे प्रेतं, गिधाडं आणि लांडगे दिसायचे! भुकेलेल्या लोकांना खायला घालणंही कर्मकठीण होऊन बसलं होतं. माझ्या आजीने एकदा

एका बाईला भात वाढला, तर तो भात खात असतानाच तिचा मृत्यू झाला. अन्नाची सवय सुटल्यामुळे अन्न मिळाल्यावर तिचं पोट फुटून गेलं होतं! हे असले प्रसंग पाहून माणुसकीवरचा विश्वास उडत गेला आमचा...!''

भूतकाळातल्या त्या वेदनामय आठवणींमुळे ठाकूमाचे डोळे पाणावले. मीही अत्यंत अस्वस्थ झाले. आपण इतक्या मेहनतीने वाढवलेलं पीक सडताना बघून, शेती विकून, घरातली एक अन् एक वस्तू आणि मग पूर्ण घर विकून, उघडीबोडकी पडलेली ती माणसं कशी जगली असतील? ठाकूमा सांगते, तो काळ फारच कठीण होता. हलाखीची परिस्थिती वाढत गेल्यावर लोकांनी आधी आपल्या आश्रित; पण अनाथ नातेवाइकांना घराबाहेर काढलं. मग म्हाताऱ्या माणसांना घराबाहेर काढून मरण्यासाठी रस्त्यावर सोडून दिलं. त्यानंतर ते आपल्या मुलांना श्रीमंतांच्या पायऱ्यांवर सोडून देऊ लागले. सगळंच संपल्यावर स्वतःच वाट फुटेल तिथे भटकून मिळेल ते काम करू लागले, मिळेल ते खाऊ लागले. काहींनी गवत खाऊन स्वतःला तगवलं. काहींची परिस्थिती तर इतकी वाईट होती की, त्यांना कचरा आणि शेण खाऊन गुजराण करावी लागली!! ज्या लोकांनी आपली मुलं कुणाच्या दारात सोडली नाहीत, त्यांनी अखेर परिस्थितीला शरण जाऊन, अवघ्या काही पैशांसाठी आपल्या मुलांना विकून टाकलं! बरेचसे पुरुष देशोधडीला लागले; त्यांचा काही पत्ता लागला नाही. बऱ्याचशा बायकांनी कोलकात्याची वाट धरली. जी माणसं कोलकात्याला येऊन पोहोचली, त्यांना उपासमारीची इतकी सवय झाली होती की, तिथल्या धनिकांनी जेव्हा त्यांना चांगलं अन्न देऊ केलं, तेव्हा ते खाऊन त्यांची पोटं फुगू लागली आणि त्यानंतर लगेचच त्यांचा मृत्यू ओढवू लागला! कित्येक महिने एकवेळचं जेवणही धड न जेवू शकलेल्या त्या माणसांना शेवटी अन्न पचेनासं झालं. अन्नाच्या शोधात भटकणाऱ्या त्या बापुड्या जीवांचा अंतही शेवटी अन्नामुळेच व्हावा, हा किती मोठा विरोधाभास होता बघा!

पहाट फुटेपर्यंत ठाकूमा या गोष्टी सांगत बसली; अजूनही बाहेरून रडण्याचा आवाज येत होता. सकाळ झाली तशी ठाकूमा त्या भुकेलेल्या जीवांच्या शोधात निघून गेली. दुपारी जेव्हा मी आमच्या स्वयंपाकघरात जेवायला बसले, तेवढ्यात हरीदा माझ्यासाठी ठाकूमाचा निरोप घेऊन आला. तिने मला आमच्या घरावरून डावीकडे जाणाऱ्या एका रस्त्यावर लवकरात लवकर पोहोचायला सांगितलं होतं. हरीदाने मला अर्ध्या वाटेत सोडलं. पुढे जाऊन बघते तर ठाकूमा तिथल्या एका अत्यंत निमुळत्या गल्लीमध्ये उभी होती. त्याच गल्लीत एका गटार वाहत होतं आणि त्यावर एका कुटुंबाने आपलं बस्तान मांडलं होतं.

मला बघितल्यावर, ठाकूमाने कळवळलेल्या आवाजात हाक मारत म्हटलं,

"चेतूऽऽ... छोटडी... ये इकडे. बघ हे काय आहे..."

मी कशीबशी आत शिरले. समोरचं दृश्य बघून मला हादरा बसला असं म्हणणं फारच क्षुल्लक ठरेल. तोपर्यंतच्या आयुष्यात मी बऱ्याच घाणेरड्या, किळसवाण्या आणि वेदनादायक गोष्टी बघितल्या होत्या; पण आता जे समोर दिसत होतं, त्याची तुलना कशाशीच करता येण्यासारखी नव्हती. गटाराच्या बाजूला १०-१२ वर्षांच्या मुलाचं प्रेत पडलेलं होतं. त्याच्या पोटामध्ये आणि डोक्यामध्ये पाणी शिरून ते दोन्ही टर्र फुगलेलं होतं. निश्चितच ते प्रेत बरेच दिवस पाण्यात सडत गेलं होतं. प्रेताच्या बाजूला लावलेल्या मेणबत्तीच्या प्रकाशात मला आधी नीट दिसलं नाही; पण मग डोळ्यांना त्या अंधूकपणाची सवय झाल्यावर समोर जे दृश्य दिसलं, त्याने मी नखशिखांत हादरले! त्या पोराच्या डोळ्यांच्या कडांमधून काहीतरी बाहेर पडत होतं. आधी मला वाटलं की, तो पू असेल; पण निरखून बघितल्यावर लक्षात आलं की, ती वाळवीची रांग होती! त्याच्या नाकामधून तपकिरी गुंग्या बाहेर येत होत्या आणि कानाच्या भोकांमधून निळ्या माशा पळ काढत होत्या. सगळ्यात भयानक प्रकार म्हणजे आतापर्यंत मला जे प्रेत वाटत होतं, तो चक्क जिवंत मुलगा होता!!! मरणशय्येवर टेकलेल्या आणि अत्यंत गलितगात्र झालेल्या त्या मुलाने जेव्हा श्वास घेण्यासाठी तोंड उघडलं, तेव्हा माझ्या लक्षात आलं की, तो जिवंत होता. त्याचे ओठ जरासे विलग झाले तसं त्याच्या तोंडातून चिलटं बाहेर पडली! जरासा हलला, तेव्हा तर त्याच्या शिस्नामधून चंदेरी पंखांचे पतंग बाहेर उडाले!!!

माझं तोंड कडू झालं. समोरचं दृश्य इतकं भयंकर आणि वेदनादायी होतं की, मला तिथल्या तिथे भडभडून उलटी होईल असं वाटू लागलं. गेल्या वर्षी काही वर्तमानपत्रांमध्ये एका मुलाबद्दल बातमी आली होती. त्याच्याही अंगातून माशा बाहेर पडत होत्या. शेती सुकून गेल्यावर त्या मुलाचे आई-वडील कामाच्या शोधात मिदनापूरहून कोलकात्याला आले होते. एका लहानशा गाठोड्यात सगळं सामान भरून, ते तिघे हावडा गाडीत बसून कोलकात्यात दाखल झाले होते. कधी बसथांब्यावर, तर कधी रस्त्यावर झोपून दिवस काढत असताना, एके दिवशी अचानक त्याच्या मुलाच्या – रतनच्या – शिस्नामधून पतंग उडू लागले. लोकांना बघण्यासाठी नवा तमाशा मिळाला! थोड्या दिवसांनी, भिकाऱ्यांच्या एका दलालाने त्याला कोलकात्यामध्ये फिरवून, पैसे गोळा करायला सुरुवात केली. सरकारला जेव्हा हे सगळं समजलं, तेव्हा त्यांनी तातडीने रतनवर उपचार व्हावेत अशी सोय केली. झालं! त्यानंतर सुमारे आठवडाभरात, प्रसारमाध्यमांचा रतनमधला रस आटून गेला. रतनच्या आई-वडिलांकडे त्याच्या उपचारासाठी पैसे नसल्यामुळे, इस्पितळातले डॉक्टरही दुर्लक्ष करू लागले. रतनला नेमका काय आजार झाला

होता याचं निदान कधी झालंच नाही. प्रसारमाध्यमांनीही पुन्हा कधी त्याच्यावर प्रकाशझोत टाकला नाही. कालांतराने रतनच्या डोळ्यांतून वाळवी आणि नाकातून मुंग्या येऊ लागल्या; त्यामुळे त्याला प्रचंड वेदना होऊन, तो दिवस-रात्र विव्हळू लागला. त्याच्या विव्हळण्याला कंटाळून, रस्त्यावर राहणाऱ्या इतर कुटुंबांनी रतन आणि त्याच्या पालकांना पिटाळून लावलं; त्यामुळे त्यांना गटारावर आसरा घ्यावा लागला होता.

इतक्यात रतनची आई तिथे आली. कचऱ्याच्या डब्यांमधून शोधून काढलेली भाज्यांची सालं, तुकडे इ. घेऊन आलेल्या मृण्मयीने आपल्या मुलाच्या शरीराकडे अपार ममतेने बघितलं आणि मग आमच्याकडे वळून म्हणाली,

"बिचारा माझा मुलगा... किड्यांना त्याच्या आत खाण्यासारखं काहीच सापडत नाही, इतका उपाशी आहे तो."

यावर काय बोलावं हे मला सुचेना! ठाकूमाने माझा हात हातात घेतला आणि हलक्या आवाजात कुजबुजली,

"हा पुढचा आठवडाभरही जगणार नाही. मृत्यू याच्या अवतीभवती वावरतो आहे. एका अर्थाने देवाची कृपाच होईल म्हणायची..."

मग ठाकूमा पुढे झाली आणि त्याला भाताची पेज भरवू लागली. त्याने आमच्याकडे बघून हसण्याचा प्रयत्न केला; पण त्याचे डोळे इतके खोल गेले होते की, त्यांत काहीच भाव दिसेनात. पेज संपवून, त्याने तृप्तीचा ढेकर दिला; पण मग त्या काही मिनिटांसाठी त्याच्या तोंडातून निसटलेले किडे पुन्हा धावत परत आले!

काही दिवसांनी, 'हॅन्गवुमन्स डायरी'चा पुढचा भाग चित्रित करण्यासाठी मी स्टुडिओमध्ये गेले, तेव्हा संजीवकुमार आणि हरीशनाथ गप्पा मारत उभे होते. संजीवकुमारने माझ्या चेहऱ्याकडे बघितलं आणि काळजीयुक्त स्वरात विचारलं,

"काय झालं? तुझा चेहरा असा का दिसतो आहे?"

मी त्याच्याकडे वळून बघितलं. मेकअप केलेला टवटवीत चेहरा आणि सोनेरी कडांचा नवीन चष्मा घातलेल्या संजीवकुमारकडे पाहून, मला रतनच्या निर्जीव डोळ्यांची आठवण झाली आणि भडभडून आलं.

"आमच्या घराजवळ एक लहान मुलगा मेलेला आढळला," मी निर्विकारपणे सांगितलं.

"ओऽऽ..." त्यानेही तितक्याच कोरडेपणाने उत्तर दिलं.

"तो मेला, तेव्हा त्याच्या शरीरातून नानाविध किडे, चिलटं बाहेर पडत

होती. बातमी समजली, तेव्हा मी नुकतीच न्याहारीला बसले होते. त्यानंतर मी एक घासही खाऊ शकले नाही.''

हे ऐकून, हरीशनाथ आणि संजीवकुमार दोघांनीही कान टवकारले.

''का?''

''ते किडे माझ्या अन्नात फिरत आहेत, असं मला वाटू लागलं.''

काही क्षण शांतता पसरली. मग हरीशनाथने कसनुसं हसत संजीवकुमारला म्हटलं,

''होऽऽ... अरे, अशीच काहीशी बातमी आपण गेल्या वर्षी दिली होती. हां, पण तेव्हा तू इथे नव्हतास, संजूदा.''

त्यांच्याकडे लक्ष न देता, मी बोलत राहिले,

''त्याची त्वचा सुकलेली होती. अगदी तुकडेच पडत होते, म्हणा नाऽऽ. त्याच्या डोळ्यांमधून पिवळी वाळवी बाहेर पडत होती. कानामधून माशा... आणि त्याच्या शिस्नामधून पांढरे पतंग बाहेर येत होते.''

क्षणभर थांबून मी त्या दोघांकडे बघत म्हणाले,

''पण त्या सगळ्यापेक्षाही किळसवाणं होतं ते म्हणजे त्याच्या तोंडातून उडणारी चिलटं! किती घाणेरडा वास येत होता म्हणून सांगू! त्याची हनुवटी आणि जबडा बांधला गेल्यानंतरही चिलटं बाहेर पडत होती.''

''बास! बास! पुरे झालं! ऐकवत नाही मला!'' संजीवकुमार कानावर हात ठेवून ओरडला.

पण तरीही मी थांबले नाही. त्याच्याकडे रोखून बघत म्हणाले,

''त्या मुलाचे अंतिम संस्कार करता आले नाहीत. त्याच्या पालकांकडे तेवढे पैसेच नव्हते. म्हणून मग त्यांनी त्याचं प्रेत एका होडीत घातलं आणि नदीमध्ये फेकून दिलं.''

अमलासोलमधल्या मृत्यूंवर उठलेलं वादळ फार लवकर शमलं. त्यानंतर 'हॅन्गवुमन्स डायरी' अजून रसभरित बनवण्यासाठी वाहिनीने एका नावाजलेल्या मानवहक्क कार्यकर्त्याला कार्यक्रमामध्ये सामील करून घेतलं. ही व्यक्ती म्हणजे संकर प्रसाद मजुमदार – 'अ‍ॅन्टी डेथ पेनल्टी ऑर्गनायझेशन' अर्थात मृत्युदंडविरोधी संस्थेचे अध्यक्ष. गुळगुळीत दाढी केलेल्या, चकचकीत चेहऱ्याच्या मजुमदारांना सुटाबुटात कार्यक्रमासाठी आलेलं बघून मला उगीचच अस्वस्थ वाटू लागलं.

''मृत्युदंडाची शिक्षा ही एक रानटी, अमानवी पद्धत आहे. आजच्या काळातला कोणताही सभ्य, सुशिक्षित समाज या प्रथेला मान्यता देत नाही. या पार्श्वभूमीवर

काही अंशी शिकल्या-सवरलेल्या चेतना ग्रद्धा मलिकसारख्या तरुणीने जल्लाद म्हणून काम स्वीकारावं ही मोठ्या खेदाची गोष्ट आहे. कदाचित चेतनाने हे काम करायला नकार दिला असता तर सरकारला बॅनर्जी यांची मृत्युदंडाची शिक्षा रद्द करण्यावाचून पर्याय उरला नसता; त्यामुळे आज आपण एका जीवाला वाचवण्याचं पुण्य पदरी पाडलं असतं, हे बहुधा चेतनाच्या लक्षात आलेलं दिसत नाही.''

मजुमदारांचं बोलून झाल्यावर संजीवकुमारने मला विचारलं,

''याबद्दल तुझं काय मत आहे, चेतना?''

''नुकतीच अमलासोलमध्ये उपासमारीची लाट येऊन गेली आहे. तिकडची मुलं अपार वेदनेत जगत आणि मरत आहेत. त्यांच्या जिवंत शरीरावर किडे ताव मारताहेत... अंगातून चिलटं, माशा बाहेर पडतात. मला प्रश्न पडतो की, तुम्ही मानवहक्कवाली मंडळी या लोकांच्या वेदना आणि अत्यंत लाजिरवाणी जीवनस्थिती सुधारण्यासाठी काही पावलं का उचलत नाही? मला सांगा, मजुमदार बाबू, आपला देश गुन्हेगारांच्या हक्कांबद्दल एवढा ऊहापोह करत असताना निरपराध माणसांच्या मूलभूत हक्कांबद्दल तेवढी जागरूकता का दाखवत नाही? या अशा विचारसरणीमध्ये तुम्हाला काहीच गैर वाटत नाही का?''

''हे बघा चेतना, अमलासोलबद्दल बोलत असाल तर त्याबद्दल अशा बऱ्याच गोष्टी आहेत, ज्या तुम्हाला माहीत नाहीत. सरकारने मदत देऊ केली होती. मात्र, ती योग्य त्या लोकांपर्यंत नीट पोहोचवली गेली नाही.''

मजुमदारचा 'भद्रलोकी' शिष्टपणा पाहून माझ्या डोक्यात तिडीक गेली.

''मजुमदार बाबू, १९४३ मध्ये ब्रिटिश संसदेमध्ये एका इंग्रज मंत्र्याने असाच दावा केला होता. तो म्हणाला होता की, भारतासारख्या सुजलाम् सुफलाम् देशामध्ये अन्नाचा तुटवडा असूच शकत नाही. फक्त पावाच्या काही भागाला कमी लोणी लागतं, तसं काहीसं झालं होतं... इतकंच! त्या वर्षीच्या जुलै महिन्यापर्यंत इंग्रजांनी आपल्याकडून तब्बल ८० हजार टन अन्न नेलं होतं. साठ वर्षांपूर्वी आपल्याकडे जो भयानक दुष्काळ निर्माण झाला, तोही याच कारणामुळे की, इंग्रजांनी आपल्याकडून दहा लाख टन तांदूळ आणि एक लाख टन गहू उचलून नेले होते!''

''मला वाटतं, आपली चर्चा निरर्थक वळणावर जात आहे. इंग्रजांच्या राज्यात अशा बऱ्याच गोष्टी घडून गेल्या...'' संजीवकुमारने अधीरपणे हस्तक्षेप करत कार्यक्रम पुढे रेटण्याचा प्रयत्न केला.

त्याच्याकडे निर्विकारपणे बघून मी पुढे म्हणाले,

''मला एवढंच म्हणायचं आहे की, कोणतंही सरकार असो; त्यांची कारणं सारखीच असतात. जुलै १९४३ मध्ये जेव्हा आपल्या विधानसभेतील एका

सदस्याने बंगालला दुष्काळग्रस्त प्रदेश म्हणून घोषित करण्याचा प्रस्ताव मांडला होता, तेव्हा त्याला कडाडून विरोध झाला. कोणाकडून? इंग्रजांकडून नव्हे, तर खुद्द आपल्या देशातील अन्नमंत्री सुराहवदी यांच्याकडून! त्या वेळी परिस्थिती इतकी बिकट झाली होती की, कुत्री-मांजरं इतकंच काय, तर रक्त आणि पू असलेले कापसाचे बोळे खाऊन माणसं जिवंत राहत होती! पण आपल्या भाषणात सुराहवदी काय म्हणाले माहीत आहे? ते म्हणाले की, बंगालमधील धान्याची दुकाने ओतप्रोत भरलेली आहेत.''

बहुधा हा अप्रिय वाटणारा विषय बंद करण्याच्या हेतूने, मला मध्येच तोडत मजुमदार म्हणाले,

''तो विषय वेगळा आहे. आज आपण इथे मृत्युदंडाबद्दल बोलायला आलो आहोत. विचार करा – जतिंद्रनाथने आधीच कित्येक वर्षं तुरुंगात काढलेली आहेत. त्यांच्यापेक्षा भयंकर अपराध केलेल्या कित्येक गुन्हेगारांना तुलनेने सौम्य शिक्षा देऊन सोडून देण्यात आलेलं आहे. एकाच प्रकारच्या अपराधाला दोन प्रकारच्या शिक्षा दिल्या जाव्यात हे सभ्य आणि न्याय्य समाजाचं लक्षण नव्हे.''

''अशा देशात जिथे कोट्यवधी माणसं अपार गरिबीमध्ये अख्खा जन्म काढतात आणि केवळ साठ हजार लोकांच्या हातामध्ये अमर्याद दौलत साठलेली आहे तिथे गुन्हेगारांनी समान वागणुकीची अपेक्षा करणं म्हणजे जरा जास्तच होतंय, नाही का मजुमदार बाबू?''

''चेतना, तुम्ही दोन निरनिराळ्या मुद्द्यांची सरमिसळ करत आहात. गरिबी हा एक मुद्दा आहे आणि मृत्युदंड हा दुसरा...''

''नाही! मुळीच नाही. माझ्या वडिलांनी ४५१ गुन्हेगारांना फाशी दिली. त्यांपैकी किमान चारशे माणसं इतकी गरीब होती की, त्यांच्याकडे चांगला वकील नेमण्यासाठी पैसा नव्हता. त्यांना वकील नेमता आला असता तर कदाचित...''

''बरं, पण मग बाकीच्यांचं काय?''

''त्यांच्यासमोर त्यांच्यापेक्षा अनेक पटीने अधिक सशक्त अशी माणसं उभी ठाकली होती.''

मी काहीतरी मूर्खासारखं बडबडते आहे, अशा आविर्भावात नकारार्थी मान हलवून मजुमदार म्हणाले,

''बरं, क्षणभर आपण तुझं म्हणणं ग्राह्य धरू या. त्यानुसार जर मृत्युदंड मिळणारी सगळी माणसं गरीब असतात, तर मग मृत्युदंडाची शिक्षा रद्द केली गेली तर त्यांचा फायदाच आहे ना?''

''प्रामाणिकपणे सांगायचं तर मला असं वाटतं की, अशा निराधार गरिबांना रोज कणाकणाने मारण्यापेक्षा एकदाच फाशीवर चढवून मुक्त केलेलं बरं!''

''काय? किती क्रूर विधान आहे हे! तुझ्यासारखी मुलगी असं बोलू कशी शकते चेतना?'' चेहऱ्यावर अपार चिंतेचे भाव आणत मजुमदारने मला प्रश्न केला.

''कारण मी स्वतः अपार गरिबीत वाढलेले आहे. निमताला घाटाजवळच्या स्ट्रॅन्ड रोडवर आम्ही असंख्य गरीब माणसं पाहत असतो. त्यांना कोणीही वाली नसतो. ते जगतात, जगतात आणि एक दिवस असेच मरून जातात. ना कुणी त्यांची विचारपूस करत आणि ना मदत करत. ते मेले की, गल्लीतले कुत्रे त्यांच्या शरीराचे लचके तोडतात. भूक आणि दारिद्र्याने असे कणाकणाने मरण्यापेक्षा फाशीस्तंभावर दोन-चार सेकंदांत मेलेलं त्यांच्यासाठी खरंच फायद्याचं असेल.''

नकळत माझा आवाज चढू लागला होता. मग एका क्षणी या संवादाचा निरर्थकपणा लक्षात येऊन मी गप्प बसले. नशिबाने त्यानंतर लगेचच कार्यक्रम आटोपता घेण्यात आला.

कार्यक्रम संपल्यानंतर संजीवकुमार मला म्हणाला,

''मला तुझं म्हणणं पटलं नाही, चेतना. आपल्या देशातील बहुसंख्य लोकांना असं वाटतं की, त्यांच्या वाटेला आलेली गरिबी हा त्यांच्या दुर्दैवाचा भाग आहे; पण मी तसं मानत नाही. ही माणसं गरिबीची निवड करतात. म्हणजे... त्यांना काम करून पैसे कमावण्याचा आळस असतो म्हणून ते मुद्दाम गरीब राहण्याचा पर्याय स्वीकारून उगाच नशिबाला दोष देत राहतात. का? कारण तसं करणं त्यांच्यासाठी सगळ्यात सोपं असतं.''

मान तिरकी करून मी संजीवकुमारकडे रोखून बघितलं. काळ्या चष्म्याआडून अशा गप्पा मारायला त्याचं काय जात होतं? माझ्या मनात रतनचा विचार चमकून गेला. त्याचं प्रेत नदीमध्ये फेकलं गेल्यावर मी ते बघायला गेले होते. आतून पूर्णपणे पोखरलेल्या त्याच्या शरीरावरून भलामोठा काळा ढग उठावा असा किड्यांचा थवा उठला होता! त्याच्या आतमध्ये काही अन्न न मिळाल्यामुळे किड्यांनी रतनचे अवयव पोखरून काढले होते. बराच वेळ पाण्यावर तरंगून अखेर रतनचं प्रेत बुडालं होतं.

पार्क स्ट्रीटवर टॅक्सी थांबवत संजीवकुमार मला म्हणाला,

''चल आता! किती वेळ असा विचार करत राहणार आहेस? दुष्काळ संपला आता!''

संजीवकुमारच्या शब्दांचा माझ्या मनावर काही परिणाम होईना. झाडाच्या पोखरलेल्या बुंध्याप्रमाणे माझं मन त्या शब्दांच्या लाटांवर विरक्तपणे अलगद तरंगत होतं.

तो मला एका उंची हॉटेलमध्ये घेऊन गेला. आम्ही आत प्रवेश केल्यावर

तेथे बसलेली उच्चभ्रू माणसं माना वेळावून आणि भुवया उंचावून आमच्याकडे पाहू लागली. आम्ही स्थानापन्न झालो तशी आजूबाजूच्या टेबलांवरच्या बायकांचा चिवचिवाट वाढू लागला.

"इथलं जेवण खूप छान असतंऽऽ..." संजीवकुमार मला उद्देशून म्हणाला.

सुंदर पदार्थांचा घमघमाट सुटला होता. त्या वासाने माझ्या पोटात कावळे कोकलू लागले. आम्ही निरनिराळे पदार्थ मागवले. ते येण्याची वाट बघत असताना संजीवकुमारने टेबलावर हात ठेवले आणि त्यावर आपलं डोकं ठेवून अगदी प्रेमळ नजरेने माझ्याकडे बघितलं. खरंतर रोमांचित करणारा क्षण होता तो... पण तरीही मला त्याने दिलेली धमकीच आठवत राहिली. अचानक तो अगदी मृदू आवाजात माझ्याशी बोलू लागला.

"खूप वर्षांपूर्वी एक दिवस मला बिर्याणी खाण्याची खूप इच्छा झाली होती. त्या वेळी मी बहुतेक १०-१२ वर्षांचा असेन; पण बिर्याणी खाण्यासाठी माझ्याकडे पैसे नव्हते..."

आठवणीत रमलेल्या त्याच्या डोळ्यांतले भाव बघून, मी गलबलून गेले.

"काय करू? माझे वडील श्रीमंत नव्हते. एका गरीब, रुग्णशय्येवर पडलेल्या माणसाच्या मुलाला कुठली बिर्याणी आणि कसलं काय?"

त्याने आपला चष्मा काढून पुसला. लहान वयात खूप दुःख भोगलेल्या मुलाचे भाव त्याच्या डोळ्यांमध्ये उतरले होते.

"तुला बिर्याणी आवडते का गं चेतना? ती पिवळीधमक, उकडलेल्या अंड्याच्या तुकड्यांची पखरण केलेली? १९८८ मध्ये तशा बिर्याणीची किंमत रुपये ४० होती. मी हॉटेलात जाऊन बिर्याणीवर ताव मारला. वेटर जेव्हा बिल घेऊन आला, तेव्हा माझ्याकडे पुरेसे पैसे नव्हते. ते ऐकून वेटरने माझ्या कानफटीत मारून, तिथल्या व्यवस्थापकाला बोलावलं होतं. व्यवस्थापकाने माझ्या डोक्यावर रट्टे हाणले. सगळ्यांसमोर मला शिव्या घातल्या, चोरही म्हणाला. मला बिर्याणी खाऊ घातल्याबद्दल वेटरवरही ओरडला. कुणीही माझ्यावर दया दाखवली नाही. उलट सगळ्यांचं असंच मत पडलं की, आता मला माफ केलं गेलं, तर मी मोठा होऊन निर्ढावलेला गुन्हेगार बनेन. म्हणून मग शिक्षेदाखल, हॉटेलच्या कर्मचाऱ्यांनी मला स्वयंपाकघरात नेलं. तिथे माझे कपडे उतरवून, मला घाणेरडी भांडी घासायला लावली..."

बोलता-बोलता संजीवकुमारने माझ्या हातावर हात ठेवला. मी विरोध केला नाही. त्याचा तो स्पर्श छान होता. प्रेमळ अन् काळजीयुक्त असा.

"सकाळी ११.३० पासून मी भांडी घासू लागलो, ती पुढे किती तास घासली मला माहीत नाही. माझे पाय ठणकू लागले. पाठ भरून आली. इतका

वेळ पाण्यात हात असल्यामुळे माझ्या तळव्याची आणि बोटांवरची कातडी सोलवटू लागली. त्यांनी मला मुद्दाम फक्त बिर्याणी खाल्लेल्या ताटल्या आणि भांडी घासायला दिली होती. लोकांनी चोखून टाकलेली हाडं, अर्धवट संपवलेली अंडी, दही, लोणचं, पापड मिसळलेली बिर्याणी असं सगळं उष्टं पसरून ठेवलेली ताटं आणि भांडी घासेपर्यंत माझा जीव जायची पाळी आली.''

आता तो माझ्या बोटांशी लाडिक चाळा करू लागला. मी रोमांचित झाले.

''तिकडे काम करणाऱ्या एका पोऱ्याने माझी खिल्ली उडवली आणि शेजारून जाताना माझ्या पायांच्या मध्ये हात घालून दाबलं.''

संजीवकुमार माझा तळवा गोंजारू लागला.

''दुपारी ३ ते ४ ही हॉटेलच्या कर्मचाऱ्यांची जेवणाची वेळ होती. सगळ्यांनी जेवून घेतलं आणि मला त्यांची उष्टी ताटं धुवायला लावली. त्यानंतर माझी सुटका केली गेली. मी माझे कपडे चढवले आणि जायला निघालो. मात्र, डोक्यामध्ये संताप भरलेला होता. बाहेर पडताना व्यवस्थापकाच्या टेबलावरचं बडीशेप, गोळ्या ठेवलेलं ताट भिरकावून टाकलं. त्याने माझ्यावर शिव्यांचा वर्षाव केला आणि पडलेला ऐवज गोळा करायला खाली बसला. ती संधी साधून, मी त्याच्या गल्ल्यातले पैसे उचलले आणि पळत सुटलो. आपल्या अपमानाचा बदला घेण्याचा तो माझा पहिलाच प्रसंग होता.''

आता तो आणखी वेगाने माझे तळवे, हात गोंजारू लागला.

''त्यानंतर मी पुन्हा कधीच बिर्याणी खाल्ली नाही. बिर्याणीच्या वासाने माझ्यातला पशू जागा होतो... प्रतिशोध घेण्यासाठी सज्ज होतो.''

अचानक संजीवकुमार टेबलावर झुकला आणि मला जवळ ओढून माझ्या गालाचं चुंबन घेतलं. मी अतिशय शरमले. तेवढ्यात त्याने माझी मूठ उघडून त्यावर काहीतरी ठेवलं. बघते तर काय? ते ठाकूमाचं सोन्याचं नाणं होतं.

''हासुद्धा तुझ्या प्रतिशोधाचा एक भाग होता का? बिचाऱ्या ठाकूमाचा बदला घेण्याचं कारण काय होतं तुला?''

''ठाकूमाचा नाही; तुझा! तू मला माझ्या दुर्बलतेची आठवण करून दिलीस म्हणून.''

इतक्यात आमचं जेवण आलं. नान, कोंबडीचा रस्सा, पुलाव... मी पहिल्यांदाच इतक्या सुशोभित हॉटेलात जेवत होते.

''फक्त आठ दिवस बाकी आहेत जतिंद्रनाथच्या फाशीसाठी...'' संजीवकुमार माझ्याकडे बघत कुजबुजला.

समोर एवढं सुग्रास अन्न असूनही माझी भूक मरून गेली. मला किळस वाटू लागली – संजीवकुमारच्या डोळ्यांतून येणाऱ्या वाळवीची! त्याच्या डोळ्यांत

हॉटेलातली प्रत्येक वस्तू परावर्तित होत होती. फक्त तिथे मला माझं प्रतिबिंब दिसेना!

१९

आईने संजीवकुमार मित्रासाठी जेवणाचा जंगी बेत केला होता. त्यातच दही आणण्यासाठी तिने मला प्रसेनदाच्या दुकानाकडे पिटाळलं होतं. आमच्या दुकानापासून डावीकडे वळत, मृगांका दत्तच्या खानावळीवरून आणि हरिहर झाच्या बुटांच्या दुकानावरून मी प्रसेनदाच्या दुकानात पोहोचले. रस्त्यावरून जाताना अनेक लोक माझ्याकडे वळून-वळून पाहत होते; मला गंमत वाटली. अख्खा जन्म काढला त्या गल्लीमध्ये मी आणि अचानक कुणीतरी 'सेलेब्रिटी' बनले होते!

"आ... हा... चेतूदी! ये, ये! अलभ्य लाभ, अलभ्य लाभ! आजकाल तुझं दर्शन घेण्यासाठी टी.व्ही. बघावा लागतो. हाऽहाऽहाऽ... ए, पण ते तुला चांगले पैसे देतात ना? मग ठीक आहे. मी तुला एवढीशी असल्यापासून ओळखतो. मला खात्री आहे, तू फार पुढे जाशील; पण हा सगळा तुझ्या आईच्या प्रार्थनांचा परिणाम आहे हंऽऽ! सचिनामयी देवी... फार भली व्यक्ती आहे ती. तिला कधीही अंतर देऊ नकोस. बाळा, खूप भोगलंय तिने... आणि तिचा मुलगा – तुझा रामूदा? बिच्चारा! किती वाईट झालं त्याच्यासोबत..."

मी दुकानामध्ये पाऊल टाकताक्षणीच प्रसेनदाने रुंद हास्य करून, आपली टकळी चालू केली होती. मध्येच त्यांनी एक कोरा कागद उचलला आणि एका मोठ्याशा कुंचल्याने माझं चित्र रेखाटून दिलं. प्रसेनदाची ती बडबड ऐकून, शेजारच्या दुकानामध्ये सुतारकाम करणाऱ्या सलिमचाचाने प्रसेनदाच्या बायकोला हाक मारत म्हटलं,

"सुपर्णादी, आवर गं बाई तुझ्या नवऱ्याला! बडबड करून बिचाऱ्या मुलीचा जीव घेईल!"

ते ऐकून सुपर्णादी हसऱ्या चेहऱ्याने बाहेर आली आणि मला किती दही हवं आहे हे विचारलं. ती दोन वाट्या दही काढून देत असताना, प्रसेनदाने सहा रुपयांची चिल्लर काढून ठेवली.

"सचिनामयीदीला सांग, मी विचारलं आहे म्हणून. स्यामिलीदीलासुद्धा सांग... आणि तिला सांग की, मी विचारत होतो; इतक्या दिवसांत ती मला दिसली कशी नाही?"

सुपर्णादीने माझ्या हातात दही बांधून दिलं. तिच्याकडे हसून बघत सलिमचाचा

उद्गारले,

"दी, तुमच्या नवऱ्याला इतर बायकांची फारच काळजी असते बुवा!"

त्यावर काही प्रतिक्रिया न देता सुपर्णादीने आतला मार्ग धरला. प्रसेनदाने सलिमचाचाला उत्तर दिलं,

"सलिम भाई, जिथे स्त्रियांना मान दिला जातो, तिथेच देवाचा वास असतो."

"होऽ..होऽ...बरोबर आहे तुमचं," असं म्हणत सलिमचाचा पुन्हा आपल्या कामाला लागले.

मी लहानपणापासून या दोघा शेजाऱ्यांच्या गप्पागोष्टी ऐकत आले होते आणि मला आजही त्याची खूप गंमत वाटते. उजवा हात नसलेले प्रसेनदा आणि दोन्ही पाय नसलेले सलिमचाचा यांची शाब्दिक जुगलबंदी अशीच गमतीशीर असे किंबहुना त्यांची भेटही काहीशा वेगळ्या पद्धतीने झाली होती. १९४६ मध्ये झालेल्या 'ग्रेट कोलकाता किलिंग्ज' या नावाने (कु)प्रसिद्ध असलेल्या भयंकर दंगलींमध्ये जबर जखमी होऊन, इस्पितळात एकमेकांशेजारी पडले असताना दोघांची मैत्री जमली.

मला जेव्हापासून आठवतं, तेव्हापासून मी प्रसेनदाला त्यांच्या दुकानामधले दह्याचे हंडे कलात्मकपणे सजवताना आणि मांडताना बघत आले आहे. हसऱ्या, गप्पिष्ट स्वभावाच्या प्रसेनदाला बोलण्यासाठी माणसांचीच गरज पडायची, असं नाही. कित्येक वेळा मी त्यांना आपल्या ढेरीवरील बनियन सरळ करत, कावळ्या-कुत्र्यांशी गप्पा मारतानाही बघितलं आहे.

सलिमचाचांचा जन्म एका श्रीमंत मुसलमान कुटुंबात झाला होता. मात्र, दंगलीमध्ये त्यांचं घर जाळलं गेलं आणि सगळ्या कुटुंबीयांनाही क्रूरपणे मारण्यात आलं, तेव्हापासून ते एकटेच होते. सलिमचाचा हाडाचे कलाकार होते. तबला तर इतका सुंदर वाजवायचे की, स्ट्रॅन्ड रोडवरून नेले जाणारे मृतदेहसुद्धा प्रसंगी मनातल्या मनात 'वा! वा!' म्हणत असतील असं मला वाटायचं!

दही घेऊन निघताना, प्रसेनदाने माझ्या हातात चिल्लर ठेवून विचारलं,

"सुदेवदाचं स्यामिलीदीवरचं प्रेम अजून तरी ओसरलेलं नाही ना गंऽऽ?"

मी हसले. सलिमचाचाने तबल्यावर थाप मारली आणि तेही हसण्यामध्ये सामील झाले.

बंगालमध्ये आलेल्या भयंकर दुष्काळाच्या काळी नोआखालीतील बरीच माणसं मूठभर अन्नासाठी दिवसभर भटकून, अखेर संध्याकाळपर्यंत दमूनभागून बाजारापर्यंत यायची आणि अति थकव्यामुळे तिथेच प्राण सोडायची. त्यांपैकी बरेचसे मुसलमान

शेतकरी असायचे. एकदा बाबांनी मला सांगितलं होतं की, मृतदेहांच्या खचामध्ये शिरून कोणती व्यक्ती कोणत्या जातीची होती हे बघण्यासाठी लागणारी चढाओढ अत्यंत भयंकर आणि दयनीय असे. मुसलमान लोक आपल्या मुसलमान बांधवांचे मृतदेह घेऊन जायचे; हिंदू माणसं फक्त हिंदूची. मुसलमानांची प्रेतं पुरली जायची, तर हिंदूंची प्रेतं गंगेमध्ये फेकली जायची.

'ग्रेट कोलकाता किलिंग्ज'च्या वेळी बाबा ३० वर्षांचे झाले. त्या दंगलींच्या मालिकेला कारणीभूत असलेल्या 'डायरेक्ट ॲक्शन डे'च्या दिवशी बाबा दोन गुन्हेगारांना फाशी देऊन घरी परत येत होते. दंगल उसळल्यानंतर जो हाहाकार माजला, त्याची आठवण आजही बाबांच्या डोक्यात पक्की बसलेली आहे. त्याबद्दलच्या गोष्टी सांगताना बाबा कधीच थकत नाहीत.

ते सांगतात, ज्या दोन गुन्हेगारांना ते फाशी देऊन आले होते, त्यांना १९४३च्या दुष्काळाशी निगडित एका खटल्यामध्ये फाशीची शिक्षा सुनावली गेली होती. सरकारने हा खटाटोप करण्यामागचं कारण असं होतं की, हा दुष्काळ सरकारच्या हलगर्जीपणामुळे नव्हे, तर काळाबाजार करणाऱ्या व्यापाऱ्यांमुळे आला आहे असं दाखवणे. राणादा प्रसाद सहाचे खास साहाय्यक असलेल्या रमण कुमार मुखर्जीला अटक झाल्यानंतर कुणीतरी असा शेरा मारला की, फक्त हिंदू माणसाला अटक झाली तर समस्या निर्माण होईल; त्यामुळे एखाद्या मुसलमानालाही अटक झाली पाहिजे. मग त्यानुसार मिदनापूरमधील अहमद शहाला अटक केली गेली. दोघांनाही दोषी करार देऊन, फाशीची शिक्षा सुनावली गेली. दोघांनाही पहाटे ४ वाजता, प्रेसिडेन्सी कारागृहामध्ये फाशी देण्यात आली. जल्लादाचा दोरखंड बघून दोघेही सारखेच गलितगात्र झाले. खटका ओढला गेल्यानंतर दोघांनीही सुमारे पंधरा सेकंदांमध्ये प्राण सोडला.

फाशी दिल्यानंतर, बाबांनी तडक गोपाळदा नावाच्या माणसाच्या दारूच्या भट्टीचा रस्ता धरला होता. ते तिथे असतानाच दंगल पेटली होती.

"माझ्या घशाला कोरड पडली होती. कसाबसा हेलपाटत गोपाळदाच्या दुकानात पोहोचलो आणि दरवाजा उघडला, तेव्हाच दुरून आवाज येऊ लागले होते – 'लढ के लेंगे पाकिस्तान.' मला वाटलं, रथयात्रा चालू आहे; पण गोपाळदाने पटापट दुकानाचा दरवाजा बंद करून टाकला. मला म्हणाला, 'ग्रद्धादा, तसं झालं ना, तर आपण सगळे वर पोहोचलोच म्हणून समजा!' पुढचं सगळं अक्षरशः काही क्षणांमध्ये घडलं. तो बाहेर पळाला आणि इतर काही लोकांना घेऊन आला. त्या सगळ्यांनी मिळून पैसे गोळा केले आणि अमेरिकन कॅम्पमध्ये जाऊन २५० रुपयांची पिस्तुलं आणि हातबॉम्ब विकत घेतले. गर्दी जमू लागली. दर ठरवले गेले. मुंडकं छाटलं तर १० रुपये मिळणार होते आणि हात-पाय

कापले तर ५ रुपये. हा तो काळ होता, जेव्हा इंग्रज सरकार फाशी देणाऱ्या जल्लादाला पूर्ण १ रुपयासुद्धा देत नव्हतं. त्यांनी मला ते काळं कृत्य करण्याचा खूप आग्रह केला; पण...''

इथे, बाबांनी मिशीवर ताव मारत अभिमानाने सांगितलं,

''हाडाचा जल्लाद कधी अशा रीतीने मृत्यूचा सौदा करत नाही.''

बाबांच्या डोळ्यांदेखत जेव्हा हिंदू आणि मुसलमान एकमेकांना कापून काढू लागले, तेव्हा ते अक्षरशः पळून गेले! पुढे कित्येक वर्षं त्या वेळी ऐकलेल्या किंकाळ्या आणि भयानक आरडाओरडा त्यांच्या कानात घुमत राहिला. त्या भयंकर दंगलीच्या वेळी बाबांना हे उमजलं की, सडणाऱ्या मांसापेक्षा साकळणाऱ्या रक्ताचा दर्प अधिक असह्य असतो.

प्रसेनदाच्या दुकानातून घरी परत जाताना मी पायाखालचा रस्ता निरखत गेले. हजारो लोकांचं रक्त, घाम आणि पू याने भरलेला रस्ता आहे हा असा विचार करत कधी घरी पोहोचले हे समजलंच नाही.

घराजवळच्या रस्त्यावरूनच संजीवकुमारचा आवाज ऐकू आला.

''उपासमारीमुळे झालेल्या मृत्यूंमध्ये जनतेला आता रस उरलेला नाही. तो बहर ओसरला; आता आपली वेळ आली आहे फणीदा. तुम्ही त्या दुसऱ्या वाहिनीवरचा कार्यक्रम बंद करा. फाशीच्या दोन दिवस आधी आपण २४ तासांचं थेट प्रक्षेपण सुरू करू. मला तुम्ही दोघे हवे आहात आणि तेही फुकट नाही हंऽऽ! १००० रुपये आणि एक बाटली... आता बोला!''

बाबांनी आणलेली संदेश मिठाई खात, संजीवकुमारने माझ्याकडे अर्थपूर्ण कटाक्ष टाकला.

''उं! संजू बाबू, तुम्हाला माहिती आहे का, माझी वाहिनी मला प्रत्येक दिवसाच्या चित्रीकरणासाठी १५०० रुपये देत आहे?''

हे ऐकून, संजीवकुमार खुऽखुऽ करत हसला आणि बाबांना म्हणाला,

''फणीदा, चुकून एक शून्य जास्तीचं लावलंत का? मी काय काल जन्माला आलो असं वाटतं का तुम्हाला? ती वाहिनी तुम्हाला किती पैसे देते याची नेमकी रक्कम माहीत आहे मला. बरं चला, तुम्हाला जर आमची किंमत फार थोडी वाटत असेल तर... खरंतर आम्ही चेतनासाठी आधीच ५००० रुपये दिले आहेत. म्हणजे तसं बघितलं तर आपल्या करारानुसार, मी तुम्हाला आणखी एक पैसाही द्यायची गरज नाही; पण तरीही मी तुम्हाला अजून ५००० रुपये देऊ करतो. केवळ आपल्यातला भावनिक नात्याचा मान राखून. बघा, विचार करा...''

बाबांनी काही उत्तर दिलं नाही. धोतरामधून डोकावणारा पाय चोळत, संदेश खात बसलेल्या संजीवकुमारकडे पाहत विचार करू लागले. ते फार वेळ घेत

आहेत असं पाहून संजीवकुमार तक्रारीच्या सुरात म्हणाला,

"यापूर्वी मी तुम्हाला एवढी फक्कड कल्पना सुचवली होती, ती तुम्ही मान्य केली नाहीत. त्यातून तुम्हाला केवढा भरभरून पैसा मिळाला असता."

उत्तरादाखल बाबांनी सिगारेटचा मोठा झुरका घेतला आणि म्हणाले,

"माणसाच्या स्मृती त्याचं कवच असतात. तुला माझ्या सगळ्या आठवणी देऊन उघडं होण्यापेक्षा, रस्त्यावर नग्न फिरणं मी अधिक पसंत करीन!"

हे ऐकून संजीवकुमार गप्प बसला. काही क्षण अस्वस्थ शांततेत गेल्यावर बाबा त्याला म्हणाले,

"असं आहे संजू बाबू, मी जेव्हा माझ्या मुलीचा हात तुमच्या हातात देईन, तेव्हा तिच्यासोबत या घराण्याच्या आठवणी आणि अनुभवही तुमच्याकडे येतीलच. कुटुंबाच्या आठवणी आणि अनुभव या कुणा एका व्यक्तीच्या मालकीच्या नसतात; त्यावर सगळ्यांचा समान हक्क असतो."

संदेश संपवून काळ्या हातरुमालाने आपली बोटं पुसत, संजीवकुमार बाबांना म्हणाला,

"फणीदा, तुमच्यापेक्षा तुमची मुलगी जास्त चतुर आणि व्यवहारी आहे."

थोड्या वेळाने, मी आईला आवराआवर करण्यास मदत करायला जाताना संजीवकुमारने बाबांना विचारलं,

"फणीदा, आपण फाशीस्तंभाची प्रतिकृती बनवली तर?"

बाबांनी त्याच्याकडे चमकून बघितलं.

"कुठे? घरी की स्टुडिओमध्ये?... उंऽऽ, नाही स्टुडिओमध्येच बरं पडेल."

सिगारेटचे झुरके घेऊन ते पुढे म्हणाले,

"तुमच्या वाहिनीला चांगलाच फायदा होईल या कल्पनेचा. सध्या जतिंद्रनाथच्या फाशीबद्दल दर्शकांचा रस आणि कुतूहल दोन्ही चाळवले गेले आहे आणि संजू बाबू, एक गोष्ट मी तुम्हाला छातीठोकपणे सांगतो : कितीही मूर्खांनी मृत्युदंडाची शिक्षा रद्द करण्यात यावी यासाठी पाहिजे तितके धरणे धरले तरी आपल्या देशामध्ये ही शिक्षा रद्द होणार नाही! का माहीत आहे? कारण आपल्या देशातल्या लोकांना दुसऱ्याच्या मृत्यूचा तमाशा बघायला खूप आवडतो. आपली जनता दृश्यप्रिय आहे. तुम्हाला जसा तुमच्या तोंडात संदेश घोळलेला आवडतो ना, तसंच आपल्या लोकांना दुसऱ्याचा मृत्यू बघण्यात एक प्रकारचा विकृत आनंद मिळतो."

"हंऽऽ... बाकी फणीदा, संदेश मात्र अप्रतिम होता हा! कुठून आणला होता?"

"एल्गिन स्ट्रीटवरच्या गंगाराम हलवायाकडून. तुम्हाला माहीत आहे का?

ते दुकान सत्यजित रे यांचं सगळ्यात लाडकं मिठाईचं दुकान होतं. ते संदेश खायचे तर फक्त गंगाराम हलवाईकडचे.''

''काही म्हणा, संदेश हा बंगालींनी आपल्या देशाला दिलेला खाद्य-हिरा आहे! दूध, मलई, तूप आणि साखरेपासून इतका सुंदर पदार्थ फक्त आपण बंगालीच करू जाणे!''

संजीवकुमारचं बोलणं ऐकून, बाबांनी तलम कागदामध्ये सुबकपणे गुंडाळलेला संदेशचा तुकडा उचलला आणि तो निरखत उद्‌गारले,

''संजू बाबू, तुम्ही कधी या गोष्टीचा विचार केला आहे का? की, शरीराला हानिकारक असलेल्या सगळ्या गोष्टी अत्यंत सुंदर आणि चविष्ट असतात? मग ती दारू असो, साखर असो किंवा बायका! हाऽहाऽहाऽ...! तुम्हाला सांगतो, या कोड्यामधला मथितार्थ जर तुम्हाला उमजला ना, तर तुमचं जीवन सार्थक झालं असं समजायचं!''

बाबांचं बोलणं ऐकून संजीवकुमारसुद्धा हसला; पण मग पुन्हा गंभीर बनून तो बाबांना म्हणाला,

''फणीदा, मी काय म्हणतो ते ऐकून घ्या. फाशीच्या दिवशी आपण आमच्या स्टुडिओमध्ये खराखुरा फाशीस्तंभ उभा करू. मला त्या दिवशी स्टुडिओमध्ये तुम्ही आणि चेतना – दोघेही हवे आहात. जतिंद्रनाथला नेमकं कसं फासावर लटकवलं गेलं याचं प्रात्यक्षिक तुम्ही आमच्या दर्शकांना दाखवू शकलात, तर तो त्यांच्यासाठी फार निराळा अनुभव असेल.'' रुमालाने तोंडावरचा घाम पुसत संजीवकुमार पुढे म्हणाला,

''फाशीस्तंभाच्या प्रतिकृतीपेक्षा आपण खरा फाशीस्तंभ कसा असतो, कसा बांधला जातो हे दाखवलं तर फार वेगळा कार्यक्रम होईल आपला...''

इतका वेळ भिंतीकडे तोंड करून स्वतःशीच हसत बसलेल्या रामूदाने अचानक माझ्याकडे वळून बघितलं आणि म्हणाला,

''चेतू, मी मॅराडोनाच्या गोलचा विचार करत होतो. 'हॅन्ड ऑफ गॉड...! काय सुंदर उपमा दिली आहे नाही त्याला?''

मी रामूदासाठी हसण्याचा प्रयत्न केला; पण ओठावर हास्य उमलेना.

''काल रात्री मी एक स्वप्न बघितलं. त्यात मला दिसलं की, मला पुन्हा पाय उगवू लागले होते. तू बघायला पाहिजे होतंस, चेतू. बियाण्यामधून रोप बाहेर पडावं तसे माझ्या शरीरामधून पाय बाहेर येत होते. आधी मला वाटलं की, रोपच उगवत आहे; पण मग लक्षात आलं की, ते पाय होते. चेतू, तुला माहीत आहे? पानाचा आणि माणसाच्या पायाचा आकार खूप सारखा असतो...''

माझं हृदय थरथरलं.

"बरं, ते जाऊ दे. यूरो चषकाची काही खबरबात? केबलवाल्यांचा संप कधी संपणार काही समजलं का?" रामूदाने विषय बदलत विचारलं.

टी.व्ही.वाहिन्या आणि केबल कंपन्यांमध्ये वाद सुरू होऊन, केबलवाल्यांनी संप केल्यापासून रामूदा अस्वस्थ झाला होता.

इतक्यात बाबांच्या खोलीतून जोरजोरात हसण्याचा आवाज आला. तो ऐकून, रामूदाने माझ्याकडे बघून विचारलं,

"कशाबद्दल एवढे विनोद चालले आहेत? तुझ्या लग्नाबद्दल?"

मी उसासा टाकत उत्तर दिलं,

"त्याला आपल्या वाहिनीच्या कार्यक्रमासाठी फाशीस्तंभ उभारायचा आहे..."

"कुठे?"

"काय माहीत?"

हे ऐकून रामूदाच्या चेहऱ्यावर काळजी दाटून आली आणि तो म्हणाला,

"चेतू, मला फार चिंता वाटू लागली आहे. आजकाल लोक असे विचित्र का वागू लागले आहेत? सगळंच किती झपाट्याने बदलतंय, नाही का? आपल्या लहानपणी कधी होता का असा एखादा संजीवकुमार? सांग बरंऽऽ"

माझ्या मनःपटलावर, उकडलेलं अंडं लपवलेल्या पिवळ्याधमक बिर्याणीचं चित्र तरळून गेलं. ठाकूमाचं सोन्याचं नाणं मी अजूनही माझ्या पर्समध्ये ठेवलेलं होतं. मला अजूनही कुठेतरी आशा होती की, संजीवकुमार सुधारेल. म्हणून मी रामूदाकडे पाठ करून, गुप्तपणे ते नाणं बाहेर काढलं आणि रामूदाचा डोळा चुकवून, ठाकूमाच्या उशीखाली ठेवून दिलं. बाप रे! चोरी करण्याइतकंच चोरी केलेल्या वस्तू परत करणंही कठीण काम असतं! संध्याकाळी मी स्टुडिओत गेले असताना मा जेव्हा ठाकूमाची गादी आवरायला येईल, तेव्हा तिला ते नाणं सापडेल आणि ठाकूमाच्या आनंदाला पारावार राहणार नाही!

त्या दिवशी मला स्टुडिओमध्ये लवकर पोहोचायचं होतं; त्यामुळे दुपारचं जेवण झाल्यावर लगेच मी आणि संजीवकुमार निघालो.

"आता फक्त सात दिवस राहिले आहेत, चेतना..." संजीवकुमारने माझ्याकडे स्मित करत म्हटलं. त्यावर काय प्रतिक्रिया द्यावी हे न समजून, मी गप्प राहणं पसंत केलं.

"फणीदा म्हणाले की, उद्या वाळूच्या पिशवीची तपासणी होणार आहे."

मी आणखी उदास झाले.

"त्यानंतर केवळ आठवडाभरात तोच प्रयोग एका जिवंत माणसावर होणार आहे!"

"तो प्रयोग नसेल, संजीव बाबू!" मी अस्वस्थ आवाजात संजीवकुमारला

टोकलं; पण माझ्या जरबेने घाबरण्याऐवजी तो हसत उद्गारला,

"ते काही असो... मला ते सगळं बघायचं आहे, चेतना. मी तशी परवानगी काढून ठेवली आहे."

"बाबा सांगतात की, फाशी बघायला येणारी बरीचशी माणसं चक्कर येऊन पडतात किंवा त्यांना भडभडून उलट्या होतात."

"त्या बाबतीत तू माझी चिंता करू नकोस. मी चांगला खंबीर माणूस आहे."

आम्ही स्टुडिओमध्ये पोहोचलो. बघतो, तर आतमध्ये नेहमीपेक्षा जास्तच गोंधळ माजलेला दिसत होता. मी मेकअप करण्यासाठी खोलीत गेले. इतक्यात संजीवकुमार माझ्या मागे येऊन म्हणाला,

"अगं चेतना, आज 'हॅन्गवुमन डायरी'चं प्रक्षेपण होणार नाही. गुजरातच्या मुख्यमंत्र्यांवर खुनी हल्ला झाला आहे. पोलिसांबरोबर झालेल्या चकमकीमध्ये तीन माणसं ठार झाली आहेत. त्यांपैकी एक कॉलेज युवती होती. आपल्याला जपून राहायला हवं. जातीय दंगे होण्याची परिस्थिती निर्माण होईल असं वाटतंय."

त्या मारल्या गेलेल्या तरुणीच्या घरची चित्रं समोरच्या टी.व्ही.वर दाखवली जात होती. सात माणसं राहत असलेलं एक खुराडेवजा घर. वडिलांच्या अकाली निधनानंतर गरिबीत दिवस काढणारं तिचं कुटुंब... कॅमेऱ्याकडे बघून वेडीवाकडी हसणारी तिची मनोरुग्ण बहीण... वीज नसलेल्या त्या घरामध्ये आपल्या मुलीची वाट बघत थांबलेली तिची आई... मुळात ती मुलगी गुजरातला का गेली होती याबद्दल संभ्रम व्यक्त करणारे पोलीस अधिकारी... अचानक मला निहारिकाची आठवण झाली.

"आपल्याकडे थोडा वेळ आहे. जरा फिरायला जाऊ या का?" मी घरी जाण्यासाठी निघत असताना संजीवकुमारने विचारलं.

त्या दिवशी शहराचं रूप काही निराळंच होतं. नुकत्याच पडून गेलेल्या पावसाच्या सरीमुळे सगळं कसं चकचकीत दिसत होतं. गुलमोहराच्या पानांवरून टपोऱ्या पागोळ्या गळत होत्या. त्याच्या भरगच्च फांद्यांवर पिवळ्याधमक मैना नाचत होत्या. मी खूश होते; खूप छान वाटत होतं.

तेवढ्यात माझ्या नकळत संजीवकुमारने माझा हात धरला! मी घाबरून त्याच्याकडे बघितलं; पण त्याने माझा हात सोडला नाही. अलगदपणे तो मला एका सायकल-रिक्षाकडे घेऊन गेला आणि आत बसवलं. स्वतःही माझ्याशेजारी येऊन बसला आणि पुन्हा माझा हात हातात घेतला. मला काही कळेनासंच झालं. मनात विचारांचं थैमान सुरू झालं.

माझा आतला आवाज मला सांगत होता की, हे सगळं स्वप्न आहे; वास्तविक

तू स्टुडिओच्या प्रखर उजेडात उभी आहेस आणि संजीवकुमार मित्रा कुठल्याही क्षणी खटका ओढण्यासाठी सज्ज आहे. खटका ओढला गेला की, तू तळघरात पडून, कायमस्वरूपी लुप्त होणार आहेस. तू – चेतना ग्रद्धा मालिक – समस्त स्त्रीजातीसाठी धैर्य आणि आत्मसन्मानाचं असलेलं प्रतीक!

२०

खरं सांगायचं तर माझं प्रेम म्हणजे कोलकातामधल्या पावसाळ्यासारखं होतं – ज्याने आसमंत गार न होता, अजूनच कुंद होतो. असं म्हणतात की, प्रेमात पडल्यावर आपल्याला आत्मिक शांती मिळते; पण माझ्या बाबतीत तसं काही होत नव्हतं. उलट प्रेमात पडल्यानंतर माझा बहुतेक वेळ घाबरण्यात जात होता. संजीवकुमार आणि मी ज्या सायकल-रिक्षामध्ये बसलो होतो, ती अगदी मोडकळीला आलेली होती. त्याचे दांडे गंजलेले होते आणि आसनाला जागोजागी भगदाडं पडून त्यातला कापूस बाहेर डोकावत होता. त्याच फाटक्या आसनावर मी जीव मुठीत धरून बसलेली असताना संजीवकुमारने अचानक मला आपल्या कवेत ओढलं! माझ्या घशाला कोरड पडली, हृदय जोरात धडधडू लागलं. जळत असलेल्या झाडाच्या ढोलीत सापडलेल्या पक्ष्याची जशी अवस्था होते, तसं काहीसं माझं झालं होतं. संजीवकुमारच्या शरीराचं तापमान वाढताना जाणवत होतं. त्याच्या इतक्या जवळ बसण्याची ही माझी पहिलीच वेळ होती – हवीहवीशी आणि तितकीच नकोशीसुद्धा!

पाऊस संपून गेला. रस्त्यावर पुन्हा माणसांची आणि वाहनांची गर्दी दाटू लागली. मळकट कपडे घातलेली माणसं घेऊन जाणाऱ्या मोडक्या बस, रिक्षा आणि चकचकीत कपडे घालून ऐटीत बसलेल्या श्रीमंतांना वाहून नेणाऱ्या प्रशस्त गाड्या – सगळ्यांची एकच घाई सुरू झाली. मला मात्र कशाचंच भान उरलं नव्हतं. आमची सायकल-रिक्षा खड्ड्यांमधून न जाता, आकाशगंगेतून जात आहे असं काहीसं मला वाटू लागलं! कळकट्ट कपड्यांमधला रिक्षाचालक चांदण्यांमधून रिक्षा काढतोय असा भास होऊ लागला. त्याच्या छातीवर टांगलेला परवान्याचा बिल्ला मला एखाद्या ध्रुवताऱ्यासारखा वाटू लागला. मध्येच मला गुंगी येऊ लागली. पंखाला आग लागलेल्या पक्ष्याला, स्त्रीजातीच्या उद्धाराची काळजी करायला वेळ नसतो. त्या काही क्षणांमध्ये, माझ्याशेजारी बसलेला माणूस मला घाणेरड्या धमक्या देणारा नराधम नव्हता. एवढंच काय तर त्याला सातशे सत्तावीस पद्धतींनी मारण्याची जिद्द बाळगणारी ती मुलगीसुद्धा त्या वेळी कुठेतरी दडून बसली होती.

त्या सायकल-रिक्षामध्ये बसलेले आम्ही दोघे म्हणजे, हवेमध्ये झोके घेणाऱ्या गुलमोहराच्या झाडावर आपलं इवलसं घरटं बांधण्याची धडपड करणारं प्रेमी युगुल होतो.

पंखाला लागलेली आग शमवण्याचा मी अतोनात प्रयत्न केला!

'जनरल पोस्ट ऑफिस'वरून डावीकडे वळून, आमची रिक्षा 'रॉयल इन्शुरन्स कंपनी'च्या दिमाखदार इमारतीजवळ पोहोचली. तिथून पुन्हा डावीकडे वळून, कोईलाघाट आणि हेअर स्ट्रीटला जोडणाऱ्या बँक्स हॉल स्ट्रीटवर चालू लागली. मग पूर्वीच्या काळी 'कंपनी हाउस' या नावाने प्रसिद्ध असलेल्या इमारतीजवळ येऊन पोहोचली. ही इमारत ज्या ठिकाणी उभी होती, त्याच ठिकाणी इंग्रजांचं राज्य येण्यापूर्वी सबर्णा रॉय चौधरींच्या कुटुंबाने न्यायालयाची वास्तू उभारली होती. तिथून पुढे आम्ही रेल्वे व्यवस्थापकाचं कार्यालय असलेल्या लाल विटांच्या इमारतीजवळ आलो. पूर्वीच्या काळी ही इमारत म्हणजे राज्यपालांचं औपचारिक निवासस्थान असे. तिच्या प्रशस्त बागांमध्ये टपोरे गुलाब उगवत असत. या बागा पार लाल डिगीपर्यंत विस्तारलेल्या होत्या. मग १७५६ मध्ये सिराज-उद्-दौलाच्या सेनेने हा किल्ला काबीज केला. त्यानंतर ती जमीन ताब्यात घेऊन, इंग्रजांनी त्यावर 'मरीन हाउस'ची स्थापना केली.

आमची रिक्षा अजून थोडी पुढे गेली आणि मला उंच दरवाजे व कपडे वाळत घातलेले प्रशस्त व्हरांडे असलेली 'कुत्चरी बिल्डिंग' दिसली. ती इमारत आली तशी मी उत्सुकतेने दुसऱ्या बाजूला मान फिरवली. मला एका जुन्या, पडक्या इमारतीचा शोध घ्यायचा होता – अशी इमारत, जी कधी काळी आपल्या रुबाबदार देखाव्यासाठी संपूर्ण शहरात नावाजलेली होती. शोध घेत भिरभिरणारी माझी नजर पाहून, संजीवकुमारने मला आणखी जवळ ओढलं आणि माझ्याकडे प्रश्नार्थक चेहऱ्याने बघितलं. नकळत मीसुद्धा त्याच्या मिठीत सामावले आणि त्याला सांगितलं,

"ती इमारत ना, पूर्वी 'क्रायटेरियन हॉटेल' म्हणून प्रसिद्ध होती. माझ्या दादूंचं स्वप्न होतं की, आयुष्यामध्ये एकदा तरी त्यांना तिथे जाऊन कपभर चहा घेता यावा..."

संजीवकुमारने मान वेळावून त्या पडक्या इमारतीकडे बघितलं. अर्ध्याअधिक भिंती पडलेल्या आणि उरलेल्या जागेमध्ये लहानशी दुकानं सामावलेल्या त्या पूर्वाश्रमीच्या नावाजलेल्या हॉटेलकडे पाहून, तो खोऽखोऽ हसत सुटला. त्याचं हसणं ऐकून, आमच्या वृद्ध रिक्षाचालकाने गंभीरपणे मागे वळून बघितलं. बाबांपेक्षाही लांब मिशी आणि उन्हामध्ये फिरून रापलेले गाल असलेल्या रिक्षावाल्याने संजीवकुमारला सांगितलं,

"बाबू, हसू नका. ती इमारत माझ्या आजोबांच्या आजोबांच्या – म्हणजेच माझ्या खापरखापर पणजोबांच्या गालकीची होती."

ते ऐकून, संजीवकुमारला पुन्हा हसू फुटलं. मी त्याच्याकडे डोळे वटारून पाहत म्हणाले,

"त्यात एवढं गमतीशीर काय आहे? हे कोलकाता आहे."

संजीवकुमारला माझ्या बोलण्याचा रोख कळेना. तो माझ्याकडे गोंधळलेल्या चेहऱ्याने पाहत बसला. मग रिक्षावाल्याने सांगितलं,

"माझे खापरखापर पणजोबा सुलतान होते."

"सुलतान?"

"हो, म्हैसूरचे!"

आता रिक्षावाला खाली उतरला आणि पायी चालत रिक्षा ओढू लागला. त्याला श्वास घ्यायला त्रास होत होता. तरीही कशीबशी रिक्षा ओढत त्याने आम्हाला विचारलं,

"तुम्ही टिपू सुलतानचं नाव ऐकलंय का?"

मी चमकले. संजीवकुमारनेही कान टवकारले. रिक्षावाला सांगू लागला,

"टिपू सुलतानचा मुलगा शहजादा मोईन-उद्द-दीन सुलतान साहिब हे माझे खापरखापर पणजोबा होते. माझ्या आजोबांच्या वडिलांचा इथे मोठा राजवाडा होता. त्या राजवाड्यामध्येच आजोबा लहानाचे मोठे झाले; पण दैवासमोर कोणाचं काही चालतं का? म्हणतात ना, एकाचं अमृत हे दुसऱ्याचं विष असतं!"

मी त्या रिक्षावाल्याकडे टक लावून बघत बसले. तो पुन्हा एकदा सायकलीवर बसला; तोंडावरून निथळत असलेला घाम पुसला आणि रिक्षा चालवू लागला. तेवढ्यात आश्चर्ययुक्त स्वरात संजीवकुमार उद्‌गारला,

"हे तुमचं कोलकाता शहर खरंच अजब आहे हंऽऽ! कुठे काय बघायला मिळेल समजत नाही. इकडे सुलतान रिक्षा ओढतात आणि महाराजे बूटपॉलिश करतात! काय म्हणावं याला?"

थोड्या वेळाने आम्ही बो बाजारजवळ उतरलो. उतरताना संजीवकुमारने रिक्षावाल्याला विचारलं,

"काय सुलतान साहेब, आम्हा गरिबांसोबत एक कप चहा पिणार का?"

"बाबू, माझं नाव अन्वर शहा आहे..." पानाचा तोबरा भरलेलं बोळकं उघडून मनमुराद हसत, अन्वर आमच्यासोबत चहा पिण्यासाठी टपरीवर आला. टपरीसमोर टाकलेल्या मोडक्या बाकावर बसून, तो आम्हाला आपल्या पूर्वजांच्या सुरस कथा सांगू लागला.

"टिपू सुलतानला चार बायका आणि सोळा मुलं होती. टिपूचा पराजय

करणाऱ्या इंग्रजांनी त्याच्या मुलांना कोलकात्याला धाडलं. त्यांच्या काही पिढ्या सुलतानाच्या थाटात जगल्या; पण नंतर सगळीच गळती लागली. कालांतराने, लोकांना त्यांचा आणि त्यांच्या महतीचा विसर पडला आणि काळाच्या ओघामध्ये ते लुप्त झाले.''

ठाकूमा मला टिपू सुलतानाच्या एका नातवाची गोष्ट सांगत असे. त्या नातवाने आत्महत्या केली होती. या माणसाची सर्वांत मोठी दौलत होती, ती म्हणजे त्याचं संगीत. नातलगांशी झालेल्या वादावादीमध्ये सगळी स्थावर मालमत्ता हरवून बसलेला तो माणूस अखेर भाड्याच्या घरामध्ये राहायला गेला. एकदा तो बाहेर गेला असताना, काही पोलीस व सरकारी अधिकारी त्याच्या घरी आले आणि त्याची वाद्यं उचलून घेऊन जाऊ लागले. तेवढ्यात तो माणूस घरी पोहोचला. त्या अधिकाऱ्यांना आपली वाद्यं घेऊन जाताना बघून तो वेडापिसा झाला. 'माझी वाद्यं मला परत करा; किमान एक तानपुरा तरी द्या,' अशा दीनवाणी विनंती करत तो कित्येक मैल त्यांच्या घोडागाडीमागे धावत गेला; पण त्याची एकही विनंती मान्य केली गेली नाही. मग अत्यंत निराश अवस्थेत तो माणूस घरी परत आला; भिंतीवर लटकवलेली दुनळी बंदूक काढली आणि आपल्या डोक्यामध्ये त्याने गोळ्या झाडून घेतल्या! त्याच्या डोक्यावरील फेट्याची पिसं इतस्ततः उडाली. पुढे कित्येक वर्षं त्या घराच्या भिंतींना आणि छताला त्या माणसाच्या मेंदूचे तुकडे चिकटलेले होते!

''टिपू सुलतानाच्या मृत्यूनंतर, आम्हाला टोलिगंजमध्ये जागा मिळाली होती. मग म्हैसूरहून येथे आलेल्या तीनशे कुटुंबीयांच्या जथ्याने त्या जागेमध्ये आपले संसार थाटले.''

रिक्षावाला आपली कथा सांगत असताना मी त्याच्याकडे निरखून पाहत होते. मला एक गमतीशीर कल्पना सुचली की, जर इथे या क्षणी खुद्द टिपू सुलतान आपला रुबाबदार फेटा घालून आणि कमरेला तलवार अडकवून बो बाजारमधल्या या बाकावर चहा पीत बसलेले दिसले, तर कसं वाटेल ना? टिपू सुलतानाच्या वंशजांचा राजवाडा आमच्या घराजवळच बांधलेला होता. त्याच्या मुलांनी टिपूच्या नावाने बांधलेल्या मशिदींबद्दल ठाकूमा आम्हाला खूपदा सांगत असे.

''टिपू आजोबांना वाघांचं खूप आकर्षण होतं. त्यांच्या प्रत्येक तलवारीवर, बंदुकीवर, तोफेवर कुठे न कुठे वाघाचं चित्र कोरलेलं असायचं. त्यांच्याकडे एक मजेशीर खेळणंसुद्धा होतं – गोऱ्या साहेबावर झडप घालणाऱ्या वाघाचं! असं म्हणतात की, वाघाने साहेबावर झडप घालून, त्याचा फडशा पाडला की, टिपू आजोबा खदखदून हसायचे!''

''अन्वर भाई, तुम्ही किती वर्षं ही रिक्षा चालवत आहात होऽऽ?'' संजीवकुमारने

मध्येच प्रश्न केला.

"ही रिक्षा? अहो, ही रिक्षा माझी नाही. इथे एक बिहारी मनुष्य आहे. त्याच्या मालकीच्या अशा दीडशे सायकल-रिक्षा आहेत; ज्या तो भाडेतत्त्वावर इतरांना चालवायला देतो. मी पूर्वी सिंगूरमध्ये शेती करत होतो; पण ते सगळं गेलं. घरी चार मुली आहेत. दोन वर्षांपूर्वी माझी बायको गेली. कदाचित, ती गेली ते चांगलंच झालं. काय देऊ शकलो असतो मी तिला?"

कडवट चेहऱ्याने अन्वर पुढे म्हणाला,

"स्वातंत्र्यसंग्रामात धाडसीपणे इंग्रजांविरुद्ध उभ्या राहिलेल्या टिपू सुलतानाच्या वंशजांची आज अशी दयनीय गत झाली आहे! कुणी रिक्षा चालवतंय, तर कुणी मोलकरीण म्हणून काम करतंय. हंऽऽ! आणि त्या वेळी, ज्या निजामांनी आपला आत्मसन्मान धाब्यावर बसवून इंग्रजांपुढे लोटांगण घातलं, त्यांचे वंशज पैशाच्या राशीवर लोळत आहेत! किती विरोधाभास आहे बघा, बाबू!"

त्वेषाने आपला मातीचा कप फेकून देत, अन्वर आपली मिशी पुसून ताठ उभा राहिला. त्याच्या हडकुळ्या कुडीमधून बाहेर येणारी हाडं जशी माझ्या नजरेतून सुटली नाहीत, तसाच त्याच्या चेहऱ्यावरचा स्वाभिमान आणि सुलतानी आबसुद्धा सुटला नाही. अन्वरकडे बघून खरंच दया येत होती. वर्षानुवर्षं भार उचलून वाकलेले खांदे, खपाटीला गेलेलं पोट, काड्यांसारखे बारीक पाय... या सगळ्यामध्ये विशेष जाणवणारी एक गोष्ट होती, ती म्हणजे त्याचे चकमणारे डोळे.

त्या कचकड्याच्या वाघाने तृप्तीचा ढेकर दिला, तसा संजीवकुमार त्याला म्हणाला,

"नशीब! भाई, अजून काय म्हणायचं?"

खरंतर मला इथे संजीवकुमारला सांगायचं होतं की, याला नशीब नाही, लोकतंत्र म्हणतात; पण मी गप्प बसले, कारण माझं लक्ष वेधून घेतलं होतं ते आपल्या सायकल-रिक्षावर आरूढ झालेल्या टिपू सुलतानाच्या वंशजानं! चहा पिऊन तरतरी आलेल्या त्या माणसाची झुबकेदार मिशी आता वाऱ्यासोबत फडफडत होती. त्यातून त्याच्या घराण्याचा एकेकाळचा थाट सहज लक्षात येत होता.

इतक्यात, संजीवकुमारने मला प्रेमळ आवाजात विचारलं,

"काय झालं, चेतू? कसला विचार करतेस?"

काही वेळापूर्वी मनात संचारलेला बेबंदपणा आता ओसरला होता. मी त्याच्यापासून हात सोडवण्याचा प्रयत्न करू लागले. सुलतानाच्या वंशजाला भेटून, मला माझ्या पूवर्जांची आठवण होऊ लागली.

"या सगळ्या परिसरामध्ये जिथे-जिथे चार रस्ते एकत्र येताना दिसतात ना, त्या सगळ्या ठिकाणी पूर्वी फाशीस्तंभ उभे केलेले असायचे," मी संजीवकुमारला

सांगू लागले.

का कुणास ठाऊक; पण अन्वरने सांगितलेल्या आठवणींमुळे माझं मन ढवळून निघालं होतं.

"लाल बाजार, बो बाजार, चितपूर रोड आणि बेन्टिक स्ट्रीट जिथे एकत्र येतात तिथे तर अनेक फाशीस्तंभ उभे केलेले होते. एकापेक्षा दुसरा उंच..."

संजीवकुमारने माझा हात सोडला.

"त्या फाशीस्तंभांवर माझ्या पूवर्जांनी हजारो माणसांना फाशी दिलेली आहे..."

त्याने उसासा टाकला.

"पूर्वीच्या काळी, सार्वजनिक ठिकाणी फाशी दिली जात असे. फाशीस्तंभासाठी जल्लादाला भरभक्कम झाडं शोधावी लागायची. तसं झाड मिळालं की, मग तो जल्लाद जमिनीवर लाकडाचे दोन ओंडके ठेवून ते एका खांबाने एकत्र करत असे. बाबा म्हणतात की, वर्तमानकाळातल्या फाशीस्तंभांच्या रचनेमध्ये सखोल अभ्यास आणि संशोधन यांचा मोठा वाटा आहे."

"चेतना, तुला कधी काळवेळेचं भान नसतं का गं? काय उत्तम वेळ निवडलीस तू फाशी आणि फाशीस्तंभांबद्दल चर्चा करण्यासाठी? वा!" संजीवकुमार उपरोधाने उद्गारला.

मीही काही कमी नव्हते. त्याच सुरात मी त्याला म्हणाले,

"तुला स्वतःसाठी बांधून नाही घ्यायचा का? फाशीस्तंभ?"

त्यावर तो हसला आणि म्हणाला,

"हे बघ, तो माझ्या कामाचा एक भाग आहे. जसं न्यायदान हे तुझं काम आहे तसंच माझं काम आहे लोकांना आमच्या वाहिनीवर खिळवून ठेवणं."

"सौदेबाजी...!"

"हो, मान्य आहे. एका अर्थी, सौदेबाजीच..." असं म्हणून संजीवकुमारने पुन्हा माझा हात हातात घेतला आणि म्हणाला,

"चेतना, इतकी सुंदर संध्याकाळ आहे. खरंच, मला मनापासून तुझ्यासोबत फेरफटका मारायची इच्छा आहे; त्यामुळे कृपा करून फाशी, जल्लाद, तोंडातून माशा येणारी मुलं यांसारखे भयंकर विषय काढून माझा विरस करू नकोस. मी विनंती करतो तुला."

मी गप्प झाले. त्याने मला जवळ ओढलं आणि आम्ही सैर करू लागलो. आमच्या आजूबाजूला बरीच गर्दी होती. कॉलेज स्ट्रीटवरच्या पुस्तकांच्या दुकानामध्ये लोकांची रीघ लागली होती. इतकी की, ती गर्दी पार रस्त्यापर्यंत ओसंडून वाहत होती. त्यातून पार होत आम्ही 'कॉफी हाउस' इमारतीकडे पोहोचलो. तिकडे तर भिकाऱ्यांची झुंबड उडाली होती. अर्ध्या-तोकड्या कपड्यांतली लहान पोरं भीक

मागताना पाहून मला कसंतरीच झालं. 'या शहरात सतत किती कलकलाट असतो' या विचाराने मला गरगरू लागलं. गाड्या, माणसं, भिकारी, फेरीवाले... सगळ्यांचा एकच गलका उडाला होता. नव्या-जुन्या पुस्तकांचा वास मनात भरत मी संजीवकुमारच्या मागोमाग चालू लागले. शहरातील हा भाग मी पहिल्यांदाच बघत होते. मुख्य रस्त्यावरून आम्ही एका बोळात शिरलो. इंग्रजांच्या काळातल्या इमारतींनी सजलेली ती गल्ली ऐतिहासिक म्हणावी अशी दिसत होती. बरीचशी घरं बंद होती; त्यावर निरनिराळ्या प्रकाशकांच्या, वितरकांच्या नावाच्या पाट्या लावलेल्या दिसत होत्या. पावसाळी ढगामागे लपणारा मावळता सूर्य पाहून मला ठाकूमाच्या उशीखाली लपवलेल्या सोन्याच्या नाण्याची आठवण झाली.

त्या बोळामध्ये बरंच अंतर चालून आम्ही एका दुमजली घरापर्यंत येऊन पोहोचलो. घर कसलं, वाडाच होता तो. त्याच्या मधोमध एक जुनं वडाचं झाड होतं. घराचं फाटक मोडकळीला आलेलं दिसत होतं. वडाच्या पानांमधून डोकावणारा मावळत्या सूर्याचा प्रकाश सगळा आसमंत भारून टाकत होता. संजीवकुमारने माझा हात पकडून मुख्य उंबरठा ओलांडला.

"हा वाडा एकोणिसाव्या शतकात बांधला गेला होता, तेव्हा त्याचा रंग पांढराशुभ्र होता."

"तू इथे आधी आला आहेस का?" मी गोंधळलेल्या स्वरात विचारलं.

वाड्याच्या आवारात सुन्न शांतता पसरली होती. बन्सीमार आणि नीलमणी लता-वेलींनी वाड्याच्या भिंतींचा ताबा घेतला होता. कंथाली चम्पा फुलांचा सुगंध मन भारून टाकत होता. वाड्याच्या आत शिरून दरवाजाच्या आत पाऊल टाकताना संजीवकुमार हळूच म्हणाला,

"हे माझं घर आहे."

मला धक्का बसला! मी त्याच्याकडे अविश्वासाने, आ वासून पाहत राहिले. आमच्याभोवती ते जुनं घर – आपलं गळकं छत, कोऱ्या भिंती आणि फरशा तुटलेल्या जमिनीनिशी फेर धरून नाचतंय, असं वाटू लागलं. एखाद्या गोऱ्या साहेबाने आपल्या बंगाली प्रेयसीसाठी हे घर बांधलं असावं, असे विचार माझ्या मनात रुंजी घालू लागले. मनाच्या आरशावर त्या बाईची छबी उमटू लागली. मेंदी लावलेल्या नाजूक पावलांवर चंदेरी पैंजण चढवून, डोक्यावर साडीचा पदर ओढून घरभर फिरणारी ती स्त्री मला आकर्षित करू लागली.

संजीवकुमारने आपला चष्मा काढून शर्टाच्या खिशामध्ये ठेवला. मग माझी हनुवटी हातात धरून, माझ्या डोळ्यांत वाकून बघितलं; त्याची आणि माझी नजरानजर झाली तसं मला वाटू लागलं की, बाहेरच्या नीलमणी लता-वेली माझ्या पायांभोवती गुंडाळी घालून, मला संजीवकुमारशी बांधून ठेवू पाहत आहेत.

त्याने माझ्या कपाळाचं चुंबन घेतलं. काही क्षण शांततेत गेले. मग तो माझ्या कानात कुजबुजला,

"तू आता कसला विचार करत असशील हे मला माहीत आहे. सांगू?"

माझे डोळे जड होत होते. अलगदपणे पापण्या मिटून, त्याच्या छातीवर डोकं ठेवून मी मूक संमती दर्शवली.

"मी तुला त्रास दिला तर माझ्या गळ्याभोवती कसा फास टाकता येईल, याचाच विचार करते आहेस ना तू?"

मी डोळे उघडले आणि त्याच्याकडे बघून स्मित केलं.

"आता मला तुझ्या ओठावर ते हास्य दिसतं आहे जे एक स्त्री आपल्या आवडत्या पुरुषासाठी राखून ठेवते. आपण पहिल्यांदा भेटल्यापासून आजपर्यंत तू कधीही माझ्याकडे बघून इतकं गोड हसली नव्हतीस. म्हणजे, माझा अंदाज बरोबर आहे नाऽऽ?"

"नाही...!"

मी तसं म्हणाले आणि त्यानंतर मला मन पिसासारखं हलकं वाटू लागलं. घरात फिरून आल्यावर माझ्या लक्षात आलं की, तिथे कित्येक प्रकारच्या सुंदर वेली वाढत होत्या. बन कलामी, रामसोर, चेहूरलता, अंगुलीलता... माझं मन अगदी प्रसन्न झालं! तेवढ्यात एका खिडकीच्या फुटलेल्या काचेमधून वाऱ्याची गार झुळूक आली आणि मी आणखी मोहरले.

"माझ्या आईला हे फूल फार आवडायचं..." एका लहानशा वेलीवर नुकतंच उमलू पाहणाऱ्या छोट्याशा फुलाला हाताने गोंजारत, संजीवकुमारने मला सांगितलं. मग तो माझ्या जवळ आला आणि माझ्या खांद्यावर हात ठेवून मला विचारलं,

"कसला विचार करतेस, चेतना?"

मी त्याच्या छातीवर विसावले आणि तृप्तीने डोळे बंद करून घेत उत्तर दिलं,

"मला एकदा तरी तुला जोरदारपणे माझ्या खाली घ्यायची इच्छा आहे! तुला चांगला धडा शिकवायचा आहे!"

संजीवकुमारने चपापून माझ्याकडे बघितलं! माझे डोळे पाणावले होते. आम्ही बराच वेळ एकमेकांकडे बघत बसलो. नारिंगी रंगाचा एक पक्षी आत येऊन गेला, तेव्हा कुठे आमची तंद्री भंग पावली. मग अचानक संजीवकुमारने माझा हात घेतला आणि स्वतःच्या डाव्या गालावर मारून घेतलं!

"मला माफ कर, चेतना!"

माझ्या डोळ्यांतून अश्रू ओघळू लागले.

"चेतना, आयुष्यात पहिल्यांदाच मी कुणाची तरी माफी मागत आहे."

मी त्याच्या मिठीत मिसळून गेले. त्या क्षणी मला त्याच्याबद्दल जितकं प्रेम वाटलं, तितकं आयुष्यात कोणाबद्दल कधीही वाटलं नव्हतं. आम्ही तसेच उभे राहिलो. थरथरत... मोहरलेल्या अवस्थेत. त्याने माझी चुंबनं घेतली.

अर्थात, त्याने मला हे सांगितलं नाही की, हे घर नेमकं त्याचं कसं झालं?

आम्ही तिथून बाहेर पडलो, तेव्हा बराच अंधार झाला होता; पण मला कशाचीच काळजी वाटत नव्हती. माझ्या धमन्यांमध्ये प्रेमाची झिंग चढली होती.

दुसऱ्या दिवशी मी माझ्या पहिल्या फाशीसाठी केली जाणारी वाळूच्या पोत्याची तालीम अगदी लीलया पार पाडली.

काकूंनी ७५ किलो वजनाचं वाळूचं पोतं तयार करून आणलं. जतिंद्रनाथचं वजन जेमतेम ५० किलो होतं; पण तालमीसाठी पोत्याचं वजन दीडपट असावं, असा नियम आहे. पोत्याला दोरखंड बांधताना मी माझ्या मनात थैमान घालू पाहणाऱ्या विचारांना महत्प्रयासाने दूर सारलं. फाशीस्तंभाकडे जाऊन दोरखंडाचा एक भाग वर बांधून, दुसरा भाग पोत्याला बांधू लागले. याच ठिकाणचं फळकूट सरकून मागे मी तळघरात घरंगळून पडले होते. त्या गोष्टीचा विचार दूर सारून, मी माझं काम करू लागले. तरीही शेवटच्या क्षणी काही दिवसांनी इथे पोत्याच्या जागी जतिंद्र स्वतः उभा असणार आहे हा विचार मनाला चावून गेलाच!

खटक्याला हात घातला. तो थंडगार होता.

''घाबरू नकोस, चेतू. खटका ओढ,'' बाबांनी मला धीर देत आज्ञा केली. मी खटका ओढला. क्षणार्धात, गडगडणारा आवाज करत तळघरावरचं फळकूट सरकलं आणि पोतं खाली पडलं! मी मुद्दामच दोरखंडाकडे बघितलं नाही. मला माहिती आहे – आधी तो जोरात थरथरला असेल आणि मग पोतं सुटल्यावर शांतपणे तरंगत राहिला असेल.

सतत पडणाऱ्या पावसामुळे फाशीस्तंभाजवळच्या परिसरात पाणी साचलं होतं. कैद्यांनी आवारात लावलेली रोपं, निम्मी पाण्याखाली बुडाली होती. माझ्या मनःपटलावर कोलकात्यात नव्याने बनलेल्या उड्डाणपुलाखाली साचलेली पाण्याची थारोळी येऊ लागली. संजीवकुमारच्या भरदार छातीवर विसावून, सायकल-रिक्षात बसून त्या पाण्यात मी सैर करून आले.

प्रथेनुसार वाळूचं पोतं किमान दीड तास तरी दोरखंडाला बांधून ठेवायचं असतं – जेणेकरून दोरखंडाचा मजबूतपणा नीट तपासता येतो. बाबा, काकू आणि मी थांबलो होतो. आकाशातून खटका ओढल्यासारखा पाऊस कोसळू लागला. तळघर पाण्याने भरून गेलं. प्रेमाप्रमाणेच, अविरत पावसानेही माझी भंबेरी उडाली. पावसापासून बचाव करण्यासाठी मी जवळच्या व्हरांड्यामध्ये पळत जात असताना मला संजीवकुमारच्या आईचं आवडतं फूल फुललेलं दिसलं. ते

नेमकं कुठे फुललं असावं? फाशीस्तंभाखाली वाढलेल्या एका वेलीवर! पावसाच्या जोरामुळे ते फूल घरंगळत खाली आलं.

ते फूल माझ्याही आवडीचं होतं. अपराजिता असं त्याचं नाव होतं; अर्थात अजिंक्य! अमर!

२१

"मी शेवटी ज्या जात्रेत काम केलं, ती होती 'मा, माटी, मानूश.' म्हणजेच आई, धरणी-आई आणि मनुष्य! ही गोष्ट १९७५ सालची. आपली धरणी ही आपल्या आईसारखी असते, संजू बाबू. म्हणूनच बंगालचा... किंबहुना संपूर्ण भारताचा इतिहास हा धरतीसाठी केलेल्या अट्टहासाचा इतिहास आहे," पलंगावर बसून, सिगारेटचे झुरके घेत बाबा संजीवकुमारशी बोलत होते.

आपली लुंगी थोडी वर सरकवून, गुडघा चोळत तंद्री लावून ते बोलत होते. मी भिंतीला टेकून त्यांचं बोलणं ऐकत होते. आम्ही तिघे त्याच खोलीत होतो, जिथे आमच्या घराण्याच्या इतिहासाची साक्ष देणारी चित्रं आणि कात्रणं चिकटवलेली होती. दुपारच्या जेवणाआधी संजीवकुमार आमच्या घरी आला, तेव्हा माझ्या मनात प्रेमाच्या वेली मूळ धरू लागल्या. यापूर्वी त्याला बघून डाव्या उरोजाजवळ उठणारी कळ लुप्त होऊन, त्या जागी प्रेमाचे धुमारे फुटू लागले. माझे डोळे संजीवकुमारवरच रोखले गेले होते. चुकूनमाकून, कधी इकडेतिकडे पाहिलंच तर माझी नजर निहारिकाने आत्महत्या केलेल्या दांडीकडे जात होती. जराशी थरारत असताना माझ्या मनात विचार आला, संजीवकुमारच्या घरावर वडाच्या झाडाचा भार होता, तसा आमच्या घरावरही इतिहासात लुप्त झालेल्या प्रेतांचा भार होता!

"मी जेव्हा पहिल्यांदा दोरखंड हातात धरला ना, तेव्हा मला असं वाटलं होतं की, माझ्या अंगावर कुणीतरी भयंकर, अक्राळविक्राळ राक्षस आदळतो आहे. तो असूर ज्वर होता – तापाचा राक्षस! सत्यपाल चक्रबर्तीला फाशी देऊन घरी येताना मला अत्यंत अस्वस्थ वाटू लागलं. असं वाटत होतं की, माझ्या आतून हजारो माणसं एकत्र श्वास घेत आहेत. छाती फुटून आल्यासारखं वाटत होतं. तो विचार, तो अनुभव फार भयंकर असतो हं, संजू बाबू! असं वाटत राहतं की, आपल्या अंगातून हजारो माणसं मुंग्यांसारखी बाहेर पडू पाहत आहेत. बघा, आताही ते सगळं आठवून माझ्या अंगावर काटा आला..."

त्या वेळी बाबांना कांजिण्या आल्या होत्या. त्यांचं अख्खं शरीर त्या त्रासदायक कांजिण्यांनी भरून गेलं होतं. पुढचे कित्येक दिवस त्यांनी कडूनिंबाचा लेप

लावून, जमिनीवर झोपून काढले होते. कांजिण्यांची देवी मानल्या जाणाऱ्या सितलादेवीने आपल्या चांदीचा झाडू, गंगेच्या पाण्याची कळशी, चाळणी आणि वाडगा या चार हातांमधील आयुधांनी बाबांना पार आडवं करून टाकलं होतं.

"पण मी जेव्हा रंगमंचावर जायचो, तेव्हा अगदी उलट व्हायचं. असं वाटायचं की, कुणीतरी माझ्याच गळ्याभोवती फास आवळंत आहे. पाच-दहा सेकंदांसाठी तर तिथे माझी मृत्यूशी झटापट चालत असे आणि मग माझ्यातला 'मी' लुप्त व्हायचा. लोक सांगत की, मी अगदी धाडधाड संवादफेक करतो; पण खरं सांगायचं तर मला त्यापैकी काही आठवत नसे. मी रंगमंचावर काय करायचो, कसा वावरायचो, कसा बोलायचो? याबद्दल मला कधीच स्मरण राहायचं नाही. पहिला संवाद म्हटला की, मी फणीभूषण ग्रद्धा मलिक न राहता, साकारत असलेल्या पात्राच्या रूपात पूर्णपणे विरघळून जात असे. एका अर्थी संजू बाबू, त्या वेळी मी स्वतःला फाशी लावून पात्राच्या रूपाने पुन्हा जन्म घेत असे असं म्हणायला हरकत नाही. काय माहीत, कदाचित फाशीस्तंभावर प्राण सोडणाऱ्या सगळ्यांनाच असं वाटत असेलऽऽ!"

जरा वेळ विचार करून बाबा पुन्हा बोलू लागले.

"आयुष्यभर मला एका गोष्टीबद्दल संभ्रम वाटत आला आहे. अझार – तो रंगमंच ज्याच्यावर जात्रा केली जाते – तो तीन बाजूंनी उघडा असतो. सिमेंटचं पोतं ओतल्यासारखं वाटावं इतका मेकअप लावून, जेव्हा मी त्या अझारवर उभा राहायचो, तेव्हा मला काळा मुखवटा चढवलेला गुन्हेगार असल्यासारखं वाटत राहायचं. म्हणजे तशी जाणीव होत राहायची; पण आयुष्यभर जेव्हा कधी मी फाशीस्तंभाजवळ हातात खटका धरून उभा राहिलो, तेव्हा मला असंच वाटत आलं आहे की, मी रंगमंचावर उभा असलेला जात्राकार आहे. एखादं पात्र साकारत असलेला नट."

बाबांचा स्वर भारावलेला होता. मी शांतपणे ऐकत होते. वाळूच्या पोत्याची चाचणी करत असताना माझ्या असं लक्षात आलं होतं की, फाशी देणाऱ्या जल्लादाला मोकळं होण्यासाठी प्रकाशाची फार गरज असते! वाळूचं पोतं तळघरामध्ये पडल्यावर वरती थरथरत असणाऱ्या दोरखंडाकडे न पाहता, मी माझ्या मनाला संजीवकुमारच्या पडक्या घरात घेऊन गेले होते. माझ्या पायांवर, मानेवर गडद निळ्या रंगाची नीलमणी फुलं उगवलेली वेल पकड घेते आहे, असं मला वाटू लागलं. पोपडे उडालेल्या भिंतींमधून नवे अंकुर फुटू लागले आहेत, असं वाटू लागलं. अपराजिताच्या निळसर फुलांच्या वर्षावामध्ये, अन्वर शहा आपली सायकल-रिक्षा चालवत येत होता. रिक्षावर पिवळीधमक वाघाची मूर्ती बसवलेली होती. संजीवकुमारने हात पुढे केला आणि मला रिक्षामध्ये बसायला सांगितलं. मी

त्याच्या शेजारी बसले, तेव्हा असं वाटू लागलं की, त्याचं हृदय माझ्यासाठी त्याच लयीत धडधडत आहे. जशी बाबांच्या जात्रेमधील अभिनयानंतर लोकांच्या टाळ्या ऐकताना लय लागायची.

बाबांनी पुन्हा सिगारेटचा झुरका घेतला आणि आजोबांच्या तसबिरीमागून दारूची बाटली काढून स्वतःसाठी पेल्यात ओतली.

''फणीदा, मी ना कधी कुणाला फाशी दिली आहे आणि ना कधी जात्रेत काम केलं आहे; पण एखाद्याच्या गळ्याला फास लागल्यावर त्याच्या जिवाची काय घालमेल होते, तिचा अनुभव मला नक्कीच आहे,'' चष्मा काढून, माझ्याकडे डोळे मिचकावून बघत संजीवकुमार बाबांना म्हणाला.

माझे डोळे संजीवकुमारच्या चेहऱ्यावरून दूर व्हायला तयार नव्हते. आता त्याच्या हिरव्या डोळ्यांमध्ये मला माझं प्रतिबिंब दिसू लागलं. त्याच्यासोबत पुन्हा एकदा त्याच्या घरात जाऊन तिथल्या वेलींना कुरवाळायची, त्या नारिंगी पक्ष्याची टिवटिव ऐकण्याची प्रखर इच्छा होऊ लागली. एखाद्या जिवंत माणसाला मारून टाकण्याइतकं कणखर असलेलं माझं मन, पुन्हा एकदा संजीवकुमारच्या हृदयाचे ठोके ऐकण्यासाठी आतुर झालं होतं.

''त्या काळी 'मा, माटी, मानूश' हे नाटक अत्यंत लोकप्रिय झालेलं होतं. एस.एस.रे यांच्या कारकिर्दीच्या सुवर्णकाळामधलं ते नाटक. भैरब गंगोपाध्याय यांचे प्रभावी संवाद. एका वर्षात त्या जात्रेचे तब्बल सहाशे प्रयोग झाले होते. दोन वर्षांमध्ये कम्युनिस्ट लोकांचं राज्य आलं. ज्योती बाबू मुख्यमंत्री बनले. मुद्दा लक्षात आला का?''

बाबांनी पुन्हा सिगारेट शिलगावली, दारूचा घोट घेतला आणि मग जात्रेचे संवाद म्हणत असल्याच्या थाटात ते संजीवकुमारला म्हणाले,

''त्या वेळी पसरलेल्या अराजकतेचे आम्ही साक्षीदार आहोत. व्यापारासाठी दिलेल्या जमिनीवर त्यांना आपले गड-किल्ले बांधताना आम्ही बघितलं; पण जेव्हा ते आमच्याच जिवावर उठले, तेव्हा आम्ही सगळंच गमावून बसलो होतो. आई, माझी जमीन तुझ्यासारखीच आहे गंऽऽ! तू जसं आपल्या उदरामध्ये नऊ महिने वाढवून, अतोनात वेदना सहन करून मला जन्म दिलास तसंच या काळ्या आईनेही मला सांभाळलं... जगवलं...''

''हा तुमच्या जात्रेतला संवाद आहे का?''

''नाही, हे माझं स्वतःचं मत आहे. इतकी वर्षं नट म्हणून काम केल्यावर आम्हाला इतर कुणाचे संवाद म्हणायची गरज नसते, संजू बाबू!''

त्यावर संजीवकुमार हसला आणि त्याने बाबांसाठी टाळ्या वाजवल्या.

मी बाबांना एक-दोन वेळाच जात्रेत काम करताना बघितलं होतं. स्ट्रॅन्ड

रोडपासून चितपूर रोडपर्यंत जाणाऱ्या नागमोडी रस्त्यावर बऱ्याच नाटक कंपन्या आहेत. स्ट्रॅन्ड रोडवरच्या आमच्या घरापासून शाळेत जाताना मी बऱ्याच जात्रांच्या जाहिराती लावलेल्या बघत असे. 'तुमी बंधू, तुमी माता', 'भांगे खारे चादोर आलो' अशा जात्रांच्या जाहिरातींवर बिनबाह्यांची पोलकी घातलेल्या, सुबक साड्या नेसलेल्या, ओठावर लिपस्टिक लावलेल्या सुंदर स्त्रियांची चित्रं बघायला मिळायची. एकदा दुर्गापूजेच्या निमित्ताने, रामूदा मला कुमोरतुलीला 'तुमी देश' या जात्रेचा प्रयोग बघायला घेऊन गेला होता. त्यामध्ये बाबा जमीनदाराचं काम करत होते. त्यांचा अभिनय पाहून, मला त्यांची खूप भीती वाटू लागली होती!

आजही, मला ती जात्रा अगदी लख्ख आठवते. अडीच फूट उंचीच्या रंगमंचावर एका बाजूला तबला आणि झांजा वाजवणारे वादक बसले होते, तर दुसऱ्या बाजूला बासरी, व्हायोलिन व पेटी वाजवणारे वादक बसले होते. रंगमंचाच्या चार बाजूंना बसवलेल्या खांबामधून, प्रखर प्रकाशझोत सोडले जात होते. रंगमंचामागे लावलेल्या हिरव्या पडद्याआडून, मला कुणा व्यक्तीची हालचाल जाणवत होती. थोड्या वेळाने चकचकीत बूट घातलेले बाबा रंगमंचावर अवतरले. आधी तर मी त्यांना ओळखलंच नाही. रामूदाने मला 'बाबा आले बघ... बघ...!' असं सांगितलं म्हणून मला ते आलेले समजलं तरी! बाबांचा रुबाबदार अवतार मी आ वासून बघत बसले! चमचमणारा लाल कुर्ता आणि काळे बूट घातलेले बाबा एखाद्या राजासारखे दिसत होते. आपली भरदार मिशी पिळत ते रंगमंचावरील मोठ्या खुर्चीत बसले. त्यानंतर त्या खुर्चीचं रूपांतर कधी दरवाजात, कधी झाडात, तर कधी थेट फाशीस्तंभात केलं गेलं!

"आमच्या काळी जात्रा हे मनोरंजनाचं सगळ्यात लोकप्रिय साधन होतं. एकेका जात्रेचे हजाराहून अधिक प्रयोग व्हायचे; पण मग काळाच्या ओघात, जसजशी मनोरंजनाची निरनिराळी साधनं येत गेली तसतशी जात्रेची लोकप्रियता आटत गेली. तरीही दहा-वीस वर्षांपूर्वी एखाद्या चांगल्या जात्रेचे दीड-दोनशे प्रयोग व्हायचे; पण आता जेमतेम पन्नास-पंचाहत्तर प्रयोग झाले तरी खूपच म्हणायचे. अर्थात, त्यात आश्चर्य वाटण्यासारखं काही नाही. घरोघरी टी.व्ही. आलेले आहेत. एवढ्या आरामात, घरच्या घरी विविधरूपी मनोरंजन होत असताना, कोण कशाला पायपीट करायला जाईल म्हणा?"

त्यावर संजीवकुमार हसत उद्गारला,

"टी.व्ही.ला असा बोल लावू नका हो, फणीदा! आमचा पोटा-पाण्याचा उद्योग आहे तो! हाऽहाऽहाऽ... पण एक गोष्ट खरी आहे, फणीदा... तुम्ही जसे जात्रेच्या रंगमंचावरचे नावाजलेले कलाकार होतात ना, तशी तुमची मुलगी टी.व्ही.वरची अत्यंत लोकप्रिय व्यक्ती आहे हंऽऽ! तिच्या रोजच्या अदाकारीमुळे आमचे संकलक

आणि दर्शक दोघेही थक्क होऊन जातात. कुणाला सांगून खरं वाटत नाही की, ती फक्त बारावी उत्तीर्ण आहे. अर्थात याचं सगळं श्रेय तुम्हाला जातं, फणीदा!''

''पण... काल ती जराशी गडबडलीच, नाही का?'' बाबांनी कपाळाला आठ्या घालत विचारलं. ''तुम्ही जेव्हा तिला वाळूच्या पोत्याबद्दल विचारलंत, तेव्हा तिने जरा गंभीरपणे उत्तर द्यायला हवं होतं. उलट ती तर स्मित करत होती आणि तिचं बोलणंसुद्धा जरा खेळकरच वाटलं मला! चेतू, तू मला सुदेवचे कान उपटताना किती वेळा बघितलेलं आहेस, सांग बरंऽऽ? जल्लादाने मृत्यू या विषयावर बोलताना नेहमी गंभीर राहिलं पाहिजे. योग्य ती काळजी घेऊन बोललं पाहिजे. मृत्यू हा विषय हसतखेळत बोलण्यासारखा नाही आणि जल्लाद म्हणून आपल्यावर तर अधिक जबाबदारी असते की, आपण त्या विषयाचं गांभीर्य आपल्या वागण्या-बोलण्यातून व्यवस्थितरीत्या मांडावं. आपण जेव्हा मृत्यूबद्दल बोलतो, तेव्हा ते लोकांचं मनोरंजन करण्यासाठी नसतं; तर त्यांना आपल्या स्वतःच्या आयुष्याच्या अपरिहार्यतेबद्दल समजावण्यासाठी असतं.''

माझा चेहरा पांढराफटक पडला! मला स्वतःची खूप लाज वाटू लागली. त्या दिवशी 'हॅन्गवुमन्स डायरी'साठी संजीवकुमारसमोर बसले असताना माझ्या मनामध्ये असंख्य स्वप्नाळू विचार तरळत होते. मला कॅमेऱ्याचा जणू विसरच पडला होता. मनामधले आनंदी भाव चेहऱ्यावर आणि शब्दांत उतरले होते. संजीवकुमारने जेव्हा मला विचारलं की, सात दिवसांनी याच वाळूच्या पोत्याच्या जागी जिवंत माणूस असेल, तेव्हा मला कसं वाटेल? या प्रश्नाचं उत्तर देताना मी मूर्खासारखी हसले होते!

माझी अवघडलेली स्थिती लक्षात घेऊन, मला मदत करण्याच्या हेतूने संजीवकुमार मध्येच बोलला,

''पण फणीदा, तुम्ही काला ग्रद्धा मलिकला विसरलात का?''

त्यावर संजीवकुमारकडे करडा कटाक्ष टाकत, बाबा म्हणाले,

''संजू बाबू, काला ग्रद्धा मलिक हे काय रसायन होतं ते तुम्हाला इतक्या लगेच नीट समजणार नाही. ते फाशी देण्याच्या प्रक्रियेकडे फार वेगळ्या दृष्टीने बघत असत. त्या काळी जनमानसामध्ये एकूण जागरूकता कमी होती; त्यामुळे सामाजिक पातळीवर समज हा प्रकार तसा कमीच होता; पण आज तशी परिस्थिती राहिलेली नाही. आजचा समाज फार जागरूक आहे, सजग आहे. विशेषतः प्रसारमाध्यमांद्वारे त्याला जे सांगितलं जातं ते तो खूप गांभीर्याने घेत असतो. असं असताना आपण विषयाला अनुसरून योग्य रीतीने वागलं-बोललं पाहिजे म्हणजेच ती आपली जबाबदारी नाही का?''

मला बाबांचं म्हणणं पटलं होतं; पण दुसऱ्या दिवशी संजीवकुमारसोबत

स्टुडिओत गेले असताना पुन्हा त्या सगळ्याचा विसर पडला. माझं हृदय धडधडू लागलं. त्याच्या छातीवर डोकं टेकवण्यासाठी मी आतुर झाले. स्ट्रॅन्ड रोड आणि बो बाजारदरम्यान त्याने एक रिक्षा थांबवली. आमच्याजवळ येऊन उभा राहत असतानाच तो रिक्षावाला जोरात खाकरला आणि भर रस्त्यावर थुंकला! ते पाहून आम्हा दोघांना किळस वाटली. नाक मुरडत संजीवकुमारने रिक्षावाल्याला विचारलं,

"काय भाऊ, तुम्ही कुठल्या राजघराण्यातले म्हणायचं?"

रिक्षावाल्याने त्याच्याकडे जरा रागानेच बघितलं आणि म्हणाला,

"काय बाबू, गरिबाची टर उडवायला मजा येते का?"

"नाही, नाही... माफ करा. मी सहज विचारलं."

कदाचित संजीवकुमारचा आवाज ऐकून रिक्षावाल्याने त्याला ओळखलं असावं. कारण त्याने पुन्हा वळून, आमच्याकडे निरखून बघितलं आणि मग रिक्षा चालवत आमच्याशी गप्पा मारू लागला.

"मी फार गरीब माणूस आहे हो, बाबू. कुठल्याही राजघराण्याशी कधी काडीचाही संबंध आला नाही आमचा. १९४३च्या दुष्काळानंतर नबगावमध्ये आलेल्या कॉलऱ्याच्या साथीबद्दल तुम्हाला माहिती आहे का? त्या साथीमध्ये गावातली हजारहून अधिक माणसं मृत्युमुखी पडली. त्यामध्ये माझ्या आईच्या संपूर्ण कुटुंबाचाही समावेश होता. आई जगली; पण तिचं पुढचं आयुष्य अत्यंत हलाखीच्या परिस्थितीत गेलं. ती रस्त्यावर राहायची. तिने चार मुलांना जन्म दिला; पण एकाच्याही बापाचा पत्ता नाही. मी सगळ्यात धाकटा; पण मला माझं कूळ, मूळ काहीही माहीत नाही..."

वयाच्या दहाव्या वर्षी, तो रिक्षाचालक जलपायगुडीला गेला होता. तिथे तो एका शेतामध्ये कामगार म्हणून रुजू झाला. काही वर्षांनी, पैसे साठवून त्याने स्वतःचं शेत विकत घेतलं. तोपर्यंत त्याचं लग्न होऊन, त्याला तीन मुलंही झाली होती.

"सरकारने औषधी पाल्याच्या शेतीसाठी म्हणून तोरोल पाड्यामध्ये ३९ एकर जमीन आपल्या ताब्यात घेतली. त्यामध्ये माझं शेत गेलं. त्यांनी एक एकरामध्ये लहानसा कारखाना उभा केला; बाकी जमीन तशीच ओसाड पडून आहे. आमच्या शेतजमिनी बळकावताना सरकारने मोठमोठे वायदे केले होते की, तुम्हाला नुकसानभरपाई मिळेल, तुमच्या मुलांना नोकऱ्या मिळतील... पण कसलं काय नि कसलं काय? सगळे हवेतले वायदे ते!"

आपली जमीन सरकारला देणाऱ्या त्या रिक्षाचालकाच्या वाट्याला काय आलं? एकेकाळी सोन्यासारखं पीक देणारी आपली जमीन कारखान्यातून बाहेर पडणाऱ्या निचऱ्यामुळे नापीक होताना पाहण्याचं अपार दुःख! त्याचा मोठा मुलगा

लहान वयातच मृत्युमुखी पडला. दुसरी मुलगी लग्न होऊन कोलकात्यामध्ये स्थायिक झाली होती. आपली जमीन ओसाड होत आहे हे पाहून आणि दुसरं कुठलं उपजीविकेचं साधन नसल्यामुळे शैलेंद्र आणि त्याची बायको अखेर आपल्या तिसऱ्या मुलीसोबत कोलकात्याला आले. चार वर्षं हातरिक्षा ओढल्यानंतर काही वर्षांपूर्वी तो सायकल-रिक्षा चालवू लागला होता.

आम्ही चितपूर रोडला उतरत असताना, शैलेंद्र आम्हाला म्हणाला,

"मी तुमचा कार्यक्रम पाहतो, बाबू."

"अरे वा! मग दादा, तुमचं काय मत आहे? फाशीची शिक्षा असावी की नसावी?"

शैलेंद्र पुन्हा खोकला आणि रक्ताचे कण असलेला खाकरा काढून, दीनवाणं हसत म्हणाला,

"बाबू, बऱ्याच वर्षांपूर्वी आम्ही कोलकात्याला राहायला आलो. आमच्याकडे घर वगैरे काही नव्हतं, तेव्हा आम्ही रस्त्यावरच राहायचो – मी, माझी बायको आणि त्या वेळी नऊ वर्षांची असलेली आमची पोलिओग्रस्त मुलगी. एका रात्री चार माणसं आली; मला बेदम मारलं, मुलीला उचललं आणि तिच्यावर बलात्कार केला! आम्ही पोलिसांकडे तक्रार नोंदवायला गेलो, त्या माणसांना ओळखण्याचीही तयारी दाखवली; पण पोलिसांनी आमची तक्रार नमूदच करून घेतली नाही. असाच गुन्हा करणाऱ्या एकाला कडक शिक्षा व्हावी आणि इतरांना मोकळीक मिळावी यात कुठला न्याय आहे सांगा? मी तर म्हणतो, आमच्यासारख्या लाचार आणि गरीब लोकांना फाशी दिली पाहिजे. आयुष्यभराच्या दारिद्र्यातून आम्हीही सुटू आणि सरकारचेही पैसे वाचतील."

आपली करुण कहाणी सांगून शैलेंद्र निघून गेला; पण आम्ही दोघे मात्र दिङ्मूढ होऊन जागीच खिळून राहिलो!

"चेतू, मला या जागेत वेड लागेल!"

"मग का थांबलास तू इथे?" मी चिडून विचारलं.

"कारण हे माझ्या आईचं माहेर आहे, म्हणून."

"तो पडका वाडा खरंच तुझा आहे का?"

"हो... चाळीस वर्षांपूर्वी माझ्या वडिलांनी ते घर विकत घेतलं होतं. ते तिथे राहत असताना त्यांची आणि माझ्या आईची भेट झाली. त्यांनी तिच्याशी लग्न केलं आणि मग तिला आपल्या गावी घेऊन गेले. माझा जन्म गावातच झाला. पुढे बाबांना धंद्यामध्ये फार मोठा तोटा झाला. ते निष्कांचन झाले. त्यानंतर मग आई इथे परत आली..."

"तुझ्या आईचं घर कुठे आहे?" काही विचार न करता मी संजीवकुमारला

प्रश्न केला.

माझा प्रश्न ऐकून, संजीवकुमार जरा वेळ गप्प बसला. मग माझा हात हातात घेऊन म्हणाला,

"तुला ती जागा माहीत असेल. फार प्रसिद्ध आहे... सोनागाची!"

पुढे काय बोलावं हे मला सुचेना. खरंतर माझ्या मनात खूप प्रश्न उभे राहिले होते. सोनागाचीत नेमकं कुठे? खुद्द सोनागाचीमध्ये, तिथल्या कोठ्यामध्ये की त्या गल्लीतल्या एखाद्या इमारतीमध्ये? पण मी काही विचारलं नाही. तोपर्यंत त्यानेही टॅक्सी थांबवली होती.

टॅक्सीमध्ये संजीवकुमार माझ्याशी काहीच बोलला नाही किंबहुना त्याने माझ्याकडे बघितलंही नाही. काळा चष्मा तसाच डोळ्यांवर घालून बसला होता. कदाचित त्यातली वेदना मला दाखवण्याची त्याला शरम वाटत असावी; पण मला एका गोष्टीचं खूप समाधान वाटलं. इतके दिवस सतत चेहऱ्यावर रंगरंगोटी केलेल्या अभिनेत्याप्रमाणे वावरणाऱ्या संजीवकुमारचा खरा चेहरा आज माझ्यासमोर आला होता. खरं सांगायचं तर आमची भेट झाल्यापासून आम्ही दोघे अभिनयच करत होतो. हा विचार मनात आल्यावर मी माझ्या कल्पनाविश्वात शिरले आणि तिथे मला दिसलं की, 'मा, माटी, मानूश'मध्ये मी संजीवकुमारच्या आईची भूमिका करत आहे. मला माझा मुलगा दिसला... आईने टाकून दिलेला, वडिलांना पारखा झालेला... त्या दोघांची आठवण काढत, वडिलांच्या भल्यामोठ्या, अंधाऱ्या वाड्यात रडत बसलेला. माझ्या डाव्या स्तनाला पान्हा फुटल्यासारखं वाटू लागलं!

२२

आमच्या पूर्वजांपैकी एक महिला अशी होती जिने जल्लाद म्हणून काम केलं होतं. तिचं नाव होतं पिंगलकेशिनी. तेराव्या शतकामध्ये, तुघ्राल तुघन खानच्या राजवटीमध्ये पिंगलकेशिनी कार्यरत होती. ठाकूमाला त्या सुलतानाचं नाव उच्चारणं कठीण जायचं म्हणून ती त्याला 'खादाड सुलतान' असं संबोधत असे. ठाकूमाच्या लेखी रझिया सुलतानच्या प्रेमात आकंठ बुडून या खादाड सुलतानाने बंगाल तिच्या नावे केलं होतं.

त्या दिवशी मी अंघोळीनंतर आरशासमोर तयार होत असताना स्वतःशीच हसत होते. ते पाहून ठाकूमाला असं वाटलं की, मला पिंगलकेशिनीबद्दल सांगणं गरजेचं आहे. रामूदाला नुकतंच अंघोळीसाठी नेलं गेलं होतं. आपल्या पलंगावर पडून, माझ्याकडे निरखून बघत असलेल्या असलेल्या ठाकूमाने तोंड वाकडं

करत मला विचारलं,

"काय गं, चेतू? अशी काय वेड्यासारखी एकटीच हसतेस?"

ठाकूमाच्या प्रश्नाने मी लाजले; पण तसं तिला जाणवू नये म्हणून मी पुन्हा हसून तिला म्हणाले,

"काय गं, ठाकूमा? आता मला मुक्तपणे हसण्याचीही मुभा नाही का? आणि म्हणे मी स्त्रीशक्तीचं प्रतीक आहे! वा रे वा!"

"चेतना, लक्षात ठेव. बायका जास्त हसू लागल्या ना की, त्यांच्या घरसंसाराची राखरांगोळी होते. बाईचं अति हसणं हे अशुभकारक असतं. जिथे बाईचं हास्य किणकिणू लागलं ते घर धुळीला मिळालंच म्हणून समज. मी तुम्हाला कधी पिंगलकेशिनीची गोष्ट सांगितली नाही का?"

"ठाकूमा, पुरे गंऽऽ. काहीही बोलत असतेस. बाईच्या हसण्याने घर उद्ध्वस्त होतं म्हणे! होऊ दे होतं तर!" मी चिडून म्हणाले.

त्यावर ठाकूमा जरबेच्या सुरात म्हणाली,

"नुसतं घर नाही; सगळंच उद्ध्वस्त होतं! पिंगलकेशिनीच्या हसण्यामुळे तेच झालं."

ते ऐकून विषय बदलण्याच्या हेतूने मी ठाकूमाला म्हणाले,

"अगंऽऽ, ऐक ना. तुला सांगायचंच राहिलं. काल रात्री मला स्वप्न पडलं की, तुझं सोन्याचं नाणं सापडलं आहे. तुझी गादी घालताना अचानक घरंगळून ते खाली पडलं."

ठाकूमाने सुस्कारा सोडला आणि म्हणाली,

"असल्या गोष्टी परत मिळतात का? ते गेलं..."

ठाकूमाचं बोलणं ऐकून मी चकित झाले. याचा अर्थ तिला ते नाणं मिळालं नव्हतं. काहीतरी कारण काढून मी तिची गादी, उशी सगळं उलटसुलट करून बघितलं; पण नाणं गायब होतं! अर्थातच दुसऱ्या कुणीतरी ते लंपास केलं होतं; पण आता पेच असा होता की, माझा या सगळ्याशी काय संबंध आहे हे उघड न करता नाण्याचा शोध घेणं कठीण होतं. आईचा ठाकूमावर राग होता, तीच तिची गादी बनवायची; पण चोरी वगैरे करण्याइतपत धैर्य तिच्याकडे निश्चित नव्हतं. ती आणि रामूदा सोडून घरात फक्त काकू आणि काकीमा असतात. चंपा आणि रारी अजूनही त्यांच्या मामाच्या घरी होत्या.

मी विचारात गढलेली पाहून, ठाकूमा मला समजावू लागली,

"चेतू, त्या गोष्टीला आता खूप दिवस झाले. जास्त विचार करू नकोस बाळा. स्वतःला त्रास करून घेऊन काय उपयोग आहे?"

खरंतर त्या क्षणी मला ठाकूमाला सगळं खरं सांगायची अनावर इच्छा होत

होती. मला तिला सांगायचं होतं की, तिचं नाणं चोरणारा दुसरा-तिसरा कुणी नसून खुद्द संजीवकुमार मित्रा होता आणि आता मीच ते नाणं तिच्या उशीखाली ठेवलं होतं; पण तिला हे सगळं सांगण्याचा मला धीर होईना. दुर्दैवाने संजीवकुमारची प्रतिष्ठा राखणं हे आता माझं कर्तव्य होऊन बसलं होतं!

मी फार अस्वस्थ झाले. रामूदा अंघोळ करून आला, ठाकूमा फिरून आली; तरीही मी उदासच होते. रामूदा आपल्या पलंगावर पडला होता. केबलवाल्यांचा संप संपला का हे जाणून घेण्यासाठी तो उत्सुक होता. मी त्याच्या पलंगाजवळ बसून ठाकूमाने हरीदाच्या दुकानातून आणलेली भेळ खात होते. इतक्यात टी.व्ही. सुरू झाला आणि संजीवकुमारचा चेहरा झळकू लागला. तो ११ वाजताच बातमीपत्र सादर करत होता. गुजरातमध्ये पोलीस चकमकीत मारल्या गेलेल्या तरुणीबद्दल माहितीपत्र सादर केलं जात होतं. ती मुलगी अचानक अहमदाबादला का निघून गेली, याबद्दल तिच्या आईकडे काही उत्तर नव्हतं. तिच्या आईने डोळ्यांत पाणी आणून आपल्या मुलीच्या हत्येची सी.बी.आय. चौकशी व्हावी अशी विनंती केल्यानंतर त्या घटनेमध्ये अतिरेकी म्हणून जाहीर झालेल्या एका तरुणाचे वडील मुलाखत देऊ लागले आणि त्यादरम्यान, काहीतरी असं घडलं ज्यामुळे मी पुन्हा हलून गेले.

"श्री. नायर, या चकमकीत तुमचा मुलगा मारला गेला. आम्हाला त्याच्याबद्दल काही सांगू शकाल का? तो या तरुणीच्या प्रेमात होता का?"

संजीवकुमारला ते बोलताना ऐकून मला धक्का बसला! का? कारण तो बंगालीऐवजी कुठल्यातरी वेगळ्याच भाषेत बोलत होता. पडद्याच्या खालच्या बाजूला त्याच्या बोलण्याचा अनुवाद केला गेला नसता, तर मला तो काय बोलतो आहे हे समजलंच नसतं.

रामूदाच्या कपाळाला आठ्या पडल्या. जरा वैतागलेल्या सुरातच त्याने मला विचारलं,

"काय गं, चेतू? हा तुझा संजीवकुमार नेमका आहे तरी कोण? त्याचं गाव, माहीत नाही. त्याची भाषा, माहीत नाही. त्याचे नातेवाईक, माहीत नाही. त्याला कुणी बायको-मुलं आहेत का, माहीत नाही. मग तुला त्याच्याबद्दल नेमकं काय माहिती आहे? लक्ष दे हंऽऽ! उगीच हुरळून जाशील व आयुष्यभरासाठी फसशील."

रामूदा जे प्रश्न विचारत होता ते योग्यच होते; पण माझ्याकडे त्याला द्यायला काहीच उत्तरं नव्हती. मलाही नेमका तोच प्रश्न पडला होता की, खरोखरच मी या संजीवकुमारला ओळखत असल्याचा दावा करू शकते का? टी.व्ही.वर संजीवकुमार अजूनही बोलत होता; पण त्याला बघण्यात आता मला रस उरला नव्हता. म्हणून मी खोलीबाहेर निघून गेले आणि विचार करू लागले. गुजरातमध्ये

मारल्या गेलेल्या त्या मुलीपेक्षा अधिक रहस्यमय तर माझं आयुष्य होतं! मला फार राग येऊ लागला. निराश वाटू लागलं. स्वतःबाबत माझ्याशी काडीमात्रही प्रामाणिक नसलेल्या माणसाची प्रतिष्ठा राखण्याची जबाबदारी माझ्या खांद्यावर येऊन पडावी याचा मला संताप आला होता.

दुसऱ्या दिवशी 'हॅन्गवुमन्स डायरी'चं चित्रीकरण करण्यासाठी स्टुडिओत गेल्यावर माझ्या चेहऱ्यावरचं हास्य साफ मावळलं होतं. कार्यक्रम सुरू होण्यापूर्वी जेव्हा संजीवकुमारने माझ्या नाराजीचं कारण विचारलं, तेव्हा मला त्याचं मन राखण्याइतकंही स्मित करता आलं नाही.

मुलाखत सुरू झाली.

"चेतना, तू जल्लाद म्हणून कार्यभार स्वीकारल्यावर -"

"या प्रश्नाचं उत्तर मी अनेकदा दिलेलं आहे," संजीवकुमारला मध्येच तोडत, मी उद्गारले. "हे काम स्वीकारणारी मी माझ्या कुटुंबातली पहिली स्त्री नाही. माझ्या आधी तेराव्या शतकामध्ये पिंगलकेशिनीनेसुद्धा जल्लाद म्हणून काम केलं होतं. तिचं खरं नाव होतं त्रिपुरासुंदरी! जल्लाद म्हणून काम करू लागल्यावर तिने आपलं नाव बदललं."

संजीवकुमार थक्क होऊन माझ्याकडे पाहत बसला. त्याच्याकडे दुर्लक्ष करून, मी पिंगलकेशिनीबद्दल माहिती देऊ लागले.

पिंगलकेशिनी ऊर्फ त्रिपुरासुंदरी ही नावाप्रमाणेच अत्यंत सुंदर मुलगी होती. किणकिणणाऱ्या घंटांनादासारख्या तिच्या हास्याने भलेभले पुरुष वेडे होत असत. त्या काळच्या रीतीनुसार, वयाच्या सातव्या वर्षी त्रिपुरासुंदरीचं लग्न झालं. तिचा नवरा अतिशय श्रीमंत सरदार होता. एकदा त्रिपुरासुंदरी आणि तिचा नवरा कालिमातेच्या मंदिरात दर्शन घेण्यासाठी गेले होते. पालखीत बसून घरी परत येत असताना तुघ्राल तुघन खानने, तिला आपल्या नवऱ्याशी अतिशय मधुर आवाजात हसता-बोलताना ऐकलं. काहीही विचार न करता त्याने पालखी थांबवली आणि दोघा नवरा-बायकोला बाहेर ओढून काढलं. त्रिपुरासुंदरीचं सौंदर्य पाहून तर तो आणखी वेडापिसा झाला. तिच्या नवऱ्याने आपला जीव वाचावा म्हणून तुघ्रालसमोर शरणागती पत्करली. त्रिपुरासुंदरीच्या वडिलांच्या वयाच्या तुघ्रालने तिला उचलून आपल्या घोड्यावर आदळली. त्या झटक्यामुळे तिच्या चेहऱ्यावरचा पडदा सरकला. तिच्या नवऱ्याने तिला शेवटचं बघितलं ते तुघ्रालकडे अत्यंत जळजळीत आणि त्वेषपूर्ण कटाक्ष टाकताना! तुघ्रालने त्याच्याकडे फेकलेली पैशाची पिशवी घेऊन, आपला जीव वाचवून तो पळू लागला. सहा महिन्यांच्या गरोदर बायकोचं रक्षण करावं असं त्याला एकदाही वाटलं नाही! तुघ्रालनेही त्रिपुरासुंदरीच्या गरोदरपणाची तमा बाळगली नाही. मनात येईल, तेव्हा तो तिला आपल्या कक्षात बोलावून

घ्यायचा. नंतर नोकरांना तिचं लचके तोडून अर्धमेलं झालेलं शरीर चक्क उचलून न्यायला लागत असे! तुघ्रालला त्रिपुरासुंदरीच्या केसातलं कुंकू फार खटकत असे; त्याने तिला जबरदस्तीने धर्मांतर करायला लावलं.

नऊ महिने पूर्ण होण्याआधीच त्रिपुरासुंदरीने सोनेरी केसांच्या एका गोंडस मुलाला जन्म दिला. आपल्या धमन्यांमध्ये वाहणारं जल्लादाचं रक्त सार्थ ठरावं यासाठी म्हणून की काय, जन्म घेताना तिच्या मुलाच्या गळ्याभोवती आईच्या नाळेचा फास पडला होता.

तुघ्राल तुघन खानने दहा वर्षं बंगालवर राज्य केलं. त्या दहा वर्षांत त्रिपुरासुंदरीने नऊ अर्भकांना जन्म दिला. सगळ्या अर्भकांना त्यांच्याच नाळेनं आवळून मृत्यूच्या जबड्यात ढकललं गेलं. दहा वर्षांनी ओडिशाचा राजा असलेल्या नरसिंह देवने बंगालवर चढाई केली. अटीतटीचा सामना झाला; तुघ्राल खानने नरसिंह देवचा एक किल्लासुद्धा काबीज केला. मात्र, तुघ्राल खान विजयाच्या जल्लोषात मग्न असताना, नरसिंह देवच्या सेनेने त्याला घेराव घातला. खानला शरणागती पत्करण्यावाचून गत्यंतर उरलं नाही. ओडिशाच्या सेनेने पार लखनवतीपर्यंत त्याचा पिच्छा पुरवला. त्या काळी लखनवती ही बंगालची राजधानी होती. नरसिंहाच्या सेनेने लखनवतीला वेढा घातला; तिथल्या एकूण एक मुसलमानांची कत्तल केली. त्रिपुरासुंदरी ओडिशा सेनेच्या हाती लागली. त्यांनी तिला साडी नेसवून, कपाळावर कुंकू फासून, नरसिंह देवच्या तंबूकडे धाडून दिलं. दुसऱ्या दिवशी तिचं उद्ध्वस्त शरीर उचलून बाहेर काढावं लागलं. तुघ्राल खानने दिल्लीच्या सुलतानाकडे मदत मागितली. दिल्लीच्या सेनेसमोर ओडिशाचा टिकाव लागला नाही; पण तेव्हापासून तुघ्रालची महती कमी होत गेली. तो दिल्लीला राहायला गेला. संधी साधून, त्रिपुरासुंदरीने नरसिंह देवच्या तंबूमधून पळ काढला आणि एका बुद्धविहारामध्ये आश्रय घेतला. पुढे तिने केशवपन करून घेतलं आणि ती साध्वी बनली. त्यानंतर १२७२ मध्ये, बंगालचा राज्यपाल असलेल्या अमीन खानने त्रिपुरासुंदरी राहत असलेलं बुद्धविहार नेस्तनाबूत केलं. तोपर्यंत त्रिपुरासुंदरी पन्नास वर्षांची झाली होती; पण तिचं सौंदर्य अद्यापही तसंच होतं. पुन्हा एकदा तिला अटक केली गेली आणि अमीन खानची रखेल म्हणून ठेवली गेली. कालांतराने तुघ्राल खानने बंगालवर हल्लाबोल केला; अमीन खानला हरवून टाकलं आणि पुन्हा स्वतः बंगालचा राज्यपाल म्हणून आरूढ झाला. त्याच्या सैनिकांना शत्रूच्या तंबूमध्ये त्रिपुरासुंदरी हाती लागली. तिच्या साध्या वेषातही तुघ्राल खानने तिला लगेच ओळखलं. पुन्हा एकदा त्रिपुरासुंदरीला स्वतःचा धर्म बदलावा लागला.

तुघ्राल खानने पुढची नऊ वर्षं बंगालवर सत्ता गाजवली; त्या सगळ्या

काळात त्रिपुरासुंदरीला त्याची रखेल म्हणून राहावं लागलं. अखेर नऊ वर्षांनंतर तुघ्रालच्या वाढत्या प्रभावामुळे अस्वस्थ होऊन, दिल्लीचा सत्ताधीश असलेल्या बल्बनने तुघ्रालवर चढाई केली. पहिल्या दोन मोहिमांमध्ये तुघ्रालने बल्बनला धूळ चारली; पण मग तिसऱ्या स्वारीच्या वेळी बल्बन पूर्ण तयारीनिशी येऊन धडकला. त्या वेळी त्रिपुरासुंदरीने आपल्या शाही कक्षामधून पलायन करून, काही भटक्यांच्या तंबूमध्ये आसरा घेतला. मात्र, बल्बनच्या शिपायांनी तिला शोधून काढलंच. त्रिपुरासुंदरीला तंबूमधून बाहेर काढत असतानाच तिच्यावर बल्बनची दृष्टी पडली. त्रिपुरासुंदरीने त्याला आश्वासन दिलं की, ती त्याला तुघ्रालचा पराभव करायला मदत करील. त्या कामाच्या मोबदल्यात तिने बल्बनकडे तुघ्रालच्या शरीराची मागणी केली. तुघ्रालचा पराभव झाल्यावर त्याला बंदिवान करून त्रिपुरासुंदरीच्या पायाशी फेकलं गेलं. बल्बनने तिला विचारलं, "आता तरी खूश झालीस का? की तुला अजून काही हवं आहे?" त्यावर त्रिपुरासुंदरीने काही लाकडी ओंडके, एक भरभक्कम आकडा, मजबूत दोरखंड आणि एका कुशल सुताराची मागणी केली. हे सगळं तिच्यासमोर हजर केलं गेल्यावर तिने सुताराकडून भलामोठा फाशीस्तंभ उभारून घेतला. त्यावर दोरखंड लावला गेला.

हबकून गेलेल्या बल्बनने तिला विचारलं,

"आता पुढे काय?"

"आता फक्त शरीर उरलंय!" असं म्हणून त्रिपुरासुंदरीने तुघ्रालला स्वतःच्या हाताने उचललं आणि फाशीस्तंभाखालच्या फलाटावर नेऊन उभं केलं. तोपर्यंत तुघ्राल अगदीच वृद्ध आणि अशक्त झाला होता. त्रिपुरासुंदरीने त्याला फलाटावर उभं केलं आणि सगळ्या जमावासमोर आपली साडी सोडून टाकली! मग तीच साडी तिने तुघ्रालच्या गळ्याला बांधली आणि शिताफीने तिचं रूपांतर फाशीच्या गाठीमध्ये केलं. मग ज्या खुर्चीवर तुघ्रालला उभं केलं होतं, तिला त्रिपुरासुंदरीने त्वेषाने लाथ मारली! क्षणार्धात, तुघ्रालच्या मानेची हाडं तुटली आणि त्याचा प्राण गेला. आपल्याला इतकी वर्षं अमानुषपणे छळणाऱ्या माणसाला असं सगळ्यांसमोर हीन मृत्यू देऊन आनंदाने बेभान झालेल्या त्रिपुरासुंदरीने मग ते केलं जे तिने गेल्या पन्नास वर्षांत केलेलं नव्हतं – ती मुक्तपणे, खळखळून हसली!

संजीवकुमारला माझ्या कथेमध्ये रंगून गेलेलं पाहून मला काय वाटलं, माहीत नाही; पण माझ्या चेहऱ्यावर हास्य उमललं नाही, एवढं नक्की. संजीवकुमार इतका रंगून गेला होता की, पुढचे प्रश्न विचारायलाही त्याला सुचलं नाही.

"आणि मग?" त्याने चकित होऊन विचारलं.

"मग बल्बनने जेव्हा तिला विचारलं की, तुला अजून काय हवं आहे, तेव्हा त्रिपुरासुंदरीने त्याच्याकडे जल्लादाच्या नोकरीची मागणी केली. सुलतानाने तिची

मागणी मान्य केली आणि तेव्हापासून त्रिपुरासुंदरी त्याच्या राज्याची अधिकृत जल्लाद बनली. तिने आपलं नाव बदललं आणि तेव्हापासून तिला पिंगलकेशिनी असं संबोधलं जाऊ लागलं. पिंगलकेशिनी तब्बल नव्वद वर्षांपर्यंत जगली. ठाकूमाच्या मते तिने आपल्या हयातीत सुमारे हजार माणसांना फाशी दिली.''

संजीवकुमारच्या चेहऱ्यावरचे भाव बदलले. त्याने प्रश्न केला,

''पिंगलकेशिनीने तुघ्राल खानला फासावर चढवलं, यामागचं कारण मी समजू शकतो. तो तिचा प्रतिशोध होता; पण तिला जल्लाद म्हणून काम करावंसं का वाटलं?''

''मी एवढंच सांगू शकते, काही स्त्रियांचा राग असा असतो की, एका पुरुषाच्या मृत्यूने तो शमणं कठीण असतं!''

असं म्हणून, मी संजीवकुमारकडे थेट बघितलं; पण त्याला काही समजलं नाही. तो माझ्याकडे गोंधळलेल्या नजरेने पाहत बसला.

अखेर त्याने एवढाच शेरा मारला की, ''तुझ्या घराण्यातल्या लोकांची विचारसरणी आणि मनं समजणं फार कठीण काम आहे, चेतना.''

त्या दिवशीचा कार्यक्रम तिथेच संपला. संध्याकाळी संजीवकुमार मला पार्क स्ट्रीटला घेऊन गेला. टॅक्सीमधून उतरल्यावर सतत झगमगत असणाऱ्या त्या रस्त्याकडे बघून माझं मन प्रफुल्लित झालं. किती नानाविध गोष्टी बघायला मिळतात या एका रस्त्यावर? पानाचं साहित्य भरलेला डबा आपल्या गळ्यात अडकवून पान विकणारा हसरा मनुष्य. मोठमोठाले, गुळगुळीत रस्ते. त्यावर चालणारी उच्चभ्रू माणसं. भलीमोठी वातानुकूलित दुकानं. रस्त्यांवरून एका मागोमाग एक धावणाऱ्या प्रशस्त गाड्या.

संजीवकुमार आणि मी फुटपाथवरून चालू लागलो. मध्येच त्याने मला आपल्या कवेत ओढलं. मी लाजून चूर झाले; पण त्याची ती मिठी हवीहवीशीही वाटत होती. मध्येच त्याने मला विचारलं,

''आपण काहीतरी मस्त खाऊ या का? इथे जवळच 'ट्रिन्कास' हॉटेल आहे. किंवा मग 'ब्ल्यू फॉक्स', 'बार्बेक्यू', 'ऑलिम्पिया'... तू सांग कुठे जायचं ते. कोलकात्यामध्ये फार थोड्या रात्री इतक्या मोहक असतात. आपण आजची रात्र वाया घालवायला नको...'' असं म्हणून संजीवकुमार सूचकपणे हसला; पण माझं हास्य अजूनही दडी मारून बसलं होतं.

पार्क स्ट्रीटचा जन्म झाला होता तो सर इलीजेह इम्पेने चितळ हरणांचं प्रजनन करण्यासाठी बांधलेल्या जंगलवजा बागेमध्ये; पण आताच्या काळात मैदानापासून पार्क स्ट्रीटपर्यंत लुकलुकणाऱ्या दिव्यांच्या प्रकाशात सुबक हरणं किंवा मोर न दिसता फक्त माणसं आणि वाहनं दिसू लागली होती. लहान-मोठ्या मोटारगाड्या,

धुळीने माखलेल्या बस, भोंगा वाजवून पुढे जाण्याचा प्रयत्न करणाऱ्या रुग्णवाहिका आणि जाडजूड बायकांना घेऊन फिरणाऱ्या रिक्षा. खरंतर अलीकडे कोलकात्यामध्ये हातरिक्षांवर बंदी आणायचं चाललं होतं; पण संजीवकुमारने मला सांगितल्यानुसार – हजारो गरीब, बेरोजगार लोकांचं आयुष्य हातरिक्षामुळे मिळणाऱ्या कमाईवर अवलंबून असल्यामुळे, या प्रस्तावाला पूर्णपणे पाठिंबा मिळत नव्हता. अजूनही हाडाची काडं करून, वयोवृद्ध गरीब पुरुष खोकत खोकत, रक्त थुंकत शहरभर हातरिक्षा ओढत होते.

पूर्वीच्या काळी या पार्क स्ट्रीटचा काय थाट असेल याची मी कल्पना करू लागले. गाड्या आणि बसऐवजी इथे पालख्या आणि घोडागाड्या फिरत असतील. ठाकूमाला आजही राधा बाजार स्ट्रीट आणि ओल्ड कोर्ट रोडच्या मध्ये उभी असलेली क्रमांक ८ ची इमारत आठवत होती.

इंग्रजांच्या काळात वापरल्या जाणाऱ्या घोडागाड्या 'स्टुअर्ट अॅन्ड कंपनी'ने बनवलेल्या असत. अठराव्या शतकात खुद्द जेम्स स्टुअर्ट कोलकात्याला आल्यानंतर त्या घोडागाड्यांना आगळाच थाट लाभला. कालिचरण ग्रद्धा मलिक आजोबांचे भाऊ असलेले सच्चिदानंद ग्रद्धा मलिक हे त्या काळी डेन्मार्कमधून कोलकात्याला काही काळ वास्तव्यासाठी आलेल्या एका चित्रकाराच्या घरी नोकर म्हणून काम करत होते. स्वतः सच्चिदानंद आजोबासुद्धा उत्तम कलाकार होते. घोडागाड्यांच्या किनारींवर नाजूक चंदेरी रेखाटन करणे, त्यामधील लालबुंद आसनांवर सोनेरी धाग्याने विणकाम करणे अशा गोष्टींत ते तरबेज होते. लॉर्ड कॉर्न वॉलिसने म्हैसूरच्या राजासाठी खास बनवून मागवलेल्या दोन पालख्यांचं सुशोभीकरण सच्चिदानंद आजोबांनीच केलं होतं. प्रत्येक पालखीमागे चित्रकाराला ७००० रुपयांची कमाई झाली. त्यानंतर लगेचच चित्रकार आणि त्याची पत्नी मायदेशी परतले; सच्चिदानंद आजोबांना एक ब्रिटिश रुपया इनाम म्हणून दिला गेला. सच्चिदानंद आजोबा दारूचं व्यसन लागून मृत्युमुखी पडले.

संजीवकुमार मला चौरंगीच्या दिशेने घेऊन गेला. झालमुरीचा सुंदर वास सगळ्या आसमंतात दरवळत होता. त्याने आमच्यासाठी मस्त तिखट-आंबट झालमुरी घेतली आणि आम्ही रमतगमत सैर करू लागलो. थोड्या वेळाने आम्हाला दुपारी भेटलेला रिक्षाचालक तिथल्या एका भिंतीला टेकून विडी ओढताना दिसला. त्याचे खोल गेलेले डोळे, दाढीचे वाढलेले खुंट आणि उन्हाने रापलेला चेहरा पाहून अचानक मला जतिंद्रनाथची आठवण झाली. पार्क स्ट्रीटवर माझ्या राजकुमारासोबत चालत असताना, माझ्या मनातल्या प्रेमाची जागा मृत्यूने बळकावली!

माझ्या हातावर हलकेच बोट फिरवत संजीवकुमारने मला विचारलं,

"एवढा कसला विचार करतेस, चेतना?"

“दुपारच्या बातमीपत्रात तुम्ही कोणती भाषा बोलत होतात, संजू बाबू?”

“ओऽऽ... ती होय? ती माझ्या वडिलांची भाषा होती.”

संजीवकुमारने सहज आविर्भावात उत्तर दिलं खरं; पण मला त्या सहजतेमध्ये काहीतरी खटकत होतं. डोळ्यांवरच्या काळ्या चष्म्यामुळे त्याच्या नजरेतला खरेपणा मला पडताळूनही पाहता येत नव्हता, कारण काळा चष्मा आपलं काम चोख बजावत होता.

अचानक विषय बदलत, संजीवकुमार म्हणाला,

“ए, आम्ही तो शेवटचा कार्यक्रम अगदी जंगी पद्धतीने करायचं ठरवत आहोत हंऽऽ. आम्हाला तुझी मदत तर लागेलच; पण कसंही करून ग्रद्धादांना दुसऱ्या वाहिनीवरून आपल्याकडे आणलं पाहिजे. चेतू, बघ... हा माझ्या प्रतिष्ठेचा प्रश्न आहे. यापूर्वी कुणीही, कधीही अशा प्रकारच्या कार्यक्रमाचा विचार केलेला नाही. समजलं? त्यामुळे तू माझ्यासाठी एवढं तर केलंच पाहिजेस. तुझ्याकडून माझ्यासाठी लग्नाची भेट समजून कर. ठीक आहे?”

“काय?” मी न समजल्यासारखं विचारलं.

“काय म्हणजे काय? शेवटचा जंगी कार्यक्रम! एकदम धडाकेबाज!”

माझ्या हृदयाने बसकण मारली. आता विषय बदलण्याची वेळ माझी होती.

“ठाकूमाचं नाणं पुन्हा गायब झालं.”

“ऑऽऽ? परत? कसं काय? तू सतर्क राहायला हवं होतं ना, चेतू?”

मला हसू आलं. चोर मालकाला दोष लावायचा प्रयत्न करत होता. काही वेळ शांततेत गेला. मग मी त्याला म्हणाले,

“तशी मी पार्क स्ट्रीटवर बरेचदा आले आहे; पण रात्रीच्या वेळी हा रस्ता बघण्याची ही माझी पहिलीच वेळ आहे. इथे खूप छान छान दुकानं आहेत, नाही का?”

आम्ही नेमके ‘झवेरी सारी एम्पोरियम’च्या बाहेर उभे होतो. संजीवकुमारने मला विचारलं,

“तुला काही घ्यायचं आहे का, चेतना? साड्या घेऊ या?”

त्याने अगदी लोभसपणे विचारलेला प्रश्न मी हसून टाळला. पिंगलकेशिनीने आपली शक्ती आणि आरोग्य अगदी अखेरपर्यंत नीट सांभाळून ठेवलं होतं. सुलतानाने कारागृहाच्या अगदी जवळ तिला राजवाडा बांधून दिला होता. ती रोज रात्री आपल्याशी शय्यासोबत करण्यासाठी नवीन पुरुषाला बोलावून घ्यायची. प्रणयक्रीडेमध्ये आपल्याला हरवून टाकणाऱ्या पुरुषासाठी तिने इनाम जाहीर केले होते. वयाच्या नव्वदाव्या वर्षी तिला मरण आलं – तेही अगदी तृप्त तनाने व मनाने! एका गुन्हेगाराला फाशी देऊन आल्यानंतर रात्रीचं सुग्रास भोजन घेऊन, ती

एका तरुणासोबत निद्रिस्त झाली असताना मृत्यूने तिच्यावर अंमल बसवला.

"माझी एक इच्छा आहे..." आवाजामध्ये मादकता आणून मी संजीवकुमारला गळ घातली.

बाबांनी दिलेल्या सल्ल्यानुसार, मी त्या दिवशीच्या कार्यक्रमात पिंगलकेशिनीची गोष्ट पूर्ण सांगितली नव्हती. तुघ्राल खानसाठी फाशीची गाठ बांधायला जेव्हा पिंगलकेशिनीने आपली साडी सोडली, तेव्हा ती संपूर्ण नग्न होऊन सगळ्यांसमोर उभी राहिली होती. सवयीनुसार तिच्या उघड्या देहावर तुघ्राल खानची नजर फिरली होती; पण या वेळी त्याच्या नजरेत वासनेच्या जागी भय दाटलं होतं. तिने त्याला लगेच मारलं नव्हतं. तो ज्या खुर्चीवर उभा होता, तिला एकदा लाथ मारून, तुघ्रालला जीव वाचवण्यासाठी तडफडताना ती बघत बसली. मग मध्येच उठून तिने त्याला पुन्हा खुर्ची दिली होती. तुघ्रालने धडपडत खुर्चीवर पाय ठेवून, गळ्यातला फास काढण्याचा प्रयत्न केला. तेवढ्यात पिंगलकेशिनीने पुन्हा खुर्चीला लाथ मारली. तिचा हा उंदरा-मांजराचा खेळ रात्रभर सुरू होता.

"काय हवंय तुला, चेतू? सांग मला. जे पाहिजे ते आणून देईन..." माझ्या मानेवरून हलकेच बोटं फिरवत, संजीवकुमार म्हणाला.

त्याच्या स्पर्शाला तसाच प्रतिसाद देत, मी डोळे मिटून घेतले आणि त्याला म्हणाले,

"मला साडी विकत घेऊन देऊ नकोस..."

"मग?"

"चोरून दे!"

संजीवकुमार अडखळला! कसनुसं हसत मला म्हणाला,

"काहीतरीच काय?"

पण मी माझा हट्ट सोडायला तयार नव्हते. तो कशी चोरी करतो हे मला बघायचंच होतं. मी त्याला काम फत्ते करण्यासाठी अर्धा तास दिला; पण तो अगदी पाच मिनिटांत परत आला. तेही, रिकाम्या हाताने.

"तू माझ्यासोबत यायला पाहिजेस, चेतना. मला एकट्याला चोरी करता येणार नाही."

मी खळखळून हसले.

"सॉरी! काही गोष्टी तुम्हाला एकट्यालाच कराव्या लागतील, संजू बाबू."

त्याने माझ्याकडे असहायपणे बघितलं आणि म्हणाला,

"तसं असेल तर मग आपण दुसऱ्या कुठल्यातरी दुकानात जाऊ या... शक्यतो, जिथे पुरुषांचेही कपडे मिळतील अशा. हा साडीचा मामला फार क्लिष्ट असतो बुवा!"

त्याचं बोलणं ऐकून मला ठाकूमाची आठवण झाली. तिला साडी या प्रकाराबद्दल खूप राग! बंगालचा उद्धार करण्याच्या नावाखाली केशबचंद्र सेनने स्त्रियांच्या गळ्यात या चोपून बसणाऱ्या, सांभाळायला कठीण अशा पोशाखाचा फास घातल्याबद्दल, तिने त्यांना आजतागायत माफ केलेलं नाही. तिचं म्हणणं असं की, साडीची लोकप्रियता वाढीला लागण्यापूर्वी, बायका खूप सोप्या पोशाखात वावरू शकत असत. कमरेभोवती कापडाची एक गुंडाळी घेतली की झालं काम!

"चेतू, मी जगातली कोणतीही वस्तू चोरू शकतो; पण साडी नव्हे. त्यासाठी माझ्यासोबत एखादी मुलगी असणं गरजेचं आहे."

मी हसले. मग त्याने मला गोंधळलेल्या सुरात विचारलं,

"पण मला एक गोष्ट समजत नाही... तू मला चोरी करायला का सांगते आहेस?"

"हे बघण्यासाठी की, तू ज्या फुशारक्या मारत असतोस, त्या खऱ्या आहेत की खोट्या? आणि जर त्या खऱ्या असल्या, तर मग मला बघायचं आहे की, तू चोरी नेमकी करतोस तरी कशी?"

"ते कुणालाच बघता येत नाही. तीच तर माझी हातोटी आहे नाऽऽ! चोरी करणं हे जादूचे प्रयोग करण्यासारखं असतं. त्यासाठी तुमचा हात चपळ आणि जीभ मधाळ हवी. समोरच्याला गुंतवून ठेवून आपला कार्यभाग साधता आला पाहिजे."

"असो... जरी तू साडी चोरलीस, तरी मी तुला ती परत करायला लावणार हंऽऽ."

"नाही, ते शक्य नाही. एकदा चोरलेली वस्तू मी कधीही परत करत नाही. तुझ्या सोन्याच्या बाबतीत अपवाद केला होता तो पहिला आणि शेवटचा," संजीवकुमार गाल फुगवून म्हणाला.

आम्ही चालत राहिलो. काही वेळ दोघेही काही बोललो नाही. मध्येच 'पार्क प्लाझा हॉटेल'चे झगमगीत दिवे लागले तसं संजीवकुमारने मला विचारलं,

"आज आपण माझ्या घरी जाऊ या का?"

"नको."

"का? तुला माझं घर बघावंसं वाटत नाही का? तू जिथे राहणार आहेस, ते घर बघावंसं वाटत नाही तुला?"

त्याने अशा पद्धतीने विषय मांडल्यावर माझीही उत्सुकता जरा चाळवली गेली. पुन्हा एकदा नीलमणीच्या वेली आणि अपराजिताची फुलं असलेलं घर बघायला मला निश्चित आवडणार होतं. मी त्याला तसं सांगितल्यावर संजीवकुमार म्हणाला,

"नाही, नाही. मी त्या घराबद्दल नाही बोलत. लग्नानंतर आपण माझ्या आईच्या घरी राहणार आहोत..."

"म्हणजे? कुठे?"

"सोनागाचीमध्ये!"

मी थक्क होऊन बघत बसले; पण मी त्याला अजून काही विचारणार त्याआधी संजीवकुमार हसला आणि माझा हात धरून म्हणाला,

"ती एक मोठीच गोष्ट आहे आणि पार्क स्ट्रीटवर सांगण्यासारखी नक्कीच नाही. माझ्या होणाऱ्या बायकोने, माझ्या कुशीमध्ये बसून ऐकण्यासारखी गोष्ट आहे ती."

माझा विरस झाला. म्हणून मी त्याला म्हणाले,

"आज नको. नंतर केव्हातरी जाऊ..."

"नंतर कधी? दिवस नुसते धावताहेत, चेतना. आज २० तारीख उलटून गेली. आता फक्त चार दिवस उरले आहेत... त्यानंतर लगेचच आपलं लग्न... आपलं लग्न होण्यापूर्वी तुला माझ्याबद्दल सगळं नीट समजलं पाहिजे, चेतना. माझा आग्रहच आहे तसा."

का कुणास ठाऊक! पण त्या क्षणी मला त्याच्या बोलण्यात एक प्रेमळ पती न दिसता, काहीतरी पळवू पाहणारा चोर दिसत होता. त्याच्या डोळ्यांवरच्या चष्म्यामुळे त्याचा चेहरा नीट वाचता येत नव्हता; पण ज्या प्रकारे तो माझ्या तळहातावर आपल्या बोटांनी नक्षी काढत, माझं मन वळवण्याचा प्रयत्न करत होता त्यामध्ये मला काहीतरी खटकत होतं. वरकरणी जरी तो प्रेम दाखवत असला तरी संजीवकुमारच्या या रूपाला भुलू नकोस, असं सांगणारे हजारो नाग माझ्या मनात फणा काढून उभे राहिले. त्यांच्या लवलवणाऱ्या जिभा संजीवकुमारच्या वागण्या-बोलण्यातल्या छुप्या खुणा टिपण्यासाठी सज्ज झाल्या.

आम्ही वळलो आणि पुन्हा आलो त्या रस्त्याने मागे जाऊ लागलो. वाटेत ते साडीचं दुकान दिसल्यावर, संजीवकुमार अस्वस्थ झालेला दिसला. मी त्याच्याकडे बघून मादक हसले. शेवटा तो एकटाच आत गेला. मी पार्क स्ट्रीटच्या झगमगाटात न्हाऊन निघत होते. खूश होते. हसत होते. त्या क्षणी मला पिंगलकेशिनीची आठवण झाली. तिचं हरवलेलं हास्य परत मिळवण्यासाठी तिने तुघ्राल तुघन खानला पुनःपुन्हा फलाटावर चढायला लावलं होतं. नेमकं सांगायचं तर सातशे सत्तावीस वेळा!

२३

एक सरळ रेष. माझ्या तुटलेल्या पाटीवर गौतम देबने काढलेली ती पहिली गोष्ट होती. त्या रेषेच्या वर त्याने डोळ्यासारखे दिसणारे दोन गोल काढले होते. त्यांच्या भोवती पापण्यांसारख्या दिसणाऱ्या बारीक रेघा काढल्या होत्या. मग आपले लहानसे, मोत्यासारखे दात दाखवून तो हसत मला म्हणाला होता,

"चेतूदी, हा बघ. सूर्य!"

त्यानंतर अवघ्या काही तासांनी त्याच्या झोपडीमागच्या पेरूच्या झाडावर गौतमचं शरीर फासावर लटकलेलं आढळलं होतं! त्याचे बाहेर आलेले डोळे विझलेल्या सूर्यासारखे दिसत होते. त्याचं शरीर एका सरळ रेषेत डोलत होतं. गौतमच्या चेहऱ्यावर भीती किंवा वेदना न दिसता कसलं तरी कुतूहल दिसत होतं. कमरेवर आणि डोक्यावर पाण्याने भरलेल्या कळशा घेऊन आलेल्या गौतमच्या आईने – अरुणाने – ते भयंकर दृश्य बघितलं... आणि ती जमिनीवर कोसळली!! छाती बडवत मुलाच्या नावाने आक्रोश करत असताना आजूबाजूला जमलेल्या गर्दीमध्ये मला पाहून, ती फूत्कारली :

"आग लागो तुम्हा सगळ्यांना! वीज पडून मरोत तुम्ही सगळे!"

माझी काय चूक होती हे मला त्या वेळी समजलं नाही. आम्ही तर 'फाशी लाव-फाशी लाव'चा खेळ खेळत होतो. बऱ्याच वर्षांनी मला हे लक्षात आलं की, त्या खेळातून एक गडी कायमचा बाद होतो.

मला अजून आठवतं – ती १९८७ मधली एक सकाळ होती. एक वृद्ध पत्रकार आपल्यासोबत एका झोळीवाल्या तरुणाला घेऊन, बाबांना भेटण्यासाठी आले होते. सकाळपासून बाबांनी अख्ख्या स्ट्रॅन्ड रोडला ऐकू जाईल अशा पद्धतीने गर्जना करून ठेवली होती की, खास त्यांना भेटण्यासाठी दोन पत्रकार चक्क विमानप्रवास करून दिल्लीहून कोलकात्याला येत आहेत. हे लोक त्यांच्यासाठी खूप महत्त्वाचे होते हे मला तेव्हा समजलं, जेव्हा त्यांचं आगमन झाल्यावर, बाबांनी हातातली सिगारेट फेकून दिली आणि त्यांच्या स्वागतासाठी दरवाजापर्यंत गेले – बाबांनी आयुष्यात अत्यंत मोजक्या प्रसंगी या दोन गोष्टी केल्या आहेत! गाडीमधून उतरताक्षणीच तो तरुण माणूस आपल्या झोळीतून कॅमेरा काढून सगळ्यांची छायाचित्रं घेऊ लागला. मी, गौतम, अपर्णा, अमलेंदू, चंपा आम्ही सगळेच लाजून पळापळ करू लागलो. मध्येच वाटेत थांबून, अजूनही आमची छायाचित्रं काढली जात आहेत का हेही उत्साहाने पाहत बसलो. वेडी पोरं होतो आम्ही अगदी त्या वेळी !

'चला, ग्रद्धादांच्या खोलीत डोकावून पाहू या,' आमच्यातल्या त्यातल्या त्यात धीट असलेल्या अमलेंदूने ही कल्पना काढली. काही वर्षांनी हा अमलेंदू 'एस.एस.के.एम. हॉस्पिटल'मध्ये ताप येऊन मृत्युमुखी पडला. असो. त्या वेळी आम्हाला अमलेंदूची कल्पना फार आवडली. आळीपाळीने टाचा उंचावून आम्ही बाबांच्या खोलीत डोकावू लागलो. ते ज्येष्ठ पत्रकार एका मोडक्या प्लॅस्टिकच्या खुर्चीत आपलं जाडजूड शरीर कसंबसं कोंबून, बाबांची मुलाखत घेत होते. त्या काळी बाबा आजच्या इतके वृद्ध दिसायचे नाहीत. मिशी आणि डोक्यावरचे बरेचसे केस अजूनही काळे होते.

मुलाखत देत असताना मध्येच बाबांनी त्यांच्याकडचा दोरखंड काढला आणि पत्रकार गृहस्थांच्या समोर धरून जात्रेतील पात्राच्या आविर्भावात म्हणाले,

"हे काही साधंसुधं काम नाही, बाबू. हे एक कार्य आहे, एक असं दैवी कार्य जे विधात्याने आमच्या घराण्यातील लोकांच्या नशिबी काही विशिष्ट कारणाने लिहिलेलं आहे. असं म्हणतात की, आमच्या घराण्यातले पहिले जल्लाद – राधारमण ग्रद्धा मलिक यांना खुद्द भगवान महादेवाकडून वरदान मिळालं होतं; त्यामुळे त्यांच्या हातून फाशी जाणाऱ्या माणसाला नक्कीच स्वर्गाचा लाभ होणार, असं म्हटलं जायचं. ही गोष्ट आजतागायत खरी ठरलेली आहे, बाबू. आमच्या घराण्यातील जल्लादाच्या हातून ज्या कुणाचा मृत्यू होतो, तो नक्कीच स्वर्गामध्ये स्थान पटकावतो. म्हणून तर ग्रद्धा मलिकांपैकी एखाद्याच्या हातून फाशी मिळणार असलेल्या गुन्हेगारांना जुने आय.जी. बासू बाबू म्हणायचे, 'नशीबवान आहेस, लेका... म्हणून ग्रद्धा मलिकच्या हाती वर जाणार आहेस.' असो. तर बाबू, ही बघा... आम्ही या दोरखंडाची अशी गाठ मारतो. ही गाठ अशासाठी विशेष आहे की, हिच्या बांधणीचं तंत्र हे आमच्या घराण्याचं गुपित आहे. खूप लोकांनी आमच्याकडून ही गाठ शिकण्याचा प्रयत्न केला... पण ग्रद्धा मलिकांइतकी सुबक गाठ अद्याप कुणालाच जमलेली नाही," असं म्हणून बाबांनी दोरखंडाची गाठ मारून पत्रकार गृहस्थांसमोर उंचावून धरली.

"ग्रद्धाजी, तुम्ही ज्या गुन्हेगाराला फाशी देणार आहात तो एक अत्यंत कुप्रसिद्ध खुनी आहे. तुम्हाला त्याची भीती वाटते का?"

"अजिबात नाही, बाबू. मला कशासाठी भीती वाटावी, सांगा बरं? इतक्या लोकांचा निर्दयपणे प्राण हिरावून घेणाऱ्या खुन्याचा अंत करण्यासाठी देवाने मला नेमलं आहे. हे माझं विधिलिखित कर्म आहे. ते करताना माझे हात कशासाठी थरथरावेत?"

बाबा ज्या गुन्हेगाराबद्दल बोलत होते, तो खरोखरच अत्यंत निर्ढावलेला व क्रूर खुनी होता. बांगलादेशातून आश्रित म्हणून आलेला हा विनोद अतिशय

विकृत माणूस होता. लहान मुलांना गोळ्या-चॉकलेटचं आमिष दाखवून, त्यांना पळवून न्यायचा आणि एखाद्या निर्मनुष्य ठिकाणी नेऊन, रुमालाने त्या लहानग्यांचा गळा घोटायचा! त्यानंतर आपण पकडले जाऊ नये म्हणून ॲसिड टाकून त्या पोरांची शरीरं जाळून टाकायचा. बंगालभर फिरून, अशा रीतीने शंभर मुलं मारल्यानंतर विनोदने स्वतःहून पोलिसांसमोर आपला गुन्हा कबूल केला होता.

"मुलं ही देवाघरची फुलं असतात, बाबू. मुलांना इतक्या निर्दयपणे मारणाऱ्या माणसाला एकदा नाही, शंभरदा फाशी द्यायला हवी असं मला वाटतं."

बाबा अगदी गंभीरपणे मुलाखत देत असताना बाहेर मात्र भांडणाचं पेव फुटलं होतं. एकाच वेळी खिडकीमधून आत डोकावण्याचा हट्ट धरून बसलेल्या चंपा आणि अपर्णामध्ये मारामारी सुरू होती. अपर्णाने चंपाला ओरखडल्यावर चंपाने तिला बदाबदा मारलं होतं! मात्र, तसं करताना एकदा तिचा हात अमलेंदूला लागला आणि त्याने त्वेषाने तिचे केस ओढले. चंपा जोरजोरात रडू लागली. तो सगळा कोलाहल ऐकून, बाबा वैतागून बाहेर आले आणि त्यांनी आम्हा सगळ्यांना सज्जड दम भरून तिथून चालते व्हायला सांगितलं. आम्ही घाबरून तिथून पळ काढला; पण आमचा खेळण्याचा उत्साह काही ओसरला नव्हता. आमच्या घरातून पळ काढून मागच्या बाजूला असलेल्या अपर्णा आणि अमलेंदूच्या कच्च्या घरांवरून पुढे जात आम्ही गौतमच्या घराजवळ असलेल्या पेरूच्या झाडाजवळ पोहोचलो. तिकडे गौतमला एक दोरी पडलेली सापडली. झालं! त्याने त्या दोरीचं एक टोक झाडाच्या फांदीवर टाकलं आणि दुसरं टोक अमलेंदूच्या गळ्यात अडकवून म्हणाला,

"मी जल्लाद ग्रद्धादा आहे. आज मी अमलदाला फाशी देणार!"

घाबरलेल्या गुन्हेगाराचा उत्तम अभिनय करत, अमलेंदू म्हणाला,

"नको, नको. मला माफ करा, ग्रद्धादा! मला मारू नका!"

आम्हाला खूप गंमत वाटली. आम्ही सगळे मनमुराद हसलो आणि खरंतर अशा रीतीने त्या खेळाला सुरुवात झाली. गौतमनंतर अमलेंदूने गाठ मारायचा प्रयत्न केला; पण त्याला काही ते जमलं नाही. मग इतरांनीही तसा प्रयत्न केला; पण तरीही काही जमेना. अखेर ती दोरी माझ्या हातात आली आणि मी व्यवस्थित गाठ मारून दिली. मग कुणीतरी जवळचा एक दगड सरकवून फलाट तयार केला. अमलेंदू त्या फलाटावर उभा राहिला. आम्ही तो दगड सरकवल्यावर, त्याने शिताफीने झाडाची फांदी पकडली आणि मरण्याचा अभिनय केला. जीभ बाहेर काढून, डोळे फिरवत मेलेल्या माणसाचा अभिनय करत असलेल्या अमलेंदूला पाहून आम्हाला आणखी गंमत वाटली. आज मात्र त्या आठवणीने अंगावर सरसरून काटा येतो! खूप वर्षांनी मला ही जाणीव झाली की, त्या दिवशी माझ्या

बोटांनी ज्या पद्धतीने गाठ विणली, ती अशी काही सुबक बनली होती की, जणू एखादी अज्ञात शक्तीच माझ्याकडून ते काम करून घेत असावी.

मी बांधलेली गाठ अमलेंदूने गौतमच्या गळ्यात टाकली; मी ती घट्ट केली. मग अमलेंदूने दोरीचं दुसरं टोक झाडावर टाकलं. आम्ही आळीपाळीने जल्लाद बनू लागलो. अमलेंदू आणि चंपामध्ये कोण प्रथम जल्लाद बनणार यावरून मारामारी झाली. त्याने तिला चोप दिला; ती रडत निघून गेली. त्यानंतर ज्या घटना घडल्या, त्या सगळ्या मला फक्त ध्वनिस्वरूपात आठवतात. अमलेंदूच्या आईने त्याला हाक मारली. तो आपले मातीने भरलेले पाय आपटत निघून गेला. चंपाने अपर्णाला हाक मारली; त्या दोघी पळून गेल्या. सगळे निघून गेल्यामुळे मीही घराकडे जायला निघाल्यावर पायाखाली चुरडल्या जाणाऱ्या मुरुमाचा आवाज. गौतमने मला हाक मारेपर्यंत मी तर विसरूनच गेले होते की, तो अजूनही झाडालाच लटकलेला होता. सगळे आपल्याला सोडून जात आहेत याबद्दल तो खूप रागावला होता. त्याचे पुरीसारखे फुगलेले गाल पाहून मला हसू आलं. चिडून त्याने आपले पाय झाडले (किंवा तो कदाचित त्या दगडावरून सरकला.) आणि मग झटापट करू लागला. तो अजूनही खेळतो आहे असं समजून मी निघून गेले. परत तेव्हाच आले जेव्हा त्याचं ओरडणं, रडणं जास्त वाटू लागलं.

गौतमच्या मृत्यूनंतर काही आठवड्यांनी 'संडे' या इंग्रजी नियतकालिकामध्ये आमचं – मी, गौतम, अमलेंदू, चंपा आणि अपर्णाचा – हसतखिदळत धावत असतानाचं छायाचित्रं छापलं गेलं होतं. मी ते छायाचित्र इतक्या वेळा काढून बघितल्यामुळे गौतमबद्दलची माझी शेवटची आठवण तीच आहे – छायाचित्रकाराकडे वळून बघत पळून जात असणाऱ्या लहान मुलाची! त्यानंतर बऱ्याच वर्षांनी जतिंद्रनाथ बॅनर्जीचं 'स्टेट्समन'मध्ये छापलं गेलेलं छायाचित्रंही तसंच होतं – पोलिसांच्या गाडीत बसताना छायाचित्रकाराकडे मागे वळून बघणाऱ्या माणसाचं. फक्त त्याच्या चेहऱ्यावर हास्याचा अभाव होता.

मला त्या रात्री झोप लागली नाही. घराबाहेर शववाहिन्यांची रांग लागली होती. दुसरीकडे श्राद्धानंतर मिळणारं फुकटचं जेवण खाण्यासाठी आलेल्यांची रांग वाढत होती. संध्याकाळी पडलेल्या पावसाने ओल्या झालेल्या रस्त्यावर बसून, जेवण मिळण्याची वाट बघत असलेल्या माणसांना पाहून मला अस्वस्थ वाटू लागलं. गंगेच्या काठी जळणाऱ्या मृतदेहांचा धूर आसमंतात भरत चालला होता. तो धूर पाहून माझ्या मनात एकच विचार येत होता : आजपासून चार दिवसांना जतिंद्रनाथचं शरीरसुद्धा अशाच प्रकारे लुप्त होणार आहे.

"अजून लग्न ठरलेलं नाही. कुठलीही औपचारिक बोलणी झालेली नाहीत आणि तू अशी त्याच्यासोबत सर्रास फिरते आहेस... मला हे सगळं योग्य वाटत

नाही...'' मी घरात येताना पाहून आईने आपला ठेवणीतला सूर लावला होता. ''तुझ्या बापाच्या डोक्यात तर काडीची अक्कल नाही. त्याला चार दमड्या अन् एक दारूची बाटली द्या मग बघा तो कसा माकडासारखा झाडावरून उड्या मारायला लागेल! पण तू? तू तर शिकलेली आहेस, समजूतदार आहेस. तुला तुझ्या भविष्याबद्दल काही चिंता आहे की नाही?''

''कसलं भविष्य, मा?''

आईकडे बघून मला सितला देवीची आठवण येत होती. एका हातात झाडू, दुसऱ्या हातात पाण्याची कळशी. घर स्वच्छ करताना गरम तेलात टाकलेल्या मोहरीसारखी तडतडणारी. आईचं आयुष्य इतक्याच गोष्टींनी भरलेलं होतं. तिचं जेवणही सितला देवीसारखंच असे – शिळ्या भाताची पेज; थंडगार आणि बेचव!

त्या रात्री, बाबा आणि मामध्ये कडाक्याचं भांडण झालं.

''तू अत्यंत मूर्ख आणि बिनकामाची बाई आहेस! काही चांगलं होत असलं की, तुला ते बघवत नाही. बाईने नवऱ्यावर प्रेमाचा वर्षाव करत राहावं. जी स्त्री आपल्या नवऱ्यावर प्रेम करू शकत नाही, तिला जिवंत राहण्याचा हक्कच नसावा!''

अपेक्षेप्रमाणे आईच्या गालावर पाच बोटं उमटल्याचा आवाज आला. रामूदाच्या चेहऱ्यावर राग फुलू लागला; मी कूस वळवून झोपायचा प्रयत्न करू लागले.

''तू मला नसते प्रश्न विचारण्याचा प्रयत्न करच... मग बघ मी तुला कसं फासावर लटकवतो ते!''

''आहाऽहाऽ... मला फासावर लटकवणार का तुम्ही? मला?? चला, कराच प्रयत्न! मी इथेच आहे आणि तुम्हीसुद्धा!''

इतक्यात रामूदाने दमलेल्या आवाजात आईला हाक मारली.

''माऽऽ...''

आई धावत आली आणि रामूदाच्या डोक्यावर हात फिरवत म्हणाली,

''काय झालं, बाळा? तुला काही हवं आहे का?''

''हो, हवं आहे. शांती हवी आहे! मिळेल का?'' रामूदाने वैतागलेल्या सुरात विचारलं.

''बरं, मी आता काहीच बोलणार नाही!'' आईने शस्त्रं टाकली आणि स्वयंपाकघरात जाऊन बसली.

दुसऱ्या दिवशी मी आईला स्वयंपाकघरात मदत करत असताना काकीमा धावत आली आणि म्हणाली,

''दीदी, बघा ना, किती गोंडस मूल आहे!''

आम्ही दोघी हातातलं काम टाकून घराबाहेर आलो. रस्त्यावरच्या वाहनांमधून

वाट काढत, एक अंत्ययात्रा येत होती. चाळीस-पंचेचाळीस वर्षांच्या माणसाच्या हातात एका लहान मुलाचा मृतदेह होता. जेमतेम पाच वर्षांचाही नसावा तो मुलगा. त्याच्या गालावर काळी तीट लावलेली होती; डोक्यावर मोरपंख बसवलेलं होतं. त्याच्या आईला धड चालताही येत नव्हतं. अधूनमधून तिला चक्कर येत होती.

८ वाजताची प्रिन्सेप घाट सर्क्यूलर गाडी निघाली तसा वाहनांचा आणखी एक लोंढा रेल्वेच्या दुसऱ्या बाजूने येऊन आमच्या रस्त्याला मिळाला. अंगातलं सगळं त्राण निघून गेलेला, त्या मुलाचा बाप आपल्या मृत लेकराचा निष्प्राण देह सांभाळत वाहनांच्या गर्दीमधून कशीबशी वाट काढत अडखळणारे पाय उचलत चालू लागला. मध्येच त्याची आणि माझी नजरानजर झाली. तो क्षणभर थांबला आणि माझ्याकडे जळजळीत नजरेने पाहू लागला. मी प्रचंड घाबरले. मुलाची अंत्ययात्रा पुढे गेली; पण त्या गलितगात्र बापाचे डोळे माझं काळीज फाडू लागले. माझ्या लक्षात आलं – त्यानेही 'फाशी लाव, फाशी लाव'चा खेळ खेळला होता!

मी धावत घरात आले आणि जमिनीवर कोसळले. रामूदाने माझ्याकडे वेदनेने ओथंबलेल्या नजरेने बघितलं आणि म्हणाला,

"कालची घटना आहे... तीन मुलं..."

दुःखाच्या भरात त्याला नीट बोलवत नव्हतं. बाबांना मात्र हसू आलं!

"चेतू, इतका विचार करू नकोस. आपण – तू, मी किंवा आपल्या आपल्या पूर्वजांपैकी कोणीही – काहीही चूक केलेली नाही. फाशी देणं हे आपलं विधिलिखित कर्म आहे. आपण जेव्हा फाशी देण्याच्या अनुभवाबद्दल अन्य हजार माणसांशी बोलतो, तेव्हा कुठे त्यातले पाच-सहाजण सुधारतात आणि अर्थात तो आकडाही फार जास्त आहे."

एवढं बोलून बाबा आपला पाण्याचा तांब्या भरून, शांतपणे आपल्या खोलीत गेले. मला मात्र चैन पडेना. जसं मी संजीवकुमारला चोरी करायला भाग पाडलं होतं, तसंच हा समाज मला जतिंद्रनाथचा प्राण हिरावून घेण्यासाठी भाग पाडत होता. चोरी करताना जसा चपळ हात आणि मधाळ जीभ लागते, तसंच फाशी देतानाही त्याच गोष्टींची गरज असते. दोघांमध्ये एकच फरक आहे; फाशीच्या बाबतीत. चोरलेली वस्तू कुणाच्याच हाती लागत नाही – अगदी खुद्द चोराच्यासुद्धा!

मी रामूदाच्या पलंगाला टेकून बसले. मनात विचारांचं काहूर माजलं होतं. निहारिकाच्या पायांमध्ये नाजूक, चांदीची पानं असलेलं पैंजण असे. ती चालली की, त्या पैंजणांची सुंदर किणकिण होत असे. बाबांच्या खोलीतल्या दांड्यावर

लटकलेली असतानासुद्धा, वाऱ्यावर डोलत असलेल्या तिच्या मृतदेहावर असलेल्या पैंजणांची किणकिण तशीच चालू राहिली होती. पेरूच्या झाडावर लटकलेल्या गौतमचा चेहरा हसरा होता. त्याची मान अगदी एका सेकंदात मोडली असावी. त्याच्या आईच्या किंकाळ्या ऐकून आम्ही घटनास्थळी पोहोचेपर्यंत गौतम निष्प्राण झाला होता. आयुष्यात मी पहिल्यांदा जी गाठ बांधली होती; त्यामुळे एक जीव कमी झाला होता.

त्या दिवशी घाटावर नेहमीपेक्षा जास्त गर्दी दिसत होती. मी बाहेर डोकावून बघितलं तर सूर्यासारखे मोठ्ठे डोळे असलेली लहान मुलं मला 'फाशी लाव, फाशी लाव'चा खेळ खेळायला बोलावत होती. धास्तावलेल्या काळजाने मी माझ्या हातांकडे पाहत बसले!!!

२४

'फाशीला उरले फक्त तीन दिवस – जल्लाद करू लागला घासाघीस!''

'टेलिग्राफ' या वर्तमानपत्राचा मथळा जगाला ओरडून सांगत होता. चहाच्या दुकानामध्ये मोडकळीस आलेल्या एका लाकडी खुर्चीवर बसून हातामध्ये अर्धी ओढलेली सिगारेट धरून, शक्य तितक्या कष्टी चेहऱ्याने वाचकाकडे बघणाऱ्या बाबांचं छायाचित्र छापून आलं होतं. छायाचित्र इतकं जवळून काढलं होतं की, त्यांच्या सिगारेटमधून येणारा धूर आणि गमछाला पडलेलं छोटंसं छिद्रसुद्धा लपून राहिलेलं नव्हतं. मी रामूदाला ती बातमी वाचून दाखवत होते, इतक्यात बाहेरून कलकलाट ऐकू येऊ लागला. वैतागून काय गोंधळ आहे हे बघण्यासाठी मी बाहेर आले तर दिसलं की, प्रसिद्ध बंगाली फुटबॉलपटू प्रणॉय चॅटर्जींचा मृतदेह घेऊन आलेली रुग्णवाहिका आमच्या गल्लीमध्ये शिरली होती. प्रणॉय चॅटर्जींची गोळ्या झाडून हत्या केली गेली होती. त्याची अंत्ययात्रा म्हटल्यावर गर्दी जमणं साहजिक होतं. पांढऱ्याशुभ्र ऑर्किडच्या महागड्या फुलांनी सजवलेल्या रुग्णवाहिकेच्या पुढच्या आणि मागच्या बाजूला चॅटर्जींची मोठमोठी छायाचित्रं लावलेली होती. त्यावर फुलांच्या माळांची आरास केली होती. दोन दिवसांपूर्वी जमशेदपूरमध्ये चॅटर्जी कामावर जाण्यासाठी घराबाहेर पडला असता एक माणूस पत्ता विचारण्याच्या निमित्ताने त्याच्या जवळ आला आणि चॅटर्जींवर गोळ्या झाडून पळून गेला. गोळ्यांचा आवाज ऐकून चॅटर्जींची बायको – प्रेमलता धावत आली. आपल्या नवऱ्याचं रक्ताळलेलं शरीर बघून तिने आकांत मांडला. रडत, ओरडत दिसेल त्या गाड्यांमागे धावत, मदत मागत राहिली. अखेर एका टॅक्सीचालकाला तिची

दया आली. त्याने प्रेमलता व प्रणॉय चॅटर्जीला टॅक्सीमधून इस्पितळापर्यंत सोडलं. डॉक्टरांनी प्रयत्नांची शिकस्त केली. प्रेमलताने एक क्षणभरही आपल्या नवऱ्याची साथ सोडली नाही. त्याच्यावर उपचार सुरू असताना दिवसभर इस्पितळात अन्नपाण्याशिवाय बसून राहिली. प्रसारमाध्यमांना या हल्ल्याचा आणि प्रेमलताच्या वागणुकीचा सुगावा लागताच, सगळ्या वाहिन्यांवर आणि वर्तमानपत्रांमध्ये प्रणॉयच्या फुटबॉल कारकिर्दीबद्दल आणि प्रेमलताच्या विलक्षण प्रेमाबद्दल रकानेच्या रकाने भरून येऊ लागले. मात्र, अखेर प्रेमलताच्या पदरी निराशा आली. डॉक्टरांच्या उपचारांना यश आलं नाही. नवरा गेला असल्याची बातमी समजताच प्रेमलताने जो आक्रोश मांडला, त्याचे पडसाद अख्ख्या इस्पितळात उमटले होते. मात्र, इथे प्रेमलताचा आक्रोश चालू असताना, अचानक तिला(च) अटक करण्यासाठी पोलिसांची फौज येऊन इस्पितळात दाखल झाली!! आता तर प्रसारमाध्यमांना आणखी मालमसाला मिळाला. असं म्हटलं जात होतं की, प्रेमलताचं आपल्या शेजारच्या माणसासोबत प्रेमप्रकरण होतं आणि प्रणॉय चॅटर्जीला मारण्यासाठी तिनेच त्याला भरीस घातलं होतं. त्यानुसार त्या माणसाने एका गुंडाला सुपारी देऊन, चॅटर्जीला संपवून टाकलं होतं. भरीस भर म्हणजे सुपारीचे पैसे प्रेमलतानेच दिले होते असाही गवगवा होऊ लागला.

घाटावरच्या शंकराच्या मंदिरावरून ठाकूमा परत आली, ती प्रेमलताला शिव्यांची लाखोली वाहतच. मला पाहून ती म्हणाली,

"अशा नीतिभ्रष्ट बायकांना तर सरळ फासावर लटकवलं पाहिजे! चेतू, देवाकडे प्रार्थना कर आणि त्याला म्हण, हे शुभ कार्य माझ्याच हातून घडवून आण बाबा!"

मी मनोमन शहारले आणि ठाकूमाकडे बघून कसनुसं हसले. मात्र, मला माहीत होतं की, स्वतंत्र भारतामध्ये कोणत्याही महिलेला अद्याप फाशीची शिक्षा दिली गेली नव्हती. त्या बाबतीत देशाने आणि न्यायालयाने स्त्रियांना खास सवलत देऊन ठेवली आहे.

आमच्या डोळ्यांसमोरून रुग्णवाहिकेसोबत येणारा गाड्यांचा जथा आणि इतर वाहनं घाटाकडे निघून गेली. आमच्या घराजवळचा रस्ता कधीच पूर्णपणे रिकामा होत नसे; पण त्या दिवशी मात्र तो चमत्कार घडला खरा! रस्ता इतका मोकळा झाला की, मला 'फोटो डिव्हाइन' हा सूरजदाचा स्टुडिओ आणि ग्याननाथदांचं मिठाईचं दुकान दोन्ही स्पष्ट दिसू लागलं. हेमंतदांच्या कालिमंदिराजवळच्या पोर्ट ट्रस्ट कामगारांच्या वस्तीजवळ कचऱ्याचा ढीग पडलेला होता. दोन भलेमोठे बैल त्या कचऱ्याच्या ढिगामध्ये खायला मिळतंय का हे पाहत होते. डोक्यावर स्वस्तिक काढलेला आणि हिरवट-पिवळ्या प्लॅस्टिकच्या टमरेलमध्ये आपलं त्रिशूळ

अडकवलेला एक लहानसा मुलगा रस्त्यावरून रमतगमत जात होता. गौतमला झाडावर लटकलेलं पाहून अरुणाने आकांत करत जे टमरेल फेकून दिलं होतं, अगदी तसंच होतं ते. गौतमच्या मृत्यूनंतरच्या काळात मातीच्या भांड्यांऐवजी प्लॅस्टिकची टमरेलं, कळशा लोकप्रिय होऊ लागलं होतं. चंपा आणि अपर्णाचे वडील – सुब्रातो हे मातीची भांडी विकण्याचा व्यवसाय करत असत. लोकांना प्लॅस्टिकची भांडी आवडू लागली तसं सुब्रातो आपल्या कुटुंबाला घेऊन दुसरीकडे राहायला निघून गेले. त्यानंतर मी त्यांना पुन्हा कधीही बघितलं नाही. चंपाबद्दलची माझी शेवटची जी आठवण आहे त्यामध्ये ती तपकिरी रंगाचा झगा घालून, हेमंतदांच्या मंदिराजवळ मी गोळ्या खात उभी असताना माझ्याकडे गोळीचा हट्ट करत होती. अगदी बावळट दिसत होती ती तसं करताना! माझी गोळी तिला देण्यात मला काहीही रस नव्हता. तिच्या लघळपणाला वैतागून मी कडकड करत गोळी खाऊन टाकली! आता त्या गोष्टीची आठवण झाली की, माझ्या वागण्याची मलाच फार लाज वाटते. गौतमच्या गळ्यात फास अडकवल्याच्या आठवणीपेक्षाही चंपाशी मी जे वागले त्याची आठवण मला अधिक अस्वस्थ करते. आपला भूतकाळ आपल्याला कमकुवत बनवतो, हेच खरं!

सकाळी ११.३०पर्यंत पाणी न आल्यामुळे मला अंघोळ करायला उशीर झाला होता. मी घरामागच्या लहानशा न्हाणीघरात शिरणार, इतक्यात बाबांनी चहाच्या दुकानातून मला हाक मारली. गल्ल्यामागे बसलेल्या बाबांनी मला बघितल्यावर नवीन सिगारेट शिलगावली आणि माझ्याकडे गंभीर नजरेने बघत म्हणाले,

''वाहिनीच्या लोकांना सांग की, उद्यापासून आपण फार व्यग्र असणार आहोत आणि आजच्यानंतर तू चित्रीकरणासाठी येऊ शकणार नाहीस.''

मला आश्चर्य वाटलं. नक्कीच बाबांच्या डोक्यात काहीतरी शिजत होतं. मी त्यांना विचारायचा प्रयत्न करत म्हटलं,

''पण बाबा, आपण वाहिनीसोबत केलेल्या करारानुसार...''

माझं वाक्य पूर्ण व्हायच्या आत, बाबा म्हणाले,

''कसला करार अन् कसलं काय गं चेतू? लक्षात ठेव, हीच संधी आहे. २५ तारखेनंतर आपल्याला काडीची किंमत उरणार नाही, समजतंय का तुला?''

त्या दिवशी स्टुडिओत जाण्यासाठी तयार होताना मी हाच विचार करत बसले की, बाबांच्या या नवीन नाटकामध्ये माझी भूमिका नेमकी काय असणार आहे? पूर्वी आमच्या डागाळलेल्या आरशासमोर फक्त एक क्यूटिक्यूरा पावडरीचा उभा डबा असायचा. आता त्याच्या जोडीला चेहऱ्याला लावण्याची खास पावडर, अंगाला लावण्याची निराळी सुगंधी पावडर आणि पॉन्ड्स क्रीम या सगळ्या गोष्टीही दिसू लागल्या होत्या.

"नाही! मुलाखत नाही, काही नाही. माझं डोकं म्हणजे काय शब्दांनी आणि वाक्यांनी भरलेलं कोठार आहे का? की कोणीही यावं आणि त्यातून कधीही, काहीही घेऊन जावं? आज मी अत्यंत व्यग्र आहे. तुम्ही माझा अजून वेळ घेऊ नका..." चहाच्या दुकानात बसून बाबा एका पत्रकाराशी हुज्जत घालत होते.

मी कपाळावर लाल रंगाचं मोठं कुंकू लावलं. स्वतःला आरशात निरखून पाहत असताना रामूदा माझ्याकडे बघून छान हसला. मला वाटलं होतं की, तो झोपला आहे! आपले खट्याळ डोळे माझ्यावर रोखून रामूदा म्हणाला,

"चला चेतूबाई, आजपासून नाटकाचा तिसरा अंक रंगू लागणार. शेवट उत्कंठावर्धक होणार असं दिसतंय!"

"म्हणजे? मी नाही समजले."

"अगं? असं काय करतेस? बाबा आझारवर चढलेले दिसत नाहीत का तुला?"

हे मात्र खरं होतं. बाबांनी रंगमंचावर पाऊल टाकलं होतं. आता पुढचं नाट्य कसं रंगत जातंय हे पाहावं लागणार होतं. मी माझं पाकीट आणि छत्री घेऊन निघणार तेवढ्यात रामूदा म्हणाला,

"वर्तमानपत्रांमध्ये तुझ्याबद्दल रोज काही ना काही छापून येत आहे. भारताच्या इतिहासात जल्लाद म्हणून अधिकृत कार्यभार स्वीकारणारी पहिली महिला! जगाच्या पाठीवरील पहिली महिला-जल्लाद! तू तर आता इतिहासात अजरामर झालीस गं, चेतू!"

"मला इतिहासाची भीती वाटते."

"सगळ्याच स्त्रियांना वाटते."

मला रामूदाचं म्हणणं पटलं नाही. स्त्रिया इतिहासाला घाबरत नाहीत; इतिहास(च) स्त्रियांना घाबरतो. म्हणून तर इतिहासाच्या पानांमध्ये फार कमी स्त्रियांना जागा मिळाली आहे ना! इतिहासाच्या पानांमध्ये जागा मिळवण्यासाठी, मला जतिंद्रनाथ बॅनर्जीच्या गळ्यात फासाचा दोरखंड टाकून, शक्य तितक्या दोषमुक्त पद्धतीने त्याचा जीव घेणं भाग होतं.

मी घराबाहेर आले आणि वाहिनीच्या गाडीची वाट बघत बसले. थोड्या वेळाने हातगाडीवरून एका गरीब माणसाची अंत्ययात्रा जाऊ लागली. फाटक्या साड्या नेसून अंत्ययात्रेमागे चालणाऱ्या स्त्रिया आणि काही पुरुष नातलग यांच्या गर्दीमधून वाट काढत संजीवकुमार आमच्या घराकडे येताना दिसला. त्याच्या तरातरा चालण्यावरून हे स्पष्ट होतं की, तो अत्यंत संतापलेला होता. माझ्याकडे लक्ष न देता, संजीवकुमार थेट आमच्या चहाच्या दुकानामध्ये शिरला आणि बाबांवर ओरडत म्हणाला,

"फणीदा, तुमी अमार शाथे एरोकोम कोरते परोना!" (तुम्ही आमच्याशी असं वागायला नको होतं.)

मी त्याला पहिल्यांदाच इतक्या जोरदार आवाजामध्ये बंगाली भाषेत बोलताना ऐकत होते.

त्याच्या रागावण्याला भीक न घालता, बाबा आपला पांढरा झब्बा-लेंगा सावरत खुर्चीत पसरून बसले आणि सिगारेटसाठी माचिस शोधत असल्याचा बहाणा करत त्याला भावनाशून्य आवाजात म्हणाले,

"काय झालं, संजू बाबू? आता मी काय केलं?"

बाबांची थंड प्रतिक्रिया बघून, संजीवकुमारच्या तोंडाला फेस यायचा बाकी राहिला!

"काय केलं? फणीदा, तुम्ही मला काय वचन दिलं होतं? तुम्ही मला सांगितलंत की, तुम्ही फाशीच्या आधीचे तीन दिवस फक्त आमच्या वाहिनीसाठी काम कराल; पण आता मला समजलं आहे की, तुम्ही २४ आणि २५ तारखेसाठी दुसऱ्या वाहिनीसोबत करार करून आला आहात?"

बाबांनी शांतपणे आपली सिगारेट शिलगावली; पण काहीच उत्तर दिलं नाही. ते पाहून संजीवकुमार आणखी तणतणत म्हणाला,

"फणीदा, मला माझ्या साहेबासमोर मान खाली घालावी लागली! माझा इतका अपमान झाला की, सांगता सोय नाही! तुम्ही माझ्याशी असं कसं काय वागू शकलात? तुम्ही हेही विसरलात का? मी तुमचा जावई होणार आहे."

"जावई? हाऽहाऽहाऽ! संजू बाबू, तुम्ही मीर जफर अली खानचं नाव ऐकलंय का? एकेकाळी बंगालचा नवाब होता तो. तुम्हाला माहीत आहे का, त्याचा विश्वासघात कोणी केला? खुद्द त्याच्या जावयाने! तुम्ही तर इतिहास शिकला असाल, बाबू... तुम्हाला हे सगळं माहिती असेल."

संजीवकुमारने माझ्याकडे जळजळीत कटाक्ष टाकला. निश्चितच! त्याला हे माहीत नव्हतं की, आमच्या मनोहर ग्रद्धा मलिक आजोबांच्या काळात बंगालमध्ये मीर जफर अली खानची राजवट होती. मीर जफरने त्या काळी सगळ्यात श्रीमंत व्यापारी असलेल्या जगत सेठ आणि इंग्रजांची मदत घेऊन, सिराज-उद्-दौलाला नेस्तनाबूत केलं होतं. कालांतराने त्याचा जावई असलेल्या मीर कासमने, मीर जफरच्या विरोधात कट करून सत्ता बळकावली होती. मात्र, मीर जफर कच्च्या गुरूचा चेला नव्हता. त्याने इंग्रजांशी हातमिळवणी केली आणि अवघ्या चार वर्षांमध्ये मीर कासमकडून पुन्हा आपलं राज्य मिळवलं. मात्र, इंग्रजांनी केलेल्या मदतीबद्दल मीर जफरला त्यांना आपली सगळी जमीन द्यावी लागली.

बाबा कपडे बदलण्यासाठी आत गेले, तसा संजीवकुमार माझ्याकडे बघून

फिस्कारला,

"म्हातारा आता घासाघीस करू लागला नंऽऽ?"

हे विचारताना त्याचा चेहरा जरा वेडावाकडा झाला होता, तो पाहून मला क्षणभर असं जाणवलं की, हाच त्याचा खरा चेहरा आहे – क्रूर आणि बनेल! चहा बनवत असलेल्या काकीमाच्या चेहऱ्यावर मंदहास्याची लकेर पसरली; पण संजीवकुमारने तिच्याकडे लक्ष दिलं नाही. तो मला म्हणाला,

"हे बघ चेतू, तुझे वडील चाणाक्ष आहेत. त्यांना माहिती आहे की, हेच त्यांचे सुगीचे दिवस आहेत; पण तू आता माझ्या बाजूने उभं राहायला हवंस. मी हा कार्यक्रम खास तुझ्यासाठी तयार केलेला होता. तुला जगाच्या समोर आणता यावं, तुला महत्त्व मिळावं यासाठी मी हा सगळा खटाटोप केला होता. माझ्या नितांत प्रयत्नांमुळे तुला ही नोकरी मिळालेली आहे. तुला हे विसरून चालणार नाही की, आज तू ज्या काही सोयी-सुविधा उपभोगते आहेस, ते सगळं माझ्यामुळे शक्य झालेलं आहे..."

मी काही न बोलता संजीवकुमारचं बोलणं ऐकत होते. ते करताना मला राहून-राहून राजा नंदकुमारची गोष्ट आठवत होती आणि त्यासोबत हेही आठवत होतं की, ठाकूमा आम्हाला नेहमी हेच सांगत आलेली आहे की, थोरामोठ्यांचे उपकार घेतलेत तर आयुष्यभर त्यांच्या पापांची ओझी आपल्या डोक्यावर वाहावी लागतात. ती आम्हाला नेहमी सांगत आलेली आहे की, निव्वळ सरळमार्गाने चालून, कुणीही अतिधनाढ्य किंवा सत्ताधिकारी होऊ शकत नाही. प्रत्येक धनिक आणि सत्ताधारी व्यक्तीच्या उत्कर्षामागे फसवल्या गेलेल्या काही निरागस लोकांचा आक्रोश असतो. 'हॅक ॲन्ड डेव्हिस कं.'मध्ये कारकून म्हणून काम करणाऱ्या रसोमार दत्तला महिन्याला ६० रुपये इतका पगार होता. कंपनी डबघाईला येऊ लागली, तेव्हा दत्तच्या वरिष्ठांनी त्याला हिशेबवह्यांमध्ये अफरातफर करण्यासाठी १०,००० रुपयांची लाच देऊ केली. दत्तने ती संधी वाया घालवली नाही आणि म्हणून तो अक्षरशः रातोरात कोलकातामधील सगळ्यात श्रीमंत माणूस बनला. टागोर कुटुंबीयांपैकी एका व्यक्तीने एस्प्लेनेडजवळची त्यांची एक इमारत, 'ईस्ट इंडिया कंपनी'ला ८०० रुपये मासिक भाडेतत्त्वावर देऊ केली. पुढे केर-टागोर कंपनीने वित्तीय व्यवसाय, जहाज व्यवसाय आणि कोळशाच्या खाणकामामध्ये अब्जावधी रुपये कमावले. श्यामसुंदर सेनने रिचर्ड ऑकलन्डसोबत हातमिळवणी करून कापडगिरण्या सुरू केल्या. इंग्रज लोक भारतीयांच्या पैशावर गब्बर होत राहिले आणि त्यांच्याशी सलोख्याने वागणारी, त्यांची सरबराई करणारी भारतीय माणसंही धनाढ्य होत गेली. इंग्रजांकडून त्यांना लाखो - करोडो रुपये मिळू लागले. कालांतराने याच भारतीय नोकरदारांनी एकत्र येऊन, आपल्या इंग्रज

साहेबांना भारतातून पळवून लावलं.

आम्ही दोघे गाडीतून जात असताना अधूनमधून संजीवकुमार माझ्यावर बरसत राहिला. बाबांवरचा सगळा राग, द्वेष तो माझ्यावर काढत होता.

"हो, हो... मीच हे सगळं स्वतःवर ओढवून घेतलं आहे. बंगालमधल्या सगळ्या वार्ताहरांनी मला सावध केलं होतं की, तुमच्या कुटुंबावर विश्वास टाकू नये; पण मी त्यांच्यावर विश्वास ठेवला नाही... तुझ्या भोळसट चेहऱ्याला फसलो नाऽऽ..."

"बाबा कधी, कुठला निर्णय घेतील हे सांगता येत नाही."

त्याने माझ्याकडे जळजळीत कटाक्ष टाकला आणि म्हणाला,

"तुम्ही त्या दुसऱ्या करारामधून काहीतरी कारणाने अंग काढून घेऊ शकत नाही का? आता तू काही एखादी सर्वसामान्य मुलगी राहिलेली नाहीस. तू तर समस्त स्त्रीजातीच्या शक्तीची, आत्मधैर्याची ज्योत आहेस."

संजीवकुमारचं हे वाक्य ऐकून मी खो-खो हसत सुटले. त्याने वैतागून मागे बघितलं; तरीही मला माझं हसू आवरेना. आम्ही स्टुडिओत पोहोचलो, तेव्हा संध्याकाळी ६ वाजताच्या बातम्या सुरू झाल्या होत्या.

"नमस्कार! नरेंद्र मोदींना गुजरातच्या मुख्यमंत्रिपदापासून हटवण्यात येणार नाही : भाजपाचे अध्यक्ष श्री. अटलबिहारी वाजपेयी यांची घोषणा; पॅरिसमध्ये जगातील सर्वांत महागड्या लग्नसोहळ्याची जोरदार तयारी सुरू; भारतामध्ये तब्बल नऊ वर्षांनी होणाऱ्या फाशीच्या शिक्षेच्या अंमलबजावणीसाठी फक्त तीन दिवस बाकी असताना जल्लाद फणीभूषण ग्रद्धा मलिक यांनी सुरू केली घासाघीस..."

मला सविस्तर बातम्या बघण्याची उत्सुकता होती. चेहऱ्यावर मेकअप लावत असताना माझं सगळं लक्ष समोरच्या टी.व्ही.वर केंद्रित होतं. वाजपेयीजींच्या घोषणेबद्दलची माहिती थोडक्यात उरकली गेली. कोलकातामध्ये जन्मलेल्या अरबपती लक्ष्मी नारायण मित्तल यांच्या अपत्याच्या, पॅरिसमध्ये होऊ घातलेल्या लग्नसोहळ्याच्या वर्णनावर बराच वेळ खर्च केला गेला. १५० कोटी डॉलर्स खर्च करून होणाऱ्या या लग्नसोहळ्याबद्दल भारतातील समस्त जनतेला अभिमान वाटला पाहिजे, असं त्या वार्ताहराचं मत होतं. माझा संयम संपत चालला होता. मला बाबांबद्दलची माहिती बघायची होती. तेवढ्यात जाहिराती सुरू झाल्या. अखेर बाबांचा चेहरा टी.व्ही.वर झळकू लागला. वार्ताहराने सांगितलं की, फाशीला केवळ तीन दिवस राहिले असताना जल्लाद फणीभूषण ग्रद्धा मलिक यांनी आपल्या मागण्या अवास्तव पातळीवर नेऊन ठेवल्या आहेत. बाबांच्या खोलीचं चित्रीकरण करणाऱ्या कॅमेऱ्याच्या

साथीने वार्ताहर सांगत होता की, ग्रद्धा मलिक यांनी सरकारकडे स्वतःसाठी १०,००० रुपयांची बिदागी, आपल्या मुलीसाठी एखाद्या सरकारी खात्यामध्ये कायमस्वरूपी नोकरी आणि आपल्या अपंग मुलाला आयुष्यभरासाठी १००० रुपये निवृत्तिवेतन देण्यात यावं, अशा मागण्या केलेल्या आहेत.

आता बाबांवर कॅमेरा रोखला गेला. सिगारेटच्या धुरामागून डोकावणाऱ्या कष्टी चेहऱ्याने ते बोलत होते :

"अरे, काय म्हणताय तुम्ही? ही काय साधी गोष्ट आहे का? जगभरातील मानवहक्कवादी संस्था मृत्युदंडाविरोधात उभ्या राहत आहेत. फाशी देणं हे काम इतकं सोपं किंवा फालतू असतं, तर या सगळ्या शिकल्यासवरल्या लोकांनी त्यावर आपला इतका मौल्यवान वेळ खर्ची घातला असता का? बाबू, फाशी देणं ही बाब गंभीर आहे. हे काम असं नाही की, कोणीही यावं आणि दोर ओढून जावं! या कामासाठी मन, शरीर आणि डोकं याची संपूर्ण एकाग्रता लागते. जल्लादाच्या भावनांचा, शक्तीचा कस लागतो. माझी मुलगी – चेतना ग्रद्धा मलिक – जिचा आज स्त्रीजातीच्या आत्मसन्मानाची आणि धैर्याची प्रतीक असा उदोउदो केला जात आहे, तिला या घटनेनंतर चांगलं आयुष्य जगण्याचा हक्क नाही का? आमच्या घराण्याच्या असंख्य पिढ्यांनी न चुकता, न घाबरता न्यायदेवतेच्या पायाशी आपलं आयुष्य अर्पण केलेलं आहे. भारत देशाला आमच्या बलिदानाची जराशीही किंमत उरलेली नाही का?"

बाबा उत्तम अभिनेत्याच्या थाटात उत्तरं देत होते; पण माझ्या मनात चलबिचल सुरू होती. इतक्यात समोरच्या पडद्यावर वार्ताहराचा चेहरा दिसू लागला. तो म्हणत होता : "आपण सगळ्यांनी आत्ताच ग्रद्धा मलिक यांचं म्हणणं ऐकलं; मात्र, माननीय मंत्री श्री. पद्मेश्वर चौधरी यांनी स्पष्ट केलं आहे की, ग्रद्धा मलिक यांनी सुरुवातीला केलेल्या सगळ्या मागण्या सरकारने पूर्ण केल्या असल्यामुळे आता ते ग्रद्धा मलिक यांच्या अवास्तव मागण्यांना बधणार नाही. पुढच्या काही दिवसांत याबद्दल सविस्तर चर्चा करण्यात येणार आहे. आमच्या सूत्रांकडून मिळालेल्या माहितीनुसार ग्रद्धा मलिक आणि सरकारमध्ये अचानक निर्माण झालेल्या या पेचप्रसंगामुळे फाशीच्या ठरलेल्या कार्यक्रमाला गालबोट लागेल की काय अशी भीती वाटू लागली आहे. काही लोकांचं असं म्हणणं आहे की, समस्त देशाला ज्या फाशीच्या शिक्षेबद्दल उत्कंठा लागून राहिली आहे, तिची तारीख जर पुन्हा पुढे ढकलली गेली, तर फणीभूषण आणि चेतना ग्रद्धा मलिक यांना कायदेशीर शिक्षा ठोठावली जावी."

वार्तापत्र संपल्यानंतर मी जेव्हा मेकअप संपवून खोलीबाहेर पडले, तेव्हा माझ्यावर रोखलेल्या अनेक नजरांमध्ये मला संशय उभा राहिलेला दिसला. स्टुडिओमध्ये

फाशीस्तंभ उभा केला जात होता. दर्शकांना मृत्यूच्या भयानकतेचा पुरेपूर अनुभव घेता यावा यासाठी पार्श्वभूगीवर काळा व करडा रंग लावला जात होता. अचानक मला एकदम थकवा जाणवू लागला. या फाशीस्तंभासमोर बसून कॅमेऱ्याशी दिलखुलास संवाद साधणं मला निश्चितच जमणार नव्हतं.

मला जतिंद्रनाथची आठवण झाली. बारा वर्षांहून अधिक काळ कारागृहामध्ये काढलेल्या जतिंद्रनाथची त्वचा किती फिकी पडली असेल, ना? त्याच्या अवयवांवरची त्वचा लोंबू लागली असेल. शिरा आणि हाडं त्वचेखालून टर्र फुगून आली असतील. कदाचित शिरा दाखवणाऱ्या त्याच्या मानेवर दोरखंड अडकवण्याचं काम बाबा करतील... मला ते दयनीय दृश्य बघण्याची वेळ येणार नाही... पण खटका तर मलाच ओढावा लागणार आहे.

माझा उजवा हात बधिर पडू लागला.

संजीवकुमारने त्या दिवशीच्या 'हॅन्गवुमन्स डायरी'ची सुरुवात केली ती आमच्यावर तोफ डागूनच.

"चेतना, असं म्हटलं जात आहे की, फाशीला जेमतेम काही दिवस राहिले असताना तुझ्या वडिलांनी सरकारशी सौदेबाजी करायला सुरुवात केली आहे; पण ग्रद्धा मलिक ऐन वेळी माघार घेणार नाहीत, अशी खात्री तू आम्हाला देऊ शकशील का?"

त्याच्या नेहमीच्या प्रेमळ, हसऱ्या मुद्रेऐवजी आज संजीवकुमारच्या चेहऱ्यावर अलिप्तता आणि संशय पसरलेला दिसत होता. मला माहीत होतं की, बाबा माघार घेणार नाहीत. या बाबतीमध्ये ते मीर जफर अली खानपेक्षाही धोकादायक होते. मीर जफरने औधचा शुजा-उद्द-दौलाह आणि दिल्लीचा आलम शहा (दुसरा) यांच्याशी हातमिळवणी करून, मीर कासमला आडवा पाडून अज्ञातवासात हाकलून लावले होते.

"याचं उत्तर बाबाच देऊ शकतील..."

"पण त्यांनी माघार घेतली तर काय? तू साहाय्यक जल्लाद म्हणून नेमली गेली आहेस. समजा, ग्रद्धा मलिक यांनी माघार घेतली तर तू त्यांच्या जागी उभी राहून फाशीची संपूर्ण प्रक्रिया पूर्ण करशील का?"

संजीवकुमारचा प्रश्न पेचात टाकणारा होता. मी त्याच्याकडे रोखून बघत होते; त्याच्या डोळ्यांत मला काही उत्तर सापडतं का, हे बघत होते. काही न सुचून अखेर मी म्हणाले,

"मला असं वाटतं, आतापासून तर्ककुतर्क करण्यात काय अर्थ आहे? तसं काही घडलंच तर पुढचा विचार करता येईल ना?"

"म्हणजे तू हे मान्य करतेस की, तुझे वडील घासाघीस करत आहेत?"

"ते वायफळ बडबड करत नाहीत."

"म्हणजेच ते घासाघीस करत आहेत ना?"

"याला तुम्ही खरंच घासाघीस म्हणाल का, संजू बाबू? हा आमच्या आयुष्याचा आणि उपजीविकेचा प्रश्न नाही का?"

"चेतना, हा भारत देश आहे. आपल्या देशाला एक परंपरा आहे. सत्य, कर्तव्य, न्याय – या सगळ्यांची सरमिसळ होऊन, आपला इतिहास तयार झालेला आहे. देशाचे नागरिक म्हणून या इतिहासाचा सन्मान करणे हे आपले इतिकर्तव्य नाही का?"

त्या क्षणी मला असं वाटलं की, संजीवकुमारचा राग बाबांवर नसून, स्वतःवर केंद्रित होता. मी उसासा टाकून म्हणाले,

"संजू बाबू, १७६० मध्ये मीर कासम भारताचा राजा बनला असता. अगदी इंग्रजांसारख्या बलाढ्य शत्रूसमोरही त्याने नमतं घेतलं नव्हतं; पण त्याच्या सासऱ्याने – म्हणजेच मीर जफर अली खानने – इंग्रजांशी हातमिळवणी करून मीर कासमला नेस्तनाबूत केलं. लढाईमध्ये हरलेल्या मीर कासमला एका लंगड्या हत्तीच्या पाठीला बांधून अज्ञातवासात पिटाळण्यात आलं. बराच वेळ ओझं घेऊन चालल्यावर थकलेल्या हत्तीने मीर कासमला एका जागी झटकून फेकून दिलं. आता त्याला निवारा घेण्यासाठी कुठलंच धड ठिकाण नव्हतं. तो वाट फुटेल तिकडे निवारा मागत फिरू लागला – अलाहाबाद, जोधपूर, कोतवाल... एक ना दोन; पण कुणीच त्याला थारा द्यायला तयार होईना."

"या सगळ्याचा इथे काय संबंध?" संजीवकुमारने वैतागलेल्या आवाजात विचारलं.

"सगळ्यांनी त्याची साथ सोडल्यावरही एक असा माणूस होता जो मीर कासमसोबत सावलीसारखा उभा राहिला. कोण, माहीत आहे? माझे पूर्वज मनोहर ग्रद्धा मलिक यांचा भाऊ – आत्माराम ग्रद्धा मलिक."

संजीवकुमार खुर्चीत सावरून बसला.

"मीर कासमकडे ना सोन्याचा कण होता, ना चांदीचं एखादं नाणं. त्याच्या जखमा चिघळत होत्या; त्यामध्ये पू भरू लागला होता. त्यातच मीर कासमला जलोदराचाही त्रास सुरू झाला. रेशमी वस्त्र लेवून, अंगाखांद्यावर हिरेमोत्यांचे दागिने घालून नवाबाच्या राजवाड्यात थाटाने राहिलेल्या मीर कासमला पुढची तेरा वर्षं रणरणत्या उन्हात आणि कडाक्याच्या थंडीमध्ये आपलं काळं पडलेलं शरीर घेऊन दारोदार भटकावं लागलं होतं."

"बरं, बरं... पण आपण मूळ मुद्द्याकडे वळू या. ग्रद्धादांनी माघार घेतली तर काय?"

मी संजीवकुमारकडे रोखून बघितलं. त्या क्षणी मला ठाकूमाचं एक वाक्य आठवलं. चिडलेली असली की, ती म्हणायची, 'अजून एक दिवसाचं आयुष्य मिळावं या लालसेने, जो-तो निर्लज्जपणे हात पसरून उभा असतो. मग त्याच्या पदरात जे पडेल ते त्याला गोड लागतं!'

"संजू बाबू, इंग्रजांशी हातमिळवणी करून मीर कासम आणि शूजा-उद्द-दौलाहला पराभूत करणाऱ्या बंगालच्या मीर जफर आणि दख्खनच्या मीर सादिकबद्दल एक चपखल गाणं आहे. 'जफ्फराझ बंगाल सादिकाझ दक्कन, नंग-ए-दिन, नंग-ए-आदम, नंग-ए-मिल्लात, नंग-ए-वतन.' याचा अर्थ असा होतो की, बंगालचा मीर जफर आणि दख्खनचा मीर सादिक हे विश्वास, मानवता आणि देशाच्या चेहऱ्यावर मोठा काळिमा आहेत!"

संजीवकुमारने मला पुन्हा तोडण्याचा प्रयत्न केला; पण मी त्याला डाव साधू न देता, पुढे सांगू लागले,

"दोन शतकांनंतर भारतातून जाण्यापूर्वी इंग्रज आपल्या प्रदेशाचं विभाजन करून गेले. मीर जफरचा पणतू त्यापैकी एका प्रदेशाचा राष्ट्राध्यक्ष बनला."

"चेतना..."

"ऑक्टोबरच्या एका रणरणत्या दुपारी कोतवालमधल्या एका कोपऱ्यात मीर कासमने अल्लाचं नाव घेऊन, आपला खडतर जीवनप्रवास संपवला. जाताना त्याच्याकडे फक्त दोन विरलेल्या काश्मिरी शाली शिल्लक होत्या आणि त्याच्या दफनविधीसाठी लागणारा पैसा कुठून आला, माहीत आहे? त्या शाली विकून! आता यावरून तरी तुम्हाला समजतं आहे का? बाबांना घासाघीस का करावी लागत आहे?"

कधी नव्हे ते संजीवकुमारला निरुत्तर झालेलं पाहून, माझ्या लक्षात आलं की, आम्ही नकळत एकमेकांशी सामना खेळत होतो आणि माझा विजय झाला होता! बाबा इथे असते तर त्यांनी लगेच एखादा निर्धोक शेरा मारायचा सल्ला दिला असता. त्यांची शिकवण आठवून मी म्हणाले,

"अर्थात हे जरी सत्य असलं, संजू बाबू... तरी... न्याय हा व्हायलाच पाहिजे. कायद्याचा मान राखला गेलाच पाहिजे."

क्षणभर संजीवकुमार बिथरला. त्या काही क्षणांसाठी तो न माझ्या शरीराला कुस्करणारा नराधम होता आणि ना माझ्या शरीराचे लाड करणारा प्रियकर. तो केवळ एक विजेता होता. डोळे बारीक करून, नाकपुड्या फुगवून, तो सावज हेरणाऱ्या प्राण्यासारखा पुढे झुकून मला म्हणाला,

"याचा अर्थ असा घ्यायचा का, जर मुख्य जल्लादाने ऐनवेळी माघार घेतली, तर तू फाशी देण्याचं कार्य पूर्ण करशील?"

मी मोठा श्वास घेतला आणि मग समस्त स्त्रीजातीच्या आत्मसन्मानाचं आणि धैर्याचं प्रतीक असल्याच्या आविर्भावात मान उंचावून उत्तर दिलं :

"नक्कीच!"

खरंतर मला स्वतःच माझ्या हुशारीचं कौतुक करावंसं वाटत होतं; पण मागे उभ्या राहणाऱ्या फाशीस्तंभावर फक्त एक आकडा लावणं बाकी होतं.

कार्यक्रमानंतर मी मेकअप उतरवण्यासाठी आरशासमोर बसले असताना संजीवकुमार तिथे आला. त्याने आपला चष्मा काढला; त्यामुळे आरशामध्ये आमची नजरानजर झाली. त्या वेळी असं वाटलं की, माझ्याही डोळ्यांत अहंकाराची नशा उतरू लागली आहे. किती सोपं झालं आहे ना आजकाल... हे असं स्त्रीजातीच्या आत्मसन्मानाचं आणि धैर्याचं प्रतीक बनणं?

२५

इलिश मासे समुद्रापासून तब्बल १२०० किलोमीटर प्रवास करून, पद्मा नदीमध्ये अंडी घालण्यासाठी येतात. अंडी घालून झाली की, मग ते पुन्हा तेवढाच उलटा प्रवास करत समुद्राकडे जातात. माझी मोठी बहीण निहारिकाचं आयुष्य काहीसं असंच होतं. तिचं लग्न होऊन, ती बर्धमानला नांदण्यासाठी गेली होती; पण ती परत आली आणि त्यानंतर तिने आत्महत्या केली. दीदीच्या सुंदर, टपोऱ्या डोळ्यांमध्ये मला इलिश माशांची चंदेरी झळाळी दिसत असे. आईसारखी गोरी त्वचा व बारीक चण आणि बाबांसारखे दाट, काळेभोर केस लेवून जन्माला आलेली दीदी माझ्या बालमनाला दुर्गादेवीच्या मूर्तीसारखी वाटत असे. दीदी १४ वर्षांची असताना, वडिलांचे अंत्यसंस्कार विधी करण्यासाठी निमताला घाटावर आलेला एक युवक तिच्या प्रेमात पडला. त्या दिवशी घाटावर फार गर्दी झाली होती. लोकांची रांग आमच्या घरापर्यंत आली होती. केवळ चहाच्या दुकानात काम करत असलेल्या निहारिकाला बघता यावं म्हणून तो युवक आपल्या मागच्या लोकांना रांगेमध्ये पुढे जाऊ देत होता. शेवटी जेव्हा निहारिका गालातल्या गालात हसत घरामध्ये पळाली, तेव्हा कुठे त्याला घाटावरच्या हातगाडीवर पडलेल्या आपल्या वडिलांच्या कार्याची आठवण झाली! काही दिवसांनी निहारिका ठाकूमाचं लहानसं मंदिर पुसत असताना, तो युवक समोरच्या बी.के.पटेल ॲन्ड कंपनीच्या दुकानासमोर उभं राहून तिच्याकडे निरखून बघत होता. थोड्या वेळाने आजूबाजूला कुणी नाही असं पाहून, त्या युवकाने पुढे येऊन निहारिकाच्या हातात कागदाचं एक पुडकं ठेवलं होतं. साहजिकच १४ वर्षांच्या मुलीच्या उत्साहाने, निहारिकाने

ते पुडकं तिथल्या तिथेच उघडलं होतं. आतमध्ये सिंहावर आरूढ अशा दुर्गादेवीची मूर्ती होती; पण या मूर्तीला निहारिकासारख्या रेखीव भुवया होत्या; तसेच टप्पोरे डोळे होते; डाव्या गालावर निहारिकाला पडायची तशीच खळी होती आणि एकूणच यौवनाचं तेज होतं.

संजीवकुमारबरोबर 'स्टार थिएटर'जवळच्या 'भोजोहोरी मन्ना' हॉटेलमध्ये शोरशे इलिश खाताना माझी नजर समोरच्या भिंतीवर टांगलेल्या बिनोदिनी दासीच्या चित्रावर खिळली होती. पुरुषी थाटात मांडी घालून बसलेल्या बिनोदिनीच्या चेहऱ्यावर पुरुषासारखा आत्मविश्वास दिसत असला तरी तिचं शरीर मात्र आतमध्ये कोंडून राहिलेल्या स्त्रीत्वासाठी टाहो फोडत होतं.

संजीवकुमारच्या चेहऱ्यावर विजयी मुद्रा झळकली होती. त्याने माझ्याकडून हे वदवून घेतलं होतं की, काहीही झालं तरी मी जतिंद्रनाथला फासावर चढवणार! स्टुडिओमधून बाहेर पडल्यानंतर, त्याने मला टॅक्सीमध्ये बसू न देता त्याच्यासोबत फिरायला येण्याची विनंती केली.

"चेतना! आज मी खूप खूश आहे! तुला जे पाहिजे ते माग. आज तू माझी लाज राखलीस!"

"बाबा मला कधीच माफ करणार नाहीत..." माझ्या डोळ्यांतली अपराधी भावना लपवण्यासाठी मी खाली बघत पुटपुटले. संध्याकाळ संपत आली; रस्त्यावरची दुकानं हळूहळू बंद होत होती. खरं सांगायचं तर आमच्या घरात बाबांविरुद्ध बोलण्याची कुणाचीच हिंमत नव्हती.

निहारिका आणि तिचा प्रियकर मायेर घाटाजवळ राजरोस भेटू लागल्यावर, एक दिवस बाबा निहारिकाच्या खोलीत गेले होते. प्रेमाच्या बहरात चमकत्या डोळ्यांनी भिंतीशी टेकून उभ्या असलेल्या निहारिकाकडे हसरा कटाक्ष टाकून, बाबांनी तिला भेट मिळालेली दुर्गेची मूर्ती हातात घेतली होती.

"किती सुंदर आहे ना?"

बाबांचा प्रश्न ऐकून, निहारिकाच्या चेहऱ्यावर हास्य उमटणार... इतक्यात... बाबांनी ती मूर्ती जमिनीवर आपटून तिचा चक्काचूर केला!! दोन क्षणांपूर्वी सुंदर असलेली मूर्ती अशी विद्रूप, भग्न स्वरूपात पाहून निहारिकाच्या जिवाचा थरकाप उडाला. फुटलेल्या मूर्तीतून बाहेर पडणाऱ्या गवत व काळ्या मातीकडे बघत तुच्छतेने बाबा उद्गारले होते,

"बघितलंस? काही नाही आतमध्ये; फक्त भुसा आणि माती!"

निहारिकाच्या हसऱ्या डोळ्यांना पाण्याचा पाझर फुटला.

इतक्यात, आई आतमध्ये आली होती आणि भग्न झालेली मूर्ती बघून ती किंचाळली होती,

"काय केलंत हेऽऽ? घोर पाप केलंत!! दुर्गामाची मूर्ती तोडलीत? अरे देवा!! कुठे फेडाल ही पापं?"

त्या वेळी आई आठ महिन्यांची गरोदर होती. बाहेर हे सगळं सुरू असताना, मी आईच्या पोटात बसून नाळेच्या गाठी मारण्यात व्यग्र होते.

"का? काय केलं मी इतकं? सोन्याची मूर्ती होती का? मातीची तर होती. आज नाही तर सहा महिन्यांनी धूळ आणि घाणीमुळे फुटणारच होती!" बाबांनी कुत्सित शेरा मारला.

निहारिका अजूनही रडत होती.

"या मूर्ख मुलीला समज दे... तिला सांग, मडकं मातीपासून बनतं आणि दोरखंड झाडापासून. ना मातीपासून दोरखंड बनवता येत आणि ना झाडापासून मडकं. तिची आई आहेस ना? मग तुझ्या मुलीच्या डोक्यात भरत चाललेल्या खुळचट कल्पनांना वेळीच आळा घाल."

बाबांचा खरा राग होता तो कुमारतोलीहून आलेल्या कुंभारांवर. इंग्रजांनी प्लासीच्या युद्धात मिळवलेला विजय साजरा करण्यासाठी राजा नबोकृष्ण देबने कृष्णनागोरवरून काही कुंभारांना पूजा करायला इथे आणलं होतं. त्यांपैकी एक कुंभार कृष्णनागोरला परत न जाता बंगालमध्येच राहिला. त्याचे वंशज – म्हणजेच कुमारतोलीचे कुंभार – हे आता बंगालमध्ये राहत होते. बाबा त्यांना कधीच आपल्या बरोबरचे समजू शकत नव्हते.

"आपल्या घराण्यांमध्ये नातं सांधलं जाऊ शकत नाही. ते कदापि शक्य नाही. त्यांच्या आणि आपल्या रीतिभातींमध्ये खूप फरक आहे."

बाबांचं बोलणं ऐकून, आई दात-ओठ खात किंचाळली होती,

"काय माझ्या पोरांचं दुर्दैव आहे! इतक्या दुष्ट काळजाचा बाप मिळाला त्यांना! किती लहान आहे ती? तुमच्या नालायक रीतिरिवाजांचा दोरखंड आतापासून तिच्या गळ्यात बांधून, तिच्या स्वप्नांचा गळा घोटलाच पाहिजे का?"

"एऽऽ, गप्प बस!!" गरागरा डोळे फिरवत, आईवर धावून जात बाबा ओरडले होते. "दोरीची लांबी जरा कमी केली ना, तर डॉक्टरांना हेही सांगता येणार नाही की हा खून होता की आत्महत्या!"

मग कोपऱ्यामध्ये रडत बसलेल्या निहारिकाकडे पाहून बाबांनी तिला धमकावलं होतं,

"तुझ्या या बापाने आजपर्यंत ४४६ माणसांना वर पाठवलं आहे. विसरू नकोस!"

बाबांच्या बोलण्यातला मथितार्थ समजण्याइतकी निहारिका जाणती होती. तुटलेल्या मूर्तीचे तुकडे हातात घेऊन ती आणखी जोरजोरात रडू लागली. इतक्यात

आईला कळा सुरू झाल्या. तिला धड उठता येईना की बसता येईना. स्ट्रॅन्ड रोडवरील गल्ल्या तिच्या किंचाळण्याने दणाणून गेल्या. काकू आणि शेजारच्या काही लोकांनी आईला इस्पितळात दाखल केलं. मला बाहेर काढायला खूप त्रास पडला – मी माझ्या गळ्याभोवती नाळेची गाठ मारून बसले होते. बाबा मला 'कोलकाता मेडिकल कॉलेज'मध्ये बघायला आले ते दुसऱ्या दिवशी दुपारी. काकूने लाच देऊन, आमच्यासाठी एक लोखंडी पलंग पटकावला होता. मी डोळे मोठे करून न घाबरता, एकटक बाबांकडे बघत होते.

"देवा!! कृपा आहे तुझी! तू मला अजून एक मुलगा दिलास. आता हाच आमच्या घराण्याचं कार्य पुढे चालवेल."

हे ऐकून आई करवादली,

"मूर्ख माणसा! आला मोठा रात्र कोठ्यांवर घालून आता ज्योतिष सांगायला! रात्रीची नशा उतरली नाही का? नीट डोळे उघडून बघ. मुलगी आहे ती. अजून एक कमनशिबी जीव जन्माला घालण्याचं पातक माझ्या डोक्यावर टाकलं आहेस तू! नालायक, दुष्ट माणूस! हैवान कुठला!" घळाघळा रडत आई बाबांना शिव्या घालत होती.

"ऑऽऽ? हा मुलगा नाही? नक्की?" बाबांचा अजूनही विश्वास बसत नव्हता. "मुलगी एवढ्या धिटाईने बघू शकते?"

थोड्या वेळाने त्यांची खात्री पटल्यावर बाबा निराश झाले; पण त्यांनी मला दिलेला आशीर्वाद परत घेतला नाही. आईला अश्रू आवरत नव्हते. आपण अजून एका निरागस मुलीला या सैतानाच्या घरात जन्माला घालून मोठं पाप केलं आहे असंच तिचं म्हणणं होतं. माझ्या येण्याने सगळ्यात जास्त आनंद कोणाला झाला असेल तर तो निहारिकाला! तिच्या भंग पावलेल्या हृदयावर मलमपट्टी करण्यासाठी माझं हसणं, चीत्कारणं आणि बोबडे बोल खूप कामी आले. निहारिका मला अंघोळ घालायची, जेवण भरवायची, रात्री अंगाईगीतं म्हणून झोपवायची... मी ५ वर्षांची होईपर्यंत (आणि निहारिका आम्हाला सोडून जाईपर्यंत). जी माया आणि विश्वास मला आईबद्दल वाटायला हवा होता, तो मला निहारिकाबद्दल वाटायचा. आजही मला तिच्या लुसलुशीत छातीवर डोकं ठेवून, निरागसपणे झोपून गेल्याची आठवण येते. माझा जन्म झाल्यानंतर काही काळाने तिच्या प्रियकराने निहारिकाला घराबाहेरून हाक मारली होती. बाबांनी तोडलेल्या दुर्गादेवीच्या मूर्तीचे तुकडे गोळा करून निहारिका बाहेर गेली आणि तिने तिथल्या कचऱ्याच्या ढिगाजवळ ते तुकडे टाकून दिले. त्यानंतर तो मुलगा पुन्हा कधीच तिला भेटायला आला नाही. रांगत असताना, मला त्या देवीच्या मूर्तीचा एक तुकडा सापडला. मूर्तीच्या गालाचा भाग असलेल्या त्या तुकड्यामधली खळी अजून शाबूत होती. मी तिलाच आपलं

खेळणं बनवून टाकलं.

"काय झकास आहे हे माशाचं कालवण!" इलिश माशाचं मऊ मांस अलगदपणे हाडापासून दूर करत, त्यावर ताव मारत संजीवकुमार उद्‌गारला.

मी या हॉटेलात पहिल्यांदाच आले होते. आजूबाजूच्या टेबलांवर एकाहून एक सुंदर पदार्थ मांडले जात होते. तळहाताएवढी मोठी कोळंबी आणि हातभर लांब माशांचे पदार्थ बघून मी चाट पडले!

"तू आजच्या बातम्या बघितल्या नाहीस का? मत्स्यसंवर्धनमंत्र्यांनी घोषित केलं आहे की, या वेळी आपल्याकडे इलिश माशाचं भरपूर उत्पादन होणार आहे."

त्या मंत्र्यांना प्रश्न विचारला होता की, इलिश माशांचा हंगाम सुरू झाला असूनही त्यांची किंमत गगनाला गवसणी का घालत आहे? त्यांनी असं स्पष्टीकरण दिलं होतं की, ही दरवाढ उशिरा आलेल्या पावसामुळे झाली होती. ठाकूमानेही अंदाज बांधला होता की, यंदाच्या वर्षी डायमंड हार्बर, बकाली आणि फ्रेझर गन्जमध्ये दरवर्षीपेक्षा जास्त इलिश उपलब्ध होणार होता. आमच्यासारख्या लोकांना वर्षातून एखादे वेळीच इलिश घेणं परवडण्यासारखं होतं. लहानपणापासून मी ठाकूमाला याबाबत तक्रार करताना ऐकत आले आहे की, फराक्का बंदर बांधल्यापासून चांगले मासे मिळेनासे झाले आहेत.

"बांगलादेशामधून रोज आपल्याकडे दहा टन इलिश मासे पाठवले जातात. या महिनाअखेरपर्यंत हा आकडा शंभर टनांवर जाईल, असं म्हटलं जातं. तुला काय वाटतं, आपण आपल्या लग्नाच्या जेवणामध्ये इलिश माशाचे पदार्थ केंद्रस्थानी ठेवले तर? कसं वाटेल?"

आपलं कालवण ओरपत, माझ्याकडे प्रेमाने बघत संजीवकुमार म्हणाला,

"काय हे, चेतना? तू काहीच खात नाहीस."

मग इलिशचा एक तुकडा आपल्या तोंडात घालून तो म्हणाला,

"हे बघ, हे असं अलगद उचलायचं आणि असं तोंडात टाकायचं..."

मी हसले आणि त्याला म्हणाले,

"इलिश माशाची महती तो करत असलेल्या प्रवासामुळे आहे. समुद्रापासून नदीपर्यंत आणि पुन्हा समुद्रापर्यंत, असा त्याचा भलामोठा प्रवास असतो."

"हंऽऽ, मला माहिती आहे. अंडी फुटली की, त्यातली लहान पिल्लंसुद्धा समुद्राकडे प्रवास करू लागतात."

"जर कुणी त्याच्या प्रवासाची हौस मारली, तर इलिश मासा दिसेनासा होईल... आणि सापडला तरी त्याची चव इतकी छान असणार नाही."

माझं हे बोलणं ऐकून, संजीवकुमार खोऽखोऽ हसत सुटला. त्यावर मी

रागावून म्हणाले,

"तू पुरुष आहेस म्हणून तुला हसू येतं आहे! स्त्री असतास म्हणजे कळला असता माझ्या म्हणण्यातला मतितार्थ!"

"अच्छा! म्हणजे तुला असं म्हणायचं आहे का, इलिश माशांमध्ये कुणी पुरुष नसतो?" असं बोलून संजीवकुमार पुन्हा हसू लागला; पण मी गप्प बसले. माझ्या दृष्टीने सगळेच इलिश मासे स्त्रीलिंगी होते. गुळगुळीत गाल आणि भरीव उरोज असलेल्या स्त्रियांसारखे! शरीराच्या मागण्या पूर्ण करण्यासाठी नेहमी स्वच्छ पाण्याकडे धाव घेणारे.

ठाकूमाला या गोष्टीचं अत्यंत दुःख झालं की, बाबांनी तिची मूर्ती तोडल्यानंतर, निहारिकाचं खळाळतं हास्य आणि गालावरची गोंडस खळी कायमस्वरूपी नाहीशा झाल्या. त्या प्रसंगानंतर लगेचच निहारिकासाठी मागण्या येऊ लागल्या. हुंड्याच्या वाटाघाटी दिवसेंदिवस खेचल्या जायच्या; प्रत्येक वेळी तिची मान अधिक झुकत गेली. अखेर बर्धमानमधल्या शेतकरी कुटुंबातील सूर्यप्रकाश धर्मनने काहीशा कमी हुंड्यावर निहारिकाचा स्वीकार करण्याची तयारी दाखवली. कमी म्हणजे तरी किती? रोख ५००० रुपये आणि सुमारे ५ तोळे सोनं! ते जमा करण्यासाठीही बाबांना जोडे झिजवावे लागले होते. हळदी समारंभाच्या दिवशी आपल्या सुंदर चेहऱ्यावर हळद लावून बसलेली निहारिका मला कृष्णाने सोडून दिलेल्या राधेसारखी वाटली होती. लग्नसोहळा संपल्यावर भाड्याने आणलेल्या घोड्याच्या रथात बसलेल्या निहारिकाचा चेहरा पूर्णपणे कोरा होता. त्यावर ना दुःख होतं, ना आनंद! लग्नानंतर एक वर्षाने ती माहेरी परतली, तेव्हा तिच्यासोबत एक लहानसं बोचकं होतं. निहारिकाने आत्महत्या केल्यानंतर जेव्हा ते बोचकं उघडलं गेलं, तेव्हा त्यामध्ये मला गालावर खळी असलेल्या मूर्तीचा तो तुकडा सापडला होता!

जेवण झाल्यानंतर आम्ही टॅक्सीत बसलो. मला डोळ्यांसमोर ४५१ लोकांना यमसदनी धाडणाऱ्या बाबांचे हात दिसत होते. रस्त्यावर खूप गर्दी होती; त्यामुळे टॅक्सी धिम्या गतीने पुढे सरकत होती. अचानक मला 'बनमाळी सरकार रोड'चा फलक दिसला. मी संजीवकुमारकडे वळून विचारलं,

"आपण इथे उतरून, थोडं चालू या का?"

त्याने माझ्याकडे प्रश्नार्थक नजरेने बघितलं; पण काही विचारलं नाही. आम्ही उतरलो आणि मी गल्लीमध्ये शिरून पुढे चालू लागले. खरंतर मी इथे खूप वेळा आलेली नव्हते; पण तरीही सराईतपणे पानाच्या आणि चहाच्या दुकानांमधून वाट काढत, पुढे चालत राहिले. माझ्या मागे चालणाऱ्या संजीवकुमारचा वैताग वाढत होता. शेवटी त्याने मला विचारलं,

"अगं, तू काही सांगशील की नाही? कुठे चाललो आहोत आपण?"

"बनमाळी सरकारेर बारी, गोविंदराम मितरेर छोडी, ओमी चंदेर दाडी, जगत सेठेर कोडी – माहीत नाही तुला?"

बनमाळी सरकारचं घर, गोविंदराम मित्राची छडी, ओमी चंदची दाढी आणि जगत सेठची दौलत – बंगालमध्ये राहणाऱ्या व्यक्तीला या गोष्टींबद्दल माहिती नसणं दुरापास्त होतं; पण दुर्दैवाने संजीवकुमारला खरोखरच या गल्लीमध्ये पूर्वीच्या काळी बुजबुजाट झालेल्या हाव, अहंकार आणि क्रौर्याच्या मानवी चेहऱ्यांबद्दल माहीत नव्हतं.

"ही विनोद करायची वेळ नाही, चेतना. नीट सांग, आपण कुठे आलो आहोत?"

आजूबाजूला शेणाच्या गोवऱ्यांप्रमाणे थापलेले काळ्या मातीचे ढीग होते. उंच बांबूच्या ढिगांमागे धड नसलेल्या दुर्गादेवीच्या मूर्ती रचून ठेवल्या होत्या. त्या अर्धवट बनवलेल्या मूर्तींकडे निर्देश करून, मी संजीवकुमारला उत्तर दिलं :

"कुमारतोली."

"ओहऽऽ, अच्छा... जिथे देवीच्या मूर्ती बनवल्या जातात, तो भाग?"

रस्त्याच्या दोन्ही बाजूला असलेल्या घरांमध्ये मिणमिणते पिवळे दिवे लावलेले दिसत होते. आजपासून चार महिन्यांनी या घरांमध्ये दुर्गादेवीच्या इतक्या मूर्ती असतील की, तिथे उभं राहायलाही जागा नसेल. सध्या मात्र त्या घरांमध्ये निर्मितीच्या निरनिराळ्या स्थितीमधील मूर्ती इथे-तिथे रचून ठेवलेल्या दिसत होत्या. त्याच वेळी आमच्या शेजारून एक वृद्ध मनुष्य जात होता. आम्हाला वार्ताहर समजून त्याने विचारलं,

"रात्रीच्या वेळी छायाचित्रं कशी काढणार तुम्ही?"

त्याच्या प्रश्नाचं उत्तर न देता, मी प्रतिप्रश्न करत त्याला विचारलं,

"दादा, इथे हिमांशू पाल कुठे राहतात होऽऽ?"

वृद्ध माणसाने माझ्याकडे चमकून बघितलं आणि म्हणाला,

"सरळ जाऊन डावीकडे वळा. तिथलं चौथं घर त्याचं आहे."

आम्ही चालू लागलो, तसं संजीवकुमारने मला विचारलं,

"कोण आहे हा हिमांशू पाल?"

मी उत्तर दिलं नाही. आम्ही अंधारात वाट काढत चालत राहिलो. दुतर्फा उभ्या असलेल्या मूर्तींच्या कारखान्यांमागील घरांमधून जेवणाचा छान वास दरवळत होता. अखेर आम्ही चौथ्या घरापाशी पोहोचलो. तिथे मात्र बराचसा अंधार होता. देवीच्या चार-पाच अर्धवट मूर्ती कशाबशा उभ्या करून ठेवलेल्या होत्या. घराचं दार उघडं होतं. आत डोकावून बघितलं तर ४० वॉटच्या लहानशा बल्बच्या प्रकाशात एक मनुष्य गवताच्या साच्यावर काळ्या मातीची मूर्ती बनवण्यात व्यग्र

होता. त्याला बघितल्यावर मला तिथे आल्याबद्दल पश्चात्ताप वाटू लागला.

"मला तोच पाहिजे आहे! फक्त तो!"

मध्यरात्री झोपेतून उठून बसले, तशी निहारिकाचा आवाज माझ्या कानांमध्ये घुमू लागला! ती घरी परतली, ती वेगळीच व्यक्ती बनून. तिचा चेहरा आता पूर्णपणे भावनारहित होता. मला देण्यासाठी एक बारीकसं स्मितही तिच्याकडे शिल्लक नव्हतं.

"निहारिका! विसरू नकोस... या तुझ्या बापाच्या हाताने ४५१ माणसांचा जीव गेलेला आहे!" बाबांची डरकाळी.

मा आणि ठाकूमाची विनवणी, तर निहारिकाचा निग्रह!

"कोणीही मध्ये आलं तरी मी आता थांबणार नाही! मी त्याच्या सोबत जाणार!"

"उंऽहूंऽ... म्हणजे, तू आता आपल्या घराण्याची अब्रू वेशीवर टांगण्याचा चंग बांधून आली आहेस, असं म्हण नाऽऽ!"

"तुम्हाला जे समजायचं आहे ते समजा. मा, त्यांना सांग... माझ्याकडे दुसरा कोणताही पर्याय उरलेला नाही; मी जाणारच."

"नाहीऽऽ!! हा फणीभूषण ग्रद्धा मलिक जिवंत असेपर्यंत तू हे नीच काम कशी करतेस ते बघतोच मी!"

"बाबा, मी फक्त त्याच्यासाठी परत आले आहे..."

इथे, बाबांनी काहीतरी अर्वाच्य शिवी हासडलेली मला आठवते; पण तोपर्यंत झोपेने माझे डोळे जड झाले होते. पुढचं संभाषण न ऐकता, मी कुशीवर वळून झोपून गेले. दुसऱ्या दिवशी सकाळी जाग आली ती आईच्या करुण किंकाळीने! बाबांच्या खोलीमध्ये निहारिकाचा देह टांगलेला दिसत होता! कुणीतरी गळ्याभोवती हार घालत असावं अशी तिची मान झुकलेली होती. डोळे उघडे राहिले होते. तिच्या गोऱ्यापान पायांवरून रक्ताची धार निथळत होती.

"कोण आहे?"

अंधारलेल्या घरामध्ये काम करत बसलेल्या माणसाला आमची चाहूल लागली, तशी त्याने मान वर करून प्रश्न विचारला. सुरकुतलेल्या कपाळावर रुळलेल्या पांढऱ्या, विरळ बटा दूर करत त्याने आमच्याकडे डोळे किलकिले करून बघितलं. वर्णनावरून वयोवृद्ध वाटत असलेला तो माणूस, प्रत्यक्षात बाबांपेक्षा किमान तीस वर्षांनी लहान होता.

मी उत्तर न देता जागीच खिळून राहिले. त्याने आपल्या टेबलावरचा दिवा छताकडे वळवला तसा दिव्याचा प्रकाश सर्वत्र परावर्तित झाला. त्या प्रकाशात मला दिसलं... दुर्गादेवीच्या असंख्य मूर्ती... पण सगळ्या एकाच प्रकारच्या...

पाणीदार टपोरे डोळे, गुबगुबीत गाल आणि डाव्या गालावर एक खळी! एक पाय दुसऱ्या गुडघ्यावर ठेवून, बघणाऱ्याकडे पाहून सुंदर हसणाऱ्या!

"चेतना? आता या वेळी कसं काय येणं केलंस?" आमची बरीच वर्षांची ओळख असावी अशा आपुलकीने तो माणूस माझ्या जवळ येत म्हणाला.

घाबरून, मी संजीवकुमारचा हात धरला.

"काय झालं?" दबक्या आवाजात त्याने मला विचारलं; पण मी उत्तर देण्याच्या स्थितीत नव्हते. सतत असं वाटत होतं की, तिकडच्या एका मूर्तीच्या धडावर माझं डोकं बसवलं गेलं आहे आणि मी बाबांच्या खोलीतल्या दांडीवर लोंबकळते आहे. त्या क्षणी मला माझ्या पायांवरून रक्ताची धार वाहत असल्यासारखं वाटू लागलं! कुणी काही म्हणो; मी मात्र नक्की असं म्हणून शकत नाही की, ग्रद्धा मलिकांच्या हातून एकाही महिलेला फाशी दिली गेली नाही!

हिमांशू पालने भिंतीवरच्या एका कोनाड्यातून देवीची लहानशी मूर्ती काढली आणि तिच्या गालावरील खळीकडे निर्देश करून मला प्रेमळपणे म्हणाला,

"घे. तुझ्यासाठी!"

त्यापुढे मी त्याच्याशी काहीच बोलू शकले नाही. मी आणि संजीवकुमार स्ट्रॅन्ड रोडच्या दिशेने जाणाऱ्या रेल्वे रुळांच्या बाजूने चालत निघालो. दूरवर लाल चंपाची झाडं फुलांनी बहरलेली दिसत होती.

"का गं, चेतना? काय झालं?"

माझ्या गालांवरून मूकपणे वाहत असलेले अश्रू बघून, संजीवकुमारने मला जवळ ओढत विचारलं. जवळच्या एका बाकावर बसवलं. खरंतर मला त्याला विचारायचं होतं की, "आपण तुझ्या घरी जाऊ या का?" पण तशी हिंमत झाली नाही. म्हणून मग मी त्याला विचारलं, 'आपण 'स्टार थिएटर'ला जाऊ या का?"

"का गं?"

"बिनोदिनी दासी ही माझे पूर्वज असलेल्या कालिचरण ग्रद्धा मलिकच्या आयुष्यातील एकमेव प्रेयसी होती."

"बरं, मग?"

का कुणास ठाऊक; पण मला एकदम फणकारा आला!

"बंगालच्या रंगमंचावरील ती पहिली अभिनेत्री होती! तिच्याशिवाय गिरीश चंद्र घोषने लिहिलेली सगळी नाटकं सपाट पडली असती!"

११ व्या वर्षी - कोवळ्या वयात अभिनयात पदार्पण केलेल्या बिनोदिनीने बारा वर्षांच्या कारकिर्दीमध्ये आठ सशक्त पात्रे रंगवली होती. 'कपाल कुंडला'मधील तिचा उत्कृष्ट अभिनय पाहून गिरीश चंद्र आणि कालिचरण आजोबा हे दोघेही

तिचे जबरदस्त चाहते झाले होते. गिरीश घोषलिखित 'चैतन्य लीला'मधील चैतन्यच्या भूमिकेला तर तिने असाधारण पातळीवर नेऊन ठेवलं होतं. घोष आणि बिनोदिनीचं स्वप्न होतं की, एक प्रशस्त कलामंच बांधता यावा. मात्र, पैशाची अडचण होती. अखेर, घोषने देवदासी असलेल्या बिनोदिनीला सांगितलं की, तिने देहविक्री करून पैसा गोळा करावा. त्या बदल्यात त्यांचा कलामंच तयार झाल्यावर तो त्याला बिनोदिनीचं नाव देईल. कलेच्या सेवेमध्ये स्वतःला समर्पित करणाऱ्या बिनोदिनीने घोषचं म्हणणं मान्य केलं आणि आपल्या रंगमंचावर सीता, द्रौपदी आणि सावित्री म्हणवता यावं म्हणून स्वतःच्या शरीराचा सौदा करून आली. मात्र, ऐनवेळी घोषने तिची फसगत केली. कलामंच उभा राहिला खरा; पण घोषने त्याला 'स्टार थिएटर' असं नाव दिलं. कारकिर्दीच्या परमोच्च बिंदूवर असताना बिनोदिनीने अभिनयाकडे कायमची पाठ फिरवली.

इलिश मासा खाल्ल्यावर पुढचे किमान चोवीस तास खाणाऱ्या माणसाच्या अंगाला त्याचा वास येत राहतो. संजीवकुमारने मला जवळ ओढलं तसा इलिशचा वास माझ्याभोवती दरवळू लागला. मी अस्वस्थ झाले. माझ्या पुढ्यात कोणते प्रवास वाढून ठेवले होते? समुद्राकडचे? नदीकडचे? आमच्या घरामध्ये आता कालिचरण आजोबांची एकच जुनाट खूण उरलेली आहे. तेच छायाचित्र जे 'भोजोहारी मन्ना'मध्ये लावलेलं दिसलं. पुरुषाच्या वेषात मांडी ठोकून बसलेल्या बाईचं चित्र. मी माझ्या हातातल्या दुर्गादेवीच्या मूर्तीकडे बघितलं. डोळ्यांसमोर तरळू लागली ती धुळीच्या किड्यांनी पोखरली जाणारी चित्रं... भुसा आणि माती भरलेल्या कमकुवत मूर्ती!

२६

"या जगात गरीब माणसाच्या इमानदारीला किंमत नाही, हेच खरं! किलोने विकायला काढली तर मूठभर तांदूळ आणि एक मासासुद्धा येणार नाही." बाबा आपला रंगमंचावरचा खास सूर लावून, चेहऱ्यावर द्वंद्व आणि आवाहनाच्या छटा लीलया मिरवत बोलत होते. ते माझ्या जवळ आले तशी मी आणखी घाबरून भिंतीला खेटून उभी राहिले. संजीवकुमारच्या प्रश्नाला मी निराळं उत्तर का देऊ शकले नाही हे मला त्यांना समजावून सांगायचं होतं... पण माझे शब्द घशातच विरून जात होते.

अखेर, बाबा स्वतःवर अत्यंत ताबा ठेवत मला म्हणाले,

"चेतना, या घरात माझा शब्द अंतिम असतो. मी खूप विचार करून

सरकारकडे काही वेगळ्या मागण्या केल्या आहेत. त्यांनी जर माझ्या मागण्या पूर्ण केल्या नाहीत, तर मला नाइलाजास्तव काही कठोर निर्णय घ्यावे लागणार आहेत आणि ते निर्णय तुला मान्य करावेच लागतील; समजलं?''

''पण... पण तसं करणं योग्य नाही, बाबा...'' मी चिचुंद्रीसारखी घुसमटल्या आवाजात चीत्कारले.

''तुझ्यापेक्षा मला कित्येक पटीने जास्त अक्कल आहे आणि अनुभवसुद्धा! मी जे सांगेन तेच होईल. मी जसं सांगेन तसंच तू वागायचं आहेस.''

''शेवटच्या क्षणी पैसे वाढवून मागणं म्हणजे जल्लादाची इभ्रत वेशीवर टांगण्यासारखं होणार नाही का बाबा?''

''छीऽऽ! गप्प बस!!'' बाबा आपला भलामोठा पंजा उगारून माझ्यावर धावून आले! ४५१ लोकांचा जीव घेणाऱ्या त्या पाशवी हाताला माझ्या इतकं जवळ आलेलं पाहून माझी गाळण उडाली! खरंतर त्या क्षणी मला त्यांच्यावर जोरात ओरडायचं होतं! 'स्त्रीशक्तीची जाहीर प्रतीक असलेल्या माझ्यावर हात उचलण्याची हिंमत तुम्ही करताच कशी?' असं त्यांना खडसावून विचारावंसं वाटत होतं; पण नाही विचारू शकले. बाबांनी वेळीच आपला हात आवरला आणि जात्रेत अभिनय करत असलेल्या खलनायकासारखे थोडं पुढे जाऊन पुन्हा माझ्याकडे वळून जरबेच्या सुरात म्हणाले,

''आज मी तुला जे सांगितलं होतं त्याचं काय झालं? तू त्यांना सांगितलंस का, उद्यापासून तू चित्रीकरणासाठी येणार नाहीस ते? फाशीला आता जेमतेम तीन दिवस राहिले आहेत. तीन दिवसांनंतर तुला काडीचीही किंमत राहाणार नाही; त्यामुळे आपण या थोड्या वेळामध्ये स्वतःचा शक्य तितका जास्त फायदा करून घ्यायला हवा.''

मी गप्प बसून राहिले. मग माझ्याकडे कठोर नजरेने बघत ते म्हणाले,

''छोटडी, या तरुण वयात तुला खूप काहीतरी निराळं, अद्भुत करावंसं वाटेल; पण तुझ्या या बापाने खूप दशकं आयुष्य बघितलेलं आहे; त्यामुळे माझं ऐक! नसत्या आदर्शवादी कल्पनांना चिकटून बसू नकोस. गरीब माणसाच्या इमानदारीला काही किंमत नसते. तुला आपल्या सत्येंद्रनाथ आजोबांची गोष्ट माहीत नसेल ना? ठाकूमाला विचार, ती सांगेल तुला... आणि काय गंऽऽ? कार्यक्रमात अगदी उच्च विचारांची उत्तरं देताना तुला जराही माझा विचार करावासा वाटला नाही? सगळ्या लोकांसमोर माझी काय किंमत राहील याचा विचार नाही आला तुझ्या मनात? मला सिब्देव बाबूंनी सरळ विचारलं... काय ग्रद्धा, तुझ्या मुलीने तुझ्या पायाखालची जमीन ओढून घेतली की रेऽऽ! काय मोल राहिलं माझं त्यांच्यासमोर? त्या क्षणी असं वाटलं की, धरणी दुभंगून मला पोटात घेईल तर

बरं होईल!''

"पण बाबाऽऽ... मी तरी अजून काय उत्तर देणार होते?'' मी रडवेल्या स्वरात विचारलं.

उत्तरादाखल, बाबांनी माझ्याकडे फणकारून बघितलं आणि म्हणाले,

"प्रसारमाध्यमं ही आपल्या मनातल्या गुजगोष्टी सांगण्याचं ठिकाण नव्हे! वार्ताहरांसमोर, कॅमेऱ्यासमोर तेच बोलायचं असतं जे बोललं पाहिजे; जे लोकांना ऐकायला आवडतं. नाही, आता पुरे झालं चेतू! यापुढे तू माझ्या परवानगीशिवाय घराबाहेर पडायचं नाहीस आणि कुणाशी बोलायचंही नाहीस!''

"पण बाबाऽऽ... आपण करार करून बसलो आहोत...''

माझं वाक्य पूर्ण होण्याच्या आत खाड्कन आवाज झाला आणि माझ्या गालावर बाबांची पाच बोटं उमटली!

"एक शब्द बोलू नकोस!'' बाबा ओरडले.

मी गाल चोळत आतमध्ये गेले. मा माझ्या पाठोपाठ आली. गाल झिणझिणत होता, पण डोळ्यांतले अश्रू सुकले होते.

"तू निघून जा इथून... मी सांगते ना, जा तू... त्या मुलाला पटवून लग्न करून टाक... इथून लवकरात लवकर निघाली नाहीस ना तर हा माणूस आणि त्याची थेरडी आई, त्यांच्या घराण्याच्या खऱ्या-खोट्या कहाण्या आणि परंपरांमध्ये तुला असं काही जखडून टाकतील, जसा कोळी आपल्या जाळ्यामध्ये सावजाला अडकवतो!''

आमच्या लक्षात आलं नाही की, ठाकूमा हे बोलणं ऐकत होती. आईने उच्चारलेलं शेवटचं वाक्य ऐकून, ठाकूमाने मध्येच तोंड खुपसलं आणि करवादली,

"अच्छाऽऽ! म्हणजे तूच आहेस चेतूच्या डोक्यात नसत्या कल्पना भरवणारी!''

"तिच्या डोक्यात कल्पना भरवायला ती काय कुक्कुलं बाळ आहे? लग्नाला उभी राहतेय मुलगी! तिला तिची अक्कल आहे!'' – आईसुद्धा कमी नव्हती.

"त्याचीच तर काळजी करावी ना एखाद्या आईने? किती वाजलेत, काही जाण आहे का? चांगल्या घरातल्या तरुण मुलीने इतक्या उशिरापर्यंत बाहेर भटकणं योग्य आहे का?''

"कामासाठीच बाहेर जाते ना तीऽऽ?''

"तिचं काम ७.३० वाजता संपतं. मी म्हातारी असले तरी मला एवढं तर नक्कीच समजतं,'' असा टोमणा मारून, ठाकूमाने आपल्या बोडक्या डोक्यावर साडी ओढून घेतली आणि माझ्याकडे वळून म्हणाली,

"चेतू, अगं छोटडी, मी तुला पुन्हा एकदा सांगते. आपल्या घराण्याच्या परंपरा मोडीत काढू पाहणाऱ्या या लग्नबंधनामध्ये मुळीच अडकू नकोस. हा

निर्णय योग्य नाही.''

माझ्या अंगात आता कुणाशीच वाद घालायचं त्राण उरलेलं नव्हतं. डोक्यात विचारांचा वणवा पेटला होता. मला आता आराम करायचा होता. म्हणून मी काही न बोलता, सरळ माझी गादी घातली आणि त्यावर अंग झोकून दिलं. मात्र, थकले होते तरी झोप काही येईना. मनात नाना विचार येत होते. चित्रविचित्र दृश्यं डोळ्यांसमोर येत होती. मी अस्वस्थपणे कुशीवर वळत होते. नेहमीप्रमाणे आम्ही एकत्र नसताना, माझं मन संजीवकुमाराप्रति प्रेम आणि संशय यामध्ये हेलकावे घेत बसलं होतं.

नुकताच डोळा लागला, इतक्यात रामूदाचा आवाज आला – ''डावीकडे, दादा... इथे, इथे!'' स्वप्नामध्ये उत्साहाने त्याने आपल्या शरीराचं गाठोडं चटकन वळवलं! नशीब, मी जागी होते म्हणून त्याला धरू शकले नाहीतर तो नक्कीच पलंगावरून खाली पडला असता.

''काय झालं, रामूदा?''

''काही नाही...'' असं म्हणत रामूदाने दरवाजाकडे बघून विचारलं, ''कृष्णानूदा कुठे आहे?''

रामूदा कुणाबद्दल विचारतो आहे हे लक्षात आल्यावर मी गप्प बसले. गेल्या वर्षी, कोलकात्याच्या एका इस्पितळामध्ये कृष्णानू डेचा मृत्यू झाल्याची बातमी समजल्यावर रामूदा ढसाढसा रडला होता. मीसुद्धा त्याच्यासोबत रडले होते. १९८६ मध्ये मलेशियाविरुद्धच्या सामन्यामध्ये कृष्णानू डेने केलेल्या कामगिरीबद्दल रामूदाने मला ढीगभर गोळ्या-चॉकलेटं आणून दिली होती!

आपण स्वप्न बघत होतो हे लक्षात आल्यावर रामूदाचा चेहरा आक्रसल्यासारखा झाला; पण मग तो कूस वळवून झोपी गेला. माझी झोप मात्र उडाली! दुसऱ्या दिवशी सकाळी रामूदाने त्याला पडलेल्या स्वप्नाबद्दल सांगितलं. स्वप्नामध्ये भर पावसात तो, कृष्णानूदा आणि शैलेश बोससोबत फुटबॉल खेळत होता. ''चेतू, मी काल स्वप्नात जितका हसत होतो ना, तितका कदाचित त्यांच्यासोबत प्रत्यक्षात खेळायचो तेव्हाही हसलो नसेन,'' असं रामूदा म्हणाल्यावर मला तिथे अजून थांबणं अशक्य झालं. बाहेर आले तर समोर बाबा उभे राहिलेले दिसले. सिगारेटचे झुरके घेत मला बघून ते म्हणाले,

''मला वाटतं, त्याची जायची वेळ जवळ येत आहे.''

त्या विचाराने माझ्या अंगाला थरकाप सुटला! आमच्यात असं मानलं जातं की, एखाद्या व्यक्तीला मेलेल्या माणसांची स्वप्नं पडू लागतात, तेव्हा त्याचा अर्थ असा असतो की, खुद्द त्या माणसाचा मृत्यू जवळ आला आहे; पण सतत शववाहिन्या आणि अंत्ययात्रांच्या कोलाहलामध्ये गुरफटलेल्या आमच्या लहानशा,

जुनाट घरामध्ये रामूदा असणार नाही ही कल्पना इतकी भयंकर होती की, मी उभ्या जागी थरथरू लागले. माझी ती अवस्था पाहून बाबा हसले आणि म्हणाले,

"अगं, जन्माला येणाऱ्या प्रत्येकाला कधी ना कधी जायचंच असतं. अगदी किडे-मुंग्यासुद्धा या अटळ सत्यापासून वेगळ्या राहू शकत नाहीत. आपण जन्माला येतो, तेच मुळी आपल्या मृत्यूची वेळ माथ्यावर गोंदवून! तुला जल्लाद म्हणून चांगलं काम करायचं असेल तर सर्वांत आधी ही गोष्ट मनात पक्की नोंदवून ठेव की, जो जन्माला येतो, तो कधी ना कधी मरणारच असतो. जर तू या दृष्टीने विचार करू शकलीस तरच खटका ओढताना तुझा हात थरथरणार नाही."

सिगारेटचा आणखी एक मोठा झुरका घेऊन, बाबा पुढे सांगू लागले,

"मी स्वतः अगदी लहान मूल असल्यापासून मृत्यू हा प्रकार बघत आलो आहे. जरा जाणत्या वयाचा झाल्यानंतर मी जो पहिला मृत्यू बघितला, तो माझ्या मोठ्या भावाचा. तो रक्ताच्या उलट्या होऊन मेला. त्याची परिस्थिती तर रामूपेक्षा अनेक पटीने खराब होती. दादा गेल्यावर माझ्या वडिलांनी – म्हणजे तुझ्या दादूंनी – मला स्पष्टपणे सांगितलं : 'आता तुझा दादा आपल्यात नाही; त्यामुळे त्याच्यावर प्रेम करणं बंद कर.' तूही ही गोष्ट लक्षात ठेव. मेलेल्या व्यक्तींवर प्रेम करत बसू नकोस. त्यावर आपल्या भावना वाया घालवशील तर ते तुझ्यातला जीवनरस शोषून घेतील."

बाबांचं बोलणं ऐकत असताना माझ्या मनात प्रचंड भीती उभी राहिली. बाबा आपल्या मोठ्या भावाबद्दल – शशीभूषणबद्दल – बोलत होते. शशीभूषण हा बाबांचा सावत्र भाऊ होता. ठाकूमाची मोठी बहीण माझ्या आजोबांची पहिली बायको होती. त्या दोघांचा मुलगा म्हणजे शशीभूषण ग्रद्धा मलिक. रामूदाप्रमाणे शशीभूषणलाही फुटबॉलचं अतोनात वेड होतं. पूर्वीच्या काळी भारतीय खेळाडूंना फक्त 'कूच बिहार कप' आणि 'ट्रेड्स कप'साठीच्या सामन्यांमध्ये भाग घेता येत असे. या पार्श्वभूमीवर १९११ मध्ये जेव्हा संपूर्ण कोलकाता मोहन बागान फुटबॉल क्लबचं 'आयएफए शील्ड'मधलं घवघवीत यश साजरं करत होता, तेव्हा शशीभूषणला कुमारतोली क्लबविरुद्ध होण्याऱ्या सामन्यात खेळण्यासाठी आमंत्रण आलं होतं. जोरा बागान क्लबचे उपाध्यक्ष असलेल्या सुरेशचंद्र चौधरीने शशीभूषणला फुटबॉल खेळताना बघून आपल्या संघामध्ये सामील होण्यासाठी विचारलं होतं. अशा प्रकारे शशीभूषण ग्रद्धा मलिक मोहन बागानविरुद्ध जोरा बागानच्या सामन्यामध्ये जोरा बागानच्या संघातले अत्यंत महत्त्वाचे खेळाडू बनले. 'कूच बिहार कप'साठीचा हा सामना २८ जुलै, १९२० रोजी खेळला जाणार होता. मात्र, ऐन सामन्याच्या दिवशी काहीतरी गहजब झाला. जोरा बागानचा संघ मैदानात उतरला; पण आपल्या सर्वांत श्रेष्ठ खेळाडू असलेल्या शैलेश बोसशिवाय!

सुरेशचंद्रांनी शैलेशला सामील करून घेण्यासाठी खूप विनवणी केली; पण संघाचा कर्णधार काही मानायला तयार होईना. अखेर चौधरी भडकले आणि तत्क्षणी मैदान सोडून तरातरा निघून गेले. त्याच संध्याकाळी त्यांनी आपला एक नवीन संघ तयार करण्याचा चंग बांधला. त्यानंतर ठीक चार दिवसांनी, राजा मन्मथनाथ चौधरी, शैलेश बोस, रमेशचंद्र सेन आणि अराबिंदो घोष यांना घेऊन ईस्ट बेंगॉल फुटबॉल क्लब सुरू करण्यात आला. या नव्या कोऱ्या संघाने त्याच महिन्यात 'हर्क्युलिस कप'च्या सामन्यामध्ये दाणादाण उडवून देत, आपलं अढळपद कायम केलं. शशीभूषण त्याच संघासाठी खेळत होते. आपला मुलगा घराण्याचं पिढीजात काम सोडून दुसरं काहीतरी करायला बघतो आहे या विचाराने धास्तावलेले दादूसुद्धा संघाच्या कामगिरीने खूश झाले होते.

"मला अजूनही आठवतं... शशीदा आणि त्याचे मित्र फुटबॉलचा सराव करण्यासाठी जागा मिळावी म्हणून वणवण भटकत राहायचे. त्या वेळी मैदानामध्ये फक्त मोहन बागान आणि बेहालाच्या एका संघाला सराव करण्याची परवानगी होती. बेहालाचा संघ बंद पडल्यावर मोहन बागानने संपूर्ण मैदानावर आपला अधिकार गाजवायला सुरुवात केली; पण ऐकतील तर ते चौधरीदा कुठले? ईस्ट बेंगॉल संघाला मैदानात सराव करायची परवानगी मिळावी म्हणून त्यांनी जंग-जंग पछाडले. मोहन बागानने त्यांना विरोध करायचा भरपूर प्रयत्न केला; पण अखेर दोन वर्षांनी चौधरींच्या प्रयत्नाला यश आलं आणि शशीदाचा संघ मोठ्या अभिमानाने मैदानावर सराव करू लागला. त्यांना रेड रोडच्या समोरची जागा दिली गेली होती. शशीदा किती खूश झाला होता! किती स्वप्नं बघितली होती त्याने! आणि खरोखरच त्याने ती सगळी स्वप्नं प्रत्यक्षातही आणली असती! फार गुणी होता माझा दादा..."

बाबा जुन्या आठवणींमध्ये रमून गेले होते; पण मला पुढे ऐकवेना. मी स्वयंपाकघरात गेले आणि उगीचच भांड्यांची, डब्यांची मांडामांड करू लागले. त्यानंतर मी रामूदाच्या शेजारी जाऊन बसले. डोळे मिटून पडलेल्या रामूदाचा चेहरा पांढराफटक पडला होता. इतकी वर्षं घरातच असल्यामुळे त्याला फारसं ऊन मिळालं नव्हतं आणि म्हणून तो फिका पडू लागला होता. पांघरुणाखालून डोकावणारे त्याचे पायसुद्धा अगदी काड्यांसारखे बारीक झाले होते. सुरुवातीला आईला, त्याला उचलणं जमायचं नाही; पण आता ती त्याला अगदी लीलया उचलू शकायची. विचार करा, किती बारीक झाला असेल तो! पूर्वी त्याचा चेहराही अतिशय देखणा आणि लकाकता होता; पण आता त्याचे गाल बसले होते. डोळे खोबणीतून बाहेर आले होते...

कुठल्याशा सामन्याचा सराव करताना शशीभूषण काकांना तापाची लागण

झाली. तो आजार इतका बळावला की, पुढची कित्येक वर्षं त्यांच्यावर उपचार सुरू होते. अखेर जेव्हा सगळ्यांच्या हे लक्षात आलं की, त्यांचा हा आजार बरा होण्यासारखा नाही, तेव्हा त्या काळच्या प्रथेनुसार घरच्यांनी काकांना बनारसला नेऊन सोडून दिलं! दादू, देवीचरण काका आणि माझे बाबा या तिघांनी मिळून शशीभूषण काकांना हातगाडीवर घातलं आणि त्यांना बनारसला सोडून घरी परत आले. त्या वेळी माझे बाबा फक्त १२ वर्षांचे होते.

दुसऱ्या दिवशी दुपारच्या वेळी बाबा झोपले असताना मी स्टुडिओमध्ये जाण्यासाठी तयार होऊ लागले. रामूदा माझ्याकडे संशयी नजरेने पाहत होता.

मध्येच त्याने मला विचारलं,

"केबलचा संप कधी संपणार गंऽऽ?"

"माहीत नाही, रामूदा... बोलणी सुरू आहेत..." मी अधीरतेने त्याला उत्तर दिलं.

"आज तू नेहमीपेक्षा जास्तच आनंदात दिसतेस, चेतू..."

मी कसनुसं हसले.

मग रामूदा हसून म्हणाला,

"काळजी घे, चेतू. वाहवत जाऊ नकोस. मित्र जेव्हा शत्रू बनतात आणि शत्रू जेव्हा मित्र... तेव्हा फार जपून राहावं लागतं."

इतक्यात, ठाकूमा आत आली. माझ्याकडे संशयी नजरेने बघत, रामूदाला म्हणाली,

"कसली काळजी घ्यायला सांगतो आहेस रे तिला?"

"अगं, तिचं लग्न जवळ आलंय ना, ठाकूमाऽऽ..."

"अच्छा! ते होयऽऽ? मला वाटलं, तू माझ्या सोन्याच्या नाण्याबद्दल बोलतो आहेस."

नाण्याचा उल्लेख ऐकून मी जराशी वरमले; पण काही बोलले नाही. रामूदा म्हणाला,

"माझा त्या मुलावर अजिबात विश्वास नाही. तो आपल्या चेतूला कधीच प्रेम देऊ शकणार नाही. मी आजपर्यंत त्याच्या चेहऱ्यावर तिच्यासाठी कधी प्रेम बघितलं ना आवाजात काळजी."

रामूदाला संजीवकुमारविरुद्ध बोलताना ऐकून, ठाकूमालासुद्धा बोलायचा धीर आला. माझ्याकडे रोखून बघत ती म्हणाली,

"मलाही ही सोयरीक मान्य नाही हं, चेतू. अगं, तू एका जल्लादाची मुलगी

आहेस. आपलं संपूर्ण घराणं या कामाला वाहिलेलं आहे. तुझा नवरासुद्धा जल्लादाच्याच कुटुंबातला हवा. अगदी इतर ठिकाणचा असला तरी चालेल. पुरुषाचं आत्मधैर्य ही त्याची खरी ताकद असते. एखाद्या कमकुवत माणसाशी लग्न करण्यापेक्षा वेश्याव्यवसाय केलेला बरा...''

ठाकूमाला हे असं बोलताना ऐकून मी संकोचले आणि विषय बदलायचा म्हणून म्हणाले,

''अच्छाऽऽ... म्हणजे तुला खुनी म्हणून काम करणारा जावई हवा आहे असं सांग ना!''

''शी!! वाट्टेल ते बोलू नकोस! जल्लाद म्हणजे खुनी नव्हे. तो तर न्यायदानाचं पुण्य करत असतो. समाजामध्ये न्यायव्यवस्था नसती तर ना कुणी राजा असता, ना सरकार... ना काहीच!''

''जगात न्यायदानाच्या, न्याय मिळवून देण्याच्या अनेक पद्धती असतात ठाकूमा. आपण नेमकं कोणाला न्याय मिळवून देत आहोत गं?'' वेणी आणि ओढणी चापूनचोपून बसवत मी ठाकूमाला सडेतोड प्रश्न केला.

क्षणार्धात, तिचा चेहरा क्रुद्ध झाला आणि ती ओरडली,

''लोकांना! समाजाला!! छोटडी, आपल्या घराण्याला आणि आपल्या कामाला कधीही कमी लेखू नकोस. इतका माज चांगला नाही. जे लोक आपली पाळंमुळं विसरतात, ते आतून कधीच खंबीर बनत नाहीत, लक्षात ठेव!''

मग जरा शांत होऊन ती पुन्हा बोलली,

''माझ्या आयुष्याची शंभरी उलटून गेली गं, बयो... माझं सगळं पाहून झालं आहे – गरिबी, भय, दुःख, नवरा-मुलांचे मृत्यू... पण तरीही मला माझं आयुष्य आवडतं. आजही मला माझ्या आयुष्यात रस आहे. का, माहीत आहे? कारण मी ही गोष्ट कधीच विसरले नाही की, माझं कुटुंब, माझं घराणं या भारत देशाइतकं जुनं आहे. इतका मोठा इतिहास आहे आपल्या घराण्याचा आणि त्या इतिहासामध्ये मलाही एक अढळ स्थान आहे. फुटकळ हिऱ्यांसाठी आणि सोन्याच्या बांगड्यांसाठी आपल्या घराण्याचा इतिहास विसरू नकोस, चेतना!!''

शेवटचं वाक्य बोलताना ठाकूमाचा आवाज इतका चढला की, बाबा उठतील की काय अशी मला भीती वाटू लागली. नाही-नाही म्हणता, ठाकूमाने मला आमच्या ग्रद्धा मलिक घराण्याच्या दोन हजार वर्षांच्या जात्रेमधलं पात्र बनवून टाकलंच; पण काही माणसं अशी असतात ना की, त्यांना नको त्या साच्यामध्ये बंद करण्याचा प्रयत्न केला तर त्यापासून दूर पळण्याची त्यांची ताकद अनेक पटीने वाढत जाते.

२७

माझ्या पूर्वजांपैकी बहुतेक जल्लादांना, फाशी देताना गुन्हेगाराचे हात मागे बांधलेले आवडायचे. त्यांपैकी काहीजणांनी निराळ्या पद्धती अवलंबूनसुद्धा पाहिल्या. उदाहरणार्थ, कधीकधी काला ग्रद्धा मलिक गुन्हेगाराचे हात मोकळे ठेवून, त्यांना फाशी देत असे. त्याचं मत असं होतं की, गळ्याशी गाठ बसली की, हात-पाय मोकळे असलेल्या गुन्हेगाराची तडफड कळसूत्री बाहुल्यांच्या खेळासारखी दिसते. माझे आजोबा – कालिचरण ग्रद्धा मलिक यांनी, गुन्हेगाराचे हात पाठीमागे बांधून फाशी देण्यातलं शहाणपण इंग्रजांना जाणवून दिलं. तोपर्यंत इंग्लंडमध्येसुद्धा फाशी दिल्या जाणाऱ्या गुन्हेगाराचे हात पुढे बांधले जायचे जेणेकरून त्यांना मरतेवेळी प्रार्थना करता यावी; पण जसजसा या पद्धतीचा गैरवापर होऊन गुन्हेगार हल्ला करू लागले, तेव्हा इंग्रजांना या पद्धतीबद्दल फेरविचार करणं भाग पडलं. त्यानंतर त्यांनी चामड्याच्या पट्ट्याने गुन्हेगाराच्या दोन्ही हातांना त्याच्या शरीरालगत बांधण्याची पद्धत सुरू केली; पण त्यामुळे मृत्यूशी अखेरची झुंज देणाऱ्या गुन्हेगारांचे हात त्यांच्या मनगटापासून कापले जाऊ लागले. ही भीषण पद्धत तेव्हा बंद झाली, जेव्हा इंग्रजांना माझ्या आजोबांच्या विचारातलं तथ्य लक्षात आलं. तेव्हापासून त्यांनी फाशी जाणाऱ्या गुन्हेगारांचे हात मागे बांधण्याची प्रथा अवलंबली. ठाकूमा नेहमी म्हणायची की, इंग्रजांनी आपल्यापासून फक्त कापूस, नीळ आणि अफूच नव्हे, तर मृत्यू या विषयावरचं आपलं स्थानिक ज्ञानसुद्धा पळवून नेलं.

"त्या काळी गुन्हेगाराचे पाय बांधण्याचा प्रकार फक्त महिला गुन्हेगारांच्या बाबतीत केला जायचा. ती पद्धत सुरू झाली कादंबरीच्या फाशीनंतर. मोश आजोबांनी तिला फाशी दिली होती. शेवटची धडपड करत असताना तिने आपले पाय झाडले आणि तिची साडी वर गेली. बाईचे उघडे पाय बघायला मिळताहेत म्हटल्यावर फाशी बघण्यासाठी जमणारा जमाव फलाटाच्या पायथ्याशी झुंबड करू लागला..."

त्या दिवशी 'हॅन्गवुमन्स डायरी'चं चित्रीकरण करताना माझं लक्ष विचलित होत होतं. मी त्यांच्या परवानगीशिवाय आणि त्यांची नजर चुकवून, चित्रीकरणासाठी गेले आहे हे समजल्यावर बाबांची काय प्रतिक्रिया झाली असेल? माझ्या मनात सतत तोच विचार रुंजी घालत होता.

कादंबरीचा नवरा दुसऱ्या स्त्रीसोबत संभोग करत असताना, तिने त्याला पकडले होते. संतापाच्या भरात तिने त्याच्या डोक्यावर घण घालून त्याचा जीव घेतला होता. कादंबरीवर दोन ठपके ठेवले गेले : एक, तिच्या नवऱ्याला – पृथ्वीतलावरील तिच्या देवाला – मारून टाकण्याचा आणि दोन, पुरुषाचं जीवन

सार्थ बनवणाऱ्या संभोगासारख्या कृतीमध्ये आपला नवरा व्यग्र असताना त्यात व्यत्यय आणण्याचा. राज्यदरबारातल्या पंडितांनी या मुद्द्यावर भरपूर चर्चा केली की, दोन्हीपैकी कुठला गुन्हा अधिक गंभीर मानावा? अखेर असं ठरलं की, कादंबरीचे दोन्ही गुन्हे समान गंभीर व तिरस्करणीय होते आणि त्यामुळे तिला शक्य तेवढी जहाल शिक्षा ठोठावली जावी. त्यानुसार मोश आजोबांना कादंबरीला फाशी देण्यासाठी पाचारण करण्यात आलं. फाशीच्या आदल्या दिवशी वाळूच्या पिशवीसोबत सराव करण्यासाठी आजोबा कारागृहात गेले असताना ते कादंबरीला भेटले आणि त्यांनी तिला प्रेमळपणे विचारलं,

"बाळा, तू असं का केलंस गं?"

जराही न बिचकता, कादंबरीने शांतपणे उत्तर दिलं,

"कारण, माझं त्याच्यावर मनापासून प्रेम होतं."

"मग असं असताना, तू त्याला इतक्या थंडपणे कशी मारू शकलीस?"

"मी त्याला मारत नव्हते. त्याला त्या सटवीच्या तावडीतून सोडवत होते."

हे ऐकून, मोश आजोबांनी अत्यंत मायेने कादंबरीकडे बघितलं. तिने त्यांना विनंती केली,

"मला लवकरात लवकर त्याच्याकडे पाठवाल का?"

कादंबरीच्या नवऱ्यावर असलेल्या अपार प्रेमाचं कौतुक करत ठाकूमा आपली गोष्ट संपवत असताना, शेजारून माझी आई पाण्याचा तांब्या घेऊन गेली. तिला पाहून बाबा उद्गारले,

"त्या बिचाऱ्याला नरकातही सुख लाभू दिलं नसेल त्या बाईने..."

बाबांच्या टोमण्याचा रोख समजून, आई फणकारली,

"त्याच्यासारख्या नालायक माणसाचे xxx छाटून टाकायला हवे होते!!"

"चेतना, फाशीचा दिवस अगदी जवळ येऊन ठेपला आहे. आजचा आणि उद्याचा दिवस सोडला तर त्यानंतरच्या दिवशी तू एका निर्ढावलेल्या गुन्हेगाराच्या गळ्यामध्ये फाशीचा दोरखंड घालत असशील आणि तसं करण्याची ही तुझी पहिलीच वेळ असेल. कसं वाटतं आहे तुला या क्षणी? काय विचार चालले आहेत तुझ्या मनात?"

माझ्या जिभेवर चटकन आलं : 'त्याला माझ्याकडे लवकरात लवकर पाठवाल का?' ही क्लिष्ट घटना आता माझ्या हातून लवकरात लवकर घडून, संपून जावी असं मला वाटू लागलं होतं. दोरखंडाची गाठ. लाल रुमालाने दिला जाणारा इशारा. खटका ओढला जाणं. तळघराचा दरवाजा उघडला जाणं आणि मग काही क्षण मृत्यूशी चालणारी अखेरची झुंज; पण अर्थात, मी हे सगळं दर्शकांसमोर सहज खुलेपणाने बोलू शकत नव्हते. म्हणून मी मनातले खरे विचार आवरत,

संजीवकुमारला म्हणाले,

"सध्या माझ्या मनामध्ये काहीच नाही, संजू बाबू. माझं अगदी मन रितं आहे. न्यायदानाच्या कामामधला सगळ्यात मोठा अडथळा असतो तो म्हणजे न्यायदान सुफळ संपूर्ण होणं. ते होईपर्यंत, त्याबाबतच्या सगळ्या चर्चा आणि गप्पा फोल आहेत."

"जल्लाद चेतना ग्रद्धा मलिकने आपलं कार्य पूर्ण करण्याचं व्रत उचललं असताना आपण बघू या की, जतिंद्रनाथ बॅनर्जींचं कुटुंब राहत असलेल्या लहानशा गावामध्ये काय चित्र आहे..." असं म्हणून संजीवकुमारने समोरच्या पडद्याकडे निर्देश केला.

समोर शेतांमधून सरकत जाणारा गावातला कच्चा रस्ता दिसत होता. आजूबाजूला गवताने बांधलेली कच्ची घरं दिसत होती. एका घराच्या समोर जुनाट खाट टाकलेली होती. त्यावर विटलेलं कांबळं पांघरून एक जर्जर म्हातारा पडलेला दिसत होता. थोड्या वेळाने १५-१६ वर्षांची एक मुलगी पाण्याचा घडा घेऊन घराबाहेर आली. तिच्या वाढास लागलेल्या शरीरावर कॅमेरा रोखला गेलेला पाहून, तिने संकोचून आपली फाटकी ओढणी अधिकच लपेटून घेतली आणि घाईघाईने घरात पळाली. कात-चुना खाऊन काळे झालेले दात दाखवत, एक लहान मुलगा घराबाहेर बसलेला होता. कदाचित तो त्या मुलीचा लहान भाऊ असावा. काही वेळासाठी त्याच्यावर स्थिरावून, कॅमेऱ्याने आपला रोख घराच्या आतल्या बाजूला वळवला. अंधारलेल्या स्वयंपाकघरात बसलेली कोकिला बॅनर्जी, आपल्या भाताच्या भांड्याचं बूड किती काळं पडलं आहे हे दाखवत होती.

इतक्यात, ठाकूमापेक्षाही बारीक आणि वृद्ध दिसणारी एक बाई आपली ठिगळं लावलेली साडी सावरत आली आणि कॅमेऱ्याकडे बघत ओरडली,

"नाही! निघा सगळेजण! गिधाडं मेली! आमच्याकडे तुम्हाला सांगण्यासारखं काही नाही! निघा इथून! पैशासाठी आमची आयुष्यं विकून खाल्ली मेल्यांनी! जा... चालते व्हा..."

"माझा मुलगा गुन्हेगार नाही. तो असा काही गुन्हा करूच शकत नाही..." जतिंद्रनाथचे वडील खोल गेलेल्या आवाजात बोलत होते.

"मग कोण आहे गुन्हेगार?" वार्ताहराचा चेहरा दिसत नव्हता; पण आवाजावरून तो संजीवकुमार वाटत होता.

"ते आम्ही कसं सांगणार? आम्हाला एवढंच माहिती आहे की, आमचा मुलगा गुन्हेगार नाही."

"ते कृत्य यांनी केलं की नाही, मला माहीत नाही. तसंही, मध्ये इतकी वर्षं गेली आहेत की, मला फरकसुद्धा पडत नाही. गेली दहा-पंधरा वर्षं मी या

कुटुंबाला दोन वेळचं जेवण देता यावं म्हणून इतके अतोनात कष्ट उचलले आहेत की, या सगळ्यांबद्दल नेमकं काय वाटून घ्यावं, हेच समजेनासं झालं आहे. आमच्याकडील तुटपुंज्या जमिनीतली अर्धी जमीन हा खटला लढण्यासाठी विकावी लागली. इलाज नव्हता. पैसा कसा उभा करणार होतो आम्ही? ही दोन मुलं दिवसेंदिवस मोठी होत आहेत; पण त्यांच्या भविष्यासाठी एक पैसा गाठीशी नाही माझ्या...'' कोकिला बॅनर्जी भावनारहित आवाजात सांगत होती. त्या दिवशी स्टुडिओमध्ये आली असतानाही तिचा आवाज तसाच होता – नीरस, भावनाशून्य! त्या वेळी तिच्या सोबत आलेला माणूस आज दिसत नव्हता. का कुणास ठाऊक; पण मला त्याला बघावंसं वाटत होतं.

''त्याच्या घरच्यांची ही प्रतिक्रिया असताना कारागृहातील अधिकाऱ्यांच्या मते जतिंद्रनाथने अजूनही आशा सोडलेली नाही.''

वार्ताहराच्या या शेऱ्यानंतर सिब्देव बाबूंचा हसरा चेहरा पडद्यावर झळकू लागला. ते सांगत होते,

''जतिंद्रनाथ ठीक आहे. मी आज सकाळीच त्याला भेटून आलो. त्याने अजूनही आशा सोडलेली नाही. उलट तो मला म्हणाला, 'बाबू, बघा तुम्ही. माझी फाशी रद्द होणार.' जतिंद्रनाथच्या आशावादाचं कारण असं आहे की, त्याची दया-याचिका राष्ट्रपतींकडे पोहोचलेली आहे. उद्यापर्यंत त्यावर नक्कीच उत्तर अपेक्षित आहे. जतिंद्रनाथला खात्री आहे की, राष्ट्रपती त्याच्या याचिकेचा सकारात्मक पद्धतीने विचार करतील.''

''सिब्देव बाबू, जतिंद्रनाथ कारागृहामध्ये आपला वेळ कसा घालवतो?''

''तो मजेत असतो. आज सकाळी त्याने छान अंघोळ केली, भरपेट नाश्ता केला. मग तुरुंगातल्या अधिकाऱ्यांसोबत शिळोप्याच्या गप्पा मारल्या. कोठडीमध्ये भरपूर डास फिरतात याबद्दल तक्रार करत होता पठ्ठ्या! हाऽहाऽहाऽ! तो खूप खूश आणि आशावादी मनःस्थितीत आहे, असं मी ठामपणे सांगू शकतो.''

''बरंऽऽ, चेतना... आपण पुन्हा आपल्या मूळ संभाषणाकडे वळू या. फाशीस्तंभाकडे गेल्यावर तू नेमकं काय-काय करणार आहेस?'' स्टुडिओमध्ये उभ्या केलेल्या फाशीस्तंभाच्या प्रतिकृतीकडे निर्देश करून संजीवकुमारने मला विचारलं. प्रतिकृती आता पूर्ण झाली होती. त्यावर मोठा दोरखंड आणि एक आकडाही लावलेला होता.

संजीवकुमार उठला आणि लाकडाने बनवलेल्या प्रतिकृतीकडे निर्देश करत, एकेका भागाचं वर्णन करू लागला.

''तर, असा असतो फाशीस्तंभ. हा या उपकरणातला सगळ्यात महत्त्वाचा भाग असतो. स्तंभ जमिनीपासून दीड ते दोन फुटांवर उभा केला जातो आणि तो

घट्ट बसवण्यासाठी खाली काँक्रीटचा पाया घातला जातो. हा आहे आकडा. आकड्याची ताकदही फार महत्त्वाची असते. सुमारे दीडशे किलोच्या वाळूच्या पोत्याला पेलू शकेल इतका हा आकडा मजबूत हवा...'' असं बोलून, संजीवकुमार दोरखंड खाली सोडू लागला तसं वाळूचं पोतं दृश्य व्हायला लागलं. मग त्याने खटका ओढला... आणि धाडकन आवाज करत ते पोतं खालच्या तळघरात जाऊन कोसळलं!

''तर अशी असते फाशीची प्रक्रिया! चेतना ग्रद्धा मलिक जतिंद्रनाथला नेमकी कोणत्या पद्धतीने फाशी देणार आहे हे आता आपल्या लक्षात आलंच असेल. उद्या सकाळपासून संपूर्ण दिवस चेतना आपल्यासोबत स्टुडिओमध्ये असणार आहे; त्यामुळे पाहायला विसरू नका फक्त आणि फक्त आपली लाडकी वाहिनी - सी.एन.सी.! नमस्कार, शुभरात्री!''

कार्यक्रम संपल्यावर संजीवकुमार लकाकत्या डोळ्यांनी माझ्याजवळ आला तसं गोंधळलेल्या नजरेने त्याच्याकडे पाहत मी म्हटलं,

''मी हे सगळं कॅमेऱ्यासमोर नाही करू शकणार हंऽऽ!''

हे ऐकून संजीवकुमारचा चेहरा पडला.

''पण चेतना, टी.आर.पी. मिळवण्यासाठी आपल्याला हे करावंच लागेल. दर्शकांना फाशीची प्रक्रिया गंभीर आणि व्यावसायिक पद्धतीने समजावून सांगितली की, त्यांचा आपल्यावरचा विश्वास वाढतो आणि हे काम तूच करू शकतेस.''

''नाही, हे योग्य नाही.'' मी त्याला रागावून तोडत म्हणाले. ''आणि तसंही, मी उद्याच्या कार्यक्रमासाठी येऊ शकेन की नाही हे मला माहीत नाही. आजदेखील मी बाबांच्या परवानगीशिवाय स्टुडिओत आले होते. उद्या काय होईल मला सांगता येणार नाही.''

माझ्या बोलण्याने विचलित होण्याऐवजी संजीवकुमार हसून म्हणाला,

''उद्याचं उद्या बघू. चल, आता निघायला हवं. उशीर होतो आहे.''

मेकअप उतरवून खोलीबाहेर पडले, तर दोन पुरुष आणि एक बाई बाहेर उभे असलेले दिसले. संजीवकुमारने मला विचारलं,

''ओळखलंस का तिला? ती सीमा परिहार आहे, चंबळच्या खोऱ्यातली नावाजलेली डाकू.''

मी गोंधळून त्याच्याकडे बघितलं.

''ती इथे एका चित्रपटात काम करण्यासाठी आलेली आहे – 'वून्डेड' एका महिला डाकूने चित्रपटात स्वतःची भूमिका साकारण्याची ही पहिलीच वेळ आहे,'' संजीवकुमार मोठ्या उत्साहाने मला तिची माहिती सांगू लागला. ''ती वयाच्या विशीपासून चंबळमध्ये कार्यरत आहे. तिचं चित्रीकरण करता यावं यासाठी चित्रपटाच्या

निर्मात्यांनी मोठ्या कष्टाने कारागृहातून तिच्यासाठी चाळीस-पंचेचाळीस दिवसांचा पॅरोल मागून घेतलेला आहे. बघ तिच्याकडे... किती आत्मविश्वास आहे तिच्या चेहऱ्यावर... किती मनोबल आहे...''

समोर लावलेल्या पडद्यावर, सीमा परिहारचा हसरा चेहरा झळकलेला दिसला. ती सांगत होती,

''मी काही आपमर्जीने चंबळमध्ये गेले नव्हते. माझ्याकडे इतर कुठला पर्याय उरला नव्हता म्हणून मला जावं लागलं. हा चित्रपट स्वीकारण्यामागचं माझं कारण असं आहे की, लोकांना आमच्यासारख्या स्त्रियांच्या – आणि एकूणच स्त्रीजातीच्या – व्यथांबद्दल स्पष्टपणे सांगता यावं...''

तेव्हा माझ्या लक्षात आलं की, मी कादंबरीची कहाणी अर्ध्यातच सोडून दिली होती. तर फाशी देताना कादंबरीचे उघडे पाय आणि नितंब सगळ्यांना दिसले होते. याबद्दल राजदरबारामध्ये भयंकर गहजब माजला. त्यानंतर लगेचच असा नियम लागू करण्यात आला की, फाशी दिल्या जाणाऱ्या गुन्हेगारांना संपूर्ण अंग झाकलं जाईल असे कपडे घातले जावेत आणि त्यांचे कपडे आणि पाय एकत्र बांधण्यात यावेत. सगळ्या पंडितांचं याबाबत एकमत झालं की, जरी ती गुन्हेगार असली तरी स्त्रीचं शरीर पुरुषांच्या नजरेपासून झाकलेलंच चांगलं! पुढे इंग्रजांनी तोच नियम पुरुष गुन्हेगारांसाठीही लागू केला.

आम्ही टॅक्सीमध्ये बसलो तसं संजीवकुमारने माझा हात हातात घेत विचारलं,

''चेतना, आपला 'हॅन्गवुमन्स डायरी'चा कार्यक्रम लवकरच संपणार आहे. कसं वाटतं आहे तुला?''

''इतक्या गहन विषयावर मत देण्याइतपत मी शिकलेली नाही.''

खरंतर हे सांगताना मला माझ्या आवाजात इतकी कटुता आणि दुःख डोकावू द्यायचं नव्हतं; पण अखेर ते डोकावलंच. मला मूर्ख असल्यासारखं वाटू लागलं; पण संजीवकुमारने माझ्याकडे प्रेमळपणे बघितलं आणि म्हणाला,

''असं काही नाही, चेतना. शिक्षण हा एखाद्याच्या हुशारीचा मापदंड होऊ शकत नाही. सांग बरं, तुला काय वाटत आहे ते?''

''या कार्यक्रमामुळे माझ्यासाठी नवी कवाडं उघडी झाली,'' असं म्हणत मी गुणगुणू लागले :

''कोतो अजनारे जान एले तुमी,
कोतो घरे दिले थायी -
दूरके कोरिले निकट, बंधू
पोरके करिले भाई...''

"म्हणजे? याचा काय अर्थ होतो गं?"

मी हसून उत्तर दिलं,

"हे 'गीतांजली'मधील पद आहे. त्याचा अर्थ होतो :

तुझ्यामुळे मी किती परक्यांना भेटले,
तुझ्यामुळे मला किती घरांमध्ये जागा मिळाली,
जे दूर होते ते जवळ आले,
जे परके होते ते जवळचे झाले..."

"हाऽहाऽहाऽ... असं होय? वा! छान पद आहे आणि तू गातेससुद्धा अगदी सुरेलपणे!"

मी हसले आणि गाडीतून बाहेर बघू लागले. या पदाची पुढची ओळ 'मी माझं जुनं घर सोडल्यावर काय होईल?' अशा अर्थाची आहे हे मी संजीवकुमारला सांगितलं नाही.

आमची टॅक्सी पार्क स्ट्रीटपासून थिएटर रोडपर्यंत पसरलेल्या मार्टिन ल्यूथर सारानीवर धावत होती. पूर्वी या रस्त्याला वूड स्ट्रीट म्हणायचे. मी चार वर्षांची असताना कोलकाता महानगरपालिकेने तिचं नामांतर केलं. त्या काळी या रस्त्याच्या एका बाजूला जंगलासारखी दिसणारी टुमदार बाग होती. तिचं नाव होतं ॲलन गार्डन! त्यामध्ये एक छानसं त्रिकोणी आकाराचं तळं होतं. पुढे महानगरपालिकेने त्यात कचरा टाकून ते तळं बुजवून टाकलं. बागेमध्ये खेळणारी लहान मुले तळ्यात बुडण्याचा धोका संभवतो असं सांगून त्यांनी हा प्रकार केला होता. मात्र, महापालिकेने टाकलेल्या कचऱ्याचा इतका भयंकर घाण वास येऊ लागला की, अखेर त्या बागेकडे कुणी फिरकेनासं झालं. बागेजवळ राहणारी एक महिला, वसतिगृह चालवत असे. कचऱ्याच्या वासामुळे तिच्या वसतिगृहात ग्राहक येईनासे झाले आणि तिचा धंदा बसला. संतापलेल्या महिलेने नुकसानभरपाईसाठी महानगरपालिकेवर खटला भरला. खटल्याचा निकाल तिच्या बाजूने लागला आणि पालिकेला, तिला ३०,००० रुपयांची भरपाई द्यावी लागली; पण त्यानंतर पुढे बराच काळ तिथे कुणी राहायला यायला तयार व्हायचं नाही. आमच्या घरामध्ये, जळणाऱ्या मृतदेहांचा दर्प येऊ लागला की, ठाकूमाला या बाईच्या गोष्टीची आठवण व्हायची. टॅक्सीत बसून मी विचार करू लागले... कुठे असेल त्या बाईचं घर?

"आज आपण थेट माझ्या घरी जाऊ या. तुला माझ्या बाबांशी बोलावं

लागेल; नाहीतर मी उद्या येऊ शकणार नाही.''

''छेऽऽछे! चेतना? अगं, तूच असं बोलू लागलीस तर इतरांची काय गत होणार? आज तू ज्या पदावर आहेस, ते लक्षात घेऊन तरी तू व्यापक दृष्टिकोनातून विचार करायला नकोस का? सगळं जग तुझ्याकडे डोळे लावून बसलं असताना तू असं वागणार आहेस का? अगं, अशी संधी वारंवार येत नाही.''

''मला माझा शब्द पाळायचा आहेच; पण बाबा मला अडवू पाहताहेत.''

संजीवकुमार माझ्याकडे रोखून बघत होता; पण चष्म्यामुळे मला त्याच्या डोळ्यांतले भाव वाचता येईनात. तेवढ्यात लाल सिग्नल लागला. मी गाडीच्या काचेतून बाहेर बघितलं तर वारूळ फुटून मुंग्या बाहेर पडाव्यात तशी भिकाऱ्यांची लहान-लहान पोरं, हिरवा सिग्नल पडायच्या आत जास्तीतजास्त भीक गोळा करण्यासाठी इतस्ततः धावू लागली. आम्ही आशुतोष मुखर्जी मार्गावर पोहोचलो तसं संजीवकुमारने गाडी थांबवली आणि मला बाहेर येण्याचा इशारा केला. तिथून आम्ही थेट 'बिनोद बेहारी ज्वेलर्स' या दुकानामध्ये गेलो. दुकानाच्या मालकाने आणि कर्मचाऱ्यांनी आम्हाला लगेच ओळखलं. मग काय? आम्हाला अगदी खास सेवा मिळू लागली. मला पुढे करत, संजीवकुमार आपलं ठेवणीतलं हास्य करत म्हणाला,

''या सुंदर मुलीसाठी हिऱ्याचे कानातले बघायचे आहेत.''

''ऊंऽऽ? नको, नको...'' मी अगदी संकोचून म्हणाले!

''ते मला ठरवू दे ना? या देशामध्ये, प्रियकरांनाही काही खास हक्क असतातच की!''

मी त्याला थांबवेपर्यंत, संजीवकुमार हिऱ्याच्या कुड्यांच्या डब्यामध्ये हात घालून बघत होता. मी या अशा राजेशाही, महागड्या दुकानात पहिल्यांदाच आले होते. आमच्या आजूबाजूला मोजकी; पण अत्यंत श्रीमंत दिसणारी माणसं दागिने निवडण्यात गुंतली होती.

इतक्यात, संजीवकुमारने कानातल्याचा एक जोड उचलून, कर्मचाऱ्याच्या हातात देत म्हटलं,

''हे बघ, अशा स्वरूपाचं; पण लहान आकाराचं काही आहे का बघ.''

कर्मचारी कानातले शोधण्यासाठी आतल्या दालनात गेला तसं संजीवकुमार माझ्याकडे बघून म्हणाला,

''ते बघितलंस? वरच्या बाजूला लाल ठिपके मिणमिणताना दिसत आहेत ना? ते कॅमेरे आहेत. सगळं दुकान या अशा कॅमेऱ्यांनी भरलेलं आहे. तरीसुद्धा त्या सगळ्यांना चुकवून मी तुला आज चोरी करून दाखवणार आहे. बघायचंय?''

मी जागीच थिजले! हा काय वेडेपणा लावलाय यानं?

"नाही हंऽऽ! असं काही करू नकोस."

नकळत मी त्याच्यापासून दूर जाऊ लागले तसा त्याने माझा हात गच्च धरून ठेवला. तोसुद्धा बाबांसारखंच वागत होता; मला वेठीस धरून माझ्याशी सौदेबाजी करू पाहत होता. तरीसुद्धा आमचे असे एकत्र फिरण्याचे दिवस लवकरच संपणार आणि मी त्याला पुन्हा 'हे' करताना पाहू शकणार नाही या विचाराने मीसुद्धा मंत्रमुग्ध होऊन पाहत राहिले. संजीवकुमार एकेक ऐवज उचलून निरखत होता. मी त्याच्या बोटांच्या हालचालींकडे लक्षपूर्वक पाहत होते. कर्मचाऱ्याकडील डब्यामध्ये मोजके दागिने होते. तोसुद्धा अगदी निक्षून एकेक दागिना परत ठेवत होता. माझ्या मनात द्वंद्व सुरू होतं. एका बाजूला मला संजीवकुमारच्या हातची करामत बघायची इच्छा होती; तर दुसऱ्या बाजूला मी मनोमन प्रार्थना करत होते की, त्याला या दुकानातून काही चोरता येऊ नये.

बराच वेळ गेला; अखेर आम्ही (काही खरेदी न करता) दुकानाच्या बाहेर पडलो. मला खात्री वाटत होती की, इतका वेळ लागला म्हणजे त्याने नक्कीच काही चोरलेलं नसेल; पण तेवढ्यात विजय आणि आत्मप्रौढीने बळकट झालेली पाच बोटं माझ्या खांद्यावर ठेवली गेली. तसाच रस्ता पार करून, आम्ही दुसऱ्या बाजूला पोहोचल्यावर संजीवकुमारने मूठ उघडून दाखवली आणि उद्गारला,

"मी माझा शब्द पाळला!"

खरंच! त्याने त्याचा शब्द पाळला होता. त्याच्या हातामध्ये चांदण्यांसारख्या चमचमणाऱ्या हिऱ्याच्या दोन कुड्या होत्या. मला घुसमटल्यासारखं वाटू लागलं.

"शंका घेऊ नकोस! अस्सल आहेत आणि चोरलेल्या आहेत!" रुंद हास्य करत संजीवकुमार मला म्हणाला.

"पण...कसे...?" घुसमटल्या आवाजातला माझा घाबरट प्रश्न! त्याने त्या कुड्या माझ्या हातात ठेवल्यावर तर मी आणखी घाबरले!

"नाही, नाही; मला नकोत त्या!"

मी असं म्हटल्यावर संजीवकुमारने त्या कुड्या स्वतःच्या खिशात घातल्या आणि मग अचानक माझ्याकडे वळून खुसफुसला,

"चल, माझ्या घरी जाऊ या."

"कोणत्या घरी?"

"माझ्या राहत्या घरी."

मी गप्प राहिले. मनातला पक्षी पंख फडफडू लागला.

"त्यापेक्षा आपण तुझ्या जुन्या घरी जाऊ या."

"आता? या वेळी? रात्री तिथे विषारी साप निघतात."

"निघू देत. मला ते घर आवडतं."

त्यावर त्याने मला खस्सकन जवळ ओढलं आणि म्हणाला,

"पण हे घर आयुष्यभर तुझ्या लक्षात राहील..."

संजीवकुमारच्या कवेत विसावले तशी भीती आणि उत्सुकता या दोन्ही भावना माझ्याभोवती फेर धरून नाचू लागल्या. गर्दीने गजबजलेल्या रस्त्यावरून आमची टॅक्सी पळू लागली आणि जरा वेळाने चितपूर रोडवरून सोनागाचीच्या रस्त्याला लागली. टॅक्सीतील आसनावर डोकं टेकवून, मी रत्नमालिकेप्रमाणे भविष्याचा वेध घेऊ लागले. मला एक लाल पडदा दिसला. नव्याने उभारलेल्या फाशीस्तंभाखाली मी उभी होते. मला फाशी देण्यात येणार होती. खटका ओढला गेला तशी मी हवेत तरंगू लागले. खालच्या बाजूने माझी सलवार ओढली गेली आणि वरच्या बाजूने कुडता वर गेला. मी लाज आणि जीव दोन्ही गोष्टी वाचवण्याची केविलवाणी धडपड करत असताना, माझे धिंडवडे बघण्यासाठी लोक जमू लागले. ती ओरडत होती, चीत्कारत होती! मनाचा थरकाप झाला आणि मी खाडकन डोळे उघडले. बघते तर काय? आम्ही एका गजबजलेल्या आळीमध्ये शिरलो होतो. अंधाऱ्या रात्रीच्या पार्श्वभूमीवर लखलखणाऱ्या रोषणाईमध्ये सगळ्यांचे चेहरे एकसारखेच दिसत होते. मला वाटू लागलं की, माझे पाय बांधले गेले आहेत आणि कुणीतरी माझे अंगठे ओढून काढत आहे! डोक्यामध्ये वेदनेचा लोळ उठला!

२८

कालिचरण आजोबा बिनोदिनी दासीला सर्वप्रथम भेटले ते जमुना बाईजीच्या घरात. पावसाळ्याचे दिवस होते. त्या वेळी बिनोदिनी फक्त आठ वर्षांची होती आणि तिचं लग्नही झालेलं होतं. कालिचरण आजोबा जमुना बाईजीच्या कालिघाटमधल्या घराच्या व्हरांड्यात बसले होते. जमुना बाईजी मोठी विदुषी आणि उत्कृष्ट गायिका होती. तिचं घर अगदी विशिष्ट बंगाली पद्धतीने बांधलेलं होतं. घराच्या मधोमध एक मोठं प्रांगण होतं; त्यामध्ये धुणी-भांडी केली जायची आणि पुरुषांच्या अंघोळी व्हायच्या. प्रांगणाच्या चहूबाजूला व्हरांडे बांधलेले होते आणि त्यावर नाजूक नक्षीकाम केलेल्या लोखंडी जाळ्या बसवलेल्या होत्या. आजोबांनी जेव्हा पहिल्यांदा बिनोदिनीला बघितलं, तेव्हा ती एका हाताने डोक्यावर साडीचा पदर सावरत, दुसऱ्या हाताने दोर तुटलेला मोठा लाल पतंग सांभाळत गाल फुगवून आत येत होती. मात्र, तिच्यावर त्यांचा जीव जडला तो तिला रंगमंचावर अभिनय करताना पाहून. आजोबा म्हणजे अगदी 'रांगडा गडी' म्हणावा

तसे होते. तब्येतीने धष्टपुष्ट, कलेचे उपासक आणि तोपर्यंत प्रेम या भावनेपासून अलग राहिलेल्या कालिचरण आजोबांना बिनोदिनीच्या अभिनयाने मुळापासून हादरवून टाकलं. फाशी दिली गेल्यानंतर जसा दोरखंड थरथरत राहतो, तसे बिनोदिनीचा उत्कृष्ट अभिनय पाहून आजोबा नखशिखांत थरारले होते. कालांतराने बिनोदिनी मोठी अभिनेत्री बनली आणि तिने अवघ्या बंगालला वेड लावलं!

सोनागाचीमधल्या अविनाश कवीराज मार्गावरील एका पडक्या बंगल्यामध्ये जेव्हा मी संजीवकुमारच्या मागोमाग पाऊल ठेवलं, तेव्हा मला 'चैतन्यलीला'मधल्या चैतन्यच्या भूमिकेतल्या बिनोदिनीच्या पात्राची आठवण झाली. क्षणभर मला असं वाटलं की, मी तिच्याच घरात आहे. तसं असेल तर आज मी ज्या ठिकाणी उभी आहे तिथे पूर्वी कधीतरी कालिचरण आजोबा आपलं भंग पावलेलं हृदय आणि वार्धक्याने झुकलेलं शरीर घेऊन उभे राहिले असतील.

पांढऱ्या भिंतीच्या त्या प्रशस्त बंगल्यासमोर चार-पाच गाड्या उभ्या होत्या. मला चार-पाच माणसंही दिसत होती. त्यांपैकी काहींनी वाहनचालकाचे गणवेष घातलेले होते. घराच्या सुरुवातीला भलेमोठे खांब होते. त्यामधून नऊ पायऱ्यांचा गोलाकार जिना घराच्या मुख्य दरवाजाकडे जात होता. घराचं मुख्य दार उघडंच होतं; त्यामुळे मला आत डोकावून पाहता येत होतं. आतमध्ये भल्यामोठ्या खिडक्या होत्या आणि त्यांना विचित्र अशा लाल रंगाच्या काचा लावलेल्या होत्या. बाहेर अंधार असूनही, खिडक्यांच्या काचांचा लाल रंग आजूबाजूच्या पांढऱ्या भिंतींवर परावर्तित होऊन, घरामध्ये अजब प्रकारचं वातावरण निर्माण करत होता. माझ्या मनात ठाकूमा सांगत असलेल्या गोष्टी येऊ लागल्या. ती आम्हाला खूप वेळा चितपूर रोडवरून कॉर्नवॉलिस स्ट्रीट, बो बाजार आणि मानिकतोलाकडे जाणाऱ्या रस्त्यांवरील दुमजली, तीनमजली बंगले आणि त्यामध्ये राहणाऱ्या धनाढ्य बाजारू बायकांच्या गोष्टी सांगत राहायची.

मी घाबरून संजीवकुमारकडे बघितलं; तो पायऱ्या चढून, दरवाजापाशी माझी वाट बघत होता. डोळ्यांवरचा चष्मा काढून, माझ्याकडे सूचक नजरेने बघत त्याने विचारलं,

"तुला भीती वाटते का, चेतना?"

घरातून कसल्याशा गाण्यांचे आवाज येत होते. बहुतेक पाश्चात्त्य पद्धतीचं संगीत असावं. कालिचरण आजोबांबद्दल बोलताना बाबा त्यांचा उल्लेख 'बडा कलाकार' असा करत असत. ठाकूमासुद्धा सांगायची की, ते संगीत आणि चित्रकलेचे चांगले जाणकार होते किंबहुना ते एका मुसलमान नाईकिणीकडे वळण्याचं कारण तिचं शरीर नव्हे, तर तिचा उत्तम आवाज हे होतं. मित्रांनी भरीस घातल्यावर सोळा वर्षांच्या तारुण्यसुलभ उत्साहामध्ये त्यांनी आपल्या गळ्यात

असलेलं सोन्याचं वाघनख विकून, जमुना बाईजींची पायरी चढली होती. त्या वेळी जमुना बाईजी चाळीस वर्षांची होती. आपले कपडे उतरवत असताना ती एक गाणं गुणगुणत होती. नागाने गारुड्यासमोर डोलावं तसा तिचा आवाज ऐकून, तिथे येण्याचं मूळ कारण विसरून कालिचरण आजोबांनी जमुना बाईजीच्या पायावर लोटांगण घातलं होतं.

त्या काळी समाजातील कलाकार, विद्वान आणि धनिक लोकांमध्ये जमुना बाईजींचा मोठा मान होता. तिने पुढे कित्येक वर्षं कालिचरण आजोबांना संगीताची तालीम दिली. बिनोदिनीची आई तिला जमुना बाईजींकडे घेऊन आली ते फक्त नाच-गाणं नव्हे, तर वागण्या-बोलण्याची अदब शिकण्यासाठीसुद्धा! अशा पद्धती शिकवल्या जाऊ शकतात – किंबहुना शिकवल्या जाव्यात – हे आजोबांना तेव्हा समजलं. तोपर्यंत आजोबांना सहा अपत्यं झाली होती – सगळ्या मुली होत्या; पण १२ वर्षांच्या बिनोदिनीला रंगमंचावर अभिनय करताना पाहून, त्यांनी आपलं हृदय तिच्या पायाशी अर्पण केलं! आयुष्याच्या अंतापर्यंत कालिचरण आजोबांचं बिनोदिनीवरचं प्रेम कधीच आटलं नाही. तिला भेटल्याच्या तब्बल सतरा वर्षांनंतर त्यांना आपल्या गावंढळ आणि अशिक्षित बायकोकडून एक मुलगा झाला. त्याचं नाव ठेवलं पुरुषोत्तम – म्हणजेच माझ्या बाबांचे वडील. ८५ वर्षांचे झाल्यावर मरण पावलेल्या कालिचरणना बारा मुलं झाली. मृत्युशय्येवर पडलेले असताना जेव्हा त्यांना त्यांची अखेरची इच्छा विचारण्यात आली, तेव्हा त्यांना फक्त 'ब...ब...' एवढंच उच्चारता आलं. मात्र, 'ब' या अद्याक्षरावरून सुरू होणारी त्यांची अखेरची इच्छा शेवटी अपूर्णच राहिली.

संजीवकुमारने मला मध्यवर्ती असलेल्या एका मोठ्या प्रांगणामध्ये नेलं. ते प्रांगण बघून मला जोरासान्को ठाकूरबारीची आठवण झाली. तिथेच भांडी घासत बसलेल्या तीन मध्यवयीन बायकांनी चपापून माझ्याकडे बघितलं. त्यांच्या डोक्यावर पदर आणि नाकात मोठे खडे होते. मात्र, तिघींचा चेहरा पार कोरा होता – अगदी भावनाशून्य! दागिन्यांच्या दुकानामध्ये मला जसं परकं वाटलं होतं, तसंच आताही वाटत होतं. मी या वातावरणातली नाही, मी इथे उपरी आहे, असं सतत जाणवत होतं. घरातून गप्पागोष्टी, संगीत आणि हसण्याचे आवाज ऐकू येत होते. सुंदर पदार्थांचा दरवळ सुटला होता. व्हरांड्यामध्ये उघडणाऱ्या दरवाजाच्या बाहेर उंची बूट-चपला काढलेल्या दिसत होत्या.

संजीवकुमार मला आत नेऊ लागला, तशी मी घाबरून त्याला म्हणाले, "मला निघायला हवं. बाबांना जर कळलं की, मी इथे आले आहे..."

"तुझ्या बाबांसारख्या लोकांना या ठिकाणी स्थान नसतं. त्यांना काही समजणार नाही."

संजीवकुमारच्या आवाजामध्ये आता मग्रुरीचा सूर उतरला होता. त्या सुरामुळे मला त्याने माझ्या शरीराच्या केलेल्या चुराड्याची आठवण झाली आणि मी त्याला म्हणाले,

"नाही. तरीही मला जायलाच हवं."

"तू नेमकं कुणाला घाबरते आहेस, चेतना? तुझ्या बाबांना की मला?"

मी उत्तर देत नाही असं पाहून, तो पायऱ्यांवरून खाली उतरून आला आणि म्हणाला,

"हे बघ, या घराच्या इतिहासाशी जोडलेल्या इतक्या कथा आहेत ना की, कदाचित तुझ्या पोतडीतही इतक्या कथा नसतील. कोलकात्याच्या इतिहासामधले फार कमी आसामी असे असतील ज्यांचे पाय या घराला लागलेले नाहीत."

आता त्याचा आवाज मृदू झाला होता.

"सोनागाची! माझ्या वडिलांच्या प्रांतातील चित्रपट निर्मात्यांना या जागेचं फार वेड! आणि का नसावं? शेवटी वेश्यांच्या आयुष्याच्या सुरस कथा ऐकायला कुणाला आवडणार नाहीत?"

'वेश्या' हा शब्द मनात घोळवत, मी पायऱ्या चढू लागले. आपल्या आजोबांपेक्षा मोठ्या वयाच्या माणसाच्या शयनकक्षात आईकडून निव्वळ आठव्या वर्षी ढकलल्या गेलेल्या बिनोदिनीने पुढे आयुष्यभर तिचा दुःस्वास केला. एका रात्रीच्या शय्यासोबतीनंतर त्या माणसाने बिनोदिनीला सोडून दिलं. अशा रीतीने टाकलेल्या आपल्या मुलीचं आयुष्य जरा तरी सुधारावं... तिला पुढे एखाद्या धनिकाने आपल्याकडे आसरा द्यावा यासाठी तिच्या आईने बिनोदिनीला जमुना बाईजीकडे नाच-गाणं शिकायला धाडलं. जमुना बाईजीने बिनोदिनीमधली अफाट कला ओळखली आणि जोपासली. तिच्या मार्गदर्शनाखाली पुढच्या एक वर्षात बिनोदिनी रंगमंचावर उभी राहिली आणि वयाच्या अकराव्या वर्षापर्यंत बंगालमधील नावाजलेल्या अभिनेत्रींच्या पंक्तीत जाऊन बसली. तिच्या अभिनयाची ख्याती अशी काही पसरली की, स्त्रियांना स्त्री-पात्रांच्या भूमिकेमध्ये काम देऊन बंगाली रंगमंचावर क्रांती घडवून आणणाऱ्या गिरीशचंद्र घोषच्या निवडक पाच अभिनेत्रींमध्ये बिनोदिनीचं नाव सामील झालं. घोषच्या नाटक कंपनीमध्ये बिनोदिनीचा प्रवेश झाल्यावर, कालिचरण आजोबा आपल्या लहान भावंडांवर आणि मुलांवर जल्लादाच्या कामाची जबाबदारी सोपवून, आपला अधिकाधिक वेळ घोषच्या चमूसोबत घालवू लागले.

वयाच्या अकराव्या वर्षी जेव्हा बिनोदिनी दासीने आपली पहिली मुख्य भूमिका साकारून प्रेक्षकांचं मन जिंकलं, तेव्हापासून आजोबा तिची कारकीर्द बघत आले

होते. 'शतुसंहार'मध्ये आपल्या दमदार अभिनयाने व गोड गळ्याने प्रेक्षकांवर गारुड घालणाऱ्या बिनोदिनीवर ज्या हजारो-लाखो चाहत्यांनी जीव ओवाळून टाकला, त्यांमध्ये आमचे कालिचरण आजोबाही एक होते. मात्र, मनामध्ये बिनोदिनीप्रति वाटणारं प्रेम क्षणोक्षणी वाढत असूनही आजोबांना कधी तिच्याशी त्याबाबत थेट बोलण्याचा धीर झाला नाही. तिची सगळी प्रेमप्रकरणं आजोबांच्या डोळ्यांसमोर घडली, विखुरली... पुढे त्यांनी केलेल्या लिखाणामध्ये लिहिलं होतं की, 'त्या जमीनदाराने बिनोदिनीला अभिनय सोडण्याची अट घातल्याचं ऐकलं आणि माझे हात त्याच्यासाठी फास तयार करायला शिवशिवू लागले!' तो तरुण जमीनदार बिनोदिनीच्या आयुष्यात फार काळ टिकला नाही. त्यानंतर आलेला गुरुमुख रे – एक मारवाडी अब्जाधीश! त्याने तर बिनोदिनीला आपली रखेल बनवण्यासाठी वाट्टेल ती किंमत मोजण्याची तयारी दर्शवली होती. त्या काळी गिरीशचंद्र घोषला पैशाची चणचण भासत होती; त्याच्या स्वप्नातलं 'स्टार थिएटर' बनवण्यासाठी त्याला पैसा कमी पडत होता. म्हणून त्याने बिनोदिनीला गळ घालत म्हटलं, "तू आपल्या कलेच्या प्रेमासाठी एवढा लहानसा त्याग करू शकत नाहीस का?" तिने डोळ्यांत पाणी आणून त्याला विचारलं होतं, "हा तुला लहानसा त्याग वाटतो का?" त्यावर त्याने बेफिकिरीने उत्तर दिलं होतं, "त्यात एवढं काय विशेष? तशीही तू वेश्या होतीसच!" पुढील काळात आपलं आत्मचरित्र लिहिताना, बिनोदिनी म्हणाली होती – "माझं आयुष्य म्हणजे एक 'बेदना गाथा' (दुःखांची मालिका) आहे." पण खरं सांगायचं तर, बिनोदिनीचं आयुष्य हे खुद्द तिच्यापेक्षा, माझ्या कलामनाच्या कालिचरण आजोबांसाठी अधिक वेदनादायी ठरलं. मी तुम्हाला म्हटलं ना, तिसऱ्या आणि चौथ्या हाडामध्ये चपखल बसणाऱ्या गाठीप्रमाणे असलेलं प्रेम आमच्या घराण्याच्या लोकांसाठी केवळ अशक्य आहे!

"काय संजू बाबू? कोण आहे ही सुंदरी?" एका खोलीमधून बाहेर येणाऱ्या वृद्ध महिलेने संजीवकुमारला विचारलं. वयोमानानुसार कमरेमधून वाकलेल्या त्या बाईचा चेहरा आणि पोशाख मात्र अगदी सुंदर होता. चेहऱ्यावर गुलाबी पावडरीचा हलका लेप, काजळ लावलेले डोळे, कोपरापर्यंत जाणाऱ्या सोन्याच्या बांगड्यांचा चुडा, वार्धक्यामुळे नसा दिसणाऱ्या पायांमध्ये छुमछुम वाजणारे पैंजण...

संजीवकुमारने मिशीवरून हात फिरवत उत्तर दिलं,

"अंऽऽ, माझी गिऱ्हाईक आहे ती, ठाकूमा..."

त्यावर ती बाई हसली आणि तिने विचारलं,

"ही तुझ्या प्रेमात आहे की काय?"

"मला माहीत नाही."

"मुली, तू वेश्या असशील तर एक सल्ला देते : कधीही प्रेमात पडू

नकोस. आम्ही लहान असताना आमची आई एक गाणं गात असे – 'भालो बेशे मुखे आगुन, शोतू बेरी पायी...' याचा अर्थ असा होतो की, 'प्रेमाच्या चेहऱ्यावर आगीचा लोळ, माझ्या पायात बेड्या...' लक्षात ठेव!"

अचानक, तिने माझ्याकडे निरखून बघितलं आणि म्हणाली,

"संजू? ही तुझ्या आईसारखी दिसते ना रे?"

"हो... तिला पहिल्यांदा बघितलं, तेव्हा मलाही तसंच वाटलं होतं..." तो कुजबुजला.

त्या बंगल्याचे काही भाग, मला अलिपूर कारागृह आणि सी.एन.सी.च्या कार्यालयासारखे भासत होते. संजीवकुमारने मला दुसऱ्या मजल्यावर नेलं आणि तिथल्या एका खोलीचं दार उघडून मला म्हणाला,

"ये, हे माझं घर आहे."

त्याच्या खोलीला अनेक दरवाजे होते. त्यांपैकी बहुतेक दरवाजे बाहेरच्या दिशेने उघडणारे होते. तो आत गेला आणि एक रेशमी आच्छादान असलेल्या सोफ्यावर बसला; पण त्याच्या बसण्याच्या पद्धतीमध्ये अभिमानापेक्षा दुःख जास्त दिसत होतं. कुणास ठाऊक! कदाचित या बंगल्याच्या इतिहासामध्ये शोकांतिकांचा वाटा अधिक होता?

"तू खूप श्रीमंत आहेस, हो ना?" मी खाली बसत विचारलं. त्याच्या खोलीच्या भिंती पांढऱ्याशुभ्र आणि फरशी लालबुंद रंगाची होती. फरशी इतकी खसखसून घासलेली होती की, त्यामध्ये मला माझा चेहरा दिसत होता! पांढऱ्या भिंतींवर लाल रंगाची छटा पडत होती. खोलीतले सोफे आणि सोनेरी किनार असलेली भिंतीवरची चित्रंसुद्धा लाल छटांमधलीच होती.

बिनोदिनीने गुरुमुख रेचा प्रस्ताव मान्य केल्याचं समजल्यावर, तिचा आधीचा प्रियकर असलेला जमीनदार अतिशय भडकला आणि तो बिनोदिनीच्या शोधात निघाला. "मी तुला तुझा कलामंच पूर्ण करून देण्यासाठी २०,००० रुपये देतो; पण तू माझ्यासोबत चल!" असं त्याने बिनोदिनीला सांगितलं. ती ऐकायला तयार नाही म्हटल्यावर तो तिला म्हणाला, "बरं चल, तुला लागतील तेवढे पैसे देईन मी... पण तू माझ्यासोबत चल! अभिनयाचं हे श्रेत्र सोडून दे."

त्यावर बिनोदिनी त्याला म्हणाली,

"मी पैसा जोडला आहे; पण पैसा मला जोडू किंवा तोडू शकत नाही."

संतापाच्या भरात, जमीनदाराने कमरेची तलवार काढली आणि बिनोदिनीच्या गळ्याशी रोखून धरली. त्या वेळी अवघ्या वीस वर्षांचीही नसलेल्या बिनोदिनीने पन्नाशीतील बाईच्या पोक्तपणाने जमीनदाराला म्हटलं,

"तुला बरं वाटणार असेल तर खुशाल मला मारून टाक; पण एक लक्षात

ठेव, वेश्येला मारल्याबद्दल (तुला) फासावर लटकायची वेळ आली तर समाजात तुझ्या घराण्याची काय अब्रू राहील? मी मरून जाईन, तूही मरून जाशील... पण जाताना आपल्या माथ्यावर असा काही कलंक मारून जाशील, ज्याची झळ तुझ्या पुढच्या कित्येक पिढ्यांना बसत राहील.''

कालिचरण आजोबांनी आपल्या लिखाणामध्ये नमूद केलं होतं की, जर त्या जमीनदाराने बिनोदिनीला मारलं असतं, तर खुद्द त्यांनीच त्याला फासावर लटकवलं असतं. कालिचरण आजोबांच्या मृत्यूनंतर, त्यांच्या मुला-नातवंडांनी त्यांची ही 'प्रेमाची गाथा' फाडून-जाळून नष्ट केली. त्यांना माहीत होतं की, आपल्या वडीलधाऱ्याचं एका वेश्येवर असलेलं प्रेम त्यांनाही नामुष्की आणणारं होतं.

इतक्यात एक लहान मुलगी माझ्यासाठी चहा, मिठाई आणि पान घेऊन आली. तिच्यासोबत एक वृद्ध महिला होती. बाहेरचा अंधार वाढलेला दिसत होता; पण या बंगल्याची रचना अशी काही होती की, बाहेरच्या रस्त्यावरचे आवाज अजिबात आत येत नव्हते.

''चहा पी...'' अशी मला जवळजवळ तंबी देऊन, ती वृद्ध बाई गाणं गुणगुणत बाहेर गेली.

'केते दिये प्रेमेर खुदी,
अबार कोने लोटके धरो...'

दरवाजा बंद झाल्यावर, संजीवकुमारने मला विचारलं,

''तुला त्या गाण्याचा अर्थ माहिती आहे का?''

''हे त्या पतंग उडवणाऱ्यांचं गाणं आहे ना? काहीतरी अशा अर्थाचं म्हणतात त्यात – 'माझ्या पतंगाची दोरी तोडल्यावर, कशाला माझ्यामागे घुटमळत राहतोस?' असंच काहीसं आहे ना ते गाणं?''

उत्तरादाखल संजीवकुमार माझ्याकडे पाहून गूढपणे हसला. मग त्याने आपला चष्मा काढला, दरवाजाची खुंटी लावली आणि मग परत येऊन माझ्या खांद्यावर अर्थपूर्णरीत्या हात ठेवला. काय करावं, मला काही सुचेना. मी तशीच बसून राहिले. तेवढ्यात त्याने मागून हात टाकत माझ्या हनुवटीला स्पर्श केला आणि माझा चेहरा स्वतःकडे फिरवत म्हणाला,

''स्त्री आणि पुरुषाच्या मीलनाबद्दलचं गाणं आहे ते...''

त्याचे हिरवे डोळे माझ्या मनाचा ठाव घेत होते आणि मी गारुड केल्यासारखी त्याच्याकडे पाहत बसले होते.

''ती बाई म्हणते, 'हवेत उडणाऱ्या पतंगाला तुम्ही अवेळी कापून टाकलंत...

आणि मग आता परत का आला आहात?' समजलं?'' असं म्हणून तो माझ्या अंगावर हात फिरवू लागला.

''नाही... नको...'' मी अस्वस्थ होऊन त्याला रोखू लागले.

पण त्याने माझं ऐकलं नाही. उलट मला आपल्या छातीशी कवटाळून, तो माझे केस कुरवाळू लागला, तेव्हा मला साक्षात्कार झाला की, पुरुषाने स्त्रीला आपल्या प्रेमाचं मलम लावायला घेतलं की, त्याच्यासमोर स्त्रीशक्तीची मशाल असलेली एखादी मुलगीसुद्धा पार हतबल होऊन जाते!

आपलं 'स्टार थिएटर' पूर्ण करण्यास पैसा मिळवण्यासाठी गुरुमुख रेची शय्यासोबत करून बिनोदिनीला सुमारे एक वर्ष उलटलं असेल अशा टप्प्यावर खुद्द रामकृष्ण परमहंस तिचं 'चैतन्यलीला' हे नाटक बघण्यासाठी आले होते. चैतन्यच्या तिच्या अभिनयाने पार मंत्रमुग्ध होऊन, नाटक संपल्यावर परमहंसही बिनोदिनीची भेट घेऊन तिच्यासमोर नतमस्तक झाले होते! 'माते, तुम्ही खरोखरच मूर्तिमंत चैतन्यम् आहात!' असं म्हणून तिच्या अभिनयाचं कौतुक करणाऱ्या परमहंसांना भद्रलोकातील धनिकांकडून खूप टीका सहन करावी लागली किंबहुना आजोबांनी नमूद केल्याप्रमाणे, एका वेश्येचं काम बघायला गेल्याबद्दल परमहंसांना भद्रलोकातून वजा करण्यात आलं होतं. आपल्या वाट्याला आलेल्या या आगळिकीबद्दल परमहंसांनी विवेकानंदांकडे तक्रारही केली होती. ही घटना घडल्यानंतर काही दिवसांनी, जमीनदाराने बिनोदिनीच्या खोलीत घुसून, तिचे केस ओढून मोठा तमाशा केला होता.

''विश्वासघातकी! नालायक वेश्या कुठली!'' अशा शिव्या देत, त्याने बिनोदिनीवर खूप आगपाखड केली होती.

बिनोदिनीने शांतपणे सगळं ऐकून घेतलं होतं. सीता किंवा द्रौपदीचं पात्र रंगवत असल्याच्या आविर्भावात बिनोदिनीने स्थितप्रज्ञ नजरेने जमीनदाराकडे बघितलं आणि म्हणाली,

''तुम्हा पुरुषांनीच आम्हा स्त्रियांना विश्वासघात कसा करायचा हे शिकवलं!''

संजीवकुमार मित्राच्या घरातल्या खोल्या एकामागोमाग एक अशा पद्धतीने रचलेल्या होत्या. मला आपल्या जवळ ओढून, तो एकेक दरवाजा उघडून मला आपलं घर दाखवत होता.

गिरीशचंद्र घोषचा मृत्यू झाल्यावर, त्याच्या कल्पना आपल्या सशक्त अभिनयाने प्रेक्षकांसमोर आणणाऱ्या एकाही अभिनेत्रीला त्याचं अंत्यदर्शन घेण्याची परवानगी मिळाली नाही. वयाच्या विसाव्या वर्षी, बिनोदिनी दासीने आपला अभिनयाचा प्रवास संपवून टाकला. ती एका श्रीमंत माणसाची रखेल बनली; त्याच्यापासून तिला एक मुलगीसुद्धा झाली; पण भद्रलोकातील माणसं तिला, आपल्या मुलीला

शिक्षण देऊ देईनात. ११ वर्षांची असताना त्या मुलीचा मृत्यू झाला. इलिश मासे जसे मरणाला कवटाळण्यासाठी पुन्हा समुद्राकडे प्रवास करतात, तसंच बिनोदिनी वेश्या वस्तीतल्या आपल्या जुन्या घरात पुन्हा राहायला आली. नशीब! तिची ही परिस्थिती बघण्यासाठी कालिचरण आजोबा जिवंत नव्हते; पण बिनोदिनी आणि तिच्यावर कालिचरण आजोबांचं असणारं एकतर्फी प्रेम यांच्या कथेमधला अजबपणा बिनोदिनीच्या मृत्यूनंतरही थांबला नाही. बिनोदिनीच्या शोकान्तिकेपेक्षा मला नेहमी या गोष्टीचा अचंबा वाटत आला की, आजोबांचा मृत्यू झाल्यानंतर, आयुष्यभर गावंढळ आणि असभ्य म्हणून हिणवली गेलेली त्यांची बायको अचानक अत्यंत मधुर आवाजात गायला लागली. निमताला घाटावरील शंकराच्या लहानशा मंदिरात बसून ती जेव्हा कीर्तन गाऊ लागायची, तेव्हा सगळा परिसर आनंदाने आणि भक्तीने फुलून जायचा!

सागवानी लाकडाचा मोठा दरवाजा उघडून आम्ही आत शिरलो, तेव्हा माझ्या डोळ्यांत सगळ्यात आधी भरला तो तिथला अजस्त्र पलंग. मी स्वप्नामध्ये पाहिल्याप्रमाणेच त्या पलंगावर लालबुंद रेशमी आच्छादन टाकलेलं होतं. क्षणभर मला भीती वाटू लागली की, त्यावर उंदीर नाचू लागतील की काय?

सोनागाचीच्या गल्ल्या शांत होऊ लागल्या होत्या. आता तिथल्या दलाल आणि वेश्यांच्या कामाची वेळ सुरू होत होती. तिथले पिवळे दिवे तटस्थपणे सगळं न्याहाळत उभे होते. रस्त्यांच्या दुतर्फा जाड, बारीक, सावळ्या, गोऱ्या बायका तोंडावर पावडर थापून, डोळ्यांत काजळ घालून, ओठांवर लाली आणि अंगात तंग चोळी घालून शक्य तेवढं आपल्या स्तनांचं प्रदर्शन करत उभ्या होत्या. कुणाच्या कपाळावर कुंकू होतं, तर कुणाचं कपाळ रिकामं होतं. कमरेवर हात ठेवून, छाती उघडी टाकून त्या गिऱ्हाइकांची वाट बघत उभ्या होत्या. मला त्या दिवशी कुमारतोलीमध्ये बघितलेल्या दुर्गादेवीच्या अर्धवट बनलेल्या मूर्तींची आठवण झाली. नवरात्रीची तयारी सुरू झालेली असावी. ठाकूमा सांगत आलेली आहे की, श्रीमंतांच्या घरच्या पहिल्या पूजेसाठी नेहमी वेश्येच्या अंगणातली माती वापरली गेली आहे.

लाल आच्छादन पसरलेल्या पलंगावर मला ढकलून जेव्हा संजीवकुमारने आपला चेहरा माझ्या ओठांजवळ आणला, तेव्हा मी डोळे घट्ट मिटून घेतले! असं वाटू लागलं की, ओठ लाल रंगवलेले हजारो उंदीर माझ्या अंगाखांद्यावर नाचताहेत. एकीकडे मलाही त्याचं शरीर हवंहवंसं वाटत होतं; पण दुसरीकडे मला त्याचा आत्मासुद्धा पाहिजे होता.

मी डोळे उघडले तर पलंगावर टांगलेल्या एका स्त्रीच्या चित्रावर दृष्टी पडली. कपाळावर लालबुंद कुंकू, रोखून पाहणारे टपोरे, पाणीदार डोळे आणि मादक

हास्य करत विलग झालेले लालचुटूक ओठ. मी संजीवकुमारला बाजूला ढकललं. एवढ्यात त्याचा मोबाइल फोन वाजला. त्याच्या चेहऱ्यावर रागाची लकेर उमटली; पण दुसऱ्याच क्षणी त्याने मोबाइल काढला आणि बोलू लागला.

''उंऽहूंऽ... बोला, हरीश बाबू...''

जरासं बोलून, संजीवकुमारने चटकन टी.व्ही.चा रिमोट कंट्रोल उचलला आणि टी.व्ही. सुरू केला. ती संधी साधून मी पलंगावरून उठले आणि कपडे सारखे करत होते, एवढ्यात समोरच्या सादरकर्तीने जाहीर केलं : ''दरम्यान, बंगाल सरकारने असा ठराव मंजूर केला आहे की, एका तरुण मुलीवर अमानुष बलात्कार केल्याच्या गुन्ह्याखाली फाशीची शिक्षा झालेल्या जतिंद्रनाथ बॅनर्जीला दया दाखवली जाणार नाही. त्यानुसार, ठरल्याप्रमाणे दोन दिवसांनंतर बॅनर्जीच्या फाशीच्या शिक्षेची अंमलबजावणी केली जाणार आहे.''

मी भीतीने गोठून जागीच उभी राहिले! डोकं सुन्न झालं होतं; हात-पाय गार पडले होते! सादरकर्ती पुढे सांगत होती : ''अठरा वर्षांपूर्वी केलेल्या या भीषण अपराधाबद्दल बॅनर्जी गेली चौदा वर्षं कारागृहामध्ये आयुष्य काढत आहे. बंगाल व देशातील इतर राज्यांमधल्या अनेक मृत्युदंडविरोधी गटांनी, बॅनर्जीला दया दाखवली जावी यासाठी आपापले अहवाल सादर केले होते. मात्र, त्या सगळ्या अहवालांचा सखोल अभ्यास केल्यानंतर मुख्यमंत्र्यांनी हा निर्णय घेतला आहे की, बॅनर्जीची फाशी रद्द करण्यात येऊ नये. कायद्यातील तरतुदीनुसार एखादं राज्य सरकार आपल्या राज्यपालाकडे दया-याचिका सादर करू शकतं. ती दया-याचिका स्वीकारायची की नाही याचा निर्णय सर्वस्वी राज्यपालांच्या अखत्यारीत असतो. मात्र, गृहसचिव अमित देबने सांगितल्यानुसार सर्वोच्च न्यायालय व राष्ट्रपतींनी बॅनर्जीची दया-याचिका फेटाळून लावल्यानंतर बंगालचे मुख्यमंत्री व त्यांच्या सहकाऱ्यांचं असं मत झालं की, बॅनर्जीने केलेल्या भयंकर गुन्ह्यासाठी त्याला शक्य तितकी कठोर शिक्षा व्हायला हवी. त्यानुसार जिल्ह्यातील प्रशासकीय अधिकाऱ्यांना योग्य त्या व्यवस्था करण्याचं फर्मान सोडलं गेलं आहे...''

सादरकर्तीच्या एकेका वाक्यागणिक माझ्या पायाखालची जमीन सरकत चालली होती. संजीवकुमार मात्र तितकाच उल्हसित होत होता!

''वा! वा! वा! काय बातमी मिळालीय! मला खूप भीती वाटत होती की, शेवटच्या क्षणी काहीतरी गडबड होईल. विशेषतः तुझ्या वडिलांनी इतका घोळ घातल्यानंतर...''

मी त्याच्या चेहऱ्याकडे बघत होते. आजवर मी त्याला अनेकदा हसताना पाहिलं होतं; पण आजच्यासारखा दिलखुलास आनंद यापूर्वी मी त्याच्या चेहऱ्यावर कधीच बघितला नव्हता. भीतीने गारठलेलं माझं मन, त्याच्या आनंदाच्या तरंगांवर

हेलकावे खाऊ लागलं.

"चल, निघू या. उद्यासाठी तुझ्या बाबांशी बोललं पाहिजे. वेळ फार कमी आहे. चल, पटकन!" असं म्हणत त्याने घाईघाईने शर्ट घातला, केस विंचरले... मी मात्र मूर्खासारखी त्याच्याकडे पाहत बसले. माझ्या पायामध्ये अजूनही बेड्या होत्या. त्या क्षणी मला त्याच्या कुशीत विसावा घ्यावासा वाटत होता; पण त्याचं माझ्याकडे लक्षच नव्हतं. तो आपल्या तंद्रीमध्ये तयार होत होता. शेवटी त्याने आपल्या पाकिटामध्ये नोटांची मोठी पुडकी ठेवली आणि मला म्हणाला,

"काय माहिती, तुझे गिधाड मलिक कितीची मागणी करतील? हे सगळे माझ्या खिशातून जाणार आहेत. वाहिनी मला याची भरपाई देणार नाही; पण इलाज नाही. शेवटी इथपर्यंत आल्यावर कुठल्याही परिस्थितीत मला हा डाव जिंकायचाच आहे!"

मी माझा चेहरा झाकून घेतला! स्वतःची लाज वाटू लागली! वेश्याच काय, जल्लादानेसुद्धा कधी प्रेमात पडू नये, हेच खरं! अर्थात माझ्या मनात उठलेल्या वादळाबद्दल संजीवकुमार अनभिज्ञ होता.

"चल, चल, वेळ दवडू नकोस!" असं म्हणत त्याने मला जवळजवळ त्या खोलीच्या बाहेर ढकललंच! निघेपर्यंत मी वळूनवळून भिंतीवरील चित्राकडे पाहत होते. आम्ही रस्त्यावर आलो तसे दारू पिऊन धिंगाणा घालणाऱ्यांचे आवाज आमच्यापर्यंत येऊ लागले. थोड्याच वेळात आम्ही मुख्य बाजारामध्ये पोहोचलो. वेश्या आणि गिऱ्हाइकांमध्ये जोमाने सौदेबाजी चालली होती. गटाराचा दर्प, सूर्यफुलाच्या तेलात तळल्या जाणाऱ्या मासळीचा वास, मोठाल्या भांड्यांत रटरटत असलेलं मटण... या सगळ्यांतून चालत, सुकलेली फुलं आणि वापरलेल्या कंडोमवर पाय देत आम्ही दोघं भराभर चालू लागलो. माझं मन भरकटत होतं, शरीर थकलं होतं... संजीवकुमारच्या मागे धावताना, वाटेत अशा बऱ्याच वेश्या दिसल्या, ज्यांना अजूनही कुणी उचललेलं नव्हतं. थिजलेल्या चेहऱ्यावर लाली-लिपस्टिक लावून, चेहऱ्यावरून निथळणारा घाम टिपत त्या बायका रग लागलेल्या पायांवर, वाट पाहणारे डोळे, खचून गेलेलं मन आणि उपाशी पोट घेऊन गिऱ्हाइकाची वाट बघत उभ्या होत्या! संजीवकुमारच्या शय्यागृहातल्या त्या चित्रामधल्या स्त्रीचं काय बरं नाव सांगितलं त्याने? दुर्गा? की चामुंडा?

२१

विवाहित स्त्रीचा मृत्यू झाल्यावर, तिला चितेवर चढवताना तिचे पाय लालबुंद दिसायला हवेत – इतके लालबुंद की, जणू ती रक्ताच्या नदीमधून प्रवास करून आली आहे असं वाटावं. ही प्रथा नेमकी कुठून वा कशी सुरू झाली हे ठाकूमालाही माहीत नव्हतं; पण भांगामध्ये कुंकू आणि पावलांवर अल्ता लावून चितेवर चढलेली बाई नक्कीच मोक्ष मिळवते, असं तिचं ठाम मत होतं. निहारिकाच्या मृत्यूनंतर मी माझ्या आयुष्यात पहिल्यांदा एका स्त्रीची अंत्ययात्रा बघितली. तिच्या मृत्यूची बातमी ऐकल्यावर आमच्या घरी लोकांची झुंबड उडाली होती. अगदी दूरच्या गावांतून स्वतःच्या नातलगांच्या अंत्यसंस्कारांसाठी आलेल्या मंडळींनीसुद्धा आमच्या घरी हजेरी लावली होती! स्ट्रॅन्ड रोडवर वाहनांची कोंडी झाली होती. पोलिसांना यावं लागलं होतं. अमलेंदू आणि चंपाचा डोळा चुकवून, मी बाबांच्या खोलीत डोकावले होते. निहारिकाचं शरीर मेणाच्या बाहुलीसारखं फिकट आणि ताठ झालं होतं. तिला खाली उतरवल्यावर आई जोरजोरात रडत तिच्या मृतदेहावर कोसळली होती. बाबांनी तिला कसंबसं आवरलं होतं. त्यानंतर नवरात्रीच्या उत्सवामध्ये नऊ दिवस सजवलेल्या दुर्गादेवीच्या मूर्ती गंगेमध्ये विसर्जित होऊन विद्रूप झालेल्या बघताना, मला नेहमी निहारिकाच्या कडक झालेल्या मृतदेहाची आठवण व्हायची. शवविच्छेदनाची प्रक्रिया झाल्यानंतर जेव्हा तिला घरी आणण्यात आलं, तेव्हा नारायणदाने तिच्यासाठी सगळ्यात उत्तम काड्या आणून ठेवल्या होत्या. हरीदाने तिच्यासाठी सगळ्यात टवटवीत फुलं आणली होती. बायकांनी गंगेचं पाणी आणलं होतं. ठाकूमाच्या देखरेखीखाली निहारिकाला साडी नेसवण्यात आली. मग ठाकूमाने तिच्या भांगामध्ये हेमंतदाच्या मंदिरातून आणलेलं कुंकू भरलं होतं. मी तोंडात बोट घालून, विस्मयाने सगळं बघत उभी होते. ठाकूमाने अजून थोडं कुंकू घेतलं, त्यात पाणी टाकलं आणि मग तो लेप निहारिकाच्या पावलांवर लावला. असं वाटत होतं की, ती रक्तामध्ये पाय बुडवून आली आहे!

संजीवकुमार आणि मी स्ट्रॅन्ड रोडवर पोहोचलो, तेव्हा चंदेरी रंगाची एक शववाहिनी रस्ता अडवून उभी होती. माझं डोकं अजूनही बधिर होतं. संजीवकुमारप्रमाणे मृत्यू आता माझ्या हातात हात घालू पाहत होता. मी जर जतिंद्रनाथला फासावर लटकवलं तर त्याचं शरीर आयुष्यभर माझ्या बोटांना लटकून राहणार होतं. शववाहिनीच्या बाजूने जाताना माझी दृष्टी त्यातील मृतदेहावर पडली. एका सुंदर बाईचा मृतदेह होता तो. कपाळावर कुंकू, पावलांवर अल्ता आणि अंगावर सुंदर साडी असलेली ती बाई शांत चेहऱ्याने पांढऱ्याशुभ्र फुलांच्या राशीवर पहुडली

होती. पांढऱ्या कपड्यांतला, कष्टी चेहऱ्याचा एक मध्यमवयीन पुरुष त्या शववाहिनीसोबत चालत होता. बहुतेक तो त्या बाईचा नवरा असावा.

मी माझ्या मनाच्या आरशामध्ये त्याला पुढची कामं करताना पाहू लागले – नोंदणी खात्यामध्ये रांग लावताना, मृत्यूचा दाखला मिळवण्याची धडपड करताना, पुजाऱ्याशी घासाघीस करताना आणि गंगेच्या किनारी बसून आपल्या बायकोचे अंत्यसंस्कार करताना...

"काय हे? किती ही गर्दी?"

आमच्या चहाच्या दुकानासमोर कॅमेरे घेऊन उभ्या राहिलेल्या तरुणांची झुंबड पाहून, संजीवकुमार करवादला.

"सांग जरा तुझ्या बाबांना... म्हणावं, आयुष्यात पैशापेक्षा अधिक महत्त्वाच्या काही गोष्टी असतात!"

"मी कोण आहे त्यांना काही शिकवणारी? मी काहीही सांगणार नाही."

माझा तटस्थपणा पाहून संजीवकुमार वैतागला; पण तो पुढे काही बोलणार इतक्यात काही वार्ताहर माझ्याशी बोलायला आले. मी घरात शिरणार इतक्यात संजीवकुमार खुसफुसला,

"जा, आत जा; पण कराराबद्दल विसरू नकोस हंऽऽ..."

आमच्यातलं संभाषण इतर कुणाला ऐकू आलं नाही; पण मला त्याच्या आवाजातली धमकी नेमकी समजली. मी आत गेले तसा संजीवकुमार बेमालूमपणे गर्दीमध्ये मिसळला आणि त्याच्या ओळखीच्या वार्ताहरांशी गप्पा मारू लागला.

"काय, जितीनदा? कसं चाललंय?"

"अरे, संजू दाऽऽ! किती महिन्यांनी दर्शन होतंय तुमचं! काय खबरबात?"

"मी अगदी मजेत! तुमचं कसं चाललंय? कधी आलात? ग्रद्धादा काही बोलले का?"

"अरे, काय सांगू, संजू बाबू? तो मूर्ख म्हातारा पुन्हा घासाघीस करू लागला आहे!"

"काय? कुणाशी? आता याला कोण अजून पैसे देणार आहे बुवा?"

"सरकारशी! अजून कुणाशी? पण तिथे त्याला कुणी बधलं नाही म्हणून मग सकाळपासून 'राइटर्स बिल्डिंग' आणि पोलीस मुख्यालयाच्या फेऱ्या मारत होता. शेवटी तिथल्या डी.जी.पी.ने निव्वळ त्याची कटकट संपावी म्हणून त्याला जास्तीचे ५०० रुपये मान्य केले."

"कसला बिनडोक म्हातारा आहे हा! आम्ही त्याला सांगितलं होतं, हे असले चाळे करू नकोस... पण ऐकेल तर तो ग्रद्धादा कुठला? मी सांगतो, बापाला कटवा आणि फक्त मुलीवर लक्ष केंद्रित करा."

संजीवकुमारने दात-ओठ खात दिलेला हा सल्ला माझ्या कानावर पडला. त्याच्या आवाजातला करडा व्यवहारीपणा ऐकून, माझ्या जुन्या जखमा छेडल्या गेल्या. त्या क्षणी मला खात्री पटली की, संजीवकुमारचं माझ्यावर अजिबात प्रेम नव्हतं. त्याची काळजी, त्याचा मृदूपणा, त्याच्या हिरव्या डोळ्यांतले ते तरल भाव... हे सगळं एक नाटक होतं. स्वतःला पाहिजे ते मिळवण्यासाठी वाट्टेल त्या थराला जाणारा माणूस होता तो. मला अतोनात दुःख झालं. तशाच कष्टी मनःस्थितीमध्ये, घाटावरील अंत्यसंस्कारानंतर मिळणाऱ्या शिध्याच्या प्रतीक्षेत उभ्या असलेल्या गरीब माणसांमधून वाट काढत मी दरवाजापर्यंत पोहोचले; पण आत पाऊल टाकणार एवढ्यात माझ्या पायाला हजारो काटे बोचल्यासारखं झालं! मी वेदनेने विव्हळले! बघते तर उंबरठ्यापाशी एका माशाचं डोकं पडलेलं होतं आणि असंख्य इंगळ्या त्यावर ताव मारत होत्या. त्यांच्यावर माझा पाय पडल्यावर त्या क्षणार्धात मला डसल्या होत्या!

मी घरात येऊन पाणी पीत होते तेवढ्यात संजीवकुमार वादळासारखा आत शिरला आणि त्याने मला विचारलं,

"चेतना! ही शुद्ध फसवणूक आहे! उद्या काही लोक तुझ्या म्हाताऱ्यावर लघुपट चित्रित करायला येत आहेत म्हणे?"

माझ्या मनात वेदनेचं वादळ उठलं होतं. मला त्याच्याशी एक शब्दही बोलावासा वाटत नव्हता. म्हणून काही उत्तर न देता, मी माझी कामं करू लागले; पण सहज पिच्छा सोडेल तर तो संजीवकुमार कसला? तोही माझ्यामागे भुणभुण करत फिरू लागला.

"त्याने उद्याचा पूर्ण दिवस त्या लघुपटवाल्यांना विकला आहे. सकाळी ६ वाजल्यापासून ते फाशी दिली जाईपर्यंत! अरे, याला काही अर्थ आहे का? ग्रद्धादांनी माझा विश्वासघात करायला नको होता!" असं ओरडत, तो ठाकूमाच्या पलंगावर बसला आणि पुन्हा किंचाळू लागला,

"नाही! मी हे होऊ देणार नाही. ही सगळी माझी कल्पना होती. तुझ्या बाबांनी मला फसवलं आहे. त्यांनी या गोष्टीचाही विचार केलेला नाही की, मी तुझा होणारा नवरा आहे. माझी कारकीर्द, माझं नाव सगळं धुळीला मिळालं आहे! उद्या सकाळी मीसुद्धा इथे कॅमेरा घेऊन हजर होणार आहे आणि तेव्हा तुझ्या म्हाताऱ्याने काही नाटकं केली नाऽऽ..."

मी त्याच्याकडे भुवया उंचावून बघितलं, तसं तो म्हणाला,

"तर मग मी त्याला या खेळाचे नवे नियम शिकवीन!"

संजीवकुमारचा धमकीवजा आवाज ऐकून, मी आमचं संभाषण ऐकत असलेल्या रामूदाकडे वळून बघितलं. संजीवकुमार तरातरा चालत खोलीबाहेर निघून गेला.

अचानक त्याने मला खोलीबाहेर बोलावलं.

"मी पुन्हा त्या दागिन्यांच्या दुकानामध्ये जाऊ शकतो. एव्हाना, त्यांना कुड्या चोरीला गेल्या आहेत हे समजलं असेलच!"

मी त्याच्याकडे गोंधळलेल्या नजरेने बघत बसले.

"त्या दिवशी आपण त्यांचं शेवटचं गिऱ्हाईक होतो..."

संजीवकुमारने वापरलेला 'आपण' हा शब्द मला खटकला; पण तरीही त्याच्या बोलण्याचा रोख समजत नव्हता.

"दुकानदाराच्या दृष्टीने विचार केला, तर आपल्या दोघांमध्ये चोरी करण्यासाठी माझ्याकडे काही हेतू असूच शकत नाही."

माझ्या डोक्यात संतापाची लहर उठली! डोळ्यांत गरम अश्रू तरळू लागले!

"मला माहिती होतं, तू मला कचाट्यात पकडू पाहत होतास!" मी थरथरत्या आवाजात किंचाळले.

"मग कशाला आलीस माझ्यासोबत?" त्याने तितक्याच शांतपणे मला प्रतिप्रश्न केला.

माझ्याकडे त्या प्रश्नाचं काही उत्तर नव्हतं. त्याने माझ्याकडे कुत्सित कटाक्ष टाकला आणि निघून गेला. मी संतापाने पेटून उठले. मला खूप काहीतरी तोडावंसं वाटत होतं. वस्तू फोडून टाकाव्याशा वाटत होत्या. आतापर्यंत त्याने माझ्यावर जे काही शारीरिक अत्याचार केले होते, ते मला फुटकळ वाटू लागले. आजचा आघात फारच तीव्र होता. आता मात्र त्याच्या गळ्याला लागलेली फासाची गाठ अधिक घट्ट झाली होती.

"काय मग चेतू? आता तू तरी का घाबरतेस त्याला?" रामूदाने कडवट चेहरा करत मला टोमणा मारला.

"बाबांनी करार तोडला ना?"

"बाबांनी करार तोडला असला, तरी तो त्या दोघांमधला प्रश्न आहे. त्यासाठी त्याने तुला कशाला वेठीस धरायला हवं? आणि असं कसं ओरडू शकतो तो तुझ्यावर? तू काय त्याची गुलाम आहेस का? आणि कसला गं एवढा करार केलेला आहे? तुला जरा तोंड उघडून, त्याला चालता व्हायला सांगता येत नव्हतं का?"

माझा चेहरा पडला.

"चेतू, हा माणूस धादांत खोटारडा आणि फसवा आहे. माझा त्याच्यावर काडीचा विश्वास नाही. तो तुझ्याशी कधीही लग्न करणार नाही. सांगून ठेवतो!"

खोकल्याची ढास लागली तसा रामूदा बोलायचा थांबला. मी त्याच्या शेजारी बसून त्याची छाती चोळू लागले. डोळ्यांत पाणी आणून रामूदा मला म्हणाला,

"तुझ्या नशिबी फक्त अपार दुःख येईल, चेतू! जपून राहा..."

रामूदाच्या आवाजातली तळमळ ऐकून मी आणखी हेलावून गेले. ती रात्र फार दुःखद गेली. बाबांच्या भोवती उत्साहाचं वातावरण असलं तरी मी मात्र मांजा कापलेल्या पतंगासारखी घरामध्ये भिरभिरत होते. रामूदासुद्धा छताकडे बघत निपचित पडला होता. त्याला टी.व्ही.सुद्धा बघावासा वाटेना. ठाकूमा घाटावरून आली आणि आपले दुखरे पाय कुरवाळत बसली. फासावर जाणाऱ्याच्या शापाने आमचं सगळं कुटुंब नेस्तनाबूत होणार आहे अशी अविरत बडबड करत, आई चहा करत होती. बाबांच्या प्रत्येक छायाचित्रामध्ये आपण दिसावं या एकमेव हेतूने काकू बाबांच्या भोवती घुटमळत होते. आमच्या घरासमोरच्या गोदामांमध्ये संध्याकाळच्या वेळी माल वाहून आणणारे ट्रकचालक आज थेट सोनागाचीचा रस्ता न धरता, आमच्या घरामध्ये डोकावत होते. अखेर, मध्यरात्र उलटल्यावर शेवटच्या पत्रकाराची बोळवण करून बाबा घरात शिरले.

"चित्रीकरण करणारी माणसं सकाळी ६ वाजता इथे येतील. सकाळपासून ते फाशी होईपर्यंत ते आपलं चित्रीकरण करणार आहेत. सुरुवात पूजेने होणार आहे. माझ्या खोलीत आणि चहाच्या दुकानामध्ये कॅमेरे लावले जाणार आहेत. मी त्यांना बजावून सांगितलं आहे की, घरामध्ये चित्रीकरण केलं जाणार नाही. तरीही कुणी आगाऊपणा करून आत आलंच तर त्याला हाकलून द्या."

अर्धवट झोपेत असलेला रामूदा आपल्या गादीवर उठून बसला आणि त्याने माझ्याकडे रोखून बघितलं. मी ठाकूमाचे पाय दाबून देत होते. बाबांनी आमच्याकडे दुर्लक्ष केलं आणि ते पुढे सांगू लागले :

"चित्रीकरण करणारी माणसं आपल्यासोबत सगळीकडे वावरणार आहेत. आम्ही कारागृहात शिरेपर्यंत ते त्यांच्या गाडीमधून आमच्या मागोमाग येणार आहेत. सगळ्यांनी ठेवणीतले कपडे घाला; उगाच काहीतरी फाटकं, विटलेलं घालू नका. नाहीतर आपलीच शोभा व्हायची."

"ते आपल्याला कपडे देणार नाहीत का? छान, नवीन असे?" रामूदाने आपला विरोध दर्शवण्याचा प्रयत्न करत उपरोधाने विचारलं.

"हा चित्रपट नाही, असले लाड पुरवले जायला!"

"फणी, मलासुद्धा अभिनय करायला मिळेल का रे?" ठाकूमाने हसत विचारलं.

"नाही. फक्त मी, चेतना आणि सुदेव. इतर कुणीही बाहेर यायचं नाही. चेतना, काकीमा आणि तुझ्या त्या थेरड्या आईला माझा निरोप दे."

"नाही!" मी अचानक उठून उद्गारले. "मी काही यात भाग घेणार नाही. मला या सगळ्या नाटकाचा वीट आलाय."

माझा आवाज एरवीपेक्षा चांगलाच करारी लागला होता. विरोध सहन न होणाऱ्या माझ्या बाबांचे डोळे रागाने लाल झाले आणि ते माझ्यावर ओरडले,

"इतकी अक्कल आली का गं तुला की, तू स्वतःच्या बापावर कुरघोडी करू लागलीस? मी आयुष्यात कधीही माझ्या वडिलांच्या आज्ञेबाहेर गेलो नाही आणि तुझी ही हिंमत? पिता म्हणजे आपल्या विश्वाचा देव असतो. आपला भगवान महादेव असतो आणि जो आपल्या वडिलांचा आदर करत नाही, त्यांचं बोलणं ऐकत नाही त्याला देव कधीच क्षमा करत नाही."

"बाबा, तसं तर तुम्ही हेही म्हणता की, आपला शब्द मोडणाऱ्या व्यक्तीला देव कधीच माफ करत नाही!"

"गप्प बस, चेतू! बापाशी वाद घालायला लाज वाटत नाही? पित्याचा अपमान म्हणजे स्वतःचा अपमान असतो, लक्षात ठेव."

"आणि जेव्हा माझा मान वाढतो, तेव्हा तुमचीही किंमत वाढते, हो ना बाबा?" माझा सडेतोड प्रश्न ऐकून बाबा जरासे चमकले. मिशीवर ताव मारून, सिगारेट शिलगावून कुणाशी काही न बोलता आत गेले. थोड्या वेळाने ते परत बाहेर आले आणि मला म्हणाले,

"तू म्हणतेस त्यात तथ्य आहे, छोटडी. आपण एक काम करू या... लघुपट निर्मात्यांना मी पाहिजे आहे; तर त्यांच्याशी मी बोलतो. वाहिनीला तू पाहिजे आहेस; त्यांच्याशी तू बोल. अशा प्रकारे कुणी दुखावलंही जात नाही आणि आपल्याला दोन्हीकडून पैसा मिळतो."

बाबांच्या या तोडग्यावर मला हसावं की रडावं हे कळेना! ठाकूमाला झोप लागली होती; पण माझी झोप उडाली होती... रक्तदाब वाढलेला होता. इतके दिवस प्रेमाच्या ढगावर वावरणारी मी... अचानक माझी डोर कापल्यासारखी होऊन जमिनीवर येऊन आदळले होते. आपलं आयुष्य कधी कसं बदलेल काही सांगता येत नाही. अवघ्या एक महिना आणि सहा दिवसांमध्ये चेतना ग्रद्धा मलिकचा किती कायापालट झाला होता! बांबूच्या सांगाड्यावर मातीचा थर चढवून देवीची मूर्ती बनवली जाते. मग तिला रंग आणि दागिन्यांनी खूप सजवलं जातं. गेला महिनाभर माझ्यासोबतही असंच काहीसं झालं होतं. मला एक निराळी ओळख आणि रूप देऊन अष्टभुजा दुर्गेसारखं स्त्रीत्वाच्या सन्मानाचं प्रतीक म्हणून जगासमोर आणलं गेलं होतं. नव्याची नवलाई संपली की, आज माझ्यासमोर आरती ओवाळणारी माणसं मला बिनदिक्कतपणे गंगेमध्ये सोडून देतील. माझे केविलवाणे आठ हात उंचावत, मी बळी दिलेल्या प्राण्यांच्या रक्ताने आणि अंत्यविधीच्या निर्माल्याने भरलेल्या गंगेच्या पाण्यात बुडत, अखेर तिच्या तळाशी असलेल्या चिकट, काळ्या मातीमध्ये रुतून जाईन. गंगेच्या लाटा माझं कवच

धुवून काढतील; आतला भुसा सडत जाईल... आणि मग मी पुन्हा त्याच घाणीमध्ये परत जाईन, जिथून मी आले होते.

सकाळी उठले, तेव्हा आमच्या दाराशी उभ्या असलेल्या पोलीस हवालदाराबाबत गलबला ऐकू येत होता. ठाकूमा तिच्या हयातीमध्ये आमचं खानदानी कार्य करण्यासाठी बाबा आणि काकूंना आणखी एक संधी दिल्याबद्दल, भगवान महादेव आणि कालिमातेचे त्रिवार आभार मानत होती. पूर्वी आमच्या घरी पोलीस आले की, मला फार गर्व वाटत असे. मला असं वाटायचं की, गल्लीतल्या इतर सगळ्या कुटुंबांपेक्षा आमचा मान अधिक आहे म्हणून आमच्याकडे पोलीस येतात. मात्र, त्यामागचं खरं कारण समजायला मला बरंच मोठं व्हावं लागलं. सरकारने एका जीवाचा अंत करण्यासाठी ज्या दुसऱ्या जीवाला नेमलं होतं त्याचं रक्षण करण्यासाठी पोलीस आमच्या दारात उभे राहतात हे समजल्यावर मला ही प्रथा सगळ्याच दृष्टीने समन्वित वाटली होती. लोकशाहीमध्ये अशा अजून बऱ्याच चित्रविचित्र पद्धती असतात याची समज आल्यावर तर मला आमच्या दाराशी पोलीस उभे असतात याची ना भीती वाटू लागली ना अभिमान!

ठरल्याप्रमाणे लघुपट बनवणारी माणसं सकाळी आमच्या घरी पोहोचली. बाबांना असलेल्या प्रसिद्धीच्या हव्यासाची कबुली देणाऱ्या वर्तमानपत्राच्या व नियतकालिकांच्या कात्रणांचं चित्रण करू लागली. मी रामूदासोबत दुसऱ्या खोलीत बसले होते. बाबा अगदी प्रमुख अभिनेत्याच्या थाटामध्ये मुलाखत देत होते. ते फाशीच्या प्रक्रियेचं प्रात्यक्षिक दाखवण्याच्या ऐन मध्यावर आले असताना संजीवकुमार आणि त्याचे सहकारी बळजबरी करून आमच्या घरात घुसले आणि तिथूनच भांडणाला सुरुवात झाली.

"हे अत्यंत अयोग्य आहे! आम्हाला चित्रीकरणाचे संपूर्ण हक्क दिले गेले होते – तेही, खूप पूर्वी!" संजीवकुमार ओरडला.

चित्रपट बनवणाऱ्या गटाने तितक्याच जोमाने ताणून धरलं. भयंकर भांडणं सुरू झाली. अगदी हमरीतुमरीवर येत, मारामारी सुरू झाली. बाबांनी मध्यस्थी करण्याचा प्रयत्न केला; पण कुणीच कुणाचं काही ऐकून घेण्याच्या मनःस्थितीत नव्हतं. त्यातच भर म्हणजे आणखी काही शेलक्या पत्रकारांनी त्या भांडणामध्ये हात धुवून घेतले. बाबांसाठी असलेल्या पोलिसाने हस्तक्षेप केला; बाबांनी लघुपटवाल्यांची बाजू घेतली. अखेर बऱ्याच वादावादीनंतर कुठेतरी मतैक्य झालं. सगळे कॅमेरे एकत्र मांडले गेले. त्यांच्यासमोर घाम पुसत, डोकं खाजवत आपण सगळ्या कॅमेऱ्यांना कुठल्या बाजूने व्यवस्थित दिसू याची पडताळणी करून,

अखेर बाबा मुलाखत द्यायला बसले. वार्ताहर आणि पत्रकारांच्या प्रश्नांच्या सरबत्तीने बाबांची खोली दुमदुमू लागली.

"गुन्हेगाराला फाशी लागल्यावर त्याची काय प्रतिक्रिया असते?"

"हाऽऽ, बाबू! काय प्रश्न विचारलात आहे तुम्ही! सामान्य माणसं ती घटना उघड्या डोळ्यांनी पाहूच शकत नाहीत. मृत्यूशी अखेरची, केविलवाणी झुंज असते ती! तो खरा संघर्ष म्हणावा! ४५१ माणसांना फाशी दिलेल्या या म्हाताऱ्याचं एक विधान पक्कं ध्यानात ठेवा – मृत्यू हा विषय ना कधी जुना होतो आणि ना कंटाळवाणा!"

"तुम्ही एवढ्या गुन्हेगारांना फाशी दिली आहे. त्यांपैकी तुमच्यासाठी सगळ्यात अविस्मरणीय गुन्हेगार कोण ठरला आहे?"

"असं एकाचं नाव कसं सांगता येईल, बाबू? सगळेच आपापल्या परीने अविस्मरणीय होते आणि मृत्यू ही अशी एक गोष्ट आहे जी राजा आणि रंक दोघांना समान पातळीवर घेऊन येते. आम्हाला काही वेळा अशी कामं करावी लागतात, जी आम्हाला करायला आवडत नाहीत; पण शेवटी आपण आपलं विधिलिखित कर्म केलंच पाहिजे, हो की नाही? त्याची जी फळं असतील, ती देवाकडून मिळतीलच."

दादूंच्या डोळ्यांना पाझर फुटला होता. बाबांच्या खांद्यावर हात ठेवून, दादू ढसाढसा रडत होते. सूर्या सेन ओळखण्यापलीकडे गेला होता. त्याच्या गळ्यामध्ये फासाचा दोरखंड टाकताना, दादूंना पुन्हा अश्रू आवरेनासे झाले होते. त्या वेळी, बाबा धड विशीचेही नव्हते. त्यांच्या डोक्यावर संगीत, अभिनय आणि जात्रेचं भूत तरळत होतं.

"हा नियम तर सगळ्याच व्यवसायांना लागू पडतो, बाबू! प्रत्येकाला आपल्या आवडीचं काम मिळतंच असं नाही; पण आपलं विधिलिखित कार्य करत जावं आणि देवाकडून त्याची जी फळं मिळतील, ती चाखत राहावी."

बाबांनी सिगारेट धरलेला उजवा हात वर करून आभाळाकडे निर्देश केला आणि नाट्यमय पद्धतीने छताकडे डोळे फिरवले. निहारिकाचा मृतदेह ज्या दांडीवर लटकला होता, त्यावर सतत बाबांच्या सिगारेटचा धूर जात होता. सगळ्या कोलाहलामध्ये अचानक पाऊस पडू लागला. घराच्या बाहेर उभी असलेली मंडळी पावसापासून बचाव करण्यासाठी घरात शिरू लागली. मी आमच्या खोलीचा दरवाजा बंद करून टाकला. अगदी संजीवकुमारने दारावर थाप मारली तरी मी कडी उघडली नाही. तो संध्याकाळी ४ वाजता पुन्हा आला – चेहऱ्यावर लावलेले मेकअपचे थर बाबांच्या खोलीमधल्या उष्णतेमुळे पूर्ण वितळून गेले होते. आईच्या मदतीने, त्याने मला माझ्या खोलीबाहेर काढलं. बाहेर आल्यावर, सर्वांत आधी

माझी दृष्टी गेली ती काल बघितलेल्या माशाच्या तुकड्यावर. अजूनही तो तुकडा तिथेच पडलेला होता. आता फक्त त्याच्या हाडांचा सांगाडा, डोळ्यांच्या जागी भोकरं आणि उघडं पडलेलं तोंड एवढंच काय ते शिल्लक होतं. पावसाच्या पाण्याने ओल्याचिंब झालेल्या त्या तुकड्यावर अजूनही काही मुंग्या अधाशीपणे तुटून पडल्या होत्या. मांस आणि रक्तविरहित त्याच्या लहानशा कवटीचे काही भाग खायला मिळतात का हे त्या बघत होत्या! मला किळस वाटली.

"तू इथून किती वाजता निघणार आहेस?" रुमालाने घाम टिपत, संजीवकुमारने मला प्रश्न केला.

"१० वाजता. बाबांनी सांगितलं आहे," मी त्याला थंडपणे उत्तर दिलं.

"बरं. हा घे, मोबाइल फोन. फाशीची पूर्ण घटना यावर चित्रित करून आण."

"कायऽऽ?" कानांवर विश्वास न बसून मी जोरात किंचाळले.

संजीवकुमारने शांतपणे आपला चष्मा उतरवला, चेहरा पुसला आणि माझ्यावर आपले हिरवे डोळे रोखले. त्या क्षणी तो मला माशाची कवटी खाऊ पाहणाऱ्या अधाशी मुंग्यांसारखा वाटू लागला.

"चेतना, मी काय सांगतो ते नीट ऐक. तिथे जे काही घडेल त्या प्रत्येक घटनेची सखोल नोंद ठेव आणि फाशी देऊन झाली की, तातडीने आमच्या स्टुडिओमध्ये ये. कारागृहाच्या मुख्य दरवाजामधून येऊ नकोस. मी एक चोर-दरवाजा शोधून काढला आहे..." असं म्हणून त्याने आपल्या खिशातून काही नोटा काढल्या आणि माझ्या हातात खुपसल्या. माझं डोकं गरगरू लागलं.

इतक्यात, त्याचा फोन वाजला.

"ऑऽऽ? कधी?"

संजीवकुमारच्या संतापलेल्या आवाजाने मी वर्तमानात आले. डोक्यावर हात मारत तो किंचाळला,

"अरे देवाऽऽ! अतुल, जग्गू, प्रणॉय... सगळं संपलं रे! सगळं मुसळ केरात गेलं!"

त्याचा अचानक बदललेला रागरंग पाहून मी गोंधळून गेले आणि जागीच उभी राहिले. संजीवकुमार धावत बाबांच्या खोलीत गेला. तिथेही गहजब माजला होता. वार्ताहर सैरावैरा धावू लागले. घरासमोरच्या रस्त्यावरून जाणाऱ्या तीन शववाहिन्या आणि त्यांच्यासोबत जाणाऱ्या लोकांच्या रांगा, यामध्ये वेड्यासारख्या धावणाऱ्या वार्ताहरांची भर पडल्यामुळे सगळ्यांचीच तारांबळ उडाली. तो कोलाहल बघून, एक मोठा बैल बिथरला आणि लोकांना मारायला धावला! सगळीकडे पांगापांग झाली.

"काय झालं? अरे, झालं तरी काय?" कुणीतरी ओरडलं.

त्यावर दुसऱ्याने ओरडून उत्तर दिलं,

"फाशीला स्थगिती मिळाली!"

३०

देवा पाला राजाची सहचारिणी, त्याच्या मुलाला जन्म देताना मृत्युमुखी पडली. तान्ह्या राजपुत्राचं नीट संगोपन व्हावं यासाठी राजाने पुन्हा लग्न केलं. मात्र, त्याच्या दुसऱ्या पत्नीने सुरुवातीपासूनच राजपुत्राचा दुःस्वास केला. स्वतःच्या मुलाला सिंहासनावर बसलेलं बघायच्या लालसेने, तिने राजपुत्राला जिवे मारून, त्याचा मृतदेह जंगलात फेकून देण्याचा कट रचला. हे काम करण्यासाठी, राणीने माझे पूर्वज भीष्मा यांचा लहान भाऊ भीम याला हाताशी धरलं. उलट्या काळजाच्या भीमने लहानग्या राजपुत्राला जंगलात नेलं खरं; पण त्याला ठार न मारता त्याचे हात-पाय कापून, रक्तबंबाळ अवस्थेत मरण्यासाठी ठेवून दिलं. मात्र, आपल्या तलवारीला लागलेलं रक्त पुसून भीम जंगलाच्या बाहेर पडत असताना, अचानक त्याचे पाय गोठले. थोड्या वेळाने कुठल्याशा जादुई शक्तीने त्याला परत तिथेच ओढून आणलं जिथे त्याने राजपुत्राला मरायला सोडलं होतं. तिथे जाऊन बघतो तर काय? संन्यासी गोरक्षनाथ त्या लहानग्या मांसाच्या गोळ्याला आपल्या हातात धरून उभे होते. ते दृश्य पाहून भीम अधिकच घाबरला; पण त्यानंतर तो जेव्हा कधी जेवायला बसत असे, तेव्हा त्याला त्याच्या ताटात भेंडी आणि काकडीच्या जागी लहान बोटं आणि अंगठे दिसत असत. पाणी प्यायला गेला की, ते रक्तासारखं दिसत असे. अखेर अन्नपाणी घेणं कठीण झाल्यावर आणि आपण केलेल्या दुष्कृत्याचा पश्चात्ताप होऊन भीमने संन्याशाचे पाय धरले आणि त्यांचं शिष्यत्व पत्करलं. गोरक्षनाथाने त्या लहानग्या राजपुत्राला आपल्या आश्रमात नेलं होतं. कालांतराने त्यांनी राजपुत्राला योगाभ्यासात पारंगत बनवलं आणि बारा वर्षांच्या अविरत योगतपश्चर्येनंतर राजपुत्राला नवे हात आणि पाय फुटले! हे सगळं भीमच्या समक्ष घडलं. नवीन हात-पाय फुटल्यावर, गोरक्षनाथाने त्याला 'चौरंगीनाथ' असं नवीन नाव दिलं. जी तीन गावं मिळून बंगालची स्थापना केली गेली, ती गावं लक्ष्मीनाथ रॉय चौधरी यांच्या मालकीची होती. एके दिवशी रॉय चौधरींची आई पद्मावती आदिगंगेमध्ये स्नान करत असताना तिला पाण्यामधून प्रकाशकिरणं येताना दिसली. त्यातून एक स्वयंभू लिंग आणि अंगठ्याचा आकार असलेला दगड वर आला. या दोन्ही गोष्टी तिने चौरंगीनाथांना अर्पण केल्या.

गंगेच्या काठी लहानशी कुटी बांधून तिने त्या दोन्ही दैवी वस्तूंची तिथे स्थापना केली. पुढे याच कुटीचं कालीघाट मंदिरामध्ये रूपांतर झालं. भीम आजोबा शेवटपर्यंत त्या कुटीमध्ये राहत होते. या मंदिरामधील पहिला बळीचा विधी त्यांच्याच हातून केला गेला, असं ठाकूमा अभिमानाने सांगते. भीम आजोबांनी एका झटक्यात त्या प्राण्याचं शिर धडापासून वेगळं केलं होतं. तेव्हापासून, कालीघाटाच्या मंदिरामध्ये एका वारात प्राण्याचा जीव घेण्याचा बळी-विधी सुरू झाला. या विधीमध्ये प्राण्याला मरताना कमीतकमी यातना होतील याची काळजी घेतली जाऊ लागली. कालांतराने त्या लहानशा कुटीचं भल्यामोठ्या मंदिरामध्ये परिवर्तन झालं आणि धो-धो वाहणारी आदिगंगा मात्र आटत जाऊन कुंडू पुकूर तलावात रूपांतरित झाली.

आम्ही क्र. ३३च्या बसमधून श्यामाप्रसाद मुखर्जी मार्गावर उतरलो, तेव्हा माझ्या मनात विचारांचं काहूर माजलं होतं. बाबा मला कालिमातेच्या मंदिरामध्ये नेत होते. तिथे जाऊन आम्ही आमच्या मार्गातले सगळे अडथळे दूर व्हावेत यासाठी बळीचा विधी करणार होतो. अंधारामध्ये मंदिराच्या कळसावर लावलेल्या झेंड्याचा दांडा मला फाशीस्तंभासारखा वाटत होता. मंदिराकडे जाणाऱ्या रस्त्यावर खूप गर्दी होती. उजवीकडे लग्नाची वरात जात होती, तर डावीकडे अंत्ययात्रा. रस्ता तुडुंब भरला होता. दोन्ही बाजूला दुकानांची गर्दी होती आणि दुकानांमध्ये माणसांची रीघ लागली होती. इतकंच नव्हे, तर रस्त्याच्या कडेलासुद्धा माणसं इतस्ततः विखुरलेली होती. रस्त्याच्या बाजूने वाहणाऱ्या गटाराचा घाण वास दुकानांमधून विकल्या जाणाऱ्या फुलांच्या आणि निरनिराळ्या पदार्थांच्या दरवळामध्ये मिसळत होता. त्या सगळ्या गोंधळामध्ये दोन-चार पोलीस हवालदार खुर्च्या टाकून चहा पीत, सिगारेट फुंकत बसले होते. नाल्यामधून उंदीर-झुरळं बाहेर पडावीत तसा अंधार वाढू लागल्यावर ओठ रंगवलेल्या आणि चमकदार कपडे घातलेल्या बायका आजूबाजूच्या गल्ल्यांमधून बाहेर पडू लागल्या. एकट्यादुकट्या पुरुषांना हेरून, त्यांना गळ घालू लागल्या. काही पुरुष त्यांच्याशी घासाघीस करू लागले; काही थेट त्यांच्यासोबत माडीवर जाऊ लागले. मी बाबांच्या मागून चालू लागले. इतक्यात कुणीतरी माझं नाव घेऊ लागलं – 'चेतना मलिक... चेतना मलिक...' आजूबाजूची माणसं मला ओळखू लागल्यावर मी जराशी बावरले आणि त्यांना टाळण्यासाठी दुकानांमध्ये रचून ठेवलेल्या दुर्गादेवीच्या मूर्तींकडे बघू लागले. कालवणामध्ये टाकलेल्या इलिश माशांप्रमाणे त्यांना अगदी सुबक पद्धतीने कोरून काढलं होतं. काचेच्या चौकटी आणि किल्ल्यांच्या जुडग्यांमध्ये बसवलेले दुर्गादेवीचे

मुखवटे बघत मी पुढे सरकत राहिले. त्यांचे ते टपोरे डोळे, लालचुटूक ओठ आणि कपाळावरचं लाल कुंकू मला सतत एका व्यक्तीची आठवण करून देत राहिले.

"पिंडाऱ्यांपासून सावध राहा..." दर्शनासाठी असलेली रांग शोधत, बाबांनी मला बजावलं. अखेर आम्ही निजो मंदिरामध्ये दर्शनासाठी असलेल्या रांगेमध्ये उभे राहिलो. मंदिरासमोरील मिठाईच्या दुकानामधील टी.व्ही.वर सी.एन.सी. वाहिनी लावलेली होती. संध्याकाळचं वार्तापत्र सुरू झालं.

"आज संध्याकाळी अलिपूर सुधारगृहामध्ये जेव्हा रेडिओ लावला गेला, तेव्हा त्यातील बातम्या ऐकून, इतर कुणाला काही वाटलं असो अथवा नसो – मात्र, कोठडी क्र. ३ मधील गुन्हेगाराला निश्चितच फार सुखावह वाटलं असेल..."

ही बातमी सांगितल्यावर सादरकर्तीने दर्शकांकडे पाहून एक हलकंसं स्मित केलं आणि पुढे सांगू लागली :

"जतिंद्रनाथ बॅनर्जीसाठी फासाचा दोरखंड मेण लावून तयार होता. मात्र, बॅनर्जीचं नशीब किती चांगलं आहे बघा! फाशीवर जाण्याच्या केवळ काही तास आधी त्यांची दया-याचिका मंजूर केली गेली. खरंतर असं ठरलं होतं की, १३ वर्षांच्या मृदुला चॅटर्जीला अत्यंत निर्दयपणे मारून टाकणाऱ्या बॅनर्जीला, उद्या पहाटे ४ वाजता फाशी दिली जाणार होती. विशेष म्हणजे, आपल्या देशात स्त्री-जल्लादाकडून केली जाणारी ही पहिली फाशी असणार होती. मात्र, मुख्य जल्लाद फणीभूषण ग्रद्धा मलिक, त्यांची मुलगी व सहाय्यक जल्लाद चेतना ग्रद्धा मलिक आणि फणीभूषण यांचे धाकटे बंधू सुखदेव ग्रद्धा मलिक सगळी तयारी पूर्ण करून कारागृहाकडे रवाना होत असतानाच सर्वोच्च न्यायालयाने आकस्मिकरीत्या बॅनर्जीच्या फाशीला स्थगिती दिली. जे त्याचं शेवटचं जेवण ठरणार होतं, त्यासाठी जतिंद्रनाथने कचोरी, इलिश माशाचं कालवण आणि झालमुरीची मागणी केली होती; कारागृहाच्या अधिकाऱ्यांनी त्याची मागणी पूर्ण करण्यासाठी सगळी तयारीसुद्धा करून ठेवली होती. बॅनर्जीने फासावर जाण्यापूर्वी संपूर्ण रात्र रबींद्र संगीत ऐकण्याचा मानस दर्शवला होता. त्यानुसार गृह खात्याने त्याच्यासाठी खास उपकरण आणण्याकरता पैसेही मंजूर केले होते. मात्र, हे उपकरण वेळेत कारागृहाकडे न पोहोचल्यामुळे कारागृहाच्या अधीक्षकांनी स्वतःच्या घरून एक सी.डी. प्लेअर आणि रबींद्र संगीताच्या काही तबकड्या सोबत आणल्या होत्या. मृत्युदंडविरोधी गटांनी सर्वोच्च न्यायालयाचा हा निर्णय मोठ्या आनंदाने स्वीकारला आहे. मात्र, मृदुला चॅटर्जी आणि बऱ्याच स्त्रीवादी संघटनांनी उपरोक्त गटांना केवळ गुन्हेगाराच्या मानवाधिकारांची चाड असते, असा आरोप केला आहे..."

याच प्रकारची बातमी जेव्हा सगळ्यात आधी आमच्या घरातल्या टी.व्ही.वर

लागली होती, तेव्हा मी अत्यंत कंटाळून टी.व्ही. बंद केला होता. बाबांनी आपल्या दुकानामध्ये आणि मग नंतर रस्त्यावर गर्दी गोळा करून, नेमकं काय-काय घडलं याचं रसभरित वर्णन करायला सुरुवात केली. फाशीला स्थगिती दिली गेल्याचं समजताच, आमच्या दाराशी तैनात असलेल्या पोलिसाने आळोखेपिळोखे दिले आणि सरळ आपली काठी फिरवत, रमतगमत निघून गेला! इतके दिवस माणसांनी गजबजलेलं आमचं घर क्षणार्धात ओकंबोकं होऊन गेलं – अगदी मुंग्यांनी माशाचं डोकं खाऊन टाकल्यावर, त्याचा सांगाडा जसा दिसतो तसं. थोड्या वेळाने स्थगितीबद्दल माहिती नसलेला एका लहानशा वर्तमानपत्राचा पत्रकार आमच्या घरी येऊन ठेपला. मात्र, बातमी समजल्यावर त्याच्या उत्साहाचा फसफसता झरा क्षणात आटून गेला आणि तो आल्या पावली परत जाऊ लागला.

"अहो बाबू, जरा थांबा... मी काय म्हणतो ते ऐकून घ्या..." असं म्हणत, बाबा त्या पत्रकारामागे जाऊ लागले. खरंतर तसं करताना ते जरासे केविलवाणे दिसत होते. "अहो, माझ्याकडे भरपूर गोष्टी आणि अनुभव आहेत सांगण्यासारखे आणि ते मी फक्त तुम्हाला सांगू शकतो... काय म्हणतात तुमच्या भाषेत त्याला? हांऽऽ, एक्सक्लुझिव!"

"चांगलं आहे, दादा... पण आता नको. मी पुन्हा येतो कधीतरी... आज मात्र मला वेळ नाही. बर्दवानला पोहोचायचं आहे. सकाळपासून मी पाण्याचा एक घोटसुद्धा घेऊ शकलेलो नाही! एवढंच कशाला, लघवीलासुद्धा गेलेलो नाही! वेळच नाही मिळाला होऽऽ..."

"अरे बापरे! काय झालं बाबू? घरी कुणी आजारी आहे का?" बाबांनी चेहऱ्यावर काळजीचा भाव आणत विचारलं.

"नाही, नाही... नशिबाने तसं काही नाही. बर्दवानमध्ये झालेल्या एका प्रकरणाचा छडा लावायला जावं लागतं आहे. तिथे बरीचशी लहान मुलं आजारी आहेत. त्यांचे आई-वडील हातामध्ये औषधं आणि इंजेक्शन घेऊन, इस्पितळाबाहेर तासन्तास उभे राहतात; पण त्यांच्या मुलांवर उपचार करण्यासाठी त्या ठिकाणी एकही परिचारिका उपलब्ध नाही. अशा स्थितीमध्ये काल एका १८ महिन्यांच्या लहानग्याने आपला जीव गमावला आहे; त्यामुळे साहजिकच तिथलं वातावरण सध्या फार तापलेलं आहे."

"देवा, देवा!! काय म्हणावं या निष्काळजीपणाला? आजही सरकारी इस्पितळांची ही स्थिती असेल, तर गरिबांनी जायचं कुठे? बरोबर आहे बाबू तुमचं... हे काम महत्त्वाचं आहे... पण असं बघा, इतक्या निर्ढावलेल्या गुन्हेगाराला होणार असलेल्या फाशीसारख्या एवढ्या मोठ्या घटनेला अचानक कलाटणी मिळाल्यावर तुमच्या वाचकांना हेही जाणून घ्यायची उत्सुकता असणार की, नेमकं काय घडलं?

अचानक मिळालेल्या स्थगिती-आदेशाबद्दल जल्लाद फणीभूषण ग्रद्धा मलिकला किंवा साहाय्यक जल्लाद असलेल्या चेतना ग्रद्धा मलिकला काय वाटत आहे? तुम्हाला माहिती आहे का बाबू, माझी मुलगी ही आपल्या देशातली – किंबहुना जगातली – सगळ्यात पहिली स्त्री-जल्लाद आहे. तुमच्या वर्तमानपत्राने जर तिची मुलाखत छापली तर तुमचा खप अनेक पटीने वाढेल! आजतागायत चेतनाने कुठल्याही वर्तमानपत्राला मुलाखत दिलेली नाही; पण आज जर मी तिला, तुम्हाला मुलाखत द्यायला सांगितलं तर ती नक्की देईल. आमच्या काही प्रतिक्रिया आणि एखाद-दुसरं छायाचित्र एवढंसुद्धा पुष्कळ झालं तुमचा खप वाढवण्यासाठी आणि त्यासाठी तुम्हाला फार काही खर्च करावा लागणार नाही होऽऽ... आता जेवढे तुमच्या खिशात आहेत, तेवढे दिलेत तरी खूप होतील. हे घ्या, मी तुम्हाला माझं अधिकृत विधानसुद्धा सांगतो. लिहून घ्या : ''फाशीच्या शिक्षेला स्थगिती मिळाल्यावर, बॅनर्जीच्या मनामध्ये आनंदाच्या उकळ्या फुटत असतील; पण मृदुला चॅटर्जीच्या कुटुंबीयांना आज काय वाटत असेल, याचा कुणी विचार केला आहे का?''

बाबांचा हा बाजारूपणा बघून, मला त्यांची किळस आली आणि संतापसुद्धा! पत्रकाराने त्यांना काय उत्तर दिलं याची वाटही न बघता, मी रागाने पाय आपटत रामूदाच्या खोलीमध्ये निघून गेले. मात्र, थोड्याच वेळात बाबांची हाक आल्यावर, त्यांच्या गळाला मासा लागल्याचं लक्षात आलं. मी ऐकून न ऐकल्यासारखं केलं आणि 'यूरो चषक'चा सामना बघत असलेल्या रामूदासोबत तिथेच बसून राहिले. जर्मनी आणि झेक रिपब्लिकमध्ये सामना सुरू होता; पण रामूदाचं त्यावरचं लक्ष उडालेलं होतं. बाबा मला हाक मारत आहेत हे त्यालाही ऐकू येत होतं आणि त्यांच्याकडे बिनधास्तपणे दुर्लक्ष करून, मी तिथेच बसून आहे हे पाहून त्याला काळजी वाटत होती.

''कोण जिंकेल असं वाटतं रे, रामूदा?'' मी विषय बदलत विचारलं.

रामूदाने माझ्याकडे प्रेमाने बघत उत्तर दिलं,

''कालचा सामना झेक रिपब्लिकने जिंकला होता. जर्मनी जेमतेम दोन गोलने हरली. आज बघू या काय होतं ते...''

''उंऽऽहूंऽऽ... वाईट झालं. चांगला संघ आहे तो.''

''म्हणूनच मला बरं वाटत आहे. माझी इच्छा आहे की, पोर्तुगालने जिंकावं. त्यांच्या मायभूमीवर खेळला जातो आहे हा सामना.''

रामूदाच्या दिलखुलास हास्याने मला गहिवरून आलं. तो पुढे म्हणाला,

''आजचा सामना इंग्लंड आणि पोर्तुगालमध्ये आहे. आज मजा येणार आहे. चेतू, तू बघ! आज जर पोर्तुगाल जिंकलं ना, तर चषक आपलाच झाला म्हणून

समज!''

रामूदा इतक्या तन्यमतेने बोलत होता, जणू स्वतःच सामना खेळायला गेला असावा.

रस्त्याच्या आजूबाजूला फुटबॉल खेळण्यासाठी जागा शोधून काढणारी मुलं बघितली की, मला हमखास रामूदाची आठवण होत असे. २२व्या वर्षी जेव्हा त्याचे पाय कापले गेले, तेव्हा त्याच्या थोट्या पायांना अमोनिया नावाच्या रसायनाचा दर्प येत होता; कारण त्या दिवशी तो मैदानावरून फुटबॉल खेळून येत होता! 'एस.एस.के.एम. मेडिकल कॉलेज'मधील एका कुरकुरणाऱ्या पलंगावर त्याला ठेवण्यासाठी कशीबशी जागा मिळाली होती – तीसुद्धा एका पोलीस अधिकाऱ्याच्या ओळखीने. रामूदाच्या पायांमधून सतत रक्त वाहत होतं. गादीवरच्या कळकट चादरीवर त्याच्या रक्ताचे मोठे डाग पडले होते. थोड्या अंतरावर, उघड्या असलेल्या संडासाच्या नळामधून सतत पाणी ठिबकत होतं. इस्पितळाची फरशी तर इतकी घाणेरडी होती की, जणू वर्षानुवर्षं तिच्यावर साधा झाडूसुद्धा फिरवला नसावा. जिकडे बघावं तिकडे डाग, घाण वास, वेदना आणि एकूणच गलिच्छपणा दिसत होता. शुद्धीवर आल्यावर रामूदाने पलंगावरून उडी मारण्याचा प्रयत्न केला होता; आपले पाय कापले गेले आहेत त्याच्या हे लक्षात आलं नव्हतं. त्याच्या पायांना सतत खाज येत राहायची. त्याला इस्पितळात राहायचा अतोनात कंटाळा आला होता. तो डॉक्टरांकडे एकच भुणभुण लावत असे – ''मी पुन्हा फुटबॉल कधी खेळू शकेन?'' त्याचा प्रश्न ऐकून, मा आणि ठाकूमा धाय मोकलून रडत बसायच्या. रामूदाच्या बदललेल्या परिस्थितीशी आणि आयुष्याशी जुळवून घ्यायला त्याच्याइतकाच आम्हा सगळ्यांनाही खूप वेळ लागला.

''चेतना, तुला माझी हाक ऐकू आली नाही का?'' आमच्या नकळत खोलीत आलेल्या बाबांनी शांतपणे विचारलेला प्रश्न ऐकून, मी घाबरून उडी मारली!

''वडिलांचा अनादर केलास, तर या जन्मातच नव्हे तर पुढच्या जन्मातसुद्धा तुला चांगलं आयुष्य मिळणार नाही, हे तू विसरलीस का?''

मी काही उत्तर दिलं नाही.

''मला याचीच भीती होती... चक्रबर्ती बाबूंचा फोन आला, तेव्हाच मी त्यांना ही शंका बोलून दाखवली होती. आपल्यावर किती नामुष्की ओढवलीय माहीत आहे तुला? न्यायालयाला काय समजतंय? अध्येमध्ये एखाद्या निर्ढावलेल्या गुन्हेगाराला फाशीची शिक्षा दिलीच पाहिजे. त्याशिवाय समाजात जरब बसणार कशी? आणि जरब बसली नाही तर समाज नियमानुसार वागणार कसा?'' सिगारेट शिलगावून, अस्वस्थपणे येरझारा घालत बाबा बोलत होते.

इतक्यात, बाजारातून भाजी घेऊन आलेल्या ठाकूमाने आमचं बोलणं ऐकलं

आणि म्हणाली,

"फणी, माझं ऐक. कालीघाटला जा आणि देवीसमोर बळी चढव. ती आपल्या सगळ्यांना आशीर्वाद देईल... मगच ही सगळी विघ्नं दूर होतील."

तर अशा पद्धतीने, आम्ही आज कालीघाटाचा रस्ता धरला होता. मी या मंदिरात शेवटचं आले होते ते निहारिकाच्या लग्नाआधी. इतक्या वर्षांत, मंदिराचा परिसर काही फारसा बदललेला दिसत नव्हता. मात्र, इतर काही गोष्टी नक्कीच बदलल्या होत्या. गर्दी फारच होती; भाविकांनी गोंगाट माजवला होता. खरंतर माझे विचार सुसूत्र करण्यासाठी मला थोडीशी शांती अपेक्षित होती; पण ते अशक्य दिसत होतं. मंदिराकडे जाणाऱ्या रस्त्यावर दुतर्फा झेंडूचे हार विकणाऱ्या दुकानांची रांग होती. नारिंगी-पिवळ्या झेंडूच्या फुलांची रास बघून माझे डोळे दुखू लागले! आत शिरलो तर भाविकांच्या भल्यामोठ्या रांगा लागल्या होत्या.

"या, या... जोरबंगला रांगेमध्ये उभे राहा... अहो दादा, या इकडे... बघा, पाच मिनिटांत दर्शन होईल... तुमच्या इच्छेनुसार जे द्यायचं ते द्या..." असं म्हणत, भाविकांकडून पैसे उकळू पाहणाऱ्या दलालांकडे कुत्सितपणे बघत, बाबा मला म्हणाले,

"तू यांच्याकडे लक्ष देऊ नकोस. ही ऐतखाऊ माणसं! सगळे पैसे यांच्या खिशात जातात. देवासमोरच्या दानपेटीतला पैसा हल्दर कुटुंबाकडे जातो. पूर्वी त्यावर रॉय चौधरी कुटुंबीयांचा हक्क होता. आता हा हक्कसुद्धा लिलाव केला जातो. मग देवीसमोर जे काही ठेवलं जातं ते सगळं त्यांच्या खिशात जातं. स्वतःची तुंबडी भरण्याचे उद्योग नुसते!"

निजो मंदिराकडे जाणाऱ्या पायऱ्यांवर उभी असताना, मला शोशितालाजवळ प्रसाद आणि कुंकू वाटत बसलेली, लाल साडीतली सावळी बाई दिसली. असं म्हटलं जातं की, शोशिताला ही ब्रह्मानंदगिरी स्वामींची समाधी होती.

मला कुणीतरी जोरात धक्का दिला आणि मी एकदम मंदिराच्या आवाराच्या मधोमध येऊन पोहोचले. भयंकर गर्दी होती; गाभारा आणि मागची भिंत यामध्ये मी जेमतेम अर्धा-एक मिनिट उभी राहू शकले. कालिमातेची मूर्ती ओजस्वी दिसत होती. बेलाच्या पानासारखे तिचे तीन लाल डोळे, काळ्या रंगाचा चमकणारा चेहरा, छातीपर्यंत रुळणारी सोनेरी रंगाची जीभ... मी तर बघतच बसले! तेवढ्यात पुजाऱ्याने माझ्यासमोर आरतीचं ताट धरलं आणि माझ्या हातातले पैसे खस्सकन ओढून घेतले! मग देवीच्या अंगावर भिरकावलेलं कुंकू घेऊन, माझ्या कपाळावर लावलं. कालिमातेच्या डोळ्यांमध्ये पुन्हा एकदा बघण्याचा माझा मानस अपूर्णच राहिला. एका पिंडाऱ्याने मला जवळजवळ ढकलतच बाहेर काढलं. संगमरवरी पायऱ्यांवरून खाली उतरत असताना बाबा धडपडले. मी चटकन त्यांचा हात

धरला म्हणून ते खाली पडले नाहीत. का कुणास ठाऊक; पण माझ्या डोळ्यांत टचकन पाणी उभं राहिलं. मग आम्ही नात मंदिराच्या बाजूने चालत जाऊन, हरकत तालाकडे पोहोचलो. तिकडे एक खाटिक मांस कापत बसला होता. आम्ही बळीच्या विधीसाठी लागणारे पैसे भरले आणि परत आलो; रस्त्यात पडलेल्या गाय आणि बकऱ्यांच्या मुंडक्यांकडे लक्ष न देण्याचा मी खूप प्रयत्न केला; पण फोल! रक्ताने माखलेल्या दोन वेदी सतत माझं लक्ष वेधून घेत होत्या. मोठी वेदी गाय व बैलांच्या बळीसाठी होती; त्यावर नुकत्याच कापल्या गेलेल्या कुठल्याशा प्राण्याच्या मांसाचे तुकडे विखरून पडले होते. लहान वेदी बकऱ्यांच्या बळीसाठी होती. त्यावर पडलेल्या रक्तावर माशा घोंघावत होत्या. दररोज इतक्या प्राण्याचं रक्त पिऊनही सतत तहानलेली राहणाऱ्या कालिमातेची मला दया आली! आणि आमच्यासाठी कुठल्या मूक जनावराचा बळी दिला जाणार याचा विचार निग्रहाने मनाबाहेर सारत, मी बाबांमागे चालू लागले.

पेढ्याच्या दुकानाबाहेर ठेवलेल्या आपल्या चपला घालत बाबा म्हणाले,

''बघ, मा काली नक्की आपलं काम करील. कोलकाता स्थापन होण्याआधीपासून ती इथे अस्तित्वात होती आणि आपणसुद्धा!''

मला माझ्या मनाच्या आरशात कालिमातेचे तीन डोळे दिसत होते. ठाकूमा सांगायची की, सुरुवातीला मूर्ती अशी काही नव्हतीच. फक्त एक मुखवटा असायचा. नंतरच्या काळात त्या मुखवट्याला चार हात आणि सोन्याची जीभ चढवली गेली. असं मानलं जातं की, सतीचा अंगठा अजूनही याच देवळात कुठल्याशा गुप्त ठिकाणी दडवून ठेवलेला आहे. स्नान यात्रेच्या वेळी पुजारी आपल्या डोळ्यांवर पट्टी बांधतात आणि तो अंगठा काही वेळासाठी गंगेमध्ये बुडवून पुन्हा बाहेर काढतात.

जोरजोरात ओरडत आपल्याकडच्या नानाविध वस्तू विकणाऱ्या दुकानदारांच्या कचाट्यामधून बाहेर पडत श्यामाप्रसाद मुखर्जी मार्गाला लागल्यावर बाबा मला म्हणाले,

''आता पुढचे काही दिवस मी जसं सांगेन तसंच तू वागायचंस! समजलं?''

टी.व्ही.चे वार्ताहर सतत आमच्या मागे होते.

''उद्या पहाटे होणार असलेल्या फाशीची सगळी तयारी पूर्ण झालेली आहे. प्रमुख जल्लाद फणीभूषण ग्रद्धा मलिक आणि त्यांची मुलगी चेतना मलिक यांनी अलिपूर कारागृहाला भेट देऊन, फाशीची चाचणी यशस्वीरीत्या पूर्ण केलेली आहे. जतिंद्रनाथ बॅनर्जीची पत्नी कोकिला बॅनर्जी यांनी सादर केलेल्या दया-याचिकेचा विचार करून, सर्वोच्च न्यायालयाने फाशीच्या शिक्षेला स्थगिती दिली आहे आणि स्थगिती देण्याचं कारण सांगताना, सर्वोच्च न्यायालयाने असं म्हटलं

आहे की, बंगालच्या राज्यपालांनी जतिंद्रनाथची दया-याचिका नामंजूर केल्यानंतर, बॅनर्जींच्या कुटुंबीयांनी राष्ट्रपतींकडे आपली याचिका सादर केली आहे आणि जोपर्यंत त्या याचिकेवर राष्ट्रपतींचं उत्तर येत नाही, तोपर्यंत फाशीच्या शिक्षेला स्थगिती देणं(च) योग्य ठरेल.''

बाबांनी मोठा उसासा सोडत म्हटलं,

''सगळी तयारी झालेली! पण काय करणार...? त्याचा काळ आला असला तरी वेळ आलेली नाही, असंच म्हणावं लागेल...''

मृत्यू कशा रीतीने हेलकावे खातो आणि हुलकावण्या देतो याबद्दल काल बाबांनी वार्ताहरांशी बोलताना इतकं सुबोध स्पष्टीकरण दिलं होतं की, सांगता सोय नाही!

घरी चालत जात असताना माझे पाय जड होऊ लागले, मान खाली झुकली; हृदय धडधडू लागलं... गेला एक महिना आणि सहा दिवस मी माझ्या डोक्यावर स्त्रीत्वाच्या आत्मसन्मानाचा मुकुट घालून मिरवत होते. घातल्यावर जरी तो मुकुट जड वाटत असला, तरी आज तो असा अचानकपणे घरंगळून गेल्यावर, मला जरा ओकंबोकं वाटू लागलं होतं. आपण गाढ झोपेमध्ये असताना, कुणीतरी आपल्या अंगावरचं पांघरूण खेचून घ्यावं आणि आपण उघडं पडावं, असं काहीसं वाटत होतं.

शहरात नेहमीप्रमाणे घाईगडबड सुरू होती. वाहनांच्या गर्दीमध्ये आमची बस अडकत-अडखळत पुढे सरकत होती; त्यामुळे घरी पोहोचायला उशीर झाला. जेवण वाढलं होतं; पण काही केल्या मला भूक लागेना. या विचाराने आणखी अस्वस्थ वाटत होतं की, मला भूक नसल्याचं प्रमुख कारण संजीवकुमारची अनुपस्थिती हे होतं. 'हॅन्गवुमन्स डायरी'च्या चित्रीकरणानंतर आमच्या दररोज होत असलेल्या फेरफटक्याची आठवण माझ्या मनाला त्रास देत होती. फक्त एकदा... एकदा मला त्याच्यासोबत पुन्हा या शहराच्या गरीब-श्रीमंतांच्या गर्दीमध्ये मिसळून त्या सगळ्या आवाजांचा, वासांचा, दृश्यांचा आस्वाद घेता आला, तर मी आयुष्यात अन्य काही मागणार नाही!

''मी तुला सांगितलं ना, चेतू... यानंतर तू दुःख करायचं नाही...'' रामूदाच्या पलंगापाशी बसले असताना तो माझी समजूत काढत म्हणाला.

''महिनाभराची सवय अशी एकदम कशी जाणार, रामूदा?'' मी चेहरा पाडून त्याला विचारलं.

''ते सगळं बरोबर असलं तरी हळूहळू तुला आपल्या पूर्वीच्या आयुष्यात रुळायला हवं. गळ्यामधून फासाची गाठ काढल्यासारख्या गेल्या महिनाभरातील आठवणी तुला तुझ्या मनातून अलगदपणे काढता यायला हव्यात. नवीन काम

शोध, स्वतःचे पैसे कमवायला लाग, संध्याकाळची शिकवणी लावून आपलं शिक्षण पूर्ण कर. स्वतःच्या पायावर उभी राहा, चेतना. परंपरांच्या दोरखंडाला लटकून राहण्यात काही अर्थ नाही. काळासोबत पुढे जा.''

माझ्याबद्दल वाटणाऱ्या काळजीने ओथंबलेल्या स्वरात रामूदा पुढे म्हणाला,

''मला माहीत आहे की, गेल्या महिनाभरात तुझ्या आयुष्यात अतिशय चित्रविचित्र प्रसंग आणि अनुभव आले. तुझं शांत आयुष्य पार ढवळून निघालं; पण आता त्या आठवणींमध्ये जितकं रमशील, तितकं तुझं आयुष्य खराब होत राहील. निग्रह कर आणि मागे फिरून, गेल्या महिनाभराच्या प्रवासात मिळालेल्या सगळ्या आठवणी आपल्या डोक्यातून काढून टाक. यापुढे तुला त्यांची गरज पडणार नाही. तो तुझ्यासाठी परत येणार नाही. त्याला आता तुझी गरज उरलेली नाही. हे सगळं ऐकायला जितकं कटू वाटतं, तितकंच ते सत्य आहे आणि हे सत्य तू जितक्या लवकर स्वीकारशील, तितक्या लवकर तू त्यातून मोकळी होशील, चेतू!''

रामूदा बोलत असताना मी माझा महिनाभराचा प्रवास डोळ्यांसमोर आणत, सगळ्या आठवणींना उजाळा देत होते. नेमक्या कोणत्या आठवणी पुसून टाकाव्यात बरं? मुंग्यांनी खाल्लेलं माशांचं डोकं... लालचुटूक ओठांच्या वेश्या... मोडकळीला आलेल्या बंगल्यामध्ये तरारून उठलेल्या अपराजिताच्या वेली... हिऱ्याच्या कुड्या... मृतदेह गिळणारी तळघरं... माझे स्तन दाबणारा तो क्रूर हात... रामूदाचं चित्रीकरण करणारा कॅमेरा... ठाकूमाचं सोन्याचं नाणं... सगळी चित्रं एकेक करून माझ्या डोळ्यांसमोर तरळू लागली.

इतक्यात ठाकूमा आत आली आणि काही विचार न करता मी तिला विचारलं,

''ठाकूमा, तुझं सोन्याचं नाणं मिळालं का गं?''

तिला तो प्रश्न विचारल्यानंतर माझ्या लक्षात आलं की, अशीच असते जल्लादाला लागलेली रक्ताची भूक! कित्येक दिवस माझ्या मनात घोंघावत असलेल्या वादळाला अशा पद्धतीने वाट करून दिल्यावर मग मला जरा कुठे बरं वाटू लागलं.

''ते तर गेलं ना? कायमचं?'' ठाकूमाने कडवटपणे विचारलं. ''आता या म्हाताऱ्या बाईकडे आपल्या घराण्याचा जाज्वल्य इतिहास सांगण्यासाठी काय पुरावा उरला आहे? काही नाही!''

''नाही, ठाकूमा... तुझं नाणं सापडलं होतं. मी ते तुझ्या उशीखाली ठेवलं होतं.''

हे ऐकल्यावर, रामूदा आणि ठाकूमा सावरून बसले. त्यांचा त्यांच्या कानावर

विश्वास बसेना.

"मग गेलं कुठे ते?"

ठाकूमाच्या या प्रश्नावर जेव्हा मी उत्तर दिलं की, "कुणीतरी पुन्हा चोरलं असेल,"... तेव्हा घरात एकच गहजब माजला! ठाकूमा घायाळ वाघिणीसारखी उठली! तिचं लहानसं, अशक्त शरीर संतापाने थरथरू लागलं; पण तिच्यात कुठून जोर संचारला, देव जाणे! जोरात किंकाळी फोडत, ती स्वयंपाकघरामध्ये धावली आणि आईने एका कोनाड्यात ठेवलेला बटवा हुडकून काढून, तिने तो टराटरा फाडला! बघते तर काय? आतून संजीवकुमारने दिलेलं कानातलं आणि बांगड्या घरंगळून पडल्या; पण ठाकूमाचं नाणं काही सापडलं नाही. तिथून ठाकूमा काकूच्या खोलीमध्ये धावत गेली. गोंगाट वाढला तसे आपल्या खोलीमध्ये दारू पीत बसलेले बाबा, काय झालं ते बघायला आले.

"बघितलं? काय आणलंय याने आपल्या बायकोसाठी? बघितलंत का? सोन्याचे कानातले? कुठून आले एवढे पैसे?"

ठाकूमा आपल्या बारीकशा शरीराशी विसंगत असलेल्या गडगडाटी आवाजात ओरडली! काकू आणि काकीमाने तिला दूर ढकलण्याचा प्रयत्न केला, तर ती अडखळली आणि पाठीवर पडली. बाबा चटकन पुढे झाले. त्यांनी ठाकूमाला आपल्या हातावर उचलून धरलं, आतल्या पलंगावर नेऊन ठेवलं आणि डोळे विस्फारून काकूच्या खोलीकडे धावले.

"नको, नाही... नका जाऊ तिकडे..." आईची विनवणी.

"तू बाजूला हो! आज मी या कुत्र्याला लाथाडून काढतो की नाही, बघ!" बाबांची डरकाळी.

"अरे जा रे! हात तर लावून बघ मला! मुडदाच पाडतो तुझा!" – काकूंची बेदरकार धमकी.

मी रामूदाच्या पलंगाचा पाय पकडून जागीच बसून राहिले.

बाबांनी काकूला एका पायाने धरलं आणि आपल्या बळकट हातांनी त्याला चक्क फरपटत घेऊन जाऊ लागले! काकूच्या अंगाला ठिकठिकाणी जखमा होऊन, रक्त वाहू लागलं. बाबांनी त्याकडे जराही लक्ष न देता, काकूला ठाकूमाच्या पलंगापाशी नेऊन आदळलं. तेवढ्यात काकीमा तिथे धावत आली; तिच्या हातात मासे कापण्याचा सुरा होता.

"माझ्या नवऱ्याला हात लावलात तर खैर करणार नाही, सांगून ठेवते!" काकीमा किंचाळली. मग दात-ओठ खात बाबाही पुढे झाले आणि डाव्या हाताने काकीमाच्या हातातला सुरा खेचून घेत, उजव्या हाताने तिच्या थोबाडीत मारली! त्या सगळ्या कोलाहलामध्ये सुरा खाली पडला. काकूंनी सुरा उचलण्याचा प्रयत्न

केला तर त्यांचा हात कापला गेला आणि भळाभळा रक्त वाहू लागलं. तरीही काकू मागे व्हायला तयार होईनात!

"आज मी या माणसाला संपवून टाकणार आहे! याने माझं अख्खं आयुष्य बरबाद केलं आहे!" असं ओरडत, त्यांनी बाबांवर सुऱ्याचा वार केला. नशिबाने बाबा वेळीच निसटले; पण तरीही काकूंचे तांडव सुरूच राहिले. मा आणि काकीमा त्यांना थांबवण्यासाठी किंचाळत राहिल्या. या सगळ्यामध्ये एकटी ठाकूमा शांत होती. आपला पानाचा डबा उघडून ती त्यातली सुपारी चघळत बसली! मध्येच कधीतरी आईला चक्कर आली आणि ती जमिनीवर कोसळली. मी तिला सावरण्यासाठी पुढे धावले. इतक्यात कसा कोण जाणे पण बाबांच्या हाताला सुरा लागला आणि त्यातून रक्त वाहू लागलं. अचानक झालेल्या त्या आघाताने बाबा चपापले! त्यांचा तोल गेला आणि ते मागच्या टी.व्ही.वर आदळले. त्या धक्क्यामुळे टी.व्ही. सुरू झाला! 'यूरो चषका'चं प्रसारण सुरू होतं. थोड्या वेळाने बाबा सावरले आणि संतापाने पुढे होत, त्यांनी काकूचा हात मुरगाळला. काकूंच्या डोक्यात वेदनेची कळ गेली आणि ते जमिनीवर कोसळले. ती संधी साधून बाबांनी सुरा हातात घेतला आणि खाली पडलेल्या काकूंवर स्वार होत उभे राहिले. त्या क्षणी बाबांच्या डोळ्यांमध्ये उतरलेला जल्लाद बघून, माझ्या लक्षात आलं की, कुणाला मारून टाकण्यासाठी त्यांना आता न्यायाधीशाच्या लाल रुमालाची गरज उरलेली नव्हती! काकूंनाही बाबांचं रौद्र रूप जाणवलं. स्वतःची सुटका करून घेण्यासाठी, त्यांनी रामूदाच्या पलंगाचा पाय पकडला आणि तो उचलून धरला. क्षणार्धात काय झालं, कुणालाच काही समजलं नाही; पण पलंगाचा पाय उचलला गेल्यामुळे, हात-पाय नसलेलं रामूदाचं शरीर हवेत फेकलं गेलं आणि धाडकन जमिनीवर कोसळलं. आम्ही सगळे डोळे विस्फारून पाहत राहिलो! अमर्त्य घोषने रामूदाच्या डोक्याला हात घातला नव्हता. मात्र, काकूच्या कृत्यामुळे रामूदाचं डोकं जोरात फरशीवर आदळलं! कसलासा विचित्र आवाज झाला! क्षणार्धात, बाबा धावले! आईने किंकाळी फोडत, स्वतःला रामूदाच्या अंगावर झोकून दिलं. काकीमाने काकूला खोलीतून बाहेर काढलं. ठाकूमा सुपारी चघळत बसली. मी एका कोपऱ्यामध्ये उभी राहून, बधिर मनाने, ओढणीच्या गाठी बांधत राहिले.

टी.व्ही.वर चालणाऱ्या एखाद्या कार्यक्रमासारखं वाटत होतं सगळं...! सगळेजण उत्तम अभिनय करत होते. टी.व्ही. सुरूच होता. पोर्तुगालने इंग्लंडला हरवलं होतं. काही वेळाने, संजीवकुमारचा चेहरा झळकू लागला. अलिपूर कारागृहाच्या कोठडी क्र. ३ मध्ये जतिंद्रनाथ बॅनर्जी हसत बसला होता. रामूदाच्या शरीराच्या उरलेल्या मांसाच्या गोळ्याला उचलून बाबा जेव्हा इस्पितळात धावले, तेव्हा

मीसुद्धा हसण्याचा प्रयत्न केला. मात्र, त्या सगळ्यापेक्षा टी.व्ही.वर दिसणाऱ्या संजीवकुमारचं हास्य डोळ्यांत भरणारं होतं!

३१

दिवास्वप्नं होतं ते! किती भयंकर! कालीघाटच्या निमुळत्या गल्ल्यांमधून एक मनुष्य माशाचा सुरा घेऊन माझ्या पाठी लागला होता! मी किंचाळत उठले. बघते, तर मी आईसोबत 'एस.एस.के.एम.' इस्पितळाच्या एका बाकावर बसले होते. सगळीकडे रक्त, पू आणि घाणीचा दर्प सुटला होता. स्वप्नामध्ये मी निळी साडी नेसली होती. मला भीती वाटत होती की, ती साडी संजीवकुमारने चोरून आणली आहे. पांढऱ्या कपड्यातला, मोठी मिशी असलेला एक माणूस माझ्यामागे सुरा घेऊन लागला होता. 'एलोकेशी!!' असं काहीसं तो ओरडत होता. खरंतर मला त्याला सांगावंसं वाटत होतं की, मी एलोकेशी नव्हे; पण माझ्या घशातून आवाज येईना!

रामूदासोबत आत गेलेली पुरुष मंडळी बाहेर आली.

बाबांनी अलिप्त आवाजात सांगितलं,

"अजून काही सांगता येत नाही. त्याला निव्वळ आय.सी.यू.मध्ये ठेवण्यासाठी १५,००० रुपये खर्च करावे लागले."

हे ऐकून, पुन्हा आईचा बांध फुटला. बाबांनी तिच्याकडे दुर्लक्ष केलं आणि कुरकुरले,

"काल मिळालेला सगळा पैसा याच व्यापामध्ये संपून जाणार. आम्ही जल्लाद एखाद्याला मारण्यासाठी पैसे घेत नाही; पण या नालायकांना मात्र दाणे चारल्याशिवाय, हे एखाद्याला सुखाने मरूसुद्धा देणार नाहीत!"

मी डोळे चोळत बसले. प्रचंड थकवा आला होता, झोप येत होती; पण झोपून चालणार नव्हतं. मनात कसलीशी अनामिक भीती होती की, इथे सगळ्यांच्या हातात सुरा आहे. मग मी स्वतःचं मन दुसरीकडे वळवण्यासाठी, इस्पितळाच्या भिंतीबाहेर पसरलेल्या मैदानावर आणि व्हिक्टोरिया हॉलवर लक्ष केंद्रित केलं. तिथे मला रामूदा दिसू लागला – राइटर्स बिल्डिंगसमोर असलेल्या सेंट पॉल्स कॅथेड्रलच्या भिंतीलगत तो फुटबॉलच्या मागे धावत होता. बहुतेक त्याचा आत्मा तिकडे खेळायला गेलेला असणार. मैदानावर खेळणाऱ्या अकरा खेळांडूंच्या संघामध्ये, काचेसारखं पारदर्शक अंग घेऊन माझा रामूदासुद्धा धावत होता. इतक्यात एक मनुष्य मोठा सुरा घेऊन माझ्यासमोर उभा राहिला आणि त्या भीतीने माझं स्वप्नं

भंग पावलं! स्वप्न भंगलं ते एका अर्थी बरंच झालं; भट्टीमधून काढलेल्या मातीच्या टणक गोळ्याने रामूदाचे काचेचे पाय फुटताना बघणं मला अतिशय जड गेलं असतं.

आमच्या कालिचरण आजोबांच्या काळात एलोकेशीची हत्या झालेली होती. तारकेश्वर मंदिराचे पुजारी माधवचंद्र गिरी महंतासोबत आपल्या बायकोचे अनैतिक संबंध असल्याच्या संशयाने पछाडलेल्या नबीनचंद्र बॅनर्जीने, माशाच्या सुऱ्याने तिची निर्दयपणे हत्या करून, तिच्या शरीराचे छोटे-छोटे तुकडे केले होते. मिलिटरीच्या छापखान्यामध्ये कामाला असलेला नबीनचंद्र एके दिवशी कामावरून घरी आला तर त्याची बायको साडीच्या पदराने आपलं डोकं झाकून नबीनचंद्रच्या सुऱ्याखाली जाण्यासाठी तयार होऊन उभी होती!

'एस.एस.के.एम.' इस्पितळाबाहेर नवीन दिवस उजाडल्याची ग्वाही देणारी सूर्यकिरणं पसरली; पण आतमध्ये मात्र तोच बकालपणा कायम होता. इस्पितळाच्या आवारामध्ये घाण वास सुटला होता. पांढऱ्या पण मळकट कपड्यातले रुग्ण वेदनेने पिळवटलेले चेहरे घेऊन, इथेतिथे फिरत होते. मुख्य दरवाजाशी ठेवलेल्या कचराकुंडीमध्ये लहान पोरं, कुत्री आणि एका वेडा मनुष्य काहीतरी हुडकत बसले होते. पूर्वी हे इस्पितळ फक्त इंग्रज लोकांना प्रवेश देत असे. इस्पितळाच्या मुख्य आवारामध्ये दोन तळी आणि बॅडमिंटन व टेनिस खेळण्यासाठी खास प्रांगणं उभारलेली होती. इस्पितळाच्या इमारतीमध्ये रेव्हरण्ड किरनॅन्डर या कोलकातामधील पहिल्या प्रोटेस्टन्ट धर्मोपदेशकाचं घरसुद्धा होतं. देशाला स्वातंत्र्य मिळाल्यानंतर भारतीयांना इस्पितळामध्ये प्रवेश देण्यात आला.

आता पूर्वीच्या इस्पितळाची पार दुर्दशा झालेली आहे. जागोजागी कचऱ्याचे ढीग, रक्त आणि पू लागलेले वापरलेल्या कापसाचे बोळे, भिंतीवर पडलेले पान आणि शेंबडाचे घाणेरडे डाग... आम्ही या अत्यंत गलिच्छ ठिकाणी पोहोचावं यासाठी मी स्वतःलाच दोष देत होते. हे माझंच पाप होतं, ज्यामुळे हे सगळं होत होतं. तशी तर मी बरीच पापं केली होती; पण त्यातला सगळ्यात गंभीर गुन्हा होता तो संजीवकुमारच्या पडक्या वाड्यामध्ये, अपराजिताच्या वेलींच्या छत्रछायेत, त्याच्या हव्याहव्याशा वाटणाऱ्या मिठीमध्ये विरघळून जाण्याच्या आठवणींमध्ये हरवून जाणे! आतमध्ये रामूदा मृत्यूशी झुंज देत असताना, मी मात्र निर्लज्जासारखी जीवनाची स्वप्नं पाहत होते.

"रामू जगेल असं काही वाटत नाही... कदाचित आजची रात्रसुद्धा काढू शकणार नाही तो..." बाबांनी आईला थंड आवाजात सांगितलं.

"हे भगवान!!! देवाऽऽ! माझ्या मुलाला वाचव रे!" आई आकांत करू लागली.

बाबांना तिचा आक्रोश मुळीच आवडला नाही. एखाद्या कस्पटाकडे बघावं अशा नजरेने तिच्याकडे पाहत, ते तिला म्हणाले,

"उगीच स्वतःचे अश्रू वाया घालवू नकोस. जे होणार आहे, ते होणार आहे. गेले बरेच आठवडे त्याच्या चेहऱ्यावर मृत्यूच्या खुणा दिसत होत्या."

"त्याच्या या दुरवस्थेसाठी तुम्हीच जबाबदार आहात! तुमच्यामुळेच त्याची ही दयनीय स्थिती झाली! माझं सोन्यासारखं पोर! काय परिस्थिती ओढवलेय त्याच्यावर!" आई जोरजोरात रडू-ओरडू लागली.

आईकडे सपशेल दुर्लक्ष करत, बाबांनी मला हाक मारली आणि त्यांच्यासोबत यायची आज्ञा केली. त्यांच्या मनात काय सुरू होतं, हे समजायला काही मार्ग नव्हता. मी निमूटपणे बाबांमागे गेले. त्यांनी मला इस्पितळाच्या मुख्य दरवाजापाशी नेलं आणि म्हणाले,

"तुझ्याकडे त्या मुलाचा फोन क्रमांक आहे का?"

माझा चेहरा लालबुंद झाला.

"जा, तिकडे सार्वजनिक फोन आहे. हा घे १ रुपया. त्याला फोन कर आणि रामूच्या स्थितीबद्दल सविस्तरपणे सांग. ही फार मोठी बातमी होईल, चेतू. 'फाशीला स्थगिती मिळाल्याच्या दिवशी, जल्लादाच्या मुलाला मोठा अपघात; मृत्यूशी झुंज देत इस्पितळात दाखल' – काय धमाका होईल या बातमीने! विचार कर!"

बाबांचा उत्साह बघून मला घृणा वाटू लागली. त्यांची, माझी; सगळ्या परिस्थितीची.

"माझ्याकडे त्याचा फोन क्रमांक नाही."

बाबांचा विश्वास बसला नाही.

"काय? कसं शक्य आहे? तुझ्याकडे इतकी साधी माहिती नाही?"

"नाही."

बाबांच्या चेहऱ्यावर संताप दिसू लागला.

"तुला हे सांगायला लाज वाटत नाही का, चेतना? इतके दिवस त्याच्यासोबत हुंदडत होतीस आणि साधा फोन क्रमांक नाही घेऊ शकलीस?"

मी काही उत्तर देत नाही असं बघितल्यावर बाबांचा नाइलाज झाला. त्यांनी गमछाने तोंड पुसलं, सिगारेट शिलगावली आणि थोडा विचार करून म्हणाले,

"ठीक आहे, मी वाहिनीच्या कार्यालयात फोन करून त्याचा क्रमांक मिळवतो..."

मग जरासं हसत, ते म्हणाले,

"ती घटना घडली असती ना, चेतू... तर आज तू प्रसिद्धीच्या वलयामध्ये गुरफटलेली असतीस; पण ठीक आहे... तसे होणे नव्हते असं म्हणू या आपण; पण आता तुला स्वतःच्या पायावर उभं राहणं गरजेचं आहे. आपण तुझ्यासाठी

सरकारी नोकरी पटकावली पाहिजे आणि ती नोकरी तुला संजीवकुमारच मिळवून देऊ शकतो. आपण त्याच्याशी बोलायला हवं... वेळ दवडून उपयोग नाही.''

बाबांच्या आवाजामध्ये आता ८८ वर्षांच्या वृद्धाची हतबलता डोकावत होती. मला त्यांची दया आली.

एलोकेशीची हत्या झाल्यावर तिचा नवरा आणि प्रियकर दोघांना अटक केली गेली. न्यायालयाने नबीनचंद्रला फाशीची शिक्षा सुनावली; पण जनतेने या निर्णयाला विरोध दर्शवला. 'नवऱ्याला सोडा, प्रियकराला शिक्षा द्या!' अशी त्यांची मागणी होती. जनतेच्या इच्छेचा मान ठेवून, न्यायालयाने नबीनचंद्राची शिक्षा कमी करून त्याला जन्मठेपेची शिक्षा सुनावली. मात्र, त्यालाही जनतेने खूप विरोध केला आणि अखेर न्यायालयाला नबीनचंद्राला सोडून द्यावं लागलं. त्या वेळी कालिचरण आजोबा उद्गारले होते,

''चला, एक फाशी कमी द्यावी लागणार.''

मी बाबांच्या मागे सार्वजनिक फोनच्या रांगेकडे जात असताना, संजीवकुमारशी पुन्हा बोलण्याच्या विचाराने मला घाम फुटू लागला. खरंतर त्याने मला पुरेपूर वापरून, फाशीला स्थगिती मिळाल्यानंतर एखाद्या वापरलेल्या कपासारखं फेकून दिलं होतं. त्यासाठी त्याला लाज वाटण्याऐवजी, मलाच कसंसं वाटत होतं. या गोष्टीचा विचार करून शरम वाटत होती की, एकीकडे मी त्याच्यासोबत आयुष्य घालवण्याची स्वप्नं पाहत असताना त्याने मात्र त्याच्या आयुष्यात मला कधीही खास स्थान दिलेलं नव्हतं. उलट एखादी रिक्षा भाड्याने घ्यावी आणि आपलं ठिकाण आलं की, बिनदिक्कतपणे उतरून जावं असा काहीसा त्याने माझा वापर केला होता आणि मी त्याला मूर्खासारखा स्वतःचा वापर करू दिला होता. तरीसुद्धा पुन्हा त्याचा आवाज ऐकण्यासाठी माझे कान आसुसले होते! किती विचित्र फंदा पडला होता माझ्या गळ्यात!

सगळ्या फोनवर गर्दी होती. अखेर बाबांची पाळी आली. त्यांनी संजीवकुमारला फोन लावला. माझं हृदय तोंडात आलं!

''हॅलो, संजू बाबू? मी बोलतोय... फणीभूषण ग्रद्धा मलिक... अच्छा! तुम्ही झोपला होतात का? माफ करा हंऽऽ... मला तुम्हाला त्रास द्यायचा नव्हता; पण माझा मुलगा – रामू... रामदेव... काल रात्री त्याला मोठा अपघात झाला हो... त्याला इस्पितळात दाखल केलं आहे. विचार करा बाबू, ज्या दिवशी फाशीच्या शिक्षेला स्थगिती दिली गेली, त्याच दिवशी मुख्य जल्लादाच्या मुलाला इतका गंभीर अपघात झाला... भगवान! कुणाला खरं वाटेल का? जमिनीवर डोकं आपटून, त्याच्या कवटीला गंभीर इजा झाली आहे. इतकी वर्षं त्याच्या शरीराला काही हालचाल नसल्यामुळे त्याची सगळी हाडं कमकुवत झालेली आहेत, असं

डॉक्टरांचं म्हणणं आहे. त्याची जायची वेळ जवळ आली आहे, बाबू. आज किंवा फारतर उद्या सकाळपर्यंत तग धरेल तो...''

माझा घशात जळजळ वाटू लागली. शरमेने गळा घुसमटल्यासारखा वाटू लागला. तरी नशीब! या इस्पितळामध्ये मला ओळखणारे फार थोडे लोक होते. इथली बहुतांश माणसं दूरच्या गावांवरून आलेली, गरीब, शेतकरी घरातली होती. जिथे दोन वेळच्या अन्नाची भ्रांत असते, तिथे टी.व्ही. वगैरे कसे असणार? बऱ्याचशा गावांमध्ये साधा वीजपुरवठाही नव्हता.

मी बाबांना सोडून, पुन्हा आईकडे आले. हरीदाने तिच्यासाठी चहा आणला होता. तिच्या शेजारी, एक वृद्ध बाई एका लहान मुलाला मांडीवर घेऊन बसलेली होती.

''बघ, ही बिचारी गेले दोन आठवडे इस्पितळातच आहे. मिदनापूरवरून आली आहे...''

''कुठे राहत आहात तुम्ही?'' मी तिला विचारलं.

''रस्त्यावर! अजून कुठे? आमच्या गावातून कुणी ना कुणीतरी रोज उपचारासाठी इस्पितळात येत असतं. आम्ही रस्त्यावर एकमेकांसाठी जागा राखून ठेवतो.''

थोड्या वेळाने, ती बाई निघून गेली. आईने आपल्या हातातला कप फेकून दिला आणि माझं मन वाचत असल्यासारखी म्हणाली,

''त्या म्हाताऱ्याचं डोकं फिरलेलं आहे. तो तुला वाट्टेल ते सल्ले देईल. त्याचं ऐकू नकोस. समजलं?''

''मा, तू मला सांगतेस की, मी त्यांचं ऐकू नये; पण स्वतः तर कधी त्यांना विरोध करत नाहीस गं!''

उत्तरादाखल आपल्या भांगात लावलेल्या कुंकवावरून बोट फिरवत, आई म्हणाली,

''तुझी आणि माझी परिस्थिती वेगळी आहे आणि त्यात तू शिकलेली आहेस.''

खरंतर त्या क्षणी, मला तिच्या बोलण्यातली गहनता पूर्णपणे समजली नाही. ती वेळच काहीशी विचित्र होती. आम्ही सगळे थकलेलो होतो; रामूदाच्या काळजीने ग्रस्त होतो. अशा परिस्थितीत दुपार कधी झाली हे समजलंच नाही. इस्पितळाच्या खिडक्यांमधून डोकावत असताना मला भरपूर गाड्या दिसू लागल्या. रिक्षा, बस, ट्रक, चकचकीत चारचाकी गाड्या... ते सगळं निरखत मनाला गुंतवण्याचा प्रयत्न करत असताना, अचानक माझे डोळे विस्फारले गेले. संजीवकुमारच्या वाहिनीची गाडी इस्पितळाच्या आवारात शिरत होती! माझ्या धमन्यांमधलं रक्त गोठून गेलं! एवढ्यात तो आमच्यापर्यंत येताना दिसला.

माझी खूप इच्छा होती की, त्याने माझ्याकडे बघून स्मित करावं. किमान चेहऱ्यावर कोवळे भाव आणावेत.

पण तसं काही झालं नाही. उलट संजीवकुमारने माझ्याकडे अत्यंत तिरस्काराने आणि असमाधानाने बघत विचारलं,

"तुझे बाबा कुठे आहेत?"

"आता तर इथेच होते..." मी दबक्या आवाजात उत्तर दिलं.

"तुझा भाऊ कुठल्या खोलीत आहे? चल, पटापट पावलं उचल. मला इतरही बरीच कामं आहेत," त्याने मला फर्मावलं.

आई मध्ये पडली आणि डोक्यावर पदर घेत तिनं उत्तर दिलं,

"मला वाटतं, तो तिसऱ्या मजल्यावर आहे, बाबू..."

"चला, मला पटापट दाखवा. मला लगेच निघायचं आहे."

मी त्याच्याकडे बघत बसले. तो आपल्यासोबत आलेल्या कॅमेरामनला हुकूम सोडत होता. आपापल्या नातेवाइकांना बघण्यासाठी किंवा निरनिराळ्या डॉक्टरांना भेटण्यासाठी इस्पितळाच्या बोळांमध्ये उभ्या असलेल्या लोकांमधून वाट काढत, आम्ही लिफ्टपर्यंत पोहोचलो आणि बटण दाबलं. संजीवकुमार माझ्याकडे धड बघतसुद्धा नव्हता.

"हे 'एस.एस.के.एम.' म्हणजे काय रे? काय अर्थ होतो या नावाचा?" त्याने आपल्या कॅमेरामनला विचारलं. मात्र, कॅमेरामनने आपल्याला माहीत नसल्याची खूण केलेली बघितल्यावर, मी पुटपुटले,

"पूर्वी याचं नाव 'प्रेसिडेन्सी जनरल हॉस्पिटल' ऊर्फ पी. जी. हॉस्पिटल असं होतं. नंतर त्याचं नाव बदलून सेठ सुखलाल करनानी हॉस्पिटल असं ठेवलं गेलं."

"ते कोण आहेत?"

"मोठे व्यापारी होते... त्यांनी या इस्पितळासाठी खूप पैसा दान दिला."

संजीवकुमारला मी देत असलेल्या माहितीमध्ये रस तर होता; पण तो मुद्दाम असं दाखवत होता की, त्याला या सगळ्यामध्ये काडीचा रस नाही. घाणीने बरबटलेल्या बोळांमधून चालत आम्ही तिसऱ्या मजल्यावरील अतिदक्षता विभागाकडे पोहोचेपर्यंतही त्याने माझ्याकडे अजिबात लक्ष दिलं नाही.

रामूदा एका गंजलेल्या पलंगावर पडला होता. त्याच्या तोंडावर प्राणवायू मिळण्यासाठीचं यंत्र बसवलं होतं; पण त्याचे डोळे अर्धे उघडेच होते. कपाळापर्यंत पूर्ण डोक्याला बांधलेल्या पट्ट्यांवर रक्ताचे मोठाले डाग होते. त्याला या स्थितीत पाहून मला रडू कोसळलं. ते पाहून अतुल किशोर चंद्राच्या कॅमेऱ्याने लागलीच माझा ठाव घेतला!

“इथे चित्रीकरण करणं वर्ज्य आहे, बाबू...” महत्प्रयासाने जांभई आवरत एका मध्यवयीन परिचारिकेने चंद्राला दटावलं; पण तेवढ्यात संजीवकुमार तिच्यावर ओरडला,

“जा, खटला भरा आमच्यावर! काय वाट्टेल ते करा!”

त्या परिचारिकेचा चेहरा क्षणभर रागाने फुललेला दिसला; पण मग आपला विरोध इथे उपयोगाचा ठरणार नाही हे जाणून, ती निमूटपणे निघून गेली. मग संजीवकुमारने मला आदेश दिला :

“त्याची चादर काढ.”

“नाही. तुम्हाला बघवणार नाही.”

“ओ, मॅडम!! आमचं काम आम्हाला आमच्या पद्धतीने करू द्यायचं, काय? काय बघण्यासारखं आहे आणि काय नाही हे तुम्ही ठरवू नका. एकतर भल्या पहाटे झोपेतून उठवता आणि वर मलाच शहाणपणा शिकवता काय?” असं म्हणून संजीवकुमारने स्वतः रामूदाची चादर ओढून भिरकावली! मला तर तोंडात मारल्यासारखं वाटू लागलं! रामूदाचं अर्ध अंग उघडं होतं. फक्त कमरेवर एक लुंगीवजा हिरवं कापड बांधलेलं होतं. उजव्या हाताचं आणि डाव्या पायाचं थोटूक दिसत होतं. अतुल किशोर चंद्राचा कॅमेरा एखाद्या अधाशी भुकेलेल्या कुत्र्यासारखा रामूदाचे लचके तोडू लागला. थोड्या वेळाने कॅमेरामन चक्क रामूदाच्या पलंगावर चढून, त्याच्या अंगांगाचे चित्रीकरण करू लागला. कालिमाता आपल्या लांब जिभेने रामूदाचं शरीर चाटून काढते आहे, असं वाटू लागलं. क्षणोक्षणी रामूदाच्या एकेकाळच्या उंच्यापुऱ्या मूर्तीची आठवण होऊन, माझ्या डोळ्यांना अश्रूंच्या धारा लागल्या होत्या.

मनातली वेदना दाबून ठेवत, मूकपणे अश्रू ढाळत कोपऱ्यात उभी असताना, संजीवकुमार माझ्या जवळ आला आणि अतिशय कुत्सितपणे हसत म्हणाला,

“आठवतं का? पहिल्यांदा जेव्हा मी रामदेवचं छायाचित्र घेण्याचा प्रयत्न केला होता, तेव्हा तू माझा कॅमेरा तोडला होतास. बघ, काळ कसा बदलत जातो? आज तूच मला त्याचं छायाचित्रं काढायला बोलावलं आहेस.”

संजीवकुमारच्या नालायकपणाची हद्द होती! संतापाने माझ्या अंगाची लाहीलाही होऊ लागली. दुःख, चीड, वेदना... या सगळ्याने माझं डोकं भणभणू लागलं.

इतक्यात, बाबा आले आणि आपल्यासमोर साक्षात देव अवतरल्याप्रमाणे संजीवकुमारकडे धावत गेले! त्यांना संजीवकुमार व अतुल किशोरसमोर कमरेत वाकून नमस्कार करताना पाहून, मला क्षणभरही तिथे उभं राहावंसं वाटेना. पायाला मुंग्या आल्यासारखं वाटत होतं. पाय जड झाले होते. एक पाऊल तरी धड चालता येईल का, अशी शंका वाटत होती. मी कशीबशी धडपडत अतिदक्षता

विभागातून बाहेर पडले. लिफ्टची वाट न बघता सरळ पायऱ्यांनी खाली जाऊ लागले. डोळ्यांत जमलेल्या अश्रूंमुळे समोरचा रस्ता आणखी धुरकट दिसत होता; पण मला कशाचीच पर्वा उरली नव्हती. माझ्या मनात एकच दृश्य येत होतं : संजीवकुमार रामूदाचे फोटो काढत होता आणि मी त्याचा कॅमेरा हिसकावून, तोडून टाकला होता. "मला एकदा तरी तुला चांगला लक्षात राहील असा धडा शिकवायचा आहे! त्यासाठी तुला एकदा तरी जोरकसपणे माझ्या खाली घ्यायचं आहे!" ही त्याची हीन धमकी माझ्या मनात अस्वस्थ रुंजी घालत होती. माझ्या मनामध्ये द्वंद्व सुरू झालं. मी स्वतःशी विचार करू लागले. कोण आहे हा संजीवकुमार मित्रा? एक साधा पुरुष. त्याच्याशी तुझा काय संबंध आहे, चेतना? काही नाही. त्याने माझ्या पदरामध्ये प्रेमाच्या दोन-चार थेंबांची भीक टाकली, आणि मी भुलले. पार वेडी झाले. सगळं गमावून बसले. लाज वाटते मला स्वतःचीच!

थोड्या वेळाने बाबा, संजीवकुमार आणि अतुल किशोर तळमजल्यावर येऊन माझ्यासमोर उभे राहिले. मला त्यांचं बोलणं ऐकू येत होतं.

"नाही, फणीदा. तुम्ही आपला शब्द पालटण्यात किती चतुर आहात, हे मी मागच्या वेळी बघितलं आहे आणि मी माझ्या चुकांमधून शिकणारा माणूस आहे; त्यामुळे तुमच्यावर विश्वास ठेवण्याची चूक मी पुन्हा करणार नाही."

"असं म्हणू नका, संजू बाबू... मी माझ्या मुलीला तुमच्याकडे सुपूर्द केली आहे..." बाबा त्याच्यासमोर गयावया करत म्हणाले.

संजीवकुमारने त्यांच्याकडे वैतागून बघितलं आणि म्हणाला,

"बरं, बरं... मी हे आजच्या बातमीपत्रामध्ये टाकतो. दुपारपासून दिसू लागेल तुमची बातमी."

"धन्यवाद बाबू... पण, बघा... तेवढ्याने आमचं कसं भागणार? चेतनाला सरकारी नोकरीची फार गरज आहे. काहीतरी करा, बाबू... तिला चांगली नोकरी मिळवून द्या. हात जोडतो तुमच्यासमोर."

"बघू..." असं म्हणत, संजीवकुमारने तो विषय तिथेच बंद केला आणि मग पुढे म्हणाला,

"अतुल दा, चला. निघू या लवकर. अरे, हो... फणीदा... जर ही बातमी आमच्या आधी इतर कुठल्याही वाहिनीवर दिसली, तर..."

साधासा राखाडी शर्ट आणि जीनची पॅन्ट घालून आलेल्या संजीवकुमारच्या नजरेतली जरब मात्र कुणालाही घाबरवून टाकण्यासारखी होती. कधी नव्हे ते बाबासुद्धा नम्र झाले.

"नाही, नाही! संजू बाबू... मी माझ्या शब्दावर पक्का असतो."

“हंऽऽ! ते दिसलंच आतापर्यंतच्या घटनांमध्ये!” असा टोमणा मारून, संजीवकुमार जाऊ लागला तसं बाबांनी त्याला पुन्हा टोकलं आणि म्हणाले,

“बरं, जरा ऐका नाऽऽ... चेतनाला वाटेत घरी सोडता का? आम्हाला बहुधा इथे काही दिवस राहावं लागणार आहे; त्यामुळे थोडे कपडे वगैरे आणायला पाहिजेत. जाता-जाता तिला घरी सोडलंत तर उपकार होतील.”

“नाही, मला वेळ नाही.”

संजीवकुमारने बाबांना इतक्या बेफिकिरीने उडवून दिल्यावर त्यांचा चेहरा खर्रकन उतरला. माझ्या मनात मात्र संतापाच्या लाटा उसळत होत्या.

“फारच चिडलेला दिसतोय हा...” बाबा फुरंगटून म्हणाले.

“ही वेळसुद्धा तुमच्यामुळेच आली आहे!” आई मागून येत म्हणाली. “तुम्ही त्याला मूर्ख बनवू पाहत होतात ना? बघा, काय होऊन बसलं ते!”

“आपण काय त्याला मूर्ख बनवणार? त्यानेच आपल्याला वेड्यात काढलं आहे. आता त्याला आपली गरज उरलेली नाही...” मी आईच्या बोलण्याला दुजोरा देत म्हणाले.

ते ऐकून, आईच्या डोळ्यांत पाणी तरळलं आणि तिने विचारलं,

“त्याला जर आपल्याला मूर्खच बनवायचं होतं, तर मग त्याने तुला एवढे महागाचे कानातले, अंगठी वगैरे वस्तू का दिल्या, चेतू? नाही, मला हे पटत नाही. तुमच्या... तुमच्या स्वभावामुळे, तुमच्या वागणुकीमुळे सगळे फासे उलटे पडत आहेत!” ती बाबांवर धावून जात ओरडली. “माझं मेलीचं नशीबच फुटकं! ज्या मुलाने माझ्या चितेला अग्नी द्यायचा, तो आज स्वतः अखेरचे श्‍वास मोजतो आहे. एक चांगली मुलगी निपजली, तिची तुम्ही वाट लावायला घेतली आहे!”

“छी!! गप्प बसतेस का आता? तुझ्या जिभेला काही हाड?” असं ओरडून, बाबा हरीदाला भेटण्यासाठी निघून गेले. ते गेल्यावर, आईने आपला मोर्चा माझ्याकडे वळवला.

“तुम्ही दोघं राजरोस फिरत होतात... ते तर सगळ्या जगाने बघितलं आहे आणि आता हा मुलगा तुला सोडून गेला आहे! काय करायचं आता आपण? देवा रेऽऽ! चेतना, तुला काहीच लाज वाटत नाही का गं?”

“मुळीच नाही! मी असं काय केलं आहे की, मला लाज वाटावी?” मी आईवर आवाज चढवून ओरडले.

हे ऐकून, आईच्या चेहऱ्यावर वेदनेची लहर चमकून गेली आणि ती मला म्हणाली,

“अगं बाळा, तुला आता या सगळ्याचं महत्त्व समजणार नाही; पण विचार कर. तू कशी काय जगणार यापुढे? तुझे वडील आताच ८८ वर्षांचे आहेत.

मीसुद्धा फार तरुण राहिलेली नाही. ठाकूमाबद्दल तर काही न बोललेलंच बरं. सुदेव आणि स्यामिली? तुला वाटतं, ते तुला शांतपणे जगू देतील? छे! तुझी लक्तरं काढून त्याचा बाजार मांडायला कमी करणार नाहीत ती दोघं!''

मला आईची काळजी समजत होती. तिला शांत करत मी म्हणाले,

''आई, तू माझी चिंता करू नकोस. माझं आयुष्य कसं घालवायचं याचा मी नीट विचार केला आहे.''

''काय ठरवलं आहेस तू, चेतू?''

''सांगेन नंतर...'' असं म्हणत, मी आईला जवळच्या एका कट्ट्यावर बसण्याची विनंती केली. मीही तिच्याशेजारी जाऊन बसले. इतक्या तासांच्या शारीरिक व मानसिक त्रासाने दमलेली माझी आई लगेच त्या बाकावर आडवी झाली. मी तिचं डोकं माझ्या मांडीवर घेतलं आणि मायेने तिच्या केसांतून हात फिरवू लागले. थोड्या वेळाने आईने डोळे उघडले आणि मला विचारलं,

''रामू अजूनही बेशुद्ध आहे का गं?''

मी उत्तर दिलं नाही.

''बिचारा माझा पोरगा... लवकरात लवकर जावं त्याने... इतकी वर्षं फक्त वेदना आणि अपमान सहन करत आला आहे. जाताना तरी, त्याला कमीतकमी वेदना व्हाव्यात...''

आईच्या केसांमधून फिरणारी माझी बोटं जागीच थिजली. आईला माझ्या मनातली भीती समजली. ती म्हणाली,

''मी जिवंत आहे तोपर्यंत त्याला अंघोळ घालेन, जेवायला भरवेन... पण माझ्यानंतर त्याचं कोण करणार गं?''

''मी आहे ना, माऽऽ!'' भरून आलेल्या आवाजात मी म्हटलं.

''नाही चेतू... तुझं भविष्य उज्ज्वल आहे. भावनेच्या भरात स्वतःचं चांगलं आयुष्य वाया घालवू नकोस.'' आई उठून बसली आणि माझ्या चेहऱ्यावर डोळे रोखून म्हणाली, ''आपल्यासारख्या स्त्रियांसाठी लग्न म्हणजे आयुष्याच्या कैदेमधून सुटण्याची उत्तम किल्ली असते. माझ्यासाठी तरी तसंच होतं. झोपण्यासाठी जागा, दोन वेळच्या अन्नाची सोय... माझ्यासाठी लग्न म्हणजे इतकंच होतं.''

आता तिच्या डोळ्यांत अश्रू नव्हते. चेहरा शांत होता आणि आवाज खंबीर!

''तो मुलगा चांगला आहे, चेतू. त्याला हातचं जाऊ देऊ नकोस.''

''त्याचं माझ्यावर प्रेम नाही, मा!''

''मग त्याने तुझ्यासाठी सोन्याचे दागिने का आणले?''

''कारण त्याला माझा वापर करून घ्यायचा होता. आणखी काही नाही.''

''चेतना, मी काय सांगते ते नीट ऐक. पुरुष हे देवासारखे असतात. जर

कुणी त्यांची आराधना करत नसेल, त्यांच्याकडे काही न काही मागत नसेल, दिवसातून तीन-चार वेळा त्यांच्याकडे भीक मागत नसेल तर ते निव्वळ दगडाचे पुतळे बनून राहतात. त्याला पकडून ठेव, बाळा... त्याला सोडू नकोस. तोच तुझ्या सुटकेची गुरुकिल्ली आहे.''

''हो का? आणि मग सुटून कुठे जाणार मी?''

''अगं, डोळे उघडून बघ, चेतना! जग किती विस्तारलेलं आहे. त्यात किती उत्कृष्ट गोष्टी आहेत. त्यांचा अनुभव घे – नव्हे, घ्यायलाच पाहिजे! पण त्यासाठी तुला आपल्या या लहानशा डबक्यातून बाहेर उडी मारली पाहिजे आणि ते करण्यासाठी संजीवकुमारपेक्षा आणखी कोणती उत्तम शिडी तुला मिळणार?''

आईला असं बोलताना ऐकून मला भीती वाटू लागली. ही माझी आई असू शकत नाही; ही दुसरीच कुणीतरी अनोळखी बाई बोलते आहे, असं वाटू लागलं.

आईने पुन्हा माझ्या मांडीवर डोकं ठेवलं; मी पुन्हा तिच्या केसांतून हात फिरवू लागले. काही वेळ आम्ही दोघीही गप्प बसून होतो. मग अचानक मी आईला विचारलं,

''मा, तू कधी प्रेमात पडली होतीस का गं?''

तिने हलकंसं स्मित करत विचारलं,

''का गं? आज अचानक हा प्रश्न कुठून आला तुझ्या डोक्यात?''

मी काही बोलले नाही. मग जरा वेळाने आई सांगू लागली,

''हो, मी एकदा अगदी मनापासून प्रेमात पडले होते. आमच्या गावातला मुलगा होता तो. मग फाळणी झाली; आम्ही भारतात आलो. माझी आई मारली गेली... आणि त्याचे वडीलसुद्धा.''

फाळणीची झळ आमच्या कुटुंबालाही लागली असेल असं मला कधी वाटलं नव्हतं. आईचं बोलणं ऐकून मी सुन्न झाले.

''मग, पुढे?''

''पुढे काय, बाळा? तो काळ फार वेगळा होता. दोन वेळच्या अन्नाची भ्रांत असायची. आयुष्य जगण्यासाठी लागणाऱ्या मूलभूत गोष्टींसाठी वाट्टेल त्या तडजोडी कराव्या लागत होत्या. माझ्या बाबांनी पुन्हा लग्न केलं. आम्हाला ना खायला अन्न असायचं; ना झोपण्यासाठी जागा. मी १३ वर्षांची असताना, तुझे आजोबा मला बघायला आले. त्या वेळी मला वाटलं, किती छान! माझं लग्न झालं की, मला दोन वेळचं पोटभर खायला मिळेल!...'' आईचा आवाज कातर झाला होता.

''आणि मग... त्याचं काय?''

''त्याला मी मारून टाकलं... माझ्या मनात!''

काय बोलावं, मला काही सुचेना! आईचं अंग थरथरत आहे, असं वाटू

लागलं. थोड्या वेळाने धीर एकवटून मी तिला विचारलं,

"आई, तू कधी बाबांवर प्रेम केलं नाहीस का?"

"तो इसम एक नाही – अनेक माणसांचं मिश्रण आहे." आईच्या आवाजाला धार आली होती. "त्याला माहिती आहे की, मी त्याच्यापेक्षा सगळ्या दृष्टीने श्रेष्ठ आहे. मला मिळवायची त्याची लायकी नव्हती गंऽऽ! म्हणून तर तोंड लपवायला सोनागाचीला जात असतो ना! चेतू, तुझ्या बापाचं काळीज भोक पडलेल्या नारळाच्या करवंटीसारखं आहे. तू त्यात कितीही प्रेम ओतलंस ना, तरी ते वायाच जातं; त्यामुळे त्याच्याकडे अख्खी गंगा असती ना, तरी तो नेहमी तहानलेलाच राहिला असता."

"तू कधीकाळी इतर कुणाच्या प्रेमात होतीस, हे बाबांना माहीत आहे का?"

"नाही. म्हणजे मी तरी त्यांना स्वतःहून कधी सांगितलं नाही; पण मला असं वाटतं की, त्यांना अंदाज आहे. म्हणून तर आमच्या पहिल्या भेटीपासून आजपर्यंत ते सतत माझा पाणउतारा करत आले आहेत ना. तुझ्या बाबांना पोहता येत नाही; मग त्याचा सूड म्हणून त्यांना अख्खी नदी आटवून टाकाविशी वाटते. मी त्या मुलाला आजपर्यंत विसरलेले नाही. कदाचित, तुझ्या बाबांनी मला तसं करू दिलं असतं, तर मी त्याला विसरलेही असते; पण त्यांचा स्वभाव हा असा... काय करणार?"

माझ्या मनात राधारमण मलिक आणि चिन्मयीदेवीची गोष्ट तरळू लागली. आजपर्यंत मला असं वाटायचं की, माझे बाबा एखाद्या जमीनदारासारखे आहेत आणि माझी आई उकळतं पाणी ठेवलेल्या, काळ्या पडलेल्या भांड्यासारखी आहे. आज मात्र मी तिच्याकडे वेगळ्या नजरेने पाहू लागले. मनात विचार आला की, माझ्या मांडीवर झोपलेली ही बाई माझी आई नाही... मला वाटू लागलं की, माझं शरीर काचेचं झालेलं आहे... त्यामधून प्रकाश पाझरतो आहे... आणि मी तसं शरीर घेऊन धावत सुटले आहे... मोठ्या डोळ्यांच्या, लालचुटूक ओठांच्या दुर्गादेवीच्या मूर्ती रचून ठेवलेल्या निमुळत्या बोळांमधून!

पुन्हा एकदा, ती हाक ऐकू आली... 'एलोकेशी!!'

नबीनचंद्र बॅनर्जी मूर्ख होता. त्याने एलोकेशीला मारून टाकायला नको होतं. केवळ तिला मारलं गेलं म्हणून ती इतक्या शतकांनंतर, आजही आपल्यामध्ये जिवंत आहे.

३२

मी जेव्हा निमताला घाटावर जाते, तेव्हा मला असं वाटतं, जीवनाचं घड्याळ उलट्या दिशेने प्रवास करू लागलं की, त्याला मृत्यू म्हणतात आणि तो क्षण आला की, आपले आप्तस्वकीय, मुलंबाळं हे सगळे केवळ जीवनाच्या आरशातली प्रतिबिंब बनून राहतात. जर तो क्षण मृत्यू असेल जिथून आपण आपल्या नात्यांपासून दूर जाऊ लागतो, तर आपण आपल्या आयुष्यात अनेकदा मरत असतो.

आई बाकावर पसरून गाढ झोपली होती. मी तिच्याशेजारी बसून होते. डोक्यात विचारचक्र सुरू होतं. संजीवकुमार आमच्या नात्यापासून दूर जाऊ लागला होता. त्या दृष्टीने विचार करता आमच्यापैकी एकजण मरत होतं. अंगाला लावलेल्या निरनिराळ्या नळ्यांद्वारे, आयुष्याच्या शेवटच्या घटका जगत असणाऱ्या रामूदाचं घड्याळ बऱ्याच दिवसांपासून उलट्या दिशेने धावू लागलं होतं. इतके दिवस आभाळातून मनमुराद बरसणारा पाऊस आता दडी मारून बसला होता; सगळीकडे रखरखाट पसरलेला होता.

एवढ्यात बाबा तिथे आले. त्यांच्यासोबत इस्पितळाचा गणवेष घातलेला एक माणूस होता. इतक्या निराशाजनक वातावरणामध्ये दात विचकत हसणारा तो मनुष्य पाहून मला अस्वस्थ वाटलं. बाबांनी त्याच्या हातात कोंबलेल्या नोटा आपल्या कमरेच्या पाकिटात टाकून, तो माणूस माझ्याकडे बघून हसला आणि म्हणाला,

''अरे! अगदी टी.व्ही.वर दिसते तशीच आहे की ही! फक्त आता चेहऱ्यावर दमणूक आहे, एवढंच!''

मग तो आणखी रुंद हास्य करत बाबांकडे वळला आणि म्हणाला,

''दादा, तुम्ही मला इतके पैसे दिलेत ना? आता काही काळजी करू नका! या इस्पितळाला आपलं नवं नाव कसं मिळालं, माहिती आहे ना? अहो, त्या शेठने पैसे दान केले म्हणून तर त्याचं नाव लागलं... खरंतर त्याने दिलेली रक्कम अगदी तुटपुंजी होती... पण त्याने काय फरक पडतो म्हणा?''

बाबांनी मोठा उसासा टाकला आणि त्या माणसाला म्हणाले,

''तो माझा एकुलता एक मुलगा आहे. त्याने बरं व्हावं अशी माझी अपेक्षा नाही. मला माहीत आहे, ते शक्य नाही; पण एकच विनंती आहे... त्याला जिवंतपणी अनेक मृत्यू भोगायला लावू नका...''

''काळजी करू नका, दादा. मी डॉक्टर साहेबांकडे खास शब्द टाकतो तुमच्यासाठी. खरंतर हे डॉक्टर फक्त राजकीय पक्षांच्या खास विनंत्यांना मान

देतात; पण मी त्यांना पटवून देईन की; तुम्ही राजकीय वर्तुळात मान असलेली आसामी आहात आणि तसंही तुम्ही तर चेतना ग्रद्धा मलिकचे वडील आहात. किती थोर भाग्य आहे तुमचं, दादा! टी.व्ही.वर येते तुमची मुलगी!''

मी कपाळावर जमलेला घाम पुसून, शून्यात नजर लावून बसले. आई अजूनही गाढ झोपेत होती. झोपेत तिचं तोंड उघडं पडलं होतं; जणू ती कित्येक वर्षांची अपूर्ण राहिलेली झोप पूर्ण करत असावी. तिच्या विटलेल्या साडीच्या किनारीखालून भेगा पडलेले पाय डोकावत होते. एलोकेशी! जर ती अजून जिवंत असती तर आज तिची मुलं, नातवंडं असती. कदाचित तिलाही तिच्या मुलाकडे लक्ष देण्यासाठी भेगा पडलेले पाय घेऊन, या अशा घाणेरड्या इस्पितळामध्ये ताटकळत बसावं लागलं असतं. बापरे! नकोच ते!

इस्पितळाचा कर्मचारी निघून गेल्यावर बाबा मला म्हणाले,

''चल, तयार हो. आपल्याला सिब्देव बाबूंना भेटायला जायचं आहे. कदाचित ते तुला सरकारी नोकरी मिळवून देऊ शकतील.''

''नोकरी? कसली नोकरी?'' अचानक जागी होत आईने प्रश्न केला. ''पुरे झालं आता हे खूळ; लग्नाचं बघा त्या मुलीचं. चांगला मुलगा मिळाला होता... स्वतःच्या हव्यासापायी त्याला गमावून बसलात. तुम्ही हा मूर्खपणा केला नसतात तर आज माझ्या मुलीचं भविष्य सुरक्षित असतं.''

बाबांना आईचं बोलणं रुचलं नाही. तिच्याकडे रागाने बघत, ते उद्गारले,

''ती तिचं नशीब घेऊन आलेली आहे आणि ती त्यानुसारच जगेल.''

आईने आपले केस सोडून, कराकरा डोकं खाजवलं आणि म्हणाली,

''हो ना! ते तर दिसतंच आहे!''

झालं! यावरून दोघांची भांडणं सुरू झाली. बाबा तिला म्हणाले,

''अर्थात, ती माझी मुलगी असली तरी तुझेही काही गुण आले असतीलच ना! म्हणून तर इतके दिवस झाले तरी ती त्या मुलाला खूश करू शकली का? नाही! त्याला काय, हजारो मुली मिळतील; पण चेतनाला हे कुठून समजणार क़ी, पुरुषाला खूश ठेवण्यासाठी अजूनही काही वेगळं द्यावं लागतं...''

''हो ना! याबाबतीत तुमच्याइतकं अगाध ज्ञान अजून कुणाकडे असणार हो? सोनागाचीमध्ये सतत पडीक असता, तेव्हा इतकं सगळं वेगळं देणाऱ्या कित्येक अप्सरांसोबत तर रोजचं उठणं-बसणं तुमचं! जा, तुम्ही तिथेच का राहत नाही? घरी येण्याचे कष्ट तरी कशाला घेता? मला काही हौस नाही हं तुमच्यातला वाटा मागण्याची. माझी बुद्धी थिटी आहे... माझ्या आयुष्यात आलेला हा कोहिनूर हिरा मी जपू शकले नाही!'' आई त्वेषाने बडबडू लागली.

थोड्या वेळाने जरा शांत झाल्यावर ती पुटपुटली,

"पण, ती सोयरीक आपल्या दृष्टीने चांगली नव्हतीच मुळी. रामूचा तर सुरुवातीपासून विरोध होता..."

मात्र, बाबांचा रेटा कायम होता.

"असं काही नाही. परिस्थिती बदलण्यासाठी थोडा वेळ द्यावा लागतो. तुम्हाला माहिती आहे, राणी रश्मणी देबी कोण होती? दूरच्या कुठल्याशा गावातली, उपासमारीची शिकार बनलेली एक साधी वेश्या! मी बरेचदा ठाकूमाला तिच्याबद्दल बोलताना ऐकलेलं आहे. वयाच्या तेराव्या वर्षी जेव्हा तिला कोलकात्याला आणलं गेलं, तेव्हा तिचा काय भयंकर अवतार होता माहीत आहे? पण मग तिचा नवरा मेल्यानंतर सगळी जमीनदारी तिनेच तर समर्थपणे सांभाळली ना? अगदी इंग्रजांच्या विरोधातसुद्धा ताकदीने उभी राहिली. निमताला घाट बघितला की, मी न चुकता तिला नमन करतो. ही खरी नारी शक्ती!"

पुढे बराच वेळ बाबा बोलत राहिले. आई ओठ मुडपून त्यांचं बोलणं ऐकत राहिली. शेवटी मला बाबांसोबत बस क्र. २२८ने अलिपूरला जावं लागलं.

आम्ही बसमध्ये बसलेलो असतानाही बाबांचं पुटपुटणं सुरू होतं.

"मृत्यू हा प्रकार किती विचित्र आहे ना? तो जितका पूर्वनियोजित असतो, तितकाच आपल्याला बेसावधपणे कवटाळतो."

मृत्यू, वियोग या सर्वांसोबत येणारी अतीव दुःखाची भावना मला घेरू लागली.

"मृत्यू अटळ आहे; पण तो कधी येईल हे कुणीही सांगू शकत नाही; पण एक गोष्ट मी तुला खात्रीपूर्वक सांगू शकतो, चेतू. ज्याचं मरण तुझ्या हाती लिहिलेलं आहे, त्याला इतर कुणाच्याही हातून मुक्ती मिळणार नाही आणि ज्याचा मृत्यू तुझ्या हाती लिहिलेला नाही, त्याला तू कितीही प्रयत्न केलेस तरी मारू शकणार नाहीस. माझे बाबा मला हे सतत सांगत असत."

बाबा खरं सांगत होते. दादूंचे हे शब्द आम्ही अनेकदा ठाकूमाकडून ऐकत आलो होतो. विशेषतः ती आम्हाला दिनेशचंद्र गुप्ताची गोष्ट सांगायची, तेव्हा. १९३० सालचा जुलै महिना. ठाकूमा गरोदर होती. अविरत पावसामुळे, घराच्या अंगणात भरपूर पाणी साठलेलं होतं. एका सकाळी चूल पेटवण्यासाठी म्हणून ती लवकर उठली आणि अंधारात पाय घसरून पडली. त्या आघातामुळे तिचा गर्भपात झाला. रक्ताळलेल्या अवस्थेतील ठाकूमाला आपल्या हातावर उचलून, दादू तिला डॉक्टरांकडे घेऊन गेले. भर पावसात गेल्यामुळे त्यानंतर आठवडाभर दादू तापाने फणफणले होते; त्यामुळे ७ जुलैच्या दिवशी ठरलेल्या दिनेशचंद्र गुप्ताच्या फाशीला आपण हजर राहू शकणार नाही, असा निरोप त्यांनी सरकारला धाडून दिला. आपल्या जागी त्यांनी आपल्या मोठ्या भावाच्या मुलाला – शिवोत्तम

ग्रद्धा मलिकला – जल्लाद म्हणून पाठवण्याची सोय केली. ठरलेल्या दिवशी, फाशी देण्यासाठी शिवोत्तम कारागृहाकडे निघाला खरा; पण आश्चर्याची गोष्ट अशी की, तो अचानक रस्त्यात कोसळला आणि जागच्या जागी मरून गेला! शेवटी तापाने फणफणलेल्या अवस्थेत, दादूंनाच फाशी द्यायला जावं लागलं. त्या आठवड्याच्या 'कॅनबेरा टाइम्स' या वृत्तपत्रामध्ये इतर बातम्यांसोबत दिनेशचंद्र गुप्ताच्या फाशीची बातमीसुद्धा प्रकाशित झाली होती. पुढील आयुष्यात दिनेशचंद्रचा विषय निघाला की, दादूंचे डोळे हमखास पाणावत असत.

आम्हाला कारागृहाच्या मुख्य दरवाजापाशी बराच वेळ थांबावं लागलं. अखेर जेव्हा आतमधून बोलावणं आलं, तेव्हा बाबा मोठ्या उत्साहात आले. त्यांनी खिशातून कंगवा काढून, आपले केस चोपून बसवले आणि मला म्हणाले,

"चल, सिब्देव बाबूंना भेटून घेऊ. ते नक्की आपल्याला मदत करतील. भला माणूस आहे!"

बाबांच्या उत्साहाचे कारंजे थुईथुई करत असले तरी मी प्रचंड थकून गेले होते. गेले कित्येक तास मला झोप मिळालेली नव्हती, अंगाला घामाचा वास येत होता, रामूदाच्या चिंतेने मन गळून गेलं होतं... अशा अवस्थेत बाबांच्या गतीने पुढे धावणं मला खूप अवघड जात होतं.

आम्ही आत जात असताना आवारात काम करणारे कैदी मला बघून, शिट्या मारू लागले.

"ओ, दादा... तिला इथे राहू द्या की... आम्ही छान काळजी घेऊ तिची..."

तेवढ्यात, दुसरा कुणीतरी म्हणाला,

"ए बाबा, मरायची हौस आली आहे का तुला? ती चेतना ग्रद्धा मलिक आहे. जरा दमाने घे!"

बाबांनी मला पटापट पावलं उचलायला सांगितली.

आतल्या दरवाजाशी उभ्या असलेल्या बंदूकधारी हवालदाराने आम्हाला सिब्देव बाबूंच्या कार्यालयाकडे जायचा निर्देश केला. मला कोठडी क्र. ३ मध्ये डोकावण्याचं कुतूहल होतं. आता या क्षणी जतिंद्रनाथ बॅनर्जी काय करत असेल हे बघण्यासाठी माझं मन उड्या मारू लागलं.

सिब्देव बाबूंच्या कार्यालयात पोहोचल्यावर त्यांनी आपल्या हातातले कागद बाजूला सारले आणि आमच्याकडे बघून, रुंद हास्य करत ते उद्गारले,

"काय, ग्रद्धादा? अगदी थोडक्यासाठी सगळं फिस्कटलं, नाही का?"

"आमचं नशीब, बाबू... दुसरं काय? त्यातच माझा मुलगासुद्धा इस्पितळात दाखल आहे."

"अरे हो, त्याची बातमी बघितली मी टी.व्ही.वर. ग्रद्धा, तुझ्या घरात काय

होतं आहे हे समजण्यासाठी टी.व्ही. हे सगळ्यात सोपं माध्यम आहे हंऽऽ...''

मग सिब्देव बाबू माझ्याकडे वळून म्हणाले,

''मी टी.व्ही.वर तुझ्या मुलाखती बघितल्या आहेत. छान बोलतेस तू... कितवीपर्यंत शिक्षण झालं आहे तुझं?''

''बारावी उत्तीर्ण आहे मी.''

''अच्छा! मला वाटलं, त्यापेक्षा जास्त शिकलेली आहेस.''

''बाबू, विद्यार्थी म्हणून ती खूप हुशार होती; पण काय करायचं? तिला कॉलेजमध्ये पाठवायचं तर माझ्याकडे पुरेसा पैसा पाहिजे ना?'' असं म्हणत, बाबांनी सिब्देव बाबूंसमोर एक कागद सरकवला आणि म्हणाले, ''काहीही करून तिला एखादी चांगली नोकरी मिळवून द्या, बाबू! नाहीतर आम्हा सगळ्यांसमोर आत्महत्या करण्यावाचून कुठलं गत्यंतर राहणार नाही!''

''काय करणार, ग्रद्धा? तू म्हणालास तसंच दुर्दैव आहे, झालं! फाशी पार पडली असती तर आज तुम्हाला कसलीच ददात नसती. चेतना तर कुठल्या कुठे पोहोचली असती. एक काम कर ना, मंदिरात छानशी पूजा मांड. तिच्या हाताला मंतरलेला धागा बांध. वाईट नजर लागली असेल कुणाची तर तीही दूर होईल...''

''त्या सगळ्याचा काही उपयोग नाही हो, बाबू!'' बाबा कळवळून म्हणाले.

थोडा वेळ सिब्देव बाबू गप्प बसून राहिले. मग बाबांना म्हणाले,

''एक काम कर. जिल्हा सचिवांना जाऊन भेट. कदाचित तुला जरा चहा-पाण्याचं बघावं लागेल. समजतंय ना, मी काय म्हणतो ते?'' सिब्देव बाबू दात विचकत म्हणाले. ''जिल्हा सचिवांचा वशिला लागला तर चेतनाला पक्षामार्फत नोकरी मिळू शकते.''

यावर, बाबा काहीतरी बोलणार इतक्यात एक हवालदार आत आला आणि त्याने सिब्देव बाबूंना सांगितलं,

''साहेब, जीप आणि कर्मचारी दोन्ही तयार आहेत. जतिंद्रनाथला इस्पितळात न्यायचं आहे.''

ते ऐकून, सिब्देव बाबू उठले. त्यांनी आपली टोपी चढवली आणि बाहेरच्या व्हरांड्यामध्ये गेले. आम्ही त्यांच्या मागे गेलो. बघितलं तर, एक अत्यंत कृश मनुष्य दोन हवालदारांच्या खांद्यांवर हात टाकून, जीपकडे चालत जात होता. त्याला बघितल्यावर बाबा आणि मी हबकून गेलो! ज्या जतिंद्रनाथ बॅनर्जीला मी फाशी लावणार होते त्याला अशा जवळजवळ विकलांग अवस्थेत बघून मला काही सुचेनासं झालं. वर्षानुवर्षं सूर्याच्या प्रकाशापासून वंचित राहिल्यामुळे त्याची त्वचा फिकट पडली होती. हाडाची काडं झाली होती. अंगातल्या शिरा त्वचेमधून टरारून बाहेर येत होत्या. त्याच्या गळ्यात फासाचा दोरखंड पडला असता तर

त्याच्या मानेवरचे वळ किती काळेनिळे दिसले असते, असा विचार माझ्या मनात डोकावल्याशिवाय राहिला नाही.

"नीट न्या त्याला. डॉक्टरांना पूर्वसूचना दिली आहे ना?" सिब्देव बाबू काळजीयुक्त स्वरात म्हणाले.

"हो, बाबू..."

इतक्यात, जतिंद्रनाथने मागे वळून बघितलं आणि सिब्देव बाबूंकडे पाहून हलकंसं स्मित केलं.

"काय झालं, जतिन? पोट बिघडलं म्हणून खूश आहेस का?"

"काय माहीत, सिब्देव बाबू? सकाळी नीट उठलो. दाढी केली... आन्हिकं उरकली... छान गाणी गुणगुणत बसलो होतो, इतक्यात अचानक कळ आली... अरे, हे तर जल्लाद ग्रद्धा मलिक आहेत ना?" जतिंद्रनाथने डोळे विस्फारून विचारलं. बाबांच्या चेहऱ्यावरची रेषही हलली नाही.

"हो, आणि ही त्यांची मुलगी, चेतना. चेतना ग्रद्धा मलिक. हीच तुला फाशी देणार होती. डांबिस माणसा, तुझ्या आयुष्याची दोरी बळकट आहे म्हणून वाचलास हं!"

"हो, ते तर आहेच! हाऽहाऽहाऽ... मला कुणीच मारू शकत नाही..." असं बोलून, जतिंद्रनाथने बाबांकडे वळून विचारलं, "दादा, तुम्हाला मी लक्षात नाही का? १९९४ मध्ये तुम्ही मला असेच भेटायला आला होतात. आठवतं का? माझ्यासाठी दोरखंड बनवण्याची घाई करू नका... मी इतक्यात कुठे जात नाही! ताई, हे मी तुम्हालाही उद्देशून सांगतोय हंऽऽ!"

"बाळा, तू खरंच इतक्यात कुठे जाऊ नकोस. खरोखरच, तुला उदंड आयुष्य लाभो..." हात उंचावून, आभाळाकडे बघत बाबांनी जतिंद्रनाथला आशीर्वाद दिला. मी गप्प राहून, जतिंद्रनाथचे छोटेसे हात, बुटके पाय आणि संजीवकुमारची आठवण करून देणारं बसकं नाक निरखत बसले. अर्थात एक नाक सोडलं, तर उंचापुरा संजीवकुमार आणि सामान्य दिसणारा जतिंद्रनाथमध्ये इतर काही साम्य नव्हतं.

"काय खाल्लंस सकाळी? की, तुझं इतकं पोट बिघडलं?" सिब्देव बाबूंनी जतिंद्रनाथला विचारलं.

"तुम्ही दिलेलं सगळं खाल्लं! आज मला माझं आयुष्य परत मिळालं ना? मग? ते साजरं करायला नको?"

"हूंऽऽ, तू जर नीट वागला असतास, तर रोज बायकोच्या हातचं सुग्रास जेवला असतास."

सिब्देव बाबूंचा टोमणा ऐकून, जतिंद्रनाथने माझ्याकडे बघितलं आणि चक्क

दिलखुलास हसला! का कुणास ठाऊक! पण त्याचं ते हास्य बघून मला मळकट नोटांची आठवण झाली.

जतिंद्रनाथ निघून गेल्यावर, सिब्देव बाबू मला म्हणाले,

''त्याला असं हसताना बघून, कुणाला खरं वाटेल का की, याने एका निरागस, तरुण मुलीची निर्घृण हत्या केली होती? ती घटना घडली, तेव्हा मला नोकरीला लागून जेमतेम पाच वर्षं झाली होती. बिचारी मुलगी! अतिशय सालस... मेली, तेव्हा तिच्या मुठीमध्ये आईसाठी आणलेली औषधं आढळली...''

मृदुला आपल्या आई-वडिलांची धाकटी मुलगी होती. तिच्या हत्येमुळे आईला वेड लागलं. वडील दारू आणि अमली पदार्थांच्या आहारी गेले. कालांतराने ते कोलकाता सोडून निघून गेले.

''आजकाल अशा नालायक माणसांना आरामाचं आयुष्य मिळू लागलं आहे!'' बाबा रागाने उद्‌गारले.

''बघितलंस ना जतिंद्रनाथला? काही लाज, भीड होती का त्याच्या चेहऱ्यावर? जनतेच्या पैशावर आणि सरकारच्या मर्जीवर हा पुढची वीस वर्षं इथेच आरामात बसून काढेल. काबाडकष्ट करून कर भरणाऱ्या जनतेच्या पैशावर पोटभर जेवेल. तब्येत बिघडली की, सरकारचा जावई असल्यासारखा, सरकारच्याच गाडीमधून इस्पितळात दाखल होईल. तिथेही आराम करील. हे सगळं बघितलं की, माझ्या तळपायाची आग मस्तकात जाते! अशा लोकांना जिवंत ठेवण्याची गरज काय, असं मनापासून वाटत राहतं! याच्यासारख्या निर्लज्ज आणि ऐतखाऊ माणसाला मारून, मी माझं पुढचं आयुष्य तुरुंगात काढलं तरी मला त्याचा आनंद होईल.''

बाबांचे संतापाचे उद्‌गार ऐकून, सिब्देव बाबू हसले आणि म्हणाले,

''काळजी करू नकोस, ग्रद्धादा! राइटर्स बिल्डिंगमधल्या सगळ्या हालचाली याच दिशेने सुरू आहेत की, जतिंद्रनाथला लवकरात लवकर कायमची मुक्ती मिळावी. तू म्हणतोस तसंच काहीसं घडेल अशा रीतीने वारे वाहू लागले आहेत.''

बाबांनी सिब्देव बाबूंकडे गोंधळून बघितलं.

''आज सकाळी तुझ्या मुलाच्या बातमीनंतर, मुख्यमंत्र्यांनी विधान केलं आहे की, सरकारच्या मते, निर्दयी खुन्यांना मृत्युदंडाचीच शिक्षा झाली पाहिजे. पक्षाचंही तेच मत आहे.''

''ते सगळं खरं असलं तरी राष्ट्रपतींचं मतसुद्धा तसंच असायला हवं ना?''

''अरे, ग्रद्धा... एखादा माणूस जगला तर त्यांचं तिथे काय बिघडतं रे? असो, हे माझं मत झालं. आता तू घरी जा. मी बघतो, तुमच्यासाठी काय करता येईल ते.''

सिब्देव बाबूंसमोर इतके रागावलेले बाबा आम्ही कारागृहाच्या बाहेर पडल्यावर

खदखदून हसू लागले. मी त्यांच्याकडे गोंधळून बघितलं, तर मला म्हणाले,

"जतिंद्रनाथचा अंत जवळ आला आहे. फार तर एक महिना... त्यापलीकडे तो जगत नाही, बघ! त्याच्या चेहऱ्यावर मृत्यूच्या खुणा स्पष्ट दिसत होत्या."

मी गप्प राहिले.

आम्ही बसमध्ये बसलो तर मला सगळीकडे जतिंद्रनाथचा भास होऊ लागला. कुणाचे खोल गेलेले डोळे, तर कुणाचे बारीक कापलेले केस पाहून मला ठायीठायी जतिंद्रनाथची प्रतिमा दिसू लागली. वरकरणी तो कितीही हसत असला, तरी ते हास्य त्याच्या डोळ्यांपर्यंत पोहोचत नव्हतं. धड १३ वर्षंही पूर्ण न झालेल्या कोवळ्या मुलीचा जीव घेतल्याचं पातक, क्षणोक्षणी त्याचं मन पोखरत होतं. जतिंद्रनाथच्या डोळ्यांमध्ये मला त्याच्या कुकर्मांची भुतं नाचताना दिसली होती.

इस्पितळात पोहोचेपर्यंत माझं डोकं दुखू लागलं; कान खाजू लागले. ठाकूमा नेहमी सांगायची की, असं झालं तर समजावं, एखाद्याच्या मृत्यूची बातमी मिळणार आहे. तेवढ्यात मला रस्त्यावर रामूदासारखा वाटणारा मुलगा दिसला; पण रामूदा तर अतिदक्षता विभागामध्ये मृत्यूशी झुंज देत होता.

मी जेमतेम इस्पितळात शिरले, इतक्यात... आईच्या किंकाळीचा आवाज ऐकू आला! मी अक्षरशः धावत सुटले. इस्पितळाच्या व्हरांड्यामध्ये निपचित पडलेल्या रुग्णांच्या आणि त्यांच्या नातेवाइकांच्या पायांवरून उड्या मारत, मी तिसऱ्या मजल्यावर पोहोचले, तेव्हा समजलं की, रामूदा शेवटच्या घटका मोजत होता! आई जोरजोरात किंचाळत होती... रडत होती... मी आत डोकावून बघितलं, तर रामूदाचं शरीर पिळवटलेलं होतं. हात-पाय नसलेलं त्याचं धड वेडंवाकडं होत होतं. डोकं गदागदा हलत होतं. त्याचे डोळे कधी गरागरा फिरत, तर कधी छताकडे लागत होते. आम्ही आत गेलो. रामूदाची अवस्था बघून, माझ्या डोळ्यांसमोर अंधारी पसरली. मी त्याचा पलंग पकडून उभी राहिले. बाबा देवाचा, कालिमातेचा धावा करत होते. जरा वेळाने, आमच्या आजूबाजूला लोक जमू लागले. अचानक बाबा शांत झाले. त्यांनी रामूदाचं डोकं हातात घेतलं आणि त्याच्या कपाळाचा मुका घेत म्हणाले,

"जा, माझ्या बाळा. मुक्त हो! घाबरू नकोस! जा!"

मी बिथरलेल्या नजरेने पाहू लागले. अचानक रामूदाने तीनदा आचके दिले आणि त्याचे डोळे कपाळात गेले. इतका वेळ तडफड करणारं त्याचं शरीर एकदम थंड पडलं! डॉक्टर आत आले. त्यांनी रामूदाची नाडी तपासली, त्याच्या शरीराला जोडलेला व्हेंटिलेटर बंद केला आणि काही न बोलता निघून गेले. मला सगळं दिसत होतं; पण माझा मेंदू हे सत्य स्वीकारायला तयार नव्हता. इतक्या जवळच्या व्यक्तीचा मृत्यू बघण्याची ही माझी पहिलीच वेळ होती. त्यात हा तर

माझा लाडका रामूदा होता. माझा हसरा, गोड भाऊ! मला आशा वाटत होती की, कुठल्याही क्षणी रामूदा माझ्याकडे बघून हसेल आणि काहीतरी गमतीशीर बोलेल; पण अर्थात तसं काही झालं नाही. त्याचे डोळे कपाळात रुतून बसले होते. मला त्याच्या डोळ्यांची भीती वाटू लागली. म्हणून मी हलक्या हाताने त्याच्या पापण्यांना स्पर्श केला. त्याच्या पापण्या फुलाच्या पाकळ्यांसारख्या होत्या; माझ्या हातात मृत्यूने हात गुंफला होता. मी त्याच्या पापण्या बंद केल्या. आता रामूदा शांत दिसत होता. सगळ्या वेदना, सगळ्या अपमानांपासून मुक्त!

आईने स्वतःला रामूदाच्या मृतदेहावर झोकून दिलं.

आजूबाजूला जमलेल्या लोकांकडे बघत, बाबांनी आपल्यातला अभिनेता जागृत केला आणि उद्गारले,

"भगवान! तू त्याला आपल्याकडे नेलं आहेस. आता त्याच्या आत्म्याचं रक्षण कर!"

मी आईला छातीशी धरलं. त्या क्षणी, मी पूर्णपणे रिकामी झाले होते. माझ्या मनात काहीच नव्हतं – राग, दुःख, हास्य, वेदना – काहीच नाही. घड्याळाचे काटे उलट्या दिशेने फिरत असल्यासारखं वाटू लागलं.

थोड्या वेळाने इस्पितळाचे कर्मचारी आले. त्यांनी एका मळकट चादरीमध्ये रामूदाचा मृतदेह गुंडाळला आणि व्हरांड्यामध्ये नेऊन ठेवला. आई एकसारखी त्याच्या मृतदेहावर पडून रडत होती. मी सुन्न होऊन बाजूला उभी होते.

थोड्या वेळाने इस्पितळाचे कर्मचारी एका माणसाला रुग्णशिबिकेवर घेऊन आले. त्या माणसासोबत आलेल्या पोलिसांमुळे माझं लक्ष त्याच्याकडे ओढलं गेलं. जगाला वाकुल्या दाखवत, रुग्णशिबिकेवर पडलेल्या जतिंद्रनाथला मी लगेच ओळखलं. आमची नजरानजर झाली; त्याच्या नजरेत वात्सल्य उतरलं.

घरी आणल्यावर रामूदाचा मृतदेह तिथेच ठेवला गेला, जिथे यापूर्वी निहारिकाचा ठेवला होता. ठाकूमाने गंगेचं पाणी आणून त्याला अंघोळ घातली. त्याच्या कपाळावर चंदनाचा लेप लावला गेला. मी सगळं थिजलेल्या नजरेने पाहत होते. माझे अश्रू सुकले होते. त्याचे अंगठे बांधण्याचा प्रश्नच नव्हता. त्याच्या बंद ओठांवर पाणी आणि कुरमुरे ठेवले गेले. निमताला घाटावर, बाबांनी मातीचा घडा खांद्यावर घेऊन रामूदाच्या चितेला उलट्या फेऱ्या मारल्या. चितेला अग्नी दिला गेला. काही वेळ लाकडातून उठणाऱ्या ज्वाळांमधून रामूदाचा चेहरा दिसत होता; पण मग त्या ज्वाळा त्याला गिळू लागल्या. त्याचे केस जळू लागले तसं त्या वासाने मला अस्वस्थ वाटू लागलं; पण अग्नीच्या ज्वाळांनी माझ्या प्रिय रामूदाला पूर्णपणे आपल्या कवेत घेईपर्यंत मी तिथेच उभी राहिले. सडलेली फुलं, चितेचं सामान आणि इतर बऱ्याच गोष्टींनी मलिन झालेल्या गंगेच्या पाण्याचा अत्यंत

घाणेरडा वास येत होता. माझं डोकं गरगरू लागलं. सगळं उलट्या दिशेने वाहत आहे, असं वाटू लागलं – गंगेचं पाणी, अग्नीच्या ज्वाळांमधून येणारा धूर... सगळंच! सगळं मागे वळून जात होतं – धरणीकडे, वायूकडे; पाण्याकडे आणि भूतकाळाकडे!

३३

"ज्योती बाबू आम्हाला नेहमी एक गोष्ट सांगत असत. एकदा एक इंग्रज स्त्री एका अशिक्षित भारतीय माणसाच्या प्रेमात पडली आणि त्यांनी लग्न केलं. काही काळाने, तिने त्याला घटस्फोट द्यायचा निर्णय घेतला. घटस्फोटाचं कारण काय असं विचारलं तर म्हणाली, 'या माणसाला इंग्रजीचा एक शब्दही येत नाही; मला आणि माझ्या मुलांना याचा काही उपयोग नाही.' न्यायालयाने तिला विचारलं की, तुला तर हे आधीपासून माहिती होतं; मग तरी तू त्याच्या प्रेमात कशी पडलीस? त्यावर त्या बाईने काय उत्तर दिलं, माहीत आहे? ती म्हणाली, 'मि. लॉर्ड, जेव्हा दोन व्यक्ती प्रेमात पडतात, तेव्हा त्यांना एकमेकांशी संवाद साधण्यासाठी निराळ्या भाषेची गरज लागत नाही.' आता बोला?"

मानवेंद्र बोसने आपल्या चष्म्यावर रुळणाऱ्या चंदेरी केसांच्या बटा मागे सारत मला विचारलं,

"तुला या गोष्टीचा मथितार्थ समजला का, चेतना? प्रेमाची भाषा सगळ्यात श्रेष्ठ असते. ही भाषा ज्याला येते, त्याला इतर कुठल्याही भाषेची गरज पडत नाही आणि आपण स्वतःशीही त्याच भाषेत बोलत असतो."

८० वर्षांच्या बोस बाबूंचा निरागस, सौम्य चेहरा मला नेहमीच खूप समाधान देऊन जात असे. त्यांच्याकडे बघितलं की, आयुष्यातल्या समस्या विरून जात आहेत, असं वाटतं. मनाला उभारी येते. बोस बाबूंच्या टेबलावर त्यांच्या रेखीव हस्ताक्षरातलं लिखाण पडलं होतं. मी पुनःपुन्हा ते कागद उचलून वाचत होते. गेले दोन तास मी 'भविष्याथ'मधील बोस बाबूंच्या कार्यालयाबाहेर त्यांची वाट बघत बसले होते. सतत पान चघळणाऱ्या त्यांच्या शिपायाने मला सांगितलं होतं की, बोस बाबू काही उधारी मिळवण्यासाठी गेले आहेत आणि त्यांना वेळ लागण्याची शक्यता आहे; पण तरीसुद्धा मी थांबले. कारण इतिहासाच्या उंबरठ्यावर बसून वर्तमानाकडे बघण्याचा हा अनुभव मला फार रोचक वाटत होता.

रामूदाचा मृत्यू होऊन जेमतेम तीन दिवस झाले होते. मला काही केल्या त्या घरात बसवेना. घरात असले की, कुणीतरी सतत माझ्या हृदयाशी फुटबॉल

खेळत बसायचं. मनाच्या भिंतीवर फुटबॉलचे आघात असह्य झाले, तेव्हा मी सरळ 'भविष्याथ'चा रस्ता गाठला. आता त्या कार्यालयाच्या जुन्या धाटणीच्या व्हरांड्यामध्ये उभं राहून, मला संपूर्ण चितपूर ट्रॅम रोड दिसत होता. पर्यटक, विद्यार्थी, फेरीवाले, भिकारी, भाविक, रिक्षा, टॅक्सी, बस या सगळ्यांनी तो रस्ता पार गजबजून गेला होता. जोरासान्को ठाकूरबारीच्या लाल भिंती आणि शुभ्र खिडक्या इथून आता व्यवस्थित दिसत होत्या. हे सगळं दृश्य निरखत आणि १२० वर्षांची परंपरा असलेल्या वर्तमानपत्राचा सुगंध मनात साठवत, मी अलगद भूतकाळात तरंगत गेले; त्यासाठी मला पंचमहाभूतामध्ये विलीन व्हायची गरज पडली नाही. मी ठाकूरबारीमध्ये पुन्हा एक फेरी मारण्याचा विचार करत होते. एवढ्यात विरलेल्या गळ्याचा कुडता आणि धोती घातलेले मनोदा परत आले. ते पूर्णपणे घामेजलेले होते. पायऱ्या चढत असताना त्यांचं माझ्याकडे लक्ष गेलं आणि ते उद्गारले,

"ईशऽऽ! तू ग्रद्धादांची मुलगी ना? इथे काय करते आहेस?"

दरवाजातून आत शिरणाऱ्या त्यांच्या मूर्तीकडे बघत, मी थेट उत्तर दिलं :

"मला नोकरी पाहिजे आहे."

आपल्या टेबलावरील कागद-पुस्तकांच्या ढिगावर खिशातले कागद ठेवत असलेल्या मनोदांनी चमकून माझ्याकडे बघितलं. त्यांच्या चेहऱ्यावर आश्चर्य पसरलेलं दिसत होतं. कपाळावर रुळलेल्या बटा सावरत, ते जोरात हसले आणि म्हणाले,

"नोकरी? तुझ्यासाठी? या ठिकाणी?"

"मला प्रुफं तपासता येतात..."

हे सांगताना, माझ्या मनात खूप लालसा निर्माण झाली. कार्यालयाच्या आतल्या बाजूला असलेल्या कर्मचाऱ्यांपैकी एक होण्याची जबरदस्त इच्छा माझ्या मनात आकार घेऊ लागली.

"तुझ्या भावाचं...?"

"आत्ताच निधन झालं. तीन दिवस झाले."

"हंऽऽ... मी बातम्या बघितल्या. गुन्हेगार आणि जल्लादाचा मुलगा एकाच इस्पितळात दाखल. तुझ्या बाबांनी वाहिनीच्या लोकांसोबत फायद्याचा सौदा केला असेल, नाही का?"

माझ्या चेहऱ्यावर नीरस हास्य पसरलं.

"बरं, ते जाऊ दे. फाशीला स्थगिती मिळाली हे एका अर्थी बरंच झालं. पुढे तुला अपराधी वाटलं असतं तर काय? सुटका होऊन सुधारू शकला असता अशा माणसाच्या मृत्यूचं पातक तुझ्या डोक्यावर राहिलं असतं, तर तुला नक्कीच

त्याची बोच जाणवली असती.''

मनोदांचं हास्य आणखी रुंद झालं. मी त्यांना म्हणाले,

''मला अपराधीपणाची भीती वाटते.''

का कुणास ठाऊक! पण मनोदांच्या समोर उभी राहिल्यावर माझ्यात बरीच धिटाई आली होती. त्यांचा गोरा रंग आणि गुबगुबीत गाल बघून माझी खात्री पटली होती की, तारुण्यामध्ये ते फार रुबाबदार दिसत असणार.

''मी तुला फक्त टी.व्ही.वर बघत आलो आहे.''

''पण मी तुम्हाला बालपणापासून ओळखते. शाळेत जाताना, मी बरेचदा तुमच्या या कार्यालयामध्ये डोकावत असे. तुम्हाला इथे बसलेलं बघितलं की, मला खूप आनंद व्हायचा.''

''अरे वा! असं का?''

''कारण माझा रामूदा म्हणायचा की, तुम्ही वाघ आहात! निडर, धैर्यवान वाघ!''

हे ऐकून, मनोदा खोऽखोऽ हसत सुटले. आपल्या हिशेबनिसाला हाक मारत उद्गारले,

''एऽऽ, निश्चोल, ऐकलंस का रे?''

उत्तरादाखल, निश्चोलने आपल्या वह्यांमधून मान वर केली आणि म्हणाला,

''गेल्या वेळी, पिप्लूदाने आपलं विजेचं बिल भरलं होतं; ४५० रुपये. त्याला त्याचे पैसे हवे आहेत.''

''हा!! उगीच विषय बदलू नकोस, निश्चोल! कुणी माझं कौतुक केलं की, तुझ्या पोटात दुखू लागतं. मग तू मुद्दाम आपल्या उधारीचा आणि न भरलेल्या बिलांचा पाढा वाचून दाखवत माझा विरस करू पाहतोस. मला सांग, हा म्हातारा तुला वाघासारखा वाटतो का रे? तू मला पहिल्यांदा बघितलं होतंस, तेव्हा तुलाही असं वाटलं होतं का रे?''

मी मनोदांकडे बघून हसले आणि म्हणाले,

''वाघ हा आयुष्यभर वाघच राहतो.''

''त्याचा पाय मोडला तरी?''

''त्याने आयुष्यभर उपास धरला तरी!!''

हे ऐकून, मनोदा खोऽखोऽ हसत सुटले. अगदी नावाप्रमाणे निश्चल असलेल्या निश्चोलदाच्या चेहऱ्यावरसुद्धा बारीकसं स्मित उमटलं. मनोदांचा उल्लेख करताना, रामूदा त्यांना नेहमी 'महान' अशी पदवी देऊन संबोधत असे. हा शब्द मी पहिल्यांदा ऐकला होता तो, ॲम्हर्स्ट रोड आणि हॅरिसन स्ट्रीटच्या कोपऱ्यावर उभ्या असलेल्या डॉ. निशिकांत बासूच्या घरात जन्माला आलेल्या मुलाबद्दल बाबा

बोलत असताना. पुढे मी जेव्हा रामूदाला म्हटलं होतं की, मी आजपर्यंत कधीही महान माणूस बघितलेला नाही, तेव्हा त्याने मला सांगितलं होतं की, आपल्या घराजवळच्या 'भविष्याथ'च्या कार्यालयामध्ये एक महान माणूस काम करतो. तेव्हापासून मी नेहमी शाळेत जाताना-येताना बोस बाबूंचं दर्शन होतं का हे बघत असे. आणीबाणीच्या काळात त्यांचा पाय कसा मोडला गेला याच्या कथा ऐकताना, माझ्या अंगावर काटा येत असे. एरवी राजकारणाबाबत उदासीन असलेली माझी आईसुद्धा आणीबाणीचा विषय निघाला की, हिरिरीने त्यात भाग घेत असे. बाबांच्या शब्दांत सांगायचं तर आणीबाणी हा तो काळ होता, जेव्हा जल्लादांची जागा एस.एस.रे यांनी हिसकावून घेतली होती.

"तुला नोकरी मिळाली!" मनोदाने मला हसून सांगितलं.

त्या दिवसापासूनच मी कामाला सुरुवात केली. निश्चोलदांच्या बसक्या टेबलाजवळच्या फरशीवर बसून, मी कागदाचे ढीग समोर ओढून तपासू लागले. त्या खोलीच्या एक अन् एक स्थावर सामानावर कागदांचे ढीग रचून ठेवलेले होते. काळाच्या ओघात त्यातले बरेच कागद पिवळे पडले होते. काळ हा प्रकार निरनिराळ्या सजीव आणि निर्जीव गोष्टींवर काय परिणाम साधतो, याचा अभ्यास करण्यात मला नेहमीच रस वाटत आलेला आहे. काळाचा महिमा असा आहे की, तो मनुष्याला पशू बनवू शकतो; पशूंना वृक्ष; रामूदाला तर त्याने पंचमहाभूतांमध्ये विलीन करून टाकलं. बाबांवर काळ काय परिणाम साधेल याचा विचार माझ्या मनात डोकावल्याशिवाय राहिला नाही.

रामूदा ज्या पलंगावर झोपत असे, त्याच्या उशाशी दिवा लावून ठेवलेला होता. आपल्या शास्त्रांनुसार, मनुष्याचा आत्मा पृथ्वीतलावरून मुक्त होईपर्यंत, त्याचं शरीर अखेर ज्या ठिकाणी होतं, तिथे परत येत राहतो. याच समजुतीला अनुसरून, ठाकूमाने दिवा लावून ठेवला होता आणि तो दिवा विझणार नाही याची काळजी घेण्यासाठी ती सतत त्यात तेल ओतत होती. रामूदाने ज्या क्षणी प्राणत्याग केला, त्याच क्षणी माझ्या मनात 'भविष्याथ'मध्ये नोकरी करण्याचा विचार चमकून गेला होता. काही काळासाठी का होईना; पण भूतकाळामध्ये कधीतरी कागद-पुस्तकांच्या सान्निध्यात काम केल्यावर, आता मला चंपा आणि रारीला इंग्रजी व गणित शिकवण्यासारखी रटाळ कामं करत, घराच्या चार भिंतींमध्ये कोंडून बसण्याची कल्पना असह्य होऊ लागली. रामूदा जिवंत असेपर्यंत, घरातला माझा बराचसा वेळ त्याच्या अवतीभवती जात असे. त्याला जेवण भरव, टी.व्ही. लावून दे, त्याच्याशी गप्पा मार; त्याला पुस्तकं वाचून दाखव... अशा गोष्टींमध्ये माझं मन रमत असे. रामूदा खऱ्या अर्थाने माझा सवंगडी होता. आता तो गेल्यानंतर मला घर खायला उठत होतं.

"तू मला पगाराबद्दल काही विचारलं नाहीस ते?"

"तुम्हाला जे वाटेल ते द्या, बाबू..."

"अरे? म्हणजे, तू इथे बिनपगारी नोकरी करायला तयार आहेस तर?" मनोदा हसून म्हणाले.

आपल्या वहीमधून डोकं न काढता, निश्चोलदा मध्येच बोलले,

"कोलकात्यामध्ये कितीतरी उंची दुकानं उघडत आहेत. त्या दुकानांमध्ये काम करण्यासाठी चांगल्या दिसणाऱ्या आणि बऱ्यापैकी शिकलेल्या मुलींची सतत गरज असते. वर्तमानपत्रात रोज जाहिराती येतात. तू तिथे का नाही काम करत? काही नाही तरी किमान ५०० रुपये पगार मिळेल तुला."

"नाही; नको. मला इथे काम करायला आवडतं."

"का गं?" मनोदांनी प्रेमळ आवाजात विचारलं.

उत्तरादाखल, मी ओढणीची गाठ बांधत, मनोदांकडे बघून हसले आणि म्हणाले,

"लहानपणापासून माझी हीच इच्छा होती."

"कसली इच्छा? वाघासोबत काम करायची? मग तर तू सुंदरबनमध्ये काम केलं पाहिजेस. शेकडो वाघ मिळतील तुला तिथे." मनोदा गमतीनं म्हणाले.

"हो, पण तिथे एखादा पाय तुटलेला वाघ सापडेल का?" मनोदांनी माझ्याकडे चमकून बघितलं. मी पुढे म्हणाले,

"१९४६ च्या निवडणुकींमध्ये हुमायून कबीरसाठी प्रचार केलेला वाघ असेल का तिकडे?"

मनोदांच्या वृद्ध डोळ्यांमध्ये पाणी तरळलं. त्यांनी चष्मा काढून डोळे पुसले आणि काही न बोलता आत गेले. थोड्या वेळाने ते बाहेर आले आणि मला म्हणाले,

"मी तुला बसण्यासाठी एक छान जागा शोधली आहे. खुर्चीही सापडली आहे. आत ये."

त्या इमारतीचे दरवाजे हिरव्या रंगाने रंगवले होते. पांढऱ्या भिंतीवर कित्येक दशकांची पुटं, कोळिष्टकं आणि डाग पडले होते. आम्ही एका मोठ्या दालनामध्ये पोहोचलो. समोर एक कृष्ण-धवल छायाचित्र लावलेलं होतं. जतिंद्रनाथ मुखर्जींचं छायाचित्र होतं ते. मला माझ्यात कसलीशी चेतना संचारल्यासारखं वाटलं. त्या चित्राशेजारी बाघा जतिनचं छायाचित्र लावलेलं होतं. जतिनने एका भयानक वाघाला कसं मारलं याची गोष्ट ठाकूमाने आम्हाला बरेचदा सांगितली होती. एकदा जतिनला अशी बातमी मिळाली होती की, कोया गावामध्ये एक बिबट्या लोकांना खूप त्रास देत आहे. तो बिबट्याच्या शोधात गेला असताना, त्याचा सामना एका प्रचंड

मोठ्या बंगाल वाघाशी झाला. वाघाने जतिनवर झेप घेतली; पण त्याने निव्वळ हातांनी त्या वाघाला रोखून धरलं. या हल्ल्यामध्ये, जतिन जबरदस्त जखमी झाला. मात्र, अखेर त्याने आपल्याकडचा सुरा बाहेर काढून, वाघाच्या गळ्यावर घाव घालत त्याला ठार केलं. वाघाच्या नखांनी झालेल्या जखमा भरून यायला खूप वेळ लागला किंबहुना त्या जखमा चिघळून संसर्गदोष झाल्यामुळे जतिनला पुढचे बरेच महिने इस्पितळात राहावं लागलं. जतिनच्या या पराक्रमावर खूश होऊन, बंगाल सरकारने त्याचा सत्कार केला आणि वाघाशी लढत असलेल्या मनुष्याचं चित्र असलेली ढाल त्याला भेट दिली.

''आपल्या 'भविष्याथ'चे खरे जनक जतिंद्रनाथ मुखर्जी होते. मी निव्वळ त्यांची गादी चालवतो म्हणून मला त्यांचं बिरुद लागलं, इतकंच!''

मनोदांच्या आवाजातली असहायता आणि वेदना मला अंतर्मुख करून गेली.

बाबांच्या जन्माच्या वेळी कळा सुरू झालेल्या ठाकूमाला, दादू इस्पितळात घेऊन आले, तेव्हाच त्यांना इंग्रजांकडून बोलावणं धाडलं गेलं होतं; पण तो हुकूम आला, तेव्हा दादू घरात नव्हते म्हणून ठाकूमाचे वडील त्रिलोकनाथ ग्रद्धा मलिक यांना दादूंच्या जागी सरकारदफ्तरी जावं लागलं. त्रिलोकनाथ यांनी स्वामी विवेकानंदांचं शिष्यत्व पत्करलं होतं. पोटापर्यंत लांब दाढी आणि अंगात भगवी वस्त्र घालणारे असे ते संन्यासी होते.

''बाघा जतिनसारखा दुसरा माणूस होणे नाही! इंग्रजांनी जेव्हा त्याला विचारलं की, तो केवळ आपले हात वापरून किती माणसांना आडवं पाडू शकतो, तेव्हा त्याने काय उत्तर दिलं माहीत आहे? तो म्हणाला, मी एकाही निरपराध माणसाला मारणार नाही; पण गुन्हेगार असतील तर मी कुठल्याही एका आकड्यावर थांबणार नाही!'' मनोदांनी मला उत्साहाने सांगितलं.

त्रिलोकनाथ आजोबांना बालासोरला नेलं गेलं. टॅक्सी आणि होड्या मध्येच रोखून, त्या लुटून, बाघा जतिन सशस्त्र उठावासाठी साधनसामग्री गोळा करत होता. पहिल्या महायुद्धाच्या वेळी जर्मनांच्या मदतीने भारतातील इंग्रज राजवट उलथवण्याची हालचाल करत असताना बाघा जतिनवर पोलिसांची नजर पडली. मग त्याच्या मित्रांनी त्याला बालासोरला पोहोचतं करण्याची तयारी केली. मात्र, पोलिसांनी त्यांचा डाव मध्येच हाणून पाडला. आपल्या मित्रांना एकटं टाकून पळून जाण्याचा भ्याडपणा करणाऱ्यातला बाघा जतिन मुळीच नव्हता; त्यामुळे त्या सगळ्यांना घेराव घातला गेला आणि त्या खडाजंगीमध्ये जतिनला खूप मार लागला. इतका की, त्याला इस्पितळात दाखल करावं लागलं. त्रिलोकनाथ आजोबांना बाघा जतिनला फाशी देण्यासाठी बोलावलं गेलं होतं. मात्र, आपल्याला कुणाला फाशी द्यावी लागणार हे लक्षात आल्यावर आजोबा संतापाने उद्गारले होते,

"मी गुन्हेगारांना फाशी देत असतो; वाघांना नाही!"

आजोबांच्या विधानाने संतापलेल्या इंग्रज अधिकाऱ्याने, बेशुद्ध पडलेल्या बाघाच्या छातीत गोळ्या झाडल्या. तो तिथल्या तिथेच मरून गेला. मग बाघासाठी तयार केलेल्या फाशीच्या दोरखंडाने इंग्रज अधिकाऱ्याने त्रिलोकनाथ आजोबांना फाशी देण्याचे फर्मान सोडले. या घटनेमुळे त्रिलोकनाथ आजोबांना आपला प्राण गमवावा लागला, तरी त्यामुळे ते इंग्रज सरकारला विरोध करण्याचं धारिष्ट्य दाखवणारे क्रांतिकारी संन्यासी म्हणून इतिहासात अजरामर झाले. ज्या इंग्रजाने त्यांना फाशी द्यायचा प्रयत्न केला, त्याला आजोबांनी, "हो बाजूला! मी दाखवतो गाठ कशी मारतात ते!" असं फटकारत, स्वतःच्या तिसऱ्या आणि चौथ्या हाडामध्ये गाठ बसवून त्याला सांगितलं, "चल, ओढ तो दोरखंड. माझी वेळ आलेली आहे."

आजोबांना फाशी देण्यासाठी ना फाशीस्तंभ होता, ना खटका! बालासोर इस्पितळाच्या मागच्या बाजूला बहरलेल्या राधाझुला झाडाच्या एका फांदीवर त्यांच्यासाठी फास तयार केला गेला. आजोबांना एका लहानशा तिपाईवर उभं केलं गेलं आणि त्यांच्या गळ्यात फास टाकला गेला. आजोबांनी आभाळाकडे बघितलं आणि स्वामी विवेकानंदांच्या काही पंक्ती म्हटल्या : 'अमरा जाबो, जगत जाबे' (आम्ही जातो, या विश्वात विलीन व्हायला.) एका भारतीय शिपायाला तिपाई सरकवायला सांगितलं गेलं. तिपाई काढल्यावर आजोबांनी एकदाच ओरडल्यासारखा आवाज केला आणि मग झाडाच्या फांदीवर शांतपणे झुलत राहिले. ऐन बहरात असलेल्या राधाझुलाच्या वृक्षाने आपल्या फुलांचा वर्षाव करून त्यांना वंदन केलं. स्वतःच्या डोळ्यांनी तो पिवळ्या फुलांचा वर्षाव बघितल्याच्या आविर्भावात, ही गोष्ट आम्हाला सांगताना ठाकूमा म्हणायची,

"तुमचे वडील या जगात येत असताना, त्यांच्या आजोबांनी स्वतः बनवलेल्या फासाद्वारे या जगाचा निरोप घेतला."

मनोदांनी एका अंधारलेल्या कोपऱ्याजवळची मोठी खिडकी उघडली. तिथे एक काळ्या रंगाचं टेबल आणि एक हात मोडलेली खुर्ची होती.

"आता वीज गेली आहे; पण तू इथे बसू शकतेस. तुला जे आवडेल ते काम कर."

"मला प्रुफं तपासता येतात."

हे ऐकून, मनोदा दुसऱ्या खोलीत गेले आणि कागदाचा एक गठ्ठा आणून, माझ्यासमोर ठेवत म्हणाले,

"हे माझं चरित्र आहे."

"यामध्ये ज्योती बाबूंबद्दल बरंच लिखाण असेल ना?"

"त्यांना वजा केलं तर कोलकात्यामध्ये इतकी दशकं राहत असलेल्या व्यक्तीच्या चरित्राला काय अर्थ राहणार? मी सुमारे १० वर्षांचा असल्यापासून माझ्या आयुष्यावर ज्योती बाबूंचा प्रभाव पडला आहे. मात्र, मी त्यांच्या नंतरच्या आयुष्यात हजर राहू शकलो नाही..."

मी त्यांचं लिखाण चाळू लागले. पहिल्या पानावर लिहिलेलं होतं :

> "डॉ. बी. सी. रॉय यांनी साम्यवाद्यांवर असा आरोप केला की, ते जनतेच्या डोळ्यांत धूळ फेकण्यासाठी बऱ्याच कागदपत्रांमध्ये फेरफार करत आहेत. या आरोपावरून विधानसभेमध्ये, रॉय व बासू यांच्यामध्ये भरपूर वादावादी झाली.
> बासू : साम्यवाद्यांनी नेमकी कोणती कागदपत्रं बदलली, सांगा बरं?
> रॉय : मी सांगू शकत नाही.
> बासू : का?
> रॉय : कारण, जाहीरपणे अशी नावं घेणं हे राजकीय हिताच्या शिष्टाचारामध्ये बसत नाही.
> बासू : विधानसभेमध्ये अशी वर्तणूक तुम्हाला शोभा देत नाही, रॉय. तुम्ही तर हिटलरसारखे वागत आहात!
> रॉय : हो. बरोबर आहे. स्टॅलिनच्या प्रश्नांना उत्तरं देत उभा असलेला हिटलर आहे मी."

मी खोऽखोऽ हसत सुटले. मनोदासुद्धा हसू लागले.

"हे बघ, लक्ष दे. पृष्ठ क्रमांकांकडे विशेष लक्ष द्यावं लागतं. या घटनेचं वर्णन, त्या विदेशी बाईच्या गोष्टीनंतर आलं पाहिजे..."

इतक्यात, वीज आली. खोलीमध्ये प्रकाश पसरला आणि छतावर लावलेला जुनाट पंखा कुरकुर करत फिरू लागला. समोरचा टी.व्ही.सुद्धा लागला आणि त्यावर संजीवकुमार मित्राचा चेहरा झळकू लागला. 'याचा चेहरा बघितल्याशिवाय मला शांतपणे जगताच येणार नाही का कधी?' मी आतल्या आत धुमसत राहिले.

टी.व्ही.वर संजीवकुमार सांगत होता :

"दरम्यान, कॅबिनेटसोबत झालेल्या बैठकीनंतर, प्रधानमंत्र्यांनी घोषणा केली आहे की, जतिंद्रनाथ बॅनर्जीला दया दाखवता कामा नये. मात्र, सध्या जतिंद्रनाथला

पोटाच्या विकारासाठी इस्पितळात दाखल करण्यात आलं आहे.''

जरा वेळाने, सिब्देत बाबूंचा चेहरा झळकू लागला. ते म्हणाले,

''तीन दिवस आधीपर्यंत, जतिंद्रनाथ अगदी धीटपणे फिरत होता. त्याला खात्री होती की, त्याला फाशी दिली जाणार नाही. 'मी सुटणार, मी सुटणार' असा धोशा लावूनच तो फिरत होता. मात्र, आज तो फार निराश झालेला आहे. आपण आता फाशीच्या दोरखंडाला अधिक काळ हुलकावणी देऊ शकणार नाही, असं बोलत बसला आहे. त्याचा आजार पूर्णपणे बरा झालेला नसला, तरी जतिंद्रनाथने आता अन्नपाण्याचा त्याग केलेला आहे.''

मी हातातल्या कागदांची घडी घालत उठले.

''काय झालं, मुली?'' मनोदांनी मला विचारलं.

''मला बोलावंसं वाटतं आहे, मनोदा...''

''कुणाशी?''

त्यांचा प्रश्न ऐकून माझ्या डोळ्यांत पाणी तरळलं. ते पाहून मनोदा गडबडले आणि मला धीर देत, खांद्यावर थोपटू लागले.

''तुम्हाला काय वाटतं, मनोदा? ही फाशी पार पडेल?''

उत्तरादाखल, मनोदांनी मोठा उसासा टाकला आणि म्हणाले,

''मृत्यू आहे तो... जगातल्या सगळ्याच अनिश्चित गोष्टींपैकी एक... काय सांगावं?''

दुसऱ्या दिवशी लवकर येण्याचा वादा करून, धडधडत्या हृदयाने मी मनोदांच्या कार्यालयातून बाहेर पडले. उजव्या हाताला कंप सुटला होता. तेवढ्यात माझ्या हाताला आधी केलेली ओढणीची गाठ लागली. किती बीभत्स दिसत होती ती!

जड अंतःकरणाने मी ट्रॅमच्या रुळांच्या बाजूने चालत राहिले. या मार्गाने जरा पुढे गेलं की, सोनागाचीचा परिसर सुरू होतो हे लक्षात येताच माझ्या डोळ्यांसमोर रंगवलेले ओठ दाखवत उभ्या असलेल्या बायका आणि संजीवकुमारचं घर तरळू लागलं. थोड्या वेळासाठी जात्रापाराच्या कार्यालयासमोर वेळ घालवून, अखेर रिक्षा पकडून मी स्ट्रॅन्ड रोडवरच्या आमच्या घरी परतले.

येताक्षणी समोर काय दिसलं तर संजीवकुमारच्या वाहिनीची गाडी. निमेश्वर मंदिरासमोर त्यांची गाडी उभी होती. माझ्या मनात आनंद, दुःख, राग आणि वेदनेचा संमिश्र कल्लोळ उठला. एवढ्यात समोरून एक शववाहिनी आणि चार-पाच म्हशी आल्या आणि त्यांनी पूर्ण रस्ता अडवून टाकला. त्या सगळ्यातून कशीबशी वाट काढत मी घरी पोहोचले. बाबांच्या खोलीतून ओरडल्यासारखे आवाज येत होते.

''नाही, नाही. संजू बाबू! आता यात कोणतीही तडजोड होणार नाही. आधी

लग्न आणि मगच तुमचं हे येणं-जाणं...''

''ग्रद्धादा, तुम्ही हिटलरसारखे का वागत आहात?''

जरा वेळ मी माझ्या खोलीच्या दरवाजापाशी घुटमळले. रामूदाच्या पलंगाशेजारचा दिवा तेवत होता. सगळं घर स्मशानभूमीसारखं वाटत आहे, असा विचार माझ्या मनात येऊन गेला. अचानक मला फार दमल्यासारखं झालं. मी ठाकूमाच्या पलंगाशेजारी जाऊन बसले.

''ग्रद्धादा, आम्हाला दोघांना सध्या लग्न करणं गरजेचं वाटत नाही. तुम्ही वेळ वाया घालवत बसलात, तर पुढच्या गोष्टीही खोळंबून राहतील. राष्ट्रपतींचा निर्णय तुमच्या बाजूने असावा यासाठी तुम्ही तुमच्या बाजूने शक्य तितका जोर लावला पाहिजे. माझ्या दृष्टीने, काहीही झालं तरी मला वैयक्तिकरीत्या काहीच फरक पडत नाही; पण मला तुमची काळजी वाटते, म्हणून मी बोलतोय...''

''तुम्हाला नेमकं काय म्हणायचं आहे, संजू बाबू?''

''मुख्यमंत्र्यांची पत्नी आणि काही नारी संघटना मोठं आंदोलन छेडणार आहेत. चेतनाने त्या आंदोलनामध्ये भाग घ्यावा. तिच्यासाठी आणि तुम्हा सगळ्यांसाठी ही नामी संधी आहे.''

बाबा विचार करत बसले. हिटलर स्टॅलिनचा सल्ला घेत होता. मला कुणीच काही विचारलं नाही. त्यांच्या भाषेमध्ये बोलण्यासाठी माझ्याकडे पुरेसं ज्ञान नव्हतं. कदाचित, मला त्याची गरजही नव्हती.

३४

मायादेवीचं निधन झाल्यानंतर, सिद्धार्थ गौतमाची संपूर्ण जबाबदारी प्रजापतीने सांभाळली. ती त्याची आई बनली आणि मार्गदर्शकसुद्धा! सिद्धार्थने वयाच्या २९व्या वर्षी गृहत्याग केला आणि वाट फुटेल तिथे दुःखाच्या मुळाचा शोध घेत फिरत राहिला. जेव्हा तो ज्ञानप्राप्ती करून परत आला, तेव्हा त्याचं स्वागत करणाऱ्या आणि त्याचा शब्द प्रमाण मानणाऱ्या दोन व्यक्ती होत्या, त्याचे वडील – शुद्धोदन आणि त्यांची दुसरी पत्नी – प्रजापती.

पुढील काळात गौतम बुद्धाचे असंख्य अनुयायी झाले; पण त्यांनी कधी स्त्रियांना आध्यात्मिक मार्गदर्शन केलं नाही. पुरुष जेव्हा त्यांच्या मार्गाने चालू लागले, तेव्हा अनेक कुटुंबे वाऱ्यावर सोडल्यासारखी झाली. ज्या बायकांचे नवरे आणि वेश्यांचे आश्रयदाते त्यांना सोडून गेले, त्या पार उघड्यावर आल्या. मग अशा सगळ्या बायका प्रजापतीच्या नेतृत्वाखाली एकत्र येऊन, डोकं बोडकं

करून बुद्ध राहत असलेल्या ठिकाणी येऊन पोहोचल्या. वाळवंट आणि हिंस्त्र पशूंनी भरलेली जंगलं पार करत सुमारे पाचशे बायकांचा जथा रक्ताळलेले पाय आणि धुळीने माखलेली तोंडं घेऊन, बुद्धासमोर दयेची याचना करू लागला. बुद्धाचा शिष्य – आनंदा याला त्या बायकांची दया आली. त्याने आपल्या गुरूंना प्रार्थना केली की, त्यांनी या स्त्रियांना आपल्या मार्गामध्ये सामील करून घ्यावं. मात्र, बुद्ध बधले नाहीत. ते आनंदाला म्हणाले,

"हा विचार तुझ्या डोक्यातून पूर्णपणे काढून टाक, आनंदा."

"पण काऽऽ?" आनंदाने काकुळतीला येत विचारलं. "त्यांना तुमचा मार्ग अनुसरायला जमणार नाही, असं का वाटतं तुम्हाला?"

"त्यांना जमणार नाही असं मी म्हणतच नाही; पण नकोच ते..."

या विषयावरून गुरू-शिष्यांमध्ये बराच वाद झाला. अखेर बुद्धाने आपल्या शिष्याची विनंती मान्य केली आणि त्या स्त्रियांना आपल्या शाखेमध्ये सामील करून घेतलं; पण तसं करताना त्यांनी असंही भाकीत केलं की, 'या निर्णयामुळे आपल्या आध्यात्मिक मार्गाची वयोमर्यादा किमान अर्ध्याने कमी झाली आहे, हे लक्षात ठेव!'

आमच्या ग्रद्धा मलिक कुटुंबातील सौभद्र मलिकची पत्नी – अन्नपूर्णा हिने गौतम बुद्धाचा मार्ग स्वीकारला. मात्र, बुद्धाने तिला आपला संसार सोडण्याची परवानगी दिली नाही.

जतिंद्रनाथने निर्घृणपणे मारलेल्या मुलीकरता न्याय मागण्यासाठी 'एस.एस.के.एम.' इस्पितळावर निदर्शने करत आलेल्या हजार बायकांचा जथा पाहून, मला अन्नपूर्णा आजीची आठवण झाली. या निदर्शनाचं नेतृत्व खुद्द मुख्यमंत्र्यांची पत्नी करत होती.

बुद्धाने केवळ पुरुषांना आपल्या धम्ममार्गावर चालण्याची परवानगी दिली होती, कारण त्यांच्या मते काळानुसार जीवनरस शोषल्या जाणाऱ्या नश्वर शरीरामध्ये अडकलेल्या स्त्रियांसाठी अधिक ज्ञानार्जनाचा उपयोग नसतो.

इस्पितळावर काढण्यात आलेल्या मोर्च्यामध्ये एकच पुरुष सामील झालेला दिसत होता; तो म्हणजे, माझे बाबा.

जतिंद्रनाथ पोलीस जीपच्या मागच्या बाजूला बसला होता. त्याच्या चेहऱ्यावर दुःख दिसत होतं. खप्पड गाल आणि खोल गेलेल्या डोळ्यांच्या जतिंद्रनाथचे हात जीपच्या एका दांड्याला हातकड्यांनी बांधून ठेवले होते. रस्त्याच्या कडेला असलेल्या टेलिफोन दालनाशेजारी मी मनोदांसोबत उभी होती. रस्त्यात झालेल्या वाहनांच्या कोंडीमुळे पोलिसांची जीप सुमारे वीस मिनिटे अगदी आमच्या समोर उभी राहिली. त्या वीस मिनिटांच्या कालावधीत जतिंद्रनाथ माझ्याकडे एकटक

बघत होता. अखेर वार्ताहरांची झुंबड होऊ लागली, तसा मला त्याचा चेहरा दिसेनासा झाला. थोड्या वेळाने महिला पोलीस तिथे येऊन धडकल्या आणि निर्दशनाला बसलेल्या बायकांना हाकलू लागल्या. त्या सगळ्या गोंधळामध्येही मला संजीवकुमार मित्रा दिसला. हिरवा टी-शर्ट आणि जीन पॅन्ट घालून पाश्चात्त्य प्रकारचे कपडे घातलेल्या एका सुंदर मुलीशी गप्पा मारण्यात तो गुंग होता. मी मनोदांना म्हटलं,

"चला दादा, आपण निघू या."

माझा चेहरा निरखत, मनोदांनी विचारलं,

"त्या पत्रकाराशी तुझं लग्न ठरलंय असं मी ऐकलंय... खरं आहे का?"

"मला माहीत नाही, दादा. म्हणजे तसं काही ठरलेलं नाही..."

"मला सुखदेवने सांगितलं."

"त्याबाबत प्राथमिक चर्चा झाली होती..."

माझी संदिग्ध उत्तरं ऐकून, मनोदांनी संजीवकुमारकडे कटाक्ष टाकला आणि माझ्याकडे वळून म्हणाले,

"तुझा त्याच्यावर कितपत विश्वास आहे, चेतना?"

माझ्याकडे या प्रश्नाचं काहीच उत्तर नव्हतं. खरंतर आम्ही वेगळ्याच कामासाठी इथे आलो होतो. एका लहान मुलीची हत्या झाली होती आणि शवविच्छेदनासाठी मनोदांची मदत पाहिजे म्हणून त्या मुलीचा काका आमच्याकडे विनंती करत आला होता. ती मुलगी माझी मैत्रीण असलेल्या आमोदिताची मुलगी होती. मनोदांनी त्यांना मदत केली.

आम्ही इस्पितळामधून बाहेर येत असताना निदर्शने करणाऱ्या स्त्रियांच्या घोळक्यात मी आणि मनोदा अडकून पडलो. ६ वर्षांच्या लहान मुलीचं शव वाहून नेणारी गाडी, १३ वर्षांच्या मुलीच्या खुन्याला घेऊन जाणाऱ्या वाहनाला वाट देण्यासाठी थांबली. जतिंद्रनाथला नेणारी पोलीस जीप गेल्यावर निदर्शकांची पांगापांग झाली आणि मनोदा माझा हात पकडून चालू लागले.

एवढ्यात संजीवकुमार अचानक माझ्यासमोर येऊन उभा राहिला आणि त्याने मला विचारलं,

"चेतना, तू तर म्हणाली होतीस की, तू या निदर्शनात भाग घेणार नाहीस?"

"मी इथे त्यासाठी आलेले नव्हते."

मग संजीवकुमारने मनोदांशी हस्तांदोलन केलं आणि विचारलं,

"तुम्ही चेतनाला कसं ओळखता?"

मनोदांनी मंद हसत उत्तर दिलं,

"ती माझी मुलगी आहे; माझी मानसकन्या!"

माझ्या डोळ्यांत अश्रू तरळले. संजीवकुमारच्या चेहऱ्यावर गोंधळ दिसू लागला.

"मी जेव्हा फणीदांना पहिल्यांदा भेटायला गेलो होतो, तेव्हापासून तुमचं नाव ऐकत आलेलो आहे; पण भेट होण्याचा योग आज जुळून आला."

"आम्ही जुन्या काळातली माणसं... असो... हे निदर्शन कशाबद्दल होतं?"

"या लोकांसाठी! मृत्युदंडाची शिक्षा रद्द केली गेली तर यांना कोणतं काम उरणार? यांची घरं कशी चालणार?"

"तसं बघितलं तर मृत्युदंडाची शिक्षा रद्द झालीच तर तुमच्यासाठी अधिक फायद्याचं असेल, नाही का?"

"अहो, मनोदा, 'तुमच्या'साठी काय? 'आपल्या'साठी म्हणा! आपण दोघे एकाच जमातीतले आहोत ना!"

"नाही. आपण एका जमातीतले असू शकत नाही. मला तुमचं काम आणि तुमचे विचार दोन्ही समजत नाहीत."

"अरेऽऽ!! बरं, ते जाऊ द्या. चला, एकत्रच जाऊ. मी सोडतो तुम्हाला."

"नाही, नको. आम्ही बसने आलो; तसेच जाऊ."

"बसने आलात म्हणून गाडीत बसणं वर्ज्य आहे का?"

हे बोलताना संजीवकुमारने आपला चष्मा काढला होता. मला त्याच्या नजरेत मनोदांसाठी आदर कमी आणि कीव अधिक दिसली.

"कुठे जायचं?" मनोदांनी विचारलं.

"झकास चहा पिऊ या आणि अड्डा मांडू या! काय?" असं म्हणत, संजीवकुमारने मनोदांचा हात धरला आणि माझ्याकडे न बघता तो पुढे चालू लागला. मनोदांनी माझ्याकडे प्रश्नार्थकरीत्या भुवया उंचावल्या; पण अन्नपूर्णा आजीप्रमाणे, मीही सगळ्या इच्छा-आकांक्षा, आठवणी आणि कर्तव्यं त्यागली होती. मनोदांनी माझं मत विचारल्याचं संजीवकुमारला आवडलं नाही. "बायकांना कधीही ठाम मत देता येत नाही!" असं म्हणून त्याने मला उडवून लावलं होतं.

त्यावर मनोदांनी त्याला सुनावलं,

"संजू बाबू, हे तुम्ही तुमच्या वयाला साजेसं बोलता आहात; पण आमच्या वयाला पोहोचलात ना की, सगळे निर्णय स्त्रियांच्याच हातात सोपवून निश्चिंत होतो आपण."

संजीवकुमारने ऐकून न ऐकल्यासारखं केलं.

भगवी वस्त्रं लेवून संन्याशी बनल्यापासून अन्नपूर्णा आजीला कुटुंब आणि समाजाची वैरी घोषित केलं गेलं. बिम्बीसार महाराजांची पत्नी असलेल्या खेमा राणीने संन्यास घेतला, तेव्हा तिची स्तुती केली गेली; पण अन्नपूर्णा आजीने तेच केलं तर तिच्याकडे बोटं उठू लागली. स्वतःच्या आनंदासाठी मुला-बाळांना

सोडून जाण्याचा क्रूरपणा करणारी ही कोणती स्त्री? स्त्रीचं खरं निर्वाण हे तिच्या नवरा, मुलांच्या सेवेत असतं हे विसरली की काय ही बाई? अन्नपूर्णाची तीन मुलं आपल्या आईसाठी आकांत करू लागली. लोक तिच्यावर दगडफेक करू लागले. मला असं वाटलं की, दोन हजार वर्षांपूर्वी 'मला माझ्या आनंदामध्ये विलीन होऊ द्या, असं सांगणारी ती स्त्री मीच होते. या विचाराने माझ्या ओठांवर हलकंसं स्मित उमललं.

"काय झालं एकदम असं हसायला?" – संजीवकुमारने टॅक्सीच्या पुढच्या आसनावरून मागे वळत विचारलं.

उत्तरादाखल मी फक्त हसले; पुन्हा एकदा!

मग थोड्या वेळाने म्हणाले,

"दोन हजार वर्षांपूर्वी स्त्रियांना गृहत्याग करण्याची परवानगी नसायची."

"गृहत्यागाचा विषय कुठून आला, चेतना? कोण घर सोडायचा विचार करत आहे? तू?" मनोदांनी गोंधळलेल्या आवाजात विचारलं.

त्यावर संजीवकुमारने ओठ मुडपून उत्तर दिलं,

"तिच्याकडे फार लक्ष देऊ नका, मनोदा. तिला असंच काहीतरी असंबद्ध बडबडत राहायची सवय आहे. चेतना सतत भूतकाळात वावरत असते. ती इतिहासाच्या बोळांमध्ये फिरण्यात धन्यता मानणारी मुलगी आहे. आजच्या जगात काय सुरू आहे, यात तिला अजिबात रस नसतो."

मनोदांना संजीवकुमारचं बोलणं आवडलं नाही. व्याकूळ आवाजात ते त्याला म्हणाले,

"संजू बाबू, तुमच्या डोळ्यांसमोर जे घडत असतं, ते तसंही इतिहासाची पुनरावृत्ती तर असते; पण आपण इतिहासामधून शिकण्याऐवजी सतत त्याच चुका करत राहतो."

अन्नपूर्णाचा आध्यात्मिक प्रवास तेव्हा सुरू झाला, जेव्हा ती रोजची घरातली कामं करताना स्वतःशी हसू लागली. सुनेला कारणाशिवाय हसताना पाहून, तिच्या सासूला विचित्र वाटू लागलं. अन्नपूर्णा मात्र हसत राहिली – धुणं धुताना, पूजा करताना, अगदी आपल्या नवऱ्याच्या हातात फासाचा दोरखंड देतानासुद्धा! शयनकक्षाच्या अंधारातही जेव्हा अन्नपूर्णा हसत राहू लागली, तेव्हा तिच्या नवऱ्याच्या मनातला शंकासुर जागा होऊ लागला.

"काय गं, तू उगाच का हसत असतेस?"

"मला माहीत नाही. माझ्या नकळत, माझ्या मनात आनंदलहरी उठतात आणि मग मला हसू येतं."

"पण नेमकं काय झालं तुझ्या मनात असल्या 'आनंदलहरी' उठायला?"

“ते माझ्या मनाचं गुपित आहे. तुम्हाला नाही सांगू शकणार.”

हे ऐकून, सौभद्र मलिक त्वेषाने उभा राहिला. समईची ज्योत मोठी करत, आपल्या पत्नीच्या विवस्त्र देहाकडे निरखून पाहू लागला. अन्नपूर्णेने आपला देह झाकण्याचा जराही प्रयत्न केला नाही. उलट अत्यंत शांत आवाजात तिने आपल्या नवऱ्याला विचारलं,

“काय झालं?”

“तू माझ्याशी खरं बोल!!” सौभद्र ओरडला. “कोणत्या पुरुषाच्या आठवणीत अशी निर्लज्जासारखी रममाण होऊन तू सतत हसत असतेस?”

“तथागत!!” अन्नपूर्णेने तसंच हसून उत्तर दिलं.

तिचं उत्तर ऐकून सौभद्रच्या तळपायाची आग मस्तकात गेली. हाताला लागतील तेवढे पैसे उचलून, त्याने थेट वेश्यावस्तीचा रस्ता धरला. त्याने तिथल्या सगळ्यात सुंदर स्त्रीची मागणी केली; तिच्याशी शय्यासोबतही केली. ती स्त्री तर अन्नपूर्णेपेक्षा कित्येक पटीने देखणी होती; पण तरीही सौभद्रला त्यातून काडीचा आनंद मिळाला नाही. पत्नीच्या चेहऱ्यावरचं निर्मळ स्मित आठवून त्याचा विरस होत गेला.

त्यानंतर त्याने आपल्या पत्नीला आज्ञा केली की, तो सकाळी कामावर जात असताना तिने त्याच्या दृष्टिपथात असू नये. सौभद्रची आई फार तरुण वयात विधवा झाली होती; त्यामुळे तिच्या चेहऱ्यावर सतत अश्रू आणि असमाधान पसरलेलं असे. सौभद्रने फर्मान सोडलं की, यापुढे काली पूजा आणि आरती त्याच्या आईने करावी आणि केवळ तिनेच त्याच्या हाती फाशीचा दोरखंड द्यावा. सौभद्र आणि त्याची आईच नव्हे, तर संपूर्ण मलिक कुटुंबाला अन्नपूर्णेच्या स्मितामागचं रहस्य छळू लागलं. का हसत असेल ही अशी? एवढा कसला आनंद होतो तिला? कुणाच्या प्रेमात पडली आहे की, आपल्यापैकी कुणाला खिजवते आहे? आपला नवरा, मुलं, कपडे आणि दागिने यापलीकडे आणखी कशामुळे स्त्रीला आनंद होऊ शकतो हा विचार करणे त्या काळी अशक्य असे.

‘सतत हसणाऱ्या स्त्री’ची वार्ता इतकी सर्वदूर पसरली की, पार राजाच्या कानापर्यंत गेली. त्यालाही अचंबा वाटला; त्याने वेष पालटून अन्नपूर्णाला भेट दिली आणि तिच्या चेहऱ्यावरचं स्मित पाहून त्यालाही चिंता वाटू लागली.

आमची टॅक्सी कॉलेज स्ट्रीटजवळ येऊन थांबली. आजोबा देवीचरण ग्रद्धा मलिकच्या काळामध्ये राजा राम मोहन रॉय, न्यायाधीश एडवर्ड हाइड, राजा बैद्यनाथ मुखर्जी आणि डेव्हिड हेअर या चौघांनी मिळून ‘हिंदू कॉलेज’ची स्थापना केली होती. सुरुवातीला चितपूर रोडवरील गोराचंद बसाक यांच्या घरामध्ये हे कॉलेज सुरू झालं. कालांतराने जेव्हा ‘कॉलेज रोड’वर त्याचं स्थलांतर करण्यात

आलं, तेव्हा त्याच्या अवतीभवती पुस्तकांच्या दुकानांची रेलचेल सुरू झाली. मग त्यांच्याभोवती उभ्या असलेल्या पादचारी मार्गांवर अद्ययावत कपडे घातलेल्या तरुण-तरुणींची गर्दी होऊ लागली. आजही कॉलेज स्ट्रीटवर तरुणाईचा मेळा लागल्यासारखा दिसत होता. बिनबाह्यांचे शर्ट, जीन्स, स्कर्ट, झगे इ. घातलेल्या तरुणींमुळे सगळा परिसर खुलून आला होता. आम्ही 'कॉफी हाउस'मध्ये शिरलो, तर भरलेल्या टेबलांवर बसलेल्या शेकडो माणसांच्या आवाजाने मी क्षणभर गांगरून गेले! गर्दीमधून कशीबशी वाट काढत निरनिराळी संभाषणं ऐकत, आम्ही पुढे चालू लागलो.

"या घटनेमुळे ठाकूरबारीचं नाव खराब झालं खरं! त्यांचं नोबेल पारितोषिक चोरीला गेल्यावरही मला इतकं वाईट वाटलं नव्हतं जितकं आज वाटतं आहे."

"अहो, तुम्हाला माहीत आहे का? आपल्या देशातील बहुतांश लोकांना या चोरीबद्दल काहीही माहिती नाही."

"सरकारने शिताफीने सगळं दडवून ठेवलं आहे, आणखी काय? पण हा आपल्या देशाचा अपमान आहे आणि फसवणूकसुद्धा! इतर कुठल्या देशात असं घडलं असतं का?"

"दुराचाराची हद्द झाली! इतकं मोठं विद्यापीठ? जगभरात नावाजलेली शैक्षणिक संस्था! आणि हे उद्योग? छे, छे! उपकुलपती एका पदवीधर नसलेल्या स्त्रीला मोठ्या पदाची नोकरी देतात काय? बेकायदेशीररीत्या जमिनीचे सौदे करतात काय? अशक्य आहे सगळं!"

बरेच लोक या ना त्या कारणावरून रागावलेले दिसत होते.

"इथे एकही जागा रिकामी दिसत नाही. चला, वरच्या मजल्यावर जाऊ..." संजीवकुमारने सुचवलं.

मनोदा आपला लंगडा पाय घेऊन कसाबसा जिना चढू लागले.

इतक्यात, एका मुलीचा आवाज आला,

"ए! तो बघा! संजीवकुमार मित्रा!"

"अरे, हो की! आणि त्याच्यासोबत ती मुलगी कोण आहे?"

"अरे, तीच ती जल्लाद ना?"

"हो, हो... तीच आहे ती; पण ती तर खूप खूश दिसते!"

"बघ ना... मी तिच्या जागी असते तर..."

पुढचं वाक्य ऐकण्याइतकं आम्ही तिथे थांबलो नाही. मला फार हसू आलं : मी तिच्या जागी असते तर!

एके दिवशी, आजोबांना जेवण वाढत असताना, अन्नपूर्णा आजीने अचानक पद्मासन घातलं आणि तपश्चर्येत गुंग झाली. 'कालवण वाढ की!' आजोबा

करवादले; पण तिला त्यांचं बोलणं ऐकू आलं नाही. पाठ सरळ ठेवून, डोळे मिटून चेहऱ्यावर हलकं स्मित असलेल्या अवस्थेत ती ध्यानमग्न झाली होती. नवऱ्याने तिला गदागदा हलवून बघितलं, सासूने डोक्यावर पाणी ओतलं, मुलं जोरजोरात रडू लागली... पण अन्नपूर्णावर कशाचाही परिणाम झाला नाही. परमोच्च आनंदाच्या पातळीवर जाऊन पोहोचलेली अन्नपूर्णा दुसऱ्या दिवशी सकाळी पुन्हा भानावर आली. तिच्यावर झालेल्या प्रश्नांच्या भडिमारावर तिचं एकच उत्तर होतं : 'मी माझं घर-संसार सोडून तथागतासोबत गेले होते.' या घटनेची अधिकाधिक पुनरावृत्ती होऊ लागली तसा त्यांच्या घरातला असंतोष वाढू लागला. 'तू नीट वागलीस तर मी तुला दागिने आणून देईन,' असं तिला सौभद्र आजोबांनी सांगितल्यावर अन्नपूर्णेने उत्तर दिलं : 'पण त्याची काय गरज आहे? माझ्याकडे आधीच तीन उत्कृष्ट दागिने आहेत – बुद्ध, धम्म आणि संघ!' या उत्तरामुळे अन्नपूर्णा आजीला खूप मार पडला; पण ती शेवटपर्यंत बधली नाही. तिने 'थेरीगाथा'मध्ये लिहिलेल्या एका कवितेमध्ये म्हटलं आहे,

> 'तथागताच्या तेजोमय उपस्थितीमध्य माझ्या नश्वर देहाचा चोळामोळा होतो आणि मी पंचमहाभूतांमध्ये विलीन होते. माझा आत्मा मात्र अत्यंत अभिमानाने आणि मानाने निर्वाणाच्या तेजःपुंज वलयाशी एकरूप होतो.'

आम्ही हॉटेलचा गोलाकार जिना चढून वर गेलो. तिकडच्या एका रिकाम्या टेबलावर बसलो तोच धोती - कुडता घातलेला एक मनुष्य आमच्याकडे आला आणि मनोदांना म्हणाला,

"मानवेंद्र बाबू? अहो, आहात कुठे? मी तुम्हाला म्हटलं नव्हतं, आपलं भविष्याथ – आपलं भविष्य धोक्यात आहे म्हणून?"

हे ऐकून, मनोदांनी नेहमीप्रमाणे रुंद हास्य केलं आणि म्हणाले,

"कोमलदा, आपलं भविष्य नव्हे, तर आपलं वर्तमान धोक्यात आहे! ते सगळं जाऊ द्या. तुम्ही कसे आहात? नवीन काय खबरबात?"

"बाबू, माझ्या आयुष्यात काय नवीन असणार? नेहमीप्रमाणे सकाळच्या वेळी आईच्या घरी जातो, तिला रंगवण्याच्या कामात मदत करतो आणि मग काम संपलं की, इथे येतो... आणखी काय?"

कोमलदा निघून गेल्यावर मनोदांनी आम्हाला सांगितलं,

"हा आमचा एक जुना सवंगडी, बरं काऽऽ..."

थोडा वेळ आमच्यात जुजबी गप्पा झाल्यावर संजीवकुमार मनोदांना म्हणाला,

"मी तुमच्याबद्दल खूप ऐकलेलं आहे. एक दिवस मी तुमच्या कार्यालयात येतो. तुमच्यावर विशेष कार्यक्रम करू या..."

"नको."

संजीवकुमारने पुढे बोलण्याचा प्रयत्न केला; पण त्याला मध्येच थांबवत, मनोदा म्हणाले,

"जे लोक 'भविष्याथ' वाचतात, त्यांनाच त्याच्याबद्दल माहिती असण्याची गरज आहे."

"अहो, पण दादाऽऽ... आजच्या युगात टी.व्ही.वर प्रसिद्धी मिळणं ही फार महत्त्वाची गोष्ट आहे."

"आम्हाला प्रसिद्धीची गरज नाही, संजू बाबू. कृपा करून तुम्ही 'भविष्याथ'च्या मागे हात धुवून लागू नका."

हे ऐकून, संजीवकुमार जरा वेळ गप्प बसला. मग आपला चष्मा काढून माझ्याकडे बघत म्हणाला,

"चेतना आता 'भविष्याथ'मध्ये काम करते ना?"

"हो. ती आमच्यासाठी प्रुफं तपासण्याचं काम करते."

"चांगलं आहे; पण आजच्या निदर्शनामध्ये तिने सक्रिय भाग घेतला असता तर आम्ही तिला खूप वर चढवू शकलो असतो."

"मी काय फुगा आहे का, वर चढवायला?" संजीवकुमारकडे रागाने बघत, मी गुरगुरले. खरं सांगायचं तर मी जरी त्याच्यावर गुरगुरले असले, तरी त्याच्या विनाचष्म्याच्या डोळ्यांत बघून, आमच्या प्रणयाचे क्षण आठवून मला कासावीस होत होतं. अर्थात संजीवकुमारला माझ्या मनातलं सत्य समजणं शक्य नव्हतं. मी त्याच्याशी फटकून बोलल्यावर त्याचा चेहरा पडला.

तेवढ्यात आमची कॉफी आली आणि आम्ही तिघेही शांतपणे कॉफी पिऊ लागलो. आमच्या आजूबाजूच्या टेबलांवर मात्र निरनिराळ्या विषयांवरील संभाषणे सुरूच होती.

"पोर्तुगाल! बघ, मी म्हटलं नव्हतं, पोर्तुगालच जिंकणार!"

"अहो, पण हा विचार करा ना... एकटी बाई कॅबिनेटमध्ये किती आणि काय करणार?"

"हे बघ, तो ग्रद्धा मलिक पक्का डांबिस माणूस आहे! पण मला समजत नाही, मुख्यमंत्र्यांनी मृत्युदंडाचं समर्थन का करावं?"

या सगळ्या वेगवेगळ्या गप्पा ऐकून, नकळत मला हसू आलं. मला असं हसताना बघून, संजीवकुमारने कुत्सितपणे विचारलं,

"काय झालं तुला एवढे दात काढायला?"

"मी खूश आहे. बास!"

"हो काऽऽ?" त्याने लहान मुलासारखं वेडावत विचारलं. "कशाबद्दल खूश आहेस तू इतकी?"

"तू माझ्या आयुष्यातून निघून गेलास ना, म्हणून!"

थोबाडीत मारल्यासारखा, संजीवकुमार एकदम गप्प झाला. काही न बोलता आम्ही सगळे खाली उतरलो.

आम्ही हॉटेलाच्या बाहेर पडतो तोच, खप्पड गालावर पिकलेली दाढी आणि खांद्यावर फाटकी झोळी घेऊन फिरणारा एक इसम आमच्यासमोर पिवळ्या आच्छादनांतली लहानशी पुस्तकं फडकवत उभा राहिला.

"२ रुपये, फक्त २ रुपये... घ्या बाबू..."

संजीवकुमारने त्याला विचारलं,

"२ रुपये? काय आहे हे?"

"माझ्या कवितांची पुस्तकं आहेत, बाबू. या सगळ्या नुकत्याच लिहिलेल्या कविता आहेत."

संजीवकुमारने त्यातलं एक पुस्तक चाळलं आणि मग त्या विक्रेत्याकडे कुत्सितपणे बघत म्हणाला,

"एवढी मेहनत करून, ही पुस्तकं निव्वळ २ रुपयांमध्ये विकून तुम्हाला काय फायदा होतो?"

"आर्थिकदृष्ट्या होत नसेल, बाबू; पण कुणीतरी माझं पुस्तक विकत घेत आहे ही सुखद भावना अनुभवायला मिळते, तोच खरा फायदा!"

"होऽऽ, पण शेवटी पैसा लागतोच ना? त्या दृष्टीने विचार केलात तर तुमचं नुकसान आहे."

"बाबू, पैसा म्हणजे शेवटी काय हो? ती एक संकल्पना आहे. कागदाच्या एका तुकड्यावर ५ रुपये लिहिले की, त्याची महती कमी आणि त्याच कागदावर ५०० रुपये लिहिले की, लगेच त्याची किंमत जास्त! असंच तर असतं. या क्षणभंगुर गोष्टींना किती महत्त्वं द्यायचं हे आपल्यावर असतं."

"बेअक्कल माणूस दिसतोय!" असं पुटपुटत, संजीवकुमार टॅक्सी पकडायला गेला.

"मला तुझ्याशी जरा बोलायचं आहे, चेतना."

"आता नाही. नंतर..."

आमचं हे बोलणं ऐकून, मनोदांनी विचारलं,

"मी तुमच्या मध्ये येत असेन, तर मी निघू का, बाळांनो?"

"असं काही नाही, मनोदा. चला, आपण निघू या..." असं म्हणत, मी

मनोदांसोबत चालू लागले तसं संजीवकुमारने तिरीमिरीने माझा हात पकडला.

"जरा थांब की! ऐक ना माझं! मला... मला आपल्या लग्नाबाबत बोलायचं होतं."

लग्नाचं नाव काढल्यावर, मी जराशी थबकले. त्या संधीचा फायदा घेऊन, संजीवकुमारने एकदम आपल्या चेहऱ्यावरचे भाव बदलले आणि माझ्याकडे मादक नजरेने बघत खुसफुसला,

"आपण माझ्या जुन्या घरी जाऊ या... इथून जवळच आहे. तुला आठवतं ना, माझं ते घर?"

सावज आपल्या जाळ्यात अडकलंय असं त्याला वाटत असतानाच मी जराशी हसले आणि थेट संजीवकुमारकडे बघत म्हणाले,

"मला हौस नाही."

"म्हणजे? असं काय बोलतेस, चेतना?"

"तू आज इस्पितळासमोर एका मुलीशी गप्पा मारत होतास ना? तू तिच्याशी किंवा तिच्यासारख्या दुसऱ्या एखाद्या मुलीशी लग्न कर. तुला तशीच बायको शोभेल. आपण एकमेकांपेक्षा फार वेगळे आहोत. माझे बाबा नेहमी म्हणतात... मातीमधून दोरखंड बनवता येत नाही. तशातली गत आहे आपली."

"पण तुझ्या वडिलांनी मला शब्द दिला आहे की, ते लवकरात लवकर आपल्या लग्नाची नोंदणी करणार आहेत म्हणून...?"

"दरवेळी त्यांचा निर्णय तोच माझा निर्णय असेल, असं नाही ना?"

"त्यांनी मला शब्द दिला आहे की, तू जर त्यांचं म्हणणं ऐकलं नाहीस तर ते तुला घरातून हाकलून देतील...!"

हे ऐकून मी खोऽखोऽ हसत सुटले! त्याच्या धमकीला घाबरण्याऐवजी मी हसते आहे हे पाहून संजीवकुमार खूप वैतागला!

"तुला वेड तर लागलं नाही ना, चेतना? एकसारखी का हसते आहेस?"

तरीही, माझं हसणं काही थांबेना! गृहत्याग करण्याचं स्वातंत्र्य मिळावं यासाठी झगडा देणाऱ्या अन्नपूर्णा आजीची मतं आणि विचार समजण्यासाठी मला किती वर्षं लागली होती! छे! जर पूर्वीपासूनच मुलींना आपल्या अत्याचाऱ्यांच्या तोंडावर फिदिफिदी हसता आलं असतं तर आज आपल्या जगातली अर्धीअधिक गुन्हेगारी अस्तित्वात नसती!

असो. तर तुम्ही माझ्या कथेतला हा अत्यंत महत्त्वाचा टप्पा लक्षात ठेवायला हवा : यापुढे मी माझ्या वडिलांच्या, प्रियकराच्या, नवऱ्याच्या किंवा मुलांच्या... कुणाच्याही मर्जीनुसार वागणार नाही. मी फक्त आणि फक्त माझ्या स्वतःच्या मर्जीनुसार जीवन व्यतीत करणार आहे.

३५

६ वर्षांच्या अमोलिकाचे डोळे फोडून टाकले होते. तिचे हात-पाय छाटून टाकले होते. तिच्या गळ्यामध्ये लोखंडी सळी घुसवली होती. आदल्या दिवशी मी तिचं पार्थिव बघितलं असल्यामुळे आज मी न रडता तिच्याकडे बघू शकत होते. अमोलिकाची आई – आमोदिता – ही माझी शाळेतली मैत्रीण. वयाच्या पंधराव्या वर्षीच तिचं लग्न झालं होतं. मला अजून आठवतं... नववीच्या परीक्षेची तयारी करत असताना, आईने संध्याकाळपर्यंत अभ्यास उरकायचं फर्मान सोडलं होतं. मग आम्ही चांगले कपडे घालून, रेल्वेच्या रुळांजवळ असलेल्या आमोदिताच्या झोपडपट्टीतल्या घरात, तिच्या लग्नसमारंभासाठी गेलो होतो. तिच्या पाठवणीसाठी पांढरे घोडे जुंपलेली घोडागाडी आणलेली होती. पुरेशा पोषणाअभावी फिकी दिसणारी आमोदिता त्या रथामध्ये चढून बसल्यावर, शववाहिन्या आणि हातगाड्यांनी तिच्यासाठी वाट करून दिली होती. पुढची दोन-तीन वर्षं ती छान, गुबगुबीत दिसू लागली; पण मग नंतर पुन्हा तिची तब्येत खालावत गेली. तिची दोन मुलं दगावली. कापसाच्या गिरणीमध्ये कामाला असलेल्या तिच्या नवऱ्याला दम्याचा विकार जडला; अर्धांगवायूने ग्रस्त असलेल्या सासऱ्यांची तिला सतत सेवा करावी लागली. या सगळ्या जबाबदाऱ्या आणि चिंतांच्या ओझ्याखाली आमोदिता पार वाकून गेली होती.

मी कितीही म्हटलं की, मी माझं हृदय कठोर केलं होतं, तरी मला त्या लहानशा अमोलिकाच्या मृतदेहाकडे बघवेना. हे एखाद्या मानवाचं शरीर आहे हेसुद्धा खरं वाटत नव्हतं. तिच्यावर असा अत्यंत क्रूर हल्ला करणारा तिच्या शेजारचा १८ वर्षांचा मुलगा होता! अमोलिकाला 'ट्विंकल, ट्विंकल लिटिल स्टार शिकवण्याच्या बहाण्याने त्याने तिला शेजारच्या झुडपांमध्ये नेऊन अत्यंत निर्दयपणे मारून टाकलं होतं!

"चेतू!! त्याला फाशी दे!! त्या नराधमाला फाशी दे, चेतूऽऽ!!" मला पाहून, आमोदिता एका आईच्या आकांताने किंचाळली होती.

आमोदिताचा आक्रोश मला जतिंद्रनाथची आठवण करून देत होता. जतिंद्रनाथला इस्पितळामधून पुन्हा अलिपूर कारागृहात नेलं होतं. एका लहान वयाच्या मुलीवर बलात्कार करून तिचा खून केल्याच्या आरोपाखाली जतिंद्रनाथसाठी फाशीची शिक्षा कायम केली गेली होती. अमोलिकाच्या शरीराला छाटून तिचे तुकडे केले गेले असल्याने, तिचे अंत्यविधी निमताला घाटाजवळच्या विद्युत्दाहिनीमध्ये करण्यात आले. अखेरीस मिळालेल्या वाडगाभर राखेला गंगेच्या पात्रात वाहून टाकलं गेलं

होतं. आम्ही सगळे गंगेकाठी उभे असताना आमच्या दोन्ही बाजूला अन्य दोन मृत व्यक्तींचे अंत्यविधी चालले होते. त्यांच्या चिताग्नीमधून उठणाऱ्या धुराच्या गर्तेत उभे राहून, आम्ही सगळे लहानशा अमोलिकाला अखेरचा निरोप देत होतो.

एक बकरी आणि तिची दोन पिल्लं, इतस्ततः विखुरलेल्या झेंडूच्या फुलांवर ताव मारत होती. नदीच्या दुसऱ्या काठावर वसलेल्या कारखान्यांमधून सतत धुराचे लोट येत होते. लग्नाचं वऱ्हाड घेऊन चाललेली एक होडी आमच्या समोरून निघून गेली. अंत्यविधीसाठी गंगेच्या काठावर उभ्या राहिलेल्या लोकांच्या पायावर नदीच्या लाटा हेलकावे देऊन जात होत्या. ज्या ठिकाणी रबींद्रनाथ टागोरांचे अंत्यविधी केले गेले होते, तिथे आता एक उंचवटा बांधला गेला आहे. शेण, शेंबूड, पान आणि आणखी निरनिराळ्या प्रकारच्या घाणीमधून वाट काढत, मी त्या उंचवट्यावर जाऊन बसले. थोड्या वेळाने गंगेत डुबकी मारून केस व कपडे ओले झालेली आमोदिता, थरथरत माझ्याजवळ आली आणि अत्यंत रडवेल्या आवाजात म्हणाली,

"चेतूऽऽ! ती गेली गं! माझं बाळ गेलं गंऽऽ! आता कोण मला मा म्हणून हाक मारणार?"

आमोदिताचे करुण शब्द अवघ्या घाटावर दुमदुमले. आमोदिताच्या आक्रोशावर नेमकी काय प्रतिक्रिया द्यावी हे मला समजेना : धो-धो रडावं की स्वतःशी स्मित करावं? अमोलिका जरी जगली असती तरी यापुढे तिला आपल्या आईला कधीच हाक मारता आली नसती, कारण तिची लहानशी जीभ सगळ्यात अगोदर कापली गेली होती. अमोलिकाचा मृतदेह एका निर्मनुष्य कोपऱ्यात सापडला होता. मुंग्यांनी त्यावर कधीच ताव मारायला सुरुवात केली होती. डॉक्टरांनी तिचं तोंड पूर्णपणे बंद केलं नसल्यामुळे अमोलिका या जगातून गेली ती आपल्या आईला हाका मारतच! १०.४० ची प्रिन्सेप घाट गाडी आली, तशी तिच्या आवाजात आमोदिताचा आक्रोश विरून गेला. घाटावर ठिकठिकाणी मानवी दुर्दशेच्या खुणा दिसत होत्या. टागोरांसाठी बांधलेल्या उंचवट्यावर धुळीचे थर साचले होते. कमरेला फाटका टॉवेल गुंडाळलेला एक बारीक माणूस त्याच धुळीमध्ये झोपला होता. पिसवांनी भरलेला एक घाणेरडा कुत्रा त्याच्या शेजारी बसला होता. गेल्या वर्षीच्या पूजेमधून उरलेल्या दुर्गेच्या मूर्तीचे भग्न अवशेष इतस्ततः विखुरले होते. जटा झालेले केस आणि दाढी असलेला एक संन्यासी, बिहारी बिनोद मलिकच्या दुकानाबाहेर सिगारेट ओढत बसला होता. वाऱ्याच्या झोताने जवळच जळणाऱ्या एका प्रेताची राख माझ्या डोक्यावर येऊन पडली, तेव्हा मी घरचा रस्ता धरला.

रेल्वेचं फाटक पार करत असताना, तिरडी बनवणाऱ्या गंगाधरदाने हाक मारत मला विचारलं,

"चेतना, यापुढे तू टी.व्ही.वर दिसणार नाहीस का गं?"

"दादा, पोट तुडुंब भरण्याआधीच ताटावरून उठणं योग्य नाही का?"

"हो, तसुद्धा बरोबर आहे म्हणा... असं म्हणून सिगारेटचा झुरका घेत, गंगाधरदा पुढे म्हणाले, "पण, ऐन वेळी फाशीला स्थगिती मिळाली हे फारसं चांगलं झालं नाही, बघ. तू किती प्रसिद्ध झाली असतीस, विचार कर!"

मी हसले.

"पण काय गं, चेतू... खरं सांग... एका माणसाला मारण्याच्या विचाराने तुला जराही भीती वाटली नव्हती का?"

मी कसनुसं हसले.

"तुझ्या हाती मेलेल्या माणसाचे अंत्यविधी इथे झाले असते, तर मलाही धंदा मिळाला असता, हो ना?" रुंद हास्य करत गंगाधरदांनी शेरा मारला.

खरोखर, मृत्यूसारखा उत्तम धंदा नाही...!

घरी पोहोचेपर्यंत गंगाधरदांचं बोलणं माझ्या मनात रुंजी घालत होतं.

पूर्वीच्या काळी कवयित्री व ज्योतिषी असलेल्या खोना नावाच्या स्त्रीने असं लिहून ठेवलं होतं की, मनुष्याच्या अन्नात मिठाचा खडा असावा, काही कडवट असावं आणि पोट तुडुंब भरण्याआधी पानावरून उठावं. वराहाची सून म्हणून ओळखली गेलेली खोना ठाकूमाच्या मते, राधारमण मलिकची आतेबहीण होती.

"तो मुलगा परत आला आहे!" गोदीकामगारांच्या वस्तीजवळच्या नळावर उभी असलेली आई समोरून येताना मला बघून फिस्कारली. "तू लवकरात लवकर काय तो निर्णय घे हं, चेतू! हे त्याचं असं एकसारखं येणं-जाणं काही चांगलं नाही."

मी घरी पोहोचले आणि थेट न्हाणीघरात गेले. तिथून मला त्याचा आवाज ऐकू येत होता. बाहेर आले तशी माझी नजर रामूदाच्या रिकाम्या पलंगावर पडली. त्याच्या डोक्याशी तेवत असलेल्या दिव्याच्या ज्योतीकडे बघत मी क्षणभर थबकले. मग मनोदांनी आपल्या चरित्राचं दिलेलं हस्तलिखित काढून, ते तपासू लागले. मात्र, मी पहिल्याच प्रकरणामध्ये अडखळू लागले. त्यातलं सुरुवातीचं वाक्य होतं : 'जेव्हा सिद्धार्थ शंकर रे क्लीवरून परतले...' ते वाचून, मी हस्तलिखित बाजूला ठेवून दिलं.

माझ्या डोक्यात खोनाचा विचार फिरू लागला. राधारमणच्या बहिणीने आणि तिच्या नवऱ्याने आपल्या मुलीला बरासातमध्ये राहणाऱ्या अनाचार्यला दत्तक दिले होते. अनाचार्यच्या मार्गदर्शनाखाली खोना मोठी विदुषी झाली. दुसऱ्या बाजूला, चंद्रगुप्त विक्रमादित्याच्या दरबारातील पूर्वीच्या सात रत्नांपैकी एक असलेल्या वराहाने आपल्या मुलाची – म्हणजेच, मिहीरची – पत्रिका मांडताना काहीतरी

चूक केली. वास्तविक, मिहीरचं आयुर्मान तब्बल शंभर वर्षांचं असताना, वराहाने केलेल्या आकडेमोडीच्या चुकीमुळे त्याचं आयुर्मान केवळ दहा वर्षांचं दिसत होतं. आपल्या मुलाला दहा वर्षं वाढवल्यावर त्याला गमावण्याच्या विचाराने कासावीस झालेल्या वराहाने, मिहीरला एका वेताच्या टोपलीत घालून नदीमध्ये सोडून दिलं. बरासातच्या आदिवासींना ते बाळ सापडलं. त्यांनी त्या बाळाला वाढवलं आणि कालांतराने तो खगोलशास्त्रामध्ये मोठा विद्वान झाला. काही वर्षांनी मिहीरची खोनाशी भेट झाली. तिच्या हुशारीने प्रभावित होऊन मिहीरने खोनाशी लग्न केलं. आपण खगोलशास्त्राचा संपूर्ण अभ्यास करून त्यामध्ये तरबेज झाल्याची खात्री पटल्यावर, मिहीरने आपल्या पत्नीसमवेत राजदरबाराची वाट धरली. आदिवासींनी त्या दांपत्यासोबत एक वाटाड्या दिला. तसेच ताडपत्रीवर लिहिलेली हस्तलिखितेही सोबत दिली. ती हस्तलिखिते वाटाड्याच्या हातात दिली गेली होती. त्यावरून, त्याला वाटेत मिहीरची परीक्षा घ्यायला सांगितलं गेलं होतं. जर मिहीर त्या परीक्षेत नापास झाला, तर त्याला पुढचा अभ्यास करण्यासाठी हस्तलिखिते सुपूर्द करण्यात येणार होती. जर तो परीक्षेत उत्तीर्ण झाला, तर वाटाड्याला ती हस्तलिखिते आपल्यासोबत परत आणायला सांगितलं गेलं होतं. प्रवास सुरू झाल्यावर, वाटेत त्यांना गाभण गाय दिसली. वाटाड्याने मिहीरला विचारलं, 'या गाईचं वासरू कोणत्या रंगाचं असेल?' मिहीरने ग्रह-ताऱ्यांच्या स्थितीचा अभ्यास करून उत्तर दिलं, 'तपकिरी.' खोना म्हणाली, 'पांढरं.' गाय प्रसूत होईपर्यंत ते सगळे तिथेच थांबले. वासराचा रंग 'पांढरा' होता. ते पुढच्या प्रवासाला लागले. वाटेत त्यांना एक गंभीररीत्या आजारी असलेला मनुष्य दिसला. वाटाड्याने विचारलं, 'याला कोणता आजार झाला असावा?' मिहीरने आकडेमोड करून उत्तर दिलं, 'याला खूप मोठ्या प्रमाणात फेफरं भरली आहेत.' खोनाचं मत पडलं की, त्याला फण्यावर लाल डाग असलेल्या सापाचा दंश झाला आहे. तिचं उत्तर बरोबर होतं. ते पुढे गेले तेव्हा त्यांना एक ब्राह्मण दिसला. वाटाड्याने विचारलं, 'याला किती मुलं असतील?' मिहीरने उत्तर दिलं, 'चार.' खोनाने उत्तर दिलं, 'सहा.' पुन्हा एकदा खोनाचं उत्तर बरोबर होतं.

अखेर वाटाड्याने मिहीरच्या हातात ती हस्तलिखिते दिली आणि त्याला म्हणाला, "तुला अजून खूप अभ्यास करण्याची गरज आहे. या हस्तलिखितांची तुला मदत होईल."

मात्र, इतकी वर्षं मनापासून अभ्यास करूनही जर आपल्याला आपल्या विषयावरची पकड घट्ट करता आली नसेल तर आता हे तकलादू कागद वाचून काय मोठं मिळणार आहे असा विचार करून, मिहीरने ते कागद रागाने गंगेत भिरकावून दिले. खोनाने नदीत उडी मारून काही कागद वाचवले; पण त्यातले

बरेचसे कागद वाहून गेले. नदीच्या दुसऱ्या काठावर राजा विक्रमादित्य शिकार करत होता. मिहीर राजाच्या दरबारात गेला. मिहीरच्या हुशारीने प्रभावित होऊन, राजाने त्याला आपल्या दरबारात विद्वान म्हणून मानाचं स्थान दिलं. मिहीरला बघताक्षणी वराहाने त्याला ओळखलं!

"आपण यात काही करू शकत नाही. हे युद्ध मृत्युदंडविरोधी आणि मृत्युदंडाच्या बाजूने गटांमधलं आहे."

काहीतरी खात, संजीवकुमार बोलत होता. मी चिडून उभी राहिले. हा असंवेदनशील मनुष्य बहुधा हे विसरला होता की, या घरामध्ये अवघ्या काही दिवसांपूर्वी एक मृत्यू झालेला आहे.

"राजे राजे जुद्धो होये उलूघाग्रार प्राण जाये... तुम्ही हे ऐकलेलं नाही का, संजू बाबू? युद्ध राजांमध्ये होतं; पण प्राण मात्र उलू बांबूने बनवलेल्या हत्यारांचा जातो. काय बाबू, तुम्हाला काय वाटतं? या नराधमांना मारून टाकावं की त्यांना तुरुंगामध्ये डांबून त्यांची अर्चना करत राहावी? यांना तुरुंगांमध्ये पोसण्यासाठी सरकारच्या तिजोरीमधून किती पैसा जातो, सांगा बरं? यांना फासावर लटकवलं तर त्याच पैशाचा चांगला विनियोग नाही का करता येणार?" बाबा खोऽखोऽ हसत उद्‌गारले.

"हा प्रश्न चेतनाला विचारला पाहिजे, फणीदा. मृत्युदंडाला सगळ्यात जास्त विरोध कुणाचा असेल, तर तो तुमच्या मुलीचा."

"हरामखोर कुठली! बाबाच्या विरोधात आवाज तर चढवू दे तिला... नाही तिची जीभ हासडून हातात दिली तर नाव नाही सांगणार, फणीभूषण ग्रद्धा मलिक!"

हे ऐकल्यावर मी शांतपणे बाबांच्या खोलीच्या दरवाजाशी जाऊन उभी राहिले आणि त्यांच्याकडे बघून स्मित केलं. ते काहीसे गडबडले; पण मग सिगारेट शिलगावून त्यांनी मला विचारलं,

"तू कधी आलीस?"

संजीवकुमारचा चेहरा रुक्ष बनला; पण मी त्याच्याकडेही बघून रुंद हसले.

आपला चष्मा काढून पुसत, संजीवकुमार उद्‌गारला,

"आजकाल चेतनाला जरा जास्तच हसू येतं. कधीही, कुठेही हसत बसलेली असते. काय झालं गं, चेतना?"

"काही नाही. मी खूश आहे. इतकंच!"

"अगं, पण झालं काय तुला इतकं खूश व्हायला? ते सांगशील की नाही?"

"जल्लादाला मृत्यूमध्ये आनंदच सापडतो की!" मी हसत उत्तर दिलं.

संजीवकुमारच्या चेहऱ्यावर मळभ पसरलं.

विक्रमादित्यने खोनाला आपल्या दरबारात आमंत्रित केलं. त्याला चांगल्या माणसांना भेटण्याची नेहमीच ओढ असे. आदल्या दिवशी, विक्रमादित्याने दरबारामध्ये असा प्रश्न विचारला होता की, आकाशात नेमके किती तारे असतात? त्याच्या दरबारातील नवरत्नांपैकी एकालाही उत्तर देता आलं नव्हतं. आपला नवरा आणि सासरेबुवा घरी परतल्यावर, त्यांनी जेव्हा कष्टी चेहऱ्याने खोनाला या घटनेबद्दल सांगितलं, तेव्हा ती हसली आणि म्हणाली,

"अय्या? त्यात काय एवढं कठीण आहे? आकाशातल्या चांदण्यांची मोजदाद अशी करावी... १००×१०^{२२}!"

दुसऱ्या दिवशी, वराहाने राजासमोर जाऊन फुशारकी मारली की, त्याचा प्रश्न इतका सोपा होता की, आपल्या घरातल्या एका यःकश्चित स्त्रीलासुद्धा त्याचं उत्तर देता आलं. राजाला फार आश्चर्य वाटलं. तो आपला वेष पालटून खोनाला भेटायला गेला. खोना रूपाने जेमतेम होती; पण तिच्या अफाट बुद्धीने राजा इतका प्रभावित झाला की, त्यानंतर तो सतत तिच्याशी निरनिराळ्या विषयांवर चर्चा करू लागला. कालांतराने, खोना विक्रमादित्याच्या दरबारातलं दहावं रत्न म्हणून घोषित केली गेली.

"मी आपल्या लग्नाबद्दल बोलायला आलो आहे. मला आता अधिक वेळ घालवायचा नाही..."

खोनाच्या विचारांमध्ये स्वतःशी हसत बसलेली मी, अचानक धरणीवर आदळले. मग मी संजीवकुमारकडे रोखून बघत म्हटलं,

"तू माझ्याशी कधीच लग्न करणार नाहीस. मुळातच तो तुझा हेतू नाही."

संजीवकुमारचा चेहरा बघण्यासारखा झाला! बाबांनीसुद्धा आपली सिगारेट बाजूला ठेवली आणि ते माझ्याकडे प्रश्नार्थक नजरेने पाहू लागले. मी त्या दोघांकडे बघून हसले आणि म्हणाले,

"तुझ्या नजरेत मी एक अशा भुक्कड माणसाची मुलगी आहे, ज्याला महिन्याला जेमतेम १५० रुपयांच्या मोबदल्यासाठी, दहा-पंधरा वर्षांत एखाद्या माणसाला फाशीवर लटकवण्यात काही गैर वाटत नाही. तुझी नजर बाजारातल्या सौद्यावर आणि त्याच्या चढ-उतारावर आहे, संजू बाबू. तुला आणि मला दोघांनाही हे नीट ठाऊक आहे."

संजीवकुमारचा चेहरा फिका पडला.

"कसला बाजार? कसला सौदा?" त्याने चाचरत विचारलं.

मी हसले.

"हेच की, जसं माझ्या कुटुंबाकडे मनुष्याला मारण्याच्या निरनिराळ्या प्रकारांचं

ज्ञान आहे, तसं तुला तुझ्या कुटुंबाकडून, स्त्रीचा सौदा करण्याचे निरनिराळे प्रकार वारसा म्हणून मिळाले आहेत!''

''काय बोलतेस तू, चेतना?'' संजीवकुमार ओरडून म्हणाला.

बाबांच्या चेहऱ्यावर गोंधळ पसरला होता. त्यांनी संजीवकुमारला विचारलं,

''हे सगळं नेमकं काय चालू आहे, बाबू? असं काही घडलंय का, ज्याच्याबद्दल मला माहिती नाही?''

''नाही...'' आपले डोळे चोळत, संजीवकुमारने उत्तर दिलं.

बाबांना अर्थातच ते पटलं नाही. ते माझ्यावर खेकसले,

''चेतना! मला सगळं खरं काय ते सांग!''

बाबांच्या चढलेल्या आवाजाला आणि गरागरा फिरणाऱ्या डोळ्यांना न घाबरता, मी संजीवकुमारकडे बघत हसत बसले. त्याचं पाणी-पाणी होत होतं. मग मी बाबांना म्हणाले,

''बाबा, संजीव बाबूंच्या बांगड्या आणि कुड्या परत करा. मला यांची पत्नी होण्यात अजिबात रस नाही.''

''मग तू मला आशेवर झुलवत का ठेवलंस, चेतना? मला तुझं चुंबन का घेऊ दिलंस? माझ्या शयनकक्षात का आलीस?'' – नेमक्या ज्या प्रश्नांमुळे बाबांना संताप येईल, तेच तो मला मुद्दाम विचारत होता.

अपेक्षेनुसार, बाबांनी सिगारेट फेकून दिली आणि उडी मारून, माझे केस धरत ते मला गदागदा हलवू लागले.

''हरामखोर मुलगी! घराण्याचं नाव धुळीत मिळवायला निघाली आहे!! बघतोच मी तुला आता!''

क्षणभर मी बिथरले; पण मग मी त्यांच्याकडे वळून, हसून बघितलं आणि म्हणाले,

''बाबा, त्या ४५१ लोकांमध्ये निहारिकाचं नाव सामील करायला विसरला नाहीत ना तुम्ही?''

बाबांनी माझे केस सोडले.

''विसरला असाल, तर आताच तिचं नाव टाकून द्या बरं का तुमच्या यादीमध्ये! आणि त्यासोबत रामूदा आणि माझं नावसुद्धा टाका. म्हणजे तुमच्या नावावर ४५४ लोकांचा जीव घेतल्याचा विक्रम लागेल.''

बाबा संतापाने थरथरू लागले; पण काही बोलले नाहीत. कदाचित कधी नव्हे ते त्यांना नेमकं काय बोलावं हे सुचत नव्हतं. माझे बाबांनी विसकटलेले केस सारखे करत, मी त्यांच्याकडे आणि संजीवकुमारकडे थंड नजरेने पण चेहऱ्यावर हास्य आणत बघितलं आणि आमच्या खोलीकडे निघून गेले. बाबांच्या

नजरेत गोंधळ उतरलेला दिसला. मी रामूदाच्या पलंगापाशी जाऊन त्याची आठवण काढत असताना, मागून बाबा आले आणि मला त्यांच्याकडे गर्रकन वळवून, दोन-चार वेळा माझ्या थोबाडीत मारल्या.

"कूळबुडवी! हलकट मुलगी! बापाशी कसं बोलतात याची भीडभाड सोडलेली आहेस तू! तुला चांगलं सरळ केलं पाहिजे! चुरुचुरु चालणारी तुझी ही जीभ हासडतो की नाही, बघ!"

"हासडण्यापेक्षा सरळ कापून टाका, बाबा. सोपं जाईल तुम्हाला..."

माझ्या ओठांवर अजूनही हास्य होतं; पण डोळ्यांत पाणी उभं राहिलं. बाबा माझ्याकडे खाऊ की गिळू नजरेने बघत होते. मला खोनाच्या कवितेमधलं एक वाक्य आठवलं. त्याचा मथितार्थ असा होता की, 'बैल बाळगणाऱ्या; पण जमीन न कसू शकणाऱ्या माणसाचे दुःख कुणाला कळू शकत नाही.'

खोना ही बंगालची आद्य कवयित्री होती. विक्रमादित्याच्या डोळ्यांमध्ये खोनासाठी आदरयुक्त प्रेम दिसू लागल्यावर मिहीरचा पोटशूळ उठला. राजदरबारामध्ये खोनाला सार्वजनिक मान्यता मिळावी यासाठी राजा चंद्राची घनता आणि पृथ्वीचा आकार अशा संदर्भात अधिकाधिक कठीण प्रश्न उपस्थित करू लागला. वराह आणि मिहीरला हे जाणवू लागलं की, जर खोना राजाच्या प्रश्नांची अचूक उत्तरं देऊ लागली, तर तिची ख्याती अवघ्या विश्वात पसरायला वेळ लागणार नाही. समाजामध्ये एका बाईच्या नावाने ओळखलं जाण्यापेक्षा, जीव दिलेला बरा अशा विचाराच्या या बाप-लेकांनी अखेर समस्येच्या मुळावरच घाव घालायचं ठरवलं. दुसऱ्या दिवशी खोना जेव्हा राजदरबारात जायला निघाली, तेव्हा मिहीरने तिला आडवी पाडली आणि घरातल्या एका तुळईवर तिला फासावर लटकवलं. वेदनेने विव्हळत खोनाने आपली जीभ बाहेर काढली. ती संधी साधून, वराहाने तिची जीभ हासडून काढली!! शिवाय मिहीरने राजाला असं सांगितलं की, आपल्याला अचूक उत्तरं शोधता आली नाहीत या दुःखात खोनाने स्वतःची जीभ हासडून काढली! जीभ नसलेल्या खोनावर प्रेम करणं राजाला शक्य नव्हतं. जीभ नसलेल्या अवस्थेत जगणं खोनालाही शक्य नव्हतं. अति रक्तस्रावाने खोना मृत्युमुखी पडली. वराहाने आपल्या भाकितात दहा वर्षांचं आयुष्य दिलेला मिहीर पार शंभरी गाठेपर्यंत जगला. खोना मेली, तेव्हा तो जेमतेम २५ वर्षांचा होता. मात्र, त्यानंतर त्याने कधी आकाशाकडे बघण्याचंही धारिष्ट्य केलं नाही. उरलेली पंचाहत्तर वर्षं त्याने एका बंद खोलीत व्यतीत केली.

मी घरातून बाहेर पडून, 'भविष्याथ'च्या कार्यालयाकडे जाऊ लागले. ते ठिकाण आमच्या घरापासून दूर होतं; पण मी स्वप्नात असल्यासारखी चालत होते. कार्यालयाजवळ पोहोचणार एवढ्यात वेगाने येणारी एक टॅक्सी माझ्याजवळ

येऊन थांबली. त्यात बसलेल्या संजीवकुमार मित्राने मला आत येण्याचं फर्मान सोडलं; पण मी तर त्याला ओळखत नव्हते. माझ्या मागे उभ्या असलेल्या मोडक्या भिंतीवर रंगवलेल्या लाल चांदण्या, त्याच्या चष्म्यामध्ये परावर्तित होत होत्या. भिंत कोलमडू लागली. कधीकाळी लालभडक असलेल्या विटांवर आता शेवाळं चढू लागलं होतं. चांदण्यांचा लाल रंगसुद्धा फिका पडू लागला होता. मी संजीवकुमारकडे सपशेल दुर्लक्ष केलं आणि पुढे चालू लागले. खरंतर मला हे गाणं म्हणायला आवडलं असतं : 'ट्विंकल, ट्विंकल, लिटिल स्टार...!'

३६

चिन्मयीदेवी आणि राधारमणचा एक मुलगा – देवदत्त – पुढे डाकू बनला. तो गंगेच्या काठी कार्यरत असे. एके दिवशी त्याला गंगेच्या काठावर एक अत्यंत सुंदर स्त्री दिसली. नीलकमलासारखी त्वचा असणाऱ्या या उत्पलवर्णाला देवदत्तने आपली पत्नी बनवलं. उत्पलवर्णाचं हे दुसरं लग्न होतं. तिचा पहिला नवरा व्यापारासाठी म्हणून वांगाला गेला असताना, उत्पलवर्णाच्या लक्षात आलं की, ती गरोदर आहे. मात्र, नवऱ्याच्या कुटुंबीयांनी तिच्या चारित्र्यावर संशय घेतला आणि तिला त्याच अवस्थेत घराबाहेर हाकलून दिलं. वांगाला जात असताना वाटेतल्या जंगलामध्ये, उत्पलवर्णाने एका मुलाला जन्म दिला. पाणी आणण्यासाठी म्हणून त्या बाळाला एका झाडाखाली ठेवून, उत्पलवर्णा नदीकडे निघून गेली. थोड्या वेळाने येऊन बघते, तर तिचा मुलगा गायब होता! उत्पलवर्णा दुःखाने वेडीपिशी झाली. तिने आपल्या बाळाचा खूप शोध घेतला; पण व्यर्थ! बाळाशिवाय सासरी परतण्याच्या विचाराने उत्पलवर्णाला घाम फुटला. मग तिने आपल्या माहेरची वाट धरली. त्याच प्रवासादरम्यान, देवदत्तची नजर उत्पलवर्णावर पडली आणि त्याने बळजबरीने तिला आपली पत्नी बनवलं. उत्पलवर्णाच्या असीम सौंदर्याने देवदत्त पुरता वेडावला; उत्पलवर्णा त्याला पूर्णपणे शरण गेली. ती पुन्हा गरोदर झाली आणि एका मुलीला जन्म दिला. देवदत्तच्या मनात भीती बसली की, उत्पलवर्णा त्याला सोडून निघून जाईल; त्यामुळे तो उगाच चिडचिड करू लागला. कालांतराने तो उत्पलवर्णावर संशय घेऊ लागला आणि त्यांची भांडणे विकोपाला जाऊ लागली. एकदा असंच त्यांचं भांडण लागलं. त्या वेळी उत्पलवर्णा आपल्या मुलीला मांडीवर घेऊन जेवण भरवत होती. देवदत्तने रागाने तिला धक्का दिला, तर ती मुलगी मांडीवरून पडली आणि तिच्या डोक्याला जखम झाली. जखमेतून भळाभळा वाहणारं रक्त पाहून, उत्पलवर्णा घाबरली.

तिला वाटलं की, आपली मुलगी मेली. त्या दुःखाने वेडीपिशी होऊन, ती गंगेमध्ये जीव देण्यासाठी गेली; पण ती बेशुद्ध पडली आणि नदीच्या प्रवाहासोबत दुसऱ्या तीराला जाऊन पोहोचली. तिथे एका तरुणाने तिचा जीव वाचवला. उत्पलवर्णाच्या सौंदर्याने मोहित होऊन, त्याने तिला आपली पत्नी बनण्याचा प्रस्ताव दिला. उत्पलवर्णाकडे दुसरा मार्ग नव्हता. तिने त्याचा प्रस्ताव स्वीकारला. मध्ये बरीच वर्षं गेली. एके दिवशी, उत्पलवर्णाचा नवरा एका सुंदर युवतीला घरी घेऊन आला. आपला नवरा दुसऱ्या – आणि तेही इतक्या देखण्या – मुलीला लग्न करून घरी घेऊन आल्याचं समजल्यावर, उत्पलवर्णा दुःखाने चूर झाली. ती आपल्या नवऱ्याचा राग त्या तरुण मुलीवर काढू लागली. तिला हरप्रकारे छळू लागली. उत्पलवर्णा त्या मुलीला मारायची, शिव्या द्यायची, वाट्टेल ती कामं करायला सांगायची... तिने तिला मारून टाकण्याचेही प्रयत्न केले. एकदा असंच भांडण लागलं असताना, उत्पलवर्णाने त्या मुलीचे केस धरले आणि तिला भिंतीवर आदळणार, एवढ्यात... तिला त्या मुलीच्या डोक्याच्या मागच्या बाजूला एक मोठा व्रण दिसला.

"लहानपणी, मी माझ्या आईच्या मांडीवरून पडले होते, तेव्हा ही जखम झाली होती. आईला वाटलं की, मी मरून गेले; म्हणून तिने दुःखाच्या गर्तेत येऊन आत्महत्या केली," असं त्या मुलीने सांगताच, उत्पलवर्णाच्या लक्षात आलं की, ही तर आपलीच मुलगी आहे!! हा साक्षात्कार झाल्यावर उत्पलवर्णाच्या डोळ्यांवरचा अज्ञानाचा पडदा दूर झाला आणि ती जीवन, नाती आणि अनुभवांबद्दल अधिक ज्ञान मिळवण्यासाठी घर सोडून निघून गेली.

मी 'भविष्याथ'च्या कार्यालयात पोहोचण्याआधी संजीवकुमार तिथे येऊन बसला होता. त्याच्या समोर बसले असताना माझ्याही मनात जीवन, नाती आणि अनुभवांबद्दलचे प्रश्न रुंजी घालू लागले. संजीवकुमारकडे दुर्लक्ष करत, मी टेबलावरचं एक हस्तलिखित पुढ्यात ओढून घेतलं. त्या हस्तलिखिताचं शीर्षक होतं : 'शरण आल्याच्या अफवेबद्दल जाहीर केलेला खास आदेश – १४ ऑगस्ट, १९४५.' ओढणीने चेहऱ्यावरचा घाम पुसत, मी त्या पिवळ्या पडलेल्या कागदांवरची हस्तलिखितं चाळू लागले. नेताजी सुभाषचंद्र बोस यांनी स्योनान येथे इंडियन नॅशनल आर्मीसाठी पाठवलेल्या खास आदेशाची ती प्रत होती.

"मला तुझ्याशी महत्त्वाचं बोलायचं आहे, चेतना."

मी त्याच्याकडे थेट बघितलं नाही; पण डोळ्यांच्या कोपऱ्यातून दिसत होतं की, संजीवकुमारचा चेहरा शरमेने किंवा रागाने लाल झाला होता.

‘बंधूंनो, स्योनान व इतर ठिकाणी बऱ्याच विचित्र अफवा पसरत आहेत. त्यांपैकी एक महत्त्वाची अफवा अशी आहे की, आपली चळवळ संपुष्टात आलेली आहे. मी तुम्हाला हे ठामपणे सांगू इच्छितो की, असं काहीही झालेलं नाही. या सगळ्या निव्वळ कुणाच्या तरी सुपीक डोक्यातून निघालेल्या बाजारगप्पा आहेत. आपण यावर विश्वास ठेवू नये. आपली चळवळ आजही जोमाने सुरू आहे...’

“चेतना, मी इथे गंमत म्हणून बसलेलो नाही! मी असं काय वावगं वागलो की, तू माझ्याशी अशी वागते आहेस? अशी काय चूक झाली आहे माझ्याकडून? आज तुला जो पैसा आणि प्रसिद्धी मिळत आहे ते सगळं तुला आणून दिलं, ही चूक झाली माझी? की मी तुझ्या भावाच्या उपचारामध्ये मदत केली, ही चूक झाली? की तुझ्या वडिलांसाठी अजूनही सरकारवर दबाव आणू पाहतो आहे ही चूक होत आहे माझी?”

‘हे मी केवळ आपल्या अनुकूल स्रोतांकडून मिळालेल्या माहितीवरून म्हणत नाही, तर आपल्या शत्रूच्या रेडिओ संप्रेषणातून जे समजलं आहे, ते गृहीत धरूनही सांगतो आहे...’

“हे मी माझं कर्तव्य समजतो, चेतना. म्हणून तर मी घासाघीस करत नाही ना...”

‘युद्ध-परिस्थितीमध्ये काही बदल झालेच तर...’

“मला तुझं आयुष्य चांगलं बनवायचं होतं, चेतना. मला ते माझं कर्तव्य वाटलं. म्हणून तर मी तुझ्याशी लग्न करण्याचा निर्णय घेतला.”

‘...तर मी तुम्हाला ताबडतोब त्याबद्दलची अधिकृत माहिती पोहोचवण्याची सोय करेन...’

मी काही प्रतिक्रिया देत नाही हे बघून, संजीवकुमारने माझ्या हातातला कागद खस्सकन ओढला.
“ओढू नकोस! फार जुना कागद आहे तो. फाटून जाईल!” मी त्याच्यावर खेकसले.

“मग मला उत्तर दे! तुलासुद्धा आपलं लग्न व्हावं असं वाटत होतं ना?”

“इच्छा आणि निर्णय या दोन वेगळ्या गोष्टी असतात.”

“पण, प्रखर इच्छा आणि (त्यातून निघणारे) निर्णय हे तर नेहमी एक असतात ना?”

“चुकीच्या समजुतींवर आधारलेल्या इच्छा या कधी ग्राह्य धरू नयेत. इच्छांना तेव्हाच योग्य मान मिळतो, जेव्हा त्यांना सुसूत्र विचार आणि प्रस्थापित तथ्य या दोहोंची जोड असते.”

“हे बघ, मला तुझ्याशी वाद घालायचा नाही! मी एवढंच सांगू शकतो की, आज जर जग तुला चेतना ग्रद्धा मलिक म्हणून ओळखत असेल, तर ते केवळ माझ्यामुळे.”

“काहीतरी बोलू नकोस. माझ्या प्रसिद्धीमुळे माझ्यापेक्षा तुझा अनेक पटीने जास्त फायदा झाला. तू लाखो कमावलेस आणि माझ्या बाबांपुढे जेमतेम १०,००० रुपये टेकवलेस. चल, किमान बाबांना तेवढे तरी मिळाले; पण मला काय मिळालं? समस्त स्त्रीजातीच्या आत्मसन्मानाचं प्रतीक होण्याचा ‘मान’? बास?”

त्या क्षणी, मला रामूदा इस्पितळात असताना संजीवकुमार आणि त्याचा कॅमेरामन ज्या प्रकारे आमच्या हतबलतेचे लचके तोडायला आले होते, त्याची आठवण झाली आणि आपोआप माझ्या डोळ्यांची चुरचुर होऊ लागली. मला या नालायक माणसासमोर माझे अश्रू वाया घालवायचे नव्हते.

“बरं, बरं... मी मान्य करतो की, मी खूप चुका केल्या; पण मला फक्त एक संधी दे. मी सगळं व्यवस्थित करेन.”

“संजीवकुमार मित्रा!” मी अचानक त्याच्यावर ओरडले. “तुला माझ्याकडून नेमकं काय अपेक्षित आहे?”

“चेतना, तुझा माझ्याबद्दल काहीतरी मोठा गैरसमज झालेला दिसतोय...”

मी पुन्हा कागद चाळू लागले.

‘म्हणूनच, माझी तुम्हा सगळ्यांना विनंती आहे की, तुम्ही शांत राहा आणि आपली कामं नित्यनेमाने करत राहा.’

“चेतनाऽऽ... ऐक ना... प्लीज!”

संजीवकुमारचा संयम सुटत चालला होता; पण तरीही मी बधत नव्हते.

इतक्यात, समोरच्या टेबलावरचा काळा फोन खणखणू लागला.

“माझ्या बहिणीचा नवरा वारला, चेतना...”

"ईऽऽश! कुठे होते ते, निश्चोलदा?"

"माणिकताला."

"तुम्ही निघा, निश्चोलदा. मी सांगेन मनोदांना..."

निश्चोलदांच्या मागोमाग संजीवकुमारसुद्धा बाहेर पडला. मी खिडकी उघडली आणि ठाकूरबारीच्या लाल भिंतीकडे पाहत, तिथल्या अदृश्य कवयित्रीला प्रणाम केला. मनोदा म्हणाले होते की, मृणालिनीचं वैयक्तिक स्वयंपाकघर आमच्या या खिडकीमधून दिसतं. तिची खासगी ताटं, भांडी सगळी तिथे ठेवलेली होती. खेडेगावातली भावतारिणी शहरात येऊन मृणालिनी कशी बनली, याची गोष्ट मी अनेकदा ऐकली होती. त्या भल्यामोठ्या वाड्यामधल्या तितक्याच मोठ्या खोल्यांचा विचार करून, मलाही धडकी भरते. या वाड्याच्या इतिहासामध्ये केवळ रंग आणि शब्दांचाच नव्हे, तर मृत्यूचाही तितकाच वाटा होता. ठाकूरांच्या मोठ्या भावाच्या पत्नीने – कादंबरीने – याच महाकाय वाड्याच्या एका कोपऱ्यात आत्महत्या केली होती. वयाच्या नवव्या वर्षी ठाकूरबारीमध्ये नववधू म्हणून प्रवेश केलेल्या कादंबरीला कधीही आपल्या नवऱ्याचं प्रेम मिळालं नाही. त्याच्या धाकट्या भावामध्ये, कादंबरीला एक कविमनाचा मित्र आणि प्रियकर सापडला. भावतारिणीच्या आयुष्याची दुःखद कथा मला नेहमी व्यथित करत असे.

भावतारिणी ऊर्फ मृणालिनीचा विचार करत असतानाच, संजीवकुमार पुन्हा आत आला आणि मला आपल्या मिठीमध्ये घ्यायचा विफल प्रयत्न करू लागला. मी त्याला जोराने ढकलून देत विचारलं,

"ए! बास झाली तुझी ही नाटकं! काय पाहिजे ते लवकर सांग. मला खूप कामं आहेत."

"हो का? फार महत्त्वाची कामं करतेस तू इथे, नाही का?" संजीवकुमार आपल्या मूळ स्वभावावर येत मला हिणवू लागला. "मी मुख्यमंत्र्यांकडे तुझ्यासाठी शिफारस करून आलो आहे. मी त्यांना विनंती केली की, तुला चांगली नोकरी दिली जावी. तुला माहीत नाही का... सरकारने ही फाशी पूर्ण करण्याचा चंग बांधला आहे. बॅनर्जीचं कृत्य अत्यंत हीन होतं आणि तसंही देशभरात, बलात्कारांचं प्रमाण सतत वाढत आहे. सरकारला असं वाटतं की, आपण जतिंद्रनाथला फाशी देऊन भावी बलात्काऱ्यांवर फार मोठा अंकुश ठेवणार आहोत."

"मला याबद्दल काहीही ऐकायचं नाही."

मी पुन्हा आपल्या खुर्चीवर बसायला जाणार इतक्यात, संजीवकुमारने स्वतःला माझी खुर्ची आणि टेबलामध्ये ठेवत, मला बाहेर ओढायचा प्रयत्न केला. मी टेबल घट्ट पकडून ठेवत त्याचे प्रयत्न हाणून पाडले.

"तू ही फाशी द्यावीस, अशी माझी इच्छा आहे, चेतना. अगं विचार कर, तू

जगाच्या इतिहासात किती अजरामर होशील? पुरुष जल्लादाला इतकी प्रसिद्धी मिळणार नाही; पण तू एक मुलगी असल्याने तू जर ही फाशी दिलीसी, तर तुला आयुष्यभराची प्रसिद्धी मिळेल! सगळीकडे तुझीच चर्चा, तुझंच कौतुक होईल!''

त्याचं बोलणं ऐकून मला जरा हाव सुटली खरी; पण मी वेळीच स्वतःला सावरत म्हटलं,

''मला प्रसिद्धीचा हव्यास नाही.''

''अगं, जरा विचार कर! आजच्या घडीला, तुझ्यासारखी आणखी एकही मुलगी या जगामध्ये नाही! तू एकटी आहेस! एकुलती एक! किती खास बनशील तू?''

मी संजीवकुमारकडे बघितलं. त्याच्या मानेची फिकट त्वचा निळसर वाटत होती. मानेतल्या शिरा ताणल्या गेल्या होत्या. संजीवकुमारला पाहून, मला अचानक मारुती प्रसादची आठवण झाली. त्याच्या मानेच्या शिराही अशाच ताणल्या गेल्या होत्या. मी संजीवकुमारच्या चष्म्याआडून त्याच्या डोळ्यांत बघण्याचा प्रयत्न केला. त्याचे डोळे एखाद्या हिंस्र जनावरासारखे पिवळे दिसत होते. त्याच्या ओठावरचं स्मित खुनशी बनत चाललं होतं. त्याने माझा हात हातात घेतला; पण मी त्याला ढकलून दिलं.

''मी तुला पहिल्यांदा बघितलं, तेव्हा तू अगदी पोरकट मुलगी होतीस; पण आता तू एका सुंदर, परिपूर्ण स्त्रीमध्ये रूपांतरित झालेली आहेस...'' तो घोगऱ्या आवाजात पुटपुटला.

''फसवल्या गेल्या की, मुली लवकर मोठ्या होतात.''

आमच्या कार्यालयाबाहेर नेहमीचा गोंगाट सुरू होता. भेळपुरीवाले हाकाटी करत होते. ट्रॅमच्या शिट्या वाजत होत्या.

''तुझी फसवणूक करण्याचा माझा कधीच हेतू नव्हता, चेतना. तेव्हाही आणि आतासुद्धा! मला फक्त तुला सुरक्षित ठेवायचं होतं. जेव्हा कधी आपली भांडणं झाली आणि आपण अबोला धरला, तेव्हा मला तुझी सतत आठवण येत होती. तू कधीच माझी मनधरणी करायला आली नाहीस. तुझ्याशिवाय माझ्या जिवाची काय घालमेल होते, हे तुला कधीच बघावंसं वाटलं नाही, कारण तुझ्या आयुष्यात मला कधीच काही महत्त्व नव्हतं, हो ना?''

मला धरून गदगदा हलवण्यासाठी त्याचे हात शिवशिवत आहेत, हे मला स्पष्ट दिसत होतं. मी त्याच्याकडे थेट पाहत म्हटलं,

''हे पाहा संजीव बाबू, मला एकटं सोडा. तुम्हीही जगा आणि मलाही जगू द्या.''

''नाही! आधी तू माझ्या प्रश्नाचं उत्तर दे! तू कधीच माझ्यात गुंतली नाहीस

का?''

''मी तुमच्यात खूप गुंतले होते, बाबू. तुमचं प्रेम... अपराजिताच्या वेली असलेलं तुमचं घर... हजारो दिव्यांचा लखलखाट असलेला तुमचा स्टुडिओ... या सगळ्यांनी मी मोहून गेले होते... काही दिवसांसाठी या सगळ्यांनी माझं अवघं अस्तित्व व्यापून टाकलं होतं; पण मग मी जागी झाले आणि मला लक्षात आलं की, ते सगळं एक स्वप्न होतं. म्हणून मी महत्प्रयासाने त्या सगळ्या गोष्टी माझ्या डोक्यातून काढून टाकल्या. तुम्हीही तसंच करा.''

पुढचा बराच वेळ तो माझ्याकडे रोखून बघत बसला. त्याला काहीतरी म्हणायचं होतं; पण ऐनवेळी त्याने आपले शब्द गिळले. ठाकूरबारीच्या डावीकडे असलेल्या शंकराच्या मंदिरातल्या घंटा वाजू लागल्या. मी टेबलामागून बाहेर पडण्यासाठी म्हणून उठले; पण मी दरवाजाकडे पोहोचण्याआधीच, संजीवकुमारने मला विळखा घातला आणि जबरदस्तीने माझं चुंबन घेण्याचा प्रयत्न केला. मी प्रतिकार करू लागले तसं त्याने मला भिंतीकडे ढकललं आणि धरून ठेवण्याचा प्रयत्न केला. कसंबसं त्याला बाजूला सारत, मी त्याच्यावर ओरडले,

''बाजूला हो! आणि आधी मला सांग, तू मुळात इथे कशासाठी परत आलास?''

''तुला भेटण्यासाठी. तुझ्या सगळ्या तक्रारी दूर करण्यासाठी.''

मी हसले आणि त्याला निग्रहाने बाजूला ढकलत विचारलं,

''ते सोड रे. ते निमित्त झालं. मला खरं काय ते सांग? तू इथे खरंच कशासाठी आला आहेस?''

संजीवकुमारच्या चेहऱ्यावर अगदी बिनडोक भाव पसरला.

''आपण मुख्यमंत्र्यांना जाऊन भेटू या. त्यांना हे पटवून दिलं पाहिजे की, लोकांचं फाशीला समर्थन आहे.''

''एखाद्या माणसाची हत्या करण्यासाठीचं समर्थन?'' मी त्याच्याकडे कुत्सितपणे बघत विचारलं.

''साधासुधा माणूस नव्हे. एका निरागस, तरुण मुलीवर निर्दयी बलात्कार आणि खून करणारा माणूस. त्याला फाशी झाली तर त्याच्यासारख्या गुन्हेगारी प्रवृत्तीच्या लोकांना आपोआप आळा बसेल.''

त्याचं बोलणं ऐकून मला पुन्हा हसू आलं!

''संजीव बाबू, माझ्या वडिलांनी तब्बल ४५१ गुन्हेगारांना फाशी दिलेली आहे. चोरी, खून, बलात्कार आणि अशा बऱ्याच चित्रविचित्र गुन्ह्यांसाठी त्या लोकांना फाशी झाली होती; पण आजतागायत, ना गुन्ह्यांची संख्या कमी झाली ना गुन्हेगारांची! एक गुन्हेगार मेला की, त्याच्या जागी दोन उभे राहतात. मृत्युदंड

हे उत्तर नाही; त्यामुळे गुन्हेगार आणि गुन्हेगारीला आळा बसत नाही. काहीतरी वेगळं करण्याची गरज आहे.''

काही कारण नसताना, संजीवकुमारने पुन्हा एकदा मला जवळ ओढलं आणि म्हणाला,

''चेतना, तू खरंच किती भोळी आहेस गं! म्हणूनच तर तू अशी बोलू शकतेस. खरं सांग, तुझं माझ्यावर प्रेम नाही का? मी तुला हे असं मिठीत घेतलेलं तुला आवडत नाही का? तुला माझी सोबत आवडत नाही का?''

संजीवकुमारच्या या विनंतीवजा बोलण्यावर मला पुन्हा हसू आलं. आता तो अधिक वैतागू लागला.

''हे काय आजकाल नवीन सुरू केलं आहेस गंऽऽ? एकसारखी हसत का असतेस अशी?... मला खरं सांग, तुझं माझ्यावर प्रेम नाही का?''

''आता अगदी गेल्या काही दिवसांपर्यंत होतं; पण आता खरंच नाही...'' मी आणखी एकदा हसून म्हणाले.

''का?'' त्याने कपाळावर आठ्या पाडत विचारलं.

''कारण, मला वेळीच लक्षात आलं की, तू माणूस म्हणून किती हीन, किती थिटा आहेस.''

माझ्यावरची पकड सैल करत, संजीवकुमार माझ्यावर गुरगुरला,

''म्हणजे? तुला नक्की काय म्हणायचं आहे?''

''तू फार कमकुवत मनुष्य आहेस. तुझ्यात काहीच नाही... ना बळ, ना इमानदारी, ना खरा आत्मविश्वास...''

काही वेळासाठी स्तब्ध शांतता पसरली. टेबलावरच्या कागदांचा सळसळाटसुद्धा ऐकू येऊ लागला, इतकं सगळं शांत झालं. आम्ही एकमेकांकडे बघत उभे राहिलो.

अचानक मला काही समजण्याच्या आत संजीवकुमारने माझ्यावर वाघासारखी झेप घेतली आणि मला जमिनीवर पाडलं!! क्षणभर मला वाटलं की, तो माझ्यावर बलात्कार करतो की काय? पण मग मला अमोलिकाची आठवण झाली आणि चेहऱ्यावर हलकं स्मित उमटलं. गौतम बुद्धाच्या आश्रमात आश्रयाला आलेल्या उत्पलवर्णाला एके दिवशी तिथलं मंदिर साफ करताना, आयुष्याच्या कोड्याचा बोध झाला. मंदिरामध्ये तेवत असलेल्या दिव्याकडे पाहत असताना ती ध्यानमग्न झाली आणि तिथेच तिला आत्मज्ञान प्राप्त झालं. जेव्हा इतर भिक्षुक आणि साध्वींना असा प्रश्न पडला की, हे नेमकं झालं तरी कसं, तेव्हा तिने उत्तरादाखल एक कविता लिहिली :

‘आपण, आया-बहिणी-मुली,
आपण एकाच स्रोतामध्ये विलीन झालो,
आपण ऐहिक सुखांसोबत येणारी दुःखं अनुभवली,
मी राजग्रहासाठी माझं घर सोडलं,
आणि त्यामुळेच, अ-निकेत झाले.’

“पुन्हा तेच स्मित!! डोक्यात जायला लागलंय माझ्या! थांब तुला चांगला धडा शिकवतो!” संजीवकुमार दात-ओठ खात उद्‌गारला!

एके दिवशी ध्यानधारणा करण्यासाठी उत्पलवर्णा वनात जाऊ लागली, तेव्हा तिची वासना असणाऱ्या आनंद नावाच्या एका भिक्षुकाने उत्पलवर्णावर बलात्कार केला. इतर भिक्खूंनी तिला बुद्धाच्या घरी आणून सोडलं. उत्पलवर्णाची दयनीय स्थिती बघून, विश्वाच्या मुळाशी असलेल्या दुःखाचं स्रोत जाणून निर्लेप झालेल्या बुद्धालाही वेदना झाल्यावाचून राहवलं नाही. त्याने राजाला विनंती केली की, आपल्याकडे आश्रयाला असलेल्या साध्वींसाठी एक निराळा आश्रम बांधला जावा. त्या प्रसंगानंतर साध्वींना ध्यानधारणेसाठी एकट्याने वनात, डोंगरदऱ्यांमध्ये वगैरे जाण्यापासून रोखलं जाऊ लागलं. संजीवकुमार स्वतःला माझ्यावर लादू लागला तेव्हा माझ्या मनात असा विचार येऊ लागला की, देवदत्त आजोबांसारख्या निरक्षर माणसापासून पार गौतम बुद्धापर्यंत सर्वांना आपल्या नश्वर देहाच्या विटंबनेची भीती घालवता आली नव्हती.

भीती घालवल्याशिवाय निर्वाण कसा मिळवता येतो बुवा? हा विचार मनात आल्यावर मी पुन्हा हसले आणि संजीवकुमारच्या डोळ्यांत डोळे घालून म्हणाले,

“चल, घे! माझे डोळे फोड... माझे हात-पाय छाटून टाक... माझ्या रक्ताने तुझं अंग माखू दे...”

क्षणार्धात, त्याची सगळी मग्रुरी विरून गेली.

“हो! आणि सगळ्यात महत्त्वाचं... माझी जीभ हासडायलासुद्धा विसरू नकोस हं!”

“तुझं डोकंबिकं फिरलंय का?” नाराजीने माझ्यावरून उठून, आपले कपडे सारखे करत संजीवकुमार पुटपुटला.

इतक्यात, वाऱ्याचा झोत आला आणि माझ्या टेबलावरचं एक पान उडून माझ्या पुढ्यात येऊन पडलं. मी तो कागद उचलून वाचू लागले :

‘आपल्यासमोर आलेल्या प्रत्येक प्रतिकूल परिस्थितीचा आपण सामना केला पाहिजे. सुभाषचंद्र बोस, प्रमुख सेनापती, आझाद हिंद सेना, स्योनान, १४ ऑगस्ट १९४५, दुपारी ३ वाजता.’

"चेतनाऽऽ..." गळून गेलेल्या आवाजात संजीवकुमारने मला विनवलं. "कृपा करून आपण आता हा तमाशा थांबवू या. माझ्यासोबत मुख्यमंत्र्यांना भेटायला ये. तू आलीस तरच ही फाशी होईल. अन्यथा तुझं काहीही महत्त्व उरणार नाही."

मी त्याच्याकडे रोखून बघितलं आणि विचारलं,

"या सगळ्यामध्ये तुझा काय फायदा?"

कधी नव्हे तो, त्याने मला प्रामाणिक उत्तर दिलं :

"फक्त माझा नाही, सगळ्याच वाहिन्या आणि वर्तमानपत्रांचा फायदा आहे. गेल्या काही आठवड्यांत आम्हाला जितका टी.आर.पी. मिळाला आहे, तितका गेल्या कित्येक वर्षांत मिळालेला नाही."

त्या क्षणी मला हे जाणवलं की, स्त्रियांना आत्मज्ञानाचा लाभ होण्यासाठी फार वेळ दवडावा लागत नाही.

३७

"फणीदा, ऐकलंत का? सरकारने दया-याचिकेचा स्वीकार करण्यासाठी नकार दिला आहे!"

मी मनोदांनी दिलेलं हस्तलिखित तपासण्यात मग्न होते. 'डायरेक्ट ॲक्शन डे'ला ज्योती बासूंसोबत सियालदाहला गेले असता त्यांना सगळीकडे कशी जळणारी प्रेतं दिसली, याचं वर्णन वाचत असताना संजीवकुमारच्या आनंदी आवाजाने माझं लक्ष वेधलं गेलं. मला ऐकू जावं म्हणून तो जोरात बोलत होता. बाबांनी आईला पाणी आणायला सांगितलं. आईने माझ्या हातात पाण्याचे दोन पेले दिले आणि बाहेर ढकललं. मी बाबांच्या खोलीत गेले, तेव्हा बाबा आणि संजीवकुमार माझ्यासाठी थांबलेले दिसले.

"तुम्ही मला काय समजलात, संजू बाबू? मी तुम्हाला त्याच दिवशी म्हणालो नव्हतो का, जतिंद्रनाथचं नाव माझ्याच खात्यावर लिहिलेलं आहे? पण एक सांगून ठेवतो – राष्ट्रपतींचा निर्णय जाहीर होईपर्यंत हवेत इमले बांधण्यात काही अर्थ नाही. संजू बाबू, मी आजतागायत चारशेहून अधिक लोकांना यमसदनी धाडलेलं आहे; पण एक सांगतो – आपण कुणाच्याही मृत्यूचं नेमकं भाकीत करू शकत नाही!"

"पण या वेळी काही विघ्न येईल असं वाटत नाही, फणीदा..." माझ्याकडे अर्थपूर्ण कटाक्ष टाकून, पाण्याचा पेला कुरवाळत संजीवकुमार म्हणाला. "कारण, गृहखात्याने दया-याचिकेचा फेरविचार करण्याचं फार गंभीरपणे घेतलं आहे;

त्यामुळे गोष्टी आता या पातळीला आल्यावर, जतिंद्रनाथला पुन्हा सुटका मिळणं फार कठीण आहे.''

''मा काली! भगवान महादेव! मागच्या वेळचा घोळ म्हणजे अक्षरशः लाजिरवाणा होता! इतके दिवस सतत चर्चा होऊन, इतकी तयारी करून शेवटच्या क्षणी जेव्हा फाशी रद्द झाली, तेव्हा आमच्या कुटुंबावर काय आभाळ कोसळलं असेल, याचा कुणी विचार करतं का, बाबू? पूर्वीसारख्या या गोष्टी आता लपून राहत नाहीत होऽऽ. तुमच्या टी.व्ही.मुळे आम्ही प्रसिद्धीच्या झोतात आलो आहोत.''

''ग्रद्धादा, बॅनर्जीला फाशी झाली तर तुमची ख्याती दुपट्ट वाढते की नाही बघाच! मी तुमच्यासाठी जे जमेल ते सगळं करीन. त्या मेलेल्या मुलीच्या नातेवाइकांना आधीच हुडकून काढलं आहे मी.''

''हो? पण मला असं समजलं की, त्यांनी मुंबईच्या एका घरात विष पिऊन आत्महत्या केली होती म्हणे?''

''नाही. ती अफवा होती. आता ते आपल्या मुलासोबत दिल्लीत राहतात; पण गेली दहा वर्षं ते घराबाहेर पडलेले नाहीत. जर आपल्याला त्यांना कॅमेऱ्यासमोर आणता आलं ना, तर... आऽहाऽहाऽ...''

संजीवकुमारने पाणी संपवून, पेला माझ्या हाती दिला; बाबांनीही तेच केलं. मी स्वयंपाकघरात जायला निघाले तसं संजीवकुमार मला म्हणाला,

''चेतना, मला तुझी मदत हवी आहे. आपण 'हॅन्गवुमन्स डायरी' पुन्हा सुरू केली पाहिजे.''

मी काही उत्तर न देता निघून गेले.

''मी येईन, संजू बाबू...'' बाबा आपल्या मिशीला पीळ देत म्हणाले. ''तुमच्या दर्शकांना सांगण्यासाठी, माझ्याकडे तिच्यापेक्षा अनेक पटीने जास्त रोचक घटना आहेत. मी तुम्हाला सूर्या सेनच्या फाशीबद्दल सांगितलं का होऽऽ? मला अजून आठवतं... त्याला चक्क तिरडीवर टाकून फाशी देण्यासाठी आणलं होतं. त्याचे दात तोडले गेले होते, नखं उपटून काढली होती, नखांच्या तळाशी खिळे ठोकले होते... भयानक अवतार होता सूर्या सेनचा. आम्हाला त्याच्या फाशीचा दोरखंड तयार करायला इतका त्रास पडला, सांगू?''

सिगारेटचा झुरका घेऊन, बाबा पुढे म्हणाले.

''तुम्हाला दर्शकांसाठी काहीतरी खळबळजनक लागतं ना? मग ऐका. मी, जल्लाद फणीभूषण ग्रद्धा मलिक. आज हे तुम्हाला छातीठोकपणे सांगतो – सूर्या सेनला फाशी देण्यासाठी आणलं गेलं, तेव्हा तो आधीच मेलेला होता. काय? आहे की नाही खरमरीत बातमी? पण मला चांगले पैसे मिळतील याची काळजी घ्या हं. ते काम तुमच्याकडे लागलं.''

संजीवकुमारला बाबांच्या बोलण्यात फारसं स्वारस्य दिसलं नाही. तो उतावीळ होत म्हणाला,

''सध्या फक्त जतिंद्रनाथची हवा आहे. जुन्या गोष्टी उकरून काढण्यात काय अर्थ आहे?''

पुढचं ऐकायला मी तिथे थांबले नाही. आमच्या खोलीत जाऊन, प्रुफं तपासू लागले. मात्र, मनामध्ये सावित्री देवीचा विचार रुंजी घालत होता. जुगान्तर आणि ढाका अनुशीलन समिती एकत्र करून 'जुगान्तर अनुशीलन'ची स्थापना केली गेल्यानंतर सूर्या सेन ऊर्फ मास्तर दा चित्तगॉन्गच्या दऱ्याडोंगरामध्ये लपून बसला होता. विधवा असलेल्या सावित्रीनेच त्याला तिथे लपवून ठेवलं होतं. इंग्रजांची फौज प्रीतिलता, सूर्या सेन आणि कल्पना दत्ताच्या शोधात होती. त्यांनी सावित्रीच्या घराला घेराव घातला. इंग्रज अधिकारी कॅमरून जेव्हा सावित्रीच्या घराच्या पायऱ्या चढून वर येऊ लागला, तेव्हा त्या तिघांनी त्याच्यावर गोळ्या झाडल्या आणि पळून गेले. इंग्रजांनी त्यांचा खूप शोध घेतला; पण दरवेळी इंग्रजांच्या डोळ्यांत धूळ फेकत, ते तिघे सरकारच्या तिजोरीवर धाड घालत राहिले. सूर्या सेनमुळे विशेष जेरीस आलेल्या इंग्रज सरकारने त्याच्या डोक्यावर तब्बल १०,००० पौंडांचे इनाम जाहीर केले. त्या इनामाच्या लोभाने भुलून, सूर्या सेनचा नातेवाईक असलेल्या नेत्रा सेनने त्याला आपल्या घरी जेवायला बोलावलं. तत्पूर्वी त्याने पोलिसांना वर्दी देऊन ठेवली होती. सूर्या सेन जेवायला बसला तोच पोलिसांनी नेत्राच्या घरावर धाड टाकली आणि सूर्या सेनला अटक करून घेऊन गेले. मात्र, ज्या इनामाच्या लोभापायी नेत्राने सूर्याची फसगत केली ते इनाम त्याच्या नशिबात नव्हते. सूर्याला अटक झाल्याच्या दुसऱ्याच दिवशी नेत्रा आपल्या घरी जेवत असताना जुगान्तरचा एक सदस्य त्याच्या घरात घुसला आणि त्याच्यावर मोठ्या सुऱ्याचे वार करून, त्याच्या शरीराचे बारीक तुकडे करून निघून गेला.

पोलीस आले. त्यांनी नेत्राच्या बायकोची उलटतपासणी घेतली. जेव्हा तिला विचारलं गेलं की, ती आपल्या नवऱ्याच्या मारेकऱ्याला ओळखते का, तेव्हा तिने डोक्यावरचा पदर तोंडावर ओढत उत्तर दिलं :

''मी माझ्या नवऱ्याची हत्या स्वतःच्या डोळ्यांनी बघितली हे खरं आहे. तो हा इथे बसलेला होता. मी त्याला नुकतंच जेवायला वाढलं होतं आणि तो जेवत असताना, पंख्याने वारा घालत त्याच्याशेजारी बसले होते. इतक्यात तो मारेकरी आत शिरला. माझ्या नवऱ्याच्या हातात भाताचा घास होता; तो घास त्याच्या तोंडात जाण्याच्या आत मारेकरी माझ्या नवऱ्यासमोर येऊन उभा राहिला. माझ्या नवऱ्याची भीतीने गाळण उडाली. मारेकऱ्याने समोरचं ताट लाथाडलं... डाळ-भात, भाजी सगळं इतस्ततः भिरकावलं गेलं. मग त्याने माझ्या नवऱ्याचा गळा

पकडला आणि काही समजायच्या आत त्याच्यावर सपासप वार केले. क्षणार्धात माझा नवरा मरून गेला. त्याच्या रक्ताचे पाट वाहू लागले. गाझ्या तोंडावर, डोक्यावर त्याचं रक्त उडालं होतं. हे सगळं मी माझ्या डोळ्यांनी बघितलं, साहेब; पण हे सगळं कुणी केलं हे मला विचारू नका. मी तुम्हाला नाव नाही सांगू शकणार.''

''अरे? पण का? तुझ्या नवऱ्याची हत्या झाली आहे ना? मग? तुला त्याच्या मारेकऱ्याला धडा मिळावा असं वाटत नाही का?''

''ज्या क्षणी त्याने आमच्या देशाशी प्रतारणा केली, त्या क्षणापासून मी त्याला माझा नवरा मानणं सोडून दिलं.''

इंग्रज पोलिसांनी नेत्राच्या बायकोला खूप समजावलं... धमकावलंसुद्धा! पण ती काही केल्या बधली नाही. त्या स्त्रीची गोष्ट सांगताना ठाकूमाचा ऊर अभिमानाने भरून येत असे. 'ती खरी धैर्यवान स्त्री!' असं तिचं वर्णन करताना ठाकूमाचे डोळे लकाकत असत.

मी तपासत असलेल्या पानामध्ये मनोदांनी त्या प्रसंगाचं वर्णन लिहिलं होतं; ज्यामध्ये ते ज्योती बाबूंसोबत बन्किम मुखर्जी, निरद चक्रबर्ती, अब्दुल मोमीन आणि त्याच्या बायकोला सोडवण्यासाठी चित्तरंजन अव्हेन्यूला गेले होते. एका मोठ्या जमावाने या चौघांना घेराव घातला होता. एक धीट मुसलमान शिपाई त्या सगळ्या जमावाला रोखून धरत होता. ज्योती बाबू आणि मनोदांनी कसंबसं त्या चौघांना सोडवलं होतं. परत येताना, वाटेत जळत असलेल्या प्रेतांचे खच पाहून आपल्याला कशी चक्कर आली याचं मनोदांनी अगदी चित्तथरारक वर्णन केलं होतं. पुढच्या अनेक पानांवर धर्म आणि मृत्यूबद्दल वाचून मला कंटाळा आला. म्हणून मग मी नुसतीच पुढची-मागची पानं चाळू लागले. मध्येच मला तेभागाच्या उठावावेळी झालेल्या सत्तर शेतकऱ्यांच्या हत्येबद्दल वाचायला मिळालं. मी पुन्हा पानं चाळू लागले; पण कुठलंही पान उघडलं तरी लाठीमार, नक्षलवादी हल्ले, आणीबाणी, बिजोन सेतू हत्याकांड अशा भयावह गोष्टीच वाचायला मिळू लागल्या. असं वाटू लागलं की, मनोदांनी आपल्या तरुणपणी बघितलेले मृत्यू, हत्या, आत्महत्या या सगळ्या गोष्टी फासाचे दोरखंड बनून आता माझ्या समोर नाचत आहेत. विशेष दुःख या गोष्टीचं वाटलं की, एकेकाळी शेतकरी आणि कार्यकर्त्यांच्या मृत्यूंवर शोक व्यक्त करणाऱ्या ज्योती बाबूंच्या कारकिर्दीमध्ये आनंदमार्गी आणि निर्वासितांच्या हत्या केल्या गेल्या. माझ्या हे सगळं फार अंगावर येऊ लागलं. डोक्याची भणभण कमी करण्यासाठी मी स्वयंपाकघरात गेले; पण तिथेही मा आणि काकीमाला एकमेकींकडे पाठ करून बसलेलं बघून मी पुन्हा दुःखाच्या छायेत वावरू लागले. घाटावर जायचा विचार केला; पण फुकटचं जेवण

मिळवण्यासाठी लागलेली रांग बघून तोही विचार सोडून दिला.

''त्या काळी काम संपवून घरी परत यायला दुपार व्हायची, संजू बाबू. कित्येक गुन्हेगारांना एकमागोमाग एक अशी एकाच दोरखंडाने फाशी दिली जायची. माझे बाबा खटक्याजवळ तयार उभे राहायचे. मी गुन्हेगाराचे हात-पाय बांधून, त्याच्या तोंडावर मुखवटा चढवण्याचं काम करायचो. सूर्या सेनला जेव्हा फाशी दिली गेली, तेव्हा मला रिचर्ड साहेबाने तिथून निघून जायला सांगितलं. त्या रिचर्ड साहेबाचं आडनाव आता माझ्या लक्षात नाही; पण त्याचा चेहरा मात्र आजही लख्ख आठवतो. त्याचा शिपाई माझ्या बाबांकडे गेला आणि त्यांना म्हणाला, 'इथून बाहेर गेलात की, गुन्हेगाराच्या अवस्थेचं खरं वर्णन कुणाला सांगू नका. फक्त इतकंच सांगा की, गुन्हेगार हसत होता किंवा रडत होता.''

बाबा इतक्या मोठ्या आवाजात बोलत होते की, कदाचित घाटापर्यंत त्यांचं बोलणं ऐकू जात असावं. रस्त्यावरची गर्दी जरा ओसरली होती. समोरून एक शववाहिनी चालली होती. त्यामध्ये एका अतिशय जर्जर वृद्धाचं शव ठेवलेलं होतं. त्याची मुलं-नातवंडं सोबत चालली होती.

''जर सगळं आपल्या मनाप्रमाणे झालं, तर आपल्याला खूप फायदा होईल.'' संजीवकुमार बाबांना सांगत होता. ''आतापर्यंत तरी सगळं व्यवस्थित चाललेलं दिसत आहे. मुख्यमंत्र्यांच्या बायकोने मुद्दा अगदी जोरात धरून ठेवला आहे.''

''हूंऽऽ... मी ऐकलंय की, त्या फार करारी स्त्री आहेत.''

''अहो फणीदा, त्यांच्या निदर्शनामुळे या सगळ्या वादाला मोठी कलाटणी मिळाली. दोन दिवसांपूर्वी एक मोठी सभा झाली, ज्यामध्ये चित्रपट तारकांनी भाग घेतला होता. काय गर्दी झाली होती त्या सभेला! बहुतांश लोकांना, जतिंद्रनाथला फाशी व्हावी असंच वाटत आहे. फक्त महाश्वेता देवींसारखे मोजके लोक मृत्युदंडाच्या विरोधात बोलत आहेत. लोकांचा एकूण कल केंद्र सरकारच्या लक्षात आला आहे. त्यांनी गरज पडल्यास तृणमूल काँग्रेसला मध्यस्थी करायला सांगितलं आहे. तृणमूलचं मतसुद्धा मृत्युदंडाच्याच बाजूने आहे.''

''वा! म्हणजे या निमित्ताने तृणमूल आणि काँग्रेसमध्ये एकमत झालं; हेही नसे थोडके! मी तुम्हाला म्हटलं नव्हतं का, संजू बाबू? आपल्या देशात अध्येमध्ये एखाद्या गुन्हेगाराला फाशी दिली पाहिजे. त्याने आपल्या समाजाचं स्वास्थ्य राखलं जातं आणि त्याद्वारेच लोकांना सरकारचं महत्त्व पटू लागतं.''

''फणीदा, आता जर चेतना पुढे आली ना, तर या सगळ्या घटनांना आणखी रंगत येईल.''

''आगाऊ कार्टी! स्वतःला फार शहाणी समजू लागली आहे आजकाल! मी सांगितल्याप्रमाणे वागली नाही तर घरातून हाकलून देईन तिला! मग ना तिच्याकडे

कुणी कुटुंब असेल; ना डोक्यावर छप्पर! सगळी गमजा उतरून जाईल!''

ती रात्र माझ्यासाठी फार वाईट गेली. सी.एन.सी.ने मृदुला चॅटर्जीच्या आई-वडिलांवर एक विशेष कार्यक्रम सादर केला होता. निर्घृणपणे मारल्या गेलेल्या आपल्या मुलीच्या आठवणींबद्दल बोलताना, ते दोघेही अर्थातच खूप भावुक झाले होते.

''तुमच्या बहिणीच्या गुन्हेगाराला शक्य तितकी कडक शिक्षा व्हावी असं तुम्हाला वाटत नाही का?'' वार्ताहराने मृदुलाच्या ३५ वर्षीय भावाला प्रश्न विचारला. त्याचं नाव होतं बिनॉय चॅटर्जी. बिनॉयच्या चेहऱ्यावर थकवा आणि हतबलता दिसत होती.

''तुम्ही राष्ट्रपतींना विशेष पत्र का लिहिलं नाही?'' वार्ताहर आपला नेट सोडायला तयार नाही.

''हे बघा, जे व्हायचं होतं ते होऊन गेलं. मृदुला आता परत येणार आहे का? नाही ना? मग त्या जतिंद्रनाथला फाशी झाली काय किंवा नाही झाली काय, आमच्यासाठी सगळं सारखंच!''

बिनॉयच्या आवाजातली वेदना मला पुढे बराच वेळ छळत राहिली. डोक्यातले विचार असह्य होऊन, मी लवकर झोपायला गेले; पण त्या रात्री काही केल्या मला झोप येईना. बाहेर दोन ट्रकचालकांची भांडणं लागली होती. ठाकूमा बाहेर जाऊन त्यांच्यावर खेकसून आली. घड्याळ पुढे सरकत होतं; पण माझे डोळे काही बंद होईनात. रामूदाच्या उशाशी लावलेल्या दिवा मला त्या क्षणी खूप भीतिदायक वाटू लागला. माझ्या मनात नाना विचार आणि चिंता रुंजी घालू लागल्या. संजीवकुमारप्रति आणखी घृणा वाटू लागली. जतिंद्रनाथच्या मृत्यू नाड्या त्याच्या हातात होत्या. एवढंच काय तर जतिंद्रनाथला मृत्यू देण्यासाठी जबाबदार ठरणाऱ्या बाबा आणि माझ्या आयुष्याचे दोरखंडही त्याच्याच हातात होते. आमच्या या पडक्या घरामधली प्रत्येक व्यक्ती आता संजीवकुमारच्या अंकुशाखाली होती. मला या गोष्टीचा प्रचंड संताप येऊ लागला. खोलीमधल्या धूसर प्रकाशात मला रामूदाच्या पलंगावर जतिंद्रनाथ बसला आहे, असे काहीतरी विचित्र भास होऊ लागले. आतापर्यंत जतिंद्रनाथ बॅनर्जी माझ्यासाठी फक्त एक संकल्पना होती, एक नाव होतं; पण आता तो माझ्या आयुष्यात प्रत्यक्षपणे अवतरला होता. जतिंद्रनाथसाठी तयार केलेला दोरखंड अलिपूर कारागृहातील एका लोखंडी पेटीमध्ये वाट बघत बसला होता. अनपेक्षितरीत्या जल्लाद बनवलं गेल्यानंतर मी गेला महिनाभर मृत्यू आणि माझ्या पूर्वजांबद्दल बोलून-बोलून, स्वतःला त्या कल्पनेशी एकरूप करण्याचा प्रयत्न केला होता. आपण एका जिवंत माणसाचे प्राण घेणार आहोत या विचाराला मी आता कुठे जरासं स्वीकारू लागले होते; पण मग

अचानक फाशीला स्थगिती मिळाली आणि मला अंधाऱ्या तळघरात ढकललं गेल्यासारखं झालं!

खोलीतल्या पिवळसर उजेडामध्ये मी आमच्या घराच्या डागाळलेल्या भिंती, खिळ्यांवर अडकवलेले जुनाट कपडे, एक जुनी दिनदर्शिका, निहारिकाप्रमाणे दिसणारी दुर्गादेवीची मूर्ती या सगळ्या वस्तू न्याहाळू लागले.

"चेतू? झोपली नाहीस का बाळा?" – आपल्या पलंगावर उठून बसत, ठाकूमाने मला विचारलं.

"झोप येत नाही गं, ठाकूमा..."

"ये इकडे..."

मी ठाकूमाच्या पलंगावर चढले आणि लहानपणी करायचे तशी तिच्या पाठीवर गाल घासू लागले. तिने आपला थरथरता हात मागे करून माझा चेहरा कुरवाळला. ठाकूमा इतकी बारीक होती की, तिच्या मणक्याशी कान लावून ऐकलं तर दगडावर आपटणाऱ्या लाटांसारखे तिच्या हृदयाचे ठोके ऐकू यायचे. अर्थात, हे रामूदाचं वर्णन होतं. आता मात्र तिच्या हृदयाची धडधड मला तळघराचा दरवाजा उघडल्याच्या आवाजाप्रमाणे वाटत होती. मला पुन्हा भीती वाटू लागली.

"तू त्याला शय्यासोबत केलीस का गं?"

ठाकूमाकडून हा प्रश्न आल्यामुळे मी अगदी कानकोंडी झाले!

"तो तसाच माणूस दिसतो... बाईला आपल्या प्रेमात पाडून तिला खूश ठेवण्याचं कसब माहीत असलेला..."

असं म्हणून ठाकूमाने उसासा टाकला आणि पुढे म्हणाली,

"स्त्री आणि पुरुष हे केवळ हृदयाने नाही, तर शरीरानेही एकरूप व्हायला पाहिजेत."

मी दिङ्मूढ होऊन ठाकूमाकडे बघत बसले. रामूदाच्या नावाचा दिवा ज्या खोलीमध्ये तेवत होता, तिथे आपल्यापेक्षा पाऊणशे वर्षांनी लहान असलेल्या नातीशी, ठाकूमा स्त्री-पुरुष संबंधांबद्दल एवढ्या उघडपणे कशी बोलू शकते याचं मला अतिशय आश्चर्य वाटलं!

"मानवी शरीर हे एक मोठं ओझं असतं, बघ चेतू! तारुण्यात असताना आपल्या शरीराच्या गरजांना आवर घालणं सोपं जातं; पण जसजसे आपण वयाने वाढू लागतो, तसतसं आपलं शरीर थकू लागतं आणि मनाला आवर घालणं कठीण होऊ लागतं. इतके दिवस मी त्याला बघत आहे... दर वेळी मला असं वाटत राहायचं की, त्याचा चेहरा मला ओळखीचा वाटतो... आता मला आठवलं... तो नेत्रा सेनसारखा दिसतो."

"ठाकूमा...?" मी गोंधळून उद्गारले.

ती शांतपणे आपलं पान चघळत बसली. मग थोड्या वेळाने म्हणाली,

"आणि मला असं का वाटतं, सांगू? कारण आता मला हे लक्षात आलं की, तू 'त्या' मुलीसारखी दिसतेस."

"कोणती मुलगी?" मी कान टवकारत विचारलं.

"नेत्रा सेनची बायको. काय बरं नाव होतं तिचं? सावित्री? सती देवी?"

मी काही न बोलता, फक्त हसले. सावित्री की सती देवी किंवा कदाचित दुर्गा नाहीतर चामुंडा. का कुणास ठाऊक! पण माझं मन पुन्हा संजीवकुमारकडे भरकटत गेलं. कदाचित ती रात्रच काहीतरी वेगळी होती. मी संजीवकुमारच्या सोनागाचीमधल्या घरात गेले. त्याला जेवण वाढलं. तो खात असताना त्याच्या बाजूला पंख्याने वारा घालत बसले आणि मग सोबत लपवून आणलेला सुरा बाहेर काढून, त्याच्या गळ्यावर सपासप वार केले! मी त्याला इतक्या त्वेषाने मारावं यासाठी त्याने कुणाला इतकं फसवलं होतं, देव जाणे... पण मी दचकून जागी झाले खरी! किंबहुना मला कधी झोप लागली हेदेखील समजलं नव्हतं. पूर्णपणे जागी झाल्यावर मला माझ्या स्वप्नातल्या प्रश्नाचं उत्तर मिळालं. त्याने माझ्या प्रेमाची फसगत केली होती. प्रेमाच्या विश्वासामध्ये गुरफटून गेलेल्या माझ्या निरागस शरीराशी प्रतारणा केली होती. आता माझा आत्मा त्याचा पिच्छा पुरवत होता. मी त्याला असंच सोडणार नव्हते!

३८

१७८४ मध्ये वॉरन हेस्टिंग्जने आपल्या वरिष्ठांना पत्र पाठवून असं सांगितलं होतं की, आपण ज्या जनतेवर सत्ता प्रस्थापित करतो, त्यांच्यासोबत चांगले संबंध जोडून आपण आपला खूप फायदा करून घेऊ शकतो. हेस्टिंग्जच्या मते अशा लोकांशी गोड बोलून, त्यांना साखळ्यांमध्येच ठेवून; पण साखळ्या थोड्या सैल सोडून त्यांना सतत आपल्या सत्ताधीशांच्या उपकारांची जाण करून देत राहिलो, तर पुढील काळात इंग्रजांना खूप फायदा होऊ शकतो. हे सगळं त्याने माझ्या जन्माच्या तब्बल एकशे अठ्याण्णव वर्षांपूर्वी लिहून ठेवलं होतं. मला आज हेस्टिंग्जची आठवण फक्त अशासाठी नव्हती झाली की, संजीवकुमार मित्रा पुन्हा बाबांसाठी दारूच्या बाटल्या आणि पैशांची थप्पी घेऊन घरी येऊ लागला होता. त्यापेक्षा वर्तमानपत्रं आणि टी.व्ही. वाहिन्यांवर चालत असलेला बातम्यांचा रतीब मला हेस्टिंग्जचं स्मरण देऊन गेला होता. मृदुलाचे वृद्ध आई-वडील आणि आजारी भावाच्या दुःखाचे लचके तोडून त्याचा तमाशा बनवण्यासाठी प्रत्येक

वर्तमानपत्र आणि वाहिनी आसुसलेली होती. एकामागोमाग एक सगळेच त्यांना पुनःपुन्हा त्याच दुःखद आठवणींच्या तळघरात ढकलून, त्यातून बाहेर येण्याची त्यांची विफल धडपड पाहण्याची मजा लुटत होते!

या सगळ्या भीतीमधून बाहेर येण्यासाठी मी गाणी गुणगुणू लागले, स्वतःशीच बडबडू लागले; प्रसंगी स्वतःला विनोदही ऐकवू लागले. आई माझ्यावर खेकसू लागली; पण ठाकूमाला माझ्या भावना समजत होत्या.

"घरात आताच मृत्यू झालेला आहे आणि तोही तिच्या लाडक्या रामूदाचा. मेलेली माणसं जेव्हा आपल्या जिवंत नातलगांना घट्ट धरून ठेवतात, तेव्हा त्या जिवंत व्यक्तींना आपला तोल सांभाळणं कठीण जातं."

त्या रात्री मला एक भयंकर स्वप्न पडलं. स्वप्नामध्ये रामूदाच्या आत्म्याला मोठी शेपूट फुटली होती आणि ती मला गळफास लावू पाहत होती. मी जोरजोराने ओरडत उठले. माझ्या स्वप्नातला रामूदाचा आत्मा अगदी गुळगुळीत होता. त्याचे डोळे पांढरेफटक आणि केस लाल होते. पलंगावरून माझ्यापर्यंत पोहोचणारे त्याचे हात-पाय, वितळलेल्या मेणासारखे बुळबुळीत आणि अर्धपारदर्शक होते. माझ्या प्रिय भावाचा आत्मा अजूनही आमच्या या खोलीमध्ये, आमच्या घरामध्ये अडकून पडला होता... त्याला मुक्ती मिळत नव्हती... या विचाराने पुढचे कित्येक महिने मला रडू फुटत गेलं. मी लहान असताना, कॉलेजमधून आल्यावर रामूदा मला उचलून घ्यायचा आणि गरागरा फिरवायचा. मला तो खेळ अत्यंत प्रिय होता. गोल-गोल फिरताना, मला खळखळून हसू फुटायचं. आज त्या आठवणीने जीव कासावीस होतो.

ठाकूमाच्या पलंगावर बसून, मला अचानक रडू कोसळलं. डोकं गुडघ्यात घालून, हुंदके देत मी बोलू लागले,

"रामूदाच्या मृत्यूचं कारण शेवटी मीच बनले ना, ठाकूमा?"

खरंतर ते प्रकरण संजीवकुमारने सुरू केलं असलं, तरी माझ्या मनातून हा विचार जाईना की, मी जर वेळीच बोलायचं धारिष्ट केलं असतं, तर रामूदावर आपला जीव गमवायची वेळच आली नसती. जर मी संजीवकुमारकडून मिळालेलं नाणं थेट ठाकूमाच्या हाती दिलं असतं, तर...? जर मी सगळ्यांना हे स्पष्टपणे सांगितलं असतं की, संजीवकुमार चोर आहे, तर...? जर ठाकूमाचा पलंग आवरत असताना ते नाणं पुन्हा हरवलं नसतं, तर...? जर-तरची ही मालिका फार मोठी होती. देव जाणे का, काकूंना ते नाणं चोरून बायको-मुलींसाठी एवढे महाग दागिने आणि कपडे आणायची बुद्धी झाली? त्यांनी तसं केलं नसतं, तर बाबांनी त्यांना मारलं नसतं आणि रामूदा पलंगावरून खाली पडला नसता...

"चेतू, उगाच स्वतःला दोष देऊ नकोस. प्रत्येकाच्या मृत्यूची वेळ ठरलेली

असते. कुणीतरी त्यासाठी निमित्त होतं, इतकंच...'' ठाकूमा माझ्या खांद्यावर प्रेमळपणे थोपटत म्हणाली. वयाच्या १०४ वर्षीसुद्धा तिच्या सुरकुतलेल्या बोटांमध्ये तेवढीच माया आणि आश्वासकता होती.

''ठाकूमा, तुला तुझं नाणं हरवल्याबद्दल खूप वाईट वाटत असेल ना? आपल्या घराण्याच्या इतिहासाचं प्रतीक होतं ते...''

''चेतू, गरिबांना इतिहासाशी काय देणं-घेणं गंऽऽ?'' ठाकूमा उसासा टाकत म्हणाली.

''पण मग तू एकसारखा त्या नाण्याचा शोध का घेत होतीस?''

''मला स्वतःची खात्री पटवून द्यायची होती की, ते नाणं खरोखरच हरवलेलं आहे. आता माझी ती खात्री पटली आहे; पण मग आता त्याबद्दल शोक करून काय उपयोग?''

मी ठाकूमाचा चेहरा निरखत बसले. तरुणपणी तिचे ओठ, डोळे, गाल कसे असतील याची कल्पना करत राहिले. आठवणींमध्ये रमून, गतकाळाच्या स्मृती जागृत ठेवून, आपल्या वृद्ध जर्जर कुडीमध्ये जिवंतपणा राखून ठेवण्याची तिची धडपड मला त्या क्षणी फार केविलवाणी वाटू लागली.

ठाकूमा पुढे म्हणाली,

''आणि जर मला हे समजलंच नसतं की, ते नाणं हरवलं आहे, तर? आज माझं वय बघ, चेतू... मी अजून किती वर्षं जगणार आहे? पण, मला त्या नाण्याबद्दलचं सत्य न समजता मी मेले असते, तर माझा आत्मा इथे फिरत राहिला असता... हेस्टिंग्ज साहेब जसा रात्री २ वाजता घोड्यावर बसून शहरभर फिरत राहायचा, तसा! विचार कर, तुमची काय गत झाली असती जर माझा अदृश्य आत्मा एखाद्या उंदराप्रमाणे डबे व भांड्यांची उलथापालथ करत, नाणं शोधत बसला असता तर?''

तोंडाचं बोळकं उघडून खुदुखुदु हसणाऱ्या ठाकूमाची निरागसता मला हेलावून गेली. तिने केलेल्या हेस्टिंग्ज साहेबाच्या उल्लेखामुळे मला हेस्टिंग्जच्या आयुष्याबद्दल बारकाईने माहिती असलेल्या विद्यासागर मलिक आजोबांची आठवण झाली. पुरुषोत्तम आजोबांची बहीण – कांतीमती – हिचा मुलगा असलेल्या विद्यासागर मलिक याला हेस्टिंग्जने लिहिलेलं ते प्रसिद्ध पत्र तोंडपाठ होतं, ज्यामध्ये त्याने लिहिलं होतं की, आपण ज्यांच्यावर सत्ता गाजवतो त्यांची संस्कृती, भाषा आणि राहणीमान समजून घेणं इंग्रजांच्या फायद्याचं असेल. हेस्टिंग्जचं म्हणणं होतं की, अशा गोष्टींचं ज्ञान मिळवून, इंग्रजांना भारतीयांची मानसिक स्थिती, विचारधारा आणि नैसर्गिक हक्क समजण्यात खूप मदत होऊ शकते; ज्यानुसार त्यांना भारतीयांचं मूल्यांकन करणं सोपं जाऊ शकतं. मुख्य म्हणजे हेस्टिंग्ज साहेब इतक्या दूरदृष्टीचा

माणूस होता की, त्याने हेही लिहून ठेवलं होतं की, हे सगळं ज्ञान, भारतीयांच्या लिखाणातून गवसलं जाऊ शकतं.

विद्यासागर आजोबा आमच्या कुटुंबातल्या त्या मोजक्या व्यक्तींपैकी होते, ज्यांनी आपल्या गरिबीवर इलाज म्हणून ज्ञानाची कास धरली होती. आजोबांच्या ज्ञानार्जनाची बरेचदा खिल्ली उडवली जायची आणि त्यामुळे ते व्यथित होत असत; कारण त्यांना लेखक बनायचं होतं. हेस्टिंग्जने नवाबांशी मैत्री केली आणि त्यांच्याकडून उर्दू, बांगला आणि पर्शियन भाषा शिकला; पण माझ्यासाठी सर्वांत रोचक ठरलं ते त्याचं प्रेमविश्व! हेस्टिंग्जच्या आयुष्यातील बहुतांश धोकादायक परिस्थितींमध्ये प्रेम ही गोष्ट केंद्रस्थानी राहिली. मला या माणसाच्या आयुष्याचं नेहमीच कुतूहल वाटत आलं आहे. अनाथाश्रमात वाढलेला, पोट भरता यावं म्हणून सैन्यात दाखल झालेला आणि त्याद्वारे १८ व्या शतकात कोलकात्याला येऊन पोहोचलेल्या या मनुष्याचं आयुष्य निश्चितच फार असामान्य असावं. तरुण असताना त्याने काळ्या पैशाला सक्त विरोध केला; पण नंतर त्याने स्वतःच खूप पैसा कमावला आणि वरच्या पदावरही चढला. कुप्रसिद्ध 'कृष्णविवर'चा हा कैदी होता. या कृष्णविवराबद्दल इंग्रज इतिहासकारांनी खूप अद्वातद्वा लिहून ठेवलेलं आहे. नवाब अलिवर्दी खानच्या मृत्यूनंतर सिराज-उद्द-दौलाहने काढलेल्या मोहिमेमध्ये बरेच इंग्रज कैद केले गेले. त्या घटनेला 'कृष्णविवर' असं म्हणतात आणि त्या कैद्यांपैकी हेस्टिंग्ज एक होता. कैदेमध्ये असताना हेस्टिंग्जची तब्येत खूप खराब झाली आणि त्या अवस्थेत त्याला तिथेच मरण पावलेल्या एका माणसाची विधवा पत्नी भेटली. दोन मुलांची आई असलेल्या आणि स्वतःच्या नवऱ्याच्या मृत्यूचं दुःख पचवत वेदना आणि मृत्यूच्या गर्तेत सापडलेल्या त्या स्त्रीने हेस्टिंग्जला देण्यासाठी प्रेम तरी कुठून आणलं असेल याचं मला नेहमी आश्चर्य वाटतं. असो. तर कालांतराने नवाबाच्या कैदेतून सुटका करून घेऊन, हेस्टिंग्ज फुलता बेटावर गेला आणि त्याने मेरीशी लग्न केलं. मात्र, मद्रासवरून फौज घेऊन आलेल्या सिराज-उद्द-दौलाहचा पराभव करणारा, लॉर्ड क्लाइव्हच्या मर्जीतला अधिकारी बनूनही हेस्टिंग्जचं वैयक्तिक जीवन कष्टी राहिलं. मेरीने त्याला दोन मुलं दिली – एक मुलगा आणि एक मुलगी; पण ती दोन्ही मुलं मृत्युमुखी पडली. आपल्या कारकिर्दीत हेस्टिंग्ज पटापट वरच्या पायऱ्या चढत गेला. त्याला मुर्शीदाबादचा रेसिडेन्ट (स्थानिक अधिकारी) बनवलं गेलं. सिराज-उद्द-दौलाहचा पराभव आणि त्याचा जावई मीर कासम यांना इंगा दाखवल्याबद्दल, मीर जफरने हेस्टिंग्जला नवाबाचा किताब बहाल केला. हेस्टिंग्ज ईस्ट इंडिया कंपनीसाठी इमानेइतबारे काम करत राहिला; पण त्याने सगळ्यांचा डोळा चुकवून, मीठ आणि कॉफीची विक्री करून वारेमाप पैसा कमावला. 'कोलकाता काऊन्सिल'चा

सदस्य असताना त्याने ईस्ट इंडिया कंपनीशी प्रतारणा करणाऱ्या अनेक भ्रष्ट अधिकाऱ्यांना वठणीवर आणलं; पण नंतर मात्र तो स्वतः बैलगाड्यांसाठी बैल पुरवणारा कंत्राटदार बनला. अखेरीस अवतीभवती बोकाळलेल्या भ्रष्टाचाराला कंटाळून, हेस्टिंग्ज ब्रिटनला परतला.

हेस्टिंग्जच्या गमनाच्या काही महिन्यांपूर्वी, मीर कासमने आपली नवी मोहीम सुरू केली आणि आमचे पूर्वज आत्माराम मलिक नवाबाच्या खास मर्जीतले मुख्य जल्लाद म्हणून नियुक्त झाले. मीर कासमच्या फौजेने पाटण्यातील इंग्रज छावणीला चहूबाजूने घेरल्यावर ईस्ट इंडिया कंपनीची फौज त्यांच्या मदतीला येण्यापूर्वी आत्माराम आजोबांनी शेकडो इंग्रज शिपायांना आणि अधिकाऱ्यांना कसं फासावर लटकवलं याची कथा सांगताना ठाकूमा नेहमी उत्साहात येत असे.

ती रात्र मी ठाकूमाच्या बाजूला झोपून काढली. अर्थात झोप अशी नीट येतच नव्हती. उठत-झोपत, तळमळत रात्र सरली. सकाळ झाली तशी मी कार्यालयात लवकर पोहोचावं या हेतूने आवरायला घेतलं. आमचं न्हाणीघर चार कुटुंबांतील माणसं वापरत असत. नारायणदाची पत्नी संकरी देवी अंघोळ करत होती. मी रस्त्याच्या कडेला उभी राहून, ती बाहेर येण्याची वाट बघत होते. ६.१०ची सियालदाह मेल बाजूने खडखडाट करत गेली. घाटापलीकडे असलेल्या कत्तलखान्याकडे एका ट्रकमधून बकऱ्यांची झुंड नेली जाताना दिसली. त्या बकऱ्यांच्या डोळ्यांमध्ये अंत जवळ आल्याची अलिप्त स्वीकृती दिसत होती.

आजूबाजूच्या घरांमध्ये अद्याप जाग आलेली नव्हती. कारखान्यांच्या चिमण्यांतून येणारा धूर सर्वत्र पसरत होता. तिरडीसाठी लागणाऱ्या बांबूच्या गवताचे बिंडे घेऊन, नारायणदा माझ्या बाजूने घाटाकडे चालत गेला. त्याचं माझ्याकडे लक्ष नव्हतं. आमच्या गल्लीतला मृत्यूचा वावर सुरू झाला होता. एक श्रीमंत ब्राह्मण अंगावर ओला काळा धागा अडकवून, 'नारायण, नारायण' असा जप करत, निमेश्वर मंदिराजवळ ठेवलेली आपली गाडी हुडकत होता. गोदीवर काम करणाऱ्या स्वयंभूची आई – राजकुमारी देवी आपली फाटकी साडी नेसून समोरून चालत आली. मला बघून, तिच्या चेहऱ्यावर निरागस हास्य पसरलं. असं हास्य फक्त त्याच लोकांच्या चेहऱ्यावर उमलू शकतं, ज्यांचा आत्मा त्यांच्या शरीराच्या आधी स्वर्गामध्ये पोहोचलेला आहे.

"गंगा पार सुकून गेली आहे गंऽऽ... आज सकाळी बघितलं, तर तिथे पाणी नव्हतंच; फक्त कोरडा रस्ता होता."

राजकुमारीदीला मायाद्वीपमधल्या आपल्या फाळणीपूर्व आयुष्याच्या आठवणींना उजाळा देणे अतिशय आवडत असे; किंबहुना तो तिचा सगळ्यात लाडका विरंगुळा होता.

"तू आज एवढी लवकर का उठली आहेस गंऽऽ? आणि तेही इथे अंघोळ करण्यासाठी? तुझ्या आईने भरून ठेवलेलं पाणी संपलं वाटतं?" नुकतीच अंघोळ संपवून, केस पुसत बाहेर आलेल्या संकरी देवीने मला प्रश्न केला. खरंतर संकरी देवी पन्नाशीला पोहोचलेली पोक्त स्त्री होती; पण अद्याप तिचे भरदार उरोज आणि कमनीय बांधा जसेच्या तसे कायम होते. तिचा चेहराही फार सुंदर होता. संकरी देवीच्या या लावण्याला नेहमी एकच गालबोट लागलेलं असायचं; ते म्हणजे तिची प्रेमप्रकरणं सुरू आहेत, या सततच्या संशयाने नारायणदाने तिच्या गोऱ्यापान पाठीवर उठवलेल्या काळ्यानिळ्या वळांचं. हा रतीब गेली कित्येक वर्षं चालू होता.

मी अंघोळ करून बाहेर आले. समोरच्या सार्वजनिक नळाजवळ अंगाला साबण फासलेले, अर्ध-उघड्या देहाचे पुरुष अंघोळ करत होते. कधीकधी बाबासुद्धा लाल-हिरव्या चौकड्यांचा टॉवेल गुंडाळून, आपल्या आजूबाजूच्या लोकांची करमणूक करत तिथे अंघोळ करत असत. मात्र, काकू कधीही उघड्यावर अंघोळ करत नसत; त्यांना आमच्या अंगणातली लहानशी मोरीच लागायची. तुरुंगात असताना त्यांना ही सवय लागली होती. ही माहिती मला तेव्हा समजली, जेव्हा मी एकदा त्यांच्या उघड्या पायावरचे वळ बघितले. चौकशी केल्यावर मला असं समजलं की, आणीबाणीच्या वेळी काकूंना तुरुंगात डांबलं गेलं होतं.

"आज तो मुलगा भल्या पहाटेच इथे उगवला आहे!" मी घरात शिरताक्षणी आईने मला संजीवकुमारच्या आगमनाची वर्दी दिली. मी तिच्याकडे दुर्लक्ष केलं आणि माझ्या हिरव्या कुडत्यावर पांढरी ओढणी घेतली. ठाकूमा फुर्रऽफुर्र आवाज करत आपला चहा पीत बसली.

"माझी नात सुकत चालली आहे! तिच्या हृदयाला भोकं पडलेली आहेत! हे सगळं तुझ्यामुळे होत आहे... मी तुला सुरुवातीपासून सांगत होते की, आपल्याला जल्लाद नसलेल्या कुटुंबाशी सोयरीक नको; पण तू मात्र त्याच्या कोट-पॅन्टीला आणि खिशातल्या रुपड्यांना भुललीस! काय म्हणावं तुला?" ठाकूमा आईवर तोंडसुख घेऊ लागली.

"ओऽऽ!! उगीच माझ्या नावाने शंख करू नका! पैशाच्या लगडी पाहून कोणाच्या तोंडाला पाणी सुटतं ते सगळ्यांना नीट ठाऊक आहे! मी फक्त माझ्या मुलीच्या भविष्याचा विचार करत होते. तुमचा मुलगा त्या निमित्ताने आपले खिसे गरम करायला घेईल असं कोणाला वाटलं होतं?" असं फणकारत, ठाकूमाला तिचा चहाही संपवू न देता, तिचा कप घेऊन आई स्वयंपाकघरात गेली. ठाकूमा माझ्याकडे डोळे मिचकावत म्हणाली,

"कुत्र्या-मांजराची जोडी आहे आमची!"

मी हसले; पण आजतागायत माझ्यासाठी हे कोडं राहिलेलं आहे की, वर्षानुवर्षं आम्हाला इतक्या लोकांच्या शत्रुत्वाच्या गोष्टी सांगणाऱ्या आणि कोणतंही वैर कायमस्वरूपी नसावं असा सल्ला देणाऱ्या ठाकूमाला, माझ्या आजोबांच्या प्रेयसीला – म्हणजेच, माझ्या आईच्या आईला – तिच्या मृत्यूनंतर अर्ध शतक लोटलं तरी माफ का करता आलं नव्हतं?

"ग्रद्धादा!! या भ्रष्टाचाराचा मला अक्षरशः वीट येऊ लागला आहे! जिथे बघावं तिथे भ्रष्टाचार बोकाळला आहे!" बाबांच्या खोलीत बसलेला संजीवकुमार जोरजोरात बोलत होता.

"काय बोलावं, संजू बाबू? सगळ्यांच्या डोळ्यांसमोर तिन्हीत्रिकाळ एकच गोष्ट नाचत असते – पैसा, पैसा, पैसा! कधीकधी इतका संताप येतो ना की, असं वाटतं, दोरखंड वगैरे फेकून द्यावा आणि सरळ बंदूक घेऊन यांच्या छाताडावर गोळ्या झाडाव्यात! काही मूठभर भ्रष्ट माणसं मेली नाऽऽ तरच इतरांना जरा अक्कल येईल."

संजीवकुमारच्या येण्याने बाबा फारच उत्साहात आलेले दिसत होते.

जेमतेम ५ पौंडांच्या पगारावर भारतात आलेला वॉरन हेस्टिंग्ज, मायदेशी जाताना तब्बल ३०,००० पौंडांची बचत रक्कम घेऊन गेला. ब्रिटनमध्ये त्याने थाटामाटाचं आयुष्य आरंभलं; पण त्यामुळे लवकरच त्याच्याकडची सगळी मिळकत संपून गेली. मग १८ व्या शतकातल्या भयावह दुष्काळादरम्यान, बंगालचा राज्यपाल म्हणून हेस्टिंग्ज परत कोलकात्याला आला. आता त्याचं एकच ध्येय होतं : गेलेला पैसा पुन्हा जोडणं. दुष्काळाने बंगालमधल्या सुमारे एक-तृतीयांश जनतेला गिळून टाकलं होतं. जिकडे पाहावं तिकडे बांबूच्या गवताने बांधलेल्या झोपड्या सुकून, गळून गेलेल्या दिसत होत्या. निव्वळ हाडं उरलेल्या लोकांचे जथे एकमेकांच्या आधाराने मृत्यूची वाट पाहत बसलेले दिसत होते. हेस्टिंग्ज जेव्हा भारताकडे येणाऱ्या जहाजामध्ये बसला, तेव्हा तो विधुर होता. मात्र, त्याच जहाजावर त्याला मेरियन इम्हॉफ ही जर्मन स्त्री भेटली आणि तो तिच्या प्रेमात पडला. आपल्या नवऱ्यासोबत जहाजावर आलेल्या मेरियनने, प्रवास संपेपर्यंत नवऱ्याला सोडचिठ्ठी दिली आणि हेस्टिंग्जसोबत भारतात आली. मात्र, कायद्यानुसार आपल्या लग्नबंधनातून मुक्त व्हायला तिला पुढची आठ वर्षं लागली! या संपूर्ण काळात, हेस्टिंग्जने तिची साथ सोडली नाही. त्याने तिच्यासाठी अलिपूर गार्डन्स हा प्रशस्त बंगला बांधला. कालांतराने भ्रष्टाचाराच्या आरोपाखाली हेस्टिंग्जवर कायदेशीर खटला चालवला गेला. त्या खटल्यामधून तो निर्दोष बाहेर आला; पण नंतर त्याने भारत सोडून मायदेशाचा रस्ता धरला.

ब्रिटनला परतल्यावर हेस्टिंग्जने पुढची चोवीस वर्षं आपल्या प्रियतमेसोबत,

डेल्सफोर्ड येथील आपल्या निवासस्थानी उत्तम आयुष्य व्यतीत केलं. भारत सोडला तरी भारताची ओढ काही हेस्टिंग्जच्या मनातून गेली नाही. ब्रिटनमध्ये त्याने भारतीय प्राणी पाळले, आपल्या प्रशस्त बागेमध्ये भारतीय रोपांची लागवड केली आणि अरबी घोडे पाळले. १८१७ मध्ये, २३ ऑगस्ट किंवा ७ सप्टेंबर या दिवशी (विद्यासागर आजोबांना नेमकी तारीख सांगता येईना.) हेस्टिंग्जचा अचानक मृत्यू झाला. त्याच्या मृत्यूचं कारण कधीच स्पष्ट झालं नाही. असं म्हणतात की, ज्या दिवशी हेस्टिंग्ज गेला, त्या रात्री २ वाजता अलिपूर गार्डन्सच्या आवारामध्ये हेस्टिंग्ज भारतात असताना चालवत असलेली घोडागाडी येऊन थांबली. आपली टोपी हातात घेऊन हेस्टिंग्ज घोडागाडीमधून उतरला; काशीवरून आणलेल्या संगमरवरी पायऱ्यांवरून वरच्या मजल्यावर गेला आणि सगळ्या खोल्यांमध्ये फिरून काहीतरी शोधत बसला. पहाट झाली, सूर्यकिरणं पसरली; तशी ती घोडागाडी आणि हेस्टिंग्ज दोघेही आसमंतात विरून गेले!

अर्थात, हा माझ्या गोष्टीतला महत्त्वाचा भाग नाही. लंडनला परतल्यावर हेस्टिंग्जने थॉमसन नावाच्या आपल्या मित्राला कळकळीचं पत्र लिहून, आपल्या लिखाणाच्या टेबलाचं काय झालं हे कळवण्याची विनंती केली होती. त्याने तक्रार केली होती की, ना थॉमसन, ना लार्किन्सने त्याला त्या टेबलाबाबत काही पुढची घडामोड सांगितली. ''त्या टेबलामागच्या माझ्या भावना काय आहेत हे तुम्हाला शब्दांत सांगून समजणार नाही,'' असंही हेस्टिंग्जने लिहिलं होतं.

त्यानंतर दोन वर्षांनी, 'कोलकाता गॅझेट'मध्ये आलेल्या एका जाहिरातीत असं म्हटलं होतं की, वॉरन हेस्टिंग्जच्या मालकीचं सागवानी लाकडाचं लिखाणाचं टेबल, त्यातील काही खासगी छायाचित्रं आणि कागदपत्रांसह एस्प्लनेडमधील त्याच्या घरातून ब्रिटनला नेलं जात असताना चोरीला गेलं आहे किंवा घरातल्या इतर वस्तूंसोबत ते टेबलसुद्धा चुकून लिलावात विकलं गेलं आहे. थॉमसन आणि लार्किन्सने या टेबलाबद्दल माहिती देणाऱ्या इसमासाठी २००० रुपयांचे इनाम जाहीर केले.

हेस्टिंग्जबद्दल अजून विचार करायला माझ्याकडे वेळ नव्हता. मला कामावर जायचं होतं. घरातून बाहेर पडणार, एवढ्यात संजीवकुमारने मला आमच्या अंगणाजवळच्या रिकाम्या जागेत गाठलं आणि डोळ्यांवरचा चष्मा काढून म्हणाला,

''रामूदाच्या मृत्यूमधून तू अजून पुरती सावरलेली दिसत नाहीस, चेतना. असंच चालत राहिलं तर गोष्टी अजून बिघडतील. वाहिनीकडे परत ये. तुझ्यासाठी आम्ही एक खास कार्यक्रम तयार केला आहे. तुला बरं वाटेल आणि यात माझाही वैयक्तिक स्वार्थ आहे – मला तुझ्या जवळ राहता येईल.''

मी त्याच्याकडे बघून हसले; पण माझ्या डोळ्यांमध्ये पाणी उभं राहिलं.

आपल्या प्रेमाबद्दल भल्यामोठ्या गाथा सांगणाऱ्या ऐतिहासिक व्यक्तिमत्त्वांनी माझा विश्वासघात केला होता. एक वेळ मी हेस्टिंग्जला त्याच्या सगळ्या वाईट कृत्यांसाठी माफ करू शकत होते; कारण त्याने अन्नपाण्याअभावीसुद्धा आपल्या जवळ असलेल्या स्त्रीवर मनापासून प्रेम केलं होतं. संजीवकुमारने माझ्यावर केवळ एक दिवस तरी असं प्रेम केलं असतं तर...? पण मला माहीत होतं की, माझी ही आशा फोल आहे.

काही उत्तर न देता मी दरवाजाकडे जाऊ लागले; तसं संजीवकुमारने माझी वाट अडवून विचारलं,

"चेतना, मला अशी सोडून का जाते आहेस? मी तुझ्याशी जे काही वागलो, त्याबद्दल मी मनापासून माफी मागतो. रामूदाच्या मृत्यूनंतर मला, तुला भेटण्याची खूप इच्छा होती; पण खरोखरच कामाचा व्याप इतका वाढला होता की, इच्छा असूनही मला येता आलं नाही; पण याचा अर्थ असा नाही की, मला दुःख झालं नाही. मलाही तितकंच दुःख झालं. गेल्या महिना - दोन महिन्यांतल्या घटना इतक्या विचित्र पद्धतीने घडल्या की, मी काय सांगू? 'हॅन्गवुमन्स डायरी' या कार्यक्रमाने माझं अवघं आयुष्य पालटून टाकलं आहे. तो कार्यक्रम आणि ती फाशीची शिक्षा माझ्यासाठी फार महत्त्वाची ठरलेली आहे."

मी त्याच्याकडे बघून हसले.

"अगं, काहीतरी बोल ना!!" संजीवकुमार काकुळतीला येऊन बोलला. "फक्त अशी हसत बसू नकोस गं, चेतना! मला फार शरमल्यासारखं होतं. काहीतरी बोल माझ्याशी!"

"जतिंद्रनाथसाठीसुद्धा फाशीची शिक्षा महत्त्वाची होती, संजू बाबू."

"चेतना, हा विषय आता फक्त आपल्यापुरता सीमित राहिलेला नाही. अवघ्या भारतात याबद्दल चर्चा चाललेली आहे. तू जगविख्यात होशील, चेतना! दाराशी आलेल्या लक्ष्मीला अशी लाथाडू नकोस!"

"बाजूला व्हा, संजू बाबू. मला कामावर जायला उशीर होतो आहे."

"माझा गुन्हा काय आहे, एवढं तरी सांग?"

संजीवकुमारचा हा निर्लज्ज प्रश्न ऐकून, माझा ताबा सुटला आणि मी त्याच्यावर ओरडले,

"तू तोंड वर करून, माझा गुन्हा काय आहे असं मलाच विचारतो आहेस? हिंमत असेल तर स्वतःच्या मनाला विचार ना!"

"रामूदाला मी नाही मारलं, चेतना! त्याच्या मृत्यूचा राग तू माझ्यावर का काढते आहेस?"

मला त्याच्यावर कुत्सितपणे हसायचं होतं; पण अश्रूंनी आधी बाजी मारली.

"तूच मारलंस त्याला! तूच त्याचा खुनी आहेस! तू ठाकूमाचं नाणं चोरलं नसतंस तर या पुढच्या घटना घडल्याच नसत्या!"

गेल्या काही दिवसांच्या कटू आठवणी उगाळून, माझं तोंड कडू झालं. हृदयाचे हजारो तुकडे होत आहेत, असं वाटू लागलं. क्षणभर अशी इच्छा झाली की, त्याने मला आपल्या बाहुपाशात घ्यावं आणि माझ्या कानात माफीचे हळुवार शब्द बोलावेत; पण दुसऱ्याच क्षणी त्या विचाराने मला स्वतःची लाज वाटू लागली.

संजीवकुमार माझ्या पायाशी वाकला आणि मला नमस्कार करत म्हणाला,

"घे, मी तुझ्या पाया पडतो, चेतना! आता तरी राग सोडशील का? मी खरंच खूप हीन प्रकारे वागलो. सगळा दोष माझा होता. मला माफ कर!"

मी आवंढा गिळला. संजीवकुमारच्या या वागण्यावर काय प्रतिक्रिया द्यावी, हे मला समजेना. अखेर मी त्याला म्हणाले,

"मी वाहिनीचा कार्यक्रम करणार नाही."

"ठीक आहे, नको करूस; पण माझ्यावरचा राग सोड."

मी पुन्हा आवंढा गिळला. दुखावलेलं; पण निव्वळ २२ वर्षांचं, माझं तरुण मन हेलकावे खाऊ लागलं.

"माझ्या घरची माणसं तुमच्याकडे येऊन लग्नाची रीतसर मागणी घालतील, चेतना. मला मान खाली घालायला लावू नकोस. तुझा माझ्यावर विश्वास नाही, हे मी समजू शकतो; पण त्यांच्यावर तर विश्वास ठेवू शकतेस ना तू?"

मी त्याच्याकडे संशयास्पद नजरेने बघितलं.

"आमच्या कुटुंबाला जातीपातीचा निषेध नाही..."

वितळत चाललेलं माझं हृदय, कुठल्याशा अंतःप्रेरणेने पुन्हा कठोर झालं.

"नाही, संजू बाबू. मी तुमच्यावर पुन्हा कधीही विश्वास ठेवू शकणार नाही. तुम्हाला कधीच समजणार नाही की, मी तुमच्यावर किती निरलस प्रेम केलं होतं."

"तसं तर तुलाही समजलेलं नाही की, मी तुझ्यावर किती मनापासून प्रेम केलं आहे, चेतना!" असं म्हणत, संजीवकुमार माझ्या जवळ आला आणि एक लहानशी डबी माझ्यासमोर धरून उभा राहिला. 'या डबीत पुन्हा एखादं कानातलं किंवा अंगठी असेल तर मी याच्या कानशिलात मारीन, नाहीतर सरळ गळ्यातली ओढणी काढून एकदाच काय तो हा मामला संपवून टाकीन!' मी त्वेषाने असा विचार करत असताना, संजीवकुमार मला म्हणाला,

"बघ तरी, आत काय आहे ते?"

मी डबीला हात लावत नाही असं बघून, तो पुढे म्हणाला,

"या डबीमध्ये सगळ्या समस्यांचं मूळ लपलेलं आहे. मी तुला तुझ्या

भावाचं आयुष्य परत देऊ शकत नाही; पण त्याने तुला जे प्रेम दिलं, ते तुला द्यायचा मी नक्की प्रयत्न करीन आणि या डबीतून मी तुम्हाला पराण्याचा इतिहास तुम्हाला परत करायला आलो आहे...'' असं म्हणून, संजीवकुमारने डबी उघडून माझ्यासमोर धरली. आतमधला ऐवज बघून, माझे डोळे विस्फारले! त्यात ठाकूमाचं सोन्याचं नाणं होतं!!!

मी त्याच्या हातातून खस्सकन डबी ओढून घेतली आणि ओरडले,

''हे परत तुझ्याकडे कसं आलं?''

हे ऐकून संजीवकुमार खलनायकासारखा हसला आणि डोळ्यांवरचा चष्मा काढून शर्टाच्या खिशात टाकत मला म्हणाला,

''तू मला नेहमीच कमी लेखत आली आहेस, चेतना. मला तुझी गरज आहे; पण त्याहीपेक्षा तुला माझी जास्त गरज आहे. तुला हे ठाऊक आहे तसेच मला हे ठाऊक आहे की, तुला हे व्यवस्थित ठाऊक आहे!''

असं म्हणून त्याने माझा गाल कुरवाळला आणि निघून गेला! आगीच्या ज्वाळांप्रमाणे, भीतीचे लोळ माझ्या अवतीभवती पसरू लागले. मला असं वाटलं होतं की, माझ्या आयुष्यातलं संजीवकुमारचं अस्तित्व कायमचं संपलं होतं; पण माझ्या नकळत, मी त्याच्या आत्म्याला परत पृथ्वीवर येण्यासाठी लहानसा दिवा तेवत ठेवला होता आणि माझी तीच चूक मला भारी पडली होती. त्याचा आत्मा परत आला होता आणि त्याने माझ्याच गळ्यात फास टाकला होता. तोही पारदर्शक नव्हे, तर धुरकट... काळा...

चांदीचं पाणी चढवलेल्या शववाहिनीमधून एका सौभाग्यवतीची अंत्ययात्रा काढली जात होती. अल्ता लावलेले तिचे पाय बघून, मला क्षणभर हेवा वाटला. हेस्टिंग्जने मेरियनवर अगदी शेवटच्या श्वासापर्यंत प्रेम केलं असेल. तिच्या अस्तित्वामध्ये त्याने एक अन् एक क्षण अत्यंत समाधानात घालवला असेल.

अचानक त्या शववाहिनीमागे चालणाऱ्या पुरुषाने मागे वळून बघितलं आणि मी चमकले! तो मारुती प्रसाद यादव होता. तोच इसम ज्याने माझ्यातला जल्लाद जागा केला होता! आता त्याच मारुती प्रसादला आपल्या बायकोच्या अंत्ययात्रेत सामील होताना बघून, माझ्या मनात संमिश्र कोलाहल उठला. काही अंशी मला त्या मेलेल्या बाईची दया आली की, तिला अशा एका गलिच्छ माणसासोबत संसार करावा लागला जो सदैव घामाच्या व पानाच्या दर्पामध्ये बुडालेला असे आणि ज्याला स्त्री म्हणजे केवळ जबरदस्तीने मिळवण्याची एक वस्तू वाटत असे. या बाईचा आत्मा मारुती प्रसाद आणि इतर नातलगांचा प्रतिशोध घेण्यासाठी परत येईल का?

संजीवकुमार निघून गेला. शववाहिनीसुद्धा पुढे गेली. तिच्या चाकांच्या

खडखडाटामुळे मला वॉरन हेस्टिंग्जच्या भुताची आठवण झाली. मी त्याला पुन्हा बघितलं – सातासमुद्रापलीकडून कोलकात्यात येताना... संगमरवरी पायऱ्यांवरून चढत जाऊन आपली खासगी पत्रं धुंडाळताना... पण मला त्याच्यासाठी वाटणारी सगळी कणव त्या क्षणी आटून गेली, जेव्हा माझ्या लक्षात आलं की, वॉरन हेस्टिंग्ज हा तर संजीवकुमार मित्रासारखा दिसत असे!!!

३९

गुन्हेगार जेव्हा तळघरात पडतो, तेव्हा त्याच्या मानेवरची गाठ घट्ट होऊन त्याचा मणका मोडलेला असतो. हृदयाकडे जाणाऱ्या रक्तवाहिन्या बंद झालेल्या असतात. मेंदूच्या वाहिन्या फुगून फुटलेल्या असतात. मान तुटलेली असते. बहुतेक पुरुषांचं वीर्यपतन झालेलं असतं. स्त्रियांच्या जननेंद्रियांमध्ये अति रक्तस्राव झालेला असतो. मृत्यूच्या कवेत जाताना, या स्त्री-पुरुषांना परमोच्च आनंदाचा अनुभव मिळालेला असतो. त्याच अतीव आनंदाच्या गर्तेमध्ये या जन्मातून सुटून दुसऱ्या जन्मात जात असताना ही माणसं पुढच्या जन्मातही सतत ऐहिक सुखाच्या शोधात भटकत बसतात. अर्थात प्रत्येक नियमाला काही अपवाद असतात. या बाबतीत कालिचरण मलिकचे चुलत बंधू गौरीचरण मलिक यांच्या हातून फासावर गेलेले खुदीराम बोस अपवाद ठरले. ही घटना बाबांच्या जन्माआधी आठ वर्षांपूर्वी घडली. खुदीराम हा लक्ष्मीप्रिया देवीचा मुलगा. दोन मृत मुलांच्या पाठीवर जन्मलेल्या आपल्या या बाळाचं आयुष्य दीर्घ व्हावं यासाठी लक्ष्मीदेवीने त्याला आपल्या बहिणीकडे सुपूर्द केलं होतं आणि त्या बदल्यात तिच्याकडून तीन मूठ धान्य (खुदी) घेतले होते. १८ वर्षं, ७ महिने आणि ११ दिवसांचा असताना खुदीराम फाशीस्तंभाकडे आला. तो अत्यंत शांत होता. पलंगावर झोपायला जावं इतक्या सहजतेने तो फलाटावर चढला. शांतपणे त्याने आपला काळा मुखवटा चढवून घेतला. गळ्यात दोरखंड अडकवल्यावरही त्याच्या हृदयाचे ठोके वाढले नाहीत. गौरीचरणने खटका ओढल्यावर अतिशय अलगदपणे त्याचं शरीर तळघरात गेलं. ना दोरखंड ताठर झाला, ना कुठली झटापट झाली. शवाची तपासणी करणाऱ्या इंग्रज डॉक्टराने डोळ्यांत पाणी आणून सांगितलं – 'झोपेत गेल्यासारखा शांतपणे गेला आहे हा.' गौरीचरणला या शांत मृत्यूचा इतका विस्मय वाटला की, खुदीराम तळघरात गेल्यावरही त्याचा खटक्यावरचा हात कितीतरी वेळ तसाच होता. मृत्यूला इतक्या सहजपणे कवटाळणाऱ्या व्यक्तीचा मृत्यू बघायलाही भाग्य असावं लागतं, असं सांगताना ठाकूमा नेहमी म्हणत असे, 'मरावं तर असं.

सहज, शांत!'

खुदीरामची गोष्ट ऐकून काकीमाचं पित्त खवळत असे. क्रांतिकारकांच्या मृत्यूच्या गोष्टी ऐकून आपल्या नवऱ्याचं चित्त थाऱ्यावर राहत नाही, असं तिचं म्हणणं होतं; पण ठाकूमा तिला ठणकावून सांगत असे – "ते काही नाही! तुझ्यासारख्या पंचवीस वर्षांनी लहान असलेल्या मूर्ख बाईबरोबर लग्न केल्यानंतर, माझा धडधाकट मुलगा अगदी ताटाखालचं मांजर झाला!"

काकूंवर सगळे सतत ओरडत असत. बाबा त्यांना निरुपयोगी आणि सतत चिंताग्रस्त चेहऱ्याने वावरणारा बुळा माणूस म्हणत असत; आईला त्यांची दया येत असे; भीतीमुळे आपल्या चांगल्या पोराच्या मेंदूची वाट लागली याबद्दल ठाकूमा शोक करत असे. काकूंच्या गोलाकार देहावर लहान मुलासारखा चेहरा – त्यामुळे त्यांची अजूनच खिल्ली उडवली जाई. लोक त्यांना गंभीरपणे घेत नसत. फक्त काकूंना त्यांच्या तरुणपणी बघितलेल्या रामूदाला त्यांची खरी कणव होती. ते आधी कसे तरतरीत होते आणि त्यांचं कशामुळे परिवर्तन झालं याबद्दल सगळं माहीत असलेला रामूदा मात्र काकूंशी खूप चांगला वागत असे. मला हे समजून घेणं नेहमी कठीण जात असे की, आतापेक्षा काकू कधी वेगळे कसे असू शकतील? कारण मी लहान असल्यापासून त्यांना एकाच प्रकारे पाहत आले होते – सकाळी १० वाजल्यानंतर उठणारे, अंगणात अंघोळ करणारे, भरपूर खादाडी करणारे आणि अंगावर सुवासिक टॅल्कम पावडरचे थर फासून, सतत उत्तमकुमार आणि सुप्रिया देवीचे गुणगान गात, लोकांचे केस कापणारे!

संजीवकुमार आणि मारुती प्रसाद निघून गेल्यावर मी काही वेळ तिथेच उभी राहिले. अजून सूर्य पुरता उगवला नव्हता. माणसांची वर्दळ हळूहळू वाढत चालली होती. डमडमला जाणाऱ्या रेल्वेगाडीच्या आवाजात आपला गोड आवाज मिसळून, गोदी कामगारांच्या वस्तीतल्या वडाच्या झाडावरून एक कोकिळा कुहूऽकुहू करत, बदलणाऱ्या ऋतूची वर्दी देत होती. ग्वाल्हेर संस्थानकडून मनोहर आजोबांना भेट मिळालेलं सोन्याचं नाणं, माझ्या उष्ण तळहातात घामेजून जात होतं. थोड्या वेळाने, मी घरात गेले. ठाकूमा टी.व्ही. पाहत बसली होती. मी तिच्यासमोर माझा तळहात उघडा करून दाखवला. क्षणभर तिला काही समजलंच नाही. मग एकाएकी तिच्या डोळ्यांतून घळाघळा अश्रू वाहू लागले! मात्र, तरीही ती माझ्या हातातून ते नाणं घ्यायचा प्रयत्न करेना. शेवटी मी तिला हळुवार आवाजात म्हणाले,

"ठाकूमा, गरिबांना आपल्या घराण्याच्या इतिहासाचं काय महत्त्व, हो ना?"

माझ्या बोलण्यावर, ठाकूमा दिलखुलास हसून म्हणाली,

"नाही गं, चेतू! हे नाणं परत मिळाल्यावर मला लक्षात येत आहे की,

त्याची काय किंमत आहे!... पण, हे तुला मिळालं कुठे?''

''त्याने परत दिलं.''

''पण त्याला हे कसं मिळालं? सुदेवने नाणं विकून टाकलं होतं ना?''

''खरेदी करणारे विकत राहतात आणि विकणारे परत खरेदी करत राहतात... रामूदाने मला हे एकदा सांगितलं होतं...''

समोरच्या टी.व्ही.वर खुदीराम बोसवर माहितीपर कार्यक्रम चालला होता. बाबांचा जन्म होण्याच्या आठ वर्षं आधी, खुदीराम बोसला फाशी देण्यात आली होती. मुझफ्फरपूरचे न्यायाधीश असलेल्या किंग्जफोर्डने, सुशील सेन नावाच्या तरुणाला आसुडाचे फटके मारण्याची शिक्षा सुनावली होती. शिक्षेची अंमलबजावणी होत असताना, सुशील सेन गंभीररीत्या जखमी झाला. या घटनेमुळे क्रुद्ध होऊन, जुगान्तरच्या सदस्यांनी किंग्जफोर्डला लोकन्यायालयासमोर उभं केलं आणि त्याला मृत्युदंड द्यायचा ठराव मंजूर झाला. या मृत्युदंडाची कामगिरी खुदीराम बोस आणि प्रफुल्ल चाकी या दोन तरुण कार्यकर्त्यांच्या अंगावर टाकली गेली. ठाकूमा सांगायची की, किंग्जफोर्डवर खटला सुरू असताना, हे दोघे न्यायालयात बसून, त्याच्यावर बॉम्बहल्ला करता येईल का याचा विचार करत राहायचे.

खुदीराम बोसचे विचार डोक्यात घेऊन, मी काकूंच्या खोलीत गेले. त्यांची खोली आमच्या स्वयंपाकघरासमोर होती. मी आत गेले, तर काकू आपली गुळगुळीत छाती कुरवाळत, पलंगावर आडवे होऊन, खुदीरामवरचा कार्यक्रम पाहत होते. काकूंची खोली लहानशी होती. भिंतीवर लावलेला छोटासा टी.व्ही., एक पलंग, एक कपाट आणि चंपा व रारीची खेळणी ठेवण्यासाठी भिंतीवर लावलेल्या लोखंडी फळ्या एवढ्यानेच ती खोली भरून गेली होती.

रामूदाच्या मृत्यूनंतर काकीमा आणि मुली घरातील आमच्या बाजूमध्ये फारशा राहिल्याच नाहीत. मुलींना शाळेतून आणल्यावर काकीमा स्वयंपाकघरात येऊन, आमच्याकडे पाठ फिरवून तिचा आणि काकूंचा स्वयंपाक करत असे. मग त्यांची ताटं भरून, ती त्यांच्या खोलीत गुडूप होत असे. खोलीचा दरवाजा बंद करूनच त्या दोघांची जेवणं होत असत. आताशा काकीमा काकूंना सतत टोचून बोलू लागली होती. काकीमाचं वागणं आईला फार खटकत असे. ''काही लोकांना मृत्यूच्या छायेत वावरणाऱ्या घरातसुद्धा नवविवाहित जोडप्यासारखं वागण्याचा निर्लज्जपणा करता येतो!'' असं काहीबाही बडबडत ती आपली कामं करत असे. आई असं काही बोलू लागली की, ठाकूमा माझ्याकडे डोळे मिचकावून उद्गारायची, ''त्याची निर्मिती दिवसाढवळ्या झाली आहे, त्याला तो तरी काय करणार?''

मी काकूंच्या खोलीत गेल्यावर, ते आश्चर्याने उठून बसले. क्षणभर त्यांच्या चेहऱ्यावर आनंद पसरला; पण मग त्याच्या जागी लागलीच काळजी आणि लाज

दिसू लागली.

"ये, चेतना... किती दिवस झाले तुझ्याशी शेवटचं नीट बोलून..." गमछाने आपली छाती पुसत, काकू म्हणाले.

आमचं शेवटचं संभाषण होऊन, सुमारे दीड महिना लोटला होता. बहुतेक १८ मेची तारीख होती. त्या दिवशी राज्यपालांनी जतिंद्रनाथची दया-याचिका फेटाळली होती. त्या दिवशीच काकूंनी मला पान आणायला धाडलं होतं आणि माझ्या नकळत, मी संजीवकुमारच्या कॅमेऱ्यात कैद झाले होते. आज ते सगळं कित्येक शतकांपूर्वी घडल्यासारखं वाटत होतं. एखाद्याच्या आयुष्यात एवढ्या कमी वेळात इतके बदल होऊ शकतात? या सगळ्या घटनांची मालिका लावू लागले तसं माझं डोकं गरगरू लागलं.

"जल्लाद बनण्याचा निर्णय घेतल्यानंतर माझ्याकडे तुमच्याशी बोलण्यासारखं काही उरलं नव्हतं, काकू..." असं म्हणत मी काकूंवर डोळे रोखले आणि त्यांना विचारलं,

"ठाकूमाचं सोन्याचं नाणं संजीवकुमारकडे कसं गेलं, काकू?"

माझ्या प्रश्नाने काकूंची भंबेरी उडाली. त्यांना बहुधा काहीतरी खोटं सांगायचं होतं; पण त्यांनी वेळीच स्वतःला आवर घातला आणि माझा हात हातात घेऊन म्हणाले,

"चेतू बाळा... आता तुझ्या काकूचं वय झालं आहे, हो ना? मी आता पासष्टीला पोहोचलो आहे. पदरात दोन लहान मुली. उद्या मला काही झालं तर त्यांचं कसं होणार? त्या उघड्यावर नाही का पडणार?"

"माझे वडील अठ्ठ्याऐंशी वर्षांचे आहेत; पण तरी मला कधी ही चिंता वाटली नाही की, ते गेल्यावर माझं काय होणार! त्याचं कारण माहीत आहे, काकू? कारण मला नेहमी असा विश्वास वाटायचा की, बाबा गेले तरी तुम्ही माझ्या मागे उभे राहाल."

हे बोलताना, माझ्या डोळ्यांना अश्रूंच्या धारा लागल्या. काकूंनी मूकपणे माझे डोळे पुसले आणि मग थोड्या वेळाने म्हणाले,

"चेतू, दुर्दैवाने तुझा हा काकू काही कामाचा नाही गंऽऽ. माझ्यामुळे तुम्हा सगळ्यांना आयुष्यभर फक्त दुःख आणि त्रास सहन करावा लागला. मी कुणासाठी काही चांगलं करायला गेलो तरी त्याचे परिणाम नेहमी उलटेच होतात. म्हणून तर तुझे बाबा मला नेहमी शिव्या घालत राहतात ना?" असं म्हणून ओंजळीने चेहरा झाकत, गहिवरलेल्या आवाजात काकू म्हणाले,

"रामूचं जे झालं, तेही माझ्यामुळेच झालं!"

त्यांचा आवाज अपराधीपणाच्या भावनेने ओथंबलेला होता. मी त्यांना म्हणाले,

"नाही काकू, रामूदाच्या मृत्यूसाठी कदाचित मी जबाबदार होते; पण मी तुमच्याशी त्याबद्दल बोलायला आले नाही. मला सांगा, ते नाणं संजीवकुमारकडे कसं गेलं?"

काकूंच्या चेहऱ्यावर पुन्हा अपराधी भाव पसरले.

"मला खरं काय ते सांगा, काकू. तुमच्याशिवाय इतर कुणाकडून ते नाणं त्याच्याकडे पोहोचणं शक्य नाही."

अखेर उसासा टाकून, काकू म्हणाले,

"स्यामीने मला सांगितलं की, पुरातन वस्तूंना बाजारात खूप किंमत असते. म्हणून माझ्या डोक्यात नाण्याचा विचार आला आणि मला वाटलं की, संजीवकुमारना त्यात नक्कीच रस असेल."

मी काकूंकडे स्थिर नजरेने पाहत राहिले. मनाच्या डोळ्यांसमोर मला ते सगळं चित्र स्पष्ट दिसू लागलं. आपला बोजड देह सांभाळत, लाचार चेहऱ्याचे काकू संजीवकुमारसमोर उभे राहिले असतील... त्याला ते नाणं दाखवलं असेल...

"नाणं बघितल्यावर त्याची काय प्रतिक्रिया होती?"

"तो खदखदून हसला आणि मला म्हणाला, तुम्ही जी किंमत सांगाल ती द्यायला मी तयार आहे."

संजीवकुमारचं विकृत हास्य माझ्या कानामध्ये उमटू लागलं. माझ्या हृदयावर फासाचा दोरखंड चढतो आहे असा भास होऊ लागला.

"चेतू, मला माहीत आहे की, मी चुकलो... पण स्यामीच्या आग्रहासमोर मी हतबल पडलो."

का कुणास ठाऊक! पण त्या क्षणी मला माझ्या लहानपणचे काकू आठवले. आपल्या उंच सायकलीवरून मला शाळेतून ने-आण करणारे... मला हसवणारे... दिलखुलास गप्पा मारणारे...

"वार्धक्याने माझी कंबर मोडली आहे, चेतू. मला माझ्या वाढत्या वयाची नाही; पण माझ्या लहान मुलींची चिंता सतावत आहे."

काकू मूक अश्रू ढाळू लागले. मी माझ्या मनातल्या रागावर ताबा ठेवून, त्यांच्या खांद्यावर डोकं ठेवून बसले.

"काकू, जसा मला हा विश्वास वाटत आला आहे की, बाबांनंतर तुम्ही मला आधार द्याल, तसंच तुम्हीही या गोष्टीवर विश्वास ठेवा की, तुमच्यानंतर मी चंपा आणि रारीचा सांभाळ करीन."

"पण... पण हे कसं शक्य आहे, चेतू? तू किती नाजूक आहेस. तुला जगरहाटीचा अनुभव नाही आणि आज ना उद्या तुझं लग्न होणारच की! तू कसं सांभाळू शकणार, बाळा?"

"काकू, माझं लग्न होवो अथवा न होवो, मी चंपा आणि रारीसाठी सदैव उभी असेन. माझ्यावर विश्वास ठेवा." आता मीसुद्धा अश्रूपात करू लागले होते.

"मी पूर्वी कधीच इतका कमकुवत नव्हतो गं, चेतू! किंबहुना मला तर खुदीरामसारखं देशासाठी बलिदान द्यायचं होतं. मला कशाचीच भीती वाटायची नाही – ना पोलीस, ना सेना, ना मृत्यू... तुरुंगात असताना तर मला कितीतरी वेळा झोडपून काढलं गेलं होतं; पण मी त्यांच्या तोंडावर हसायचो आणि गाणी गुणगुणत राहायचो..."

"कुठलं? एकला...?"

"नाही, ते मनोदांचं गाणं होतं. मी म्हणायचो, अंधार शोकोली..." काकू आपल्या अश्रूंमधून हसत म्हणाले. "ते आमच्या नखांमध्ये खिळे रुतवायचे, आम्हाला आसुडाचे फटके मारायचे, डागण्या द्यायचे... पण तरीही मी कधी माझं गाणं सोडलं नाही; पण आता मला माझे ते दिवस, तो अवतार आठवूनसुद्धा भीती वाटते. मी स्वतःचं मूळ अस्तित्व आणि व्यक्तिमत्त्व हरवून बसलो गं, चेतना! आताच्या सुखदेव ग्रद्धा मलिकला मीसुद्धा ओळखत नाही!"

"काकू, असं काही नाही. तुम्ही अजून तेच आहात."

"नाही, चेतना. उगाच का स्वतःला फसवत राहायचं? दादा म्हणतो ते बरोबर आहे. मी एक कोंबडी मारण्याच्याही लायकीचा राहिलेलो नाही."

स्वतःचे हात निरखत, काकू पुढे बोलू लागले,

"हंऽऽ... त्यांनी मला अर्धमेला करून सोडलं होतं. प्रतिशोध म्हणून, मला त्यांना संपवून टाकायचं होतं. मला खुदीरामसारखं बनायचं होतं; पण प्रत्यक्षात काय झालं? मी इतका कुचकामी ठरलो की, साधी कोंबडी मारण्याचीही हिंमत उरली नाही माझ्यात!"

लहानपणी, काकू मला नेहमी खुदीराम आणि प्रफुल्ल चाकीने न्यायाधीशावर नियोजित केलेल्या हल्ल्याची गोष्ट सांगत असत. घरी बनवलेला बॉम्ब आणि गोळ्यांनी त्यांनी न्यायाधीशाचा काटा काढायचं आयोजन केलं होतं. आधी त्यांनी असं ठरवलं होतं की, न्यायालयामध्ये बॉम्ब पेरायचा; पण त्यामध्ये इतर निरागस माणसंसुद्धा मारली जातील हे लक्षात आल्यावर त्यांनी न्यायाधीश क्लबमध्ये जात असताना त्याच्यावर हल्ला चढवायचं ठरवलं. त्यानुसार किंग्जफोर्ड न्यायाधीशाची घोडागाडी क्लबजवळ आली, तसा त्यांनी बॉम्बहल्ला चढवला; पण किंग्जफोर्डऐवजी स्त्रियांच्या किंकाळ्या ऐकून, खुदीराम आणि चाकीला आपली चूक लक्षात आली. घोडागाडीमध्ये किंग्जफोर्ड नव्हताच! उलट एका वकिलाची बायको आणि मुलगी होती. एकच गोंधळ उडाला! खुदीराम आणि चाकी भिन्न दिशांना पळून गेले. चाकी समस्तीपूरला पोहोचला आणि तिथून एका रेल्वेगाडीत शिरला. त्याच्या

डब्यात असलेल्या एका पोलीस अधिकाऱ्याला, चाकीच्या हालचालींबाबत संशय येऊ लागला. आता आपल्याला अटक होणार हे लक्षात येताच, चाकीने स्वतःच्या डोक्यात गोळी घातली. असं काही घडलं आहे हे माहीत नसलेला खुदीराम २६ किलोमीटर चालून समस्तीपूरला पोहोचला. तो एका चहाच्या दुकानावर थांबला असताना दोन हवालदारांनी त्याला ओळखलं आणि लागलीच अटक केली. खुदीरामने पळून जायचा प्रयत्न केला; पण आजूबाजूच्या लोकांनी त्याला पकडून ठेवलं. त्याची झडती घेतली गेली, तेव्हा खिशातून पिस्तुलाच्या सुमारे दीडशे गोळ्या बाहेर पडल्या! ते पाहून जमावाने खुदीरामला लाथा-बुक्क्यांनी तुडवायला सुरुवात केली. तरीही त्याने आपलं संतुलन ढळू दिलं नाही. अखेर पोलीस त्याला उचलून घेऊन गेले.

"मी मूर्ख होतो गं, चेतू. मला आपल्या लोकांचा आणि नेत्यांचा खरा रंग कधी समजलाच नाही. १९७१ मध्ये जेव्हा आम्हाला बारानगरमध्ये धक्काबुक्की केली गेली, तेव्हा माझ्या मनात पहिल्यांदा शंकेची पाल चुकचुकू लागली. ते काँग्रेसवाले असूनही, साम्यवाद्यांनी त्यांना मदत केली होती. आमचे मारेकरी कोण होते हे पाहून मला झीट आली होती! ज्यांच्यासाठी आम्ही शस्त्र उचलली, त्यांनीच आमच्यावर हल्ला चढवला होता! माझ्या डोळ्यांसमोर दहा-बारा तरुणांना गुरासारखं झोडपून ठार मारलं होतं. आजही ते सगळं चित्र माझ्या डोळ्यांसमोर जसंच्या तसं उभं राहतं... काठ्या, दगडं, विटा अशा प्रत्येक आघाताने उडणाऱ्या रक्ताच्या चिळकांड्या..."

१९७३ मध्ये काकूंना अटक झाली होती. १९७५ मध्ये त्यांची सुटका होऊन, ते बाहेर पडल्यावर आणीबाणी घोषित झाली. ते अज्ञातवासात गेले. काही काळासाठी ते मुंबईला गेले होते. तिथे त्यांनी बूटपॉलिशवाला, चहावाला आणि एकदा तर चक्क मुसलमान भिकारी बनून गुजराण केली होती. अज्ञातात असतानाही ते जॉर्ज फर्नांडिसने लिहिलेल्या पत्रांच्या प्रती वाटण्याचं काम करत असत. हे सगळं करण्याची हिंमत त्यांच्यात कशी व कुठून आली हे मला आजतागायत समजलेलं नाही.

काकूंच्या खोलीतल्या टी.व्ही.चा आवाज मोठा झाला. पडद्यावर, खुदीरामला फाशीस्तंभाकडे नेलं जात होतं. आम्ही दोघे पुढे काय होतं ते पाहू लागलो, इतक्यात जाहिराती सुरू झाल्या. मग काकू उठले आणि त्यांनी टी.व्ही. बंद करून टाकला.

"खुदीरामच्या आयुष्यात कुणी स्त्री नव्हती. असती तर तो इतक्या थंड डोक्याने आणि धडधाकट शरीराने मृत्यूला सामोरा जाऊच शकला नसता. मी बायकांपासून दूर पळण्याचा खूप प्रयत्न केला; पण अयशस्वी ठरलो. म्हणून मग

शेवटी त्यांच्याकडे परतलो आणि तरीही अयशस्वीच ठरलो...''

मला काकूंच्या बोलण्याचा नेमका संदर्भ लागेना; पण मला त्यांच्या डोळ्यांमध्ये खुदीराम दिसू लागला. न्यायाधीशासमोर जातानाही खुदीरामला हे माहीत नव्हतं की, प्रफुल्ल जिवंत नाही. आपल्या मित्राला वाचवण्यासाठी त्याने त्या कटाची संपूर्ण जबाबदारी स्वतःवर घेतली. खुदीरामची साक्ष संपताक्षणी प्रफुल्लचा मृतदेह बाहेर आणला गेला. खुदीरामने आपल्या मित्राला लगेच ओळखलं. मात्र, नुसतं प्रफुल्लला मारून इंग्रजांचा जीव भरला नाही. त्यांनी त्या मृतदेहाचं मुंडकं छाटलं आणि कोलकात्याला धाडून दिलं. माझ्या आजोबांनी, लाल कपड्यात गुंडाळलेल्या त्या मुंडक्याचा स्वीकार केला.

''त्यानंतर आजतागायत मी फाशीस्तंभापाशी गेलो की, मला स्वतःची भीती वाटू लागते. मी काय करतोय? रक्षण करतोय की शिक्षा देतोय? दादा खटका ओढू लागला की, मी डोळे घट्ट मिटून घेतो. 'अंधार शोकोली'चं काव्य माझ्या डोक्यात घुमू लागतं. प्रत्येक वेळी, मला माझा मृत्यू झाल्यासारखं वाटतं. दादाने प्रत्येक वेळी मला फाशी दिलेली आहे...'' काकू बडबडत राहिले.

''रडू नका, काकू...'' मी कळकळीने म्हणाले.

''हे सगळं मी मुद्दाम विस्मरणात टाकलं होतं, चेतू... पण आज त्या सगळ्या दुःखद आठवणी पुन्हा वर आल्या. आता मला हे सहन होत नाही, चेतू... या सगळ्या घटना, त्यांच्या अप्रिय आठवणी मी माझ्या मनातून कशा पुसून काढू शकतो गंऽऽ?''

यावर काय बोलावं, मला काही सुचेना. म्हणून मग मी एकदम उठले आणि काकूंना म्हणाले,

''मला कामावर जायला उशीर होतो आहे...''

''मला माफ कर, चेतू.''

''असं बोलू नका, काकू.''

''आजकाल कुणीही खरं बोलत नाही. बोललंच तर ते अर्धसत्य असतं.''

काकू शून्यात नजर लावून बसून राहिले, तशी मी त्यांच्या खोलीबाहेर आले. माझ्या अवघ्या अंगाला दरदरून घाम फुटला होता. म्हणजे, संजीवकुमार मित्राला पुन्हा एकदा मला असहाय ठरवण्यात यश आलं होतं तर! मी दरवाजापाशी गेले तर ठाकूमा रस्त्याकडे डोळे लावून उभी होती. समोरून एक अंत्ययात्रा चालली होती. मला पाहून, ठाकूमा खेदाने डोकं हलवत म्हणाली,

''काय करायचं या लहान मुलांचं? आजसुद्धा फासाच्या दोरखंडाशी खेळत बसलेली...''

मी काही न बोलता आत जाऊन ठाकूमाच्या पलंगावर बसले. आमच्या या

कोलकात्यामध्ये, इतिहासातील एखादी व्यक्ती किंवा घटना आठवल्याशिवाय एक दिवस जाईल तर शपथ! खुदीराम बोसवरचा कार्यक्रम बघून, फाशी लावण्याचा खेळ खेळू लागलेल्या बेलू आणि बेणू या बहीण-भावंडांवर नको ते संकट कोसळलं होतं. आपल्या बहिणीला दोरखंडावर लटकताना पाहून, बेलूसुद्धा तसंच करायला जात होता...

एवढ्यात बाबा पाय आपटत आत आले. ते एवढे रागात होते की, एके ठिकाणी त्यांचा तोल जाणार होता... नशीब! आईने त्यांना वेळीच धरलं; नाहीतर बाबा पडलेच असते. बाबांना आपल्या खोलीत पोहोचतं करून आई बाहेर आली तसं मी तिला विचारलं,

''आज सकाळपासूनच सुरू झालं वाटतं?''

''तुला समजलं नाही का? त्याच्यासाठी नवीन वकील शोधले जात आहेत...''

आईच्या बोलण्यात तथ्य होतं; 'ॲम्नेस्टी इंटरनॅशनल'ने जतिंद्रनाथसाठी नव्या वकिलांचा संघ तयार करण्याचा विडा उचलला होता. जतिंद्रनाथला फाशी होऊ नये यासाठी ते असा पवित्रा घेणार होते की, तो मानसिकदृष्ट्या अस्थिर आहे. मी ठाकूमाच्या पलंगापाशी निःशब्द बसून राहिले. खुदीरामला मृत्युदंड दिला गेल्यानंतर, काही निष्णात वकिलांनी त्याच्या बाजूने विनाखर्च लढा देण्याचं ठरवलं होतं. त्यांच्या सल्ल्यानुसार खुदीरामने आपला कबुलीजबाब बदलला. वकिलांनी त्याच्यासाठी खूप प्रयत्न केले; पण तरीही खुदीरामचा मृत्युदंड रद्द झाला नाही. न्यायाधीशांनी आपला निर्णय जाहीर केल्यावर खुदीरामच्या चेहऱ्यावर स्मित उमटलं होतं. न्यायाधीशांना अचंबा वाटला. त्यांना असं वाटलं की, खुदीरामने त्यांचा निर्णय नीट ऐकलेला दिसत नाही; पण खुदीराम त्यांना म्हणाला, 'मला अजून थोडा वेळ दिलात तर मी तुम्हाला बॉम्ब बनवायला शिकवेन.' तो फासावर चढला तोही त्याच अभिमानाने जसं त्याने आपलं आयुष्य व्यतीत केलं होतं. तोपर्यंत गौरीचरण आजोबा बरेच वृद्ध झालेले होते. आयुष्याचा खूप अनुभव त्यांच्या गाठीला होता; पण तोपर्यंतच्या कारकिर्दीत त्यांना पहिल्यांदाच असा कैदी भेटला होता जो हसऱ्या चेहऱ्याने फाशीस्तंभावर चढून, मृत्यूला सामोरा गेला होता. खुदीरामला फाशी दिल्यानंतर, गौरीचरण आजोबा ढसाढसा रडले होते! माझ्या हातातील नाण्याचा थंडावा आता बोचरा वाटू लागला होता. याच शहरामध्ये कुठेतरी, संजीवकुमार मित्रा आम्हाला निर्लज्जपणे हसत बसला होता. मी घाईघाईने उठले आणि खांद्यावर पर्स अडकवून घराबाहेर जाऊ लागले.

तेवढ्यात आईने मला टोकलं,

''कुठे निघालीस?''

''कुठे नाही...'' – मला त्या क्षणी आईला पूर्ण सत्य सांगावंसं वाटेना.

मानवी शरीरासाठी बनवलेला परमोच्च आनंद उपभोगल्याशिवाय जर मला मरण आलं तर? मग माझ्या आत्म्याला मुक्ती मिळणार की नाही? मी रिक्षा पकडली आणि पुन्हा माझं विचारचक्र सुरू झालं. वेळ निघून जात होता. आणखी थोडा वेळ मिळाला असता तर मी त्यालासुद्धा बॉम्ब बनवायला शिकवला असता; पण त्यामुळे आमच्यापैकी एकजण दगावला असता, हे निश्चित!

४०

अग्निपंख असलेल्या पक्ष्याप्रमाणे मी मदन मोहन मार्गावरून तुरुतुरु धावत सुटले. काकूंना उलटं करून झोडपून काढलं जात असताना त्यांच्या ओठावर सतत रुळणारं 'अंधार शोकोली' हे गाणं आज माझ्या जिभेवर रुळत होतं. 'बाटलीबॉय पुस्तक भंडारा'वरून पुढे जात, मी 'भविष्यार्थ'च्या कार्यालयाकडे जाऊ लागले. ठाकूरबारीच्या भव्यदिव्य इमारती पाहून, क्षणभर मला असं वाटलं की, एखादा व्याकूळ प्रियकर आपल्या प्रेयसीसाठी हे गाणं म्हणत ठाकूरबारीच्या पायऱ्यांवर उभा आहे. माझ्या डोळ्यांसमोर आत्महत्या करणाऱ्या बायकांचं चित्र नेहमी टांगलेल्या पुतळ्यांसारखं येत राहिलेलं आहे. प्रियकराच्या स्पर्शाने आपल्या मृतदेहामधून सप्तसूर छेडणाऱ्या प्रेयसीचा विचार करत मी कार्यालयात शिरले. 'अंधार शोकोली'मधलं एक पद गुणगुणत मी माझ्या खुर्चीकडे जात असताना तोपर्यंत फोनवर खेळीमेळीच्या गप्पा मारणारे मनोदा एकदम गंभीर झाले आणि आपलं संभाषण आवरतं घेत, माझ्याकडे दुःखी स्मित करत म्हणाले,

"तुझा काकू हे गाणं काय सुंदर म्हणायचा! त्याला उलटं टांगलं जायचं आणि तरीही तो गात राहायचा. आम्ही सगळे डोळे मिटून त्याचं गाणं ऐकत, ठेका देत राहायचो. सगळ्या वेदना, सगळ्या चिंता नाहीशा व्हायच्या. काय अप्रतिम काव्य होतं त्यात! आमच्या ठाकूरने काय सुंदर लिहिलं होतं! पण तुला माहिती आहे का, चेतना? आणीबाणीच्या वेळी या गाण्यावर बंदी आणली गेली. का माहीत आहे? गाण्याची सुरुवात अंधाराच्या उल्लेखाने होते ना? 'मी अंधारामध्ये डोळे किलकिले करून, तू दिसतोस का याची वाट बघत राहतो; पण तू दिसत नाहीस' असं ते गाणं होतं. तर सरकारने त्याचा काय अर्थ लावावा? की म्हणे आणीबाणीच्या अंधारामध्ये मी लोकशाहीची वाट बघत उभा आहे; पण ती काही येताना दिसत नाही! काय म्हणावं या विचारसरणीला? ठाकूरने आपल्या लेडी हेकेटसाठी लिहिलेल्या काव्यामध्येसुद्धा सिद्धार्थ शंकर रेला राजकारण दिसलं!"

मला हसू आलं; गंभीर चेहऱ्याच्या निश्चोलदांनाही हसू आलं. मनोदांना ते

आवडलं नाही.

"हसू नकोस, चेतू! मी काही विनोद सांगत नाही. कठीण काळ होता तो. अंधार, दुःख, वेदना इत्यादी प्रत्येक नकारात्मक शब्द अथवा भावना असलेल्या प्रत्येक कवितेवर बंदी आणली जायची. अगदी 'ही बंधने तुटणार' किंवा 'ही बंधने उरणार नाहीत' अशा अर्थाची वाक्यं असलेल्या कवितांवरसुद्धा लगेच बंदी आणली जायची आणि ठाकूरच्या काव्यामध्ये अंधार, दुःख आणि वेदनेशिवाय अजून काय असणार?"

काही वेळ मनोदा गप्प बसले; मग पुढे म्हणाले,

"आधी मला या सगळ्या घटनांचा खूप धक्का बसला. ठाकूर तर इंदिरा गांधीचे गुरू होते. कारण त्यांच्या शांतिनिकेतनमध्ये इंदिरा शिकली होती. खरंतर इंदिरा गांधीला नृत्याची खूप आवड होती; पण असं म्हणतात की, नेहरूंनी तिला त्यासाठी परवानगी दिली नाही. मला या गोष्टीचा नेहमी अचंबा वाटत आला आहे की, ज्या स्त्रीने जाहीरपणे हे कबूल केलं आहे की, शांतिनिकेतनमधली वर्षं ही तिच्या आयुष्यातली सर्वांत सुखद वर्षं होती, तिनेच पुढे ठाकूरांच्या काव्यावर कशी काय बंदी आणली? पण मग नंतर माझा अचंबा कमी झाला. जी स्त्री स्वतःच्या वडिलांच्या आणि देशाच्या महात्म्याच्या लिखाणावर बंदी आणू शकते, ती काहीही करू शकते! इतकंच काय तर तिच्या स्वतःच्या भाषणामधले काही भागही बंदीच्या अमलाखाली आणले गेले होते! आता बोला! त्या स्त्रीच्या प्रामाणिकपणाने मी हलून गेलो, चेतना! तुम्ही स्त्रिया म्हणजे अचाट असता! तुम्ही कधी काय कराल, काही सांगता येत नाही!"

मी मनोदांकडे बघून स्मित केलं आणि गुणगुणू लागले :

'छलाना चतुरी आशे, हृदये बिशादे बाशे' (छल-कपट मोठ्या हुशारीने आपल्या मनावर राज्य करू लागतं आणि मग हृदयाला दुःख काय असतं ते समजू लागतं.)

'तोमारे देखी ना जाबे... तोमारे देखी ना जाबे...' (मला तू दिसत नाहीस... मला तू दिसत नाहीस...)

एवढ्यात कार्यालयातली गेलेली वीज परत आली आणि समोरचा टी.व्ही. जिवंत झाल्यासारखा चालू लागला. संजीवकुमार मित्राचा आवाज येऊ लागला.

"हे पाहा ॲडव्होकेट कुलकर्णी, आपल्यासमोरचा मुद्दा असा आहे की, जतिंद्रनाथला मृत्युदंड घोषित करून एक दशक लोटलं आहे. एरवी साध्या खुनासाठी शिक्षा मिळालेला गुन्हेगार, एवढ्या काळानंतर मुक्त होऊन नव्याने आयुष्य जगायला सज्ज होतो."

माझ्या ओठावरचं गाणं विरून गेलं. मी मनोदांकडे बघितलं. ते आपल्या

टेबलाकडे निघून गेले. मग मीसुद्धा माझ्या टेबलाकडे गेले. खरंतर मला टी.व्ही. बंद करावासा वाटत होता; पण त्याचा चेहरा समोर दिसत असताना, माझे हात टी.व्ही. बंद करण्यासाठी तयार होईनात. आपल्या हातीं फाशी लिहिलेल्या गुन्हेगाराला वाचवण्यासाठी अखेरची शर्थ करणाऱ्या वकिलांना, त्या गुन्हेगाराच्या बाजूने बोलताना ऐकणं हा माझ्यासाठी विशेष अनुभव होता; पण आमच्यात चाललेली ही आंधळी कोशिंबीर अलीकडे कंटाळवाणी होऊ लागली होती.

"तुम्ही म्हणालात ते योग्य आहे, मित्रा बाबू. जतिंद्रनाथच्या संदर्भातील काही महत्त्वाची कागदपत्रं पुढे पाठवण्यात सरकारकडून दिरंगाई झाल्यामुळे त्याची दया-याचिका फेटाळली गेली. म्हणजे एका अर्थी, त्याच्या आजच्या दयनीय अवस्थेसाठी कुठेतरी राज्य सरकार कारणीभूत आहे. आम्ही तोच मुद्द पुढे आणण्याचा प्रयत्न करत आहोत. १९८३ मध्ये पंजाबमध्ये काय झालं? शेर सिंह नावाच्या गुन्हेगाराला मृत्युदंडाची शिक्षा मिळून अडीच वर्षं लोटली. मग त्याने न्यायालयाकडे याचिका सादर केली. न्यायालयाने असा निर्णय दिला की, मृत्युदंड मिळाल्यानंतरही अडीच वर्षं वाट बघत रोजचं मरण भोगणं हा एका अर्थी शेर सिंहवर झालेला अन्याय होता; त्यामुळे न्यायालयाने त्याची मृत्युदंडाची शिक्षा रद्द करून, जन्मठेपेची शिक्षा सुनावली. त्या दृष्टीने विचार केला तर जतिंद्रनाथला राज्य सरकारकडून नुकसानभरपाई म्हणून मोठी रक्कम मिळाली पाहिजे. एक नाही, दोन नाही; तब्बल अकरा वर्षं त्याला मृत्यूच्या सावटाखाली जगायला लावणं हे कोणत्या तरी सभ्य समाजाला शोभा देतं का?"

"अगदी योग्य बोललात, ॲडव्होकेट कुलकर्णी. एखाद्या नागरिकाचा प्राण घ्यायचाच असेल तर तो न्याय्य आणि वाजवी पद्धतीने घ्यावा, नाही का?"

मनोदा माझ्या टेबलाजवळ आले आणि त्यांनी मला विचारलं,

"चेतना, या तुझ्या प्रियकराचा मृत्युदंडाला खरोखरच विरोध आहे का?"

मी गप्प बसून राहिले.

"काल हाच तर त्या लहान मुलाच्या भावामागे भुणभुण करत गेला होता ना? खरं सांगू का चेतू, आताशा मला आइन्स्टाईनबद्दल अधिकाधिक आदर वाटू लागला आहे. त्याने किती चपखल सांगितलं होतं बघ – एव्हरीथिंग इज रिलेटिव्ह – सगळं परस्परावलंबी आहे. आपली पृथ्वी, तिचं स्थान, तिचा वेग, एवढंच काय तर तुझ्या आणि माझ्यातलं हे अंतर... सगळ्याच अर्थाअर्थी मोजायच्या गोष्टी आहेत; पण मग आपल्याला गणिती मोजमापांची गरजच काय?"

मनोदांसोबत मीही हसले. ते म्हणत होते ते एका अर्थाने खरं होतं. जेव्हा एखादं सरकार आपल्या एखाद्या नागरिकाचा प्राण हिरावून घ्यायचा निर्णय घेतं, तेव्हा त्या निर्णयाची अंमलबजावणी सर्वतोपरी न्याय्य, ग्राह्य आणि योग्य पद्धतीने

झाली पाहिजे याकडे त्याचं बारीक लक्ष असतं किंबहुना ते तसं असावं. तो दिवसही विचित्र होता. माझ्या लक्षात आलं की, उलटं टांगलं गेल्यावर हृदय असलेल्या माणसांना हरवलेल्या प्रेमाबद्दलची(च) गाणी गाता येतात. भांड्यामध्ये कैद केलेला समुद्र जसा आतल्या आत ढवळला जातो, तसा माझा आत्मासुद्धा निरर्थक ढवळून निघत होता. कार्यालयातल्या सगळ्या वस्तूंची ढवळाढवळ होत आहे, असं वाटत होतं. बाहेर आकाशामध्ये काळे ढग गर्दी करू लागले होते.

चारू मुजुमदारसोबत झालेल्या त्यांच्या भेटीबाबत केलेलं लिखाण घेऊन, मनोदा माझ्या टेबलाजवळ आले आणि म्हणाले,

"चेतू, मी विचार करत होतो... तुरुंगावर हल्लाबोल करून एकदाच काय ते जतिंद्रनाथला संपवून टाकायचं का? एक घाव दोन तुकडे करून टाकू या! आता चाललेल्या या वायफळ चर्चांचा मला कंटाळा येतो आहे."

"मनोदा, तो सरकारचं सावज आहे. इतर कुणी त्याचा घास घेतलेला सरकारला आवडणार नाही."

"अच्छाऽऽ! म्हणजे हे सरकार काय स्वतःला बंगाल टायगर वगैरे समजतं की काय? एखादं सावज टिपून शेवटपर्यंत त्याच्यावर हक्क दाखवत राहायला!?" असं म्हणून मनोदांच्या चेहऱ्यावर नेहमीचं खट्याळ स्मित उमललं.

"एकदा, ज्योती बाबूंनी फिरोझ गांधीला विचारलं – 'तुला माहीत आहे का, तुझी बायको अशी का निपजली ते?' त्यावर फिरोझ गांधीने काय उत्तर दिलं असेल? 'तुम्ही आमच्या घरात राहायला या, म्हणजे तुम्हाला समजेल की, त्यांच्यासमोर काँग्रेसचे नेते आणि स्वातंत्र्यसंग्रामी कशी नांगी टाकतात. अशा परिस्थितीत वाढलेली कोणतीही व्यक्ती आगाऊ होणार नाही तर काय?"

"अच्छाऽऽ, म्हणजे मी जल्लाद बनले तशी?"

माझा प्रश्न ऐकून, मनोदा माझ्याकडे गंभीर चेहऱ्याने बघत म्हणाले,

"चेतू, तू खरंच एखाद्याला फाशी देऊ शकशील का गं?"

हा प्रश्न ऐकून, माझ्या तळपायाची आग मस्तकात गेली! माझ्या डोक्यात तोच संताप आणि त्वेष उठला जो मारुती प्रसादने माझ्या शरीरावर आणि संजीवकुमारने माझ्या मनावर आघात केल्यावर उठला होता. रागाने बेधुंद झालेल्या मनःस्थितीत मी माझी खुर्ची सरकवून उठले आणि कुणाला काही कळायच्या आत माझ्या ओढणीचा फास तयार करून, त्याचं एक टोक शेजारच्या खिडकीच्या गजामध्ये आणि दुसरं टोक मनोदांच्या गळ्यात टाकून ओढणी आवळून धरली!!! खरंतर मनोदा बऱ्यापैकी धिप्पाड शरीरयष्टीचे होते; पण त्या क्षणी माझ्या मनातल्या रागाने मला इतकं बळ प्रदान केलं होतं की, क्षणार्धात मनोदांचे डोळे खोबणीतून बाहेर येऊ लागले आणि धोतीखालून त्यांचे पाय बाहेर येण्याची विफल धडपड

करू लागले. मी त्यांचा फास सैल सोडला. मनोदा धाडकन जमिनीवर पडले; तो आवाज ऐकून निश्चोलदा धावत आले; पण समोरचं दृश्य बघून त्यांची बोलती बंद झाली. निश्चोलदा पुढे येत नाहीत हे पाहून मीच पुढे गेले आणि मनोदांच्या गळ्यामधून ओढणी बाहेर काढत, हलक्या हाताने त्यांचा गळा चोळू लागले. बेशुद्ध होण्याच्या स्थितीत गेलेल्या मनोदांना मी कसंबसं उचलून खुर्चीत बसवलं. ते अजूनही खोकत होते. थोड्या वेळाने निश्चोलदांनी त्यांच्या जवळ जाण्याची हिंमत केली. ते मनोदांच्या पाठीवर हात फिरवत असताना, मी मनोदांसाठी पाण्याचा पेला घेऊन उभी आले. श्वासोच्छ्वास नियमित झाल्यावर मनोदांनी एकवार माझ्याकडे बघितलं आणि मग निश्चोलदांना म्हणाले,

"हिला १००रुपयांची पगारवाढ द्या!"

निश्चोलदांना काही उमजेना! काही वेळ स्तब्ध राहून त्यांनी मनोदांना विचारलं,

"का?... आणि हा जास्तीचा पैसा आपण आणायचा कुठून?"

उत्तरादाखल, मनोदा माझ्याकडे वळून उद्गारले,

"बघ! कसा आगाऊपणा करतोय ते! ए बाबू, मी तुला कामावरून काढून टाकीन हंऽऽ!"

ते ऐकून, निश्चोलदा काही न बोलता आपल्या कामासाठी निघून गेले. तिरिमिरीत केलेल्या मूर्खपणानंतर मला भान आल्यावर आता मला मनोदांकडे डोळे उचलून बघवेना. मग मीसुद्धा प्रुफं तपासण्यासाठी निघून गेले. टी.व्ही.वर अजूनही संजीवकुमार मित्राचा आवाज येत होता.

"न्यायालयामध्ये अजून काय युक्तिवाद सादर करणार आहात आपण?"

"मित्रा बाबू, दुसरा मुद्दा असा आहे की, जतिंद्रनाथची सद्य मानसिक स्थिती त्याला मृत्युदंडासाठी पात्र ठरवते की नाही? आमचं म्हणणं आहे, नाही. तज्ज्ञ आणि डॉक्टरांच्या देखरेखीखाली त्याची पुनर्तपासणी होणे गरजेचे आहे."

"बरोबर आहे; पण मला सांगा, मरणाऱ्या माणसाच्या मानसिक स्थितीला इतकं महत्त्व देण्याची गरज का?"

"परिवर्तनाची शक्यता. जगातलं हे अटळ सत्य आपण नाकारू शकत नाही ना? मृत्युदंड दिला गेल्यावर माणूस परिवर्तित होऊ शकत नाही का? मात्र, आपल्याकडे मृत्युदंड जाहीर झाला की, पुढे काही बदल होऊ शकत नाही असा समज असतो. असं का? कुणी असा विचार केला आहे का? जन्मठेपेचं रूपांतर मृत्युदंडामध्ये केलं जाऊ शकतं; पण त्याच्या उलट शक्यतेची तरतूद कायद्यामध्ये नाही आणि असं असताना ज्या शिक्षेला परिवर्तनाची सोय नाही, ती शिक्षा कायद्याच्या परिघामधून हद्दपार केलेलीच बरी!"

मी टी.व्ही. बंद केला आणि मनोदांच्या समोर बसून, मूकपणे त्यांच्या

मांडीवर डोकं ठेवलं. त्यांचा सुरकुतलेला हात माझ्या डोक्यावरून फिरू लागला.

"मृत्यूचा अनुभव थरारक असतो हं, चेतू..."

"जीव घेण्याचा अनुभवही तितकाच थरारक असतो, मनोदा..." मी पुटपुटले.

आताशा हे स्पष्ट होत होतं की, अगदी राधारमण मलिकपासून आमच्या घराण्यातल्या कुठल्याही जल्लादाने हे काम पैशासाठी स्वीकारलेलं नव्हतं. त्या सगळ्यांच्या डोळ्यांसमोर पैसा सोडून दोन मुख्य लक्ष्यं होती. पहिलं म्हणजे, कीर्ती. बाबांसाठीसुद्धा पैशापेक्षा जल्लाद म्हणून मिळणाऱ्या आगळ्या कीर्तीचा लोभ मोठा होता. अभिनेता म्हणून त्यांना जी अफाट कीर्ती मिळायची, त्याची तहान फक्त जल्लाद म्हणून गुन्हेगारांचा प्राण घेऊन मिळण्यासारखी होती. दुसरं लक्ष्य होतं, सत्ताधाऱ्यांची संगत. माझे आजोबा – पुरुषोत्तम ग्रद्धा मलिक यांच्यासाठी ही फार महत्त्वाची बाब ठरली. काला ग्रद्धा मलिकसाठी आपल्या वरिष्ठांसमोर आणि इतर बघ्यांसमोर मृत्यूचा थिल्लर तमाशा बनवून दाद मिळवणं ही एक झिंग बनली. भीष्मा आजोबांसाठी आपलं विधिलिखित कर्म आणि धर्म व्यवस्थित पार पाडणं, हे लक्ष्य होतं; कालिचरण आजोबांसाठी फाशी देणं म्हणजे आपल्यातल्या कलागुणांना वाव देण्याची संधी होती; तर पिंगलकेशिनीसाठी जल्लाद बनणं हा तिच्या प्रतिशोधाचा भाग होता. मात्र, या सगळ्याच्या पलीकडे जाऊन विचार करता, या सगळ्या माणसांना जल्लादाचं काम करण्यासाठी प्रेरित करणारी एक फार वेगळी आणि अफाट बलशाली अशी शक्ती होती. झोपेने तारवटलेल्या डोळ्यांनी, भल्या पहाटे गंगेच्या थंडगार पाण्यात स्नान करून, कालिमाता व महादेवाला लाल फुलं, मदिरा व स्वतःच्या अंगठ्याचं रक्त अर्पण करून, आई-वडिलांचे आशीर्वाद घेऊन, फासाचा दोरखंड हातात घेऊन ही सगळी मंडळी जेव्हा आपलं कार्य पूर्ण करण्यासाठी निघायची, तेव्हा त्यांचं सर्वांत मोठं समाधान या विचारामध्ये असायचं की, मनुष्यजातीसाठी सर्वांत कठीण असं कार्य करण्याची शक्ती, हिंमत आणि प्रारब्ध हे सगळं फक्त त्यांना बहाल केलेलं आहे!! जतिंद्रनाथला फाशी दिली गेली म्हणजे न्याय झाला असं मी मुळीच मानणार नव्हते; पण त्याच्या गळ्यामध्ये दोरखंड अडकवून खटका ओढण्याच्या विचाराने, अलीकडे माझ्या अंगावर रोमांच उठू लागला होता. मनोदांच्या प्रश्नाने जो राग उफाळून आला तो याच गोष्टीची ग्वाही देत होता की, अखेर माझ्या धमन्यांमधल्या रक्तालाही त्याच समाधानाची तहान लागली होती. वेळ फार लवकर पुढे सरकत होता. मला – स्त्रीशक्तीची प्रतीक असणाऱ्या चेतना ग्रद्धा मलिकला – आता हे कार्य लवकरात लवकर करणं भाग होतं! त्याच्या चेहऱ्यावर काळा मुखवटा चढवत असताना, जतिंद्रनाथ माझ्या डोळ्यांमध्ये थेट बघणार होता. मनोदा म्हणाले तसं मला आता खरोखरच तुरुंगात घुसून, जतिंद्रनाथचा गळा घोटण्याची

अनावर इच्छा होऊ लागली होती.

त्या दुपारी मी आणि मनोदा ठाकूरबारीच्या समोर उभ्या असलेल्या भेळपुरीवाल्याकडे भेळ खायला गेलो.

'एशो, एशो, प्रेमामोय, अमृतो हाशिती लोये...' (ये माझ्या प्रियकरा, त्याच मधाळ हास्याने परिलुप्त असा...) मी गुणगुणू लागले.

मनोदांनी माझ्याकडे अर्थपूर्ण कटाक्ष टाकत विचारलं,

"तुझं खरंच त्या संजीवकुमार मित्रावर प्रेम आहे का गंऽऽ?"

मी त्यांच्याकडे थेट न बघता उत्तर दिलं,

"कधीकधी मला त्याचा जीव घ्यावासा वाटतो."

आपला गळा चोळत, मनोदांनी मला विचारलं,

"तो नेमका आहे कुठला?"

"कोलकात्यामध्ये त्याची दोन घरं आहेत. एक मोठा, पडका वाडा आहे. दुसरं घर सोनागाचीमध्ये आहे. पहिल्या घरात अजूनही झाडं, वेली दिसतात आणि दुसऱ्या घरात मोठाले जिने, संगमरवरी पायऱ्या इत्यादी थाट आहे."

मनोदांच्या चेहऱ्यावर काळजीयुक्त भीती पसरली. मी पुढे सांगू लागले,

"त्याला कुठलीशी दाक्षिणात्य भाषासुद्धा येते. त्याचे वडील दक्षिणेकडचे होते असं तो म्हणाला. त्याची आई बंगाली आहे. मला त्याच्याबद्दल एवढीच माहिती आहे. त्याचं असं म्हणणं आहे की, तो पडका वाडा त्याच्या आजोबांनी अठराव्या शतकात विकत घेतला होता."

आम्ही कार्यालयामध्ये परतल्यावर मनोदांनी, मला पी. थन्कप्पन नायर यांनी लिहिलेलं 'साउथ इंडियन्स इन कोलकाता' हे पुस्तक वाचायला दिलं. त्यातील तिसऱ्या प्रकरणाकडे निर्देश करून ते मला म्हणाले,

"हे वाच..."

> 'कोलकाता हे शहर १७७४ पासून १९१२ पर्यंत, ब्रिटिश इंडियाची राजधानी असल्यामुळे, दक्षिण भारत आणि कोलकात्यामध्ये बराच संपर्क होता. कोचिन राज्याचे महाराज आपल्या व्यापारी जहाजांना नियमितपणे कोलकात्याला रवाना करत असत.'

मी भराभर वाचू लागले, तसा माझ्या मनातला गोंधळ वाढत गेला. ठाकूमाने आम्हाला १७९३ मध्ये ज्ञाननाथ ग्रद्धा मलिकच्या मल्याळी लोकांशी झालेल्या भेटीबद्दल सांगितलं होतं. कॅप्टन आन्द्रे बार्थलोम्यू डी'क्रूझरसोबत ते एका व्यापारी जहाजामधून प्रवासाला गेले होते. हे जहाज बंगालमधून तांदूळ घेऊन सिलोनला

(आताचं - श्रीलंका) विकण्यासाठी पोहोचतं करत असे. एकेक करून, मला त्या गोष्टीतल्या घटना आठवू लागल्या.

> कुन्ही पोक्की नावाच्या धनाढ्य व्यापाऱ्याचे साहाय्यक बरेचदा व्यापारासंदर्भात कोलकात्याला येत असत. यांपैकी एका साहाय्यकाच्या घरात मोठी चोरी झाल्याची बातमी 'कोलकाता मंथली जर्नल'मध्ये छापली गेली होती.

मनोदा माझ्याकडे बघून म्हणाले,

"चेतूऽऽ, जर संजीवकुमार मित्रा या मल्याळ्यांपैकी कुणाचा वंशज असेल, तर मग सगळं अजब आहे म्हणायचं!"

मी पुस्तक मिटून मूक नजरेने मनोदांकडे बघत बसले. माझ्या मेंदूला मुंग्या आल्या होत्या. एक व्यापारी आणि एक जल्लाद यांमध्ये रंगलेल्या प्रेमप्रकरणातला मूर्खपणा लक्षात येऊन, माझ्या मनात वादळ उठत होतं.

इतक्यात, निश्चोलदा आत आले आणि त्यांनी टी.व्ही. सुरू केला. सगळ्या वाहिन्यांवर एकच बातमी चालू होती.

"मृदुला चॅटर्जीच्या कुटुंबीयांनी राष्ट्रपती ए.पी.जे. अब्दुल कलाम यांना विशेष पत्र लिहून, जतिंद्रनाथ बॅनर्जीची दया-याचिका अमान्य करण्याची विनंती केली आहे."

"बघितलंत? आता हे प्रकरण चिघळत जाणार. हे लोकतंत्र आहे. इथे लोक निर्णय घेतात; पण सगळे नाही, फक्त हातभर..." मनोदा आपल्या खुर्चीत रेलून बसले.

माझ्या मनात पुन्हा विचारांचं काहूर उठलं. मग स्वतःचं लक्ष वेधून घेण्यासाठी मी प्रुफं तपासायला घेतली. डोळे वाचनात गढले असले तरी कान मात्र दरवाजाकडे लागले होते. तो येणार हे नक्की होतं. मी आज लवकर घराबाहेर पडले होते, ते त्याला भेटण्यासाठीच. कार्यालयात बसून मी त्याची वाट बघत बसले. अखेर तो आला. कार्यक्रमासाठी लावलेला मेकअप अजूनही चेहऱ्यावर तसाच होता.

"मी तुझ्या घरी तुझी वाट बघत बसलो होतो. तू इथे काय करते आहेस?" – त्याने मला तुटकपणे विचारलं.

"मी तुझ्या येण्याची वाट बघत होते," असं म्हणून, मी माझी पर्स उचलली; खोलीबाहेर पडून दरवाजा बंद केला आणि त्याला म्हणाले,

"चल..."

"कुठे?"

"तुझ्या घरी. जे सुरू केलं आहे, ते संपवल्याशिवाय मला चैन पडणार नाही."

संजीवकुमारला माझ्या बोलण्याचा अर्थ समजला नाही. आमची नजरानजर झाली. त्याच्या चष्म्याच्या काचांआडून त्याने डोळे फिरवल्याचं दिसलं.

"तुझे पणजोबा, कोचिनहून बोटीने प्रवास करत, कोलकात्याला पोहोचले ना?"

संजीवकुमारच्या चेहऱ्यावर संभ्रम पसरला. या वेळी मी त्याच्या पुढे चालू लागले. सायकल-रिक्षा थांबवली; त्याला आत बसण्याची खूण केली. त्याने काही न बोलता माझी आज्ञा मानली.

"सरळ चला आणि मग..." मी रिक्षाचालकाला रस्ता सांगू लागले. तबला-तानपुऱ्यांची दुकानं पार करत, ट्रॅमच्या रुळांशेजारून आम्ही पार जात्रापारा मागे सोडून पुढे निघालो.

"कुठे चाललो आहोत आपण?" संजीवकुमारने मला जरा बिथरलेल्या आवाजात विचारलं.

"तुझ्या घरी!" असं म्हणून, मी रिक्षाच्या आसनावर डोकं टेकवलं आणि गुणगुणू लागले :

"एशो, एशो, प्रेमामोय, अमृतो हाशिती लोये,
एशो मोर कचे धीरे एई हृदया निलाये,
चडिबो ना तोमाये कभू जन्मे जन्मे आर..."

(ये माझ्या प्रियकरा, त्याच मधाळ हास्याने परिलुप्त असा,
हलक्या पावलांनी ये. मी तुला कधीच जाऊ देणार नाही,
या जन्मापासून ते पुढच्या जन्मापर्यंत; कधीच जाऊ देणार नाही...)

माझं गाणं ऐकून, संजीवकुमार रंगात येऊन म्हणाला,

"कुणाबद्दल बोलते आहेस, राणी? माझ्याबद्दल?"

उत्तरादाखल, मी त्याच्याकडे खट्याळ नजरेने बघितलं आणि मग आतून चुरचुरत असलेली जीभ गालात घोळवत म्हणाले,

'तोमारे देखी ना जाबे, तोमारे देखी ना जाबे...!' (मला तू दिसत नाहीस... मला तू दिसत नाहीस...)

४१

मनसा ही देवी होती; पण ती अनाथ आणि लाचार होती. सर्पनरेश वासुकी आपल्या आईची मूर्ती बनवत होता. समोरून जाणारा भगवान शिव त्या मूर्तीच्या सौंदर्याने मोहून गेला; इतका की, नकळत त्याचं लिंग ताठर झालं. शिवाची पत्नी असलेल्या चंडीने त्याला आपलं आकर्षण आवरतं घ्यायला सांगितलं; पण पुरुषांच्या बाबतीत होतं तसं त्याचं वीर्यपतन झालं. शिवाचं वीर्य मूर्तीच्या अंगावर पडलं आणि त्यातून मनसाचा जन्म झाला. हे सगळं आम्हाला ठाकूमाने सांगितलं होतं. त्या मुलीचं नाव मनसा ठेवलं गेलं, कारण तिचा जन्म ज्या संभोगामधून झाला होता, तो केवळ शिवाच्या मनात घडला होता. आपल्या कृतीचा परिणाम बघून घाबरलेल्या शिवाने मनसाला एका बिळामध्ये दडवून ठेवलं. त्याला माहीत नव्हतं की, त्या बिळामध्ये हजारो सापांची अंडी उबवण्यासाठी ठेवलेली होती. जन्माला येताक्षणी सापाची पिल्लं आपल्या लहानशा शेपटीने मनसाभोवती वेटोळं घालून, ऊन-पावसापासून तिचं संरक्षण करू लागली; पण त्यांच्या खवल्यांमधून येणाऱ्या चिकट द्रव्यामुळे मनसाची नाजूक त्वचा काळीनिळी पडू लागली. विषाचा पेला प्यायल्यासारखी वाटणारी ती मुलगी पाहून, जो-तो घाबरू लागला. फक्त तिकडच्या आदिवासी लोकांनी या विचित्र दिसणाऱ्या काळ्यानिळ्या देवीला आपलंसं केलं. म्हणूनच विध्वंसाच्या देवाची ही अनौरस मुलगी गरीब, अशिक्षित जंगली माणसांची देवी म्हणून हिंदू धर्माच्या अडगळीमध्ये खितपत पडली.

आम्ही कॉर्नवॉलिस स्ट्रीट, बो बाजार, मानिकतोला या परिसरात विखुरलेल्या भव्य घरांवरून पुढे जात संजीवकुमारच्या घरापाशी पोहोचलो. तोपर्यंत तो फारच अस्वस्थ झाला होता. पांढऱ्या रंगाच्या भिंती असलेला तो भलामोठा बंगला, गेल्या वेळी बघितला तसाच दिसत होता. अंगणात उभ्या असलेल्या दिमाखदार गाड्यांजवळ चालकाचा गणवेष घातलेली काही माणसं गप्पा मारत उभी होती. व्हरांड्यातले नऊ खांब थाटात उभे होते. पायऱ्या संपल्यावर उभा असलेला मुख्य दरवाजा मोठ्या प्रांगणामध्ये उघडत होता. त्या दिवशीसारख्याच आजही त्या प्रांगणात तीन बायका भांडी घासत बसल्या होत्या. त्या दिवशीसारखाच आजही घरामध्ये गाणी, गप्पा इत्यादींचा आवाज येत होता. सुंदर पदार्थांचा दरवळ सुटला होता. संजीवकुमारने दुसऱ्या मजल्यावरील उजव्या बाजूच्या खोलीचा दरवाजा उघडला आणि आम्ही आत गेलो. तिथल्या लालबुंद सोफ्यांनी आणि सोनेरी कडांच्या चित्रांनी मला क्षणार्धात आपल्या कवेत घेतलं. लाल आच्छादन घातलेला भलामोठा पलंग बघून, मला पुन्हा माझ्या अंगावर हजारो उंदीर बागडत असल्याचा

भास होऊ लागला. नैसर्गिक प्रतिक्रिया म्हणून की काय, पण लगेच माझ्या शरीराच्या रंध्रारंध्रांतून हजारो सर्प आपली थंडगार जीभ काढून, फूत्कारत असल्यासारखेही वाटू लागले. त्यांच्या खवल्यांमधून स्रवणाऱ्या चिकट द्रव्यामुळे माझी त्वचा बुळबुळीत होत आहे असं वाटू लागलं. संजीवकुमार माझ्या शेजारी येऊन बसला. त्याने माझ्या खांद्यावर हात ठेवला असला तरी त्याच्या चेहऱ्यावरची चिंता आणि संशय क्षणोक्षणी वाढत होता.

"तुला इथे कशासाठी यायचं होतं?"

मी त्याच्याकडे बघून, रुंद हसत विचारलं,

"या वर्षी नागपंचमी कधी आहे रे?"

माझा प्रश्न ऐकून गोंधळलेल्या संजीवकुमारने कसनुसा चेहरा करत उत्तर दिलं,

"नागपंचमी? काय माहिती? मी ज्या प्रांतातून येतो, तिथे नागपंचमी वगैरे असं काही नसतं."

"असं कसं? भारतात सगळीकडे नागपंचमी साजरी केली जाते."

"हो का? असेल. मला तर माहीतसुद्धा नाही की, नागपंचमी हा नेमका काय सण असतो," असं म्हणत, संजीवकुमार माझ्यापासून दूर झाला आणि पलंगावर जाऊन बसला. पलंगाच्या पायावर कोरलेल्या नागाच्या आकृतीवर बोटं फिरवत, मी त्याला म्हटलं,

"तो मनसा देवीचा सण असतो."

मी त्याच्या शेजारी जाऊन बसले; पण त्याने मला हात लावायचा प्रयत्न केला नाही. त्याऐवजी डोळ्यांवरचा चष्मा काढून, तो गादीवर पहुडला. त्याची फिकी त्वचा निळसर दिसत होती. मी त्याचा काळा चष्मा स्वतःच्या डोळ्यांवर चढवला. गादीच्या आच्छादनाचा लाल रंग साकळलेल्या रक्ताची आठवण करून देऊ लागला, तर पलंगाचं शिसवी लाकूड गंगेच्या सकस मातीसारखं दिसू लागलं. पलंगाच्या डोक्याशी असलेल्या दुर्गादेवीच्या मूर्तीची जीभ मात्र लालऐवजी पिवळी दिसू लागली.

"मला सांग, नागपंचमी आणि तू इथे येण्यामागच्या प्रयोजनाचा संबंध काय?"

"बंगालची प्रमुख देवी दुर्गादेवी नाही..." मी त्याच्या खांद्यावर हात ठेवून, तर्जनीने त्याच्या गोऱ्यापान गळ्याला गुदगुदल्या करत म्हणाले. माझ्या स्पर्शाने आधी तो शहारला आणि मग त्याने पटकन माझं बोट पकडलं. पुरुष हे जाणतात की, आपमर्जीने त्यांच्या शयनकक्षामध्ये येणाऱ्या स्त्रीपासून नेहमी सावध राहावं. ठाकूमाच्या सांगण्यानुसार जेव्हा एखादं सावज आपल्या शिकाऱ्यापासून दूर

पळण्याऐवजी छाती पुढे काढून धीटपणे त्याच्याकडे चालू लागतं, तेव्हा शिकाऱ्याचीच गाळण उडते!

"पण, सार्वजनिक समज असाच आहे की, बंगालची देवी म्हणजे दुर्गादेवीच! हो ना?"

"कारण... त्यांना मनसा देवीची भीती वाटते."

मी संजीवकुमारचा हात हातात धरून कुरवाळू लागले. तो भीतीने आक्रसू लागला. संशय आणि भीतीचे असंख्य लहानसे सर्प त्याच्या अंगावर फिरू लागल्याचं त्याच्या हिरव्या डोळ्यांमधून साफ दिसत होतं.

"उंऽऽ, तू सांगितलं नाहीस; तुला इथे का यायचं होतं ते?"

उत्तरादाखल, संजीवकुमारवर नजर स्थिर करत मी म्हणाले,

"काय आहे ना, गेल्या वेळी इथे आल्यापासून मला एका क्षणाचीही मनःशांती लाभलेली नाही. असं वाटत राहतं की, कुणीतरी माझ्या गळ्याभोवती फासाचा दोरखंड अडकवलेला आहे आणि दुसऱ्या बाजूने तो हळूहळू ओढण्याचा जोर वाढवत आहे."

"फाशीच्या दोरखंडातून तुला क्षणाचीही उसंत मिळत नाही ना...?" संजीवकुमारने कसनुसं हसत विचारलं.

"काय करू? शेवटी जल्लादाचं रक्त घेऊन मिरवते ना?" मी हतबल आविर्भावात उद्गारले. "मला तुला भेटायचं होतं, तुझ्याशी बोलायचं होतं; तुझ्यासोबत कोलकात्यामध्ये भटकायचं होतं आणि हे सगळं मला फक्त तुझ्यासोबत अनुभवायचं होतं."

संजीवकुमारच्या चेहऱ्यावर संभ्रम पसरत चालला होता. माझ्या हतबलतेवर विश्वास ठेवावा की माझ्यापासून सावध राहावं, हे त्याला समजत नव्हतं. त्याची ती द्विधावस्था बघून, मला फार हसू येत होतं.

"संजू बाबू, माझ्यासारख्या गरीब घरातल्या मुलींना एवढ्या साध्या गोष्टींमधली गंमत अनुभवण्याचाही हक्क नसतो होऽऽ. या सगळ्या गमती, सगळे अनुभव फक्त तुमच्यासारख्या मोठ्या माणसांच्या नशिबी लिहिलेले असतात; पण मग आमच्यासारख्या लोकांनी करायचं तरी काय?"

"तू स्वतःला एवढं कमी का लेखतेस, चेतना? तू नक्कीच सामान्य मुलगी नाहीस."

हा माणूस मला परत स्त्रीच्या आत्मसन्मानाचं प्रतीक वगैरे म्हणत ज्ञान देतो की काय या भीतीने, मी अचानक त्याच्या ओठांवर ओठ टेकवले.

"ए! काय करतेस तू?" मला झिडकारत, संजीवकुमार ओरडला.

मनसाच्या वडिलांनी तिला सापांच्या बिळात टाकून पलायन केल्यावर, सापांनीच

तिचं पालनपोषण केलं. त्यांनी तिला बिळामधून बाहेर काढलं, आदिगंगेचं स्नान करवलं. त्यांनी तिला अन्न भरवलं, तिच्यासाठी स्वतःच्या शरीराचा पाळणा बनवला. काळे, पांढरे आणि लाल सर्प हे मनसाची आभूषणं बनले. त्यांच्या शेपट्या तिची वस्त्रं बनली. फण्यावर मौलिक नागमणी असलेले सात कोब्रा नाग तिचा मुकुट बनले. मनसाला घाम आला की, तिच्या कपाळ, छाती आणि पोटावरून नीलमणी घरंगळत जायचे. मनसा वयात आल्यावर, वासुकी तिला आपल्या वडिलांकडे घेऊन गेला. आधी आपल्या मुलीचा परिचय न होऊन, शिवाने तिच्याशी स्वतः लग्न करण्याचा प्रयत्न केला; पण जेव्हा शिवाला शाप देण्यासाठी मनसाने आपला तिसरा डोळा उघडला, तेव्हा शिवाला तिची खरी ओळख पटली. मनसाचं अप्रतिम लावण्य पाहून, चंडीच्या मनात असुरक्षिततेची भावना जागृत झाली. तिने मनसाला पळवून लावण्यासाठी अनेक क्लृप्त्या लढवल्या. मनसा मात्र आपले वडील आणि सावत्र आईचं प्रेम मिळवण्यासाठी धडपड करू लागली; पण तिचे सगळे प्रयत्न फोल ठरले. खरंतर समुद्रमंथनाच्या वेळी जेव्हा शिवाने हलाहलाचा घोट घेतला, तेव्हा त्याला विषबाधा होऊ नये म्हणून मनसानेच प्रयत्नांची शर्थ करून शिवाचा प्राण वाचवला; पण तरीही मनसाच्या सौंदर्याबद्दल चंडीला इतका मत्सर वाटत होता की, मनसा झोपली असताना चंडीने तिचे डोळे फोडण्याचा प्रयत्न केला. पुढे एकदा चंडीने मनसाला लाथ मारून खाली पाडलं, तेव्हा मात्र आपला राग अनावर होऊन, मनसाने चंडीला मूर्तीमध्ये रूपांतरित केलं. शिवाने चंडीला पुन्हा मूळ स्वरूपात आणण्यासाठी मनसाकडे खूप विनवण्या केल्या; पण त्यानंतर लगेच त्याने मनसाला पुन्हा एकदा त्यागून दिलं. बेलाच्या झाडाच्या पायथ्याशी तिला सोडून देत, आपल्या घरात पुन्हा पाऊल न टाकण्याची आज्ञा केली. तसं करताना शिवाच्या डोळ्यांत राग आणि द्वेषाचे जे अश्रू उभे राहिले, ते जमिनीवर पडून नेत्राचा जन्म झाला. नेत्रावर मनसाची जबाबदारी सोपवून, शिवा निघून गेला, तेव्हापासून शांत आणि मनमिळाऊ स्वभावाची मनसा अत्यंत चिडखोर आणि भांडखोर बनली.

"आतापर्यंत तू आपल्या लग्नाच्या विषयामध्ये कधी रस दाखवला नाहीस आणि आता अचानक इतका प्रेमाचा उमाळा हा आला आहे तुला?" संजीवकुमारने माझ्यापासून दूर सरकत विचारलं.

"यात प्रेम वगैरे काही नाही."

"मग?"

माझ्या डाव्या स्तनाला हात लावत, मी संजीवकुमारला म्हटलं,

"माझ्या शरीरावर झालेल्या आघाताचे व्रण अजूनही माझ्या मनामध्ये ताजे आहेत. आपल्याला एकदाही प्रेमाने स्पर्श न केलेल्या माणसावर एखादी स्त्री प्रेम

कशी करू शकते?''

सर्पदंश झाल्यासारखा संजीवकुमार एकदम मागे हटला. मग जरा वेळाने माझ्याकडून आपला चष्मा घेत, तो डोळ्यावर चढवून संजीवकुमार मला म्हणाला,

''चेतना, तुझ्या मनात माझ्याबद्दल केवळ गैरसमज आहेत. बास!''

''संजू बाबू, तुला भेटल्यापासून मला योग्य काय, अयोग्य काय हेच समजेनासं झालं आहे. एके दिवशी फाशीची शिक्षा जाहीर केली जाते, दुसऱ्या दिवशी असं ठरतं की, जी व्यक्ती त्या शिक्षेची अंमलबजावणी करणार आहे, तिला मारलं जावं...''

''मारणं, मारणं, मारणं!!! तुला इतर कशाचा विचार करता येत नाही का गं? मला तर वाटतं की, तुला काहीतरी मानसिक आजार आहे!''

''हाऽहाऽहाऽ... जगातला सगळ्यात मोठा संसर्गजन्य रोग – मानसिक आजार!''

''ए! तू सतत अशी हसत काय असतेस गं?''

माझ्या हसण्याचा त्याला त्रास होत होता. भयंकर त्रास!

मनसाचं लोढणं गळ्यातून काढण्यासाठी, शिवाने जगतकरू नावाच्या एका साधूशी तिचं लग्न ठरवलं. मत्सरी चंडीने तिला उत्तम वस्त्रं आणि दागिने देण्याचं कबूल केलं; पण तिने आपला शब्द पाळला नाही. विवाहघटिका जवळ येऊ लागली तशी मनसाला काळजी वाटू लागली की, ती विवस्त्र देहाने लग्नासाठी कशी उभी राहणार? तेव्हा तिचं सर्पकुटुंब मनसाच्या मदतीला धावून आलं. ते तिची वस्त्रं आणि आभूषणं बनले. हिरे-माणकांसारख्या चमचमणाऱ्या लाल, पांढऱ्या, काळ्या सर्पांनी नटलेला देह घेऊन, जंगलामधील साधूच्या कुटीमध्ये उभ्या असलेल्या मनसाचा विचार करून, मलाच उत्कटता दाटून आली. मात्र, चंडीच्या मत्सराचा पाढा अजून संपलेला नव्हता. मनसा आपल्या नवऱ्याच्या शयनकक्षामध्ये जाताच, चंडीने बाहेरून काही बेडूक आत सोडले. ते बेडूक पाहून, मनसाच्या अंगावरचे साप विचलित झाले आणि मनसाच्या अंगावरून उतरून बेडकांमागे जाऊ लागले. आपल्या पत्नीच्या अंगावरून साप उतरताना पाहून जगतकरूची गाळण उडाली आणि तो पळून गेला! विवस्त्र मनसा आपल्या शयनकक्षामध्ये एकटीच ढसाढसा रडत उभी राहिली. शिवाला हे समजताच, त्याने जगतकरूला आपल्या पत्नीकडे परत जाण्याची आज्ञा केली. शिवाच्या रागाला घाबरून, जगतकरू परत गेला खरा; पण त्याला आपल्या पत्नीच्या अंगाला स्पर्श करायची किळस येऊ लागली. डोळे घट्ट मिटून, त्याने मनसाला आपलंसं करण्याचा खूप प्रयत्न केला; पण व्यर्थ! अखेर, आपल्या तपश्चर्येची शक्ती वापरून त्याने अस्तिक नावाच्या मुलाला जन्म दिला आणि त्याला मनसाच्या

कुशीत टाकून, तो पुन्हा पळून गेला. पुन्हा एकदा मनसा एकटी पडली. आता तिच्या संतापाला पारावार उरला नाही. नागमणी ल्यायलेले सात नाग डोक्यावर धरून, मनसा एका कमळामध्ये मांड ठोकून बसली. तिच्या अंगावर असंख्य साप फिरू लागले. सतत अपमान, त्याग आणि असुरक्षितता सहन करून संतापलेल्या मनसाने आता असं ठरवून टाकलं की, जो कुणी तिचा आदर करणार नाही, त्याला ती कधीही माफ करणार नाही. मला तिची मानसिक स्थिती समजत होती.

"अरे ये रे, बस इथे. घाबरू नकोस. तुला आठवतं, फाशीला स्थगिती मिळाल्याच्या आदल्या दिवशी आपण दोघे इथे आलो होतो...?" मी संजीवकुमारकडे मादक हास्य फेकत विचारलं.

तो माझं चुंबन घेऊ लागला. ओल्या दोरखंडाच्या टोकांप्रमाणे त्याच्या मिशीचे केस माझ्या मानेवर, गालावर फिरू लागले. मी गादीवर पहुडून, मागे उभ्या असलेल्या दुर्गादेवीच्या मूर्तीकडे पाहत होते. तिची जीभ बाहेर होती आणि सुंदर, टपोरे डोळे माझ्यावर रोखलेले होते.

"तुला मला धडा शिकवायचा होता ना? काय झालं त्याचं?" मी खळखळून हसत, संजीवकुमारला विचारलं.

"तू वरकरणी हसत असलीस तरी तुझ्या आवाजामध्ये अपार तिरस्कार भरलेला आहे, चेतना!"

"तुमच्यासमोर गरीब गाईसारखं शरण जाणाऱ्या बायकांचा तुम्हाला कंटाळा येत नाही का रे?"

"मला खरोखरच तुझ्याशी लग्न करण्याची इच्छा होती..."

"माझी तशी मुळीच इच्छा नाही; पण मला हे नक्कीच बघायचं आहे की, तू मला धडा कसा शिकवणार आहेस ते! माझ्या आत्म्याला त्याची गरज आहे. मला हे जाणून घेण्याची फार इच्छा आहे की, ज्या माणसावर मी जीव ओवाळून टाकला, ज्याच्या प्रेमासाठी मी वेडीपिशी झाले होते, त्याचं प्रेम नेमकं आहे तरी कसं? आणि ते समजण्याआधीच माझा मत्यू झाला तर?..." मी पुन्हा हसले.

"विचार कर! तुझ्या या खोलीमध्ये माझा आत्मा भटकत राहील... गोल, गोल... तुला विळखा घालत!"

संजीवकुमारच्या चेहऱ्यावर गोंधळ पसरला.

"सगळंच विचित्र चाललं आहे गं, चेतना... माझ्या कामाच्या ठिकाणी फार गोंधळ चाललेला आहे. खरं सांगायचं, तर आपल्या लग्नाच्या आड येणारी एकच गोष्ट म्हणजे..."

तो बोलत होता आणि त्याचा चेहरा निरखत ऐकत होते. किती रुबाबदार चेहरा होता त्याचा! त्या क्षणी मला अशी इच्छा झाली की, मी नागीण बनून

त्याच्या पायाला विळखा घालून हळूहळू वर सरकत, त्याच्या अवघ्या देहाला आपल्या कवेत घेऊन, फणा उघडून माझी जीभ त्याच्या कमनीय ओठांच्या आत खुपसावी!! त्याचे हिरवे डोळे भीतीने गारठतील. माझ्या नागमण्याचा लाल रंग त्यामध्ये परावर्तित होईल. त्यानंतर आम्ही लग्न करण्याची गरज उरणार नाही; त्याचा काही उपयोगही होणार नाही; पण, आपल्याला घाबरून पळून जाणारा आणि जाताना एक मूल आपल्या पदरात सोडून जाणाऱ्या भेकड नवऱ्याच्या विचाराने मला किळस आली. मनसाला भक्तांची गरज होती आणि म्हणून तिने सर्वांना आपल्या पायाशी आणण्याचा निश्चय केला. अगदी मुसलमान असलेला हसनसुद्धा मनसाचा भक्त झाला; पण चांद सदागर नाही! कारण तो पक्का शिवभक्त होता.

"तुझे पूर्वज कोलकात्याला कसे पोहोचले?" मी संजीवकुमारला विचारलं.

अचानक विषय बदलल्यामुळे, तो आणखी गोंधळला.

"मला काय माहीत?"

"ठीक आहे. मी तुला सांगते. तुझ्या पूर्वजांपैकी पहिला इसम इथे जहाजाने आला. १७७३-७४ च्या दरम्यान तो इथून सिलोनला नेण्यासाठी तांदूळ खरेदी करायला पोहोचला होता."

"तुला हे सगळं कसं माहिती?" संजीवकुमारने मला संशयाने विचारलं.

"तो इथे आला, तेव्हा त्याच्या कमरेला बांधलेल्या बटव्यामध्ये सोन्याची नाणी होती. त्या वेळी इथे आदिगंगा नावाची एक नदी वाहत असे. बाहुला त्याच नदीमध्ये वाहून गेली होती..."

"बाहुला? कोण बाहुला?"

"लक्ष्मिंदरची बायको."

"तू काय बडबडते आहेस? मला काहीच समजत नाही!" संजीवकुमार वैतागून उद्‌गारला.

"आणि तुला कशाचीच माहिती नाही! ना इतिहासाची, ना थोरामोठ्यांच्या गोष्टींची!" मी त्याला टोमणा मारला.

चांद सदागरचा मुलगा लक्ष्मिंदर हा बाहुलाचा नवरा. चांद सदागर कट्टर शिवभक्त होता. तो फक्त शिव आणि दुर्गादेवीची आराधना करायचा; मनसा देवीकडे तो सपशेल दुर्लक्ष करत असे किंबहुना मनसा देवी ही अस्पृश्य आणि खालच्या स्तरातील लोकांची देवी आहे, असं म्हणून तो सतत तिची विटंबना करत असे. मनसाचा संताप अनावर झाला; तिने निश्चय केला की, कसंही करून चांद सदागरला आपल्यासमोर नतमस्तक व्हायला लावायचं. सदागरचे सहा मुलगे सर्पदंशाने एकामागोमाग एक निवर्तले. त्याचा धंदा बसला; पण

इतकं सगळं होऊनही, सदागरची शिवावरची भक्ती अबाधित राहिली. त्याने नव्या जागेत धंदा करण्यासाठी म्हणून समुद्रप्रवासाचा घाट घातला. कालांतराने तिथून परत येताना, सदागर भरपूर धनदौलत घेऊन आला; पण मनसाने पुन्हा आपल्या क्रोधाचे तांडव सुरू केले. भयंकर मोठा पूर आला आणि सदागरचं जहाज धोक्यात आलं. दुर्गादेवी त्याच्या मदतीला धावली; पण मनसाने आपल्या वडिलांना सांगून तिला मागे फिरायला लावलं. अखेर सदागरचं जहाज बुडालं. मनसाने त्याला किनाऱ्यापर्यंत पोहत येऊन देत, चंद्रकेतू नावाच्या आपल्या भक्ताच्या घरात आसरा घेऊ दिला. चंद्रकेतूनेसुद्धा सदागरला मनसाचा भक्त बनण्याची खूप विनंती केली. मात्र, सदागर आपला हट्ट सोडायला तयार होईना. त्याचं असं म्हणणं होतं की, वडिलांनी त्याग केलेल्या आणि नवऱ्याने टाकलेल्या स्त्रीसमोर नतमस्तक होण्यापेक्षा तो हसत मृत्यूला कवटाळणं अधिक श्रेयस्कर मानेल. तोपर्यंत सदागर पुरता भिकेला लागला होता. मग मनसाने आणखी एक क्लृप्ती लढवली. तिने त्याला पुन्हा आपल्या घरी जाऊन, नव्याने आयुष्य सुरू करण्याची संधी दिली. मग तिच्याच सूचनेनुसार, श्रीकृष्णाचा नातू अनिरुद्ध आणि त्याची प्रियतमा उषा यांनी सदागरचा मुलगा लक्ष्मिंदर आणि त्याच्या मित्राची मुलगी बाहुला म्हणून जन्म घेतले. पूर्वनियोजित क्रमानुसार लक्ष्मिंदर आणि बाहुला वयात आल्यावर एकमेकांच्या प्रेमात पडले. त्यांच्या कुटुंबीयांनीही या जोडीला आपले आशीर्वाद दिले. मात्र, लग्न ठरवत असताना जेव्हा लक्ष्मिंदरची पत्रिका बघितली गेली, तेव्हा त्यात असं दिसून आलं की, त्याला लग्नाच्या पहिल्या रात्रीच सर्पदंश होऊन मृत्यू ओढवण्याचा योग आहे. दोन्ही कुटुंबे दुःखाच्या गर्तेत लोटली गेली. सगळ्या आप्तस्वकीयांनी सदागरला मनसा देवीची आराधना करण्याचा सल्ला दिला; पण सदागर काही केल्या आपला हट्ट सोडेना. उलट त्याने ठरल्याप्रमाणे आपल्या मुलाचं लग्न लावून दिलं आणि नवदाम्पत्यासाठी असा शयनकक्ष बांधून घेतला की, त्यामध्ये लहानसा साप शिरणंही अशक्य होतं; पण नियतीला कोणी टाळू शकत नाही, हेच खरं! लग्नाच्या रात्री एक साप त्या शयनकक्षात शिरला आणि त्याने लक्ष्मिंदरला दंश केला. लक्ष्मिंदर तत्काळ मृत्युमुखी पडला. त्या काळी सर्पदंशाने मेलेल्या माणसांना ना अग्नी देत आणि ना त्यांचा दफनविधी करत. उलट बांबूच्या तिरडीवर त्यांचं प्रेत ठेवून, गंगेमध्ये सोडून देत असत. आपल्या लाडक्या नवऱ्याचं प्रेत गंगेमध्ये वाहत जाताना पाहून, बाहुलाला स्वतःचं दुःख आवरलं नाही. तिनेही त्याच्या मागोमाग गंगेमध्ये उडी घेतली. पुढचे सहा महिने लक्ष्मिंदरचं सडत जाणारं प्रेत आणि बाहुला, हे दोघे या किनाऱ्यावरून त्या किनाऱ्याकडे भटकत राहिले. अखेर ते नेत्राच्या गावी पोहोचले. आपल्या समोरचं

दृश्य पाहून, नेत्रा अचंबित झाली; तिने त्या दोघांना काठाशी आणलं. बाहुलाकडून सगळी घटना समजल्यावर नेत्राने मनसाला बाहुलासमोर प्रकट होण्याची विनंती केली. त्यानुसार मनसा प्रकट झाली आणि तिने बाहुलाला वचन दिलं की, जर सदागर तिचा भक्त बनला, तर ती लक्ष्मिंदरचा प्राण परत देईल. अखेर सदागरला आपल्या सुनेच्या विनवणीसमोर मान तुकवावी लागली आणि तेव्हा तो मनसाला शरण गेला. मग मनसानेसुद्धा आपलं वचन पाळलं आणि लक्ष्मिंदर पुन्हा जिवंत झाला. तेव्हापासून, श्रावणातल्या अमावास्येनंतरच्या पाचव्या रात्री, सदागर मनसाची आराधना करू लागला; पण त्याच्या मनामध्ये मनसाचं स्थान नेहमीच कनिष्ठ राहिलं आणि म्हणून तिला फुलं अर्पण करताना, तो नेहमी आपला डावा हात वापरत असे.

संजीवकुमार खोलीमध्ये अस्वस्थपणे येरझारा घालत होता. जगरहाटीच्या नियमानुसार, त्याला माझ्याशी संभोग करणं गरजेचं होतं; पण स्वतःच्या इच्छेने त्याच्या शयनकक्षामध्ये शिरलेल्या स्त्रीसोबत संभोग करणं त्याला धोकादायक वाटत होतं.

१७७३ मध्ये, ४२ वर्षांचा तो मनुष्य जेव्हा खिशामध्ये सोन्याची नाणी खुळखुळवत, तांदळाचा व्यापार करण्यासाठी कोलकात्याच्या किनाऱ्यावर उतरला, तेव्हा कालीघाटासमोरची आदिगंगा ही खरोखरची मोठी नदी होती; आजच्यासारखं तिचं डबकं झालेलं नव्हतं. अल्लड, खेळकर अशा त्या नदीमध्ये माणसं पोहायला जात आणि व्यापारी जहाजं आपला माल उतरवत.

"तुझ्या त्या पूर्वजाचं पुढे काय झालं, माहिती आहे का?"

"नाही. मी एवढंच ऐकलंय की, माझे आजोबा किंवा माझ्या आजोबांचे वडील त्यांच्या शोधात इथे आले... नेमकं माहीत नाही..."

"पण मला माहीत आहे नाऽऽ..."

संजीवकुमार माझ्याकडे आ वासून पाहू लागला.

"तुला माहिती आहे?"

"हंऽऽ... त्याला फाशी दिली गेली."

संजीवकुमार थोबाडीत मारल्यासारखा गप्प बसला! माझ्या मनामध्ये एक सुंदर काळाशार नाग फणा काढून डोलू लागला.

"क...कशा...कशासाठी?" त्याने चाचरत विचारलं.

"चोरीसाठी! तलाशेरीच्या व्यापाऱ्याकडून सोनं चोरल्याच्या आरोपाखाली त्याला फासावर चढवलं गेलं."

"शी! काहीतरी फालतू बडबडतेस तू! माझ्यावरचा राग असा हीन प्रकारे काढू नकोस, चेतना. शोभत नाही तुला!"

"हे खरं आहे."

"हो का? तुला कसं माहीत?"

"माझ्या पूर्वजांनी फासावर चढवलेल्या असंख्य गुन्हेगारांपैकी तो एकच असा होता, जो मृत्यू कसा असतो हे सांगण्यासाठी परत आला."

संजीवकुमार माझ्याकडे अचंब्याने पाहू लागला. त्याच्या चेहऱ्यावरचे भाव पाहून मला खरंतर खूप हसू येत होतं; पण त्याहीपेक्षा जास्त मला आंतरिक समाधान वाटत होतं. लोकशाहीमध्ये कुणीतरी आपल्यावर भक्ती दाखवणं – भले मग ती वाकड्या चेहऱ्याने असो किंवा कुणीतरी आपली पूजा करणं – मग ती भले डाव्या हाताने असो; ही भावना फार सुखावह असते!

४२

संजीवकुमारने मला जो प्रश्न विचारला होता की, 'तुम्हा ग्रद्धा मलिकांच्या डोक्यात इतक्या पुरातन घटना आणि गोष्टी राहतात तरी कशा?' – तर त्याचं उत्तर : जॉर्ज फर्नांडिसने १५ ऑगस्ट १९७५ रोजी भूमिगत असताना वाटलेल्या पत्रकांमध्ये सापडलं असतं. त्यांनी लिहिलं होतं – जर तीन माणसांनी एकच गोष्ट तीन लोकांना सांगितली, तर सुमारे अठरा मोहिमांद्वारे, सुमारे अठरा तासांच्या आत ती गोष्ट ३८,७४,२०,४८९ माणसांपर्यंत पोहोचलेली असते. म्हणजे थोडक्यात, एका देशातील सर्व जनतेपर्यंत ती बातमी पोहोचलेली असते. आमच्या नकळत मी, बाबा आणि ठाकूमाने हा १८३ चा नियम उचलून धरत, आमच्या मुळापर्यंतचा उलटा प्रवास जोमाने सुरू ठेवला होता. जर प्रत्येक आठवणीमधून तीन अंडी आणि त्या तीन अंड्यांमधून प्रत्येकी तीन शिकवणी अशा हिशेबाने विचार केला, तर जगातील समस्त सज्ञान जनतेचं आयुष्य मृत्यू आणि आकर्षणाबद्दलच्या अगाध विचारांनी समृद्ध बनून जाईल. संजीवकुमारच्या लाल आच्छादनाच्या गादीवर पडले असताना, मला मी कमावलेल्या स्वातंत्र्याचं फारसं कौतुक वाटत नव्हतं. माझ्या डोक्यात ते सगळे संदर्भ फिरत होते, जेव्हा हा तीनचा नियम मोडीत निघाला. शब्द निरुपयोगी ठरले होते, विचार मध्येच अडवले गेले होते; रक्ताने सिंचन केलेली जमीन उजाड पडली होती. मला संजीवकुमारप्रति फक्त आणि फक्त कीवयुक्त क्रोध जाणवत होता.

पण त्यासाठी त्याला दोष देऊन उपयोग नव्हता.

नागरकोईलच्या वास्तव्यादरम्यान संस्कृत भाषेमध्ये बऱ्यापैकी ज्ञान कमावलेला नारायणन खिशाने फाटका होता. त्याने तलाशेरीला जाऊन एका धनिक तांदूळ

व्यापाऱ्याच्या मुलीशी लग्न केल्यामुळे तो श्रीमंत झाला. नारायणन कोलकात्याला आल्यानंतर त्याच्यासोबत जे घडलं, त्या घटनांचं वर्णन संजीवकुमारसारख्या लोकांना नेहमी खोटंच वाटणार. फक्त १८व्या शतकातलं चितपूर आणि कोलकाता ठाऊक असलेल्या लोकांना या घटनांचा अर्थ लागणं शक्य आहे. संजीवकुमारला काय समजणार चितपूरचं तारुण्य? अल्लडपणे वाहणारी ती आदिगंगा, हुगली नदी, सुंदरबनामधून बाहेर येऊन ऊन खात बसलेले रुबाबदार वाघ, अऱ्हताला आणि निमतालामध्ये भरणारे गुलामांचे बाजार, बांबूच्या गवताने बनलेल्या लहानशा झोपड्या... चितपूरच्या मुख्य रस्त्यावर दिमाखदारपणे उभे असलेले बंगले आणि वाड्यांमागच्या गल्ल्यांमध्ये राजरोस जुगाराचे अड्डे, दारूच्या भट्ट्या इत्यादी चालत असे. दूरदेशावरून आलेल्या ज्ञानी माणसासाठी हे असं शहर काय प्रलोभनं आणि समस्या घेऊन आलं असेल बरं?

"माझे पूर्वज कोलकात्याकडे यायला निघाले, तेव्हा त्यांचा मुलगा लहान होता. खूप वर्षांनी तो त्याच्या वडिलांच्या शोधात प्रवासाला निघाला; पण त्याचा शोध पूर्ण होऊ शकला नाही. तू म्हणतेस तसं जर माझ्या पूर्वजांना फाशी दिली गेली असती, तर त्या मुलाला त्याबाबत काहीतरी माहिती मिळाली असतीच ना?" संजीवकुमार तक्रारीच्या सुरात म्हणाला.

"त्या काळात फाशी देणं ही फार सामान्य बाब होती. भर बाजारांमध्ये फाशीस्तंभ उभारले जायचे आणि दररोज कुठल्या ना कुठल्या स्तंभावर प्रेतं लटकलेली असायची. कित्येक वेळा ठरलेल्या दिवशीच्या सगळ्या फाशींची अंमलबजावणी करता यावी यासाठी माझ्या घरातल्या अनेक जल्लादांना आपसात कामं वाटून घ्यावी लागायची."

गादीवरच्या रेशमी आच्छादनावर हात फिरवत मी संजीवकुमारला निरखू लागले. पुरुष कासवांसारखे असतात, वरून टणक; पण आतून अगदी मऊ, लिबलिबीत! जरा धक्का लागला तर भीतीने थरथरणारे! संजीवकुमारला झालेल्या वेदना बघून मला आनंदाच्या उकळ्या फुटत होत्या; पण मी जे म्हटलं तेसुद्धा बरोबर होतं. आताच्या बरा बाजारमध्ये, राज भवनामागच्या फॅन्सी लेनमध्ये आणि बेन्टिक स्ट्रीट व चितपूर रोड जेथे मिळतात त्या बिंदूवर सार्वजनिक फाशीस्तंभ उभारलेले होते. माझ्या पूर्वजांनी या सगळ्या ठिकाणांवर असंख्य माणसांना फाशी देऊन, वर्षानुवर्षं न्यायदानाच्या कार्याला हातभार लावला होता.

"छे, छे! तुला काहीतरी चुकीची माहिती मिळालेली आहे. माझे पूर्वज फार ज्ञानी होते, मोठे विद्वान होते. ते नक्कीच काशी किंवा गयाला गेले असावेत आणि तिथे त्यांना मोक्ष मिळाला असावा."

संजीवकुमारचा प्रतिवाद ऐकून मी उद्गारले,

“संजू बाबू, जसा फाशी देणं हा माझ्या घराण्याचा पिढीजात धंदा आहे, तसा चोरी करणं हा तुझ्या घराण्याचा पिढीजात धंदा दिसतो. आजही भारताच्या देशात जातीपातांचे भेदभाव का टिकून आहेत हे आता लक्षात येतंय माझ्या!”

मादक हास्य करत, मी त्याच्या गळ्यात अजून एक फास अडकवला होता. मी त्याच्या शयनकक्षामध्ये स्वतःला त्याच्या हाती सोपवण्यासाठी इतकी आतुर असूनही, त्याला काय करावं ते सुचेना – इतकं त्याला माझ्या फासाने हतबल बनवलं होतं! पिंगलकेशिनीला काय आनंद मिळाला असेल, हे मला आता जाणवत होतं.

स्वतःशीच पुटपुटत, निराश अवस्थेत केसांमधून हात फिरवत, संजीवकुमार खोलीभर येरझारा घालत राहिला.

“बरं, आपण जरी असं मानलं की, त्यांना फाशी झाली असेल तरी ती नक्कीच चोरीसाठी नसावी. त्यांच्या हातून काहीतरी वेगळा गुन्हा घडला असेल. कदाचित कुणाचा तरी खून झाला असेल. हंऽऽ, हे शक्य आहे. कुणीतरी त्यांच्यावर हल्ला चढवला असेल आणि स्वतःचा बचाव करण्यासाठी त्यांनी काहीतरी असं कृत्य केलं असेल, ज्यामुळे मारेकरी जागीच ठार झाला असावा किंवा जर असंही मानलं की, त्यांनी चोरी केली होती... तर मग चोरीसारख्या लहान गुन्ह्यासाठी त्यांना फासावर का दिलं जाईल? तू म्हणतेस त्यात खूप विसंगती दिसते, चेतना...”

मी हसले.

“तुम्ही जेव्हा मालकाच्या माहितीशिवाय एखादी गोष्ट चोरता, तेव्हा तुम्ही फक्त त्याची मालमत्ता चोरत असता; पण जेव्हा तुम्ही मालकाला धमकावून त्याच्याकडील ऐवज लुटता, तेव्हा तुम्ही त्याची मालमत्ताच नव्हे, तर माणुसकीमधला त्याचा विश्वाससुद्धा हिरावून घेता.”

“चेतना, बास झालं! खूप बोललीस! यापुढे मी माझ्या पूर्वजांबद्दल एकही वावगा शब्द ऐकून घेणार नाही, सांगून ठेवतो! तोंड बंद कर नाहीतर आता माझा संयम सुटेल!”

हे मात्र खरं होतं. संजीवकुमारचा संयम सुटण्याच्या मार्गावर होता. ज्याच्याकडे जतन करण्यासारखं इतर काही नसतं, ती व्यक्ती स्वतःच्या पूर्वजांचा मोठेपणा फार मनापासून जपत राहते.

“डोळे मिटून अंधारून आल्याचा समज करून घेणं खूप सोपं असतं, संजू बाबू... पण जे घडलंय ते घडलंय. त्यांनी खरंच चोरी केली होती की नव्हती हे मी नाही सांगू शकत; पण त्यांना चोरीच्या आरोपाखाली अटक झाली होती हे सिद्ध करण्यासाठी माझ्याकडे ठोस दस्तऐवज आहेत.”

एकदा दोन मुसलमान, दोन युरोपीय आणि चार बंगाली गुन्हेगारांना फाशी दिली जाणार होती. या सगळ्यांवर चोरीचा गुन्हा दाखल होता. फाशीच्या आदल्या दिवशी, माझे पूर्वज धर्मराज ग्रद्धा मलिकचे काका असलेल्या सत्यनाथ ग्रद्धा मलिकना असं स्वप्न पडलं की, फाशी देताना कुठल्यातरी एका गुन्हेगाराच्या गळ्याचा फास नीट लागणार नाही. त्या रात्री पूजा करून, कालिमातेला बळी अर्पण करून, सत्यनाथ घरातून बाहेर पडले. तीन दोरखंड स्वतःच्या हातात आणि उरलेले सहा दोरखंड धाकटा भाऊ जगन्नाथच्या हातात देऊन, पोलिसांनी पाठवलेल्या घोडागाडीमधून दोघे कारागृहाकडे निघाले. रात्रीची वेळ होती. सर्वत्र अंधार पसरलेला होता. शिमूल झाडांनी बहरलेल्या शिमुलिया प्रांतामधून गाडी भरधाव जात होती. (पुढे शिमुलियाचं नाव सिमला असं ठेवण्यात आलं.) इतक्यात, शेजारून पाण्यात काहीतरी खळखळल्याचा आवाज झाला आणि मोठ्याने आरोळी ठोकत, एक इसम घोडागाडीसमोर येऊन उभा राहिला. ''जे असेल ते माझ्या हवाली करा आणि इथून पळून जा!'' तो ओरडला; पण सत्यनाथ आजोबा घाबरले नाहीत. घोडागाडीच्या आजूबाजूला लावलेल्या मशालींपैकी एक उचलून, त्यांनी त्या चोराच्या तोंडासमोर धरत म्हटलं,

''चोरेर मायेर कन्ना, उगार बारो नोई, फुकार बारो नोई...''

चोर चपापला; पण तरीही रक्ताने माखलेली आपली तलवार आजोबांसमोर नाचवत म्हणाला,

''तुझी एवढी हिंमत? चितेश्वरीला रक्ताचा अभिषेक करून आलेल्या माणसाची खिल्ली उडवतोस?''

त्यावर सत्यनाथ त्या चोराला म्हणाले,

''पोरा, प्राण्याचा बळी देऊन रक्ताचा अभिषेक केल्याच्या गमजा एका जल्लादासमोर मिरवण्यात काही अर्थ नाही!''

बोलता-बोलता त्यांनी जगन्नाथला खूण केली. जगन्नाथ चपळाईने खाली उतरला आणि क्षणार्धात त्याने त्या चोराच्या गळ्याभोवती दोरखंडाचा विळखा घातला. दोरखंडाचं दुसरं टोक गाडीच्या मागे बांधून, घोड्यांना पळवण्याचा इशारा केला. घोडे पळत सुटले तसा चोरसुद्धा गाडीमागे फरपटत गेला. थोड्या वेळाने सत्यनाथने घोडागाडी थांबवण्याचा आदेश दिला. गाडी थांबली तसे ते चोराजवळ गेले आणि खिशातल्या सुरीने त्याचा दोरखंड कापून टाकला. त्याची नाडी बंद पडली होती. मग आजोबांनी त्याची छाती व गळा चोळला; थोड्या वेळाने चोर शुद्धीवर आला. आजोबांनी त्याला पाणी प्यायला दिलं आणि तो जरा सावरल्यावर ते पुढच्या प्रवासाला लागले. मात्र, या सर्व गोंधळामध्ये गुन्हेगारांसाठी जाहिर केलेल्या न्यायालयीन आदेशाची प्रत हरवली होती. आदेशाची प्रत हरवल्याचा

निरोप न्यायाधीशांना सांगण्यासाठी फाशीस्तंभाजवळ उभ्या असलेल्या पोलीस हवालदाराला धाडलं गेलं. त्या दिवशीची फाशी पाहण्यासाठी न्यायाधीश आणि त्यांचे कुटुंबीय आतुर होते. निरोप मिळताच न्यायाधीश संतापले आणि त्यांनी हवालदाराच्या मुस्कटात मारली. मग आपल्या स्मरणशक्तीवर भर देत, तो आदेश त्यांनी पुन्हा लिहून काढला. त्यामध्ये लिहिलं होतं : '१० जून रोजी, या गुन्हेगारांना कारागृहामधून फाशीस्तंभाकडे नेलं जावं. अंमलदारांना कळवावे की, ज्याच्याकडे चोरी झाली, त्या सुशील मोहनच्या घराजवळच फाशीस्तंभ उभारला जावा. त्या फाशीस्तंभावर मधू दत्ता, मीर अली मुहम्मद, ॲन्डरसन, हेली, इशाक, सुब्रतो दत्ता आणि इतर गुन्हेगारांना मृत्यू येईपर्यंत फाशी दिली जावी...'

संजीवकुमार माझ्याकडे बघत बसला होता. त्याच्या चेहऱ्यावरचा संशय आणि तिरस्कार पाहून मला कंटाळा येऊ लागला.

"तूच म्हणाला होतास ना की, तुला एकदा तरी मला जोरकसपणे तुझ्या खाली घ्यायचंय म्हणून? मग? आता काय झालं? मी स्वतःहून चालत आले आहे तुझ्याकडे. घे की आता..." असं म्हणून मी कुत्सितपणे हसले आणि पुढे म्हणाले, "काही नाही रे... तू फक्त बोलतोस... करत काही नाहीस. जतिंद्रनाथच्या दोरखंडासारखं हे प्रकरणसुद्धा उगाच लांबत चाललेलं आहे. तू मला कधीही हात लावू शकणार नाहीस!" असं म्हणून, मी उठले आणि माझ्या पाकिटातले पैसे मोजू लागले.

"तुझ्यासारख्या सुंदर मुलीने या वेळी एकटं बाहेर जाणं सुरक्षित नाही..."

"का? या वेश्यावस्तीत चुकूनमाकून खरे पुरुषसुद्धा फिरकतात वाटतं?"

माझं बोलणं त्याच्या वर्मी लागलंय हे त्याच्या चेहऱ्यावरून स्पष्ट दिसत होतं; पण तो विषय पुढे न वाढवता, संजीवकुमार पुन्हा आधीच्या मुद्द्यावर येत लहान मुलासारखे गाल फुगवून म्हणाला,

"माझे पूर्वज श्रीमंत होते. त्यांना चोरी करण्याची गरज नव्हती. शक्यच नाही...!"

"तू ठाकूमाचं नाणं आणि दुकानातल्या हिऱ्याच्या कुड्या का चोरल्यास? गरज होती म्हणून?"

पण संजीवकुमारचं लक्ष उडालं होतं. तो स्वतःशी पुटपुटत होता,

"हे शहर एका क्षणात गरिबाला श्रीमंत आणि श्रीमंताला गरीब बनवतं..."

ठाकूमाने आम्हाला युरोपीय खलाशांच्या असंख्य गोष्टी सांगितल्या होत्या. ते बटव्यामध्ये सोन्याची नाणी घेऊन यायचे आणि इथे आल्यावर त्यांना खुल्या मैदानांवर डासांच्या सान्निध्यात गुजराण करावी लागायची. त्या वेळी शहरामध्ये या गोऱ्यांची चोरटी फौजसुद्धा होती. त्यांना 'साहेब चोर' म्हणत असत.

सत्यनाथ आजोबांनी सगळ्यात आधी इंग्लिश साहेबांना फाशी दिली, मग बंगाल्यांना आणि मग मुसलमानांना. शेवटच्या मुसलमानाच्या गळ्यामध्ये दोरखंड टाकत असताना, तो आजोबांना म्हणाला,

"तू जर मला फाशी दिलीस तर ते कर्म पुढचे सात जन्म तुझी पाठ सोडणार नाही. मी निर्दोष आहे."

सत्यनाथचे हात थरथरू लागले. दोरखंडाची लांबी गरजेपेक्षा कमी होती. त्यात, जमिनीवर ओढलं गेल्यामुळे दोरखंड विरविरीत झाला होता; पण तरीही सत्यनाथने डोळे मिटून, कालिमाता आणि भगवान महादेवाचं नाव घेतलं आणि दोरखंडाची गाठ मारली. गुन्हेगाराला एका उंच तिपाईवर उभं केलं होतं. वेळ झाली तसा न्यायाधीशांनी लाल रुमाल खाली टाकला. आजोबांनी तिपाई सरकवली. हात-पाय झाडत, गुन्हेगार हवेत तरंगू लागला. तोपर्यंत पाच फाशी बघितलेला जमाव, समोरचं दृश्य बघून चीत्कारू लागला. आजोबांना वाटलं की, आतापर्यंत गुन्हेगाराच्या मानेची हाडं तुटली असावीत; पण बघतात तर काय? अचानक, दोरखंड तुटला आणि गुन्हेगार जमिनीवर आपटला! क्षणभराच्या स्तब्ध शांततेनंतर एकच गोंधळ माजला. जमावातली माणसं गुन्हेगाराला उचलण्यासाठी पुढे धावली. आजोबांनी त्याच्या गळ्यातला दोरखंड बाहेर काढला. गुन्हेगार किंचाळू लागला, तडफडू लागला आणि मग एका क्षणी, तो अचानक निष्प्राण झाला.

त्याच दिवशी सत्यनाथ आजोबांना आणखी दोन गुन्हेगारांच्या शिक्षेची अंमलबजावणी करायची होती. दोन गुलाम मुली होत्या, ज्यांनी आपल्या मालकाच्या घरून पळून जायचा प्रमाद केला होता. आमच्या घराजवळच्या निमताला घाटावर दर महिन्याला गुलाम-बाजार भरत असे. याच बाजारामध्ये खरेदी केलेल्या त्या दोन लहान मुली होत्या. त्यांचा मालक एक धनाढ्य व्यापारी होता. न्यायाधीशांनी त्या दोन मुलींना दरडोई आसुडाच्या पंधरा फटक्यांची शिक्षा सुनावली होती. त्यांच्या कृश पाठींवर आसूड ओढला जाताच, त्यातून रक्ताच्या चिळकांड्या उडून त्यांच्या मालकाच्या चेहऱ्यावर उडाल्या! आपल्या मालकाच्या घरातून फेकून दिलेल्या रिकाम्या बाटल्या विकण्याचा अपराध करणाऱ्या नोकर मुलीलासुद्धा तीच शिक्षा दिली गेली होती. तिला आणि तिच्याकडून बाटल्या विकत घेणाऱ्या दुकानदाराला आसुडाचे फटके मारून, बैलगाडीला बांधून भर बाजारात त्यांची धिंड काढली गेली. आपल्या हातून एक फाशी चुकली या दुःखात सत्यनाथ आजोबांचा पुढचा संपूर्ण दिवस फार वाईट गेला. आपण न्यायदेवीचा अपमान केल्याच्या अपराधी भावनेने ग्रासून, अखेर ते चितेश्वरी देवीच्या मंदिरात गेले, तिथे बसून संपूर्ण दिवस आणि रात्रभर उपास केला आणि ध्यानधारणा करून प्रायश्चित्त घेतलं. मंदिरामध्ये बळी चढवण्यासाठी आलेले डाकू आणि दरोडेखोर

त्यांना बघून घाबरून पळून गेले. सकाळ झाल्यावर त्यांनी आपल्या घरचा रस्ता धरला. वाटेमध्ये एक दाट जंगल लागलं; त्यामधील सापांसाठी डोळे उघडे ठेवत, सत्यनाथ आजोबा पुढे चालत राहिले. अचानक त्यांना एक तरुण माणूस दिसला. भगवान महादेवाप्रमाणे त्याच्याही गळ्यावर एक निळसर डाग होता. सत्यनाथ आजोबांना बघून, त्या माणसाने एक कागद वर धरला आणि वाचू लागला : '१० जून रोजी, या गुन्हेगारांना कारागृहामधून फाशीस्तंभाकडे नेलं जावं. अंमलदारांना कळवावे की, ज्याच्याकडे चोरी झाली त्या सुशील मोहनच्या घराजवळच फाशीस्तंभ उभारला जावा. त्या फाशीस्तंभावर मधू दत्ता, मीर अली मुहम्मद, अॅन्डरसन, हेली, इशाक, सुब्रतो दत्ता आणि इतर गुन्हेगारांना मृत्यू येईपर्यंत फाशी दिली जावी...'

"कोण आहेस तू?" आजोबांनी आश्चर्याने विचारलं.

"नरेन दकात (डाकू)."

"मी तुझ्याबद्दल ऐकून आहे. तूच तो ना, जो दरोडे घालून मिळवलेलं धन गरिबांमध्ये वाटून टाकतो?"

"प्रत्येक प्रांतामध्ये कुणीतरी असा माणूस लागतोच; नाहीतर, तो प्रांत संपून जातो."

"तू इथे का आला आहेस?"

"कालचा प्रसंग..."

"काम म्हणजे देवाची सेवा असते, पोराऽऽ..."

"बरोबर म्हणता तुम्ही, महाशय..." नरेन डाकू हात जोडून म्हणाला.

दगड-धोंड्यांवरून ओढला गेल्यामुळे काळंनिळं पडलेलं त्याचं शरीर निरखत, आजोबा म्हणाले,

"मला भीती वाटत होती की, कदाचित तू मेला असशील..."

"मृत्यूची भीती? एका जल्लादाला?"

"पोरा, आम्हा ग्रद्धा मलिकांच्या हातून ज्या कुणाच्या गळ्यात दोरखंड पडला, तो कधीच परतला नाही."

"पण मी परतलो आणि मी पुन्हा येईन."

चितपूर हे नाव कसं पडलं याबाबत दोन आख्यायिका सांगितल्या जातात. काहीजणांच्या मते, चितेश्वरी देवीवरून ते नाव पडलं; तर काहींच्या मते, तिथे राहणाऱ्या चित्ते दकात नावाच्या डाकूमुळे ते नाव पडलं. चितेश्वरी देवीला नरबळी चढवून नरेन दकात दरोडा टाकायला जात असे. मृत्यू आणि न्यायाची देवता मानली गेलेली

कालिमाता ही चोरी-दरोडेखोरीचीही देवी मानले जाते. चित्ते दकातनंतर नावाला आलेल्या नरेन दकातला सत्यनाथ आजोबांच्या हातून फाशी झाली. तंतापाडामधील गोपाळ क्रिस्तो गल्लीच्या टोकाला त्याचं घर होतं. ही गल्ली, बिडॉन स्ट्रीटच्या पूर्वेला असलेल्या निमताला घाटाकडे जात असे. नरेन दकातला त्याच्या एकाही नातेवाइकाने बघितलेलं नव्हतं. फक्त त्याच्या आईला त्याचा ठावठिकाणा माहीत होता. पोलिसांनी त्याला पकडण्याचा प्रयत्न केला तेव्हा गरीब लोकांनी एकजूट करून त्याला वाचवले; पण दुसऱ्या चोराने त्याला धोका दिला. तलाशेरीच्या एका धनाढ्य व्यापाऱ्याचं घर लुटत असताना त्याला अटक झाली आणि तीन साथीदारांसमवेत नरेन दकातला फाशी सुनावली गेली. सत्यनाथ आजोबा जेव्हा फाशी द्यायला निघाले, तेव्हा त्यांच्या हातातला एक दोरखंड आपला बंध तोडून खाली घरंगळत गेला आणि कशी कोण जाणे पण त्याला आग लागली! जल्लादाच्या दृष्टीने याहून मोठा अपशकुन असू शकत नव्हता! आजोबांचे डोळे विस्फारले गेले. त्यांनी आपल्या मोकळ्या हाताने कशीबशी आग शमवली; पण फाशीस्तंभाकडे जाताना कधी नव्हे ती त्यांच्या हृदयाची धडधड होत होती आणि त्यांचे हात सुन्न पडले होते. प्रथेनुसार पोलीस अधिकाऱ्याने सगळ्या गुन्हेगारांचे गुन्हे वाचून दाखवले. आजोबांनी देवीकडे आपल्याला शक्ती देण्यासाठी मनोमन प्रार्थना केली आणि त्या बदल्यात तीन कोकरांचा बळी चढवण्याचा नवससुद्धा केला. एरवी फाशीच्या वेळी चेकाळणारा जमाव या वेळी मात्र चक्क अश्रू ढाळत होता.

'१४ ऑगस्ट रोजी, गुन्हेगारांना नियोजित फाशीस्तंभाकडे नेलं जावं. अंमलदारांनी तो फाशीस्तंभ मृत व्यक्ती कुंजली मापिला यांच्या घराजवळ उभारण्याचे आदेश द्यावेत. तिथेच नरेन दकात, हरी दकात आणि अली दकात या तिघांना मरेपर्यंत फाशी दिली जावी.'

हरी आणि अली दकातची फाशी निर्विघ्न पार पडली. त्यानंतर, नरेन दकातची वेळ आली. आजोबा त्याचे हात बांधायला गेले, तेव्हा नरेन दकात त्यांच्या कानात कुजबुजला,

"त्या आदेशामध्ये एक चूक झालेली आहे. माझं नाव नरेन नाही; नारायणन आहे."

आजोबांना काही उमजेना. ते त्याच्याकडे गोंधळलेल्या नजरेने पाहत बसले. तेव्हा, तो पुढे म्हणाला,

"मी दक्षिणेहून इथे आलो होतो."

"यायला नको होतंस..."

"माझी आई, वसुंधरा देवी... तिला असं वाटतं की, मी तिचा हरवून परत आलेला खरा मुलगा आहे."

"तू त्या गरीब बाईच्या मनाशी असं का खेळलास?"

यापुढचं संभाषण पूर्ण होऊ शकलं नाही. गाठ बसली होती. न्यायाधीशांनी रुमाल पाडला; आजोबांनी यांत्रिकपणे तिपाई सरकवली. नरेन दकातची तडफड होऊ लागली. आजोबांनी डोळे मिटून घेतले; पण अवघ्या काही क्षणांमध्ये, जोराचा आवाज होऊन फाशीस्तंभच कोसळला! नरेन दकात तसाच तडफडत जमिनीवर पडला. आजूबाजूला जमलेली माणसं ओरडत-किंचाळत इतस्ततः धावू लागली. आजोबा पुढे झाले. त्यांनी नरेनच्या गळ्यातला दोरखंड कापून टाकला. तो अजूनही वेदनेने तडफडत होता. आजोबांनी त्याला आपल्या मांडीवर उचललं आणि पाणी प्यायला दिलं. पोलीस अधीक्षक आणि न्यायाधीश, नवीन आदेश तयार करण्यासाठी रवाना झाले. नरेन दकातने आजोबांच्या मांडीवर डोळे उघडले.

"तू खरोखरच परत आलास..."

"तुम्ही दोरखंड कापायला नको होता. मला माझी वाट सापडू लागली होती..."

"या प्रवासाला निघालेला माणूस कधी परत येत नाही, पोरा..."

"पण खरं सांगायचं तर, मृत्यू काय असतो हे मी पाहून आलो. कदाचित, ते सांगण्यासाठीच परत आलो."

आजोबा चपापले. नरेन दकात सांगू लागला,

"पहिल्यांदा, फास आवळला गेला तशी मला वेदना जाणवू लागली. वरकरणी गुळगुळीत दिसणाऱ्या दोरखंडाला आतून असंख्य तुसं असतात. ती तुसं मानेच्या नाजूक त्वचेमध्ये रुतत जाताना माणसाला प्रचंड वेदना होते. तसंच फास आवळला जात असताना, मला माझ्या शरीराचं अख्खं वजन मानेवर आल्यासारखं वाटू लागलं. मग शरीर आणि मानेच्या वरचा भाग निराळे झाल्याचं स्पष्ट जाणवलं. मणक्यातून वेदनेचा लोळ धावत गेला; पायापासून वर धावत सगळ्या अवयवांना आपल्या कवेत घेत, तो थेट माझ्या हृदयापर्यंत आणि मग मेंदूपर्यंत गेला. कवटीला पोहोचल्यावर मला माझ्या डोळ्यांसमोरून जिवाची ज्योत शरीराबाहेर पडताना दिसली – एखादा पक्षी पिंजऱ्यातून बाहेर पडताना कसा दिसतो तशीच! त्या क्षणी सगळी वेदना अचानक संपली आणि कुणीतरी मला अलगद उचलत आहे असं वाटू लागलं. माझं शरीर मला पिसासारखं हलकं वाटू लागलं. मी एका डोंगराच्या पायथ्याशी उभा होतो. मग मी तो डोंगर चढू लागलो; पण माझे पाय जमिनीला टेकत नव्हते. मी चढत होतो; पण मला धाप लागत नव्हती..."

पाणावलेल्या डोळ्यांनी आजोबांकडे बघत, नरेन दकात म्हणाला,

"मृत्यू हा डोंगर चढण्यासारखा असतो... खरंच सांगतोय!"

तेवढ्यात न्यायाधीशांची घोडागाडी परत आली. नवीन आदेश तयार झालेला

होता. आजोबा आणि नरेन दकातला घेऊन, ती घोडागाडी फॅन्सी लेनजवळच्या फाशीस्तंभाकडे आली. जल्लाद आणि गुन्हेगाराने एकत्र मृत्यूकडे प्रवास करण्याची ती कदाचित पहिली आणि शेवटचीच वेळ असावी!

गाडीमध्ये बसलेले असताना आजोबांनी अपार दुःखाने नरेन ऊर्फ नारायणनला विचारलं,

"तू चोर का बनलास?"

"महाशय, तुमचा प्रश्न थोडा चुकला. खरा प्रश्न असा होता की, मी श्वेतवर्णी चोर बनावं की कृष्णवर्णी...?"

थोड्या वेळाने नरेन दकातचा निष्प्राण देह फॅन्सी लेनच्या फाशीस्तंभावर लटकलेला होता. नरेनचा प्राण गेला तसे सत्यनाथ आजोबा ढसाढसा रडू लागले. आपल्या माथी लागलेलं पाप धुवून काढण्यासाठी, आधी त्यांनी गंगेमध्ये एकशेआठ डुबक्या मारल्या आणि मगच घराकडे निघाले. नदीतून बाहेर येऊन घाटाच्या पायऱ्या चढून जात असताना, त्यांना एक बाई दिसली. ती त्यांच्यासाठीच थांबलेली होती. तिने आपला चेहरा पदराने झाकलेला होता.

"बाई, कोण आपण?" आजोबांनी विचारलं.

तिने उत्तर न देता, फक्त आपला रडवेला चेहरा उंचावून आजोबांकडे बघितलं.

"काय झालं? तुम्ही का रडत आहात?"

"चोरेर मायेर कन्ना, उगार बारो नोई, फुकार बारो नोई..."

क्षणार्धात, आजोबांना तिची ओळख पटली. तिने त्यांना विचारलं,

"त्यांनी त्याचं काय केलं?"

आजोबांकडे या प्रश्नाचं उत्तर नव्हतं. गुन्हेगाराला फाशी दिल्यानंतर जल्लाद आपली बिदागी घेऊन रवाना होतो. पुढे त्या गुन्हेगाराच्या शवाचं काय केलं जातं, याच्याशी त्याचा काही संबंध नसतो. आता मात्र सत्यनाथ आजोबांना फार अपराधी वाटू लागलं. समोरच्या माउलीला देण्यासाठी त्यांच्याकडे काहीच उत्तर नव्हतं.

"त्यांनी त्याचं शरीर मला परत दिलेलं नाही. हाडाचा एक तुकडाही दिसलेला नाही माझ्या नजरेला! असं कसं? काय केलं त्याच्या शरीराचं? खाऊन टाकलं की काय?" ती बाई किंचाळू लागली. "मला किमान त्याच्या हाडाचा एक तुकडा द्या होऽऽ! मी त्याचे तीन तुकडे करून, त्यातून तीन नरेन निर्माण करीन आणि त्या तीन नरेनांनी जर प्रत्येकी तीन नरेन निर्माण केले ना, तर महाशय, मी या जगाला अशी एक शक्ती दिलेली असेल जी तुमच्या काळ्या-गोऱ्या सगळ्या साहेबांचा एकत्र नायनाट करील!"

आजोबा थक्क होऊन पाहत बसले.

इतक्या शतकांनंतर, आजही त्या आठवणीने माझ्या अंगावर शहारा आला!

"तुझ्या या गोष्टीने माझा फार वेळ खाल्ला, चेतना..." मनगटावरच्या घड्याळाकडे बघत संजीवकुमार म्हणाला, "मला निघायला हवं."

"मला तुझ्याशी बोलायच आहे," – मी गादीवरून न उठता म्हणाले.

"तू माझ्याशी नाही, सगळ्या जगाशी बोलायला हवंस; पण तू तसं करायला तयार नाहीस. त्याला मी काय करू?"

"मी तुझ्यावर मनापासून प्रेम केलं होतं..." मी भरलेल्या आवाजात उद्गारले. संजीवकुमार माझ्याकडे संशयी नजरेने पाहत म्हणाला,

"केलं होतं, म्हणजे? अर्थ काय याचा?"

"मला वाटलं, तूही माझ्यावर प्रेम करशील..."

हे ऐकून, संजीवकुमारने स्मित करायचा कसनुसा प्रयत्न केला. मग थोड्या वेळाने तो म्हणाला,

"मला तुझ्याशी लग्न करायचं होतं; पण तू आणि तुझ्या वडिलांनी माझा वारंवार अपमान केला. तरीही माझ्या मनात कुठलंही किल्मिष नाही. हो, आपलं लग्न झाल्यावर मात्र तू माझं ऐकलं पाहिजेस, एवढी माझी अट निश्चित राहील."

"तू मला काय समजतोस रे? गुलाम की सावज?"

"तू मला काय समजली होतीस, चेतना?"

"माझा सवंगडी..." मी पुन्हा भरल्या आवाजात म्हणाले. नकळत आणि इच्छा नसूनही डोळ्याला अश्रूंची धार लागली. वयाच्या बाविसाव्या वर्षी वाटणाऱ्या हतबलतेने आणि अपुरेपणाच्या भावनेने, मी मान तुकवून त्याच्यासमोर उभी राहिले. मला आशा होती की, तो माझ्यासमोर आपला हात पुढे करील किंवा मला स्पष्टपणे नकार देईल; पण त्याने यापैकी काहीच केलं नाही. उलट जगाच्या बाजारामध्ये मला एक प्यादं म्हणून उभं केलं.

संजीवकुमारचा फोन वाजला.

"वा, वा! हरीश बाबू! काय बातमी दिलीत!"

माझ्याकडे वळून तो चीत्कारला,

"त्यांनी राष्ट्रपतींना पत्र लिहिण्याचं कबूल केलं आहे."

"कुणी?"

"मृदुला चॅटर्जीच्या घरच्यांनी. ते राष्ट्रपतींना लेखी विनंती पाठवणार आहेत की, जतिंद्रनाथची फाशी रद्द करू नये. आता खरी मजा येणार!"

मी शहारले. संजीवकुमार अजूनही बोलत होता.

"आतापर्यंत, ते कुठलंही पाऊल उचलत नव्हते. त्यांच्या वतीने इतर माणसंच बोलत होती; पण आता डाव पालटणार! तू ऐकलंस ना, चेतना? हरीश बाबूंनी मला विचारलं की, हे सगळं मी कसं जुळवून आणलं. खरं सांगू? मला माहीत

नाही. मला खरंच माहिती नाही की, त्या लोकांनी अचानक आपलं मन कसं बदललं?''

''तीनपट अठराचा नियम, आणखी काय?''

संजीवकुमारला संदर्भ लागला नाही. इतक्यात कुणीतरी दरवाजाची कडी वाजवली. तो लगेच सावध झाला आणि दरवाजा उघडायला गेला. त्या दिवशीची मुलगी बाहेर उभी होती.

''दीदी विचारत होत्या की, संजू बाबूंसोबत कोण आलं आहे?''

''तिला काय करायच्या आहेत नसत्या चौकश्या?'' तो करवादला.

''त्या म्हणाल्या, मला बघायचं आहे.''

''तिला सांग, वेळ आली की दाखवीन.''

त्या मुलीला काय करावं हे सुचेना. जरा वेळाने ती आल्या पावली निघून गेली. संजीवकुमार माझ्याकडे वळून म्हणाला,

''चेतना, आता तू निघायला हवंस. ही जागा चांगली नाही हे मी तुला वेगळं सांगायला नको.''

तो स्वतःसुद्धा जायला निघाला. मलाही तिथे थांबण्यात रस नव्हता. मान खाली घालून, मी त्या भव्य वाड्याच्या पायऱ्या उतरू लागले. खरंतर मला संजीवकुमारचा इतिहास जाणून घ्यायचा होता; पण त्याने ताकास तूर लागू दिला नव्हता. नदी-समुद्रातल्या सामान्य माशांसारखा, तो केवळ वर्तमानामध्ये अडकून राहणं पसंत करत होता. नारायणन दकातचा विचार माझ्या डोक्यात चमकून गेला. समजा, त्याच्या आईला जर त्याचं एखादं हाड मिळालं असतं, तर किती बरं झालं असतं.

तीनपट अठराचा नियम चुकला.

मी दुःखी झाले.

४३

रामनाथ ग्रद्धा मलिक हा सत्यनाथ ग्रद्धा मलिकच्या बहिणीचा मुलगा. सोनागाचीच्या वेश्यांचा विषय निघाला की, रामनाथ ग्रद्धा मलिकचं नाव हमखास पुढे यायचं आणि आमच्या शरीराला कंप सुटायचा व जिभेवर कडवटपणा अवतरायचा. त्या वेळी रामनाथ जेमतेम सोळा वर्षांचा होता; तो एक चांगला कवी, संगीतकार आणि माझ्या बाबांसारखा उत्तम वक्ता होता. ज्या वेळी सत्यनाथ आजोबा पहिल्यांदा नरेन दकातला भेटले, तेव्हा रामनाथ औधचे हद्दपार महाराज वाजिद अली शहा

यांचा शिष्य आणि सेवक म्हणून त्यांच्यासोबत राहत होता. जेव्हा कधी बाबा नवीन कुडता घालून सोनागाचीचा रस्ता धरायचे, तेव्हा ठाकूमा न चुकता त्यांना हटकायची :

"रामनाथ ग्रद्धा मलिकची आठवण असू दे रे, बाबा!"

जरी लहानपणापासून रामनाथने आपल्या घरातील पुरुषांना अनेक गुन्हेगारांचा प्राण घेताना बघितलं होतं, तरी प्रत्यक्षात डोळ्यांसमोर एकाची हत्या पाहून, रामनाथचं मानसिक संतुलन ढळलं. ठाकूमाच्या मते रामनाथची गोष्ट आपल्याला हेच शिकवते की, न्यायाधीशांच्या लाल रुमालाशिवाय कोणताही जल्लाद दुसऱ्याचा प्राण हिरावून घेऊ शकत नाही.

वाजिद अली शहांनी एक खूप सुंदर गाणं लिहिलं होतं – 'बाबुल मोरा नैहर छूटो जाये.' १८५६ मध्ये, औधमधून हद्दपार होऊन कोलकात्याला आल्यावर त्यांनी हे गाणं लिहिलं होतं. रामनाथ ते गाणं फार सुरेल गात असे. लहान मुलाचा चेहरा आणि गुबगुबीत शरीरयष्टीचे नवाबसाहेब तल्लीन होऊन रामनाथचं गाणं ऐकत असतानाचं छान तैलचित्र अस्तित्वात आहे. ठाकूमाच्या मते त्या चित्रामध्ये नवाबाच्या डोळ्यांतून वाहणारं पाणी अगदी स्पष्ट दिसत असे – इतकी रामनाथच्या आवाजाची जादू होती. पुढे जेव्हा कधी ठाकूमा के. एल. सैगलच्या आवाजातलं ते गाणं रेडिओवर ऐकायची, तेव्हा न चुकता तिचे हात जोडले जायचे, डोळ्याला पाझर फुटायचा आणि ती मूकपणे आपल्या पूर्वजाचं स्मरण करायची. त्या दिवशी मी संजीवकुमारच्या बंगल्यामधून बाहेर पडत असताना, वरच्या मजल्यावरून त्याच गाण्याचे सूर ऐकू आले. मी स्तब्ध उभी राहून ऐकू लागले. खरंतर आपल्या लग्नानंतर सासरी जाणाऱ्या नवविवाहित मुलीने गायलेलं ते गाणं होतं; पण एका अर्थी त्याचा संबंध मृत्यूशीही जोडला जात असे.

'बाबा, मी माझं घर सोडून जात आहे,
चार खांद्यांवर बसून, दूर देशी जात आहे...

आपला राजेशाही थाट सोडून, डोक्यावरचा मुकुट आणि आपलं सिंहासन सोडून अज्ञातवासात राहावं लागणाऱ्या राजाचं दुःख समजणं ही आम्हा बंगाली लोकांसाठी कठीण गोष्ट नाही. नकळत माझ्याही डोळ्यांना अश्रूंच्या धारा लागल्या. त्याच अवस्थेत मी वाड्याच्या पायऱ्या उतरू लागले. मनातून खूप वाटत होतं की, त्याने मागून हाक मारावी – यासाठी नाही की, मी त्याच्यावर प्रेम करत होते; पण अशासाठी की, मला कुणाच्या तरी प्रेमाची नितांत गरज वाटत होती. म्हणूनच कदाचित जेव्हा त्याने मला अगदी थंडपणे, 'बरं चल चेतना, तू निघ;

मला काम आहे’ असं म्हणून त्याच्या घरातून हाकलून दिलं, तेव्हा मला फारसं दुःख झालं नाही. खांद्यावरची झोळी सावरत आणि माझं रितं हृदय सांभाळत मी बाहेरचा रस्ता धरला. वरच्या मजल्यावर चाललेल्या नाच-गाण्याचा आवाज येत होता. ‘बाबुल मोरा...’ चे सूर आळवले जात होते. मला पूर्ण गाणं ऐकता यावं म्हणून मी धिम्या गतीने चालू लागले; पण इतक्यात भांडी घासणाऱ्या बाईपैकी एकजण मोठं घंगाळं घेऊन जात असताना पाय घसरून पडली आणि तिच्या डोक्याला खोक पडली. मी झोळी बाजूला फेकून देत, तिच्या मदतीसाठी धावले. तिच्यासोबतची बाईसुद्धा आपला लंगडा पाय सावरत तिच्या जवळ आली.

“दीदी... सांभाळून... या इकडे...” डोक्याला रक्ताची धार लागली होती.

मदतीला आलेली दुसरी बाई जरा वेळाने आपल्या कामाला निघून गेली.

“पाणी... पाणी द्या... मला चक्कर येते आहे...”

दुसऱ्या बाईने स्वयंपाकघराकडे बोट दाखवलं. जखमी झालेल्या बाईला आधार देत, मी तिला स्वयंपाकघराकडे घेऊन गेले. तिथे अजून दोन बायका होत्या. मोठाल्या भांड्यांमध्ये भाज्या, माशाचं कालवण आणि मांसाहारी पदार्थ शिजत होते. मी आत आले तसं त्या दोघींनी माझ्याकडे बिचकून बघितलं.

“काय चाललंय इथे? घरात लग्नबिग्न आहे की काय?” मी त्यांना सहज विचारलं.

आपलं दुखरं डोकं दाबून धरत, त्यांपैकी एक बाई म्हणाली,

“हं! इथे रोजच लग्न असतं, माहीत नाही का?”

मग तिने मला पाणी कुठून घ्यायचं ते दाखवलं. मी पाणी आणलं आणि आधी त्या बाईची जखम पुसून काढली.

“देव तुझं भलं करोऽऽ...” ती बाई पुटपुटली.

“तुमचं नाव काय आहे, दीदी?” मी तिची जखम माझ्या ओढणीने पुसत विचारलं.

“सुशीला. या जागेसाठी अगदी चपखल आहे, नाही का?” ती कडवटपणे हसत म्हणाली.

“तुम्ही कोलकात्याच्या वाटत नाही...”

“नाहीच. मी जेलिंग्हममध्ये राहायचे. तिथे आमची पंधरा बिघा जमीन होती. आमच्या गावात जहाजाचा कारखाना सुरू झाला, तेव्हा मी तीस वर्षांची होते. त्यांनी गावकऱ्यांची तब्बल चारशे एकर जमीन घेतली. माझीसुद्धा...!”

पुढचं चित्र डोळ्यांसमोर उभं करायला मला वेळ लागला नाही.

इतक्यात, सुशीला अचानक माझ्यावर खेकसत म्हणाली,

“आता मी म्हातारी झाले. आता तुझी वेळ आहे.”

मला काही उमजेना. माझा बावरलेला चेहरा बघून, ती पुढे म्हणाली,

"नीट मन लावून काम केलंस तर तुझंच भलं होईल. शक्य तितका मोठा मासा गळाला लागला पाहिजे! इथे एकाहून एक श्रीमंत माणसं येतात. राजकीय नेते, व्यापारी, श्रीमंतांची वाया गेलेली पोरं... त्यांपैकी एखाद्याला पकड आणि नीघ इथून. पुढचं आयुष्य तरी चांगलं जाईल."

मला एकाच वेळी गंमतही वाटली आणि अपमानसुद्धा! मी स्वयंपाकघराच्या मागच्या उघड्या दरवाजाआड डोकावून पाहू लागले. मागच्या बाजूला एक अत्यंत पडकं घर होतं. लाल विटांनी बांधलेल्या त्या घराला ना रंग होता, ना फारसा आवाका. समोरच्या अंगणामध्ये वाळत घातलेल्या साडीची असंख्य छिद्रं, तिथे राहणाऱ्या माणसांची दयनीय अवस्था सांगून जात होती.

"म्हाताऱ्या माणसांवर विश्वास ठेवू नकोस..." ती बाई अजून बोलतच होती. "एखादा छान तरुण मुलगा पकड. सोळा-सतरा वर्षांचा. त्यांना आयुष्याचा फारसा अनुभव नसतो. गळ्यात पडलेली पहिली मुलगी जर तरतरीत निघाली, तर ते दुसरीकडे बघण्याची हिंमत करत नाहीत. घाबरट असतात त्या वयात! जसजसं या पुरुषांचं वय वाढत जातं, तसतसे ते फार शहाणपणा करू लागतात. मग त्यांना सतत काहीतरी नवीन पाहिजे असतं. ना ते स्वतः समाधानी राहत, ना इतरांना राहू देत."

तिचा कटू आवाज माझ्या मनावर चरे पाडून गेला. तिचा चेहराही भयंकर होता. लालसर डोळे, नाकातल्या चमकीमुळे डाव्या नाकपुडीला पडलेलं मोठं भोक, डोक्यावर रक्ताळलेली जखम... मला भीती वाटू लागली. जेलिंग्हममध्ये नेहमीची कामं करणारी गृहिणी म्हणून मी तिची कल्पना करून बघितली; पण त्याही दृश्याने माझी भीती कमी झाली नाही.

"तुला जर रोख रकमेत रस असेल ना, तर मग तिशी-चाळिशीचे गृहस्थ पकड. ते तर सगळ्यात नालायक असतात. बाईवर प्रेम कसं करायचं ते माहीत नाही... बाईचं मन कसं जपायचं ते माहीत नाही...! पण तुला जर चांगला नेट धरता आला, तर त्यांचा बटवा पटापट उघडतो, एवढं खरं!"

'बाबुल मोरा...' अजूनही सुरू होतं. आमच्या दोघींची नजरानजर झाली; दोघींच्याही डोळ्यांत पाणी होतं. मी तिच्या टक्कल पडत जाणाऱ्या डोक्यावरून मायेने हात फिरवला. तशी ती मला म्हणाली,

"जा, कामाला जा. हेच वय आहे रग्गड पैसा कमवायचं. नंतर नुसता ठणठणपाळ!"

"मी वेगळं काम करते, दीदी..." मी तिच्याकडे हसून बघत म्हणाले.

"कसलं काम?"

"मी जल्लाद आहे!" एरवी बाबा ज्या नाट्यमय आविर्भावात आमच्या चहाच्या दुकानात येणाऱ्या माणसांना सांगतात, तशीच आज मी माझी ओळख उघड करून सांगितली. कदाचित, माझ्या सुरातल्या अभिमानामुळे की काय, पण त्या बाईने माझ्याकडे चमकून बघितलं.

"जल्लाद? तू? मग तू इथे का आलीस?"

खरंतर या प्रश्नावर मला तिला सांगायचं होतं की, माझ्या घराण्यातल्या अनेक पिढ्यांतील पुरुषांनी आपला शौक पूर्ण करण्यासाठी सोनागाचीचा रस्ता धरलेला आहे. सोळा वर्षांचा असताना, नवाबाच्या नोकरांनी रामनाथला सोनागाचीचा परिचय करून दिला. स्त्रीशी संभोग कसा करावा हे शिकवण्याच्या हेतूने ते त्याला तिथे घेऊन गेले होते. त्या वेळी सोनागाचीला 'सोनागाजी' असं संबोधत. लहान, निमुळत्या बोळांमध्ये एका मागोमाग एक अशी लाल विटांची लहानशी घरं. काही लहान, काही दुमजली, तर काही तीनमजली... एके दिवशी धीर एकवटून, धडधडत्या हृदयाने आणि घामेजलेले तळवे पुसत, रामनाथ एकटाच सोनागाचीमध्ये दाखल झाला. दिलेला पत्ता शोधत, तो एका दुमजली घरापर्यंत पोहोचला. कंदिलाचा प्रकाश पडलेल्या त्या घराचा परिसर गूढ आणि तितकाच आकर्षक वाटत होता. रामनाथला एका शयनकक्षवजा खोलीमध्ये दाखल केलं गेलं. थोड्या वेळाने, चाळिशीतली एक देखणी स्त्री तिथे हजर झाली. तिचं लावण्य आणि मादक हावभाव पाहून, रामनाथ पुरता घायाळ झाला आणि त्याने तिच्यावर जीव ओवाळून टाकला! रामनाथच्या आयुष्यातली ती पहिली आणि शेवटची स्त्री. त्या रात्री तिने त्याला जे संभोगसुख दिलं, त्यावरून त्याने तिच्याशी लग्न करण्याचा निर्णय घेतला! अजून धड मिसरूडही न फुटलेल्या त्या पोराला लग्नाची मागणी घालताना ऐकून, ती स्त्री खळखळून हसली! पण तरीही रामनाथने आपला हट्ट सोडला नाही. त्याने तिला निमताला घाटाजवळ राहणाऱ्या आपल्या कुटुंबीयांबद्दल सांगितलं. पुढचे काही तास गप्पा मारून, त्याच रात्री परत येण्याचा वादा करून, सकाळी तो त्या स्त्रीच्या खोलीमधून बाहेर पडला. रामनाथ तिच्या घराचा उंबरठा ओलांडून बाहेर पडतच होता, एवढ्यात शेजारच्या घरामधून एक तरुण मुलगी धावत बाहेर आली आणि आपल्या बहुतांश विवस्त्र देहाने रामनाथच्या पायावर कोसळली. मात्र, रामनाथने तिला काही मदत करण्याच्या आत ज्या माणसापासून बचाव करण्यासाठी ती पळत होती, तो बाहेर आला आणि त्याने तिच्यावर सुऱ्याचे वार केले! ती नक्की मेली आहे याची खात्री करून, तो पुरुष अगदी सहज आविर्भावात दुसऱ्या घरात शिरला. त्या स्त्रीच्या शरीरातून भळाभळा रक्त वाहत होतं. रामनाथच्या मांडीवर डोकं ठेवूनच तिने आपला अखेरचा श्वास घेतला. घडल्या प्रसंगामुळे रामनाथचा थरकाप उडाला. तो सैरभैर झाला. घरी न

जाता, तो भिरभिरत्या डोक्याने वाट फुटेल तिथे भटकत बसला. अखेर बऱ्याच वेळाने जेव्हा रामनाथ घरी पोहोचला, तेव्हा त्याचं अंग तापाने फणफणलं होतं. स्वतःच्या डोळ्यांसमोर झालेल्या त्या निर्घृण हत्येचं चित्र, पुढे कित्येक महिने त्याच्या डोळ्यांसमोरून जाईना.

"सांग, तू इथे का आली आहेस? जल्लादाने इथे यायची गरज काय?" – सुशीलाचा पारा चढला होता.

"मी संजीव बाबूंसोबत आले होते."

"ते मला माहीत आहे; पण का आलीस?"

"ते म्हणाले होते की, ते माझ्याशी लग्न करणार आहेत," मी तिला हसून सांगितलं.

त्यावर डोळे मोठे करत, सुशीला उद्गारली,

"काय? संजू बाबू? छे! शक्यच नाही. त्याच्यावर विश्वास ठेवू नकोस."

मी काही प्रतिक्रिया दिली नाही. माझ्या डोक्यात सोनागाचीमध्ये हत्या झालेल्या बिधूचा विचार येत होता. ज्या माणसाने बिधूची हत्या केली, तो एक साधा, गावंढळ मनुष्य होता. त्याच्याकडे कोलकातामधील एका श्रीमंत विधवेच्या मुलीशी लग्न करण्याचा प्रस्ताव आला. बघण्याचा कार्यक्रम करण्यासाठी म्हणून तो माणूस आणि त्याचे नातेवाईक मुलीच्या घरी गेले. शहरातला दिमाखदार वाडा बघून, त्यांच्या डोळ्यांचं पारणं फिटलं; पण त्याहीपेक्षा भुरळ घालणारं होतं ते म्हणजे जिचा प्रस्ताव आला त्या मुलीचं सौंदर्य! मुलीच्या घरामध्येच अतिशय थाटामाटात लग्नसोहळा संपन्न झाला. सोहळ्यानंतर मुलाकडची मंडळी नववधूला घेऊन आपल्या गावी जायला निघाली.

मुलाच्या घरीसुद्धा बराच थाटमाट केलेला होता. आजूबाजूच्या गावांतले लोक भरजरी कपडे घालून, शहरातल्या नववधूला भेटायला आले होते. मुलाच्या घरच्यांनी मोठी मेजवानी आयोजित केली होती; त्यामध्ये पायेश म्हणजेच खिरीचा समावेश होता. जसजशी पाहुणे मंडळी पायेश खाऊ लागली, तसतशी ती बेशुद्ध होऊन पडू लागली. बाहेर काय चाललं आहे याचा सुगावा नसलेला नवरदेव आपल्या शयनकक्षामध्ये वधूची वाट बघत बसला होता. अखेर ती आली. दागिन्यांनी मढलेली ती नववधू साक्षात एखाद्या देवीसारखी दिसत होती. त्या माणसाने अगदी प्रेमाने आपल्या बायकोच्या खांद्यावर हात ठेवला. त्यावर तिने त्याच्याकडे अत्यंत तुच्छपणे बघितलं आणि त्याचे कपडे फाडून म्हणाली,

"अच्छा, तर तू पुरुष आहेस का? बघू तरी!"

मग एकवार त्याच्या उघड्या देहावर नजर फिरवून, ती पचकन त्याच्या तोंडावर थुंकली आणि बाहेर निघून गेली. तो माणूस दिङ्मूढ होऊन पाहत

राहिला! अखेर बराच वेळ रडून, पहाटेच्या प्रहरी त्याचा डोळा लागला... इतक्यात, घराबाहेरून जोरजोरात रडण्या-ओरडण्याचे आवाज ऐकू येऊ लागले. बेशुद्ध पडलेल्या सगळ्या माणसांच्या अंगावरचे चांगले कपडे आणि दागिने लंपास केले गेले होते. लोक कशीबशी स्वतःची लाज झाकण्याचा प्रयत्न करत होते. नवरदेवाला जेव्हा घडलेला प्रकार समजला, तेव्हा तो आपल्या बायकोच्या आणि तिच्या सोबत आलेल्या नातेवाइकांच्या शोधात दूरवर पळत गेला. अखेर तो कोलकात्याला पोहोचला आणि थेट त्या विधवेच्या वाड्यावर गेला. तिथे पोहोचल्यावर त्याला समजलं की, गेले काही दिवस एक चोरटी बाई विधवेचं रूप घेऊन तो वाडा भाड्याने घेऊन तिथे राहत होती. आपला पैसा आणि मान दोन्ही हरवून बसलेल्या त्या माणसाला आता परत गावी जाणं अशक्य झालं. मग त्याने आपल्याला फसवणाऱ्या दोन्ही बायकांचा शोध घेण्याचा चंग बांधला. तो कोलकातामधील प्रत्येक घरात फिरून त्यांचा शोघ घेऊ लागला. अखेर त्याचा शोध सोनागाचीला येऊन थांबला. बिधूला हे समजलं नाही की, तिच्याकडे गिऱ्हाईक म्हणून आलेला माणूस काही काळापूर्वी तिने लग्न करून ठगवलेला माणूस होता. आपल्या अपमानाचा बदला घेण्यासाठी, त्या माणसाने बिधूवर रात्रभर बलात्कार केला. अखेर वेदना असह्य होऊन, जेव्हा तिने पळण्याचा प्रयत्न केला, तेव्हा त्याने तिला ठार मारून टाकलं.

''निघ आता. उशीर होतो आहे.''

सुशीलादीने मला भानावर आणलं. तिच्या बोलण्याकडे दुर्लक्ष करत मी संशयी आवाजात सुशीलादीला विचारलं,

''तुम्ही मला असं का म्हणालात की, संजू बाबूंवर विश्वास ठेवू नकोस?''

'त्याला बायको-पोरं असतील, त्याचा वेगळा संसार असेल...' रामूदाचा आवाज माझ्या कानात घुमू लागला.

''तो कधीच कुणाशी लग्न करणार नाही.''

''का बरं?''

''ही कोणती जागा आहे हे तुला माहीत नाही का?''

''अविनाश कविराज मार्ग...''

तेवढ्यात आतमधून कुणीतरी सुशीलादीला हाक मारली; तशी ती डोक्यावर पदर घेऊन, आपल्या वयाला न शोभेल अशा थकव्याने उठून, घरात जाऊ लागली. जाताना तिने मला घराचा पूर्ण पत्ता सांगितला.

''क्र. १५. अपराजिता अपार्टमेंट्स.''

मला काही समजलं नाही. मग मीही माझी झोळी उचलून तिच्या मागोमाग बाहेर जायला निघाले. स्वयंपाकघराच्या रस्त्याने बाहेरच्या दालनामध्ये येताच,

मागून आवाज आला :

"ए! थांब!"

मागे वळून बघितलं तर, दोन स्त्रिया जिन्यावरून उतरून खाली येत होत्या. त्यांपैकी एकजण ती वृद्ध महिला होती, जिला मी मागच्या वेळी भेटले होते. दुसरी, एक मध्यमवयीन स्त्री होती. लाल रेशमी साडी घातलेली ती बाई इतकी अप्रतिम सुंदर होती की, तिच्या चेहऱ्यावरून माझी नजर हटेना; पण तिच्या डोळ्यांमध्ये जास्त वेळ बघण्याचीही हिंमत होईना. तिच्या डोळ्यांमध्ये काहीतरी विचित्र होतं एवढं नक्की! जरा वेळाने ती पुढे आली आणि माझ्या डोळ्यांमध्ये रोखून बघू लागली. मला अगदी मूर्ख असल्यासारखं वाटू लागलं.

"आपण यापूर्वी कधी भेटलोय का?" तिने मला विचारलं.

तिचा चेहरा ओळखीचा वाटत होता; पण मी तिला नेमकं कुठे बघितलं होतं हे मला आठवेना. देवीसारखी दिसणारी तिची मोहक काया, चमेलीच्या सुगंधाने दरवळत होती. तिच्या डोळ्यांतली प्रखरता आणि आवाजातलं माधुर्य यामुळे मी गारद झाल्यासारखी उभी होते.

"का आली आहेस तू इथे?"

"संजू बाबूंना भेटायला..." सुशीलादी मध्येच बोलली.

ते ऐकून, कपाळाला आठ्या घालत, त्या बाईने मला विचारलं,

"का?"

मी तिच्याकडे निरखून बघितलं. संजीवकुमारसारखे तिचेही केस सरळसोट होते आणि तसंच रुबाबदार, धारदार नाक होतं. माझ्या अंगात एक शिरशिरी लहरून गेली.

मी काही बोलत नाही असं पाहून, त्या बाईने पुन्हा विचारलं,

"ऐकू येत नाही का? मी विचारतेय, काय करत होतीस त्याच्या खोलीमध्ये?" – आता तिचा आवाज कठोर झाला होता.

"बोलत होते."

"स्टुडिओमध्ये बोलता ते कमी पडतं का? इतकं काय बोलायचं असतं तुम्हाला की त्यासाठी त्याच्या मागे इथपर्यंत येऊन पोहोचलीस? कशाबद्दल बोलत होतात तुम्ही?"

"इतिहास... संजीवकुमार मित्राचा इतिहास."

माझं उत्तर ऐकून, तिचे डोळे चमकले.

"कसला इतिहास? मलाही ऐकू दे बरं जराऽऽ..."

"संजीवकुमारचे पूर्वज दरोडेखोर होते. अठराव्या शतकामध्ये, माझे पूर्वज असलेल्या सत्यनाथ ग्रद्धा मलिकच्या हातून त्यांना फाशी दिली गेली. तो एकच

मनुष्य होता जो आम्हाला हे सांगण्यासाठी परत आला होता की, मृत्यू म्हणजे नेमकं काय असतं.''

ती माझ्याकडे अविश्वासाने पाहू लागली. मग जरा वेळाने, मोठा उसासा टाकत मला म्हणाली,

''आत ये. माझ्यासोबत चहा घे.''

''नाही, नको. मला उशीर होतो आहे.''

''थोड्या वेळासाठी ये.''

''पण मी तुम्हाला ओळखत नाही.''

''मी, त्रैलोक्यदेवी.''

ती अजून काही सांगतेय का हे ऐकण्यासाठी मी आतुर होते; पण तसं न करता, ती पुढे म्हणाली,

''असं का बघते आहेस? तू हे नाव पूर्वी कधी ऐकलं आहेस का?''

त्यावर मी तिला प्रतिप्रश्न केला,

''तुम्ही कधी माझे पूर्वज – रामनाथ ग्रद्धा मलिक यांनी सोनागाचीला दिलेल्या पहिल्या भेटीबद्दलची गोष्ट ऐकली आहेत का?''

''नाही. सांग बरं मला... मला गोष्टी ऐकायला खूप आवडतात. विशेषतः खऱ्या गोष्टी.''

मग आम्ही एकमेकींना निरखत बसलो. मला असं वाटलं की, मला नेहमी ज्या स्त्रीसारखं व्हावंसं वाटत होतं, ती हीच होती. थोड्या वेळाने आम्ही त्रैलोक्यदेवीच्या खोलीमध्ये गेलो. वरच्या मजल्यावर स्थित असलेलं तिचं प्रशस्त दालन, संजीवकुमारच्या खोलीच्या तुलनेत फारच सुबक सजवलेलं होतं. त्रैलोक्यदेवीने मला तिच्या पलंगावर बसायला सांगितलं. हा फार विशेष मान होता; बंगाली स्त्रिया केवळ आपल्या खास आणि जवळच्या लोकांना आपल्या पलंगावर बसवून त्यांच्याशी गप्पा मारणं, पत्ते खेळणं आणि संदेश खात सुख-दुःखाच्या गोष्टी करणं पसंत करतात.

सोनागाचीमधल्या आपल्या पहिल्या अनुभवानंतर, रामनाथचं पूर्ण खच्चीकरण झालं होतं. त्याच्याशी शय्यासोबत केलेल्या स्त्रीची आठवण होऊन तो कासावीस व्हायचा; पण दुसऱ्याच क्षणी आपल्या मांडीवर अखेरचे श्वास मोजलेल्या स्त्रीची आठवण त्याला बेजार करायची. तासन्‌तास पलंगावर बसून, तो कधी हसत, तर कधी रडत राहायचा. अशा रीतीने बरेच महिने गेले. एके दिवशी वर्तमानपत्रामध्ये बातमी आली की, सोनागाचीमधल्या एका महिलेची हत्या करण्याचा प्रयत्न केला गेला होता. विशेष म्हणजे, तो प्रयत्न दुसऱ्या एका महिलेनेच केला होता. तिने त्या स्त्रीला तलावात बुडवून मारण्याचा प्रयत्न केला होता. तपास केल्यावर

पोलिसांच्या लक्षात आलं की, अशा रीतीने तिथे तोपर्यंत पाच बायकांना मारण्यात आलं होतं. ते पाच खूनही त्याच बाईने केले होते. पाचही बायकांची प्रेते पाण्याबाहेर काढण्यात आली. चौकशीअंती असं समजलं की, खून करणारी बाई त्या सगळ्या स्त्रियांना ओळखत होती. खोट्या गोष्टी सांगून, नाना बहाणे करून, तिने त्या स्त्रियांकडून त्यांचे दागिने लुटले होते आणि मग त्यांना पाण्यात ढकलून दिलं होतं. निर्घृणपणे हत्या करणाऱ्या त्या बाईला ४ सप्टेंबर १८८४ रोजी फाशी देण्याचं ठरलं. ती शेवटपर्यंत स्वतःला निर्दोष सिद्ध करण्याचा प्रयत्न करत राहिली; पण तिचे सगळे प्रयत्न फसले. अखेर फाशीच्या आदल्या दिवशी तिने मुख्य तपास अधिकारी प्रियनाथ मुखोपाध्यायसमोर आपला गुन्हा कबूल केला. तिने हे कबूल केलं की, ती बिधूला नवरी बनवून खोटी लग्न लावत असे; तसेच ओळखीच्या स्त्रियांना त्यांच्याकडचे दागिने पाच पटीने वाढवणाऱ्या संन्याशाशी भेट घडवून द्यायच्या आमिषाने त्यांचे दागिने घेऊन त्यांना बुडवून टाकत असे. तसेच तिने एक शेवटची इच्छा व्यक्त केली :

"मला एकदा रामनाथ ग्रद्धा मलिकला भेटायचं आहे."

प्रियनाथ मुखोपाध्यायने रामनाथला बोलावून घेतलं. कारागृहाच्या गजाआडून अतिशय प्रेमाने त्याचे हात धरत, ती बाई म्हणाली,

"मी तुला कधीच विसरू शकणार नाही. त्या रात्री, तू जसा माझ्याशी एकरूप झालास तसे सगळे पुरुष होऊ शकले असते तर...!"

रामनाथचं हृदय छिन्नविच्छिन्न होत होतं.

"मी तुला जे शिकवलं ते नेहमी लक्षात ठेव. विसरू नकोस. स्त्रीला खऱ्या अर्थाने सुखी करण्याचं सगळं कसब मी तुझ्या हाती सोपवून जात आहे."

मान खाली घालून मूक अश्रू ढाळत, रामनाथ ऐकत राहिला.

"माझी एक इच्छा आहे. तू पूर्ण करशील?"

रामनाथ गप्प राहिला.

"तू म्हणाला होतास की, तुला माझ्याशी लग्न करायचं आहे. करशील?"

रामनाथ तिच्याकडे आ वासून पाहू लागला! ती पुढे म्हणाली,

"आज नाही, उद्या! फाशीस्तंभावर. तूच माझ्या गळ्यात दोरखंड घालावास अशी माझी इच्छा आहे. तू जल्लाद आहेस ना? मग जल्लादासाठी दोरखंडापेक्षा उत्तम विवाह-साधन कोणतं?"

आता रामनाथ ढसाढसा रडू लागला. त्या बाईने गजाआडून हात पुढे करत, त्याचे अश्रू पुसले. रामनाथला गलितगात्र झाल्यासारखं वाटत होतं. तो पुन्हा कधीही या स्त्रीशी शय्यासोबत करू शकणार नाही या विचाराने त्याला अपार दुःख झालं.

"का मारलंस तू त्या पाच बायकांना? तू... जिने एका रात्रीत मला आयुष्यभराचं प्रेम दिलं... तिनेच चक्क पाच जीव घ्यावेत? का? कसे? माझी तर मती गुंग झाली आहे."

उत्तरादाखल ती त्याचं डोकं कुरवाळत म्हणाली,

"माझ्याकडे एक दत्तक मुलगा आहे. त्याचं नुकसान होऊ नये म्हणून मी हे सगळं केलं. त्याला त्याचं आयुष्य कोठ्याच्या दरवाजांशी ताटकळत काढावं लागू नये म्हणून केलं. जगाने मला जे दिलं, ते मी जगाला परत केलं. तू जे मला दिलंस, ते मी तुला परत करते आहे."

तेवढ्यात भेटीची वेळ संपल्याचा निरोप घेऊन एक हवालदार तिथे येऊन पोहोचला. निघताना रामनाथने तिला विचारलं,

"तुझं नाव...? तू मला तुझं नाव नाही सांगितलंस...?"

"त्रैलोक्य!"

"हे नाव तुला कुणी दिलं?"

"मीच. मीच स्वतःला हे नाव दिलं. असं म्हणतात की, तीन लोक असतात – इच्छा, साकार आणि निराकार. मी त्या तिघांचं मिश्रण आहे."

तिचे डोळे कोरडे होते. रामनाथने विनंती केली की, दुसऱ्या दिवशीच्या फाशीची अंमलबजावणी करण्याची त्याला परवानगी दिली जावी. सत्यनाथ आजोबांनी त्याची विनंती मान्य केली. अशा रीतीने रामनाथने आपल्या आयुष्यातली पहिली आणि शेवटची फाशी दिली!

त्रैलोक्यच्या गळ्यात दोरखंड अडकवत असताना, ती रामनाथला म्हणाली,

"आज रात्री तू माझ्या स्मरणार्थ ते गाणं म्हटलं पाहिजेस..."

रामनाथने तिला तसं वचन दिलं आणि गाठ घट्ट केली. खटका ओढला गेला; त्रैलोक्यच्या मानेची हाडं क्षणार्धात मोडली. जराही तडफड न होता, पिकलेल्या पानाप्रमाणे अगदी अलगद तिने आपला प्राण सोडला. त्यानंतरची संपूर्ण रात्र रामनाथने नवाबाने लिहिलेलं गाणं म्हणत घालवली.

माझी गोष्ट संपल्यावर, त्रैलोक्यदेवीने मोठा उसासा टाकला आणि म्हणाली,

"तू फार गोड बोलतेस."

"आणि तुमचा आवाज फार सुंदर आहे, त्रैलोक्यदी!"

तिने माझ्याकडे पाहून निरागस हास्य केलं आणि म्हणाली,

"माझ्या नावाचे इतके पैलू असतील असं मला कधी वाटलं नव्हतं. मला माझी स्वतःची नव्याने ओळख करून दिल्याबद्दल तुझे आभार!"

इतक्यात एक मुलगी आमच्यासाठी वाफाळता चहा आणि केळीच्या पानात लपेटलेला संदेश घेऊन आली. संदेश फार चविष्ट होता; मी अगदी बोटं चाटून

खाऊ लागले.

"त्रैलोक्यदी, तुमचं घर कुठे आहे?"

तिने माझ्याकडे प्रेमळ नजरेने बघितलं; मग शेजारी ठेवलेल्या तानपुऱ्यावर काही सूर छेडत म्हणाली,

"आमच्या घराण्याच्या सहा पिढ्या इथेच स्थित आहेत. आम्ही मूळचे आग्रेवाली आहोत."

स्वतःबद्दल सांगताना, तिच्या चेहऱ्यावर एक नितांतसुंदर तेज पसरलेलं होतं. वयामुळे तिचं लावण्य कमी होण्याऐवजी आणखी ओजस्वी झाल्यासारखं वाटत होतं. तिच्या मोहक हास्याने माझ्यावर गारूड केलं. पलंगावरून उठत व्हरांड्याकडे जात त्रैलोक्यदेवीने मला विचारलं,

"आग्रेवाली म्हणजे काय, तुला माहिती आहे? असं म्हणतात की, आम्ही अप्सरांचे वंशज आहोत."

मी मन लावून ऐकत होते. आता मला त्यांच्या भव्य वाड्यामधल्या सजावटीमागचं रहस्य लक्षात आलं. आग्रेवाल्यांसाठी वेश्याव्यवसाय हा अभिमानाचा विषय असतो; तसाच जसा, आम्हा ग्रद्धा मलिकांसाठी फाशी देणं असतो.

"सगळ्यात पापी माणसं कोण तर ती जी संभोगाचं खरं सुख न उपभोगता आपला जीवनप्रवास संपवतात. अशी माणसं जेव्हा पुन्हा जन्माला येतात, तेव्हा ती अत्यंत क्रूर आणि उलट्या काळजाची बनून येतात. आम्हा आग्रेवाल्यांना या पृथ्वीवर अशासाठी पाठवलं गेलं की, अशी क्रूर आणि वाईट माणसांची निपज कमीतकमी व्हावी. मूलतः आम्ही आग्रा शहराचे रहिवासी. आम्ही मुघल दरबारामध्ये नृत्यांगना असायचो. कालांतराने आम्ही कोलकात्यात स्थायिक झालो."

मी उठून व्हरांड्यात गेले. सोनागाची जोमात होती. जुनाट, पडक्या, रहस्यमय घरांचं जाळं पसरलेलं दिसत होतं. दुपारपासून गिऱ्हाइकाची वाट बघत असल्याने घामेजलेल्या वेश्या रस्त्याच्या कडेला उभ्या होत्या. चार-पाच तरुणांचा एक जथा पान खात, निर्लज्जपणे त्या बायकांकडे बघत गेला. दिवसभर गिऱ्हाईक न मिळालेल्या त्या गरीब बायका, त्या पोरांवर अक्षरशः तुटून पडल्या. जिथे बघावं तिथे कृष्णवर्णाच्या व लाल ओठांच्या बायका उभ्या होत्या. त्यांना पाहून, मला राहून-राहून कुमारतोलीमध्ये बघितलेल्या देवीच्या मूर्तींची आठवण येत होती.

त्रैलोक्यदेवी माझ्या मागे येऊन उभी राहिली. मी तिला विचारलं,

"या समोर दिसणाऱ्या स्त्रिया... याही तशाच असतील, ना?"

"नाही. किमान सगळ्या तरी नाही. आम्ही आग्रेवाली आमचं शरीर विकत नाही; आमचा केवळ आत्मा दुभंगला जातो."

मी तिच्याकडे गोंधळून बघितलं.

“या जागेत आलेला एकही पुरुष आपल्या शरीराने अथवा आपल्या मनाने, कोणत्याही स्त्रीला दुखवू शकत नाही,” त्रैलोक्यदेवी ठामपणे उद्गारली.

त्यावर मी उपहासाने हसत म्हणाले,

“पण, इथे राहणाऱ्या एका माणसाच्या बाबतीत मी ही गोष्ट खरी असल्याचं मानू शकत नाही!”

“संजूबद्दल बोलते आहेस का? हंऽऽ... तो इथे वाढलेला नाही. तो त्याच्या वडिलांच्या गावी वाढला; त्यामुळे त्याला या जागेचे संस्कार आणि नियम समजू शकत नाहीत. त्याचं हृदय कठोर आहे – दुसऱ्याच्या आनंदात तो कधीच आनंद मानू शकत नाही. त्याचं मन आणि विचार दोन्ही संकुचित आहेत. त्याला सुखाचा उपभोग कसा घेतात हे ठाऊक नाही आणि ज्याला तो उपभोग घेणं समजतो, तो मुळातच उपभोग नव्हे. त्याचे वडीलही तसेच होते...”

मी काहीच बोलू शकले नाही. त्रैलोक्यदेवी पुन्हा आत आली आणि तानपुरा छेडू लागली. काही वेळ गेल्यावर मी चाचरत तिला विचारलं,

“त्रैलोक्यदी, तुमच्यात आणि संजीवकुमारमध्ये नेमकं काय नातं आहे?”

तिने माझ्याकडे आश्चर्याने बघत उत्तर दिलं,

“अरे? मी त्याची आई आहे. का गं? ही बाब एवढी अविश्वसनीय का वाटते तुला?”

“उंऽऽ... तसं नाही... पण तो मला म्हणाला होता की, त्याची आई आता या जगात नाही.”

हे ऐकून, त्रैलोक्यदी खो-खो हसत सुटली. तिचं अवघं अंग गदगदू लागलं... गाल लाल झाले. तिच्या हसण्याचा आवाज ऐकून, मघाशी संदेश द्यायला आलेली मुलगीसुद्धा आत आली आणि आमच्यासमोर उभी राहिली. थोड्या वेळाने त्रैलोक्यदी मला म्हणाली,

“कुणाचा मृत्यू कसा होईल काही सांगता येत नाही, हो ना चेतना? चल, तू आता घरी जा. खूप उशीर झाला आहे. आपण पुन्हा भेटू या.”

मग त्या मुलीकडे वळून म्हणाली,

“एखाद्या चालकाला सांग, हिला घरी पोहोचवून दे.”

खरंतर मला तिच्याशी अजून खूप गप्पा मारायच्या होत्या; पण खूप उशीर झाला होता. जराशा अनिच्छेनेच मी त्या मुलीमागे पायऱ्या उतरून खाली आले आणि त्रैलोक्यदेवीच्या गाडीत बसले. आमची गाडी सोनागाचीच्या गल्ल्यांमधून वाट काढू लागली. घामेजलेल्या देहाच्या बटबटीत कपडे घातलेल्या बायका, पानबिडी चघळत उभे असलेले पुरुष, घाणेरड्या तेलात तळल्या जाणाऱ्या मासळीचा दर्प... या सगळ्यामुळे माझ्या मनात, संजीवकुमारबद्दल राग आणि ओढ दोन्ही

उचंबळून येऊ लागलं. मला, त्याला नारायण आसाचा मुलगा असलेल्या शंकरनची गोष्ट सांगून आणखी खच्ची करण्याची जबर इच्छा होऊ लागली. हा शंकरन एकोणिसाव्या शतकात कोलकात्यात दाखल झाला होता. त्या काळी फोर्ट व्हिलियमवर रोज सकाळी ५ वाजता आणि रात्री ९ वाजता तोफ डागली जात असे.

मी त्याला पुन्हा भेटले, ते रामूदाच्या अंत्यसंस्कारानंतर बरेच दिवस लोटल्यावर तो घरी आला होता. कुठल्याही घटनेचं ओझं आपल्या खांद्यावर न बाळगणारा तो; प्रत्येक प्रसंगात आनंदी आणि खुशाल राहणारा तो; तितक्याच निलाजरेपणाने माझ्या घरात शिरला.

"चेतना, तू ऐकलंस का? ३१ मे रोजी गल्फमध्ये तीन माणसांना मृत्युदंड दिला गेला."

मी त्याच्याकडे तिरस्काराने बघितलं. अर्थात, त्याच्यावर काही परिणाम झाला नाही.

"सगळीकडे छायाचित्रण दाखवलं जात आहे. जबरदस्त आहे. तू बघायला पाहिजेस. काय मस्त कार्यक्रम होईल या विषयावर!"

मी अजूनही गप्प!

"काय झालं? अजूनही रागावली आहेस का माझ्यावर?" असं म्हणत, तो एखाद्या षोडशवर्षीय तरुणाच्या निरागसतेने माझ्या जवळ आला, तशी मला त्याला पूर्णपणे आपलं करण्याची अनावर इच्छा झाली. मला त्याला इतकं आपलंसं करायचं होतं की, त्यानंतर त्याने कधी कुठल्या स्त्रीचा विचारही करता कामा नये. मनसाच्या नागांप्रमाणे माझ्या अंगावर रुळणाऱ्या माझ्या कुरळ्या केसांवरून हात फिरवत, संजीवकुमारच्या डोळ्यांत डोळे घालून, मादक आवाजात मी विचारलं,

"तुझी आई वेश्या आहे ना?"

माझा प्रश्न ऐकून, संजीवकुमार तीनताड उडाला!!! त्याचा चेहरा आणि डोळे लालबुंद पडू लागले. अचानक चेहरा वेडावाकडा करत, तो आमच्या घराबाहेर पळत सुटला!

काही वेळाने, तो परत आला आणि आमच्या घरभर अस्वस्थ येरझारा घालू लागला.

"तुझी आई आग्रेवाली आहे. हो ना?"

"हूं..." स्वतःचं अपयश लपवण्याचा फोल प्रयत्न करत, त्याने जेमतेम होकार भरला.

"तुमच्या घरात जन्माला येणाऱ्या प्रत्येक मुलीला तेच काम करावं लागतं. म्हणजे जर आपलं लग्न झालं आणि आपल्याला मुलगी झाली तर..."

क्षणभर असं वाटलं की, तो माझ्यावर धावून येणार! पण तसं न होता, संजीवकुमार स्वतःच एका कोपऱ्यात जाऊन उभा राहिला. त्याच्या डोळ्यांत पाणी तरळलं होतं – जणू त्यालाच कुणीतरी झोडून काढलं असावं. त्याची ती हतबल स्थिती पाहून मला गलबलून आलं. असं वाटलं की, त्याने स्वतःभोवती जो पिंजरा उभा केला आहे, त्याचे गज तोडून त्याला मुक्त करावं! अगदी तेवढं नाही तरी किमान त्या गजांतून हात घालून त्याचे केस कुरवाळावेत, पाठ थोपटावी... त्या क्षणी मला रामनाथची आठवण झाली. त्रैलोक्यला फाशी दिल्यानंतर, पुढची संपूर्ण रात्र त्याने 'बाबुल मोरा...' हे गाणं आळवत घालवली होती. तिच्यानंतर त्याने कधीही कुठल्या स्त्रीला स्पर्श केला नाही. त्याचं तिच्यावर अतोनात प्रेम होतं म्हणून नाही; तर त्याची लैंगिक इच्छा मेली होती म्हणून! सुरुवातीला त्याने इतर स्त्रियांशी संभोग करण्याचा प्रयत्न केला खरा; पण दरवेळी त्याच्या मांडीवर प्राण सोडलेल्या मुलीची शेवटची तडफड त्याच्या डोळ्यांसमोर उभी राहायची आणि मग तो गलितगात्र होत असे. त्या मुलीच्या मृत्यूनंतर वर्षभरातच रामनाथने आत्महत्या केली. आत्महत्या करण्याच्या आदल्या रात्री, तो घाटावर बसून 'बाबुल मोरा...' आळवत राहिला होता.

मी ते गाणं गुणगुणू लागले तसं संजीवकुमार माझ्यावर खेकसला,

"पुरे झालं!! ते गाणं गाऊ नकोस! माझी आई ते गाणं म्हणते..."

"मग?"

"मग? मग त्यामुळे मला फार त्रास होतो."

"असं असेल तर मी रात्रभर हेच गाणं गात राहीन!"

"अगं, पण का? मी तुझं असं काय वाकडं केलं आहे की, तुला मला छळण्यात आनंद मिळतो?"

उत्तरादाखल मी संजीवकुमारकडे बघून हसले. मनात मात्र हलाहल उचंबळून आलं होतं!

"मीसुद्धा तुला एकदा तरी जोरकसपणे धडा शिकवायला हवा ना?"

इतका वेळ डोळ्यांत थांबलेलं पाणी खळखळून वाहू लागलं. संजीवकुमारचाही बंध तुटला.

त्याच्या डोळ्यांत अश्रू बघून, मला बरं वाटलं. त्रैलोक्यसारखं! जगाने जे मला दिलं, ते मी आज जगाला परत देऊन टाकलं.

४४

माझ्या या गोष्टीमध्ये दोन निर्णायक टप्पे आले – पहिला ११ जुलै आणि दुसरा १२ जुलै रोजी. पहिल्या दिवशी ज्या घटना घडल्या, त्या तशा किरकोळ होत्या; पण दुसऱ्या दिवशी घडलेल्या महत्त्वाच्या घटनांचा पाया तिथे रचला गेल्यामुळे पहिल्या दिवशीच्या घटनांना महत्त्व आलं. त्या दिवशी रविवार होता; कामाला सुट्टी होती. त्या दिवशीची मोठी बातमी ही होती की पद्मा नदीचा प्रवाह बदलल्यामुळे परसपूरच्या शेकडो शेतकऱ्यांना आपल्या जमिनी गमवाव्या लागल्या होत्या. या अन्यायाबद्दल आवाज उठवण्यासाठी त्यांनी परसपूरमधून बंगाल विधानसभेमध्ये आमदार म्हणून गेलेल्या आणि राज्य कॅबिनेटमध्ये मंत्री असलेल्या दोन नेत्यांच्या गाड्या रोखून धरणे धरले होते; कारण तब्बल ५४ कुटुंबे उद्ध्वस्त झाली होती.

पण त्याहीपेक्षा माझ्यावर अधिक परिणाम झाला तो मनोदांच्या आकस्मिक भेटीचा. त्या संध्याकाळी मनोदा काकूंच्या दुकानामध्ये केस कापून घेण्यासाठी आले होते. त्यांचा आवाज ऐकून मी मनोदांना भेटायला दुकानात गेले. 'साधा कट : १५ रुपये, स्टाइल कट : २० रुपये' असा फलक लावलेल्या लहानशा दुकानामध्ये काकू मनोदांचे केस कापत होते. मनोदांचा आश्वासक चेहरा पाहून माझ्या मनात गुंडाळी करून राहिलेला नाग हळूहळू सैलावत गेला. मला पाहून मनोदांच्या वृद्ध डोळ्यांमध्ये गमतीशीर चमक आली.

"चेतूऽऽ, सुखदेवला पाहिलं ना की, मला नेहमी तो प्रसंग आठवतो जेव्हा तो कुणा एकाचं शिर छाटून टाकण्यासाठी पार सिलीगुडीपर्यंत गेला होता. याने माझ्या गळ्याभोवती टॉवेल टाकला की, मी देवाचं नाव घेत बसलेला असतो! न जाणो, माझा नंबर लागायचा! तुला माहिती आहे का, याला मी एकाचं मुंडकं उडवताना बघितलेलं आहे. त्या वेळी मी घाबरून त्याच्या हातातली तलवार घेण्यासाठी धावलो होतो. ...तर याने मला काय सांगावं? हा म्हणाला, 'घाबरू नका, दादा. थेंबभरही रक्त येणार नाही.' पूर्वीच्या काळी आम्ही ग्रद्धा मलिक शिरच्छेद करूनही न्यायदान करायचो."

मनोदांचं बोलणं ऐकत, त्यांचे केस कापत बसलेल्या काकूंनी मोठा उसासा टाकला आणि म्हणाले,

"हिच्या वडिलांच्या लेखी, मी एक कोंबडीसुद्धा मारू शकत नाही आणि ते खरंही आहे म्हणा!"

आता काकूंनी मनोदांच्या चेहऱ्यावर दाढीचं क्रीम फासायला घेतलं. त्याचा विशिष्ट वास अख्ख्या दुकानात पसरला. मी काकूंचं दुकान निरखू लागले. फळ्यांवर

रचून ठेवलेले दाढीचे ब्रश, काचांना तडा गेलेले दोन आरसे, उत्तम कुमारच्या चित्रपटातलं गाणं दाखवत कोपऱ्यात उभा असलेला एक जुनाट टी.व्ही... जल्लाद बनणं आपल्या नशिबात नाही हे लक्षात आल्यावर, काकूंनी बरीच कामं करून बघितली. त्यांनी रिक्षा चालवली होती, एका दुकानात हिशेबनीस म्हणून नोकरी करत होते, अगदी गिरणीतही काम केलं होतं... पण यांपैकी कोणत्याही कामामध्ये ते फार काळ टिकले नाहीत. अखेर त्यांनी न्हाव्याचं दुकान थाटलं.

मनोदांच्या पांढऱ्याशुभ्र केसांमधून हात फिरवत असलेल्या काकूंना पाहून, मला वाजिद अली शहाची आठवण होऊ लागली.

मध्येच, काकू मला म्हणाले,

"तुला नाही समजणार, चेतू... फार विचित्र काळ होता तो. आम्ही मुळातच तसे होतो की परिस्थितीने आम्हाला तसं बनायला भाग पाडलं, हे आता नाही सांगता येणार... मला आजही ज्योतिरमोयीचा चेहरा डोळ्यांसमोर येतो..."

मनोदांनी काकूंकडे चमकून बघितलं. मी मात्र त्यांना गोंधळून विचारलं,

"कोण?"

काकूंनी उसासा टाकला आणि स्वतःशी बोलल्यागत सांगू लागले,

"ज्योतिरमोयीमुळे तर पुढचं सगळं उलगडत गेलं... शेताकडून रस्त्याकडे जाणारे पायाचे छाप तिनेच तर सर्वांत आधी बघितले."

काकू मला तेराई गावात घडलेल्या घटनेबद्दल सांगत होते. मला कनू सान्याल, चारू मुजुमदार आणि जन्गाल संथालने सुरू केलेल्या 'स्प्रिंग थंडर' चळवळीबद्दल मुळीच ऐकायचं नव्हतं; पण ज्योतिरमोयीची गोष्ट रोचक होती. शेतातून घरी न आलेल्या आपल्या वडिलांचा शोध घेत असताना, ज्योतिरमोयीला मातीमध्ये पायाचे छाप दिसले. तिने गावकऱ्यांना सावध केलं. एकेक करून, प्रत्येक घरातला कर्ता पुरुष गायब होऊ लागला. मग ज्योतिरमोयीने घराघरांत फिरून बायकांना एकत्रित केलं. एके दिवशी भल्या पहाटे सगळ्या बायका शेतात जाऊन लपल्या. थोड्या वेळाने त्यांनी पाहिलं की, पोलीस आले आणि शेतात काम करणाऱ्या मजुरांना जबरदस्तीने ओढून, त्यांच्या तोंडात बोळे कोंबून, त्यांना आपल्या गाडीत बसवू लागले. सगळ्या बायका लपलेल्या ठिकाणाहून बाहेर आल्या आणि त्यांनी पोलिसांची अडवणूक केली. जेव्हा त्यांना सांगितलं गेलं की, भाडं न भरलेल्या लोकांना पोलीस उचलून नेत आहेत, तेव्हा गावात एकच कल्लोळ माजला! जमावाचा रोष बघून पोलीस पळून गेले; पण नंतर मोठी फौज घेऊन परत आले. त्या वेळी गावकऱ्यांनी पोलिसांवर बाण मारायला सुरुवात केली. जन्गाल संथालच्या बाणाने इन्स्पेक्टर सोनाम वांगडी जखमी झाला.

"चेतूदी! वांगडीला पडलेलं बघून, पोलिसांमध्ये जी घबराट पसरली ती तू

बघायला पाहिजे होतीस! चक्क आपल्या बंदुका आणि बूट फेकून, ढुंगणाला पाय लावून ते पळून गेले!'' मनोदा लहान मुलासारखे चीत्कारले.

''तीच बंदूक उचलून चालवायला शिकली ना ती!'' काकू उद्गारले.

''हो ना! काय सुंदर नेम होता तिचा!''

पोलीस पुन्हा एकदा परत आले. या वेळी ते आणखी मोठाली शस्त्रं आणि फौजफाटा घेऊन आले. गावकऱ्यांनी त्यांना जोरदार विरोध केला. जे हाताला लागेल त्याने पोलिसांना काळंनिळं होईपर्यंत मारत सुटले. काही बायका तर लहान बाळांना पाठीवर घेऊन त्या मारामारीत घुसल्या; पण दुर्दैवाने, त्या धुमश्चक्रीत नऊ बायका आणि दोन मुलं पोलिसांच्या पायाखाली चिरडून मरण पावली.

''ज्योतिरमोयी...?''

''नाही, ती...''

काकू रडू लागले.

''शेवटपर्यंत तिचा मृतदेह मिळाला नाही आणि जोपर्यंत मृतदेह मिळत नाही, तोपर्यंत व्यक्ती मृत आहे असं कसं समजायचं?''

काकूंचं ज्योतिरमोयीवर खूप प्रेम होतं. मी काकूंकडे थक्क होऊन पाहत बसले. असं वाटलं, मी एका पूर्णतः नवीन माणसाला भेटते आहे. असा माणूस, ज्याने ज्योतिरमोयीसारख्या वाघिणीवर प्रेम केलं, इंदिरा गांधीच्या विरोधात बंड पुकारलं आणि मग पुढचं आयुष्य स्यामिली काकीच्या धाकामध्ये वाया घालवलं.

मनोदांनी स्वतःला आरशात निरखलं. मग ते दुकानाबाहेर पडले. मीही त्यांच्यासोबत बाहेर पडले. काही वेळाने मनोदा माझ्याकडे वळून म्हणाले,

''चेतू, तुला काय वाटलं... मी इथे फक्त केस कापायला आलो होतो का? नाही, तसं नव्हतं. मी त्या मुलाबद्दल बरीच विचारपूस केलेली आहे. अवली ध्यान आहे – बाप नक्षलवादी, आई वेश्या आणि पोरगा काय बनतो? पत्रकार! वा! रे वा!''

मी चपापले!

''नक्षलवादी? कोण?''

''तुझ्या मित्राचा बाप. त्याचं नाव मित्रान होतं. १९६७ च्या सुमारास, तो इथे स्थायिक झालेला होता. कोलकाता विश्वविद्यापीठामध्ये इंग्रजी वाङ्मयाचा विद्यार्थी होता. चल, आपण चहा घेऊ या?''

''हिच्या बापाच्या दुकानातून? काही नको!'' आमच्या मागून आलेले काकू कुरकुरले. ''मी मुळीच घेणार नाही. गेले कित्येक दिवस दादा माझ्याशी एक शब्दही बोललेला नाही. मला असं वाळीत टाकण्यासारखं काय केलंय मी? मी त्या घरातलं थेंबभर पाणीसुद्धा पिणार नाही.''

"बरं, बरं. तिथून नको. आपण दुसरीकडे जाऊ; मग तर झालं?" असं म्हणत, आम्हाला सोबत घेऊन मनोदा चालू लागले.

आम्ही रेल्वेच्या रुळांपलीकडे असलेल्या कोमलदाच्या चहाच्या टपरीवर पोहोचलो. या दुकानाच्या डावीकडेच, कधीकाळी सिरकार मामा काम करत असत. बसायला जागा नव्हती; म्हणून मग आम्ही कुल्हड हातात घेऊन उभ्यानेच चहा पिऊ लागलो. संजीवकुमारबद्दल नव्याने मिळालेली धक्कादायक बातमी माझ्या मनात घिरट्या घालत होती. शेवटी परतीच्या वाटेवर मी मनोदांना विचारलं,

"मनोदा, हे खरं आहे का? तुम्ही मला जे सांगितलं ते?"

उत्तरादाखल त्यांनी हळुवारपणे माझा हात हातात घेतला. मग आम्ही घरी पोहोचलो तसा माझ्या खांद्यावर आश्वासक हात ठेवून, ते म्हणाले,

"जो मुलगा तुझ्याशी लग्न करायचं म्हणतोय, त्याच्याबद्दल माहिती मिळवणं माझं कर्तव्य नाही का चेतू?"

माझ्या डोळ्यांत टचकन पाणी उभं राहिलं. मनोदा पुढे सांगू लागले,

"त्याचे वडील क्रांतिकारी होते. त्यांचं बंड अपयशी ठरल्यावर ते कोलकाता सोडून निघून गेले. जाताना ते एका मुलीला सोबत घेऊन गेले. ती मुलगी चार-पाच वर्षांनी परत आली."

"हे सगळंच फार गूढ आहे, मनोदा!" मी पुटपुटले.

"असू दे, चेतू. त्याच्याशी आपल्याला काही देणं-घेणं नाही. मला काळजी वाटते ती या गोष्टीची की, जतिंद्रनाथला फाशी होणार की नाही? एखाद्याला मारणं सोपं असतं का गं?"

इतक्यात, काकू धापा टाकत आमच्याजवळ पोहोचले.

"मनोदा, ज्या व्यक्तीचा मृत्यू माझ्या हाती लिहिलेला आहे, त्याला मी नक्कीच संपवून टाकीन!"

"एखाद्याचा जीव घेणं म्हणजे काय असतं, हे तुम्हाला तेव्हाच समजतं, जेव्हा तुम्ही दुसऱ्याला मारण्यासाठी आपला हात उचलता. तुमच्या आतमध्ये नेहमी एक आवाज असतो; एक व्यक्ती असते, जी तुम्हाला थांबवते. समोरच्या व्यक्तीला मारण्यासाठी, तुम्हाला आधी तुमच्या आतल्या व्यक्तीला मारावं लागतं."

मनोदांनी काकूंकडे बघितलं आणि ते पुढे म्हणाले,

"मला माहीत आहे तू काय विचार करतो आहेस ते; पण तसं नसतं. तुमच्या आतली व्यक्ती तुमच्यापेक्षा कित्येक पटीने बळकट असते."

"माझ्या आतून तर एखादी बाईच बाहेर येईल, हो ना मनोदा?" मी विनोद करण्याचा प्रयत्न केला.

पण, त्यावर मनोदा खेदाने मान हलवत म्हणाले,

"तेच तर सगळ्यात मोठं दुःख आहे. काही बायकांना खुद्द देवसुद्धा रोखू शकत नाही!"

"तुम्हाला असं म्हणायचं आहे का? चेतनाचा आतला आवाज जर बळावला तर ही फाशी रद्द होईल?"

"नाही. मला असं म्हणायचं आहे की, फाशी झाली तर आपण चेतनाला कायमचं गमावून बसू!"

त्या क्षणी मला, त्यांना हे सांगण्याची गरज वाटली नाही की, माझ्या आत एकाहून अधिक चेतना राहतात. ती रात्रसुद्धा मी तळमळत काढली. सतत असं वाटत राहिलं की, माझ्या खोलीमध्ये मृत्यू कुठेतरी दबा धरून बसलेला आहे.

त्याच्या हातात कॅमेरा आहे आणि त्या कॅमेऱ्याने तो माझी प्रत्येक हालचाल टिपतो आहे. तसेच माझ्या मनात काकूंबद्दलचे विचारसुद्धा रुंजी घालत होते. मला आठवतंय... १९८७ मध्ये काकू आमच्या या घरी कायमचे राहायला आले. त्या वेळी मी ५ वर्षांची होते. तोपर्यंत रामूदा वापरत असलेल्या खोलीमध्ये, काकूंनी आपला बाडबिस्तरा नेऊन आपटला होता. मग आपली ट्रंक उघडून, मला भरपूर बाहुल्या आणि खेळणी दिली होती. संध्याकाळपर्यंत खोलीची साफसफाई करून, नंतर ते अंघोळीसाठी गेले होते. रात्रीचे १० वाजले असतील... अचानक हेमूदा जोरजोरात दार ठोठावू लागले. मी दचकून जागी झाले.

"ए दीदी, बाहेर ये... बघ तिथे काय चाललंय! सुदेवदा आणि फणीदा मारामारी करत आहेत!"

"अरे देवाऽऽ! काय करू या मुलांचं?..." असं पुटपुटत, ठाकूमा चटकन उठून बाहेर धावली. मीसुद्धा डोळे चोळत तिच्यामागे गेले होते.

आमच्या दारावरून एका वृद्ध माणसाचं शव चाललं होतं. ती सगळी गर्दी जाईपर्यंत आम्हाला थांबणं भाग होतं. भर स्ट्रॅन्ड रोडवर बाबा आणि काकूंमध्ये जुंपली होती.

"आज मी तुझा जीव घेतो की नाही, बघ! हलकट कुठला!!" बाबा ओरडत होते.

अंत्ययात्रेसोबत आलेल्या काही युवकांसाठी बाबा आणि काकूंमधलं भांडण अधिक रोचक होतं. काकू बाबांच्या घट्ट पकडीमधून सुटण्यासाठी जीवतोड प्रयत्न करत होते. अखेर ठाकूमा आणि मा आल्या आणि त्यांनी त्या दोघांना वेगळं करून घरात नेलं. बाबा अजूनही ओरडतच होते.

"निर्लज्ज माणूस! याला धाकटा भाऊ म्हणायची लाज वाटते मला!"

"अरे काय झालं तरी काय?" ठाकूमाने विचारलं.

"अहो, तुम्हाला वेड लागलंय का? का त्या बिचाऱ्याला असं गुरासारखं

मारत आहात?'' – इति आई.

आईला काकूची बाजू घेऊन बोलताना ऐकून बाबांचा पारा अजूनच चढला. ते आईला मारायला धावले.

''उगाच मूर्खासारखं बोलू नकोस! तुला माहिती आहे का, हा कुठे होता ते? सोनागाचीमध्ये!''

''ईशऽऽ!! एवढंच ना?'' आई डोक्यावरून पदर घेत उद्गारली.

ठाकूमा तर खुदुखुदु हसू लागली!

''ईश! एवढंच ना? त्यात काय विशेष? तोसुद्धा पुरुष आहे ना? मग त्याने कुठे जायचं?''

''छी! काय हे? खुद्द जन्मदात्री आई असं बोलू लागली तर मग विषयच संपला!'' बाबांनी ठाकूमाला दटावलं.

''पण दादा, मी आत जात होतो, तेव्हा तूच तिथून बाहेर पडत होतास! मग एकटा मी दोषी कसा?'' काकू कुरकुरले.

त्यावर बाबा पुन्हा आपली तोफ डागू लागले. ठाकूमा उदासपणे डोकं हलवत बसली.

काकू आईकडे वळून म्हणाले,

''दीदी, मला माहीत आहे, तुमच्या कुणाचंही माझ्याबद्दलचं मत फारसं चांगलं नाही. तुम्हाला कुणालाही मी इथे नको आहे...'' असं म्हणून, डबडबलेल्या डोळ्यांनी काकू आपल्या खोलीत निघून गेले.

काकू गेल्यावर रामूदाने पुस्तकात डोकं घातलं, ठाकूमा पान चघळू लागली आणि आईने मला झोपायला पिटाळलं.

दुसऱ्या दिवशी, माझा निळा-पिवळा झगा गोल गोल फिरवत, मी ठाकूमाला विचारलं,

''काल बाबांनी काकूला इतकं का मारलं गं?''

त्यावर ठाकूमाने उत्तर दिलं,

''त्याच्या अंगात दार्जिलिंगचं भूत शिरलं होतं, म्हणून!''

आजही ठाकूमाच्या आवाजातली ती वेदना मला जाणवते. 'भविष्याथ'मध्ये कामाला लागल्यानंतर मला दार्जिलिंगच्या भुताचं रहस्य उलगडलं होतं. १९८७ मध्ये ते भूत काकूच्या अंगात शिरलं होतं. १९७९ मध्ये जन्माल संथालची तुरुंगातून सुटका झाल्यानंतर काकू सावलीसारखे त्याच्या सोबत राहिले होते. अगदी संथालने स्वतःला दारूच्या नशेत बुडवून घेतलं, तेव्हासुद्धा! १९८७ मध्ये संथालचा मृत्यू होईपर्यंत काकू त्याच्यासोबत सतत निरनिराळ्या ठिकाणी भटकत राहिले होते. काकूंच्या आयुष्याच्या शोकान्तिकेने मला आजही तितकंच

पिळवटून काढलं, जितकं मला वयाच्या पाचव्या वर्षी काढलं होतं. त्याच विचारांच्या गर्तेत अखेर माझा डोळा लागला आणि ११ जुलैचा दिवस माझ्या आयुष्यातून निघून गेला.

त्यानंतर १२ जुलैचा दिवस मात्र माझ्यासाठी फारच महत्त्वपूर्ण ठरला. मैदानामध्ये एका तरुण मुलीने स्वतःच्या ओढणीने गळफास लावून आत्महत्या केली होती. निमताला घाटाकडे तिचं शव घेऊन जाणारी शववाहिनी नेमकी आमच्या दारासमोर बंद पडली. गाडी दुरुस्त होण्याची वाट बघत थांबलेले काही पोलीस बाबांची विचारपूस करायला आले.

"काय, फणीदा? काय खबरबात?"

बाबांनी त्यांना आदराने आपल्या चहाच्या दुकानात नेलं. मी अंघोळीला जात होते. तेवढ्यात माझी दृष्टी शववाहिनीमध्ये ठेवलेल्या मृतदेहावर पडली. क्षणभर मला ते काकूंचं शव असल्याचा भास झाला! सुजलेले डोळे, काळा पडत चाललेला चेहरा आणि कपाळावर चिकटलेले केस पाहून मला भीती वाटली. मी चटकन न्हाणीघरात शिरले. अंघोळ करून परत आले तरी ती शववाहिनी अजून तिथेच उभी दिसली. मृतदेहावर टाकलेल्या चौकड्यांच्या कपड्यावर एक अळी वळवळताना दिसली. बाबा आणि पोलीस हवालदार चहाच्या दुकानामधून बाहेर पडत होते.

"एक नाही, दोन नाही; तब्बल सहा आठवडे हा मृतदेह कुजत राहिला होता. अजून वाट बघण्यात अर्थ नाही. किडे पडू लागले आहेत..." त्यांपैकी एक हवालदार सांगत होता.

"चौकशी नाही झाली, बाबू?"

"झाली नाऽऽ... पण अद्याप एकच नाव समोर आलेलं आहे – सुजॉय. बघू, आमचा तपास सुरू आहे. चांगली मुलगी वाटत होती बिचारी..."

माझ्या मेंदूला मुंग्या आल्या! आपण ज्या मुलावर प्रेम करतो, विश्वास ठेवतो... त्याने अगदी सहजपणे आपला गळा आवळावा, या भावनेतली वेदना मला नाही समजणार तर अजून कुणाला? जड मनाने, मी तयार झाले आणि मनोदांची प्रुफं पिशवीमध्ये भरून निघतच होते, इतक्यात एक बाई माझा शोध घेत घरी आली.

"चेतूदी, मला ओळखलंस का?"

ती सुशीलादी होती; संजीवकुमारच्या घरातली मोलकरीण. तिचं आगमन फार अनपेक्षित होतं; पण खरा धक्का पुढे बसला – ती आमच्याकडे का आली आहे हे विचारेपर्यंत, सुशीलाच्या मागून त्रैलोक्यदेवी डोकावल्या!

"स्ट्रॅन्ड रोडवरच्या जल्लाद घराण्याचं घर शोधणं कठीण काम नव्हतं..."

तिचा कोकिळेसारखा आवाज घरात घुमू लागला. मला काही उमजेना. मी कसंबसं त्या दोघींचं स्वागत केलं.

"या ना, आत या..."

कधी नव्हे ते मला माझ्या घराची लाज वाटू लागली; पण त्रैलोक्यदेवीच्या चेहऱ्यावर कुठलेच वावगे भाव नव्हते. उलट तिने तितक्याच गोड आवाजात माझे आभार मानले आणि सुशीलादीला घेऊन रामूदाच्या पलंगावर एखाद्या महाराणीच्या थाटात विराजमान झाली.

तिला पाहून ठाकूमाचे डोळे विस्फारले! मी स्वयंपाकघरात धावत गेले आणि संजीवकुमारची आई आल्याचं माझ्या आईला सांगितलं.

"त्याची आई? बापरे!"

मी तशीच बाहेर आले. त्रैलोक्यदेवी आमचं घर निरखत होती.

"खूप जुनं घर आहे..." मी अवघडून सांगितलं.

"पूर्वी हा भाग गोठा म्हणून किंवा कोठार म्हणून वापरत असत. ही त्या काळची गोष्ट आहे, जेव्हा इथे राजेमहाराजांचं आधिपत्य होतं. तुम्हाला माहिती आहे, पूर्वी इथे अठरा फुलं देणारी झाडं होती? वाजिद अली शहाच्या पांढऱ्या कबुतरांच्या स्मरणार्थ!" आपलं आश्चर्य मावळून गेलेली ठाकूमा, आता उत्साहात आली होती.

आई पाणी घेऊन बाहेर आली.

"आज संजू बाबू नाही आले ते?"

"नाही, मी घाटावर पूजा करायला आले होते. आज माझ्या नवऱ्याचं वर्षश्राद्ध असतं."

"संजू बाबूंचे वडील?"

"हो. त्यांचं खरं नाव शंभू होतं; पण त्यांच्या वडिलांना ते नाव कधी आवडलं नाही. तुम्हा बंगाल्यांची दोन नावं आणि दोन रूपं असतात, अशी त्यांची धारणा होती.

माझ्याकडे बघून गोड हसत, त्रैलोक्यदेवी पुढे म्हणाल्या,

"फार चांगला माणूस होता तो... माझा नवरा... हुशार, शूर आणि इतरांसाठी जिवाची बाजी लावायलाही मागेपुढे न पाहणारा... पण..." असं म्हणून माझ्याकडे पाहत त्या पुढे म्हणाल्या, "बायकोला तसं करण्याची परवानगी नव्हती."

"काय करण्याची?" मी गोंधळून विचारलं.

तिने माझ्याकडे थंडपणे बघितलं; तिच्या नजरेत वात्सल्य आणि वेदना दोन्हींचं मिश्रण होतं.

"हेच! इतरांसाठी स्वतःचा त्याग करू देण्याची परवानगी!"

इतक्यात, ठाकूमा मला म्हणाली,

"जा, पटकन बाबांना बोलावून आण."

ठाकूमा हे विसरली होती की, ही त्याच माणसाची आई आहे ज्याने तिचं सोन्याचं नाणं चोरलं होतं.

"नाही, नको. मी पुन्हा कधीतरी येईन..." असं म्हणून त्रैलोक्यदेवीने आमचा निरोप घेतला.

मी तिला दरवाजापर्यंत सोडायला गेले, तसं ती मला म्हणाली,

"चल, चेतना; मी तुला कार्यालयापर्यंत सोडते."

आता मला तिची भुरळ पडू लागली होती; तिच्यासोबत असल्यावर मनाला बळकटी मिळत होती. मी माझी झोळी घेतली आणि तिच्यासोबत गाडीत बसले. तिची चकचकीत, प्रशस्त गाडी पाहून आमच्या गल्लीतल्या सगळ्या लोकांच्या भुवया आधीच उंचावल्या होत्या. निमेश्वर मंदिरावरून गाडी गेली, तसं पुढच्या आसनावर बसलेल्या सुशीलादीने मनोभावे हात जोडले. त्रैलोक्यदेवी 'बाबुल मोरा...' आळवू लागली.

काहीतरी संभाषण व्हावं या हेतूने, थोड्या वेळाने त्रैलोक्यदेवी म्हणाली,

"आजकाल घाटावर पाऊल ठेवायला जागा नसते, नाही का? भिकाऱ्यांचा सुळसुळाट झाला आहे नुसता!"

"अठराव्या शतकामध्ये, कोलकात्यात प्रथम भिकारी दिसू लागले. कोलकाता निर्माण करण्यासाठी ज्या शेतकऱ्यांच्या जमिनी हडपल्या गेल्या, त्या बिचाऱ्यांचं उपजीविकेचं साधन हिरावून घेतलं गेल्यामुळे ते भीक मागू लागले. ज्या जमिनीवर त्यांची मालकी होती, त्याच जमिनीवर उभ्या राहिलेल्या चकचकीत दुकानांमधून एक-दोन पैसे गोळा करत त्यांना गुजराण करावी लागत होती. सुरुवातीला, दुकानदार त्यांना पैसे द्यायचे; पण मग जशी त्यांची दुकानं चालू लागली, तसे ते पैसे देईनासे झाले. मग या भिकाऱ्यांनी एकजूट होऊन, त्या व्यापाऱ्यांवर खटला दाखल झाला होता."

"तुला हे सगळं कसं माहीत?" त्रैलोक्यदेवीने आश्चर्याने विचारलं.

"जीबनदास बैरागी, बासुदेव बरमरचारी आणि अजून काही भिकाऱ्यांनी मिळून दाखल केलेली तक्रार, माझ्याच एका पूर्वजाने लिहून घेतली होती."

"ओऽऽ, असं होय!"

"संजू बाबूचे पूर्वज – नरेन दकात तोपर्यंत कोलकात्याला पोहोचलेले नव्हते."

नरेन दकातचं नाव ऐकताच, त्रैलोक्यदेवीच्या डोळ्यांमध्ये कुतूहल जागं झालं. इतिहासासारखं उत्तम शस्त्र नाही, हेच खरं! एखाद्या बेसावध क्षणी इतिहासाचा बाण आपल्या मनात रुतला की, आपण पुरते हतबल होऊन जातो! माझ्या

पूर्वजांची नरेन दकातशी भेट होईपर्यंत, कोलकात्यात इतके भिकारी फोफावले होते की, शहरातल्या धनाढ्य व्यापाऱ्यांपैकी एक असलेल्या कृष्णचंद्र घोषाल आणि त्यांचा मुलगा जयनारायण यांनी चक्क भिकाऱ्यांची मोजणी करण्याचा घाट घातला होता. आंधळे, लुळे-पांगळे, वृद्ध, अनाथ, विधवा आणि वेश्या असलेले भिकारी मिळून त्या वेळी तब्बल पाचशेच्या वर आकडा गेला होता. बहुतेक भिकारी एकाच प्रकारे मरत होते – वेगाने चाललेल्या घोडागाडीच्या चाकाखाली चिरडून! घोडागाडीत बसलेल्या एका माणसाला तरी आपण अनवधानाने मारलेल्या एखाद्या भिकाऱ्याची दया आली असेल का? मला नाही वाटत.

कार्यालय जवळ आलं, तसं मी गाडीच्या चालकाला सांगितलं,

''मला इथे उतरवा, दादा. मी इथून चालत जाईन.''

मात्र, त्रैलोक्यदेवीने मध्यस्थी केली आणि म्हणाली,

''पवनदा, थांबू नका. चेतना, तुझी हरकत नसेल, तर आपण आज घरी जाऊ या का? मला तुझ्याशी बोलायचं आहे.''

मी तिच्याकडे चमकून बघितलं.

''माझ्याशी? कशाबद्दल?''

त्रैलोक्यदेवीने गाडीच्या आसनावर डोकं टेकवलं आणि म्हणाली,

''मला तुझ्याशी बोलायला छान वाटतं. हे बघ, मी आज ५३ वर्षांची आहे. या वयात माणसाला अन्न किंवा औषध नको असतं; त्याला फक्त मनमोकळ्या गप्पा मारण्यासाठी एक सवंगडी हवा असतो.''

तिच्या आवाजातल्या प्रामाणिकपणाने माझं मतपरिवर्तन झालं. आम्ही अविनाश कविराज मार्गावर पोहोचलो. अपराजिता अपार्टमेंटचे दरवाजे उघडेपर्यंत, मी आजूबाजूचा परिसर निरखू लागले. रस्त्यावर तसा शुकशुकाट होता. एक शाळकरी मूल आणि चाळिशीतला एक माणूस असे दोघे सोडल्यास तिथे कुणीच दिसत नव्हतं. गाडी आत शिरली; मी नऊ पायऱ्यांवरून घरात शिरले. या वेळी मी घरातल्या कर्त्या स्त्रीची पाहुणी म्हणून आले असल्याने, अगदी मानात आत गेले. सवयीनुसार माझे डोळे संजीवकुमारचा वेध घेऊ लागले. आम्ही त्रैलोक्यदेवीच्या खोलीमध्ये आलो. तिने ए.सी. सुरू केला आणि पलंगावरच्या उशांवर रेलून बसली. तिने मला आपल्या जवळ बसायला बोलावलं; पण मी लाजून पलंगाच्या दुसऱ्या बाजूला टेकले.

''तुझा चेहरा फार ओळखीचा वाटतो, माहीत आहे?''

तिने समोरचा टी.व्ही. लावला.

''कदाचित, तुम्ही मला टी.व्ही.वर बघितलं असेल?''

ते ऐकून, त्रैलोक्यदेवी उठली आणि जवळच उभारलेल्या आरशाकडे निर्देश

करून म्हणाली,

"नाही, तिथे नाही. इथे, या आरशात."

मला काही उमजेना. माझ्या चेहऱ्यावरचा संभ्रम बघून, ती माझ्या जवळ येऊन प्रेमळपणे म्हणाली,

"तुझ्याकडे पाहिलं की, मला माझ्या तारुण्यातल्या स्वतःच्या चेहऱ्याकडे बघते आहे, असं वाटतं."

ती हसली; पण मी नाही हसू शकले.

"त्याने तुला माझ्याबद्दल काहीच सांगितलेलं नाही, हो ना?"

"इतकंच की, त्याची आई जिवंत नाही!" मी गहिवरलेल्या आवाजात सांगितलं. "मला समजत नाही की, तो माझ्याशी खोटं का बोलला? कुठला मुलगा आपल्या जिवंत आईला मृत म्हणून सांगू शकेल?"

माझ्या औदासीन्यावर त्रैलोक्यदेवी प्रसन्नपणे हसत म्हणाली,

"कोण नेमकं कसं निवर्तलं हे आपण सांगू शकत नाही, चेतना! स्वामी विवेकानंद ध्यानस्थ असताना गेले. त्यांच्या नाका-तोंडातून आणि मिटलेल्या डोळ्यांच्या कडांमधून रक्ताचे थेंब ओघळत होते."

"त्यांनी महासमाधी घेतली होती, त्रैलोक्यदी. कदाचित, त्यांच्या कवटीच्या ब्रह्मरंध्रातून त्यांचा आत्मा उडून गेला असावा."

त्रैलोक्यदेवी माझ्याकडे कुतूहलाने पाहू लागली. मी पुढे म्हणाले,

"असं तेव्हाच होतं, जेव्हा व्यक्तीची समाधी लागलेली असेल. माणसाला जेव्हा फाशी दिली जाते, तेव्हा त्याचा प्राण त्याच्या अंगाच्या नऊ छिद्रांपैकी एकातून निघून जातो. पाणी भरलेल्या प्लॅस्टिकच्या पिशवीला भोकं पाडून, पिशवी जोरात दाबली तर काय होईल? तसंच काहीसं होतं."

त्रैलोक्यदेवीच्या चेहऱ्यावरचा विस्मय पाहून मला गंमत वाटत होती.

"जीवाचा प्रवाह निरनिराळ्या दिशांमध्ये विखुरला जातो. ठाकूमा सांगते की, तळघरात पडलेले आत्मे, अगदी तडफड करत स्वतःचे विखुरलेले तुकडे शोधत राहतात. काही तसेच पडून राहतात; तर काही आत्मे तळघरातून मृतदेह बाहेर काढायला आलेल्या माणसांच्या पायाखाली चिरडले जातात."

काही वेळ, त्रैलोक्यदेवी काहीच बोलली नाही. मग अचानक विषय बदलत उद्गारली,

"त्याची विनोदबुद्धी खूप मस्त होती! त्याचे वडील मद्रासी होते; त्या लोकांची विनोदबुद्धी असतेच छान! विशेषतः जेव्हा ते बायकांबद्दल किंवा त्यांच्या लेखी कनिष्ठ असलेल्या माणसांबद्दल विनोद करतात तेव्हा!"

तिने पुन्हा टी.व्ही.चा रिमोट उचलला आणि दुसरा कार्यक्रम लावला. समोर

चाललेल्या दृश्याकडे कटाक्ष टाकत, तिने माझ्याकडे पाहून स्मित केलं. मला ही बाई आवडली होती. तिच्यात एक निराळं लालित्य होतं. पैसे घेऊन पुरुषाला आपलं शरीर वापरू देणाऱ्या इतर बायकांमध्ये स्वतःबद्दल असलेल्या आत्मद्वेष किंवा तिटकाऱ्याचा तिच्यात लवलेश नव्हता. प्रेमाच्या ढगावर स्वार होऊन आयुष्याचा मनमुराद आनंद लुटणाऱ्या षोडशवर्षीय ललनेचा उत्साह, आजही त्रैलोक्यदेवीच्या तन-मनात वाहत होता.

"चेतना, तुमच्यात नेमकं काय बोलणं झालं? मलाही त्याचा इतिहास सांग की जरा."

"मला फारसं काही माहीत नाही होऽऽ. फक्त नरेन दकातबद्दलच्या काही नोंदी अजून अस्तित्वात आहेत. त्याबद्दल मी त्याच्याशी बोलले होते..." असं सांगून, मी त्रैलोक्यदेवीला नरेन दकातची कहाणी सांगितली. तिच्या चेहऱ्यावर आश्चर्य पसरलं.

"तू म्हणतेस ते योग्य असावं. तू जो काळ सांगते आहेस, त्यानंतर सुमारे तीस वर्षांनी संकरन आपल्या वडिलांचा शोध घेत, कोलमवरून कोलकात्याला आला होता. तो मोठा व्यापारी होता आणि त्याने आपल्या या प्रवासाबद्दल लिहून ठेवलं होतं."

फोर्ट व्हिलियममधली रात्रीची तोफ डागली गेली, तसं राइटर्स बिल्डिंगमधल्या कर्मचाऱ्यांनी आपली कामं आटोपती घेतली. त्याच वेळी एक लाकडी पेटी आणि एक वळकटी एवढंच सामान घेऊन, विशीतला एक तरुण शहरात दाखल झाला. शहरातले झगमगते दिवे, ऐटीमध्ये दौडत जाणाऱ्या घोडागाड्या, मोठाले व्हरांडे आणि गच्च्या असलेले वाडे हे सर्व पाहून तो मंत्रमुग्ध झाला! रात्री पाठ टेकण्यासाठी कुठे जागा मिळते का याचा शोध घेत, तो जेव्हा चितपूर रोडवरून सोभा बाजारात शिरला, तेव्हा आपण अचानक एखाद्या मेळ्यामध्ये तर पोहोचलो नाही ना, असं त्याला वाटू लागलं! सगळीकडे माणसांची रेलचेल होती. बेलाची फुलं विकणारी दुकानं, उत्कृष्ट मिठाई विकणारी मिष्टान्न भांडारं असा थाट पाहून, तो आपली वळकटी आणि पेटी घेऊन बावळटासारखा उभाच राहिला! नव्यानेच शहरामध्ये दाखल झालेल्या त्या तरुणाला हे कसं माहिती असणार की, तो ज्या ठिकाणी पोहोचला होता, तो कोलकात्यामधील काळा भाग होता आणि तिथे केवळ रात्री जाग असे. राहण्याच्या जागेच्या शोधात तो गरनगता लेनवरून चालत राहिला. मध्ये अप्सरेचं रूप घेऊन, बेसावध तरुणांना आपल्या हिडीस घशात घालण्यासाठी आतुर असलेली सोनागाची नावाची हडळ त्याची वाट बघत होती!

सोनागाचीमधल्या दलाल आणि वेश्यांनी संकरनला हैराण करून सोडलं.

कुणी त्याचे कपडे ओढू लागलं, तर कुणी त्याचे हात पकडू लागलं. घाबरलेल्या संकरनने कसंबसं त्यांच्या तावडीतून स्वतःला सोडवलं आणि पत्तुरिया घाटातून थेट हुगलीपर्यंत पळ काढला. त्रैलोक्यदेवीला या घटनेचं खूप हसू आलं.

"संकरन इथून तांदूळ नेत असे; येताना तिथून वेलची आणि मिरे आणत असे. पुढे तो फार श्रीमंत झाला. कोलकात्यामधील बऱ्याचशा प्रशस्त इमारती त्याच्याच होत्या. त्यांपैकी एक इमारत विकून, त्याच्या नातवाने माझ्याशी लग्न केलं होतं..."

"आणि त्यांच्या मुलाचं काय?" मी कुतूहलाने विचारलं.

"संकरनचा मुलगा, कलारी शस्त्रामध्ये तरबेज होता. त्याने कोलकात्यामध्ये व्यायामशाळा काढण्यासाठी पुढाकार घेतला होता. तो सुभाषचंद्र बोसच्या इंडियन नॅशनल आर्मीमध्येही कार्यरत होता. बोससोबत काम करण्यासाठी तो जर्मनीला गेल्यानंतर पुढे त्याला कुणीही बघितलं नाही. मात्र, जर्मनीला जाण्याच्या काही महिने आधी तो आपल्या घरी गेला होता आणि तिथे लग्न केलं होतं. त्या लग्नबंधनातून जन्माला आलेला मुलगा, मित्रान – म्हणजेच तुझ्या संजू बाबूचे वडील."

त्रैलोक्यदेवी आता आठवणींमध्ये रममाण झाली होती.

"मित्रान कोलकाता विश्वविद्यापीठामध्ये शिकण्यासाठी इथे आला होता. तो काळ काही औरच होता. आल्याआल्या त्याने बंडामध्ये भाग घेतला. महाविद्यालयात असताना आमची भेट झाली. बघताक्षणी मी त्याच्या प्रेमात पडले होते.

"त्रैलोक्यदी! तुम्ही महाविद्यालयात गेला होता?" मी आश्चर्याने उद्गारले.

"हो गं... शाळेत असताना मी पहिली आले होते; पण दुर्दैवाने मला माझं उच्च शिक्षण पूर्ण करता आलं नाही. तोपर्यंत मित्रान कैदेत होता. त्याची सुटका झाल्यावर त्याने मला थेट केरळला नेलं. संजू तिथेच जन्मला..."

"आणि मग तुम्ही परत आलात..."

"हंऽऽ..." ती उसासा टाकत म्हणाली.

मला त्रैलोक्यदेवीच्या जीवनगाथेबद्दल काय म्हणावं, समजत नव्हतं. प्रेमात पडून लग्न केलेली ही बाई... लग्न झाल्यावर त्यांच्यातलं प्रेम संपून गेलं. तिचा प्रियकर आता तिचा नियामक बनला होता. ती कुठे जाते, का जाते यावर त्याची सतत करडी नजर असे. अशा परिस्थितीत, तिच्या घराण्याने त्रैलोक्यदेवीला पुरुषाचं प्रेम मिळवण्याबद्दल आणि राखण्याबद्दल जे काही शिकवलं होतं, ते सगळं व्यर्थ ठरलं होतं. मित्रानला आपल्या बायकोची भीती वाटायची. तिच्या रूपाची. तिच्या सुमधुर आवाजाची, तिच्या धैर्याची... आणि तिच्या आनंदाचीही! अखेर मित्रानसोबत जगणं असह्य झालं तशी त्रैलोक्यदेवी निघून आली. त्याने

तिला आपला मुलगा दिला नाही; तिनेही त्याला न्यायचा हट्ट धरला नाही. त्यांचा मुलगा अठरा वर्षांचा असताना मित्रानचा मृत्यू झाला, तेव्हा त्रैलोक्यदेवीने आपल्या मुलाला – संजीवकुमारला तिच्यासोबत कोलकात्यामध्ये राहायला यायचं निमंत्रण दिलं. तो आला. कारण त्याच्यासमोर दुसरा पर्याय नव्हता. आजही तो इथे राहतो. कारण त्याच्याकडे दुसरा पर्याय नाही.

थोडा वेळ आम्ही दोघी गप्प बसून राहिलो. माझ्या मनामध्ये संजीवकुमारच्या सगळ्या प्रवासाचा आराखडा तयार होत होता. त्रैलोक्यदेवी दुःखी चेहऱ्याने गतस्मृतींना उजाळा देत होती. मग जरा वेळाने तिने आपल्या चेहऱ्यावरून हात फिरवला आणि पुन्हा आपला आनंदी मुखवटा चढवून म्हणाली,

"जाऊ दे! सोड ते सगळं. तुला माहीत आहे, मी जेव्हा केव्हा जल्लाद हा शब्द ऐकते ना, तेव्हा मला फणीभूषण ग्रद्धा मलिकचाच चेहरा आठवतो. ते सतत टी.व्ही.वर किंवा वर्तमानपत्रात झळकत असतात ना, म्हणून!"

थोड्या वेळाने त्रैलोक्यदेवी पलंगावरून उठली आणि एखाद्या नर्तकीच्या सहजतेने खोलीमध्ये विहार करू लागली. मग ती पुन्हा पलंगाजवळ आली आणि माझ्याकडे रोखून पाहू लागली. त्या क्षणी फक्त ती खोली, तिथली थंडगार फरशी आणि अवाढव्य लाकडी सामान एवढंच खरं आहे, असं वाटू लागलं. मी सहज मागे वळून बघितलं, तर भिंतीवर मनसा देवीचं चित्र लावलेलं होतं. डोक्याभोवती सर्पांचा वेढा आणि मांडीवर लहान मूल असलेल्या देवीचं ते चित्र पाहून मी चकित झाले. तेवढ्यात त्रैलोक्यदेवीने मला विचारलं,

"तुला फाशी देताना भीती वाटणार नाही का गं?"

काय उत्तर देणार होते मी या प्रश्नाचं? एखाद्याचा प्राण घेताना नेमकं कसं वाटतं, हे मी स्वानुभव घेतल्याशिवाय सांगू शकणार नव्हते. मी त्रैलोक्यदेवीला हे सगळं समजावणार इतक्यात सुशीलादी धापा टाकत आली.

"दीदी, चेतनासाठी कुणीतरी इथे आलेलं आहे..."

"माझ्यासाठी? इथे?"

तेवढ्यात, बाहेरून आवाज आला,

"चेतूऽऽ!"

बघते तर मनोदा आपला लंगडा पाय सावरत, पाण्याने डबडबलेल्या डोळ्यांनी जिना चढू पाहत होते. मी एकवार त्यांच्या पांढऱ्या पडलेल्या चेहऱ्याकडे बघितलं आणि माझ्या लगेच लक्षात आलं : आम्हा दोघांना प्रिय असणाऱ्या कुणाचातरी मृत्यू झाला होता!

४५

"मनुष्य मेला की, त्याच्यासाठी सोळा नरकांचे दरवाजे वाट पाहत असतात," – काही विशेष घडलं नसल्याच्या आविर्भावात ठाकूमा मला सांगत होती. "आठ उष्ण असतात, तर आठ थंड! अर्बुद नरक या थंड नरकांपैकी पहिलं असलेल्या ठिकाणी प्रत्येक आत्म्याच्या खाती जमा असलेलं कर्म एकत्र केलं जातं – मोहऱ्यांना पोत्यामध्ये कसं भरलं जातं तसं. ही जागा म्हणजे दोन विशाल डोंगरांमध्ये वसलेलं एक विस्तारलेलं पठार आहे. आत्मा तिथे पोहोचला की, तिथे सतत वाहणाऱ्या बर्फाळलेल्या वाऱ्याने त्याला काटे येत राहतात. शेवटचं कर्म मोजलं जाईपर्यंत आत्म्याला तिथेच थांबावं लागतं. प्रत्येक कर्मासाठी एक शतक असा हिशेब असतो. फिटलेल्या कर्मांची फळं उपभोगल्यानंतर, न फिटलेल्या कर्मांचा हिशेब पूर्ण करण्यासाठी आत्म्याला पुन्हा जन्म घ्यावा लागतो."

हे सगळं जितकं भीतीदायक होतं, त्याहीपेक्षा या कल्पनेने माझा थरकाप उडाला होता की, नरकामध्ये प्रवेश करणारा प्रत्येक आत्मा, आपल्या आधीच्या जन्माच्या आठवणींचं गाठोडं घेऊन तिथे जात होता.

१२ जुलै रोजी स्ट्रॅन्ड रोडवर माणसांची अफाट गर्दी जमलेली असताना, ठाकूमा हे सगळं शांतपणे बोलू शकत होती, ही माझ्या लेखी विलक्षण गोष्ट होती. वयाच्या एकोणिसाव्या वर्षापासून मृत्युगाथा सांगत आलेले, न्यायदान करत आलेले आणि हजारो वाचक-दर्शकांच्या परिचयाचे असलेले माझे बाबा, एका कोपऱ्यात अस्वस्थपणे सिगारेट ओढत बसले होते. माझी आई एका कोपऱ्यात बसून ढसाढसा रडत होती. मला तर टी.व्ही.वरचा कार्यक्रम बघत असल्यासारखं वाटत होतं. अंगणामध्ये रक्ताने माखलेला सुरा पडला होता; त्याच्याभोवती पोलिसांनी पांढऱ्या खडूने वर्तुळ आखलेलं होतं. जमिनीवरच्या शेवाळावर रक्ताचे ओघळ पसरू लागले होते.

"सम्राट अशोकाने या पृथ्वीवर नरकाची स्थापना केली; पण नुसतं बांधून उपयोग नाही ना, चेतू छोटडी? ते नीट चालवावंसुद्धा लागतं. म्हणून मी नेहमी म्हणत असते की, आपण नसतो तर कोणत्याही राजाला इथे नीट राज्य करता आलं नसतं."

ठाकूमाचा आवाज विचित्रपणे वाढत चालला होता. शेजारून जाणाऱ्या पोलीस हवालदाराने आमच्याकडे बघून दात विचकले. अशोकाच्या नरकालासुद्धा सोळा दालनं होती. मृत्यूनंतरची सगळी भयानकता जिवंतपणीच भोगावी, असं त्याचं मत होतं. आपल्या वडिलांच्या नव्याण्णव राण्यांपासून झालेल्या नव्याण्णव सावत्र

भावंडांचा वध करून, अशोक सम्राटपदी विराजमान झाला होता.

"तुमच्यासारखी अर्धवट बाईच अशा वेळी इतिहासातल्या टुकार गप्पा मारू शकते! अहोऽऽ, कुठे फेडाल ही पापं? प्रसंग काय, तुम्ही बोलताय काय? उगाच नाही तुम्हाला शंभरी पार करूनसुद्धा इथे सडत ठेवलेलं आहे!" माझ्या आईचे अकांडतांडव सुरू झाले.

मी ठाकूमाशेजारी कोऱ्या चेहऱ्याने उभी असलेली पाहून, आईला आणखी संताप आला. तिने फाड्कन माझ्या थोबाडीत मारली आणि किंचाळली,

"तू काय बघत बसली आहेस, हंऽऽ?? त्या नराधमाचा आणि त्याच्या या म्हातारड्या आईचा नालायकपणा तुझ्याही डोक्यात शिरला वाटतं? एवढी लाज नाही तुला की, किमान डोळ्यांत दोन थेंब पाणी आणावं?"

मी गाल चोळत, केविलवाणं हसले. आईला हे समजण्यासाठी अजून बरीच वर्षं लागणार होती की, १८ मेनंतर मृत्यू समोर उभा ठाकल्यावर मला रडू येणं शक्य नव्हतं.

मला हसताना पाहून, आई आणखी भडकली.

"अगं, निर्दयी चांडाळणी! हसू कशी शकतेस तू?" ती टिपेच्या आवाजात किंचाळली.

तेवढ्यात, ठाकूमा मध्ये पडली.

"बास झाली तुझी बडबड! खूप बोललीस! अगं, बिनडोक बाई, तुला एवढंही समजत नाही की, तिच्या धमन्यांमध्ये ग्रद्धा मलिकांचं रक्त वाहत आहे. तिला मृत्यूची काय गं भीती? तुला माहीत आहे, जल्लाद होण्यासाठी सगळ्यात मोठा गुण काय लागतो ते? चातुर्य आणि त्यासोबत धिटाई. चेतूकडे हे दोन्ही गुण आहेत. ती आपल्या कुटुंबाचं नाव आणखी मोठं करते की नाही, बघच!"

ठाकूमाच्या बारीकशा कुडीमधून इतका दमदार आवाज कसा निघतो याचा मला नेहमी विस्मय वाटत आला आहे. त्या क्षणी माझ्या मनात विचार चमकून गेला की, ठाकूमा आपल्या मृत्यूनंतर कोणत्या जगात दाखल होणार आहे? निरार्बुद नरकाच्या खडकाळ रस्त्यावर चालू लागल्यावर थंडी पुन्हा आपले बर्फाळ दात विचकत, आत्म्याचे लचके तोडायला तयार राहणार होती. त्या थंडीचे सुळे अर्बुद नरकात काटा आलेल्या त्वचेमध्ये रुतल्यावर रक्त, पू सगळं फसफसून येणार होतं. मात्र, ते सगळं बाहेर पडताक्षणी त्यांचा बर्फ होणार होता. अशा बर्फाचे चटके आगीपेक्षा कित्येक पटीने तीव्र असतात. ही खूणगाठ मनाशी बांधून झाल्यावरच आत्म्याला निरार्बुद नरकातून पार होता येतं. त्यासाठी अर्बुद नरकापेक्षा वीसपट अधिक वेळ घालवावा लागतो.

आजूबाजूला जमलेल्या बायकांच्या घोळक्याकडे दुर्लक्ष करून, मी काकूंच्या

खोलीत शिरले. तिथे वाहिलेल्या रक्ताच्या पाटामध्ये माखलेले पोलिसांच्या बुटांचे ठसे अजूनही तसेच होते. पृथ्वीवरील आयुष्य जगताना, अशा प्रकारे थंडगार नरकात पडणं हासुद्धा अपूर्ण राहिलेलं कर्म फिटण्याचा एक मार्ग असतो, असं माझ्या त्या दिवशी लक्षात आलं.

मला आत आलेलं पाहून, १० वर्षांची चंपा जोरात भोकाड पसरून धावत आली.

"चेतूदीऽऽ!!"

तिच्या गालाला लागलेले रक्ताचे डाग पुसत मी तिला समजावू लागले,

"शूऽऽ, रडू नकोस, रडू नकोस..."

पण मग मलाच रडू कोसळलं.

"रारी कुठे आहे?" मी चंपाला जवळ घेत विचारलं.

तिने स्वयंपाकघराकडे बोट दाखवलं. आमच्या मोडकळीस आलेल्या स्वयंपाकघरात तर पत्रकारांची फौजच उभी होती. अर्थातच, संजीवकुमार मित्रा त्यांचा म्होरक्या बनला होता. बंदुकीमधून गोळ्या निघाव्यात तसे एकापाठोपाठ विचारले जाणारे त्याचे प्रश्न झेलत ५ वर्षांची लहानगी रारी तिच्या वयाला न साजेशा पोक्तपणे, जमतील तशी उत्तरं देत होती. माझ्या अंगाचा थरकाप झाला – भीतीने आणि संतापानेसुद्धा!

"मा आत आली, तेव्हा जेठूने तिच्या तोंडात मारली. बाबा मध्ये पडले; पण जेठूने मा-ला परत मारलं. मा त्याच्यावर ओरडली... आणि मग जेठू..." पत्रकारांना आपलं बोलणं लिहून घेण्यासाठी वेळ देत, रारी पुढे म्हणाली, "स्वयंपाकघरातून मोठा सुरा आणला आणि आईच्या गळ्यावर वार केला..."

त्या क्षणी मला हे जाणवलं की, अंगावर सरसरून काटा येणं ही गोष्ट काही प्रसंगी किती किळसवाणी वाटू शकते!

"सुखदेव ग्रद्धा मलिक – म्हणजे तुझ्या बाबांनी त्यांना थांबवलं नाही?"

"त्यांनी प्रयत्न केला; पण जेठू खूप बळकट आहेत. बाबा खाली पडले."

"अरेरेऽऽ..." संजीवकुमार उद्‍गारला.

'हा माणूस आत्तता नरकात शिरलेला आहे!' मी त्याच्याकडे बघत विचार करू लागले. आत्तता नरकात असताना भलेमोठे पर्वत सर करावे लागतात. हाहवा नरकात जाताना, त्याच पर्वतांवरून उतरावं लागतं. आत्तता नरक इतकं थंडगार असतं की, निरार्बुद नरकात झालेल्या जखमांमधून 'टट्...टट्' असा आवाज येऊ लागतो आणि आत्तता नरकातून हाहवा नरकात जाणारे आत्मे उलट्या दिशेने वाहणाऱ्या बोचऱ्या वाऱ्याच्या वेदनेने किंकाळ्या फोडू लागतात. त्यानंतर येतं हुहुवा नरक – जे असतं एक गोठलेलं तळं. आत्म्यांना त्या

तळ्यावरून चालत जावं लागतं. त्यामधल्या भेगांमध्ये ते निसटून पडले तर आतलं पाणी इतकं अति गार असतं की, त्यांच्या तोंडून साधा कण्हण्याचा आवाजही येत नाही. त्यानंतर येतं उत्पल नरक – जिथे आत्म्यांची पारदर्शक शरीरं बर्फाच्या अतिवृष्टीमुळे निळी पडू लागतात. तिथून ते पुढे जातात, पद्म नरकात – जिथे बर्फाऐवजी, बर्फाच्या महाकाय लाद्या आणि दगड आत्म्यांच्या अंगावर आदळू लागतात. शेवटी येतं महापद्म नरक – जिथे आत्मा खऱ्या अर्थाने तुटतो आणि त्याच्या आतलं सगळं बाहेर येऊन विखरू लागतं.

मला ठाकूमाला विचारावंसं वाटलं की, पृथ्वीवर हे सगळे नरक उभारलेल्या सम्राट अशोकाच्या आत्म्याचा मृत्यूनंतरचा प्रवास कसा झाला असेल? आजीवक पंथ अनुसरलेल्या सम्राट बिंबीसारने, त्याच मार्गाची वाटसरू असलेल्या सुभद्रांगी हिच्याशी लग्न केलं होतं. सम्राटाच्या दरबारातील मंत्र्यांनी आणि चाणक्यने बरीच वर्षं त्यांना एकमेकांशी संभोग करण्यापासून रोखून धरलं होतं. अखेर बऱ्याच वर्षांनी त्यांना एक मुलगा झाला. आपल्या तान्ह्या बाळाला हातात घेऊन, डोळ्यांतले अश्रू पुसत सुभद्रांगी उद्गारली होती : 'या बाळाने माझं कित्येक वर्षांच्या शोकाचं हरण केलं; म्हणून आजपासून याचं नाव अशोक असेल.'

"तो हरामखोर माणूस होता! म्हणून मला हे करणं भाग पडलं! मी काही त्याचा वैरी नव्हतो... माझंही त्याच्यावर प्रेम होतं... पण माझा नाइलाज झाला..." बाबा आतून ओरडले.

"सुस्मिता, मग तुझ्या बाबांनी पुढे काय केलं?"

पुन्हा एकदा संजीवकुमारचा आवाज ऐकून, माझा स्वतःवरचा ताबा सुटला. चंपाला अंगणात सोडून, मी तरातरा स्वयंपाकघरात गेले आणि ओरडले,

"बास झालं!! अति झालं!"

वार्ताहरांचा कोलाहल थांबला. त्यांच्या गर्दीमधून वाट काढत, मी पुढे गेले आणि त्या सगळ्यांना खडसावलं,

"तुम्ही सगळ्यांनी भीडभाड सोडली आहे काऽऽ? इतक्या लहान मुलीला असे प्रश्न विचारून बेजार करताना तुम्हाला काहीच वाटत नाही का?"

काही वेळासाठी सगळे गप्प झाले; पण मग त्यांनी रारीला सोडून माझ्याकडे मोर्चा वळवला. त्यात सगळ्यात पुढे कोण असेल? तर अर्थात संजीवकुमार. माझ्या तोंडासमोर माइकचं बोळकं खुपसून त्याने विचारलं,

"चेतना ग्रद्धा मलिक, तुमच्या कुटुंबावर कोसळलेल्या या संकटाबद्दल तुमचं काय म्हणणं आहे?"

मी काही न बोलता, संजीवकुमारकडे डोळे रोखून पाहू लागले. आजूबाजूचे पत्रकारही आता गर्दी करू लागले. धक्काबुक्की होऊ लागली; रारीच्या पायावर

कुणाचा तरी पाय पडला. ती किंचाळली.

"चेतना ग्रद्धा मलिक! काहीतरी बोला! काय झालं नेमकं? तुमचे वडील दोषी आहेत का? जल्लाद म्हणून तुमची या घटनेवर काय प्रतिक्रिया आहे?"

काला आजोबांना बघायला येणाऱ्या विकृत जनतेसारखी वाटत होती मला ती सगळी माणसं! मेलेल्याच्या प्रेताची लक्तरं तोडायला आलेली गिधाडं नुसती! मला काहीही बोलावंसं वाटेना. म्हणून मी त्या सगळ्यांकडे सपशेल दुर्लक्ष करून, रारीला आतमध्ये नेण्यासाठी पुढे सरसावले.

"ही बाई काही बोलत का नाही?"

निग्रहाने स्वतःला कानकोंडं करत, मी रारीच्या गालावर ओठ टेकवले. ती माझ्या कानात कुजबुजली :

"चेतूदी, तू काहीच का बोलली नाहीस गं?"

तिचा निरागस प्रश्न ऐकून, मी रारीला आणखी जवळ घेतलं आणि तिच्या गालाचे मुके घेऊ लागले. आता माझ्या डोळ्यांतलं पाणी मुक्तपणे वाहत होतं.

"उत्तम क्षण आहे! छायाचित्र नीट टिपा!" एक गिधाड बोलत होता. मग आणखी धक्काबुक्की होऊ लागली. आईने काळजीपूर्वक रचून ठेवलेली भांडी आणि मडकी धडाधड खाली पडू लागली. अचानक मला फार थकवा जाणवू लागला. या घरामध्ये दोन क्षण शांत बसण्याचीही सोय उरली नव्हती.

इतक्यात, मनोदांचा आवाज आला.

"हा काय तमाशा लावलाय सगळ्यांनी? लाज नाही वाटत तुम्हाला? चला, निघा सगळे बाहेर!"

"त्या मुलीला तोंड उघडून काहीतरी बोलायला सांगा, मनोदा..." एक वार्ताहर काकुळतीला येऊन म्हणाला. कुणीतरी निर्लज्जासारखं हसलं.

गर्दीतून वाट काढत, संजीवकुमार माझ्याकडे आला आणि त्याने मला जरा जवळ ओढलं. दुसऱ्या हातात मी रारीला धरलं होतं. संजीवकुमारने माझ्याकडे काळजीने बघत म्हटलं,

"चेतना, तू काहीतरी विधान करायला हवंस. हीच योग्य संधी आहे."

मी गप्प राहिले.

"तुला समजत नाही का? तुझी नोकरी धोक्यात येऊ शकते..." त्याने पुन्हा प्रयत्न केला. तो मला थंड नरकात ढकलतो आहे की उष्ण हे न समजून, मी थरथरले. रारी मला आणखी बिलगली.

"ही संधी तुझ्याकडे चक्क चालत आलेली आहे, चेतना. तू सरकारच्या बाजूने उभी राहिली पाहिजेस."

मला त्याला सांगावंसं वाटलं की, उष्ण नरकांपैकी पहिलं असतं, संजीव

नरक. कारण ते महापद्म नरकातून विखरून बाहेर पडलेल्या आत्म्यांना जीवनदान देतं – पण तेही, त्यांना अजून निराळ्या परीक्षांसाठी सज्ज करायलाच. पृथ्वीवर सोळा नरक उभारण्याची जबाबदारी सम्राट अशोकाने आमच्या अग्निमित्र आजोबांवर सोपवली होती. खुद्द आजोबांना संजीव नरक फार आवडत असे. महापद्म नरकातून कुडकुडत बाहेर पडणाऱ्या आत्म्यांना आगीचे चटके देणं हा त्यांचा आवडता खेळ होता. त्या चटक्यांपासून स्वतःचा बचाव करण्यासाठी ते आत्मे पळू लागायचे; पण त्यांच्यासमोर काय यायचं, तर तप्त जमीन. आपल्या भावंडांना मारण्यासाठी अशोकाने संजीव नरकाचाच वापर केला होता. त्यांना दहा योजनांसाठी तापलेल्या कोळशांवर चालायला लावलं गेलं. अखेर त्यांच्या सर्वांगाची राख होऊन, सगळी भावंडं बाहेर येण्यापूर्वीच मृत्युमुखी पडली. त्या घटनेनंतर तेरा वर्षांनी कलिंगाचं युद्ध झाल्यावर, सम्राट अशोकाचा मनपालट झाला आणि त्याने स्वतःला रयतेचा मायबाप म्हणून घोषित केलं. त्याने असं जाहीर केलं की, त्याला आपल्या दुष्कृत्यांचा पश्चात्ताप झाला असून, आता तो आपल्या रयतेची सर्वतोपरी काळजी घेणार आहे. आत्म्यांना जर आपल्या नश्वर देहाच्या आठवणींसोबत विनोदबुद्धीही सोबत नेता येत असली, तर जंबुद्वीपच्या वर किंवा खाली वास करत असलेले ते नव्याण्णव आत्मे नक्कीच खदखदून हसत बसले असतील!

मला हाताने धरत मनोदा म्हणाले,

"चेतू, तू चल माझ्यासोबत. ही गिधाडं तुला खाऊन टाकतील."

निर्लज्जपणाचा कळस करत, संजीवकुमार मध्ये पडला आणि त्याने मनोदांचा हात पकडत विचारलं,

"मनोदा, काहीतरी सांगा की! नेमकं झालं तरी काय?"

उत्तरादाखल, मनोदांनी त्याच्याकडे जळजळीत कटाक्ष टाकला आणि म्हणाले,

"दोन मुली अनाथ झाल्या."

तरीही संजीवकुमार आपला नेट सोडेना.

"मी त्याबद्दल नाही विचारत हो, मनोदा! मला सांगा, फणीदासारखा माणूस इतकं क्रूर कृत्य का करील?"

"त्यांनाच विचारा की."

"काहीतरी ठोस कारण असेल ना? ते म्हणाले, मी घराण्याची अब्रू राखण्यासाठी हे केलं. म्हणजे नेमकं काय?"

"संजू बाबू, त्यांना विचारा!"

"दादा, माझ्यावर चिडण्यात अर्थ नाही. ही परिस्थिती मी निर्माण केली आहे का?"

संजीवकुमारच्या तोंडून ते निरर्थक विधान ऐकून, मी गर्रकन त्याच्याकडे

वळले आणि ओरडले,

"हो!! तूच!! तूच ही परिस्थिती निर्माण केलेली आहेस!"

"मी?" तो आ वासून उद्गारला. "मी काय केलं बुवा? माझी इतकीच इच्छा होती की, तुम्हा सगळ्यांचं भलं व्हावं. अगदी परवाच्याच दिवशी, मी मंत्री साहेबांना भेटून तुमच्यासाठी चांगल्या घराची शिफारस करत होतो. मी त्यांना एवढंही म्हटलं की, तुझ्यासाठी एक कायमस्वरूपी नोकरी आणि बाबांसाठी निवृत्तिवेतन अशी दोघांची सोय करावी."

मला वाटू लागलं की, माझ्यासमोर सम्राट अशोक उभा आहे. एवढ्यात पोलीस आले; त्यांच्यासोबत गोदी कामगार वसाहतीमधले काही शेजारीसुद्धा आले होते. त्यांनी मृतदेह आणले होते. काकीमाचा मृतदेह अर्धवट उघडा होता. ऐन किंकाळीमध्ये कायमच्या गप्प झालेल्या काकीमाचं उघडं तोंड बघून, मी डोळे घट्ट मिटून घेतले.

"माऽऽ...!!" रारीने हात उंचावत हाक मारली. थोड्या वेळाने ती पुन्हा हाक मारायला सरसावली; पण मग त्यातला फोलपणा जाणवून गप्प बसली. चंपा मला बिलगून ढसाढसा रडू लागली. काकूंचा मृतदेह आणल्यावर त्या दोघींनी तो बघू नये म्हणून मी त्यांना अजून जवळ घेतलं. काकूंचे डोळे बंद होते; पण त्यांच्या फुगलेल्या शरीरावर लागलेला रक्ताचा लेप अजूनही ताजा दिसत होता. मी मुलींना घेऊन ठाकूमाकडे गेले. तिने त्या दोघींना जवळ घेतलं आणि मग माझ्या गालावर हात फिरवत म्हणाली,

"तुला खूप लागलं का गं? खरंतर तिला तुझ्या बाबांना मारायचं होतं."

मी रारीला मांडीवर घेतलं आणि ठाकूमाला मिठी मारली. बाबांच्या खोलीमधून पोलिसांच्या बुटांचे आवाज येत होते. अगदी लहानपणापासून माझ्या परिचयाचा असलेला तो आवाज, आज एका जल्लादाला नव्हे, तर एका गुन्हेगाराला घेऊन जाण्यासाठी आलेल्या माणसांचा होता; हे मला अकल्पित वाटत होतं. बुटांचे आवाज ऐकून, मा त्यांच्या खोलीत धावत आली. बाबांना ते जीपकडे घेऊन जात होते; आईचे अकांडतांडव सुरू झाले. मी आणि ठाकूमा सुन्न होऊन आमच्या खोलीमध्ये बसून राहिलो. काही वेळासाठी आमचं हे सदैव गजबजलेलं पुरातन घर अचानक निःशब्द झालं; पण थोड्या वेळाने ती शांतता भंग करण्यासाठी संजीवकुमार डोकावलाच!

खोलीच्या दरवाजातून मला खुणावत, तो म्हणाला,

"चेतना, जरा एक मिनिट... इकडे येतेस?"

रारीला पलंगावर ठेवून, मी जराशी अनिच्छेनेच बाहेर गेले, तर त्याने मला विचारलं,

"मेलेला ग्रद्धा मलिक एक नक्षलवादी होता, ही बातमी खरी आहे का?"

मी काही न बोलता, त्याच्याकडे तिरस्काराने बघत बसले. तसा तो उद्गारला,

"छे!! किती मोठी संधी घालवली आपण! तो जिवंत असताना जर हे समजलं असतं, तर काय फक्कड बातमी झाली असती! अरेरे! 'हॅन्गवुमन्स डायरी' करताना मला हे माहीत असतं, तर फार बरं झालं असतं. छ्या! फार नुकसान झालं आपलं!"

मी काही प्रतिक्रिया दिली नाही.

"मी विचार करत होतो... आपल्याला तुझ्या बाबांना कसं वाचवता येईल? आता मला तरी असं वाटतं की, तू जर असं विधान दिलंस की, 'सुखदेव ग्रद्धा मलिक हे माओवादी होते,' तर फणीदा नक्की वाचू शकतील."

मला काही समजलं नाही.

"ओह्! अगं, नक्षलवादी असल्याच्या आरोपाखाली सुखदेव ग्रद्धा मलिकला कारावास झाल्याच्या अधिकृत नोंदी आहेत. त्याद्वारे त्यांना माओवादी म्हणून जाहीर करणं सोपं जाईल."

"अच्छाऽऽ..."

"चेतना, तू जरा सहकार्य केलंस ना, तर आपण फणीदांना नक्की वाचवू शकू. असं जाहीर कर की, सुखदेव माओवादी होता आणि म्हणून तुझ्या बाबांनी त्याचा व त्याच्या बायकोचा खून केला. आपण एक चांगला वकील..."

आतापर्यंत माझे डोळे कोरडे राहिले होते; पण संजीवकुमारला असं सुचवताना ऐकून, माझ्या डोळ्यांसमोर 'अंधार शोकोली' गाणाऱ्या काकूंचा चेहरा तरळला आणि मग माझा बांध तुटला! आणीबाणीच्या काळामध्ये, एस. एस. रेने उभारलेल्या उष्ण आणि थंड नरकांमधून प्रवास करत, काकूंनी नक्कीच आपली कर्मं फिटवली असतील.

"विचार कर, चेतना."

मी मूकपणे आत गेले. रारी ठाकूमाच्या मांडीवर झोपली होती. मला पाहून ठाकूमाने विचारलं,

"आता तुमचं लग्न कसं होणार गं?"

माझा आवाज फुटेना.

"चेतू छोटडी! अगं, स्वतःचा जरा विचार कर! आता तो तुझ्याशी कसा लग्न करू शकेल? तू आता एक साधारण मुलगी राहिलेली नाहीस. तू एक जल्लाद आहेस. तू एखाद्या सामान्य माणसाशी लग्न करू शकत नाहीस..." ठाकूमा माझे केस कुरवाळत अभिमानाने उद्गारली.

एवढ्यात, मा आत आली आणि ठाकूमावर खेकसली,

"अगं म्हातारे, तू माणूस आहेस की हैवान? तुझ्या पोटी जन्माला आलेला एक मुलगा आता तिरडीवर पडला आहे आणि तुला अजूनही हे सगळं बोलायला सुचतं कसं? एक मुलगा मेलेला, एक तुरुंगात... पण हिच्या डोळ्यांत पाण्याचा थेंब येईल तर शपथ!"

त्यावर ठाकूमाने अगदी लहान बाळासारखं निरागस हास्य करत उत्तर दिलं,

"माझ्या डोळ्यांतले सगळे अश्रू खूप पूर्वी संपले, मुली. आता माझ्याकडे अश्रू उरलेले नाहीत; त्याला मी तरी काय करू? मी इतकी म्हातारी आहे की, मला आता सगळेच जीवन-मृत्यूसारखे वाटू लागले आहे. त्यामध्ये एवढं रडण्यासारखं काय आहे?"

तरीही, आईची बडबड काही थांबेना. शेजारपाजारची माणसं, नात्यातले लोक सतत येत होते. 'फणीदाने असं का केलं?' हा एकच प्रश्न त्या सगळ्यांच्या मनात घोळत होता. त्या रात्री, काकू आणि काकीमाचे मृतदेह परत आल्यावर पुन्हा एकदा लोकांची गर्दी उसळली. रामूदाच्या वेळी झाले ते सगळे अंत्यसंस्कार केले गेले.

काकीमाच्या शवाला अंघोळ घालून, भांगात कुंकू भरून, पायावर अल्ता लावून तयार करताना मी आईला विचारलं,

"खरं सांग आई, बाबांनी असं का केलं?"

"ते फक्त तुझ्या बाबांना ठाऊक, चेतू. स्यामिली तरातरा चालत घरात आली होती. तिचं अंग घामाने निथळत होतं. तुझे बाबा तिच्यामागे धावत येत होते. ते तिला थांबायला सांगत होते. ती थांबेना, तेव्हा त्यांनी स्यामिलीचे केस पकडले आणि तिला खाली ओढली. त्यावर स्यामिली चवताळून उठली आणि पचकन बाबांच्या तोंडावर थुंकली! त्यानंतर त्यांचा स्वतःवर ताबा राहिला नाही. त्यांनी आत जाऊन सुरा आणला आणि..."

माझ्या गळ्याभोवतीचा फास पुन्हा एकदा घट्ट झाला. निमताला घाटाकडे जाताना मी विचार करू लागले... काही म्हणा; पण बाबांची कमाल आहे! श्रोतृवृंदाला खिळवून ठेवायचं असेल तर कुठलीही गोष्ट पूर्ण सांगायची नाही हा नियम त्यांनी अशा परिस्थितीतही मोडू दिला नाही. सोळा नरकांमधून पार होत आपली अपूर्ण कर्मं संपवण्यासाठी परत येणाऱ्या आत्म्यासारखे, तेसुद्धा नवनवीन गोष्टी सांगायला परत येतील याबद्दल मला काही शंका नव्हती.

चंपा आणि रारीला घेऊन, ओलेत्याने घाटावरून परत येईपर्यंत, रात्री खूप उशीर झाला. वाटेत लागलेल्या दुकांनामधल्या टी.व्ही.वर सी.एन.सी.वाहिनीचं वार्तापत्र सुरू होतं.

"दैवदुर्विलास कसा असतो बघा? ४५१ गुन्हेगारांना यमसदनी पाठवलेल्या

नामांकित जल्लाद फणीभूषण ग्रद्धा मलिक यांना आज संध्याकाळी दुहेरी हत्याकांडाच्या संदर्भात अटक केली गेली. सध्या पोलीस कोठडीत असलेल्या ग्रद्धा मलिकचा गुन्हा सिद्ध झाला, तर त्यांना जतिंद्रनाथ बॅनर्जीसोबत राहावं लागणार आहे. खरंतर जतिंद्रनाथ बॅनर्जीला फाशी देण्याचं काम फणीभूषण ग्रद्धा मलिकवर सोपवलं गेलं होतं. त्याच संदर्भातल्या दुसऱ्या मुद्द्यावर बोलायचं झालं तर जतिंद्रनाथ बॅनर्जीची दया-याचिका फेटाळली गेली, तर नुकत्याच घडलेल्या घटनांच्या पार्श्वभूमीवर ती फाशी आता फणीभूषणची मुलगी – चेतना ग्रद्धा मलिक – हिच्या एकटीच्या खांद्यावर येऊन पडणार आहे. संपूर्ण भारताचं लक्ष आता याकडे लागलेलं आहे की, आपल्या वडिलांच्या आणि काकांच्या मदतीशिवाय, चेतना ग्रद्धा मलिक हे शिवधनुष्य पेलू शकेल काय? अलिपूर कारागृहामधून, मी संजीवकुमार आणि कॅमेरामन अतुल किशोर चंद्रासोबत सी.एन.सी. वाहिनीतर्फे आपला निरोप घेतो...''

त्या क्षणी माझ्या लक्षात आलं की, अंगावर काटे येणं, त्या काट्यांमध्ये पू भरणं, दातांचा कडकडाट होणं, शरीर काळंनिळं पडणं आणि शरीरावरच्या मांसाची लक्तरं होणं म्हणजे नेमकं काय असतं! मुलींनी मला हाक मारली तशी मी भानावर आले. 'मोहरीचे दाणे... असंख्य, असंख्य...'! असं मनात घोळवत मी घरचा रस्ता धरला.

४६

''ग्रद्धादा, तुम्ही असं का केलंत?''

''मला माझी काही कारणं आहेत, बाबू...''

''कुणीतरी म्हणत होतं की, तुम्ही भ्रमिष्ट झालेले आहात...''

''कोणता भिकारडा हे बोलला? नाव सांगा मला! तंगडंच तोडतो त्याचं!''

''अहो, पण ग्रद्धादा... स्वतःच्या सख्ख्या भावाला इतक्या निर्घृणपणे मारणं म्हणजे...''

''हो, मला त्याचं वाईट वाटतं; पण जे झालं ते झालं!''

''वकील जर हे सिद्ध करू शकले की, तुम्ही भ्रमिष्ट आहात तर तुम्हाला खूप कमी शिक्षा दिली जाईल...''

''बाबू, मी ८८ वर्षांचा झालो आहे. माझं संपूर्ण आयुष्य न्यायदानाच्या कामात घालवल्यावर, आयुष्याच्या शेवटी असं न्यायदेवतेची दिशाभूल करणं मला पटेल का?''

"पण ग्रद्धादा, तुमच्यासारख्या माणसाकडून असं भयंकर कृत्य घडणं, हे समाजस्वास्थ्याच्या दृष्टीने घातक नाही का?"

"मी मान्य करतो की, मी हे करायला नको होतं; पण माझ्या हातून हत्या झालेली आहे, हे सत्य तर बदलू शकत नाही. आता मी फक्त समाजापुढे मान तुकवून घडल्या प्रकाराची कबुली देऊ शकतो."

"तुमच्या हातून एक नव्हे, तर दोन खून झाले आहेत, ग्रद्धादा. तुम्हाला फाशीची शिक्षा सुनावली गेली तर?"

सकाळपासून टी.व्ही.वर फक्त बाबांबद्दलच्या बातम्या दाखवल्या जात होत्या. पोलिसांच्या जीपमध्ये बसून वार्ताहरांच्या प्रश्नाला उत्तरं देणाऱ्या बाबांकडे पाहून, मला भडभडून येत होतं. विशेषतः त्यांना फाशी होऊ शकेल का, या विचाराने माझा अजूनच थरकाप उडत होता; पण दुसऱ्या बाजूला मला बाबांच्या धैर्याचं कौतुकही वाटत होतं. एवढ्या बिकट प्रसंगीसुद्धा ते एकदाही कमकुवत न होता, वार्ताहरांच्या सगळ्या प्रश्नांची उत्तरं देत होते. त्यांची स्थिर नजर, दमदार आवाज, आणि एकूण रुबाब पाहून मला वाटत होतं की, ते एखाद्या जात्रेमध्ये सम्राटाचं पात्र रंगवत आहेत.

"मी तर म्हणतो की, मला फाशी व्हायलाच पाहिजे! माझ्यासारख्या माणसाला जेव्हा फाशी होते, तेव्हा समाजात मोठा दरारा निर्माण होतो. लोक गुन्हा करताना दहा वेळा विचार करू लागतात. समाजस्वास्थ्याप्रति माझी तेवढीच सेवा होईल...!"

अखेर जीप निघाली तसं बाबांनी एकवार आपल्या दर्शकांकडे जात्रेतील सम्राटाच्या थाटात बघितलं आणि निघून गेले. टी.व्ही.च्या पडद्यावर त्यांना बघताना मला असं वाटत होतं की, ते थेट माझ्याशीच बोलत आहेत आणि मला विचारत आहेत, 'काय चेतू, कसं बोललो मी?' माझ्या पिळवटलेल्या मनाला एकच दिलासा होता की, बाबा जरी कारागृहामध्ये डांबले जाणार असले, तरी किमान त्यांना सोळा नरकांमधून प्रवास तरी करावा लागणार नाही. कुडीमध्ये बंदिस्त असताना नरकांचा प्रवास करायला लागणं ही एका आत्म्यासाठी सगळ्यात भयंकर शिक्षा असते.

"बघा, बघा! त्या माणसाच्या तोंडावर जरा तरी लाजभीड काही दिसतेय का? मेल्याचं मन काळंच निघालं शेवटी!" मा किंचाळू लागली.

"त्याला जे करायचं होतं ते त्याने केलं. आता त्यासाठी त्याने लहान मुलासारखं रडत बसावं, अशी तुझी अपेक्षा आहे का?" तन्मयतेने बाबांची मुलाखत ऐकणाऱ्या ठाकूमाने आईला विचारलं.

"गाढवापुढे गायली गीता! मी तरी कुणासमोर छाती बडवते आहे? तुम्ही आणि तुमचा मुलगा, दोघेही सारखेच! उलट्या काळजाचे. तुमच्या धाकट्या

मुलाला निर्दयपणे मारून टाकणाऱ्या माणसाबद्दल तुम्हाला जराही राग कसा येत नाही होऽऽ?''

"कशाबद्दल राग धरायचा? मी रागावून, जे झालंय ते बदलणार आहे का?''

"म्हणजे तुम्हाला सुदेवच्या मृत्यूबद्दल काहीच वाटत नाही का?''

"वाईट वाटून, चिडून-रागावून उपयोग काय? त्यामुळे तो परत येणार आहे का? मुली, आपल्या या घराण्यातल्या लोकांनी गेली दोन शतकं, लाखो लोकांना फासावर चढवलं आहे. ग्रद्धा मलिकांच्या रक्तात मृत्यूबद्दल कधीच आकस येऊ शकत नाही. ते मृत्यूवर केवळ प्रेम करू शकतात. बिचारा सुदेव, तो तर गेला; पण तो काही अमरपट्टा घालून आला नव्हता ना? कधी ना कधी जाणारच होता. मी तर म्हणेन की, तो नशीबवान ठरला. लोळतघोळत पडला नाही. एका वारामध्ये सगळं संपून गेलं.''

"ठाकूमा!!!'' मी असह्य होऊन किंचाळले.

ते ऐकून, ठाकूमा गर्रकन वळली आणि माझ्यावर डोळे रोखत म्हणाली,

"का, चेतू? तू घाबरलीस का? तू माझी नात नाहीस का? तू ग्रद्धा मलिक घराण्याची नाहीस का? आहेस ना? मग मृत्यूचा विषय निघाला की, तुझ्या चेहऱ्यावर हास्य उमललं पाहिजे; मनात भीती नाही! आणि एक लक्षात ठेव, कुणी नैसर्गिकरीत्या मरो किंवा हत्या होऊन, शेवटी तो सगळा नशिबाचा खेळ असतो... केवळ नशीब!''

मला फार भीती वाटू लागली.

"वा! रे वा! म्हणे नशीब! हे चांगलं आहे! आधी वाटेल तसं वागा आणि मग नशिबावर सोडून नामानिराळे व्हा...'' आई मध्ये पडत बोलली.

तिचं बोलणं ऐकून ठाकूमा मला म्हणाली,

"चेतू, तुझ्या आईला आपले पूर्वज असलेल्या उपेंद्र मलिकची गोष्ट सांग. सांग तिला की, उपेंद्र मलिकने कशी आजीवक पंथाची स्थापना केली...''

मी ठाकूमाकडे बघत बसले! अशा प्रसंगी मी आईला गोष्ट सांगत बसावं असं तिला वाटलं तरी कसं?

ठाकूमाचा असा विश्वास होता की, आजीवक पंथाची स्थापना आमचे पूर्वज उपेंद्र मलिकने केली होती. एकदा ते एका तरुणाचा शिरच्छेद करण्यासाठी सज्ज झाले होते. ते तलवार उगारणार, इतक्यात त्या मुलाने उपेंद्रला 'बाबा' म्हणून हाक मारली, तेव्हा त्यांच्या लक्षात आलं की, तो खरोखरच त्यांचा अनौरस मुलगा होता. हा खुलासा झाल्यावर उपेंद्रची द्विधावस्था झाली. अशा वेळी कर्तव्य श्रेष्ठ मानायचं की भावना? या कचाट्यामध्ये सापडलेल्या उपेंद्रने अखेर तलवार

उगारली खरी; पण शेवटच्या क्षणी ती तलवार त्यांच्या हातून गळून पडली. राजाच्या आध्यात्मिक सल्लागाराचं मत पडलं की, असं होणं म्हणजे देवाचा कोप झाल्याचं द्योतक होतं. राजाने उपेंद्रच्या मुलाला मुक्त केलं; पण त्यानंतर उपेंद्रच्या हाताला तलवारीची भीती वाटू लागली.

तलवार उचलण्याच्या विचाराने आपल्या हाताला कंप सुटतो या जाणिवेने उपेंद्र मलिकला मोठा धक्का बसला. घडलेला प्रसंग आणि त्यानंतरच्या घटनांच्या मालिकेने त्याच्या मनाचा पूर्णपणे ताबा घेतला. एका घटनेने, एका खुलाशाने माणसाचं अवघं आयुष्य कसं बदलून जातं या गोष्टीवर तो सतत विचार करू लागला. त्यानंतर तो सतत जीवन, मृत्यू, कर्म, नाती या सगळ्यांबद्दल विचार करू लागला. त्याने अशी खूणगाठ बांधली की, बौद्ध आणि जैन धर्मांच्या शिकवणीनुसार, त्याच्यावर स्वतःच्या मुलावर तलवार उगारण्याची वेळ येणं हा त्याच्या पूर्वकर्मांचा परिणाम होता; पण ते नेमकं कोणतं कर्म होतं? एका नायकिणीसोबत शरीरसंबंध ठेवले, ते? तिने त्याच्या मुलाला जन्म दिला, ते? की तो जल्लाद होता, ते? उपेंद्र दिवसेंदिवस या प्रश्नांवर मल्लिनाथी करू लागला. त्यातच एके दिवशी तो मोहाच्या झाडाखाली विचार करत बसला असताना झाडाची एक फांदी तुटली आणि त्यावर बांधलेलं पक्ष्याचं घरटं धाडकन खाली कोसळलं. त्यातलं एक पिल्लू पडताक्षणी मरून गेलं; त्याची मान मोडली होती. एका गिधाडाने त्याच्यावर ताव मारला. दुसरं पिल्लू नदीत पडलं. तिसरं पिल्लू फांदीला पकडून राहिलं होतं; पण तेवढ्यात एक कोल्हा आला आणि त्याने त्या पिल्लाचा फडशा पाडला. नदीत पडलेल्या पिल्लावर एका गरुडाची नजर गेली. गरुडाने पिल्लाला आपल्या चोचीत धरलं आणि खाण्यासाठी म्हणून दूर घेऊन जात होता, एवढ्यात त्याची पकड सैल झाली आणि पिल्लू उपेंद्रच्या कुशीत येऊन पडलं. त्याने पिल्लाला पुसून काढलं आणि पुन्हा त्या घरट्यात ठेवून घरटं दुसऱ्या फांदीवर ठेवून दिलं. तेवढ्यात ते पिल्लू बोलू लागलं! ते उपेंद्रला म्हणालं : 'आपण पुन्हा भेटलो तर! घाबरू नकोस, आपण एका विशिष्ट कारणाने भेटलो आहोत. तीन जन्मांपूर्वी मी तुझा जीव वाचवला होता. तुझं ते देणं राहिलं होतं. म्हणूनच नशीब तुला इथे घेऊन आलं. आता तुझं देणं फिटलं. त्याबद्दल प्रौढी मिरवू नकोस आणि दुःखही करू नकोस.' हे ऐकून उपेंद्र विचारमग्न झाला. एक साधंसं कर्म फेडण्यासाठी आपल्याला किती मोठा प्रवास करावा लागला होता, याने तो अचंबित झाला. त्या विचारसूत्रामधून आजीवक पंथाचा जन्म झाला. या पंथाची मूळ शिकवण अशी असते की, आपण जी काही कर्मं करतो, ती नशिबाने आधीच ठरवलेली असतात. आपण या महाकाय जीवनपटावरचे निव्वळ प्यादे आहोत; आपण कुठे - कसं जायचं, याचा करता-करविता वर

बसलेला असतो.

उपेंद्र आजोबांच्या मते, मनुष्य आपल्या कर्माची फळं भोगत नाही, किंबहुना नशिबाच्या अकल्पित बांधणीनुसार कर्म करत मनुष्याचा प्रवास आखला जातो. कालांतराने, उपेंद्र आजोबांनी आपलं हे ज्ञान त्यांचा सेवक असलेल्या मनखाली गोसालाला देऊन टाकलं आणि मग आदिगंगेमध्ये विलीन होऊन आपलं आयुष्य संपवून टाकलं.

मला ही चिंता सतावत राहिली की, बाबांच्या बाबतीतही हा नशिबाचाच खेळ असावा. गेली कित्येक दशकं ४५१ गुन्हेगारांना फाशी दिल्याची टिमकी मिरवणाऱ्या बाबांवर आज स्वतः हल्दिया कारागृहामध्ये जायची वेळ आली होती. हे नशीब नाही तर अजून काय होतं? आणि जर असं असेल तर त्यांच्या पावलावर पाऊल ठेवून चालण्याचं नशीब असलेल्या माझ्यासाठीसुद्धा, पुढे असंच काहीसं वाढून ठेवलेलं नसेल कशावरून?

बाबांना कारागृहात टाकलं गेलं होतं याबद्दल काळजी वाटण्यापेक्षा, ठाकूमाला या गोष्टीची जास्त चिंता वाटत होती की, त्यांना हल्दिया कारागृहात पाठवण्यात आलं होतं. पूर्वीच्या काळी कित्येक नवाब, सुलतान आणि राजे-महाराजांकडून इंग्रजांनी इतर स्थावर मालमत्तेसोबत काही कारागृहंसुद्धा स्वतःच्या ताब्यात घेतली होती. त्यांपैकी पाच कारागृहं त्यांनी पुन्हा कार्यरत बनवली होती. माझ्या लक्षात आलं की, माझे पूर्वज, नरेन दकातला बारा बाजार कारागृहामध्ये भेटले होते. सत्यनाथ ग्रद्धा मलिकच्या वंशजाची नरेन दकातच्या वंशजाशी भेटगाठ होणं हे कोणत्या जन्मीचं ऋण म्हणायचं?

मी डोळे मिटले आणि बाबांचा चेहरा समोर झळकू लागला. त्यांचा चेहरा सुजलेला दिसत होता; जणू त्यांच्या शरीरात पाणी भरलेलं असावं. पूर्वीच्या काळी हरिनबादी कारागृहामध्ये मरणाऱ्या कैद्यांचे मृतदेह बांबूच्या तरफ्यांवर ठेवून आदिगंगेमध्ये सोडले जात असत.

"देवाऽऽ! काय आयुष्य आहे माझं? मी असा काय गुन्हा केला होता की, तू मला इतकं भोगायला लावतो आहेस. संपूर्ण आयुष्यात ना मला एक गोड शब्द ऐकू आला, ना माझा एकही दिवस संपूर्ण आनंदात गेला; का? असं का?" आई स्वतःच्या नशिबाला दोष देत होती.

"कारण, तू अतिसामान्य बाई आहेस. तुझ्यात एकही विशेष गुण नाही..." ठाकूमाने तिला टोमणा मारला. "त्याच्याकडे बघ. एवढ्या वयातसुद्धा तो किती मजबूत आहे. आजही तो वाट्टेल तितक्या बायका पेलू शकतो."

"हो, हो... का नाही? फक्त ८८ वर्षांचा तर आहे तुमचा मुलगा!"

"आमच्या घराण्यातल्या प्रत्येक पिढीत किमान एक व्यक्ती शंभरीपर्यंत

जगते. आमच्या पिढीत हा मान मला मिळाला; माझ्यानंतर फणीला मिळेल.''

ठाकूमाच्या आवाजातल्या अभिमानाने आईचं पित्त खवळलं.

''हो, होऽऽ! तुमच्या घरातले इतर सगळे मेले तरी तुम्ही मात्र जगत राहाल. अगदी पार दोनशे वयोमानसुद्धा गाठाल तुम्ही! किती विक्षिप्त बाई आहे ही? स्वतःच्या मुलाने इतका मोठा गुन्हा केला, तरी हिला त्याचं कोण कौतुक!''

''त्याने सुदेवला उगाच मारलं नसणार ना? काहीतरी कारण नक्की असेल...''

''काय कारण असेल, ठाकूमा?'' मी कापऱ्या आवाजात विचारलं.

''मला माहीत नाही; पण आयुष्यभर लाल रुमालाच्या संकेतावर खटका ओढणाऱ्या फणीने जर त्याशिवाय आपल्या भावाचा जीव घेतला, तर त्यामागे नक्की काहीतरी मोठं कारण असणार.''

आपल्या मुलाचं छातीठोक समर्थन करून, ठाकूमा पुन्हा टी.व्ही.कडे वळली. माझ्या डोक्यात विचारांचं थैमान माजलं होतं. त्या दिवशी काकू मुलींना शाळेतून घेऊन आले होते. काकीमा बाहेर जात होती. जाताना ती म्हणाली होती की, परत आल्यावर ती मुलींना बज-बजला घेऊन जाणार आहे. घटनाक्रमामध्ये सुसूत्रता आणण्याचा मी खूप प्रयत्न करत होते. एवढ्याशा वेळात इतकं काय झालं असावं की, बाबांचा संताप नियंत्रणाबाहेर गेला? गेल्या काही दिवसांत आमच्याकडे बाहेरचे असे फक्त मनोदा आणि संजीवकुमार आले होते.

आजही दोघे आले होते – मनोदा आणि संजीवकुमार. बाबांना चौदा दिवसांचा कारावास सुनावला गेला होता. संजीवकुमारने मला विचारलं,

''चेतना, तू बाबांना भेटायला जात नाहीस का?''

त्याचा प्रश्न ऐकून, मनोदा माझ्याकडे बघून मिस्कील हसले. संजीवकुमारच्या चेहऱ्यावर अद्यापही मेकअपचे थर होते. त्या अर्थी, तो वार्तापत्रानंतर थेट आमच्याकडे आला होता.

''नाही.''

''का?'' त्याने वैतागून विचारलं. ''त्यांना किती बरं वाटेल, हो की नाही, मनोदा?''

''हो तरऽऽ... जल्लाद मुलगी जल्लाद बापाला भेटण्यासाठी कारागृहात हजर! वा, काय बातमी बनेल!''

मला मनोदांचा खरमरीत विनोद (आणि त्याद्वारे त्यांनी संजीवकुमारला मारलेला टोमणा) समजला, पण मी मुद्दाम हसले नाही.

संजीवकुमारचा पारा चढला.

''आमची खिल्ली उडवू नका, मनोदा. आजचा काळ असाच आहे. लोकांना सतत काहीतरी खमंग लागतं. चेतना जर तिथे गेली, तर ती नक्कीच मोठी

बातमी बनेल.''

''पण संजू, त्यात तुझा काय फायदा? तिथे तर एकूण एक वाहिन्या हजर असतील.''

मनोदांचा प्रश्न ऐकून, संजीवकुमारचा चेहरा खुलला.

''आमचा करार झालेला आहे. चेतना जेव्हा कधी कारागृहात जाईल, तेव्हा त्या प्रसंगाच्या प्रसारणाचे सर्व हक्क फक्त सी.एन.सी.ला असतील.''

''तो जुना करार होता. फाशीला स्थगिती मिळाली, तेव्हा तो आपोआप रद्द झाला,'' – मी संजीवकुमारला ठणकावलं.

''हो, बरोबर आहे...'' मनोदांनी माझ्या म्हणण्याला दुजोरा दिला. ''अरेरेऽऽ, आता काय करणार तू, संजू?''

मला वाटलं की, संजीवकुमार रागावेल; पण उलट तो अजूनच उत्साहात येऊन उद्गारला,

''नाही, नाही; आपण फेरविचार करू या की! पण एका अटीवर : तू पुढच्या काही दिवसांमध्ये काय करणार याचा निर्णय पूर्णपणे आमच्या हातात असेल.''

''म्हणजे?'' मनोदांच्या कपाळावर आठ्या पडल्या.

''म्हणजे, उदाहरणार्थ, आम्ही चेतनाला कारागृहात जाऊ देण्याऐवजी, कालिघाटला घेऊन जाऊ. तिने तिथे पूजा करावी आणि आम्ही त्याचं थेट प्रक्षेपण करू. ''

''वाऽऽ! काय कल्पना आहे!'' मनोदा उपहासाने उद्गारले. मी मात्र काही न बोलता, संजीवकुमारला निरखत राहिले.

''बाबांनी सांगितलं आहे की, त्यांना कुणीही भेटायला येऊ नये आणि त्यांना माहिती आहे की, टी.व्ही.वर माझा चेहरा झळकण्याची किती मोठी किंमत आहे. मी माझी किंमत कमी होऊ देणार नाही.''

मनोदा चकित झाले; पण मग त्यांच्या डोळ्यांत मिस्कील चमक आली.

''हो, हो चेतू. बरोबर बोलतेस तू. अजिबात बाहेर पडू नकोस. स्वतःची किंमत कमी करून घेऊ नकोस. त्यांना जर तुझी इतकी गरज असेल, तर त्यांनी त्यासाठी भरपूर रक्कम मोजली पाहिजे. अखेर तुलाही तुझं आयुष्य आहे... गरजा आहेत... घरामध्ये दोन वयस्कर बायका आणि दोन लहान मुली. कमावणारं इतर कोणी नाही. सगळा बोजा तुझ्या खांद्यावर. मग तुझा निभाव कसा लागणार, बाई?''

संजीवकुमार काही न बोलता निघून गेला.

आठवडाभरानंतर तो परत आला – माझं मन बदललं आहे का, हे बघायला.

त्या वेळीही, मनोदा आमच्या घरीच होते.

"अरे, संजू बाबू. तुम्ही आमच्या चेतनाशी लग्न करणार आहात म्हणे? मग काय, कधी ठरतंय आहे लग्न?"

संजीवकुमारच्या चेहऱ्यावर लाजेच्या हलक्या छटा उमटल्या.

"मनोदा, लग्न? या सगळ्या गोंधळामध्ये?"

मनोदा हसून म्हणाले,

"मुला, जगातल्या प्रत्येक प्राणिमात्राला आपल्या जोडीदाराचा हात कधी धरावा, याची उपजत जाण असते."

मी मध्ये पडत म्हणाले,

"पूर्वीच्या काळी जेव्हा दूरचा बहुतांश प्रवास घोडागाडीने व्हायचा, तेव्हा चालक आपल्या घोड्याच्या डोक्यावर एक काठी लावायचे आणि त्याच्या टोकाला गवताची मोळी अडकवायचे. बिचारा घोडा ते गवत खाण्यासाठी पळत राहायचा; गवताच्या नादी लागून आपण किती पळालो याचा त्याला अंदाज यायचा नाही आणि त्याला हेही समजायचं नाही की, आपण कितीही पळालो तरी आपल्याला ते गवत कधीच खाता येणार नाही. मनोदा, आमच्या लग्नाचं म्हणाल तर ते त्या गवतासारखं झालेलं आहे..."

संजीवकुमारचा चेहरा पांढरा पडला!

"नाही हं, चेतना! माझ्या प्रामाणिकपणाबाबत मुळीच शंका घेऊ नकोस. माझ्या दृष्टीने विचार केलास, तर मी मनोमन तुला कधीच वरलेलं आहे. त्या दिवशी तुझ्यामागे तळघरामध्ये येऊन पडलो, तेव्हापासून मी मनातून तुला माझी पत्नी मानत आलेलो आहे. मनोदा, आमची शरीरं भिडण्याचा जरी तो पहिला प्रसंग असला, तरी मनातून मी तिला कित्येक वर्षांपूर्वी पत्नी म्हणून स्वीकारलेलं आहे."

"तिला न पाहता? न भेटताच?" मनोदांनी उपहासाने विचारलं.

"हो. कारण, मला खात्री होती की, तिच्यासारखी कुणी मुलगी कुठेतरी माझी वाट बघते आहे."

"म्हणजे, जल्लादाची मुलगी?"

"जल्लादाचीच मुलगी असं नाही; पण तिच्यासारखी धडाडीची मुलगी..." संजीवकुमार आपला नेट सोडायला तयार नव्हता.

पण मनोदासुद्धा काही कमी नव्हते. त्यांनी संजीवकुमारला विचारलं,

"म्हणजे, खरं सांगायचं तर बाबू, तुमची जोडीदार कोण असावी याबद्दल तुम्ही फार पूर्वीपासून हिशेब करून ठेवला होतात, हो ना?"

"प्रत्येक पिढीचा दृष्टिकोन सारखा नसतो, मनोदा..."

मला हा विषय आता फार ताणायचा नव्हता; त्यामुळे मी संजीवकुमारला मध्येच विचारलं,

"काकूंना माओवादी म्हणून जाहीर करण्याची तुमची योजना आता रद्द झाली आहे की काय?"

"तू माझ्याशी असं का बोलतेस गंऽऽ? बघितलंत, मनोदा? म्हणून माझं चेतनाशी सतत भांडण होत असतं. मी तिला मदत करण्यासाठी काहीतरी करावं आणि तिने बिनदिक्कतपणे त्यावर पाणी फिरवावं, हेच सत्र चालू असतं. ही सतत मला चिडवत असते, माझी खेचत असते!" – संजीवकुमारने चिडचिड केली आणि पाय आपटत निघून गेला.

तो गेल्यावर मनोदा म्हणाले,

"चेतू, सुदेव तर गेला; आता काय फरक पडतो त्याला कोण काय म्हणतं? संजीवकुमारला त्याला माओवादी बनवायचं आहे ना? मग बनवू दे की! गंमत म्हणून तरी त्याचं ऐकू या..."

मनोदा जरी हे वरकरणी हसून म्हणाले असले तरी त्यांच्या आवाजातली विफलता माझ्या कानाआडून गेली नाही. मी काहीच बोलत नाही असं पाहून, मनोदा पुढे म्हणाले,

"जाणारा माणूस तर गेला. आता तू जिवंत माणसाचा विचार करायला नकोस का? फणीला मदत होत असेल तर तुला संजीवकुमारचं ऐकण्यात काय गैर वाटतं, चेतू? उलट मी तर म्हणतो की, त्यांनी असं जाहीर करावं की, इम्फाळमध्ये मारल्या गेलेल्या बाईचा खुनीसुद्धा सुदेव हाच होता! बघ, बातमी कशी गरमागरम होते ती!"

आम्ही दोघे विफल हसलो.

त्यानंतर तीन दिवसांनी संजीवकुमार पुन्हा घरी आला. त्या दिवशी मी घरात एकटी होते; म्हणून तो जरा अधिक आत्मविश्वासाने बोलू लागला.

"मी तुला तुझ्या भल्यासाठी सांगतो आहे; लग्नापेक्षा हे नवं रूप तुला अधिक फायद्याचं ठरेल. तू जर आता लग्न केलंस, तर तुझी प्रतिमा बदलेल खरी; पण मी जसं सांगतो तसं वागलीस तर तू केवळ समस्त स्त्रीजातीच्या आत्मसन्मानाची प्रतीक न राहता देशाभिमानाचीसुद्धा प्रतीक ठरशील!"

"संजीवकुमार बाबू... तुम्हाला माहीत नसेल म्हणून सांगते... आजीवक पंथानुसार आपल्या आयुष्याचे आठ पर्व असतात..." मी शक्य तितकी शांतपणे बोलू लागले.

"झालंऽऽ! हिचा आजीबाईच्या गोष्टींचा नळ लागला गळायला!!" संजीवकुमार वैतागून उठला. "समजून घे, चेतना. ग्रद्धादांना जामीन मिळायला पाहिजे. त्यासाठी

आपण काहीतरी केलं पाहिजे.'' जरा वेळ थांबून त्याने पुढे विचारलं, ''ग्रद्धादांना जामीन मिळाल्यावर तुम्ही दोघे स्टुडिओत याल का?''

''नाही.''

''अगं, चेतना! त्यांनी असं नेमकं का केलं याचा खुलासा करण्यासाठी आम्ही त्यांना नामी संधी देऊ!''

''मग बाबांना थेट विचार की!''

''ते सांगणार नाहीत.''

''मग शोधून काढ. पत्रकार आहेस ना?''

''तुझे बाबा कुणी मोठी आसामी असते तर ते सोपं गेलं असतं गंऽऽ... पण तुमच्यासारखी माणसं म्हणजे...''

''आमच्यासारखी छोटी माणसं, तुमच्या प्रलोभनांना पटकन बळी पडत नाहीत का?''

''हे बघ, मला तुझ्याशी वाद घालायचा कंटाळा आला आहे. सध्या मी तुला एवढंच सांगू शकतो की, आम्हाला सहकार्य केलंस तर तू आणि तुझं कुटुंब वाचू शकतं; अन्यथा काळाच्या पडद्याआड तुम्ही कधी लुप्त व्हाल हे तुमचं तुम्हालाच समजणार नाही...'' असं म्हणून संजीवकुमार बाहेर पडू लागला. जाता-जाता त्याने मला सांगितलं,

''सिब्देव बाबूंनी ग्रद्धादांना समजावण्याचा खूप प्रयत्न केला की, आपण हे भ्रमिष्टपणाच्या भरात केलं असं त्यांनी कबूल करावं; पण ग्रद्धादा काही केल्या ऐकायला तयार नाहीत. तुम्ही सगळे असाच आडमुठेपणा करत राहिलात तर कुणीही तुम्हाला मदत करू शकणार नाही.''

माझं मन वळवण्याचा संजीवकुमारने खूप प्रयत्न केला; पण मी बधले नाही. अखेर अटक झाल्याच्या एकविसाव्या दिवशी बाबा जामिनावर बाहेर आले. एक पत्रकार आणि काही टी.व्ही. वाहिन्यांचे वार्ताहर त्यांच्यासाठी आधीच दुकानात येऊन बसले होते. मी चंपा आणि रारीसोबत स्वयंपाकघरात बसले होते. इतक्यात, संजीवकुमार धावत आला.

''चेतनाऽऽ!! चेतना कुठे आहे?'' शेजारच्या घरातून मासे कापून घेऊन आलेल्या आईला दारामध्ये गाठत, त्याने विचारलं. पोलिसांनी आमचा मासे कापण्याचा सुरा जप्त केला होता; त्यामुळे आईला शेजाऱ्यांकडे जाऊन हे काम करावं लागत होतं.

''तिच्या बाबांबद्दल बोलायचं असेल तर आधीच सांगते... त्यांना सोडलं आहे, हे आम्हाला माहीत आहे...'' आईने रटाळ स्वरात उत्तर दिलं.

''नाही, ते नाही! सांगा ना, चेतना कुठे आहे?''

मी बाहेर आले. मला पाहून, संजीवकुमारच्या चेहऱ्यावर आनंदाचा फुलोरा फुलून आला!

"चेतना, उत्तम बातमी आणली आहे तुझ्यासाठी! त्याची दया-याचिका फेटाळण्यात आली!"

"विधी!" मी पुटपुटले.

"हो, हो... अखेर न्याय झालाच! आता बघ, खेळ कसा रंगतो ते!" असं म्हणत संजीवकुमार लहान मुलाच्या उत्साहाने वादळासारखा निघून गेला. मला त्याची दया आली. मी जेव्हा 'विधी' म्हणाले होते, तेव्हा मला 'नशीब' असं म्हणायचं होतं; 'न्याय' नाही. १८ मेपासून माझ्या आयुष्यात आलेल्या स्थित्यंतरांचा विचार करता मला असं लक्षात आलं की, वरकरणी वाटणाऱ्या प्रचंड उलाढालीखाली नशिबाचा एक सुसूत्र खेळ सुरू होता. माझ्या नकळत जगाने माझ्या गळ्यात फासाचा दोरखंड अडकवला होता. डोळे मिटल्यावर मला काकू, मारुती प्रसाद आणि संजीवकुमारची आई दिसू लागली. मला आठवलं की, यादवच्या छापखान्यातील शाईचा वास, स्त्रीच्या मासिक पाळीच्या वेळी येणाऱ्या रक्ताच्या वासासारखा होता. जगातल्या समस्यांबद्दल अनभिज्ञ असलेल्या चंपा आणि रारीशेजारी मी कित्येक रात्री कुशीवर वळत काढल्या होत्या. त्या सगळ्या रात्रींमध्ये मला असं वाटत राहायचं की, माझं आयुष्य पुन्हा पूर्वीसारखं व्हावं. नशीब हे आपल्या देशाच्या संविधानासारखं असतं – कधी कुणाच्या आयुष्यात काय होणार या सगळ्याची बांधणी आधीच झालेली असते. नशीब हे काहीसं माझ्या बाबांसारखंही असतं – घडणाऱ्या प्रत्येक घटनेला स्वतःच्या मर्जीने तर्ककुतर्क लावणारं. खरोखर नशीब नावाची गोष्ट अस्तित्वात असती तर किती बरं झालं असतं, नाही का?

४७

ज्या दिवशी जतिंद्रनाथ बॅनर्जीची दया-याचिका दुसऱ्यांदा फेटाळली गेली, त्या दिवशी बाबा तुरुंगामधून परत आले आणि जेव्हा ते घरात शिरले, तेव्हा त्या दिवशीची शेवटची शववाहिनी आमच्या दारावरून गेली. चकचकीत, चंदेरी रंगाची उंची शववाहिनी पाहून, 'वा! भाग्यवान माणूस होता!' असं उद्गारत बाबांनी घरात पाऊल टाकलं. मी गादीवर तळमळत पडले होते. बाहेर नेहमीचा कलकलाट सुरू होता. तुरुंगामध्ये इतके दिवस राहून आल्यावरही, बाबांच्या चेहऱ्यावर तजेला दिसत होता. त्यांच्यासाठी वाट बघत थांबलेल्या वार्ताहरांशी बोलून झाल्यावर, बाबा त्यांच्या खोलीत जाऊन कपडे बदलून आले. मग त्यांनी एक सिगारेट

शिलगावली आणि शांतपणे झुरके घेत पलंगावर बसून राहिले. ठाकूमा त्यांच्या खोलीच्या दरवाजाशी जाऊन उभी राहिली.

"त्याची दया-याचिका पुन्हा फेटाळली गेली म्हणे?"

"हंऽऽ..." तिच्याकडे न बघता बाबांनी हुंकार भरला.

"आता तुला जल्लाद म्हणून काम करता येणार नाही का रे? तू गुन्हेगार ठरला आहेस, म्हणून विचारते..." ठाकूमा चाचरली. मग जरासा विचार करून चीत्कारली, "अरे देवा! जल्लाद नसल्यामुळे पुन्हा फाशी पुढे ढकलली गेली तर? बापरे, फणी! मग कसं होणार रे?"

"माऽऽ! तू आता झोपायला जातेस का? आताशी फक्त दया-याचिका फेटाळली गेली आहे. अजून बरेच अडथळे दूर व्हायचे बाकी आहेत. शेवटच्या क्षणापर्यंत काहीही होऊ शकतं!" बाबा वैतागून म्हणाले.

एवढ्यात माझी आई पाण्याचा पेला घेऊन आत आली. बाबा आणि ठाकूमाचं संभाषण ऐकून तिने टोमणा मारला,

"धाकट्या मुलाचा खून करून आलेला मोठा मुलगा तुरुंगातून परत आल्यावर असेच प्रश्न विचारले पाहिजेत हं, ठाकूमा! किती हुशार आहात तुम्ही!"

दोघांनी तिच्याकडे जळजळीत कटाक्ष टाकला; पण काही बोलले नाहीत. आई बडबड करत स्वयंपाकघरात निघून गेली.

"या सैतानाच्या घरात मला अजून एक क्षणही राहायची इच्छा नाही; पण काय करू? मला जायला इतर कुठलं ठिकाणसुद्धा नाही ना! ती नालायक माणसं! देशाचे दोन तुकडे केले आणि माझं घर हिरावून घेतलं. देवाऽऽ... चाळीस बिघ्यांची भातशेती... काय झालं असेल तिचं, देव जाणे!"

एवढ्यात बाबांची हाक ऐकू आली.

"चेतना कुठे आहे? तिला बोलाव जरा!"

मी अनिच्छेने उठले आणि बाबांच्या खोलीत गेले. माझ्या विस्कटलेल्या केसांकडे आणि थकलेल्या चेहऱ्याकडे एकवार बघत, बाबांनी विचारलं,

"यापुढे या कुटुंबाची काळजी घ्यायला तू सक्षम आहेस का?"

ठाकूमा मध्ये पडत म्हणाली,

"फणी, माझं ऐक. आपल्या घराण्याचं काम पुढे चालवू शकेल अशा मुलाशी हिचं लग्न लावून टाक. माझ्या आजोबांच्या एका भावाचं कुटुंब मुंबईला स्थायिक झालं होतं. त्यांचा शोध घेऊ या का? किंवा त्यापेक्षा... इतर ठिकाणच्या जल्लाद घराण्यांमध्ये विचारणा करू या. एखादा चांगला मुलगा मिळणं फार कठीण नाही."

"मा, मूर्खासारखं बोलू नकोस. पूर्वीचा काळ राहिलेला नाही आता! फक्त

घराण्याचा विचार करून असे निर्णय घेता येत नाहीत,'' असं ठाकूमाला सुनावून, बाबा माझ्याकडे वळून म्हणाले, ''पण चेतना, हेही खरं की, आता तुझं लग्न अधिक लांबणीवर टाकणं योग्य नाही. माझा काय भरवसा? माझं वय बघता माझं आयुष्य किती उरलं आहे देव जाणे! त्यातच मृत्युदंडाची प्रथा थांबवण्याचे वारे जोराने वाहू लागले आहेत. तसं जर झालं तर आपला पोटा-पाण्याचा उद्योग कायमचा संपला. तसं काही होण्याआधी तुझ्या भविष्याची सोय लावली पाहिजे.''

स्वयंपाकघरातून सगळं ऐकणारी आई तरातरा धावत आली आणि म्हणाली,

''आपण रोज पंचपक्वान्नं जेवत नसलो तरी आपल्यावर उपाशीपोटी झोपण्याचीही वेळ आलेली नाही. मला चहाच्या दुकानामध्ये पाव, चपात्या हे विकता येईल. फक्त त्यासाठी थोडं भांडवल लागेल.''

''झालं हिचं चालू...'' ठाकूमा पुटपुटली.

मी बाबांकडे पाहत होते. माझ्या चेहऱ्यावर पसरलेले प्रश्नार्थक भाव बघून, बाबांनी विचारलं,

''हूंऽऽ, बोल...''

''बाबा, तुम्ही काकूंना का मारलं?''

माझा प्रश्न ऐकून, बाबा जरासे वरमले. सिगारेटचा धूर काढत, मान खाली घालून बसून राहिले. मग जरा वेळाने म्हणाले,

''खरंतर मला त्याला मारायचं नव्हतं... पण तो मध्ये आला...''

''काकीमाने नेमकं काय केलं होतं की, तुम्ही एवढे भडकलात?''

त्या आठवणीने, बाबा क्रुद्ध झाले.

''घरातली बाईच जर घराण्याची अब्रू वेशीवर टांगायला निघाली, तर तिला संपवलंच पाहिजे! आपलं घराणं सामान्य नाही. आपण न्यायदानाचं काम करत आलेलो आहोत. आजतागायत आपल्या घराण्यामध्ये कुणी चोर, खुनी किंवा घराण्याची बेअब्रू करायला निघालेली स्त्री यापैकी कुणीही नव्हते आणि मी ते आता होऊ देणार नव्हतो!''

''घराण्याची बेअब्रू करणारी बाई? कोण?'' मी घाबरून विचारलं.

बाबांनी सिगारेटचा झुरका घेत, हात उंचावला आणि म्हणाले,

''झालं गेलं विसरून जा. झोपलेल्यांना जागं करायला जाऊ नकोस.''

मी गप्प बसले.

''मा योग्य बोलते आहे. आता तुझं लग्न व्हायला पाहिजे. मग मी शांतपणे मरायला मोकळा!''

गमछाने छातीवरचा घाम पुसत, बाबा विचारमग्न झाले. थोड्या वेळाने मी त्यांना निहारिकाचा मृतदेह लटकलेला होता त्या दांड्याकडे टक लावून बघताना

पाहिलं. मग मी अधिक वेळ न थांबता आमच्या खोलीत गेले आणि रामूदाच्या पलंगावर बसले. इतक्यात चंपा आली आणि तिने टी.व्ही. लावला. नेहमीप्रमाणे खरखर करत टी.व्ही. सुरू झाला. सी.एन.सी. वाहिनीच्या बातम्या चालू होत्या. सादरकर्ती सांगत होती : 'जतिंद्रनाथ बॅनर्जीच्या कुटुंबीयांनी पुन्हा एकदा सर्वोच्च न्यायालयाचा दरवाजा ठोठावण्याचा निर्णय घेतला आहे.' चंपाने कंटाळून दुसरा कार्यक्रम लावायला घेतला तसं मी तिला थांबवलं. 'ते सर्वोच्च न्यायालयाकडे असा अर्ज करणार आहेत की, जतिंद्रनाथची मानसिक स्थिती चांगली नसल्यामुळे त्याची फाशी रद्द करण्यात यावी. दुसऱ्या बाजूला मृत्युदंडविरोधी संस्था दारोदार फिरून, जतिंद्रनाथच्या फाशीला विरोध करण्यासाठी सार्वजनिक समर्थन मागायला लागणार आहेत. सी.एन.सी.चे विशेष बातमीदार संजीवकुमार मित्रा यांना मिळालेल्या माहितीनुसार, या बाबतीत पुढील कार्यवाही काय असेल याबाबत अद्याप ठोस माहिती मिळत नाही. संजीव, राइटर्स बिल्डिंगमध्ये सध्या काय घडामोडी होत आहेत, हे आम्हाला सांगू शकाल का?'

निळा शर्ट आणि नेहमीचा काळा चष्मा घातलेला संजीवकुमार मित्रा पडद्यावर झळकू लागला. "आनिंदिता, अद्याप केंद्रीय गृह मंत्रालयाने, पश्चिम बंगाल राज्य सरकारला या मृत्युदंडाबद्दलचा आपला निर्णय कळवलेला नाही. जर त्यांचा निर्णय होकारार्थी आला, तर राज्य सरकार उच्च न्यायालयाला फाशीची तारीख ठरवण्याची विनंती करील. सत्ताधारी सरकार आणि सत्ताधारी पक्षांनी, दया-याचिका रद्द झाली या घटनेला आपलं अनुमोदन दाखवलेलं आहे. मुख्यमंत्र्यांच्या पत्नीने जनतेला आवाहन केलं आहे की, त्यांनी जतिंद्रनाथचा गुन्हा किरकोळ समजण्याची चूक करू नये. जतिंद्रनाथची दया-याचिका नामंजूर केली गेल्याचं समजताच अलिपूर कारागृहाने जतिंद्रनाथच्या कोठडीबाहेर पहारा देत असलेल्या पोलिसांची संख्या दुप्पट वाढवली आहे."

"या सगळ्याबाबत जतिंद्रनाथची काय प्रतिक्रिया आहे?"

"माझ्या सूत्रांच्या माहितीनुसार जतिंद्रनाथला ही बातमी रेडिओवरून समजली. त्यानंतर तो खूप उदास झाला आहे. कारागृहातील कर्मचाऱ्यांच्या सांगण्यानुसार तेव्हापासून ना तो कुणाशी बोलत आहे; ना धड काही खात आहे."

"फाशी पुढे ढकलली जाण्याची कितपत शक्यता आहे?"

"त्याबाबत आताच काही सांगता येणार नाही, आनिंदिता. राष्ट्रपतींनी जतिंद्रनाथची दया-याचिका फेटाळून लावण्याची ही दुसरी वेळ आहे. याआधी दोन वेळा फाशीची तारीख ठरून, ऐनवेळी रद्द झाली होती. गेल्या महिन्यात तर जतिंद्रनाथच्या कुटुंबाने नेट लावल्यामुळे फाशीच्या आधी काही तासांपूर्वी स्थगिती मिळाली होती. या संदर्भात राष्ट्रपतींनी गृहखात्याशी सखोल चर्चा केल्याचं समजलं होतं.

गृह खात्याच्या मतानुसार जतिंद्रनाथने केलेल्या गुन्ह्याचं गांभीर्य लक्षात घेता, त्याला माफी देणं श्रेयस्कर नव्हतं. गृह खात्याने हे विशेषत्वाने नमूद केलं होतं की, ज्या तरुण मुलीवर जतिंद्रनाथने घातक हल्ला केला, तिच्या शरीरावर तब्बल सोळा वार केले गेले होते. मात्र, दुसऱ्या बाजूला, वीस वकिलांचा गट जतिंद्रनाथला फाशीची शिक्षा होऊ नये यासाठी त्याच्या वतीने लढायला सज्ज झाला आहे आणि लवकरच, ते सर्वोच्च न्यायालयामध्ये आपला अर्ज दाखल करणार असल्याचं समजतं.''

मला पुढे ऐकवेना; मी टी.व्ही. बंद केला; पण तेवढ्यात बाबा आले आणि त्यांनी पुन्हा टी.व्ही. लावला. आता समोर सिब्देव बाबूंचा चेहरा दिसत होता.

''कालसुद्धा तो नेहमीप्रमाणे व्यवस्थित जेवला. दुपारी त्याने डाळ-भात, भाज्या आणि माशाचा एक तुकडा खाल्ला. न्याहारीच्या वेळी त्याने दूध आणि मस्का लावलेले सहा पाव खाल्ले होते. दुपारी अंघोळ केली. त्याच्या कोठडीबाहेर कडक पहारा दिला जात आहे. जतिंद्रनाथला हे समजल्यावर, तो माझ्यावर रागावला. मला म्हणाला, 'मी काही इथून पळून जाणार नाही!' मग मी त्याला समजावलं की, त्याने न्हाणीघरात घसरून पडू वगैरे नये यासाठी त्याच्या दिमतीला पोलीस दिले जात आहेत.''

संजीवकुमारने त्यांना विचारलं,

''सिब्देव बाबू, आम्हाला मिळालेल्या माहितीनुसार जतिंद्रनाथच्या डोक्यावर विपरीत परिणाम झालेला आहे. ही बातमी खरी आहे का?''

''अजिबात नाही! कारागृहातल्या डॉ. बिमानदेव मुखर्जींने नुकतीच जतिंद्रनाथची पूर्ण तपासणी केली होती. त्यांनी दिलेल्या अहवालानुसार जतिंद्रनाथची शारीरिक आणि मानसिक स्थिती अगदी उत्तम आहे आणि तसंही त्याला अगदी बारीकसा आजारही जडू नये यासाठी आम्ही त्याची पूर्ण काळजी घेत आहोत.''

''सिब्देव बाबू, जतिंद्रनाथची दया-याचिका फेटाळली गेल्यानंतर तुमचं त्याच्याशी काही बोलणं झालं का?''

''हो. तो अस्वस्थ झालेला होता. कोठडीत येरझारा घालत होता. रेडिओ ऐकत बसलेला आणि मला कुणी भेटायला आलं आहे का, असं विचारत होता.''

''मग? आलं का कोणी?''

''नाही. काही दिवसांपूर्वी त्याचा भाऊ कार्तिक आला होता; पण जतिंद्रनाथने त्याला भेटायचं नाकारलं होतं.''

''अरे? म्हणजे मग जतिंद्रनाथ इतर कुणाची वाट बघत आहे का?''

सिब्देव बाबू हसले आणि म्हणाले,

"ते आता मी कसं सांगणार? मनुष्याच्या मनाचा ठाव लागत नाही, हेच खरं. कुणाला काय पाहिजे असतं हे न बोलता समजत नाही. जतिंद्रनाथ आपल्याकडे कुणी आलं का अशी पृच्छा करत राहतो; पण घरचे कुणी आले की, त्यांना भेटायला नकार देतो."

कॅमेरा पुन्हा संजीवकुमारच्या चेहऱ्यावर स्थिरावला. तो बोलत होता :

"तारीख ठरलेली नसली तरी आता मृत्यू आपल्या दाराशी घुटमळू लागला आहे याची जाणीव असलेला जतिंद्रनाथ बॅनर्जी कारागृहाच्या कोठडीत बसून नेमकी कोणाची वाट बघत आहे? कदाचित, मृत्यूचीच! आता या क्षणी काहीच ठोस सांगता येत नाही. अलिपूर सुधारगृहातून, कॅमेरामन अतुल किशोर चंद्रासोबत, मी संजीवकुमार मित्रा..."

बाबांनी मिशीला पीळ दिला आणि माझ्याकडे बघून म्हणाले,

"एक धड उपयोगाची गोष्ट सांगितली नाही याने!"

पुढची बातमी होती, इम्फाळमध्ये निर्घृण हत्या केल्या गेलेल्या एका मुलीची आणि त्या विरोधात रस्त्यावर निदर्शने करत असलेल्या जनतेची. पहारेकरी म्हणून काम करत असताना जतिंद्रनाथने एका मुलीची अशीच हत्या केली होती आणि गेली कित्येक वर्षं शिक्षेची वाट बघत कारागृहात बसला होता. इम्फाळमध्येसुद्धा गुन्हेगाराला अटक झाली होती; पण त्याला शक्य तितकी कडक शिक्षा व्हावी यासाठी सगळी जनता रस्त्यावर उतरली होती. एकमेकांच्या इतक्या जवळ असलेल्या प्रांतांमधील लोकांची इतकी परस्परविरोधी भूमिका कशी असू शकते याबद्दल मला आश्चर्य वाटल्यावाचून राहिलं नाही.

४८

सुलेमानने राणी साबाच्या राज्यावर चढाई करण्याची धमकी दिली होती. त्याचं असं म्हणणं होतं की, राणी साबाच्या प्रजेने केवळ अल्ला या एकमेव देवाची आराधना करावी. त्याची धमकी मिळाल्यावर राणी साबा खुद्द सुलेमानची भेट घ्यायला निघाली. तिचा एकमेव हेतू होता – तिला आपल्या प्रजेचा पाणउतारा होऊ द्यायचा नव्हता. राणी साबाने आपल्या मंत्रिमंडळाला सांगितलं, 'सगळे राजे – मग ते देवाला मानणारे असोत अथवा नसोत – हे असेच असतात. ते जमिनी बळकावतात, नासाडी करतात, माती आणि पाणी दूषित करतात आणि चांगल्या प्रजेला गुलाम बनवून त्यांचे हाल करतात. मला आपल्या जनतेचा अपमान झालेला बघवणार नाही' असं म्हणून ती सुलेमानला भेटायला गेली. राजा सुलेमानचा

हट्ट होता की, राणी साबा त्याच्या महालात आल्यावर तिने फक्त तिच्या स्वतःच्या सिंहासनावर बसावं. म्हणून त्याने आपल्या गुलामांकरवी राणी साबाच्या महालामधून तिचं सिंहासन चोरून आणलं. दुसऱ्या दिवशी जेव्हा साबा त्याच्या महालात गेली, तेव्हा तिने आपलं सिंहासन तिथे बघितलं. सुलेमानने तिला त्यावर विराजमान व्हायचा आग्रह केला. शत्रूच्या घरामध्ये आपलं सिंहासन पाहून, राणी साबा त्याला म्हणाली, "याची जागा इथे नाही. इथे हे माझं सिंहासन नाही; फक्त एक खुर्ची आहे. मी जर या आसनाला माझं सिंहासन मानून बसावं असा तुमचा आग्रह असेल, तर माझ्या प्रजेने त्यापुढे कुर्निसात करावा." राणी साबाचं बोलणं ऐकून सुलेमान तिच्या प्रेमात पडला. तो तिला एका अप्रतिम सुंदर अशा स्फटिकाच्या महालात घेऊन गेला. त्या महालाच्या छताची रचना अशी होती की, त्यामधून उभ्या रेषेत सूर्यकिरणे आत येऊन, त्यांचे सप्तरंगी इंद्रधनुष्य बनत असे. तिथे राहायला आल्याच्या दुसऱ्या दिवशी सकाळी जेव्हा राणी साबाने आपल्या दालनाचा दरवाजा उघडला, तेव्हा तिने राजा सुलेमानला प्रार्थनेत तल्लीन झालेलं बघितलं. पांढरेशुभ्र कपडे घालून, चटईवर बसून अल्लाची आराधना करणाऱ्या सुलेमानच्या भोवती इंद्रधनुषी रंगाची असंख्य वर्तुळं फेर धरून नाचत होती!

मी रारीला राणी साबाची गोष्ट सांगत असताना, संजीवकुमार नेहमीच्या धसमुसळ्या पद्धतीने आत आला आणि त्याने जतिंद्रनाथच्या फाशीची तारीख ठरली असल्याचं सांगितलं! तो फार उत्साहात दिसत होता. दोन हजार वर्षांनंतरही राणी साबाची गोष्ट सांगायची गरज पडते, या विचाराने मला भीती वाटू लागली.

त्याच्यापासून लपणाऱ्या रारीकडे दुर्लक्ष करत, संजीवकुमार उद्गारला,

"१४ ऑगस्ट! उत्तम तारीख आहे, चेतना. या वेळी ते आणखी एक दया-याचिका सादर करायला किंवा न्यायालयाकडे धाव घ्यायला वेळच देणार नाहीत!"

माझ्या कथाकथनात व्यत्यय आणल्याबद्दल, मी संजीवकुमारकडे वैतागून बघितलं.

"जतिंद्रनाथ अजूनही आशेवर आहे. त्याला वाटतं, मागच्या वेळेसारखं यंदासुद्धा शेवटच्या क्षणापर्यंत काहीही होऊ शकतं; पण या वेळी मला ते शक्य वाटत नाही. तसं काही झालंच तर फाशी आणखी काही दिवस लांबणीवर पडेल, इतकंच!"

मी रारीला नीट पुसलं, तिचे कपडे बदलले आणि मगच संजीवकुमारकडे लक्ष दिलं.

"असं का वाटतं तुला?"

माझ्या प्रश्नाचं थेट उत्तर न देता, संजीवकुमार म्हणाला,

"या मधल्या दिवसांमध्ये आपण काहीतरी जबरदस्त कार्यक्रम करायला

हवा. चेतना, फक्त एकदा माझ्यासोबत कारागृहात येशील का? तू जतिंद्रनाथला कारागृहात भेटून त्याला धीर देते आहेस अशा प्रकारची गोष्ट तयार करू शकलो, तर आपला खूप फायदा होईल.''

''ज्या व्यक्तीच्या हाती त्याचं मरण लिहिलं आहे, त्याच व्यक्तीकडून सांत्वना मिळवण्यात जतिंद्रनाथचा काय फायदा?''

''तू त्याला धीर देऊ शकशील ना?''

मला हसू आलं.

''अगंऽऽ, विचार करून बघ. काय खमंग बातमी होईल!''

इतक्यात मा बाहेर आली. संजीवकुमारचं बोलणं तिच्या कानावर पडलं होतं. ती त्याच्यावर बरसू लागली :

''संजू बाबू, आजकाल या घरात मी फक्त मरण्या-मारण्याच्या गोष्टी ऐकत असते आणि बघा, परिणाम काय झाला आहे? आमच्या घरात एकामागोमाग एक मृत्यूची मालिकाच लागलेली आहे. कृपा करून, तुम्ही तुमच्या माध्यमाद्वारे माणसांना हे हीन कृत्य सोडून शांतीने आयुष्य घालवण्याचं आवाहन कराल का? फार उपकार होतील तुमचे!''

आईचं बोलणं ऐकून, संजीवकुमारचा चेहरा कडवट झाला.

''अच्छा, अच्छा... म्हणजे माझा उपयोग संपलेला दिसतोय तर! तुम्हाला इतर कुणीतरी अजून घसघशीत मागणी घातलेली दिसतेय! म्हणून तुम्हाला मी नकोसा झालो आहे.''

''मला तुझ्याकडून अजून मदत घेता येणं शक्य नाही... बाकी काही नाही...'' मी मध्ये पडून म्हणाले.

''चेतना, मी फक्त तुमच्या भल्याचा विचार करत आलो आहे; पण तुमचा माझ्यावर विश्वास नाही, त्याला मी तरी काय करणार?'' जरासं थांबून तो पुढे म्हणाला, ''चेतना, माझं ऐक. अजून काही दिवस आमच्याशी सहकार्य कर; त्यात तुझाच अधिक फायदा आहे. पैशाची काळजी करून नकोस; ते माझ्याकडे लागलं आणि... लग्नाचं म्हणशील तर...''

''लग्नाबद्दल एक शब्द काढू नकोस!'' मी संतापून म्हणाले.

''का? दुसरा कुणी सापडला आहे का?'' त्याच्या कपाळावर आठ्या दिसू लागल्या.

''हूं! मला इतर कुणीही चालेल; तो पुरुष असला म्हणजे झालं! जल्लाद असलेल्या किंवा जल्लादाच्या घराण्यातल्या कोणत्याही मुलाला माझ्याशी लग्न करता येईल. त्याने पुरुष आणि सज्ञान असणं गरजेचं आहे. बास!''

''तुला माहीत नाही, चेतना... तो नियम बदलण्यासाठी मला किती त्रास

पडला ते...'' संजीवकुमार पुटपुटला.

''त्यात काय विशेष! कित्येक पटीने स्वतःचा फायदा करून घेतलास की!''

''मला तुझ्याशी वाद घालायचा नाही आणि मला उगीच चिथवू नकोस. मी जर एखादी गोष्ट मिळवायची ठरवली की, मी ती मिळवतोच!''

''टाळ्या वाजवू का तुझ्यासाठी?'' मी उपहासाने विचारलं.

संजीवकुमार पाय आपटत निघून गेला. माझ्या मनाला हुरहुर लागून राहिली.

एवढ्यात रारी आणि चंपा परत आल्या. त्यांना पुढची गोष्ट ऐकायची होती.

राजा सुलेमानने राणी साबासाठी उत्कृष्ट मेजवानी आयोजित केली. दक्षिण भारतातून आणलेल्या खास, सुगंधी लवंगा आणि वेलची वापरून नानाविध खमंग पदार्थ बनवले होते. मेजवानी झाल्यावर, सुलेमानने साबाला लग्नाची मागणी घातली; पण तिने नकार दिला. मग सुलेमानने तिला अट घातली : या महालातून एकही मोलाची वस्तू घेऊन जायचं नाही.

मुलींच्या चेहऱ्यावर उत्सुकता ताणली गेली. मी पुढे सांगू लागले : राणी साबा खूप श्रीमंत होती. तिला सुलेमानकडून काहीही घेऊन जायची गरज नव्हती. त्या रात्री, ती शांतपणे झोपली. स्फटिकाच्या महालामध्ये चंद्राच्या किरणांचं मोहक जाळं पसरलं होतं. सर्वत्र चांदण्यांचा लखलखाट परावर्तित होत होता. थोड्या वेळाने साबाला तहान लागली. जेवणातल्या मसाल्यांमुळे तिला विशेष तहानल्यासारखं होत होतं.

''आणि मग?'' रारीने कुतूहलाने विचारलं. तिचे लकाकते, हसरे डोळे पाहून मला क्षणभर काकूंना बघत असल्याचा भास झाला. हृदयात कळ गेली.

राणी साबाने शेजारच्या तिपाईवर ठेवलेल्या सोन्याच्या भांड्यामधून पाणी प्यायलं. इतक्यात पडद्याआडून तिला लपून पाहणाऱ्या सुलेमान राजाने बाहेर उडी मारली आणि तिला म्हणाला,

''तू तुझा शब्द मोडलास!''

राणी साबा गोंधळून गेली.

''कसा काय? मी तर कुठलीच मौल्यवान वस्तू घेतलेली नाही.''

ते ऐकून, सुलेमान राजा खदखदून हसला आणि म्हणाला,

''पाण्यापेक्षा अधिक मौल्यवान काय असू शकतं?''

राणी साबाने आपला पराभव मान्य केला.

गोष्ट ऐकून, रारीच्या चेहऱ्यावर भीतीचं सावट पसरलं.

''मी मुळीच तिखट पदार्थ खाणार नाही आणि कुठल्या राजाच्या महालातसुद्धा जाणार नाही!'' तिने घोषित केलं.

मी प्रेमाने तिचं डोकं थोपटलं.

चंपाची उत्सुकता मात्र चाळवली गेली.

"मला इंद्रधनुष्यांचा महाल बघायला आवडेल. आपण जाऊयात का तिथे, पेतूदी?"

"नाही गं बाळा, तो महाल कधीच पडला."

"हो? आणि मग राणी साबाचं पुढे काय झालं गंऽऽ?"

मी उत्तर देणार, एवढ्यात संजीवकुमार पुन्हा डोकावला. त्याला बघून मी पुन्हा वैतागले.

"तू अजून इथेच घुटमळत बसला आहेस?"

"मी इतक्या लवकर जाईन असं तुला बरं वाटलं, चेतना?" त्याने कुत्सित टोमणा मारला. "बाहेर ये. पोलीस तुला शोधत आहेत."

त्याच्या चेहऱ्यावरच्या विजयी मुद्रेने मला अस्वस्थता आली. मी बाबांच्या खोलीत गेले आणि दरवाजा उघडला. दोन पोलीस हवालदार उभे होते.

त्यांपैकी एकाने न्यायालयाचा शिक्का असलेलं पत्र काढून माझ्यासमोर धरलं.

"न्यायालयाचं आदेशपत्र आहे..."

"उंऽऽ, बाबा घरी नाहीत."

"हे त्यांच्यासाठी नाही; तुमच्यासाठी आहे..." खिशातून पानमसाल्याची पुडी काढून आपल्या तोंडात रिकामी करत, हवालदार बेफिकिरीने म्हणाला.

मी थरथरत्या हाताने पत्र घेतलं आणि वाचू लागले :

प्रति,
कु. चेतना ग्रद्धा मलिक,
अधिकृत जल्लाद

मी पत्र हातात धरून दिङ्मूढ उभी राहिले. इतक्यात दुसरा हवालदार मला म्हणाला,

"तुम्हाला आय. जी. साहेबांनी भेटायला बोलावलं आहे. तुमच्यासाठी जीप आणली आहे. आताच यावं लागेल."

"पण... पण बाबा घरी नाहीत होऽऽ..." मी आवंढा गिळत म्हटलं.

"त्यांना आता तुझ्या बाबांची गरज उरलेली नाही, चेतना!" संजीवकुमारने मध्ये तोंड घातलं. "ते खुनी आहेत. गुन्हेगार आहेत. सरकार एका गुन्हेगाराची जल्लाद म्हणून नेमणूक करील असं तुला वाटलं तरी कसं?"

माझ्याकडे काही उत्तर नव्हतं.

"चला, बाई. जीप थांबली आहे."

माझ्याकडे दुसरा पर्याय नव्हता. न्यायदानाच्या प्रक्रियेतल्या शृंखलेमधील मी सर्वांत कनिष्ठ पदावरची व्यक्ती होते. मला माझं मत असण्याचं कारण नव्हतं. मला फक्त आदेश पाळायचे होते.

मी तयार झाले आणि आईकडे पैसे मागायला गेले.

"तू एकटी जाणार? पोलिसांच्या जीपमधून?" आईने घाबरून विचारलं.

"काळजी करू नकोस, आई. मी लगेच परत येईन."

"मा काली! माझ्या पोरीची काळजी घे गंऽऽ!" आई आभाळाकडे हात उंचावत म्हणाली. छतावरच्या छिद्रामधून येणाऱ्या उन्हाची तिरीप आईच्या पिकल्या केसांवर पडत होती. त्यामधून सुंदर इंद्रधनुष्य निर्माण होत होतं.

मी जीपमध्ये बसले तशी सी.एन.सी.ची गाडी आमच्यामागे येऊ लागली. जीपमधल्या समोरच्या बाकावर बसलेला हवालदार पानमसाला चघळत, बिनदिक्कत माझ्या अंगावर डोळे फिरवत होते. माझे हात आपोआप ओढणीची गाठ मारू लागले. मी एक जल्लाद आहे आणि बलात्काराच्या गुन्ह्याखाली अटक झालेल्या माणसाला फाशी देण्यासाठी माझी नेमणूक झाली आहे या गोष्टींचा त्याला इतक्या सहजपणे विसर पडलेला पाहून, मला गंमतमिश्रित आश्चर्य वाटलं. मी त्याच्याकडे निरखून बघितलं. त्याच्या मानेवरची हाडं उभारलेली होती. मी त्याच्याकडे पाहते आहे हे लक्षात आल्यावर हवालदाराने विचारलं,

"उंऽऽ? काय झालं?"

"काही नाही. तुमच्या मानेवरची हाडं चांगली उभारलेली आहेत होऽऽ."

नकळत त्याचा हात आपल्या मानेकडे गेला.

"हो. मग?"

"विशेष काही नाही. मी विचार करत होते की, तुमच्या मानेची हाडं मोडायला एक गाठ पुरेशी होईल..." मी अगदी मधाळ हास्य करत म्हणाले.

क्षणार्धात हवालदाराचा चेहरा खर्रकन उतरला. त्याच्या डोळ्यांतली लालसा जाऊन त्या जागी भीती दिसू लागली. मग त्याने माझ्याकडे बघणंच सोडलं! संजीवकुमारची गाडी आमच्या आधी राइटर्स बिल्डिंगला पोहोचली. मी ई-ब्लॉकपर्यंत चालत गेले, तशी त्याचा कॅमेरा माझा माग घेत राहिला. अतिरेक्यावर बंदूक रोखली जावी अशा थाटात सी.एन.सी.चा कॅमेरा माझा पाठलाग करत होता! मी त्याकडे लक्ष न देता, हवालदारांसोबत लिफ्टमध्ये शिरले आणि चौथ्या मजल्यावर पोहोचले. मला बाहेर थांबायला सांगून हवालदार आय.जी.साहेबांच्या कार्यालयात गेले. संजीवकुमार धापा टाकत माझ्या जवळ येऊन उभा राहिला.

"आय.जी.ला भेटण्याची भीती वाटते का, चेतना?"

"चक्रबर्ती बाबूंना?"

"नाही, हे वेगळे आहेत. श्रीनाथ मलिक. कोठडीतल्या दोन गुन्हेगारांचे मृत्यू यांच्या नावे नोंदले गेले आहेत. जरा जपून हं..."

मी काही उत्तर दिलं नाही. अर्ध्या तासाने मला आत बोलावलं गेलं. मी दरवाजाशी उभी राहून, "आत येऊ का, बाबू?" असं विचारताच उग्र चेहऱ्याच्या पन्नाशीतल्या गृहस्थाने जरासं वैतागून वर बघितलं.

"चेतना ग्रद्धा मलिक. हो ना? तूच आहेस का ती, जिला सरकारने जल्लाद म्हणून नेमलेलं आहे?"

मी काही न बोलता आत गेले आणि विनम्रपणे उभी राहिले.

"तू तर फार लहान आहेस गं! तुझा म्हातारा नाही आला का सोबत?"

"नाही, बाबू."

मला निरखत, ते पुढे म्हणाले,

"तू एकटी हे सगळं करू शकशील? कारागृहात जाऊ शकशील?"

मग ते आपल्या खुर्चीतून उठून माझ्यासमोर उभे ठाकले. शेजारच्या टेबलावर संगणकावर काम करत असलेल्या तरुणाच्या डोळ्यांत भीती उमटलेली दिसली.

"एका जिवंत माणसाच्या गळ्यात दोरखंड अडकवून त्याचा जीव घेण्याची हिंमत आहे तुझ्यात?"

"हो, बाबू."

"मी हे कसं खरं मानू? ऐनवेळी मागे फिरलीस तर?"

"तुमची परवानगी असेल तर मी तुम्हाला प्रात्यक्षिक देऊ शकते, बाबू."

मग आय.जी.ने आपल्या टेबलावरचा लाकडी रूळ उचलला आणि ते माझ्या अजून जवळ आले. गडबडून, मी दोन पावलं मागं सरकले. मग त्यांनी त्या रुळाने माझ्या छातीवरची ओढणी वर केली आणि निर्लज्जपणे माझे उरोज न्याहाळू लागले.

"हंऽऽ... बघू तरी... तू व्यवस्थित आहेस की नाही ते?"

मी पुरती गारठले! पण मग माझं रक्त सळसळू लागलं. बोटांमध्ये शिरशिरी धावू लागली. टेबलावरच्या तरुणाची मान शरमेने खाली झुकली.

"हंऽऽ... उत्तम!"

आय.जी.ची नजर माझ्यावर रोखली गेली होती. मीही त्यांच्या नजरेला नजर देत उभी होते. रिंगणातल्या झुंजार कोंबड्यांप्रमाणे आम्ही जणू एकमेकांना नजरेने शह देत उभे होतो. समोरच्या तिरस्करणीय माणसाच्या डोळ्यांत संजीवकुमारच्या दहापट मग्रुरी आणि अभिमान होता. माझा श्वास कोंडल्यासारखा झाला.

आय.जी. माझ्या आणखी जवळ आला. आता त्याच्याबद्दल जराही आदर वाटण्याचा प्रश्न उरलेला नव्हता. त्याचा उष्ण श्वास माझ्या गालाला जाणवू

लागण्याइतपत तो माझ्या निकट आला आणि म्हणाला,

"चक्रबर्तीसोबत कितीदा झोपलीस गं?"

"काय?" मी अत्यंत संतापाने विचारलं.

माझ्या रागावण्याने त्याला अधिकच गंमत वाटली. त्याला काय म्हणायचं होतं हे माझ्या नेमकं लक्षात आलं. त्या क्षणी, मला मारुती प्रसादसारखी त्याची कीव येऊ लागली.

महत्प्रयासाने, माझ्या रागावर नियंत्रण ठेवून, मी त्याला म्हणाले,

"बाबू, तुम्ही माझे कागद दिलेत, तर मी लवकर निघू शकेन."

"मला तुला पुन्हा भेटावं लागेल. संध्याकाळी गाडी पाठवतो."

मी आय.जी.कडे शांतपणे बघितलं आणि मग फिस्सकन हसले! टेबलावरचा माणूस आश्चर्याने पाहू लागला. आय.जी.ने काही कागद बाहेर काढले, त्यावर सही केली आणि काहीतरी शिव्या पुटपुटत, कागद माझ्या हाती देत म्हणाला,

"हं, नीघ आता. संध्याकाळी गाडी पाठवतो."

"हो, बाबू. मी वाट बघते..." गोड हास्य करत, मी त्याला म्हणाले.

आय.जी.च्या कार्यालयातून बाहेर पडले, तर संजीवकुमार समोरच उभा होता. मी त्याच्याकडेही गोड हास्य फेकलं; त्याच्या चेहऱ्यावर प्रश्नार्थक भाव पसरले.

"अधीक्षकांना भेटायला सांगितलं नाही का?"

"हूंऽऽ..."

"मी सोबत येऊ का?"

मी काहीच बोलले नाही. तो माझ्यासोबत बाहेर आला. नेहमीप्रमाणे त्याचा कॅमेरामन माझ्याभोवती रिंगण घालू लागला. मला शहा इस्माईल खाजीची गोष्ट आठवली. पंधराव्या शतकात बंगालच्या सुलतान रुक्नुद्दीन बरबाक शहाने कलिंगा आणि कामरूपवर आपला झेंडा फडकवण्यासाठी शहा इस्माईल खाजीची नियुक्ती केली होती. खाजीने कलिंगा सर केलं; पण कामरूपमध्ये त्याचा पराभव झाला. कामरूपचा राजा कामेश्वरने त्याला मृत्युदंडाची शिक्षा घोषित केली. जल्लाद म्हणून माझे पूर्वज – नथू ग्रद्धा मलिकची नियुक्ती केली गेली. फाशीच्या दिवशी इस्माईल खाजीने राजा कामेश्वरला विनंती केली की, त्याला प्रार्थना करण्याची परवानगी दिली जावी. राजाने त्याला परवानगी दिली. त्यानुसार फाशीस्तंभाच्या फलाटावर पांढरी चादर टाकून शहा इस्माईल अल्लाची प्रार्थना करू लागला. शहा इस्माईलने जेव्हा आभाळाकडे डोळे लावले, तेव्हा राजा कामेश्वरनेही वर बघितलं. आभाळामध्ये सप्तरंगी इंद्रधनुष्यांची उधळण झालेली बघून, कामेश्वरचे डोळे दिपले. त्याने शहा इस्माईलला विचारलं,

"तुझी अखेरची इच्छा काय आहे?"

खाजीने उत्तर दिलं,

"माझं जे करायचं ते करा; पण माझ्या माणसांना सोडून द्या."

राजा कामेश्वरला शहाचं खूप कौतुक वाटलं. त्याने शहाची फाशी रद्द केली आणि त्याच्या मार्गदर्शनाखाली इस्लाम धर्माचा स्वीकार केला. मात्र, बरबाकला खाजीच्या लोकप्रियतेचा मत्सर वाटू लागला; त्याने खाजीची हत्या करवली तसेच त्याचं शीर आणि धड निरनिराळ्या ठिकाणी नेऊन पुरलं.

बरबाक शहाचा वंशज असलेला त्याचा नातू मानसिक व्याधीने ग्रासलेला होता. म्हणून बरबाकच्या मृत्यूनंतर त्याचा भाऊ – जलालुद्दीन फतेह शहा सिंहासनावर विराजमान झाला. मात्र, काही काळातच, शहजादा जलुद्दीन नावाच्या पहारेकऱ्याने जलालुद्दीनची हत्या केली. शहजादा जलुद्दीन राणी साबाचा वंशज होता आणि जलालुद्दीनच्या महालात पहारेकरी म्हणून काम करत होता. जलालुद्दीनची हत्या केल्यानंतर जलुद्दीनने राजगादीवर दावा केला; पण त्यानंतर लगेचच, फतेह शहाचा निष्ठावंत सेवक असलेल्या सैफुद्दीन फिरूझ शहाने जलुद्दीनची हत्या केली आणि राजगादी बळकावली. काही वर्षांनंतर शमसुद्दीन मुसाफार शहाने सैफुद्दीनचा खात्मा केला. इतकेच नव्हे तर, सैफुद्दीनच्या मृत्यूनंतर गादीवर बसवला गेलेला त्याचा ३ वर्षांचा मुलगा महमूद शहा आणि त्याच्या वतीने राज्यकारभार पाहणारा हबीश खान या दोघांनाही शमसुद्दीनने निर्घृणपणे संपवून टाकलं. काही वर्षं राज्य केल्यावर एके दिवशी शमसुद्दीनच्या हिशेबनीसाने त्याच्याविरुद्ध बंड पुकारून शमसुद्दीनचा काटा काढला.

ठाकूमाच्या म्हणण्यानुसार आमच्यावर इस्माईल खाजीच्या शापाचा अंमल होता. मरताना त्याने बरबाक शहाला शाप दिला होता : आपल्या हृदयाचे दोन तुकडे होण्याची वेदना तुला आयुष्यभर भोगावी लागेल! म्हणूनच, आमच्या मायभूमीचे असे दोन भाग झालेले आहेत, असं ठाकूमाचं मत होतं.

आमची जीप कारागृहाजवळच्या जजेस कोर्ट रोडवर थांबली; मी बाहेर पडून तरातरा चालू लागले. संजीवकुमार आणि त्याच्या कॅमेरामनला माझ्यामागे धावत यावं लागलं. मोठ्या आत्मविश्वासाने मी कारागृहाच्या आवारात जाऊन पोहोचले. सिब्देव बाबू व्यथित चेहऱ्याने माझं स्वागत करायला बाहेर आले. संजीवकुमार माझ्यासोबत आत आला.

"मला वाटलं, ग्रद्धादासुद्धा येतील!" कागदांवर सह्या करता-करता सिब्देव बाबूंनी मला विचारलं.

"बाबा घरी नाहीत, बाबू."

"तू हे सगळं एकटीने करू शकशील का?"

"हो, बाबू."

"गुन्हेगाराचे हात-पाय बांधण्यासाठी तू एखाद्या पोलिसाची मदत घेऊ शकतेस."

"नाही. त्याची गरज नाही."

माझ्या आवाजातल्या कणखरपणामुळे संजीवकुमार आणि सिब्देव बाबू, दोघांनी एकमेकांकडून चमकून बघितलं. मी पुढे म्हणाले,

"मी सगळं माझ्या पद्धतीने करीन. माझ्यासाठी ते महत्त्वाचं आहे."

"बरंऽऽ, जशी तुझी इच्छा! अच्छा, तुला दोरखंड बघून घ्यायचा आहे का?"

"हो."

आम्ही कोठाराकडे गेलो आणि आधी पाहिलेल्या लोखंडी ट्रंकेमधून मी एक मनिला दोरखंड निवडला. या वेळी मला शिंका आल्या नाहीत.

"वाळूचं पोतं मिळू शकलं तर मी एकदा चाचणी करू शकते..." सराईत जल्लादाच्या आविर्भावात मी सिब्देव बाबूंना विनंती केली.

आवारातून पुढे चालत जाताना, मला संजीवकुमारचाच काय तर सगळ्या जगाचा विसर पडला. एका कार्यालयाबाहेर साफसफाई करत असलेल्या काही कैद्यांनी मान वळवून बघितलं आणि पाणचट विनोद केले. नेताजींना ठेवलं गेलं होतं त्या कोठडीचं दर्शन झालं. मग आम्ही फाशीस्तंभाकडे गेलो. संजीवकुमार माझ्याकडे आ वासून पाहत होता. यापूर्वी बाबांनी चाचणीसाठी वापरलेली गोणी पावसात चिंब भिजून आणि मग उन्हामध्ये कडकडीत सुकून एका कोपऱ्यात पडली होती. मी ती साफ करून त्यामध्ये वाळू भरली आणि मग दोरखंड तपासून घेतला. कैदी पुन्हा माझ्याकडे बघून आपसात काहीतरी खुसफुसू लागले; पण आता माझं त्यांच्याकडे लक्ष नव्हतं. माझं संपूर्ण लक्ष समोरच्या कामावर केंद्रित झालेलं होतं. मी त्या पोत्यावर दोरखंड अडकवला आणि तिपाईवर चढून आकड्यावर गाठ मारली. हे सगळं करताना, एकदाही माझं हृदय धडधडलं नाही की हात थरथरले नाहीत.

मग मी आकाशाकडे बघून विचारलं,

"आज पाऊस पडण्याची शक्यता आहे का?"

"काल खूप पाऊस पडून गेला होता. बऱ्याच ठिकाणी पाणी साचलं आहे..." सिब्देव बाबूंनी माहिती दिली.

"पाऊस पडला तर हे पोतं काढावं लागेल. नाही पडला तर थोडा वेळ हे असंच ठेवून द्या."

"बरं, ठीक आहे. तू आता घरी जा; मी एखाद्या हवालदाराला इथे कामाला लावतो."

"नाही, बाबू. मी थांबते. माझं कर्तव्य आहे ते."

“नक्की? तुला चालेल?”

“हो, बाबू.”

“बरं... मग तसं असेल, तर माझं तुझ्याकडे आणखी एक काम आहे. सामान्यतः फाशी जाणाऱ्या प्रत्येक कैद्याला आम्ही त्याची अखेरची इच्छा विचारतो. जतिंद्रनाथसाठीही यापूर्वी आम्ही हे केलेलं आहे; पण या वेळी त्याने काहीतरी विचित्र मागणी केलेली आहे...”

माझी उत्सुकता चाळवली गेली. सिब्देव बाबूंनी सांगितलं,

“त्याला तुला भेटायचं आहे. तुझ्याशी बोलायचं आहे.”

जतिंद्रनाथची मागणी ऐकून मीच नव्हे, तर संजीवकुमार आणि तिथे हजर असलेले हवालदारसुद्धा हबकून गेले; पण मग काही क्षणांनी मी सैलावले आणि सिब्देव बाबूंना म्हणाले,

“ठीक आहे. मी भेटते त्याला.”

“मग चल, आताच जाऊ या...” असं म्हणून सिब्देव बाबूंनी मला त्यांच्यासोबत येण्याची खूण केली. नेहमीच्या सवयीनुसार भराभर चालत ते क्र. ३ च्या कोठडीपर्यंत पोहोचले. मी धिम्या पावलांनी मागून गेले आणि कोठडीबाहेरच्या व्हरांड्यात उभी राहिले. आत डोकावून पाहिलं तर एक माणूस कानाला रेडिओ लावून बसला होता. आम्हाला पाहून, तो कोठडीच्या दरवाजापर्यंत आला आणि गजावर डोकं टेकवून माझ्याकडे पाहू लागला. त्याच्या हडकुळ्या छातीवरून बरगड्या बाहेर आलेल्या दिसत होत्या.

“या वेळी माझी सुटका नाही, हो ना?” त्याने मला विचारलं.

मी त्याच्या खोल गेलेल्या डोळ्यांत बघून म्हणाले,

“या गोष्टीपेक्षा अनिश्चित अजून काही नसतं...”

अचानक जतिंद्रनाथने मला अगदीच अनपेक्षित प्रश्न विचारला!

“चेतनादी, तुम्ही जल्लाद आहात. तुमच्याशी कुणी लग्न करील का हो?”

काय उत्तर द्यावं हे मला सुचेना. मला गप्प बसलेलं पाहून, जतिंद्रनाथ म्हणाला,

“तुम्हाला पहिल्यांदा बघितल्यापासून, माझ्या डोक्यात एक विचार आकार घेत राहिला आहे. माझा भाऊ – कार्तिक लग्नाचा आहे. तुम्ही त्याच्याशी लग्न कराल का? तुम्ही जल्लाद आणि तो अशा माणसाचा भाऊ ज्याला तुम्ही फाशी दिली. याहून उत्तम जोडी कोणती असेल, सांगा?”

माझ्या मनात इतक्या भावना एकत्र उचंबळून आल्या की, माझ्या तोंडून शब्द फुटेना! काय बोलणार होते मी या प्रस्तावावर?

स्फटिकाच्या महालामधून बाहेर पडल्यावर राणी साबा अल्लाला शरण गेली.

तिने असं का केलं? पाण्यासाठी? आपल्या प्रजेसाठी? माहीत नाही. मला असं वाटतं की, तिने हे केवळ त्या प्रेमाच्या आधारावर स्फटिकाने बांधलेल्या महालातले सप्तरंग टिकून राहावेत, यासाठी केलं.

त्या दिवशी मी जेव्हा अखेर कारागृहातून बाहेर पडले, तेव्हा वयाची पुटं चढलेल्या सूर्याची मान खाली गेली होती – जणू कुणी त्याच्या मानेमध्ये दोरखंड अडकवून फास लावला असावा!

बाहेर पडताना, मी नेताजींच्या कोठडीबाहेर थबकले. तेवढ्यात संजीवकुमार मागून धावत आला आणि मला म्हणाला,

"चेतना, काय म्हणाला तो?"

उत्तरादाखल मी संजीवकुमारकडे बघून हसले आणि म्हणाले,

"मला तुझा प्रस्ताव मान्य आहे. १०,००० रुपये घेईन."

"अचानक हा बदल कसा घडला?"

"त्याच्याशी तुझा संबंध नाही. आजपासून माझा प्रत्येक क्षण तुझा आहे. तू आणि तुझा कॅमेरा सतत माझ्यामागे असायला हवा."

"वा! हे उत्तम झालं!" तो आनंदाने उद्‌गारला.

मी त्याला माझ्या मागे यायचा हुकूम सोडून, पुढे चालू लागले. छातीवरच्या लाकडी रुळाची आठवण अजूनही डोक्यात ताजी होती!

४९

'ताठ मानेने जगण्यासाठी, बायकांना आधी थोडं झुकता आलं पाहिजे,' हे ठाकूमाचं मत मनात घोळवत, मी दुसऱ्या दिवशी संजीवकुमारसोबत सी.एन.सी.च्या स्टुडिओमध्ये दाखल झाले. त्या दिवशीचा कार्यक्रम थेट प्रक्षेपित होत नसल्याने, पूर्वीसारखी घाईगडबड नव्हती. आदल्या दिवशी वाळूचं पोतं उचलल्यामुळे माझ्या हाताला रग लागली होती. माझ्या मनात या विचाराने राग फुलत होता की, इतिहासामध्ये बऱ्याच लोकांची अशी उदाहरणं आहेत जी सतत वाकूनच जगली. कारण त्यांना कधी ताठ उभं राहणं जमलंच नाही. अगदी बंकिमचंद्र चॅटर्जींच्या नावातल्या बंकिम या शब्दाचा अर्थ 'थोडासा वाक' असाच होता. जेव्हा श्री रामकृष्ण परमहंसांनी त्यांना गमतीनं विचारलं होतं की, ते असे 'जरासे वाक' का होते, तेव्हा बंकिमचंद्रांनी उत्तर दिलं होतं, "बूट घातलेल्या पायांच्या लाथा खाल्ल्यामुळे असा झालो मी." बंकिमचंद्र इंग्रजांसाठी उपदंडाधिकारी म्हणून काम करायचे आणि त्यांनी 'वंदे मातरम्' गायचा प्रमाद केला होता. मुझफ्फर खाजी चौधरींना

आत्महत्या करण्यासाठी दोरखंड पाहिजे होता. इंग्रजांसमोर झुकण्याऐवजी आत्महत्या केलेली बरी या विचाराने त्यांनी माझे पूर्वज असलेल्या नरोत्तम ग्रद्धा मालककडे दोरखंड जपून मागितला. पुढे नरोत्तम ग्रद्धा यांनी या खाजीच्या मुलाच्या हाताखाली काम केलं; मुलाला इंग्रजांसमोर मान तुकवायला लाज वाटायची नाही. जेव्हा खाजीचा मुलगा इंग्रज अधिकाऱ्यांसोबत शिकारीला जात असे, तेव्हा नरोत्तमला मोठ्याने आवाज करून सावजाला लपलेल्या जागेतून बाहेर काढायची कामगिरी दिली जायची. कालांतराने जेव्हा या खाजीची मुलगी – फैझुन्निसा – चौधरीण बनली, तेव्हा नरोत्तमने तिच्या हाताखाली काम करायला नकार दिला. एका बाईच्या आणि तेहा एका मुसलमान बाईच्या आधिपत्याखाली काम करणं त्यांना पटेना. नरोत्तमने नोकरी सोडली आणि त्रिपुरामधल्या आपल्या वडिलोपार्जित घरामध्ये राहू लागले. घराच्या वाटण्यांवरून चाललेल्या भांडणांमध्ये अडकलेल्या नरोत्तमला चौधरीणीचा नवरा असलेल्या मुहम्मद खाजी चौधरीने आपली चाकरी करण्याचं आमंत्रण दिलं. नरोत्तमने ते काम स्वीकारलं आणि त्यानंतर मुहम्मदचा मृत्यू होईपर्यंत, फैझुन्निसावर नजर ठेवणाऱ्या अनेक पुरुषांना त्यांनी फाशीस्तंभाचा रस्ता दाखवला.

"नाही; या फाशीनंतर स्त्रियांवर होणाऱ्या अत्याचारांमध्ये काही कमतरता होईल, असं मला अजिबात वाटत नाही."

मी स्टुडिओमधील नेहमीच्या खुर्चीवर बसून, अगदी ठाम आवाजात बोलत होते. माझ्या पर्समध्ये, नीट मोजून ठेवलेल्या दहा हजाराच्या करकरीत नोटांचा सुगंध दरवळत होता.

"एका निरागस तरुण मुलीचा बलात्कार आणि खून केल्याबद्दल बॅनर्जीला फाशी होणार आहे. मुख्यमंत्र्यांनीही असं म्हटलं आहे की, या फाशीमुळे समाजावर एक प्रकारचा दरारा बसेल."

संजीवकुमारने माझ्याकडे विजयी मुद्रेने बघितलं. तळघरात त्याने माझ्यावर केलेल्या अत्याचाराची आठवण नव्याने ताजी झाली. छातीमधला व्रण पुन्हा ठणकू लागला.

"काल मी कारागृहामध्ये गेले असताना, एका वरिष्ठ पोलीस अधिकाऱ्याने लाकडी रूळ घेऊन माझे स्तन दाबले. त्याने माझ्या घरी गाडी पाठवण्याचीही धमकी दिली. जर मी त्याच्या धमकीला घाबरून त्या गाडीत बसले असते, तर माझ्यावरही बलात्कार झाला असता. मुख्यमंत्री त्या अधिकाऱ्याला शिक्षा करतील का? काय हमी आहे?"

संजीवकुमारला धक्का बसलेला दिसला!

"हे अनाकलनीय आहे, चेतना! लोकशाहीमध्ये अशी लाजिरवाणी घटना

घडणं म्हणजे समाजाच्या तोंडाला काळं फासलं जाणं आहे! आणि तेही एका वरिष्ठ पोलीस अधिकाऱ्याने असं वागावं? छे! हे फार वाईट झालं. तू तक्रार का केली नाहीस, चेतना?''

''मी तक्रार केली तर मला न्याय मिळेल याची तुम्ही खात्री देऊ शकता का, संजीव बाबू?'' मी त्याच्याकडे डोळे रोखून पाहत विचारलं.

''त्या अधिकाऱ्याचं नाव का नाही जाहीर करत?''

''जरूर करीन. त्याने जर पुन्हा असलं काही घाणेरडं कृत्य करण्याचा प्रयत्न केला, तर मी प्रसारमाध्यमांद्वारे त्याचं नाव जाहीर करीन.''

''पण मग आता का नाही? एका अर्थी, तू त्याला सूट देते आहेस.''

''मला असं वाटतं की, आताच्या माझ्या विधानांद्वारे त्याला हे नक्की समजलं असेल की, मी कुणी किरकोळ, घाबरट मुलगी नाही. त्याने माझ्याशी वाकड्यात शिरू नये; महागात पडेल.''

''पण त्याचं पद बघता, तो तुला जाळ्यात अडकवू शकतोच की!''

''माझा माणसामधल्या चांगुलपणावर विश्वास आहे. त्यासाठी मी त्याला एक संधी देऊ केली आहे.''

''पण मग तू तशी संधी जतिंद्रनाथला द्यायला तयार नाहीस! असं का?''

''जतिंद्रनाथला संधी देणारी किंवा नाकारणारी मी कोण? तो निर्णय सर्वस्वी सरकारचा आहे.''

अचानक संजीवकुमारने आपला माइक उतरवला आणि हरीशनाथच्या कार्यालयाकडे धावत गेला. काही मिनिटांतच हरीशनाथ स्वतः धावत बाहेर आले आणि मला म्हणाले,

''चेतना, आपण आता जे चित्रीकरण करत आहोत, तो कार्यक्रम पुढच्या दोन तासांत दाखवला जाणार आहे. तू ज्या पोलीस अधिकाऱ्याबद्दल बोलत होतीस, ती बातमी म्हणजे राजकीय 'टाइम बॉम्ब' आहे. तू जर आम्हाला अजून सविस्तर माहिती देऊ शकलीस, तर आम्ही आजच्या ९ च्या बातम्यांमध्ये त्यावर विशेष कार्यक्रम करू शकतो.''

''का ते?''

''का म्हणजे? गुन्हेगाराला शिक्षा व्हायला नको का?''

''मग तसं तर माझ्या गुन्हेगारांची यादी बऱ्यापैकी मोठी आहे आणि त्यात तुमच्या या संजीवकुमार मित्राचंही नाव येतं, बरं का!''

''काय? ए चेतना, तू हा अति आगाऊपणा बंद कर हंऽऽ! माझ्या गावी एक म्हण आहे : डोकं ढगामध्ये जाऊ द्यायच्या नादात पाठीवरच्या कुबडाचा विसर पडू देऊ नये!''

"माझी ठाकूमा सांगते, ताठ उभं राहण्यासाठी क्वचितप्रसंगी, आधी वाकावं लागतं."

माझ्यात आणि संजीवकुमारमध्ये नेमकं काय नातं आहे याची हरीशनाथला जाण यावी यासाठी मी ठाकूमाच्या शब्दांमध्ये थोडा फेरफार केला. हरीशनाथ आणि संजीवकुमार एकमेकांकडे असहाय नजरेने पाहू लागले. त्यांनी माझं मन वळवण्याचा खूप प्रयत्न केला; पण मी बधले नाही. चेहऱ्यावर रुंद हास्य ठेवून, मी त्यांचा प्रत्येक प्रयत्न हाणून पाडला. अखेर तोंडातल्या तोंडात शिव्या पुटपुटत, संजीवकुमारने पुढची मुलाखत पूर्ण केली. त्या वेळी मला त्याच्या रागाचं हसू आलं; पण मुलाखत संपल्यावर वाहिनीच्या गाडीमधून घरी जात असताना मला चिंता वाटू लागली. मी असं सतत त्याच्यामध्ये विसावून मग त्याला जखमी करून निघून जाण्याचा शेवटी काय परिणाम होणार होता?

हेमंत कुमारने गायलेलं 'पाथेर शेष कोथाई' हे गाणं गाडीमध्ये वाजू लागलं. प्रथेप्रमाणे मी कारागृहामधून आणलेला दोरखंड एका जुन्या गोणीमध्ये भरून माझ्याशेजारी ठेवला होता. मला त्या दोरखंडाबद्दल एक वेगळीच आत्मीयता वाटू लागली होती – एखाद्या जुन्या झाडाच्या खोडाबद्दल किंवा मुळांबद्दल वाटते तशी. मी गोणीवरून प्रेमाने हात फिरवू लागले. एका मोठ्या अंत्ययात्रेमधून वाट काढत गाडी माझ्या घरी पोहोचेपर्यंत, मी आकड्यावर दोरखंड अडकवून खटका ओढण्याच्या प्रक्रियेची उजळणी करू लागले. दोरखंडाला बाबांच्या खोलीत नेऊन दादूंच्या तसबिरीपुढे ठेवेपर्यंत, मी नव्याने जन्म घेतला होता!

"कुठे होतीस तू?" बाबांनी मला विचारलं.

"अलिपूर कारागृहात; मग सी.एन.सी.मध्ये. मी नवीन करार करायला परवानगी दिली आहे."

माझ्या धीट आवाजामुळे की काय; पण बाबांनी नेहमीप्रमाणे अकांडतांडव न करता, मला स्थिर आवाजात विचारलं,

"अच्छा, म्हणजे तू आता सगळे निर्णय एकटीने घेण्याइतपत सक्षम झालेली आहेस तर!"

"पोलिसांनी मला तुमची परवानगी घेण्यासाठी वेळ दिला नाही आणि तुम्ही खुनाच्या आरोपाखाली असल्यामुळे ते तुम्हाला जल्लाद म्हणून नियुक्त करायला तयार नाहीत."

"कोण म्हणतं असं? असे कित्येक देश आहेत जिथे माझ्यासारख्या लोकांना सर्रास जल्लाद म्हणून काम करता येतं!" बाबा गरजले.

"पण आपल्या देशात तशी परवानगी नाही मिळत, बाबा."

"इतर ठिकाणी मिळते ती?"

"हे निर्णय माझ्या हातात नाहीत, बाबा."

आपले डोळे मोठे करत, बाबा ओरडले,

"मग तू काम सोडून देण्याची धमकी द्यायला पाहिजे होतीस! तुझ्या या घिसाडघाईमुळे आपल्या सगळ्यांचं नुकसान होणार आहे. तुला काय वाटलं, फाशी देणं हे जेवण जेवण्यासारखं सोपं काम असतं का? तुला एकटीला हे सगळं जमणार आहे का?"

"बाबा, गेली कित्येक वर्षं तुम्हीसुद्धा हे काम एकट्यानेच करत आलेला आहात ना?" मी त्यांना शांतपणे विचारलं.

"वा! ऐकाऽऽ! काय चुरुचुरु जीभ चालू लागलीय हिची! म्हणे, मी हे काम एकट्याने करत आलेलो आहे ना! मी पुरुष आहे, तू स्त्री आहेस! हा फरक कधीही विसरू नकोस."

"पण बाबा, तुम्हीच तर म्हणाला होतात की, मी समस्त स्त्रीजातीच्या आत्मसन्मानाचं प्रतीक आहे!"

माझा घाव बाबांच्या बरोबर वर्मी लागला. त्यांचा चेहरा संतापाने लाल झाला.

"वार्ताहरांसमोर, लोकांसमोर अशी नाट्यमय वाक्यं बोलावी लागतात! त्यात विशेष तथ्य नसतं. सत्य हेच आहे की, तू एक स्त्री आहेस आणि निसर्गाने तुझ्यावर अनेक बंधनं लादली आहेत. ती मान्य करण्यातच शहाणपणा आहे."

"नाही, बाबा. माझ्या कामाच्या आड येईल अशी एकही बंधनाची साखळी आता माझ्या पायात अडकलेली नाही."

बाबा डोळे विस्फारून माझ्याकडे पाहू लागले. मग जरा वेळाने दबल्या आवाजात म्हणाले,

"मी कारागृहात गेलो होतो. मी त्यांना विनंती केली आहे की, मला तुझा साहाय्यक जल्लाद म्हणून येता यावं. तशी परवानगी मिळाली तर मी सोबत येऊन किमान हे तरी बघू शकेन की, तुझ्याकडून काही चूक होणार नाही. ही तुझी पहिली वेळ आहे आणि म्हणून मला फार काळजी वाटते."

"काळजी करू नका, बाबा. आता मला अजिबात भीती वाटत नाही."

हे खरं होतं. आता माझी छाती दगडासारखी टणक झालेली होती. मारुती प्रसादने माझे स्तन दाबल्याची, संजीवकुमारने ते कुस्करल्याची आणि त्या पोलिसाने लावलेल्या रुळाची सगळी वेदना आता विरून गेली होती. आता एका पुरुषाचा जीव घेण्यासाठी माझे हात शिवशिवत होते. माझ्या हाता-बोटांना त्याच्या मृत्यूची कंपनं जाणवावीत यासाठी मी आतुर झाले होते. 'त्यामुळेच समाजामध्ये दरारा निर्माण होईल,' असं माझं ठाम मत बनलं होतं.

मी अंघोळ करून आल्यावर, बाबा माझ्यासाठी थांबलेले दिसले.

"चेतना, जरा विचार कर. तू खरोखरच एका व्यक्तीला फाशी देऊन आलीस की, तुझ्याशी लग्न करण्याची हिंमत कोण करणार? स्वतःला जल्लाद म्हणवणं वेगळं आणि प्रत्यक्षात ते काम करणं वेगळं! एकेक दिवस पुढे सरकत चाललाय तशी या विचाराने माझी झोप उडत चालली आहे, बाळा!" बाबा रुद्ध स्वरात बोलू लागले. "चेतूदी, ऐक तुझ्या या म्हाताऱ्या बापाचं. आय.जी. बाबू आणि मंत्र्यांना सांग की, तू हे काम एकटीने करू शकत नाहीस. त्यांनी मला तुझा साहाय्यक म्हणून तिथे हजर असण्याची परवानगी देऊ दे. तरच आपण या संधीचा पुरेपूर वापर करून घेऊ शकू..." असं म्हणून बाबांनी माझ्या खांद्यावर हात ठेवला. आपली कल्पना माझ्या गळी उतरवण्याचे बाबांचे अटीतटीचे प्रयत्न पाहून, मला हसू फुटलं आणि मी त्यांना म्हणाले,

"नाही, बाबा. ते शक्य नाही."

त्या ठामपणाने, बाबा विस्मयचकित झाले.

"मूर्खासारखं वागू नकोस, चेतना! तुझ्याकडून साधीशी चूक झाली तरी आपल्या घराण्याच्या जाज्वल्य इतिहासाला कायमचं गालबोट लागेल!"

"माझ्याकडून काहीही चूक होणार नाही, बाबा..." मी तितक्याच ठामपणे नेट लावत म्हणाले. "मला हे सर्वस्वी एकटीने करायचं आहे. तुम्ही जरी फाशीस्तंभाजवळ अगदी हाताची घडी घालून उभे राहिलात, तरी सगळ्यांना असचं वाटेल की, तुम्ही फाशी दिली; मी नाही. सगळं काम मी केलं तरी मला निव्वळ साहाय्यक समजलं जाईल आणि मला ते नको आहे! आणि तसंही एका मुलीवर बलात्कार आणि खून करणाऱ्या गुन्हेगाराला फाशी देण्याचा हक्क दुसऱ्या स्त्रीची निर्दयी हत्या करणाऱ्या माणसाला मिळावा यात काय अर्थ आहे? हे कोणतं अजब न्यायदान झालं? जतिंद्रनाथ बॅनर्जीचा न्याय करण्यासाठी मीच सगळ्यात योग्य जल्लाद आहे आणि आता मला अभिमानाने जल्लाद म्हणून ओळखलं जायचं आहे; जल्लादाची मुलगी म्हणून नव्हे!"

जेव्हा दंडाधिकारी डग्लसने फैझुन्निसाला विशेष सन्मान बहाल करण्याची शिफारस केली, तेव्हा प्रथम व्हिक्टोरिया राणीने तिला बेगम हा किताब बहाल करण्याचा निर्णय घेतला.

"पण मी तर आधीच बेगम आहे. तीच पदवी दुसऱ्यांदा मिळवण्यात मला तरी काही अर्थ दिसत नाही," असं फैझुन्निसाने तिला ही बातमी सांगायला आलेल्या रेसिडेन्टला सुनावलं. "राणी व्हिक्टोरियाला जर खरोखरच माझ्या कामाचा सन्मान करावासा वाटत असेल, तर त्यांनी मला नवाबाचा किताब द्यावा. त्यापेक्षा कमी मी काहीही स्वीकारणार नाही."

"पण चौधराणी, तो किताब फक्त पुरुषांना दिला जाऊ शकतो..." रेसिडेन्ट साहेबाने फैझुन्निसाचं मन वळवण्याचा प्रयत्न करत म्हटलं.

"त्याचं कारण असं की, आतापर्यंत स्त्रियांना राज्य करण्याची संधी दिली गेलीच नाही!"

अखेर इंग्रजांना फैझुन्निसाचं म्हणणं मान्य करावं लागलं. तिला नवाबाचा किताब बहाल केला गेला. त्यानुसार फैझुन्निसा आपल्या मंत्रिमंडळासोबत बैठका करू लागली, राज्य कारभार पाहू लागली; देशभर फिरू लागली आणि अगदी बुरखा घालून शिकारीलासुद्धा जाऊ लागली. तिने शिकार केलेल्या बंगाल वाघांच्या कातडीची आच्छादनं असलेल्या पलंगावर पहुडून, फैझुन्निसाने आपलं आत्मचरित्र लिहून काढलं. संघटित धर्मशास्त्रे आणि स्त्रियांचं शरीर या दोन विषयांवर तिच्या आत्मचरित्रामध्ये विशेष भर दिला गेला होता.

"बरं, बरं... आता पुढे काय करायचं ठरवलं आहेस तू?" बाबांनी मला आव्हान देत विचारलं.

"आज मी वाळूच्या पोत्याची चाचणी करून आले. व्यवस्थित झाली. उद्या मी परत जाईन. त्याआधी आज रात्री मी दोरखंड मऊ करायला घेईन. मग उद्या मी कारागृहाच्या डॉक्टरांसोबत गुन्हेगाराच्या तब्येतीबद्दल सविस्तर चौकशी करून घेईन. आय.जी. बाबू आणि अधीक्षकांसोबत इतर उपचारांबद्दल चर्चा करून घेईन. हे सगळं झाल्यावर मी कागदांवर सही करीन आणि हो! मग मी त्यांना सांगेन की, मला संपूर्ण मानधन आधी हवं आहे आणि तेसुद्धा रोख!"

बाबा माझ्याकडे आ वासून पाहत बसले!

"आणि मग?"

"मग काय, बाबा? मला नाही माहीत! बघू, पुढचं पुढे!" मी वैतागून म्हणाले.

"बरं, बरं... मला सांग, तुला वाहिनीकडून किती मिळाले? मला दे... मला उद्या वकिलाला भेटायचं आहे..." बाबांनी माझ्यासमोर हात पुढे करत म्हटलं.

मी काही प्रतिक्रिया न देता, त्यांच्याकडे थंडपणे बघत बसले.

"बघत काय बसली आहेस घुबडासारखी? पैसे दे म्हणालो ना? ऐकू येत नाही का?"

"आधी मला सांगा की, तुम्ही काकीमाला का मारलंत?"

बाबांना माझा प्रश्न अपेक्षित नव्हता.

"तुला ते सांगण्याची गरज वाटत नाही मला."

"तसं असेल तर मलाही तुम्हाला माझ्या कमाईचे पैसे देण्याची गरज वाटत नाही, बाबा!" मी वरचा सूर लावत म्हणाले.

तोंडात मारल्यासारखे, बाबा एकदम गप्प झाले. मग काही क्षणांनी माझ्यावर दात-ओठ खात ओरडले,

"काय म्हणालीस? तुझी हिंमत इतकी वाढली काय गं, हरामखोर..."

"तुम्ही मला कारण सांगितलंत तरच मी तुम्हाला पैसे देईन."

बाबा तरातरा आतल्या खोलीत गेले. मग काही वेळाने तसेच बाहेर आले आणि चक्क माझा गळा धरला! मला वाटलं की, आता ते माझा गळा दाबणार; पण मी कुठलाही प्रतिकार न करता शांत उभी राहिले. त्या क्षणी माझ्या लक्षात आलं की, माझ्यामध्ये फक्त मारण्याचीच नाही तर मरण्याचीही ऊर्मी दाटून आलेली आहे.

"बाबा, मला कारण सांगा."

माझ्या शांतपणामुळे हबकून, बाबांनी माझा गळा सोडला आणि खांदे पाडत आपल्या खोलीत निघून गेले. थोड्या वेळाने पुन्हा बाहेर आले. त्यांच्या तोंडाला दारूचा वास येत होता. तेवढ्यात आई कंबरेवर पाण्याचा घडा घेऊन आत आली. तिला पाहून बाबांचं उरलंसुरलं त्राणसुद्धा गळून गेलं. आमच्या दोघांच्या चेहऱ्याकडे पाहून, काहीतरी घडल्याचं तिच्या लक्षात आलं.

"अरे? काय चाललंय काय इकडे?"

"काही नाही. मी बाबांना विचारलं की, त्यांनी काकीमाला का मारलं? आणि त्यांनी रागावून माझा गळा धरला."

माझं बोलणं ऐकून, आईने सुस्कारा सोडला आणि म्हणाली,

"काय माहिती? कदाचित ते विसरले असतील की, ती त्यांच्या भावाची बायको आहे आणि त्यांनी तिचाच लचका घेतला असेल?"

"छी! नालायक बाई!!" बाबांनी आईचा गळा पकडला आणि ओरडले. "किती घाणेरडा विचार करतेस तू! मी तुलाही मारून टाकतो की नाही, बघ! अगं, बेअक्कल बाई, मी स्यामिलीला अशासाठी मारलं की, माझ्यावर तिचा लचका घेण्याची वेळ येऊ नये. एका गलिच्छ वेश्येला मी माझी भावजय म्हणून स्वीकारू शकत नव्हतो!"

आईने स्वतःला बाबांच्या तावडीतून सोडवून घेतलं. बाबा आपलं डोकं बडवत बसले. थोड्या वेळाने त्यांनी सांगितलं,

"मी तिला कालीघाटला बघितलं होतं... नको त्या ठिकाणी. हे सगळं उघड्या डोळ्यांनी बघून मी स्वस्थ कसा राहू शकत होतो, सांगा बरं?"

मला काय बोलावं हे सुचेना. काही वेळासाठी खोलीमध्ये स्तब्ध शांतता पसरली. मग काहीच विशेष न घडल्याच्या आविर्भावात आई म्हणाली,

"सुदेवला उपचारासाठी मद्रासला न्यायचं चाललं होतं. ती त्यासाठी पैशाची

जुळवाजुळव करायला गेली होती. इकडच्या इस्पितळातल्या उपचारासाठी तीन लाखांचा खर्च येत होता. तिथे तेच उपचार अर्ध्या किमतीत होत होते. म्हणून ती...'' आता मात्र आईचा गळा दाटून आला. ''मी तिच्या जागी असते ना... आणि सुदेवच्या जागी जर तुम्ही वेदनेमध्ये असता, तुम्हाला लघवी होत नसती; तुम्ही पाणी साठून फुगत बसला असता तर मीही तेच केलं असतं जे स्यामिलीने केलं. हो, अगदी माझ्या साठीमध्येही मी तोच मार्ग अवलंबला असता किंवा मग या मुलीला पाठवलं असतं. का माहीत आहे? कारण या घरात अजून काय आहे विकण्यासारखं? ख्रिस्तपूर्व चारशे वर्षांचा तुमच्या घराण्याचा जाज्वल्य इतिहास?''

एवढं बोलून, आई जोरजोरात हसत खोलीबाहेर पडली. बाबांचे डोळे मोठे झाले होते. माशासारखी तोंडाची उघडमीट करत, ते हादरून बसून राहिले! त्यांच्या डोळ्यांत पाणी तरळू लागलं. थोड्या वेळाने बाबा कसेबसे उठले आणि आपल्या पलंगावर जाऊन कोसळले. मग मी आणि मा त्यांच्या खोलीच्या दाराशी उभ्या राहून बाबांना निरखत बसलो. एखादी मातीची मूर्ती भग्न होऊन जमिनीवर पडताना जसा आवाज येतो, तसा बाबांच्या तोंडून आवाज आला. मग आईने त्यांची छाती चोळून दिली आणि स्वयंपाकघरात गेली.

एवढ्यात चंपा आणि रारीला घेऊन, ठाकूमा घरी परतली. तिने हेमूदाच्या मंदिरातून प्रसाद आणला होता. तिने माझ्या कपाळावर एका चितेची थोडी राख लावली आणि त्यावर मंदिरामध्ये बळी दिलेल्या एका कोंबड्याच्या रक्ताने बनवलेल्या कुंकवाचा ठिपका लावला.

''सगळं व्यवस्थित होईल...'' असा आशीर्वाद देऊन, ती आत गेली.

मी चंपा आणि रारीला कवेत घेऊन, पलंगावर बसले.

''चेतूदी, तू त्या माणसाला फाशी दिल्यावर त्याचे डोळे बाहेर येतील का गं?'' – रारीने मला विचारलं.

''तो खूप रडेल का गं?'' – चंपाचा प्रश्न.

''नाही.''

मी आणखी काही बोलणार, इतक्यात दरवाजावर थाप पडली.

''ग्रद्धादा, दरवाजा उघडा; लवकर.''

सिब्देव बाबू आले होते. आत आल्यावर माझ्याकडे पाहून, सचिंत आवाजात ते म्हणाले,

''स्वतःच्या पायावर कुऱ्हाड मारून घ्यायची हौस आहे का गं तुला? काय-काय बडबडलीस टी.व्ही.वर?''

बाबा आणि मी गोंधळून एकमेकांकडे पाहू लागलो.

''जा, टी.व्ही. लाव. कार्यक्रम अजून सुरू आहे. आता इथे पत्रकारांची झुंबड

उडते की नाही, बघ! तू जे काही बोलली आहेस, त्यामुळे सरकारवर फार विपरीत परिणाम होणार आहे; त्यामुळे तुला इथून तत्काल हलवण्याचे आदेश आले आहेत.''

“हिला हलवायचं? कुठे?'' बाबांच्या चेहऱ्यावरचा गोंधळ आणखी वाढला.

“तात्पुरतं तरी कारागृहात. फाशी संपन्न होईपर्यंत कोणत्याही पत्रकाराला चेतनाला भेटता येऊ नये यासाठी ही काळजी घेतली जात आहे.''

मी थक्क होऊन पाहत बसले. नेमकं काय घडतं आहे हे मला समजेना!

“चेतना, दोन दिवसांसाठी पुरतील एवढे कपडे घे आणि चल लवकर. आणि हो, दोरखंड विसरू नकोस.''

“बाबू, ही एकटीने सगळं करू शकेल का हो? तुम्हाला काय वाटतं?'' बाबांनी सिब्देव बाबूंना विचारलं.

कधी नव्हे ते, सिब्देव बाबू संतापले आणि बाबांना म्हणाले,

“याचा विचार आधी करायचा होता, ग्रद्धादा! ती वेळ कधीच निघून गेली आहे.''

सिब्देव बाबूंच्या फटकारण्याने वरमलेले बाबा मग माझ्याकडे वळून म्हणाले,

“सगळं व्यवस्थित कर. लक्षात ठेव – मुख्यमंत्री, त्यांची बायको आणि इतर बरेच महत्त्वाचे लोक जतिंद्रनाथची फाशी बघायला येणार आहेत.''

मी अजूनही निःशब्द होते. बाबा पुन्हा सिब्देव बाबूंकडे वळून म्हणाले,

“बाबू, हिच्यासारख्या तरुण मुलीला पुरुषांनी भरलेल्या तुरुंगात नेणं म्हणजे...''

“काळजी करू नका, ग्रद्धादा. तुमची मुलगी आमच्या अलिपूर कारागृहात अगदी सुरक्षित राहील. तिला एकही वाकडा शब्द ऐकावा लागणार नाही. मी तुम्हाला खात्री देतो. चेतना, चल पटापट. वेळ नाही आपल्याकडे...''

मी यंत्रवत् आपल्या खोलीमध्ये गेले आणि हाताला लागतील ते कपडे घेऊन, एका प्लॅस्टिकच्या पिशवीत भरले. खोलीतून बाहेर आले, तशा डोळे विस्फारून माझ्याकडे पाहत बसलेल्या चंपा आणि रारी धावत पुढे आल्या आणि मला बिलगल्या. मी त्या दोघींचे मुके घेतले, डोक्यावरून हात फिरवले आणि त्यांना शांत करत ठाकूमाच्या हाती सुपूर्द केलं. मग मी माझ्या पर्समधून ५००० रुपये काढून आईच्या हातावर ठेवले. इतक्यात ठाकूमा पुढे आली आणि तिने प्रेमाने माझ्या कपाळाचं चुंबन घेतलं. मग मी बाबांच्या खोलीत जाऊन दोरखंडाची गोणी घेऊन आले. ठाकूमाने गोणी उघडली आणि त्यातला दोरखंड अगदी लीलया उचलून भिंतीवरील देवांच्या तसबिरींना लावून, मनोभावे प्रार्थना करू लागली. मग तिने तो दोरखंड माझ्या खांद्यावर ठेवला. दोरखंडाच्या वजनाने खाली वाकण्याऐवजी मी आणखी ताठ उभी राहिले. एक लढवय्या आपल्या

आयुष्यातल्या सगळ्यात महत्त्वाच्या लढाईसाठी निघत होता.

मग मी बाबांजवळ गेले आणि त्यांना म्हणाले,

"मला आशीर्वाद द्या, बाबा."

बाबांचे डोळे पाणावले. त्यांनी कालिमाता आणि महादेवाच्या तसबिरीसमोर चंदनाच्या उदबत्या लावल्या आणि डोळे मिटून प्रार्थना केली. मग अजून एक उदबत्ती पेटवून माझ्या हातात दिली आणि दादूंच्या तसबिरीसमोर लावायला सांगितली. माझ्या डोळ्यांत टचकन पाणी उभं राहिलं. दादूंच्या थकलेल्या डोळ्यांमध्ये पाहत, मी त्यांच्यासमोर उदबत्ती फिरवली. मग बाबांनी दादूंच्या तसबिरीमागे ठेवलेली दारूची बाटली काढली आणि त्यातलं टोपणभर द्रव्य ओतून माझ्यासमोर धरलं. बाबा नेहमी जसं करायचे त्याचं अनुकरण करून, मी दादू आणि आमच्या इतर पूर्वजांचा विचार करून तीन वेळा थेंब शिंपडले. मग बाबा आणि सिब्देव बाबूंकडे पाहून, उरलेली दारू मी एका झटक्यात पिऊन टाकली. सगळ्यांची तोंडं उघडी पडली. बुरखा घालून जंगलामध्ये शिकारीला जाणाऱ्या फैझुन्निसाप्रमाणे, मलाही घोषित करावंसं वाटलं की, मी बेगम नाही; नवाब आहे! दारूने माझी जीभ चुरचुरली तसं मी उद्गारले,

"मी जल्लादाची मुलगी नाही, खुद्द जल्लाद आहे!"

आता माझ्यात आणि माझ्या बदलणाऱ्या पदवीमध्ये फक्त ५४ तासांचं अंतर होतं. मी खांद्यावरचा दोरखंड सारखा केला. जेमतेम १८२ रुपयांचा तो दोरखंड जेव्हा माझ्या खांद्यामध्ये, स्तनांमध्ये रुतून मला वेदना देऊ लागला, तेव्हा माझ्या डोक्यात विचार आला की, हासुद्धा पुरुषच आहे की! आतापर्यंत मला वाटायचं की, दोरखंडसुद्धा माझ्याप्रमाणे आपला कणा मोडून, योग्य वेळी अभिमानाने ताठ होऊन वार करण्यासाठी सज्ज असलेली स्त्री होता.

५०

सिब्देव बाबूंनी, अलिपूर कारागृहाच्या स्वास्थ्य कार्यालयामध्ये माझ्या राहण्याची सोय केली. तिथल्या टेबलांवरच्या धुळीने माखलेल्या फाइलींकडे बघून, मला 'भविष्याथ'च्या कार्यालयाची आठवण झाली. कदंबिनी घोष नावाच्या एका तरुण महिला हवालदाराला मला सोबत देण्यासाठी पाठवलं गेलं होतं. सिब्देव बाबू आजूबाजूला नसले की, कदंबिनी आपल्या मित्राला फोन लावून गप्पा मारत बसायची. फोनवर बोलताना तिच्या चेहऱ्यावर उमटणारं गोड हास्य मला एकाच वेळी छानही वाटत होतं आणि त्रासदायकही! माझ्या आयुष्यात ना अशी वेळ

येणार होती आणि ना असा पुरुष जो माझ्या चेहऱ्यावर इतकं निर्व्याज हसू उमलवू शकत होता. म्हणून ते दोघे गप्पा मारू लागले की, मी खोलीतली खिडकी उघडी टाकून, नेताजींची कोठडी आणि त्यामागे उभ्या असलेल्या फाशीस्तंभाकडे बघत बसायची.

त्या रात्री मला अचानक जाग आली. बाहेरून काहीतरी आवाज येत होते. कदंबिनी आपला फोन छातीशी कवटाळून शांत झोपली होती. मी खिडकीतून डोकावून बघितलं तर दोन वृद्ध पुरुष एकमेकांशी कुस्ती खेळण्यात गुंतले होते. एकाने निळा लंगोट घातला होता आणि दुसऱ्याने लाल. दोघांची त्वचा अत्यंत सुरकुतलेली होती; पण अंगातला जोर मात्र तसाच कायम होता. मला त्या दोघांचे चेहरे माहितीचे वाटत होते; पण त्यांची नावं काही लक्षात येईनात. इतक्यात, खिडकीच्या खाली उभी असलेली माणसं कुजबुजू लागली,

"आज मोश ग्रद्धाला हरवतो की नाही, बघाच!"

"तसं असेल तर अग्निमित्रला बोलावूया का?"

तेवढ्यात एका बाईचा आवाज आला. ती म्हणाली,

"लाल आणि निळ्यामध्ये काळा पडदा टाकायची वेळ आली आहे..."

मी गडबडून गेले. बाई? आणि इथे?

"पिंगलकेशिनी? तू? इथे? आणि रत्नमालिका कुठे आहे?" – एका पुरुषाने तिला विचारलं.

त्या क्षणी माझ्या डोक्यात प्रकाश पडला! हे सगळे माझे पूर्वज होते! आजतागायत मी त्यांना कधी बघितलेलं नव्हतं; फक्त त्यांच्याबद्दल ऐकत आले होते. म्हणून तर मी त्यांना ओळखलं नव्हतं. माझे पूर्वज साक्षात माझ्या समोर उभे आहेत या विचाराने माझ्या अंगावर काटा आला.

एवढ्यात मला जाग आली! हे स्वप्न होतं की सत्य? काहीच समजेना.

मी खिडकीतून बाहेर डोकावले. फाशीस्तंभामागे पिवळसर दिवे लागलेले दिसत होते. मला कोठडी क्र. १ आणि ३ दिसत होत्या. कुणीतरी तिथल्या गजांना धरून उभं आहे असा मला भास झाला. धडधडत्या हृदयाने मी पलंगावर आडवी झाले; पण पहाट झाली तरी माझी तगमग काही थांबेना.

सकाळी ९ वाजता, सिब्देव बाबू स्वास्थ्य कार्यालयामध्ये दाखल झाले.

"आय.जी. बाबू आले आहेत. त्यांच्याशी वाद घालत बसू नकोस. विचित्र माणूस आहे तो."

"काळजी करू नका, बाबू. तेही मलिक आहेत आणि मीसुद्धा," – मी हसून म्हणाले.

"हसण्यावारी नेऊ नकोस, चेतना. ते तुझ्या जिवावर उठले आहेत. तुझी

मुलाखत बघितल्यावर ते गरजले होते की, 'फाशी होऊन जाऊ देत, मग मी तिला कसा धडा शिकवतो ते पाहा!' ते ग्रद्धादाला त्रास देणार हे निश्चित!''

सिब्देव बाबूंनी एवढं सांगितलं तरी मला काही भीती वाटेना. थोड्या वेळाने श्रीनाथ मलिक आत आले. त्यांच्यासोबत दोन-चार हवालदार होते. त्यांच्या चेहऱ्यावर संताप आणि शरम दोहोंचं मिश्रण होतं; पण माझ्यावर कशाचाच परिणाम होत नव्हता.

''फाशीस्तंभाची तपासणी करायची आहे. जल्लादाने सोबत यायला हवं,'' – श्रीनाथ मलिक गुरगुरले.

मी अगदी शांत, हसऱ्या चेहऱ्याने त्यांच्यासोबत फाशीस्तंभाकडे जाऊ लागले. जाताना रस्त्यात कोठडी क्र.३ लागली. जतिंद्रनाथ गज पकडून उभा होता. आम्ही फाशीस्तंभाकडे पोहोचलो तशी मी माझी ओढणी सारखी केली आणि फलाटावर चढले. असं वाटलं की, मी जात्रेच्या मंचावर उभी राहिले आहे. आजूबाजूच्या दालनांमधले कैदी बाहेर डोकावून पाहू लागले. पावसापासून बचाव करण्यासाठी दोरखंडावर प्लॅस्टिकची पिशवी लावली होती. मी ती बाजूला सारली.

''गाठ कुठे आहे?'' आय.जी. खेकसले.

''बाबू, गाठ ऐनवेळी मारली जाते.''

मग मी दोरखंडाची गाठ मारली आणि त्यावर वाळूचं पोतं अडकवलं. काल रात्रीच्या पावसामुळे जड झालेलं ते पोतं, आकड्याला अडकवल्यावर गोल-गोल फिरू लागलं. अचानक मला तिथे बाबांचा मृतदेह लटकत असल्याचा भास होऊ लागला आणि मी नखशिखांत हादरले.

''बाबू, याचं वजन ७५ किलो आहे; कैद्याच्या वजनाच्या दीडपट...'' सिब्देव बाबूंनी माहिती पुरवली.

''दोरखंडाचं वजन किती आहे?''

आय.जी.च्या प्रश्नावर, सिब्देव बाबूंनी माझ्याकडे बघितलं.

''३.२ किलो,'' मी उत्तर दिलं.

''तू एवढ्या खात्रीने कसं सांगू शकतेस?''

''लहानपणापासून मी हेच तर सगळं ऐकत आले आहे...'' चेहऱ्यावरचं स्मित ढळू न देता मी उत्तर दिलं. माझा हसरा चेहरा आय.जी.च्या डोळ्यांत खुपत होता.

''तू फार चुरुचुरु बोलतेस! थांब, एवढी फाशी होऊ दे, मग बघ मी तुला कसा धडा शिकवतो ते!''

मी खदखदून हसले! आय.जी. बाबू पाय आपटत जतिंद्रनाथच्या कोठडीकडे निघून गेले. सिब्देव बाबूंनी माझ्याकडे चिंताजनक कटाक्ष टाकला आणि आय.जी.मागे

धावत गेले. आय.जी.ने जतिंद्रनाथशी काही बोलणं केलं; नेमकं काय बोलणं झालं हे मला ऐकू आलं नाही. थोड्या वेळाने ते बाहेर पडले आणि तरातरा पावलत माझ्याकडे आले. सिब्देव बाबूंना चालताना त्यांच्याशी जुळवून घेण्यासाठी पळावं लागत होतं.

"बाबू, जतिंद्रनाथची शेवटची इच्छा आहे की, त्याला तीन अंतर्देशीय पत्रं दिली जावीत..." सिब्देव बाबूंनी आय.जी.ला सांगितलं.

"हूंऽऽ?"

"त्याला आपली बायको, भाऊ आणि वडिलांना अशी तीन पत्रं लिहायची आहेत."

"जतिंद्रनाथच्या घरचे लोक त्याचा मृतदेह ताब्यात घेण्यासाठी येणार आहेत का?"

"नाही बाबू..." सिब्देव बाबूंनी उसासा टाकत सांगितलं.

"त्याच्या घरच्यांपैकी कुणी फाशी बघण्यासाठी तरी येणार आहे का?" – आय.जी. सिब्देव बाबूंशी बोलत असले तरी त्यांची नजर मात्र माझ्यावर रोखलेली होती. सिब्देव बाबूंनी उत्तर दिलं,

"नाही बाबू..."

"का? तुम्ही त्यांना कळवलेलं नाही का, दोन पुरुष नातेवाईक फाशी बघायला येऊ शकतात ते?"

"आम्ही सांगितलेलं आहे बाबू; पण त्यांना अजूनही आशा आहे की, राष्ट्रपतींकडून काहीतरी सकारात्मक वार्ता मिळेल."

"सातशे सत्तर लोकांनी फाशी बघायला येण्याची परवानगी मागितलेली आहे!" असं म्हणून, माझ्याकडे जळजळीत कटाक्ष टाकत त्यांनी धमकावलं,

"इतक्या मोठ्या जमावासमोर जर हिच्या हातून काही चूक झाली, तर मी हिला आयुष्यभराचा धडा शिकवीन! समजलं का?"

"काही चूक होणार नाही, बाबू... तुम्ही निश्चिंत राहा..." सिब्देव बाबू त्यांना शांत करण्याचा प्रयत्न करू लागले.

"ही आज पूर्ण दिवस इथेच असणार आहे ना?" मला चेहऱ्यापासून पायापर्यंत निरखत आय.जी.ने विचारलं.

"हो बाबू. वरून आदेश आहे की, परवा पहाटे ४ वाजता फाशी होईपर्यंत, चेतनाला इथेच ठेवलं जावं."

"हूंऽऽ... त्यानंतर, मला जरा हिच्याशी एकट्याने बोलायचं आहे."

आय.जी.ने दात-ओठ खात मला कितीही घाबरवण्याचा प्रयत्न केला, तरी मला काहीच भीती जाणवेना. गंमत म्हणजे, त्यांच्या धमक्यांपेक्षा मला स्वतःच्या

बेदरकारपणाची अधिक भीती वाटू लागली. ही चेतना माझ्यासाठी फार नवीन आणि अनोळखी होती.

आय.जी. आणि त्यांचा जथा बाहेर निघून गेला, तशी मी स्वास्थ्य कार्यालयाकडे जायला वळले. बघते तर, फाशीस्तंभाच्या फलाटावर मोश आजोबा आणि एका तरुण माणसाची कुस्ती चाललेली होती. आधी मी त्याला ओळखलं नाही; पण मग जेव्हा तो वाळूच्या पोत्यावर बसून पाय हलवू लागला, तेव्हा माझ्या डोक्यात प्रकाश पडला – हे तर काला आजोबा!

मी डोळे घट्ट बंद केले! हे सगळं बघण्याचं त्राण आता तरी माझ्या अंगात उरलेलं नव्हतं.

"हा मलिक म्हणजे सैतानाचा अवतार आहे! आधीचे चक्रबर्ती बाबू किती चांगले होते..." मी कार्यालयात परत आल्यावर, कदंबिनीने शेरा मारला. मी काही न बोलता, खिडकीजवळच्या खुर्चीवर बसून विचार करू लागले. सत्यनाथ ग्रद्धा मलिक आणि नरेन दकातच्या काळात कारागृहाचा अर्थ असायचा हरिनबादी कारागृह. युरोपीय लोकांनी बंगालला दिलेली सगळ्यात मोठी भेट म्हणजे मैदानाशेजारी असलेला हरिनबादी तुरुंग; पण माझ्या आजोबांचा काळ येईपर्यंत हरिनबादीची रया गेलेली होती. तोपर्यंत शहरात फक्त तीन कारागृहं उरलेली होती. दादूंना मैदानाजवळचं प्रेसिडेन्सी जेल आवडायचं; पण कालिचरण आजोबांना अलिपूर मध्यवर्ती कारागृह अधिक पसंत पडायचं. नागभूषण काकांना मात्र भवानीपूरचं स्त्री-कारागृह सर्वांत जास्त आवडत असे.

खिडकीमधून पाहत असताना, मला कैद्यांच्या जेवणावळी दिसू लागल्या. अंघोळ करून ताजेतवाने झालेले कैदी एका ओळीत जेवायला बसत होते. उजवीकडच्या स्वयंपाकघरातून धूर आणि मसाल्यांचा संमिश्र वास येत होता. दोन वृद्ध कैदी लाकडी दांडा असलेली मोठाली पातेली घेऊन जेवण वाढायला आले. स्वयंपाकघर आणि व्हरांड्यामध्ये उभे असलेले कैदी आम्हा दोन बायकांना न्याहाळत होते. फाशीची शिक्षा झालेल्या कैद्यांना मोकळं सोडलं गेलं नव्हतं. दोन कैदी त्यांच्यासाठी थाळीत जेवण भरून घेऊन गेले. मग सिब्देव बाबूंनी निरोप पाठवून मला आपल्या कार्यालयात बोलावून घेतलं. मी तिथे गेले. सिब्देव बाबू आलू-लुची खात बसले होते. मला समोरच्या खुर्चीत बसायची खूण करून, सिब्देव बाबूंनी लुचीचा मोठा घास घेतला आणि मला म्हणाले,

"तू तुझ्या वडिलांकडून एक महत्त्वाचा गुण घ्यायला विसरलीस..."

एक हवालदार माझ्यासाठी ताटली घेऊन आला आणि मलाही आलू-लुची वाढली. ते पाहून, मला घराची आणि मृत्यूची आठवण झाली.

"चेतूदी, मोठ्या लोकांशी कसं बोलायचं हे शिकून घे. सतत त्यांना आव्हान

देत राहिलीस आणि त्यांचा पाणउतारा करत राहिलीस, तर फार लवकर तोंडावर आपटशील. शब्द जरा मधात घोळून बोलायला शिक की।''

स्वतःसाठी पाणी वाढून घेत घटाघटा पाणी पिऊन, ते पुढे म्हणाले,

''विसरू नकोस, शेवटी तू स्त्री आहेस.''

''नाही विसरणार, बाबू...'' मी कसनुसं हसत होकार भरला. खाणं संपलं तशी मी खोलीच्या दुसऱ्या बाजूला जाऊन बसले. दुसरं काही करण्यासारखं नव्हतं. सिब्देव बाबू त्यांच्या नेहमीच्या कामांना लागले होते. एका कैद्याला पॅरोलवर पाठवायचं होतं; दुसरा पॅरोलवरून आला होता; त्याला परत आत दाखल करण्याची कारवाई सुरू होती. एवढ्यात सिब्देव बाबूंच्या टेबलावरचा फोन वाजला.

''हॅलोऽऽ?...'' मध्येच ते हसले आणि मला म्हणाले, ''तुझाच तो... मित्र...'' मग पुन्हा फोनकडे लक्ष देत म्हणाले, ''हो, हो... ती इथेच आहे; पण माफ करा, १४ तारखेपर्यंत कुणालाही तिच्याशी बोलायची परवानगी नाही आणि मागच्या वेळचा गोंधळ तुम्हाला आठवतो आहे ना? काय भांडणं झाली होती तुमची?''

थोड्या वेळाने त्या दोघांचं संभाषण संपलं आणि सिब्देव बाबूंनी फोन खाली ठेवून, मला सांगितलं,

''जतिंद्रनाथच्या भावाने राष्ट्रपतींना पाठवलेल्या दया-याचिकेचं उत्तर लवकरच अपेक्षित आहे, असं तो म्हणत होता.''

माझ्याकडे देण्यासाठी काहीच प्रतिक्रिया नव्हती. दुसऱ्या खुर्चीवर बसलेल्या कदंबिनीने पुढे झुकून विचारलं,

''या वेळीसुद्धा जतिंद्रनाथची फाशी स्थगित होऊ शकते का हो?''

सिब्देव बाबू काही उत्तर देण्याआधी, मी पुटपुटले,

''नाही...''

तिने माझ्याकडे आश्चर्याने बघितलं.

''त्याच्या अंगावर मृत्यूच्या खुणा ठळक झाल्या आहेत. त्याची मान निळसर होऊ लागली आहे.''

ते ऐकून, कदंबिनीने नकळत स्वतःची मान चोळली. मला गंमत वाटली.

बाहेरच्या आवारात कैदी साफसफाई करू लागले. एवढ्यात दोन कैद्यांमध्ये भांडणं सुरू झाली. बघता-बघता त्या भांडणाचं रूपांतर हाणामारीत झालं. शेवटी, हवालदारांनी लाठीमार सुरू केल्यावर ती भांडणं थांबली. सिब्देव बाबू मला म्हणाले,

''बघितलंस? कारागृह म्हटलं की, सतत काम एके काम...''

''बाबू, मी असं ऐकलंय की, पूर्वीच्या काळी इथे खानीदाना चालत असे?

खरं आहे का हे?'' (खानीदाना म्हणजे घाण्याचं तेल काढणे. पूर्वीच्या काळी कैद्यांच्या हाता-पायात लोखंडाच्या साखळ्या घालून, त्यांना दिवसभर घाण्याचं तेल काढायला लावत असत.)

सिब्देव बाबू काही बोलणार एवढ्यात एक हवालदार आला आणि दबक्या आवाजात त्यांना काहीतरी सांगू लागला. सिब्देव बाबूंनी आपली टोपी चढवली आणि मला म्हणाले,

''जतिंद्रनाथचा भाऊ – कार्तिक त्याला भेटण्यासाठी आला आहे. मी जरा बघून येतो काय चाललंय आहे ते. तू परत स्वास्थ्य कार्यालयात जा.''

मी आणि कदंबिनी स्वास्थ्य कार्यालयात पोहोचत होतो, इतक्यात एक हवालदार मला शोधत तिथे आला. मला बोलावलं गेलं होतं.

''कुठे? जतिंद्रनाथच्या कोठडीकडे?''

''हो. जतिंद्रनाथची शेवटची इच्छा आहे की, तुम्ही त्याच्या भावाशी लग्न करावं.''

जतिंद्रनाथचा हा हट्ट ऐकून, मी वैतागले!

''त्याला ही असली इच्छा करण्याचा काहीही हक्क नाही! चला, बघू या काय ते...'' असं म्हणत, मी अगदी नाराजीने कोठडी क्र. ३ जवळ पोहोचले.

मला पाहून, जतिंद्रनाथने तुरुंगाच्या गजांमधून आपली बारीकशी मान बाहेर काढली आणि मला म्हणाला,

''चेतूदी, हा कार्तिक; माझा भाऊ. याच्याशी लग्न करा ना... मी विनंती करतो...''

मी कार्तिककडे पाहिलं. सुमारे तिशीचा माणूस होता. दुःख आणि गरज यांनी त्याचा चेहरा पिळवटलेला होता. याआधी मी त्याला कोकिलादीसोबत स्टुडिओमध्ये पाहिलं होतं; पण आज त्याचा चेहरा आणखी ओढल्यासारखा दिसत होता.

''सध्या माझा लग्नाचा काही विचार नाही.''

''अच्छा? मग सध्या तुम्ही फक्त माझ्या मानेचा विचार करत आहात का?'' जतिंद्रनाथने व्यथित आवाजात विचारलं आणि पुढे काही न बोलता, आपल्या कोठडीत निघून गेला. सैगलच्या गाण्याचे सूर ऐकू येऊ लागले.

''आजकाल हा फार भावुक झालेला आहे. लहानसहान गोष्टी मनाला लावून घेतो. मृत्यूशी निगडित कोणतीही गोष्ट ऐकली की, तो सैरभैर होतो...'' सिब्देव बाबू आम्हाला समजावू लागले.

काही वेळ कोठडीपाशी उभा राहून, जतिंद्रनाथचा भाऊ बाहेर गेला. सिब्देव बाबूंनी त्याला विचारलं,

"कार्तिक, घरच्यांपैकी आणखी कुणी येणार आहे का?"

"नाही. कुणी नाही."

"जतिनची पत्नी?"

"उंहूंऽऽ... नाही..."

"बरंऽऽ... अच्छा! जतिनने आपले अवयव दान केले जावेत अशी इच्छा व्यक्त करणाऱ्या कागदांवर सही केलेली आहे."

"ठीक आहे. आमची काही हरकत नाही."

"पण कायद्यानुसार त्याला अर्ध्या तासानंतरच खाली उतरवलं जाऊ शकतं; तोपर्यंत खूप उशीर होईल."

"हंऽऽ... त्याचं नशीब! आणखी काय?" कार्तिक पुटपुटला आणि आल्या पावली निघून गेला.

तो गेल्यानंतर, सिब्देव बाबू मला म्हणाले,

"जतिनच्या सगळ्या इच्छा मी पूर्ण केलेल्या आहेत."

"बाबू, मला एक समजत नाही... तो माझ्याशी असा वागतो जणू मला पूर्वीपासून ओळखत असावा."

"मलाही समजत नाही. खरंतर त्याने फक्त तुला भेटण्याची इच्छा व्यक्त केली होती. तो तुला असं काही विचारेल याची मला मुळीच कल्पना नव्हती."

मी कार्यालयाकडे जाऊ लागले, तसं सिब्देव बाबूंनी मला विचारलं,

"चेतना? संजीवकुमारने तुझ्याशी लग्न करावं, अशी तुझी खरोखरच इच्छा आहे का?"

क्षणार्धात, मी फणकारले,

"ते काय कुठलं मोठं घबाड आहे का, मी तशी इच्छा ठेवू?"

सिब्देव बाबू काही बोलणार एवढ्यात एका मोठ्या किंकाळीने आम्ही दोघे हादरून गेलो. कोठडी क्र. ३ मधून पुरुषाच्या आवाजातली ती किंकाळी अर्थातच जतिंद्रनाथची होती. सिब्देव बाबू आणि इतर काही पोलीस काय झालं ते बघायला धावले. मी मात्र जागीच उभी राहिले. मला ना काही काळजी वाटली; ना काही कुतूहल! थोड्या वेळाने किंचाळण्याचा जोर कमी झाला आणि त्याऐवजी रडण्याचा आवाज ऐकू येऊ लागला. सिब्देव बाबू आणि पोलीस कोठडीत गेलेले मी बघितले. थोड्या वेळाने, ते परत आले.

"जतिंद्रनाथने आताच रेडिओवर ऐकलं... त्याची दया-याचिका फेटाळली गेली आहे."

मी काही न बोलता तशीच उभी राहिले. कोठडीतून अजूनही हुंदके ऐकू येत होते.

अखेर मी निघाले. ते हुंदके माझा पाठलाग करू लागले. रस्त्यात फाशीस्तंभ दिसला आणि माझ्या मनामध्ये काहीतरी चेतल्यासारखं झालं. अखेर इतक्या शतकांच्या प्रवासानंतर, इतक्या वळणा-वळणांनी मी इथे येऊन पोहोचले तर! अविश्वसनीय! माझ्या मनःपटलावर मला माझे पूर्वज दिसू लागले. फाशीस्तंभाच्या मागच्या पडद्यावर गणितं सोडवणारे ज्ञाननाथ आजोबा. पडद्याच्या मागे बसून भविष्य सांगणारी रत्ना बेगम... मला भीती वाटू लागली की, माझं मानसिक संतुलन बिघडत चाललंय की काय?

मधला वेळ फार पटापट निघून गेला. पोलिसांनी मला सांगितलं की, जतिंद्रनाथने ना काही खाल्लं होतं; ना झोपला होता. त्या रात्री मीसुद्धा झोपू शकले नाही. ६ वाजले; पूजेचा घंटानाद ऐकू येऊ लागला. मी खिडकी उघडून समोरच्या फाशीस्तंभाकडे बघितलं. फलाटावर काही माणसं अस्वस्थपणे येरझारा घालत होती – माझे पूर्वज. कोठडी क्र. ३ च्या बाहेर काही कैदी आणि दहा-बारा पोलीस हवालदार जमलेले दिसले. एवढ्यात कदंबिनी आत आली.

"तो काली पूजा करतो आहे. नंतर तुम्हाला भेटायचं म्हणतो आहे..."

मलाही त्याला भेटायचं होतं. मी पटापट आन्हिकं उरकली आणि तयार झाले. जतिंद्रनाथच्या कोठडीजवळ पोहोचेपर्यंत त्याची पूजा संपलेली होती. त्याने मला प्रसाद दिला, पेरूचं फळ. मग तो आत गेला आणि त्याचा रेडिओ – अर्थात त्याचा सवंगडी – घेऊन आला.

"हा तुम्ही घ्या, मला आता याची काही गरज नाही."

सुन्न मनाने, मी त्या रेडिओचा स्वीकार केला. जतिंद्रनाथ माझा चेहरा निरखत होता. अचानक हलक्या आवाजात तो बोलू लागला,

"मला शिक्षा झाली, तेव्हा माझ्या लग्नाला जेमतेम चार वर्षं झाली होती, तेव्हापासून मी माझ्या बायकोपासून दूर राहिलेलो आहे. स्त्रीच्या स्पर्शाचं सुख काय असतं याची आठवण आता माझ्या स्मरणातून निघून गेलेली आहे; पण त्याची आस मात्र अजूनही शमत नाही. तुम्ही... तू... मला एकदा तुझ्या मिठीत घेशील का?"

मी तीनताड उडाले!

"मला समजतच नाही, एखाद्या बाईला आपल्या कवेत घेण्यासाठी तिला कसं राजी करायचं ते?" जतिंद्रनाथचा स्वर आता रडवेला झाला होता. बघता-बघता मला त्याच्या चेहऱ्यामध्ये एक निरागस, लहान मूल दिसू लागलं. आपलं आवडतं खेळणं तुटल्यावर रडवेलं होणारं मूल. काहीतरी कायमचं हरवल्याचं दुःख जाणवणारं; पण ते व्यक्त न करता येणारं मूल. मला भडभडून आलं. नकळत, माझे हात उंचावले गेले आणि मी जतिंद्रनाथच्या दिशेने दोन पावलं पुढे

गेले. त्याच्या अंगाला आंबट दर्प येत होता; पण त्याने मला आपल्या कवेत घेतलं, तसा माझ्या डोळ्याला पाझर फुटला. आम्ही साधारण एकाच उंचीचे होतो. त्याचं डोकं माझ्या खांद्यावर विसावलं. मी डोळे मिटून घेतले; त्याचे डोळे पाझरू लागले. माझा खांदा चिंब झाला.

जरा वेळाने, त्याने सर्वांकडे हसून बघितलं आणि म्हणाला,

"आता मी आनंदाने जायला मोकळा झालो. माझ्या सर्व इच्छा पूर्ण झाल्या."

कैदी आणि पोलीस दोघेही अचंबितपणे उभे होते. जतिंद्रनाथच्या चेहऱ्यावर मात्र सतत हसू रुळू लागलं. त्याला नाश्ता दिला गेला, तेव्हाही तो हसत होता. त्याला चहा, लस्सी आणि शहाळ्याचं पाणी दिलं गेलं. मग सिब्देव बाबूंनी त्याला ग्लुकोजचं पाणी प्यायला दिलं. ते त्याने एका घोटात संपवलं. मग तो पुन्हा पूजेला बसला. या वेळी मला प्रसादात मनुका मिळाल्या. मग जतिंद्रनाथने सिब्देव बाबूंना विनंती केली,

"बाबू, चेतना इथेच थांबली तर चालेल का? मला तिच्याकडे बघत बसावंसं वाटतं."

सिब्देव बाबूंना हसावं की रडावं, कळेना! ते जतिंद्रनाथला म्हणाले,

"अरे मूर्खा, ती तुला मारण्यासाठी इथे आली आहे!"

त्यावर जतिंद्रनाथ खदखदून हसत उद्गारला,

"मग काय झालं? ती किती सुंदर आहे!"

आता मला हसावं की रडावं, कळेना! पण मी जतिंद्रनाथच्या कोठडीसमोर, हातात प्रसाद आणि रेडिओ घेऊन बसले.

थोड्या वेळाने, तो गजापाशी आला आणि मला म्हणाला,

"माझे हात-पाय बांधताना जरा जपून हंऽऽ... फारसं ऊन न मिळाल्यामुळे, माझी त्वचा अगदी पापुद्र्यासारखी झाली आहे. जास्त घट्ट बांधलंस तर रक्त वाहू लागेल."

मी गप्प बसून राहिले. १ वाजता स्वास्थ्य अधिकारी हरी रे, सिब्देव बाबू आणि काही हवालदार तिथे आले. कोठडी क्र. ३ च्या समोर टेबल टाकून, त्यांनी दुपारचं जेवण घेतलं.

"मी इलिश सोरशे मागितला होता..." जतिंद्रनाथने पोलिसांना सांगितलं. इलिश वाढला गेल्यावर, त्याने ताटली नाकाशी नेऊन मन भरून वास घेतला.

"माझ्या आयुष्यातला शेवटचा हिल्सा!" असं तो स्वतःशीच पुटपुटला.

मी माझ्या हातातला वरण-भात खाली ठेवला. नजर आपोआपच फाशीस्तंभाकडे वळली. मला जेवण जाईना. त्याच्या आयुष्यातला शेवटचा हिल्सा खाणारा माणूस समोर असताना, मला जेवता येणं शक्य नव्हतं.

२ वाजता जतिंद्रनाथ पुन्हा गजापाशी आला आणि मला म्हणाला,

"तुला कंटाळा आलाय का गं? माझ्या घरच्यांपैकी कुणीही मला भेटायला येणार नाही; त्यामुळे तूच माझी नातेवाईक आणि तूच माझा काळ! काय गंमत आहे ना?" असं बोलून, तो माझ्या उत्तराची वाट न बघता आत गेला.

४ वाजता सिब्देव बाबूंनी त्याच्यासाठी चहा आणला. आम्ही दोघांनी चहा घेतला, बिस्किटं खाल्ली. मग त्याने तोंड धुतलं आणि पुन्हा कालीपूजेला बसला. मी त्याला सोबत देण्यासाठी तिथेच बसले. कोठडीबाहेरचे पोलीस आमच्याकडे बघून फिदीफिदी हसू लागले. माझ्याही अंगाला आंबट वास येत होता.

८ वाजता पोलिसांनी जतिंद्रनाथसाठी जेवण आणलं; पण त्याने खाल्लं नाही. उपाशीपोटी प्रवास अधिक सोपा जातो, असं त्याचं म्हणणं पडलं!

सिब्देव बाबू त्याला आग्रह करू लागले.

"जतिन, असं करू नकोस. जरा तरी काहीतरी खा. काय देऊ तुला? मिश्ती दोई खातोस?"

मिश्ती दोईचं नाव काढल्यावर मात्र जतिंद्रनाथला राहवलं नाही. त्याने सिब्देव बाबूंकडून मिश्ती दोई घेतलं आणि पटापट संपवून टाकलं. मग माझ्याकडे बघून डोळे मिचकावत म्हणाला,

"माझ्या आयुष्यातलं शेवटचं मिश्ती दोई! आहाहा! याची चव काही न्यारीच होती. बाबू, एका अर्थी बरं झालं की, तुम्ही मला आग्रह केला. लहानपणापासून आजतागायत कुणीही मला माझी पसंती विचारली नव्हती आणि आता जेव्हा मृत्यू दाराशी येऊन ठेपला आहे, तेव्हा मला माझ्या आवडी-निवडींची जाणीव होते आहे."

"जतिन, सांभाळ स्वतःला..." सिब्देव बाबूंनी जतिंद्रनाथची समजूत घातली. त्यावर तो हसला आणि आपल्या कोठडीमध्ये निघून गेला.

मग सिब्देव बाबूंनी मला विचारलं,

"तू इथेच थांबणार आहेस का?"

नकारार्थी मान हलवून, मी उठले आणि त्यांच्या मागे चालू लागले. आम्ही फाशीस्तंभाजवळ पोहोचलो, तेव्हा पाऊस पडू लागला. फाशीस्तंभाजवळ मला माझे एकही पूर्वज दिसेनात.

आम्ही स्वास्थ्य कार्यालयाजवळ पोहोचलो. सिब्देव बाबू मला म्हणाले,

"२ वाजता ऊठ; उशीर करू नकोस. ४.३० वाजता फाशी द्यायची असं ठरलेलं आहे."

मला झोप येणं शक्यच नव्हतं. आयुष्यात पहिल्यांदा, मी दोरखंडावर लटकणाऱ्या माणसाचं चित्र डोळ्यांसमोर आणू लागले. बाहेर अविरत पाऊस पडत होता. २

वाजले, तशी मी उठले. बाबा आणि ठाकूमाने सांगितल्याप्रमाणे मी शेवटची कालीपूजा आरंभली. फुलं, रक्त आणि दारू घेऊन ही पूजा केली जाते. मग मी फाशीस्तंभाकडे गेले. दोरखंड सोडून, पुन्हा मापानुसार घट्ट बांधला. तेवढ्यात कोठडी क्र.३चा दरवाजा उघडल्याचा आवाज आला. कोरे-करकरीत पांढरे कपडे घातलेला जतिंद्रनाथ बॅनर्जी आपल्या कोठडीतून बाहेर पडला. त्याच्यासमोर श्रीनाथ मलिक, सिब्देव बाबू, दंडाधिकारी आणि इतर बरेच पुरुष उभे होते. सिब्देव बाबूंनी बंगाली भाषेमध्ये काहीतरी वाचन केलं. मग त्यांनी मोठ्या आवाजात असं घोषित केलं की, न्यायालयाच्या आदेशामध्ये नमूद केलेला जतिंद्रनाथ बॅनर्जी हा इसम म्हणजे त्यांच्यासमोर उभा असलेलाच इसम आहे. ते सगळे पुढे चालू लागले. पोलिसांनी दुतर्फा वेढलेला जतिंद्रनाथ धिम्या पावलांनी, आपल्या आयुष्याचा शेवटचा प्रवास करू लागला. फाशीस्तंभाकडे!

५१

त्याच्या आयुष्यातला शेवटचा पाऊस, शेवटची पहाट, शेवटचं हास्य. पहाटेच्या धूसर प्रकाशामध्ये मला जतिंद्रनाथचे खोल गेलेले डोळे आणि खप्पड झालेले गाल अजून प्रकर्षाने दिसू लागले. जुन्या सवयीनुसार माझे हात गाठ मारू लागले. फक्त आता ओढणीच्या जागी खराखुरा दोरखंड होता; जल्लादाचा दोरखंड! चिंतामग्न स्थितीत माझ्या हे लक्षात आलं नाही की, मी नेमकी काय करत होते. भानावर आले तसं लक्षात आलं की, मी दोरखंडाच्या तब्बल बारा गाठी मारल्या होत्या! परिणामी, आता तो दोरखंड फुलांच्या हारासारखा दिसत होता! जतिंद्रनाथ फलाटावर चढायला येणार इतक्यात माझी तेरावी गाठ बसत होती. तिचा घट्टपणा आणि सुबकता पाहून, क्षणभर मला स्वतःचाच हेवा वाटला! जतिंद्रनाथ फलाटावर चढला. तिथे आखलेल्या एका लहानशा वर्तुळामध्ये उभा राहिला. थंड वारा वाहू लागला. माझ्या अंगावर शहारा आला. प्रियकराने प्रियतमेला कवेत घेतल्यावर तिच्या अंगावर जसा काटा येतो, तसाच काटा माझ्या अंगावर आला. सगळे अधिकारी समोर उभे राहिले. संजीवकुमारसुद्धा असायला हवा होता. तुरुंगाधिकाऱ्याने माझ्या हातात आणखी एक दोरी दिली. 'गुन्हेगार फलाटावर पोहोचला की, पुढच्या काही क्षणांमध्ये त्याच्या हाताला दोरी बांध आणि पायावर चामड्याचे पट्टे लाव' – बाबांचा आवाज माझ्या कानात घुमू लागला. ते नेहमी सांगत, 'जास्त वेळ घालवला तर गुन्हेगाराला भीतीने चक्कर येण्याचा धोका असतो. कधी त्याच्या अंगातलं त्राण निघून जातं आणि शरीर गळून पडतं. अशा

वेळी, जल्लादाचं काम कठीण होऊन बसतं.'

मी जतिंद्रनाथचे हात बांधू लागले तसा तो कुजबुजला,

"कुणीतरी बोलत आहे... कोण असेल?"

"माझे पूर्वज!... किंवा कदाचित, तुझेसुद्धा!"

"तू माझे हात का बांधलेस?"

"अशा प्रसंगी, हाताचं हत्यार व्हायला वेळ लागत नाही."

मी पटापट त्याचे हात बांधून, चामड्याचा पट्टा हातात घेतला. बांधलेल्या हाताच्या तळव्यांची उघडमीट करत, जतिंद्रनाथ म्हणाला,

"बरोबर आहे तुझं. लहानपणी आमचा तळवा हाच आमचं सगळ्यात मोठं हत्यार असायचा."

मी त्याच्या पोटऱ्यांना चामड्याचा पट्टा बांधला.

"आता हे कशाला? पायसुद्धा हत्यार बनू शकतात का?"

"पाय हे आत्म्याचं वाहन असतं. ते जर नीट एकत्र नसतील तर पुढचा प्रवास अडथळ्यांनी भरलेला मिळतो."

जतिंद्रनाथने उसासा भरला. मी निग्रहाने त्याच्याकडे दुर्लक्ष करून त्याचे पाय बांधले. त्यानंतर तोंडावर मुखवटा चढवण्याची वेळ होती. सिब्देव बाबूंनी जतिंद्रनाथच्या खांद्यावर थोपटलं आणि म्हणाले,

"जतिन, प्रार्थना करायची असेल तर करून घे."

जतिंद्रनाथच्या डोळ्यांतले स्वीकृतीचे भाव पाहून की काय, सिब्देव बाबूंनी स्वतः नजर वळवली. जतिंद्रनाथ म्हणाला,

"सिब्देव बाबू, प्रार्थनेचं म्हणाल तर... गेली कित्येक वर्षं मी तहानलो होतो ते मानवी हास्यासाठी, शब्दांसाठी, गप्पांसाठी... सुमारे दोन दशकं मी त्या सगळ्याच्या विरहित काढली, असं म्हटलं तर गैर होणार नाही. दोन दशकं तुरुंगामध्ये काढल्यावर माझ्या असं लक्षात आलं आहे की, आयुष्यात सगळ्यात मोठं सुख कोणतं असेल, तर ते इतर व्यक्तींचं संभाषण ऐकणं, त्यांच्याशी संभाषण करणं, एखाद्याचं खळाळतं हास्य ऐकणं... माझा प्रवास इथे संपणार आहे. पुढचा प्रवास कुठला आहे हे कुणालाच सांगता येणार नाही; त्यामुळे माझी आता एकच विनंती आहे. चेतूदी, तुम्ही काहीतरी बोलाल का? फार गोड आवाज आहे तुमचा!"

माझ्या आयुष्यातली सगळ्यात कठीण परीक्षा माझ्यासमोर येऊन ठेपली होती. तेरा गाठींच्या, ३.२ किलोंच्या बक्सर दोरखंडापासून जेमतेम काही मिनिटं दूर असलेल्या माणसाशी मी काय गप्पा मारू शकणार होते? काय बोलावं मी याच्याशी? बाबांनी अशा प्रसंगी काय केलं असतं? गोष्ट सांगितली असती का?

काला मलिक किंवा मोश आजोबा किंवा कालिचरण आजोबांनी कुठली गोष्ट सांगितली असती? मी विचार करू लागले... शेवटी कपाळावर आलेला घाम पुसत, मी जतिंद्रनाथला विचारलं,

"तू आज सकाळी काय खाल्लंस?"

"संदेश!" त्या मिठ्ठास आठवणीने जतिंद्रनाथच्या चेहऱ्यावर पुन्हा हसू उमटलं. "शेवटचा संदेश खाल्ल्याशिवाय मृत्यूला जवळ करावसं वाटेना."

मग मी संदेश हा विषय पकडून, मी जतिंद्रनाथला गोष्ट सांगू लागले.

"संदेश हे सत्यजित रे यांचं सगळ्यात आवडतं मिष्टान्न होतं. त्यांचे पणजोबा – रामसुंदर मुजुमदार यांनी मेघना पार करून पूर्व बंगालकडे कूच केलं आणि ते ब्रह्मपुत्रेच्या काठी राहू लागले; पण मग काय झालं? ब्रह्मपुत्रेला पूर आला आणि कुटुंबाचे दोन भाग झाले – एक भाग नदीच्या या बाजूला, तर दुसरा त्या बाजूला!"

फाशीस्तंभाजवळ जमलेली सगळी माणसं कान देऊन ऐकत होती. माझ्याकडे जास्त वेळ नव्हता; म्हणून मग मी गोष्ट थोडक्यात आटोपती घेतली. मी त्याला सांगितलं की, त्या पुरामुळे रे यांच्या कुटुंबाचे दोन भाग पडले – एक : धन आणि दुसरं : ज्ञान. धन एका बाजूला राहिलं आणि ज्ञान दुसऱ्या. कालांतराने रमाकांत मुजुमदारांचा जन्म झाला. त्यांना एक सवय होती – दररोज नाश्त्याला ते एक टोपली भरून भात आणि एक फणस खात असत. एका दुपारी रमाकांत आपल्या घरच्या व्हरांड्यामध्ये वामकुक्षी घेत असताना एक मोठं अस्वल आलं. रमाकांत उठले; त्यांनी त्या अस्वलाची मानगुट पकडली, त्याला चपलेने बडवून काढलं आणि दिलं जंगलात धाडून!

गोष्ट ऐकून जतिंद्रनाथ खोऽऽखोऽऽ हसत सुटला. खप्पड झालेले गाल हलवणारं त्याचं ते हास्य पाहून माझ्या हृदयात कळ उठली. हे जतिंद्रनाथचं शेवटचं हास्य असणार होतं. त्याला असं निर्व्याज हसताना पाहून हे मानणं अशक्य होतं की, त्याने इतका भयंकर गुन्हा केला होता.

"बापरे! काय मस्त गोष्ट होती, चेतूदी! ही गोष्ट न ऐकता गेलो असतो तर माझ्या आत्म्याला रुखरुख लागून राहिली असती."

रमाकांतला तीन मुलं झाली. त्याच्या मोठ्या मुलाला कुठलाही प्रश्न विचारलात तरी तो त्याचं उत्तर यमक बांधून देत असे. रमाकांतचा तिसरा मुलगा पर्शियन भाषेचा तज्ज्ञ बनला. त्याचा दुसरा मुलगा – लोकनाथ – याने संस्कृत, बंगाली, पर्शियन आणि अरबी या चार भाषांवर प्रभुत्व मिळवलं. त्याला या चारही भाषा इतक्या सुंदर अवगत होत्या की, बंगालीमधलं पुस्तक हातात घेऊन तो ते संस्कृत किंवा पर्शियनमध्ये वाचून दाखवत असे! लोकनाथचं लग्न झाल्याच्या

केवळ एका वर्षात तो तांत्रिक योग करू लागला. आपला इतका विद्वान मुलगा संन्यासी बनतो की काय या भीतीने, लोकनाथच्या घरच्यांनी त्याची योगावरची सगळी पुस्तकं पाण्यात फेकून दिली. लोकनाथचा हृदयभंग झाला. त्याने तीन दिवस निर्जळी उपास केला आणि समाधी घेतली. समाधी घेण्यापूर्वी त्याने आपल्या बायकोला व नवजात अर्भकाला जवळ बोलावलं. त्याने आपल्या मुलाच्या कपाळाचं चुंबन घेतलं आणि मग त्याच्या डोक्यावर हात ठेवून बायकोला म्हणाला,

"तुला जरी हा एकच मुलगा असला, तरी याला शंभर मुलं होतील!"

जतिंद्रनाथच्या चेहऱ्यावर लहान मुलासारखं कुतूहल जागृत झालं होतं.

"खरंच! किती खरं सांगितलं त्यांनी! चेतूदी, आता मला एखाद्या बाईची गोष्ट सांगा ना!"

"रोकेया हुसेनची सांगू का?" असं मी त्याला विचारताच, आय.जी.ने हस्तक्षेप केला.

"नाही. पुरे झाल्या आता या गोष्टी. वेळ होत आली आहे. जतिन, चल लवकर."

जतिंद्रनाथच्या चेहऱ्यावरचं स्मित लुप्त झालं. सिब्देव बाबूंनी त्याला विचारलं,

"जतिन, शेवटचं काही बोलायचं आहे का?"

जतिंद्रनाथ म्हणाला,

"सरकारने यापूर्वी मला चार-पाच वेळा मारून टाकलं होतं. ही शेवटची खेप आहे, याचा मला आनंद होतो आहे."

सिब्देव बाबूंनी आय.जी.कडे बघितलं. आय.जी.ने माझ्याकडे. मला त्यांच्या नजरेतला विखार दिसल्यावाचून राहिला नाही. सिब्देव बाबूंनी माझ्या हातात काळा मुखवटा दिला. मी जतिंद्रनाथसमोर उभी राहिले. त्याने माझ्या डोळ्यांत रोखून बघितलं; मीही त्याला शेवटचं बघून घेतलं. ५५ किलोंचा देह. कपाळावरचे केस विरळ झालेले. जाड भुवया. त्याखाली खोल गेलेले डोळे. खप्पड झालेल्या गालांना अनेक वर्षं ऊन न मिळाल्यामुळे आलेला निस्तेजपणा. हाडं बाहेर येणारी मान. त्याच्या डोळ्यांत भीती नव्हती; उलट माझ्याबद्दल दया दिसत होती. मी डोळे बंद करून, माझ्या पूर्वजांचं स्मरण केलं. ठाकूमा, दादू आणि बाबांना नमन केलं. मग बाबांनी सांगितल्यानुसार मुखवटा हातात धरून हात जोडले आणि प्रार्थना केली. त्यानंतर जतिंद्रनाथकडे बघून म्हणाले,

"दादा, तुमी आमाके खोमा कोरो (दादा, मला क्षमा करा.)"

मग मी त्याचा गाल वाकडा करून, त्याचा मुका घेतला. जतिंद्रनाथ माझ्याकडे पाहून हसला आणि म्हणाला,

"तोमार भालो भोबे (देव तुझं भलं करो.)"

"४.३०!" आय.जी.चा आवाज दुमदुमला, तशी मी भानावर आले. मला माझी पहिली फाशी द्यायची होती. थांबून चालणार नव्हतं. हातामध्ये मुखवटा ताणून, मी तो जतिंद्रनाथच्या तोंडावर पांघरला. शेवटच्या क्षणापर्यंत जतिंद्रनाथचे डोळे माझ्यावर रोखलेले होते. पांढऱ्या कपड्यांवरचं ते डोळे-नाक-तोंडविरहित मुंडकं माझ्या दिशेने पाहत होतं. त्या क्षणी माझ्या अंगातून विजेची लहर दौडत गेली. माझं रक्त तापू लागलं. हाडं आणि मांसाला कंप सुटला. आता मला बाबांच्या म्हणण्यातलं तथ्य समजू लागलं. खरंच... फाशीस्तंभाच्या फलाटावर उभं राहण्याचा अनुभव हा आझारवर उभं राहण्यासारखाच असतो. मग मीसुद्धा अभिनेत्री बनले. दर्शकांच्या अपेक्षा पूर्ण करण्यासाठी, पात्राच्या भूमिकेशी समरस होऊ लागले. मी पुन्हा जतिंद्रनाथकडे बघितलं. तो स्तब्ध उभा असला, तरी त्याचं हृदय धडधडत होतं. सरकारने दिलेल्या नव्याकोऱ्या कपड्यांमधून त्याचं धडधडणारं हृदय स्पष्ट दिसत होतं.

मी दोरखंड ओढून बघितला; चांगला घट्ट होता. मग मी स्थिर हाताने, जतिंद्रनाथच्या गळ्यामध्ये दोरखंड अडकवून, त्याच्या मणक्याच्या दुसऱ्या आणि तिसऱ्या हाडांमध्ये चपखल बसवला. तो पुन्हा म्हणाला,

"तोमार भालो भोबे..."

वेळ न दवडता मी खटक्याजवळ गेले, त्यावर हात ठेवला आणि डावीकडे बघू लागले. सगळे अधिकारी एका रांगेत उभे होते. सगळ्यांचे चेहरे कोरे होते. काही क्षणांच्या प्रतीक्षेनंतर लाल रुमाल पाडला गेला. माझा हात सुन्न पडला, हृदय धडधडू लागलं; पण मग तेवढ्यात माझ्या रक्तातून कुणीतरी उसळी मारून, बाहेर पडलं. माझ्या मांसाचे, त्वचेचे थर भेदून ते बाहेर आलं आणि खटक्यावरच्या माझ्या हातावर आपला हात ठेवला. काही क्षण आमच्यामध्ये झोंबाझोंबी झाली. तेवढ्यात माझी दृष्टी समोर पडलेल्या लाल रुमालावर गेली आणि काही समजण्याच्या आत, माझ्या हाताने खटका ओढला गेला! गडगडाटी आवाज झाला आणि आभाळ फाटल्यासारखा तळघराचा दरवाजा उघडून, जतिंद्रनाथचा देह थेट आत जाऊन कोसळला!!! आता माझी नजर दोरखंडावर खिळली होती. मनातल्या मनात आकडेमोड सुरू होती. एक, दोन, तीन, चार...वीस! दोरखंडाची थरथर थांबली.

माझा हात खटक्यावरच राहिला. मला काहीच विशेष वाटत नव्हतं. एक माणूस मेला होता. त्याच्या मानेवरचा दोरखंड घट्ट झाला होता; त्यामुळे त्याच्या मानेवरच्या दोन हाडांमधली रक्तपुरवठा करणारी वाहिनी तुटली होती आणि मेंदूकडे जाणारा रक्तप्रवाह बंद पडला होता. त्याचा रक्तदाब अतिरिक्त वाढला होता; हृदय बंद पडलं. मानेवरची हाडं अशा प्रकारे तुटली की, पाठीचा कणा

सरळ करता येईना. मुखवट्यामागचे त्याचे डोळे बाहेर आले; जीभ लोंबकळू लागली. नवे, पांढरे कपडे मल-मूत्राने खराब झाले. त्याच्या शिस्नाकडे अचानक गेलेल्या रक्तप्रवाहामुळे त्याचं शिस्न ताठर झालं आणि मग सगळं संपलं होतं!

मी तशीच उभी होते. सुन्न पण स्थिर.

सिब्देव बाबू धावत आले आणि त्यांनी माझे खांदे धरले.

''चेतनाऽऽ! बरी आहेस ना तू? ये, जरा आडवी हो इथे. तुला धक्का बसला असेल. साहजिक आहे ते.''

त्यांना लक्षात येत नव्हतं की, मी खटक्यावरून हात काढत नव्हते. तो खटका माझा शक्तिस्रोत बनला होता. मला त्याची भीती वाटत नव्हती. उलट माझ्या अंगातून सत्तेचा खुमार दौडत जात होता. आता मला समजलं की, माझे पूर्वज आपल्या कामाबद्दल इतक्या अभिमानाने आणि गुर्मीने का बोलत असत.

मी फाशीस्तंभावर लटकलेल्या दोरखंडाकडे बघितलं. जतिंद्रनाथचा मृतदेह तळघरात लुप्त झाला होता. दोरखंड पूर्णपणे ताठर झाला होता. आवारात निःशब्द शांतता पसरली होती. दंडाधिकारी, आय.जी., इतर अधिकारी सगळे पुतळ्यासारखे उभे होते. कुणीच काही बोलेना. अचानक ६ वाजल्याचा भोंगा ऐकू आला. पावसाने जड झालेल्या हवेला भेदून ऐकू येणारा तो भोंगा, एखाद्या घायाळ पक्ष्याच्या आर्त स्वरासारखा भासला. कारागृहामधली सकाळची घंटा वाजली आणि अचानक चेटकिणीच्या शापाने थिजून गेलेलं शहर शापमुक्त व्हावं तसं कारागृहामध्ये चैतन्य पसरलं! काही क्षणांपूर्वी इतक्या ताठ मानेने उभा राहिलेला दोरखंड आता मेलेल्या पालीच्या शेपटीसारखा गळून पडला. त्याच्यातल्या अभिमानाचा पार निचरा झाला. तळघरात गेलेल्या दंडाधिकाऱ्याने आतून आरोळी ठोकली :

''२० सेकंद. मृत घोषित.''

इतका वेळ दोरखंडासारखं ताठर झालेलं माझं शरीरही आता सैलावू लागलं. वाळूच्या पोत्याला छिद्र पडून त्यातले कण बाहेर घरंगळू लागावेत तसे माझ्या शरीरामध्ये भरून राहिलेले माझ्या पूर्वजांचे आत्मे एकेक करून बाहेर उडू लागले. मला एखाद्या रिकाम्या पोत्यासारखं वाटू लागलं – हलकं, भकास...! पाऊस पडू लागला. माझ्या कपाळावरच्या घामामध्ये पावसाचे थेंब मिसळून जमिनीवर पडू लागले. जिकडे पाहावं तिकडे लाल रंग दिसू लागला. एवढ्यात तळघरात गेलेले डॉ. बिमल मुखोपाध्याय वरती आले. त्यांचा गोरा चेहरा इतका लाल झाला होता की, जणू ते होळी खेळून आले असावेत.

''फक्त २० सेकंद!'' ते थरथरत्या आवाजात म्हणाले. ''उत्कृष्टरीत्या हाडं मोडली होती. निष्णात जल्लादाची सत्त्वपरीक्षा लीलया सर केली या मुलीने. सी-२ हाडामध्ये पडलेली फूट इतकी सहजसुंदर होती की, जणू शिंपला फुटून मोती

बाहेर पडला असावा!'

मी मूर्खासारखी त्यांच्याकडे पाहत बसले; त्यांच्या डोळ्यांत माझ्याबद्दल आदरयुक्त भीती दिसत होती.

"चेतना, तू इतकी अप्रतिम फाशी दिली आहेस की, कुणाला सांगूनसुद्धा खरं वाटणार नाही की, ही तुझी पहिलीच वेळ होती. खरं सांगायचं तर मला फार चिंता वाटत होती. जराशी जरी चूक झाली असती तर सरकारने आपल्या सगळ्यांना फैलावर घेतलं असतं."

एवढ्यात, सिब्देव बाबू मागून येऊन म्हणाले,

"एखाद्याच्या मृत्यूबद्दल असे शब्द काढणं उचित नाही; पण चेतना, तू खरोखरच कमाल केलीस."

"तू बरी आहेस ना, चेतना?" डॉक्टरांनी माझी विचारपूस केली.

उत्तरादाखल मी माझे तळहात एकमेकांवर घासले; मानेवरची ओढणी काढून खसखसून माझा चेहरा व मान पुसली आणि मोठा निःश्वास सोडला.

"शतकानुशतकांच्या पुरुषी मक्तेदारीचं आज तू उच्चाटन केलेलं आहेस, मुली!" दंडाधिकारी हरिनारायण चॅटर्जी माझं कौतुक करत उद्गारले. त्यांच्या डोक्यावर छत्री धरून उभ्या असलेल्या हवालदाराच्या डोळ्यांतही मला माझ्याप्रति कौतुक दिसलं. चॅटर्जी पुढे म्हणाले,

"मी तुझ्या सगळ्या हालचाली नीट निरखत होतो. तू ज्या सहजतेने त्याचे हात बांधलेस, पाय बांधलेस, मुखवटा चढवलास आणि खटका ओढलास... तुझी चपळाई काही विशेष होती!"

"तिचे बाबा तरी ३० सेकंदं घेतात..." सिब्देव बाबूंनी आठवण करून दिली.

"ओहो, म्हणजे आता फाशी देण्याचं कामसुद्धा पुरुषांच्या हातून निसटून स्त्रियांकडे गेलं तर! बिचारे पुरुष! काय करायचं आता आम्ही?" असं दंडाधिकाऱ्यांनी सिब्देव बाबूंना विचारलं,

"सिब्देव, जतिंद्रनाथचा मृतदेह ताब्यात घ्यायला कुणी आलं आहे का?"

"खरंतर त्याचा धाकटा भाऊ आला आहे; पण तो मृतदेह घेऊन जायला तयार नाही. मला वाटतं, आपल्यालाच त्याची वासलात लावावी लागणार."

"हरकत नाही. हा एक शेवटचा खर्चही करू जतिनच्या नावे..." असं म्हणून दंडाधिकारी पुढे निघून गेले.

सिब्देव बाबूंनी माझ्याकडे बघितलं. त्यांच्या चेहऱ्यावर अपार प्रेम दिसत होतं.

"तुला तहान लागली आहे का चेतना? की भूक लागली आहे? काय देऊ

तुला? सांग मला.''

''मी... मी जतिंद्रनाथचा मृतदेह ताब्यात घेऊ शकते का?'' मी सिब्देव बाबूंना भरल्या आवाजात विचारलं.

त्यांनी काहीतरी बोलण्यासाठी तोंड उघडलं... मग एकदम थांबले; हसले आणि मला म्हणाले,

''नको गं बाळा, ती सरकारची जबाबदारी आहे.''

''त्याच्या आत्म्याला शांती मिळणार नाही...''

''आत्मा? तू अशा गोष्टींवर विश्वास ठेवतेस का, चेतना?''

''माझा विश्वास असो वा नसो; पण जर आपण क्षणभर असं मानलं की, आत्मा ही संकल्पना अस्तित्वात असते, तर मग जतिंद्रनाथच्या आत्म्याला शांती मिळाली पाहिजे एवढाच माझा हेतू आहे.''

''बरं, बघू काय करता येईल ते. आता तर इथून निघशील? कार्यालयात जाऊ या. तुला पैसे द्यायचे आहेत ना?''

आम्ही चालू लागलो तशी मी माझे तळहात खसाखसा चोळू लागले. असं वाटत होतं की, हातावर मृत्यूचा पटल चढला आहे. यापुढे माझ्या या हातांनी भात खाता येईल का, अशी मला भीती वाटू लागली. असं वाटू लागलं की, शिळ्या पावासारखा आंबट दर्प आयुष्यभर माझ्या अंगाला बिलगून राहील.

कारागृहाच्या आतून हेमंत मलिकच्या भजनांचा आवाज येत होता. कदंबिनीने माझी पिशवी आणून दिली. स्वास्थ्य कार्यालयाच्या बाहेर जतिंद्रनाथचा भाऊ – कार्तिक – उभा होता. त्याला पाहून माझं मन पुन्हा जड झालं. सिब्देव बाबूंनी त्याच्या खांद्यावर हलकेच थोपटलं आणि पुढे गेले. मी त्याच्या समोरून जाऊ लागले तसं कार्तिकने मला थांबवलं आणि म्हणाला,

''मी तुमचा आभारी आहे...''

''उंऽऽ? कशाबद्दल?''

''तुमच्यामुळे जतिनला सुखाचं मरण आलं. तो तडफडून मेला नाही.'' चेहऱ्यावरचे पावसाचे थेंब पुसत, तो पुढे म्हणाला, ''मला खूप भीती वाटत होती. मला वाटलं होतं की, तो खूप तडफडेल, त्याला वेदना होतील; तो रडेल... फाशी त्याला होत होती; पण त्या वेळी मलाच गुदमरल्यासारखं वाटत होतं. तुम्ही सगळं इतकं व्यवस्थित पार पाडलंत... मी तुमचे जितके आभार मानावेत तेवढे कमीच आहेत.''

मी माझ्या पिशवीमधून जतिंद्रनाथचा रेडिओ काढला आणि कार्तिकच्या हातात देत म्हणाले,

''माफ करा; पण मी निव्वळ एक साधन होते.''

“आपण सगळेच कुणा ना कुणाचे साधन असतो हो. जतिन होता... मीसुद्धा असेन.”

हातातल्या रेडिओकडे भरल्या डोळ्यांनी पाहत, कार्तिक पुढे म्हणाला,

“त्याला तुम्ही खूप आवडला होतात. मला सांगत होता की, मी तुमच्याशी लग्न करावं...” मग स्वतःशी बोलल्यासारखा पुटपुटला,

“आमच्याकडची जमीन नापीक आहे. दरवर्षी पीक येईल याची काही हमी नसते. दरवर्षी कर्ज घ्यावं लागतं. पुढच्या हंगामात मागचं कर्ज फेडू या आशेवर आम्ही जगत असतो. कर्ज वाढत जातं... गरिबी वाढत जाते... आमच्या गावांमध्ये संसार करण्यासाठी मनाने फार कणखर असावं लागतं. एखाद्या माणसाचा जीव घेण्याइतपत कणखर असलेली मुलगीच तिथे संसार करू शकते.”

मी त्याच्याकडे रोखून पाहत होते.

“चारशे रिंगण खोल असलेल्या विहिरीमधून पाणी काढावं लागतं. कितीही ओढलं तरी पाणी वर यायला मागत नाही. खूप संयम लागतो.”

तो काहीतरी विशिष्ट बोलण्याचा प्रयत्न करत असल्याचं मला जाणवत होतं. तेवढ्यात त्याने विषय बदलला आणि मला म्हणाला,

“अंऽऽ, तुम्ही दादाला कोणती गोष्ट सांगणार होतात? मला सांगा ना...”

मी काही बोलणार इतक्यात एक हवालदार आला आणि मला आत बोलावलं असल्याचं सांगितलं. सिब्देव बाबूंच्या कार्यालयात पोहोचेपर्यंत मला चांगलाच दम लागला होता. आत गेल्यावर माझ्या लक्षात आलं की, आय.जी. श्रीनाथ मलिकही तिथे उपस्थित आहेत; पण या वेळी त्यांनी माझ्याकडे धड बघितलंसुद्धा नाही. जतिंद्रनाथला फाशी झाली असली तरी त्याच्या सोबत श्रीनाथ मलिकही मेला होता. अखेर ताणलेल्या आवाजात त्यांनी मला सांगितलं,

“मुख्यमंत्र्यांचा फोन आला होता. त्यांनी तुझ्यासाठी ५०,००० रुपयांचे इनाम जाहीर केले आहे. हा घे त्याचा धनादेश.” मग माझ्याकडे थेट न बघता मलिक पुढे म्हणाले, “तुला मोबदला म्हणून मान्य केली गेलेली १०,००० रुपयांची रोख रक्कमसुद्धा तयार आहे; तीही घेऊन जा.”

मी खूप थकले होते म्हणून नाहीतर एरवी त्यांच्यातला बदल पाहून मला फार हसू आलं असतं. मी सह्या केल्या आणि मग सिब्देव बाबूंच्या टेबलावरचा रूळ उचलून, मलिकसमोर धरत विचारलं,

“आय.जी.बाबू, आज तुम्हाला याची गरज नाही वाटतं?”

माझ्या चेहऱ्यावर थकवा असला, तरी माझ्या आवाजातली धार त्यांना नक्कीच घायाळ करून गेली असणार. शरमेने, त्यांचा चेहरा लाल झाला आणि ते म्हणाले,

"मनात किल्मिष ठेवू नकोस. आमच्या कामात रोज इतके तणाव असतात... कधीकधी आमचा स्वतःवरचा ताबा सुटतो."

"तोमार भालो भोबे..." असं म्हणून मी धनादेश आणि पैसे घेऊन, कार्यालयाच्या बाहेर पडू लागले. तेवढ्यात सिब्देव बाबू माझ्या मागून येत म्हणाले,

"ऐक, चेतना... तुझ्यासाठी अजूनही बक्षिसं येणार आहेत. आज दुपारी मुख्यमंत्री तुला भेटायला येणार आहेत. घरी जाऊन छान तयार हो आणि लगेच इथे परत ये."

"मुख्यमंत्री? मला भेटायला? का ते?"

"कुणास ठाऊक? कदाचित तुला मंत्री बनवायचं असेल?" सिब्देव बाबू हसून म्हणाले.

मीही हसले. वयाच्या बाविसाव्या वर्षी मी एवढं नक्कीच शिकले होते की, खटक्याची मूठ हातामध्ये धरण्यापेक्षा सत्ताधारी पक्षाची नाडी हातात धरणं सोपं असतं.

"चेतना, तू मागच्या बाजूने बाहेर पड. तुला माहीत नसेल; पण गेले दोन दिवस जजेस कोर्ट रोडवर माणसांचा सागर उसळला आहे. मृत्युदंडविरोधी गट, इतर लोक, प्रसारमाध्यमातील लोक... सगळ्यांचा नुसता कालवा चालू आहे. अगदी सी.एन.सी आणि बी.बी.सी.पासून, बुर्किना फासोच्या केबल वाहिनीच्या वार्ताहरांपर्यंत सगळ्यांनी हजेरी लावलेली आहे. तू त्यांच्या तावडीत सापडलीस तर ते तुला वेडं करतील!"

माझ्या डोळ्यांसमोर संजीवकुमारचा चेहरा तरळला. क्षणभर मला वाईट वाटलं की, त्याने मला फाशी देताना बघितलं नव्हतं.

सिब्देव बाबू पुढे म्हणाले,

"जतिंद्रनाथचे अंत्यसंस्कार हरकत तालावर होणार आहेत; पण प्रसारमाध्यमांनी तिथे गर्दी करायला नको म्हणून आम्ही त्यांना सांगितलं आहे की, जतिंद्रनाथचा मृतदेह त्याच्या गावी नेला जाणार आहे. तुला नक्की तिथे जावंसं वाटतंय?"

"हो." माझ्या मनाची जराही द्विधावस्था नव्हती. मग पोलिसांच्या जीपने मला मागच्या दरवाजाने बाहेर काढलं. आमच्या मागे जतिंद्रनाथचं शव ठेवलेली पोलिसांची दुसरी गाडी होती.

हरकत ताला घाटावर कार्तिक बॅनर्जी आमची वाट पाहत होता. त्याने रीतीप्रमाणे सगळे विधी केले. अखेर गंगेच्या पाण्यामध्ये तीन डुबक्या मारून बाहेर आल्यावर तो मला म्हणाला,

"दादाचे अंत्यविधी करण्यासाठी माझ्याकडे पुरेसे पैसे नव्हते; म्हणून मी त्याचा मृतदेह ताब्यात घेण्याचं नाकारलं. सिब्देव बाबू म्हणाले, ही पद्धत बरी

पडेल...''

माझ्याकडे बोलण्यासारखं काही नव्हतं.

''पुन्हा एकदा तुमचे आभार...!''

''कशाबद्दल?''

''सगळ्याचसाठी! त्याला इतका चांगला मृत्यू देण्यासाठी... त्याला गोष्ट सांगून आनंद दिलात, त्यासाठी... तुम्ही इथे आलात, त्यासाठी...''

तो ओलेत्याने निघून गेला. मी पोलीस जीपमध्ये बसले. समोर बसलेल्या हवालदाराने माझ्याकडे बघून मोठ्ठं स्मित केलं. वाटेत वाहनांची कोंडी झाली होती; आमची जीप त्यात अडकली. कशी कोण जाणे? अचानक मला गाढ झोप लागली. झोपेत मला असं स्वप्न पडलं की, जतिंद्रनाथ बॅनर्जी एका भाषेत लिहिलेलं पुस्तक दुसऱ्या भाषेत वाचून दाखवत आहे. कार्तिक मला विचारतो, 'हे कोणतं पुस्तक आहे?' मी त्याला सांगते, 'सुल्तानाज ड्रीम! – यामध्ये रोकेया हुसेन आहे. आम्ही तिघे फाशीस्तंभाखालच्या तळघरात बसून गप्पा मारत आहोत. जतिंद्रनाथच्या गळ्यामध्ये तुटलेला दोरखंड लटकतो आहे. त्याच्या अंगाला आंबट वास येत आहे. आजूबाजूला स्मशानघाटावरचा अतिपरिचित दर्प सुटला आहे. आम्ही तिघे पुस्तक वाचण्यात दंग आहोत... इतक्यात... कुणीतरी माझ्याशी काहीतरी बोलू लागतं...

''चेतना! जागी हो! तुझं मनःपूर्वक अभिनंदन!''

कुणीतरी मला गदागदा हलवून उठवत आहे. हा आवाज ओळखीचा का वाटत आहे बरं? हा... हा संजीवकुमार मित्राचा आवाज का वाटतो आहे बरं?

गोंधळून, मी कसेबसे डोळे उघडले. समोर खरोखरच संजीवकुमार मित्रा उभा होता! त्याच्या चेहऱ्यावर विजयाचं हास्य पसरलेलं होतं.

''या, या... कुमारी चेतना ग्रद्धा मलिक! भारताच्या प्रथम अधिकृत महिला जल्लाद! तुमचं स्वागत असो!''

माझी झोप उडाली! मी डोळे चोळून बघितलं तर समोर खरोखरंच संजीवकुमार उभा होता. तेच डोळे, तोच चष्मा, तेच हास्य... आणि तोच स्टुडिओ! मी मोठ्याने जांभई दिली. पुन्हा एकदा अंगातून विजेचा लोळ संचारून गेला. हाताला मृत्यूचा स्पर्श जाणवू लागला. धडधडत्या हृदयाने मी विचार करू लागले – सगळं जुनं आहे; फक्त मी नवीन आहे!

५२

त्याने पुन्हा एकदा माझा विश्वासघात केला होता. भरपूर पैसे चारून, माझ्या नकळत मला स्टुडिओमध्ये आणलं होतं. मला! २० सेकंदांमध्ये एका माणसाचे प्राण हिरावू शकणाऱ्या मुलीला! माझे हात दोरखंडासाठी शिवशिवू लागले. आम्ही सी.एन.सी.च्या एका प्रशस्त दालनात बसलो होतो. सगळे माझं अभिनंदन करत होते. माझ्या मनात संतापाचा लाटा उसळत होत्या. अंडाकृती काचेच्या टेबलासमोर ठेवलेल्या गुबगुबीत मखमली खुर्चीवर मला बसवलं गेलं होतं. समोरच्या मोठ्या टी.व्ही.वर सतत फाशीसंदर्भातले मथळे फिरत होते.

'जतिंद्रनाथला फाशी दिली गेली.'

'जल्लाद चेतना यांची विशेष मुलाखत : रात्री १० वाजता – फक्त सी.एन.सी.वर.'

त्याचसोबत, वार्ताहरांचा कालवा सुरू होता.

"चेतना ग्रद्धा मलिक या भारताच्या प्रथम अधिकृत महिला जल्लाद ठरलेल्या आहेत."

"चेतना या फणीभूषण ग्रद्धा मलिक यांच्या कन्या आहेत. फणीभूषण हे इंग्रजांच्या काळापासून सरकारी जल्लाद म्हणून काम करत आले आहेत."

अचानक १८ मे रोजी, संजीवकुमारच्या कॅमेऱ्याने लपून टिपलेली माझी छायाचित्रं समोर झळकू लागली. त्या दिवशी, जतिंद्रनाथची दया-याचिका पहिल्यांदा नामंजूर झाली होती. आमच्या घरासमोरचा रस्ता दिसू लागला... त्यावरच्या शववाहिन्या... मध्येच, काकू जिवंत झाले... त्यांनी मला १० रुपये देऊन हरीदांच्या दुकानात जायला सांगितलं. मग मी स्वतःच्या जुन्या रूपाला बघितलं – निरागस, कधीही प्रेमात न पडलेली, २२ वर्षांची तरुणी. कुठे हरवली ती? काही समजलंच नाही! त्या दिवशी ७ च्या बातम्या पाहताना मी संजीवकुमारच्या प्रेमात पडले होते. त्या दिवशी तो हातामध्ये माइक धरून ताठ कण्याने उभा होता आणि आज माझ्यासमोर बसलेल्या संजीवकुमारचा कणा गळून पडलेल्या दोरखंडासारखा दिसत होता. आज तो सी.एन.सी.चे मालक, बिस्वजित रे यांच्यासमोर विनम्रपणे बसला होता. बिस्वजित रे यांनी संजीवकुमार आणि सगळ्या कर्मचाऱ्यांचं अभिनंदन केलं. जतिंद्रनाथच्या फाशीची सगळी कहाणी त्यांनी ज्या प्रकारे दर्शकांसमोर मांडली होती आणि विशेषतः चेतना ग्रद्धा मलिकला ज्या प्रकारे दर्शकांसमोर आणलं होतं त्याबद्दल रे खूप खूश होते. सुमारे साठीच्या वयाचे बिस्वजित रे... त्यांचा चेहरा एखाद्या ताज्या संदेशसारखा गुळगुळीत दिसत होता. आतापर्यंत,

जतिंद्रनाथ अर्बुद नरकापर्यंत पोहोचला असेल, नाही का? त्याच्या आत्म्याला संदेशची आठवण असेल का? मला त्या विचाराने अस्वस्थ वाटू लागलं.

बिस्वजित रे यांचं भाषण झालं. त्यानंतर हरीशनाथ बोलायला उठले.

"चेतना, तू कमाल केलीस!" ते जवळजवळ चीत्कारलेच. "आपण करून दाखवलं, चेतना! तू किती मोठी प्रेरणास्थान ठरली आहेस, तुला माहिती नाही!" असं म्हणून, बिस्वजित रेंकडे वळून ते म्हणाले, "मी पदरचं नाही सांगत साहेब! आपल्याकडे अधिकृत पुरावे आहेत. कालच्या फाशीनंतर, अकरा मुलं 'फाशी द्या, फाशी द्या' खेळताना आपला जीव गमावून बसली!"

मी जागीच थिजून गेले!!!

"याचा काय अर्थ होतो? हाच की, जतिंद्रनाथच्या फाशीला आपण जे प्रसारण दिलं, त्याचा समाजावर खोलवर परिणाम झाला आहे. म्हणजेच चेतना, तुझं नाव लाखो-करोडो भारतीयांच्या मनावर कायमचं कोरलं गेलं आहे!"

माझ्या डोक्यात कसलासा विस्फोट झाल्यासारखं वाटू लागलं. मेंदूला मुंग्या आल्या. डोळ्यांसमोर अंधारी आली. मला दिसू लागलं की, मी गरम नरकाच्या दारापाशी पोहोचले आहे. निमताला घाटासारखा जुनाट दरवाजा असलेल्या त्या नरकामध्ये, राबिया खातून आणि गौतम देबचे आत्मे फिरत होते. आता ते बिस्वजित रे, हरीशनाथ आणि संजीवकुमार मित्राच्या आजूबाजूला रुंजी घालू लागले. समोरच्या टेबलावर, तीन लहान मुलांचे मृतदेह पडलेले दिसले. काळ्याठिक्कर पडलेल्या त्यांच्या शरीरावरील रक्ताचे डाग अद्याप ताजे होते. मी घाबरून माझ्या गालावरून हात फिरवला, तर एक काळा तीळ तिथे मूळ धरू लागला होता. बघता-बघता, तो तीळ माझ्या संपूर्ण चेहऱ्यावर पसरू लागला. देवा, मला वेड तर लागत नाही ना?

"मृतांची संख्या चौदापर्यंत जाऊ शकते. मिदनापूरमध्ये एक मूल अत्यवस्थ आहे. पुरूलियामधील एका मुलाला मोडलेल्या मानेवर उपचार करण्यासाठी एस.एस.के.एम. इस्पितळामध्ये दाखल करण्यात आलं आहे..." संजीवकुमार सांगत होता.

"हो, हो... पण त्या सगळ्यापेक्षा महत्त्वाचं म्हणजे... साहेब, आपण संजीवकुमार मित्राचं विशेष अभिनंदन केलं पाहिजे. जतिंद्रनाथची दया-याचिका पहिल्यांदा नामंजूर झाल्यापासून, तो निरंतर या बातमीचा पाठपुरावा करत राहिला. त्याच्या अथक प्रयत्नांमुळे सी.एन.सी.ला आपल्या स्पर्धकांना मागे टाकून एवढा मोठा पल्ला गाठता आला आहे. आम्हाला तुझं कौतुक वाटतं, संजीव!"

हरीशनंतर चाळिशीची एक सुंदर बाई बोलायला उठली. अद्ययावत कपडे आणि लहानसे केस यामुळे ती फार छान दिसत होती. ती म्हणाली,

"या बातमीपत्राद्वारे आपल्याला लक्षात येतं की, आपण जर तन्मयतेने, एकत्रितरीत्या आणि पठडीबाहेरचा विचार करून काम केलं, तर आपले टी.आर.पी. आणि दर्जा दोन्ही उत्तम राहू शकतात. एक स्त्री म्हणून माझ्यासाठी ही बाब विशेष ठरते की, आज एका स्त्रीमुळे इतिहास लिहिला गेला आहे. चेतना, तुझं मनःपूर्वक अभिनंदन!"

त्यानंतर, संजीवकुमार बोलायला उठला.

"माझ्या – किंबहुना आपल्या सगळ्यांच्या – या यशासाठी मला सर्वप्रथम रे बाबू आणि हरीश बाबू यांचे आभार मानायचे आहेत. त्यांनी वेळोवेळी दिलेल्या प्रोत्साहनामुळे हे यश साध्य झालं. जल्लाद फणीभूषण ग्रद्धा मलिक आणि चेतना यांनी सुरुवातीपासून आपल्याला उत्तम सहकार्य दिलं – त्याबद्दल मी त्यांचा ऋणी आहे. पुढेही आपल्याला त्यांचं सहकार्य असंच लाभत राहील, अशी मी इच्छा व्यक्त करतो. आज मला चेतना ग्रद्धा मलिकचं विशेष कौतुक करावंसं वाटतं. तिने जे करून दाखवलं आहे, ते इतर कुठली स्त्री करू धजावेल की नाही, मला ठाऊक नाही. चेतना, इतकं मोठं कार्य संपन्न करण्यासाठीचं बळ आणि धैर्य तू आणलंस तरी कुठून?"

संजीवकुमार आझारवर उभा राहून बोलत होता! मला किळस आली. सगळेजण माझ्याकडे उत्तराच्या अपेक्षेने बघत होते; पण माझी जीभ टाळूला लागली होती. जरा वेळाने आजूबाजूच्या रंगीत मुखवट्यांकडे पाहत मी कसंबसं उत्तर दिलं,

"माझी ठाकूमा नेहमी म्हणते... ताठ उभं राहण्यासाठी कधीतरी वाकावं लागतं. धन्यवाद!"

त्यांना काही समजलं नाही; पण तरीही त्या सगळ्यांनी टाळ्या वाजवल्या. बिस्वजित रे यांनी संजीवकुमारची पाठ थोपटली. संजीवकुमार अर्थातच सातव्या आस्मानावर होता. रे बाबूंसमोर त्याला आपलं खरं रूप लपवून, विनम्रपणाचा मुखवटा चढवावा लागला होता. तो मुखवटा त्याला बोचरा लागत होता, हे मी लांबूनसुद्धा सांगू शकत होते. आता मला त्याच्या माझ्याबद्दलच्या मिश्र भावनांबद्दल काहीही वाटत नव्हतं. त्याच्या पूर्वजांनी जे गैरमार्ग अवलंबले, त्याबद्दलही मला काही विशेष वाटत नव्हतं. मी अजूनही फाशीस्तंभाजवळच उभी होते. माझ्या हाताला अजूनही मृत्यूचा गिळगिळीत पापुद्रा जाणवत होता. आमच्या घराण्याच्या दोन हजार वर्षांच्या इतिहासामधल्या गोष्टी माझ्या मेंदूला ताण देत होत्या. त्या सगळ्या कोलाहलात मी मनाशी एक खूणगाठ बांधली होती – जर माझं नाव इतिहासात अजरामर होणार असेल, तर ते या निरुपयोगी आणि तद्दन भंपक प्रेमप्रकरणासाठी होऊ नये!

"चला, चहा पिऊन कामाला लागू या..." बिस्वजित रेने चहाचा कप हातात

घेत जाहीर केलं. “कार्यक्रम १० वाजता सुरू होणार आहे. मी एका मित्रासोबत स्टुडिओमध्ये असेन.” त्यांच्या आवाजात मार्दव असलं तरी आविर्भावात जरब होती. कुठेही काही चूक नाही झाली पाहिजे, अशी ‘नाजूक’ धमकी देऊन त्यांनी माझ्याकडे मोर्चा वळवला. त्यांचे कर्मचारी चहा-बिस्किटांवर ताव मारू लागले.

“मी तुझा कारनामा पाहू शकलो नाही, याचं मला वाईट वाटतं, चेतना! मुख्यमंत्री आणि त्यांचे कुटुंबीयसुद्धा येणार होते; पण त्यांनी शेवटच्या क्षणी माघार घेतली. मला हे आधी माहिती असतं, तर मी स्वतःच आलो असतो. हे घे, चहा पी...” असं म्हणून त्यांनी माझ्या हातात चहाचा सुबक कप दिला.

“नको.”

“का? घरी जाऊन अंघोळ-पूजा केल्याशिवाय तुम्ही जल्लाद काही खात-पीत नाही का?” त्या अद्ययावत बाईने मला मोठ्या कुतूहलाने विचारलं. मी तिचा अपमान केला नाही. थोड्या वेळाने खाणं-पिणं संपलं आणि सगळे आपापल्या कामांना निघून गेले. मी आणि संजीवकुमार एवढेच मागे उरलो.

“सगळीकडे तुझीच चर्चा आहे, चेतना! तू तर रातोरात ‘स्टार’ बनलीस!” माझ्याकडे पाहून कुत्सित हसत संजीवकुमारने टोमणा मारला. आम्ही मेकअप करायला बसलो, तेव्हाही त्याच्या चेहऱ्यावर तेच हसू खेळत होतं. माझं मन पतंगासारखं भिरभिरत होतं. माझ्या आतला आवाज मला सांगत होता, ‘या आझारवरून लवकरात लवकर उतर, चेतना! हा खेळ संपव, लवकर!’ माझ्यातलं दुसरं कुणीतरी पुन्हा एकदा दोरखंड हातात धरून, त्यावर एका माणसाचं वजन अनुभवण्यासाठी हपापू लागलं. संजीवकुमार माझ्याकडे पाहून हसला. माझी बोटं पटापट वळू लागली. ओढणीच्या गाठी पडू लागल्या. ग्रद्धा मलिकांचे बटबटीत डोळे असलेली एक काळसर स्त्री, आरशामधून माझ्याकडे निरखून पाहू लागली. तिच्या डोळ्यांखाली काळी वर्तुळं होती. तिची वेणी सुटलेली होती. वेटोळे सोडून बाहेर पडणाऱ्या असंख्य सर्पांसारखे तिचे लांब, काळेभोर केस तिच्या छातीवर रुळू लागले. समोरच्या आरशामध्ये, मला मनसा देवी दिसू लागली! माझ्या अंगाला आंबट वास येऊ लागला. घशात पित्त दाटून आलं. हाताला मृत्यूचा गिळगिळीत स्पर्श जाणवू लागला.

इतक्यात, संजीवकुमार मला म्हणाला, “चेतना, मला विसरू नकोस हंऽऽ. तुला तर सगळं माहीत आहे... तुला इथवर पोहोचवण्यासाठी मला किती लोकांचे पाय पकडावे लागले आहेत... किती लोकांची मनधरणी करावी लागली आहे. हे यश तुझ्या एकटीचं नाही, हे लक्षात ठेव.”

प्रत्येक फाशीनंतर मोश आजोबांना ग्वाल्हेरच्या राजाकडून मिळत असलेलं सोन्याचं नाणं जणू माझ्या घशात अडकलं होतं. रामूदाचा पार्थिव देह डोळ्यांसमोर

तरळू लागला. त्याच्या डोळ्यांच्या खोबण्यांमध्ये मातीने माखलेले दोन फुटबॉल फिरत होते.

"तुला आणखी एक आनंदाची बातमी देऊ का?" स्वतःचं रूप आरशात न्याहाळत, संजीवकुमारने हसून विचारलं. मात्र, मी काही बोलत नाही हे पाहून, तो पुढे म्हणाला,

"सी.पी.एम. आणि काँग्रेस, दोघेही तुला त्यांच्या पक्षात येण्याचं आमंत्रण देणार आहेत. माझ्याशी चर्चा केल्याशिवाय निर्णय घेऊ नकोस. मी हे म्हणतोय, कारण मला तुझा तो हावरट म्हातारा किती इरसाल आहे, हे पक्कं ठाऊक आहे. सुरुवातीपासून आपली प्यादी नीट खेळलीस तर लवकरच संसदेत जाशील. बरं झालं, आपलं लग्न झालं नाही ते. उगाच तुझी किंमत कमी झाली असती."

त्याच्या मग्रूर चेहऱ्याकडे बघत असताना माझ्या डाव्या स्तनामधली कळ पुन्हा जागी झाली. पुन्हा एकदा त्या भयंकर दिवसाची आठवण झाली, जेव्हा संजीवकुमारने मला तळघरात तो घाणेरडा स्पर्श केला होता.

"चल, पटापट तयार हो. कार्यक्रमाची वेळ होत आली आहे. यानंतर तुला भेटण्यासाठी कदाचित आम्हाला वेळ मागून घ्यावी लागेल! अख्ख्या स्ट्रॅन्ड रोडवर तुझा शोध घेणाऱ्या प्रसारमाध्यमांच्या गाड्यांची रांग लागली आहे."

आपण सगळ्यांचा डोळा चुकवून, चेतना ग्रद्धा मलिकला कसं स्वतःकडे खेचून आणलं या आनंदात संजीवकुमार मोरासारखा पिसारा फुलवून नाचत होता! माझ्या बोटावरची अदृश्य अंगठी मला खुपू लागली. हातावरच्या अदृश्य बांगड्या फुटून, त्यांच्या काचा माझ्या नाजूक त्वचेमध्ये रुतू लागल्या.

माझ्या आतल्या क्रोधित स्त्रीला शिताफीने लपवून, मी संजीवकुमारकडे हसून बघितलं आणि त्याला विचारलं,

"ती पोलीस जीप – ती इथे, तुझ्या स्टुडिओमध्ये कशी येऊन पोहोचली?"

स्वतःच्या हुशारीवर खूश होऊन, त्याने हसून उत्तर दिलं,

"या देशामध्ये, रोख पैसे मोजले तर कुणाला पळवून आणणं अशक्य आहे?"

"तू कुणाला पैसे चारलेस? सिब्देव बाबूंना?" माझं रक्त उसळत होतं.

"ते मी नाही सांगू शकत. कुणाला किती दिले गेले... ही सगळी व्यावसायिक गुपितं आहेत."

त्याच्या हसण्याच्या आवाजाने मला गुदमरल्यासारखं होत होतं. अलिपूर कारागृहामध्ये पडल्याची आठवण जागी झाली. त्या वेळी, संजीवकुमारने एखाद्या कुत्र्यासारखं माझ्यावर धावून येत माझ्या शरीरावर स्वतःचा छापा सोडला होता, त्याची पुनरावृत्ती होते आहे, असं वाटू लागलं.

"तुझ्याशी जुळवून घेणं फार कठीण गोष्ट आहे, चेतना. बोलताना तुझा स्वतःवर ताबा राहत नाही. तू विसरून जातेस की, तुझं पद काय आहे, तुझी परिस्थिती काय आहे... ताळतंत्र सोडून धाडधाड बोलत सुटतेस; पण तरीही तू मला फार आवडतेस हं! तुझ्या स्वभावाला जरा मुरड घातलीस तर आपली जोडी अगदी फक्कड जमेल!"

एवढ्यात टी.व्ही.च्या पडद्यावर बाबा दिसू लागले. कॅमेऱ्याचा डोळा आमच्या भिंतींवरील १९६० पासूनच्या कात्रणांवरून फिरत, अखेर सिगारेट ओढत बसलेल्या बाबांवर स्थिरावला.

"दुसऱ्या बाजूला, सरकारचे प्रमुख जल्लाद म्हणून कार्यरत असलेल्या फणीभूषण ग्रद्धा मलिक यांनी असं विधान केलं आहे की, त्यांना आपल्या मुलीचा अभिमान वाटतो आहे. चेतनाने ज्या बिनचूकपणे फाशी पार पाडली, त्याबद्दल त्यांना एक पिता, अनुभवी जल्लाद आणि एक भारतीय म्हणून गर्व तिचा वाटतो आहे. आपल्या धाकट्या भावाच्या आणि त्याच्या पत्नीच्या खुनाच्या आरोपाखाली असलेल्या फणीभूषण ग्रद्धा मलिक यांना नुकतंच आपल्या पदावरून हटवण्यात आलं होतं."

बातमी वाचणाऱ्या स्त्रीचं बोलणं संपल्यावर बाबा म्हणाले,

"भारतात आणि संपूर्ण जगात माझं नाव आणि कार्य अजरामर झालेलं आहे. मी आता सुखाने मृत्यूला कवटाळायला तयार आहे."

"ग्रद्धादा, खुनाच्या आरोपाखाली तुम्हालाच फाशीची शिक्षा झाली तर?"

"तर मी माझ्या मुलीला सांगेन की, दोरखंडाची लांबी व्यवस्थित असू दे. माझ्या गळ्यामध्ये तुझा दोरखंड पडला की, तो माझ्या घशाच्या खळगीत चपखल बसला पाहिजे."

बाबा समोरच्या वार्ताहराकडे पाहून, उपहासाने हसले.

"तुम्ही तुमच्या भावाचा आणि त्याच्या पत्नीचा खून का केला, हे सांगितलं नाहीत?"

बाबांनी सिगारेटचा झुरका घेतला आणि म्हणाले,

"ती मोठी गोष्ट आहे. माझ्याकडे अशा भरपूर गोष्टी आहेत. आता वेळ कमी पडेल; पुन्हा केव्हातरी निवांत या... सगळ्या गोष्टी सांगेन."

मला झोप येऊ लागली. इतक्यात मेकअप दादा माझा चेहरा रंगवायला आले. मी उठून बसले आणि त्यांना चिडवलं,

"जल्लादाला मेकअप करताय? घाबरणार नाही ना?"

माझा मेकअप झाला. मी माझे केस मोकळे सोडले होते; स्टुडिओच्या लखलखाटात ते काळ्याशार सापांप्रमाणे चमकत होते. मी स्टुडिओमध्ये गेले.

आज तिथे तीन खुर्च्या ठेवलेल्या होत्या. एक माझ्यासाठी, एक संजीवकुमारसाठी (जो प्रेक्षकांसाठीच्या ठेवणीतल्या हास्याचा सराव करत बसला होता)... आणि तिसऱ्या खुर्चीमध्ये चक्क कार्तिक बॅनर्जीला बसवलं होतं! माझ्या कपाळावर आठ्या पडल्या.

मला पाहून, कार्तिकने स्मित केलं आणि मला म्हणाला,

"मी तुम्हाला म्हणालो होतो ना... आपण सगळेच कुणा ना कुणाचे साधन बनतो. कदाचित, यातून मिळणाऱ्या पैशाने आमच्या डोक्यावरचं एखादं कर्ज कमी होईल."

मला त्याच्या डोळ्यांत बघण्याची हिंमत होईना.

आमच्या मागच्या बाजूला, फाशीस्तंभ उभा केला होता. त्यावर दोरखंडसुद्धा बांधला गेला होता. माझं हृदय धडधडू लागलं.

"हे आठवतं का, चेतना? मागच्या वेळी आपण तयार करून घेतलं होतं? किती पैसे खर्च झाले होते! त्या वेळी याचा उपयोग करता आला नाही; पण आता... चांगली संधी मिळाली..."

माझा तर विश्वासच बसेना! हे नेमकं काय चाललं होतं? मला बाहेर पळून जावंसं वाटत होतं; पण माझ्या आतल्या स्त्रीने मला रोखून धरलं. मी अस्वस्थपणे ओढणीच्या गाठी मारू लागले.

"काल आम्ही शाळांमध्ये एक सर्वेक्षण केलं. आम्ही मुलांना विचारलं की, त्यांना काय वाटतं - मृत्युदंड असावा की नसावा? तुझा विश्वास बसणार नाही, चेतना... ३०० पैकी २७२ मुलांचं मत पडलं की, मृत्युदंड गरजेचा आहे!"

संजीवकुमारने आपला चष्मा काढला आणि नेहमीप्रमाणे माझ्याकडे रोखून बघितलं.

"९३ मुलींनी असं म्हटलं आहे की, मोठं झाल्यावर त्यांना चेतना ग्रद्धा मलिक बनून, गुन्हेगारांना फाशी द्यायची आहे!"

संजीवकुमार बोलत होता तशी मी त्याच्याकडे निरखून पाहत होते. मला खरं वाटत नव्हतं की, कधीकाळी मी या वरकरणी देखण्या; पण आतून पूर्णपणे कीड लागलेल्या माणसावर जिवापाड प्रेम केलं होतं. मला स्वतःचीच कीव वाटू लागली. किती मूर्ख होते मी! किती अननुभवी! क्षणभर मला संजीवकुमारसाठी वाईटही वाटलं. त्याला माझं उत्कट प्रेम कधीच अनुभवता येणार नाही याबद्दल त्याच्या वतीने मला खंत वाटली.

जरा वेळाने त्याला समोरून संकेत मिळाल्यावर, संजीवकुमार आपला माइक लावून तयार झाला आणि त्याने मलाही तयार राहण्याची खूण केली.

"या कार्यक्रमाचं थेट प्रक्षेपण होणार नाही; पण आपल्या चित्रीकरणानंतर

जेमतेम अर्ध्या तासाने प्रक्षेपण होणार आहे... त्यामुळे एका अर्थी आपण याला थेट प्रक्षेपणच मानू या. ठीक आहे? आणखी एक...''

तो पुढे बोलणार, इतक्यात त्याचे डोळे विस्फारले गेले! भूत बघितल्यासारखा त्याचा चेहरा पांढराफटक पडला. चेहऱ्यावरच्या आनंदाच्या जागी आता संताप आणि लाज दिसू लागली. मी मागे वळून बघितलं. हरीशनाथ, बिस्वजित रे यांना आत घेऊन येत होते. त्यांच्या सोबत एक स्त्री होती. अंगावर भरजरी रेशमाची लाल साडी, व्यवस्थित बांधलेले केस, ओठांवर लाल लिपस्टिक आणि भांगामध्ये लाल कुंकू भरलेलं... रे आणि त्यांची पाहुणी, त्यांच्यासाठी ठेवलेल्या खुर्च्यांवर विराजमान झाले. त्या स्त्रीच्या वागण्या-बोलण्यात घरंदाज अदब होती.

बिस्वजित रे यांच्यासोबत आलेली पाहुणी त्रैलोक्यदेवी होती!

मी आश्चर्यचकित झाले. संजीवकुमारचा चेहरा हवा गेलेल्या फुग्यासारखा झाला. तो टेबलावरच्या कागदांशी चाळा करू लागला. समोरच्या संगणकावरची बटणं दाबू लागला. त्रैलोक्यदेवीच्या नजरेला नजर न देता, इथे-तिथे पाहू लागला. जतिंद्रनाथच्या तुटलेल्या हाडांप्रमाणे, संजीवकुमारमधली ऐट अगदी सहजतेने विभागून गेली होती!

थोड्या वेळाने आझारवर काम करणाऱ्या नटाप्रमाणे, संजीवकुमारने आपला व्यावसायिक मुखवटा चढवला आणि कॅमेऱ्याकडे पाहून बोलू लागला :

''कुमारी चेतना ग्रद्धा मलिक – भारताच्या पहिल्या आणि एकुलत्या एक महिला जल्लाद, तुमचं सी.एन.सी.मध्ये पुन्हा एकदा हार्दिक स्वागत असो.''

मी त्याला निरखत होते. जीर्ण होत चाललेल्या दोरखंडावर लटकलेला संजीवकुमार मला फारच दयनीय वाटत होता. मी खुर्चीवर रेलून बसले. अगदी आरामात!

''चेतनादी, आज एका महिलेने – इतिहासात पहिल्यांदा – अशा खटक्याला हात घातला, जो गेली कित्येक शतकं केवळ पुरुषच हाताळू शकत होते. जगभरातील स्त्रियांसाठी हा फार मोठा विजय आहे. या प्रसंगी, तुम्हाला आमच्या दर्शकांना काय सांगावंसं वाटतं?''

त्याचा आवाज कर्णकटू झाला होता. मी त्याच्याकडे करुण कटाक्ष फेकला.

''आम्ही स्त्रिया कधीच कोणती गोष्ट एकट्याने साध्य करत नसतो. आमचं आयुष्य एकमेकींशी बांधलं गेलेलं असतं; साखळीच्या बारीक कड्या जशा एकमेकींशी सांधलेल्या असतात, तसं एका जन्मात एकीने सुरू केलेलं काम, दुसऱ्या जन्मात दुसरी पूर्ण करते. जी सुरू करते, ती कधी समाप्त करत नाही आणि जी समाप्त करते, ती कधी सुरू करत नाही.''

माझा आवाज मधुर असला तरी त्याच्या अंगाला सुटलेला कंप माझ्या

नजरेतून सुटला नाही.

मग संजीवकुमारने कार्तिककडे आपला मोर्चा वळवला.

"कार्तिक बॅनर्जी, नुकतीच तुमच्या भावाला फाशी दिली गेली. तुम्ही त्याचे साक्षीदार होतात; कसे होते त्याचे शेवटचे काही क्षण?"

कार्तिक उसासा टाकत म्हणाला,

"दादाला गोष्टी ऐकाव्याशा वाटत होत्या. चेतनादीने त्याला एक गोष्ट सांगितली." त्याचा आवाज स्थिर होता. मध्येच तो माझ्याकडे बघून हसला. "अधिकाऱ्यांनी त्याला दुसरी गोष्ट ऐकण्याची परवानगी नाकारली. चेतनादी, कोणती गोष्ट सांगणार होतात तुम्ही? दादाला ऐकाविशी वाटत होती ती?"

रोकेया सखावत हुसेन या महिलेने बंगालमध्ये मुलींसाठी पहिली शाळा सुरू केली होती. त्यांनी लिहिलेली एक गोष्ट मी जतिंद्रनाथला सांगणार होते. त्या गोष्टीची सुरुवात अशी होती :

'एका संध्याकाळी मी माझ्या खोलीतील आरामखुर्चीवर पहुडले असताना, माझ्या मनात भारतीय स्त्रियांच्या परिस्थितीबद्दल विचार येऊ लागले...'

'पिपासा' ही त्यांनी १९०२ मध्ये लिहिलेली गोष्ट वाचून, रोकेयाला भेटण्यासाठी ठाकूमाचा भाऊ जगनमोहन ग्रद्धा मलिक भागलपूरला पळून गेला होता. १८८० मध्ये जेव्हा तिचा जन्म झाला, तेव्हा कालिचरण आजोबा सुमारे पंचाहत्तरीला पोहोचले होते. त्यांची प्रियतमा – बिनोदिनी दासी – त्याच्या सहा वर्षं आधी पहिल्यांदा रंगमंचावर अवतरली होती. भारताच्या दक्षिण टोकावरून नरेन दकातच्या शोधात आलेला मुलगा मोठा व्यापारी बनला होता. रोकेयाच्या जन्माच्या एक वर्ष आधी, हजरत महल (जिने इंग्रजांविरुद्ध लढा पुकारला होता आणि हरली होती.) या वीरनारीचा नेपाळमध्ये मृत्यू झाला. कदंबिनी गांगुली-बोसने कोलकाता विश्वविद्यालयाची प्रवेश परीक्षा उत्तीर्ण करून दोन वर्षं झाली होती.

"हो, हो! आम्हाला ती गोष्ट ऐकायला आवडेल..." कार्यक्रम संपवण्यासाठी घायकुतीला आलेल्या संजीवकुमारने चेहऱ्यावर खोटा उत्साह आणत म्हटलं.

अध्येमध्ये त्याची नजर बिस्वजित रे यांच्याकडे जात होती. आपल्या आईच्या खांद्यावर हात टाकून बसलेल्या बिस्वजित रेंकडे पाहून, संजीवकुमारच्या चेहऱ्यावर कटू आणि असहायतेचे भाव झळकत होते.

एका संध्याकाळी जेव्हा 'सुल्तानाज ड्रीम'ची निवेदिका फिरायला निघाली, तेव्हा तिला सिस्टर सारा नावाची एक मैत्रीण भेटली. त्या मैत्रिणीसोबत ती एका अजब देशाच्या सफरीला निघाली. त्या ठिकाणी सगळ्या रस्त्यांवर फक्त बायका दिसत होत्या. जेव्हा सुल्तानाने सिस्टर साराला विचारलं की, सगळे पुरुष कुठे आहेत, तेव्हा तिने सांगितलं की, या देशामध्ये पुरुष घरामध्ये, पडद्यात राहतात

आणि बायका सगळी कामं करायला घराबाहेर पडतात. सुल्तानाला फार आश्चर्य वाटलं. ती म्हणाली, 'आमच्या कोलकात्यात याच्या अगदी उलट असतं.' ते ऐकून सिस्टर सारा उद्गारली, 'बापरे! किती भयानक आहे हे! म्हणजे दयाळू आणि चांगुलपणाचं भांडार असलेल्या स्त्रियांना घरामध्ये कोंडायचं आणि निर्दयी पुरुषांना मोकाट फिरू द्यायचं हे असं कसं चालतं तुमच्याकडे?'

गोष्ट ऐकून संजीवकुमारने तद्दन खोटारडं हास्य केलं आणि म्हणाला,

"वा, चेतनादी! जल्लाद म्हणून तुमच्या पहिल्या दिवसासाठी याहून उचित गोष्ट शोधून सापडली नसती! बरं, आता आम्हाला सांगा... जतिंद्रनाथचे शेवटचे क्षण नेमके कसे होते? आमच्या सी.एन.सी.च्या दर्शकांना प्रात्यक्षिक दाखवता का? आम्ही तुमच्यासाठी फाशीस्तंभ आणि दोरखंड दोन्ही तयार ठेवले आहेत."

संजीवकुमार जागेवरून उठून फाशीस्तंभाकडे गेला. माझ्या कानामध्ये अठरा अरबी घोड्यांच्या टाचांचा आवाज घुमू लागला. सोनेरी आयाळ असलेल्या घोड्यावर बसून, काळ्याठिक्कर चेहऱ्याची एक बाई दौडत येताना दिसली. तिच्यामागे प्रीतिमादी आणि कोकिला बॅनर्जी एकमेकींना घट्ट धरून बसल्या होत्या. शहराच्या मधून जाणाऱ्या कच्च्या रस्त्यांवरून, काही गावकरी स्त्रिया हातात बंदुका घेऊन धावू लागल्या. थोड्या वेळाने त्या रस्त्याच्या कडेला उभ्या राहिल्या. त्यांचे ओठ लाल होते; त्यांचा देह नग्न होता. कंबरेवर हात ठेवून उभ्या राहिलेल्या त्या स्त्रियांच्या स्तनांमधून भरभरून दूध वाहत होतं. त्यांपैकी एक बाई काकीमा असावी... तिच्या गळ्यामध्ये सुरा अजून तसाच रुतलेला होता.

मी त्याच्यामागे गेले. त्याने माझ्या हातामध्ये दोरखंड दिला. अंडी घालायला तयार असणाऱ्या सर्पिणीसारखा दिसणारा तो दोरखंड खरंतर सामान्य होता – जल्लादाचा नेहमीचा दोरखंड नव्हता; पण तरी त्याचं वजन जाणवत होतं. फाशीस्तंभाच्या तळाला एक नग्न स्त्री उभी होती. पाठीवर आपला काळाभोर केशसंभार रुळवत ती फाशीस्तंभाची मजबूतता तपासून पाहत होती. आकडा लावला होता त्या लाकडाच्या ओंडक्यावर, एक कुरूप बाई तानपुरा वाजवत बसली होती; ती होती कालिचरण ग्रद्धा मलिकची बायको. एक किशोरवयीन मुलगी आकड्याचा बळकटपणा तपासून पाहत होती. तिने हसण्यासाठी तोंड उघडलं, तर तिच्या कापलेल्या जिभेतून स्रवलेलं रक्त तिच्या जबड्यामध्ये जमा झालेलं दिसलं. तिने आपल्या बोटांनी, हवेमध्ये १००×१०^{२२} असं गिरवलं... एवढ्यात, शरीरावर असंख्य जखमा असलली एक ६ वर्षांची मुलगी आमच्यामधून ओरडत गेली – 'मी खोना!!' बुरखा घातलेल्या एका स्त्रीने आपली बंदूक उचलून नेम धरला आणि खदखदली, 'नवाब!'

संजीवकुमार फाशीस्तंभाच्या तळाशी उभा होता.

"चांगलाच बळकट दिसतो आहे. तुमची इच्छा झाल्यास, तुम्ही इथे एखाद्याला फाशीसुद्धा देऊ शकता!"

"कुणाची इच्छा झाली तर?" मला एकटीला दिसणाऱ्या त्या सगळ्या स्त्रियांकडे पाहत, मी संजीवकुमारला विचारलं.

त्याने माझ्याकडे दुर्लक्ष केलं आणि कॅमेऱ्यात पाहत म्हणाला,

"आमच्या दर्शकांना निश्चितच हे जाणून घेण्याची उत्सुकता असेल की, चेतनाने जतिंद्रनाथ बॅनर्जीला नेमकी कशी फाशी दिली. काय घडलं, कसं घडलं, चेतनाने नेमकं काय केलं... आज आम्ही इथे खास आमच्या प्रिय दर्शकांसाठी तो अनुभव पुन्हा घेऊन येत आहोत! या कार्तिक बॅनर्जी, तुमच्या भावाचे शेवटचे क्षण नेमके कसे गेले असतील हे आमच्या दर्शकांना दाखवून द्या!"

घाबरून मी कार्तिककडे बघितलं. तो शांतपणे फाशीस्तंभाजवळ आला, पांढऱ्या वर्तुळाच्या आत उभा राहिला आणि आज्ञाधारकपणे लटकवलेल्या दोरखंडामध्ये आपली मान अडकवली. माझ्या चेहऱ्यावरचं भय त्याच्या नजरेतून सुटलं नाही. तो म्हणाला,

"कर्ज फिटलं तर आम्हाला आमची जमीन परत मिळू शकते. त्यासाठी हे सगळं नाटक..."

हे एक भयंकर स्वप्न तरी होतं किंवा मला वेड लागत चाललं होतं. माझ्या अंगाला कापरं भरलं. गळ्यात असंख्य दोरखंडांचे वेढे पडू लागले. अठरा घोडेस्वारांच्या हातांत त्या दोरखंडांची टोकं होती; ते मला निरनिराळ्या दिशेने ओढू लागले.

"मला एखादी गोष्ट सांग ना, चेतना..." कार्तिक माझ्याकडे डोळे मिचकावत म्हणाला. "मला प्रेमकथा फार आवडतात."

"चला, चेतना. आपल्याकडे वेळ कमी आहे."

केस मोकळे सोडलेली एक नग्न स्त्री, माझ्या आतून उडी मारून बाहेर आली आणि तिने माझ्या हातातून दोरखंड खेचून घेतला. तिच्या अंगाच्या उष्णतेने माझ्या शरीराची लाहीलाही होऊ लागली. माझ्या डोक्यावरून हजारो सर्प वळवळत गेले. तिने दोरखंडाची गाठ मारली आणि कार्तिककडे बघून गोड हसली. 'घाबरू नकोस हं, कार्तिक.' तो दिलखुलास हसला. त्याच्या डोळ्यांमध्ये प्रेम होतं; माझ्या डोळ्यांत शांती!

अतिशय शांत आवाजात, मी कार्तिकला म्हणाले,

"या दोरखंडाची लांबी तुझ्यासाठी योग्य नाही."

कार्तिकचं तोंड पडलं; तो फलाटावरून खाली उतरला. कुणीतरी ओरडलं, 'कट, कट!' मग सगळे दिवे मालवले गेले. संजीवकुमार उतावळेपणाने माझ्या

जवळ आला आणि हळू आवाजात गुरगुरला,

“चेतना, हे काय चालवलं आहेस? चल, पटापट कामाला लाग.”

माझ्या केसांच्या बटा हुळहुळू लागल्या. धमन्यांमधून आग दौडू लागली.

“संजीवकुमार, खरंतर हा दोरखंड तुझ्यासाठी चपखल आहे!”

पुन्हा दिवे लावले गेले. कुणीतरी ओरडलं, ‘स्टार्ट!’ त्रैलोक्यदेवीची खुर्ची रिकामी होती. मी कामाला लागले. माझ्या हाताने पहिली गाठ मारली.

तेवढ्यात, आसमंतामध्ये औषधी वनस्पतींचा दरवळ जाणवू लागला. एका स्त्रीच्या थंडगार बोटांनी माझ्या हाताचा ताबा घेतला. लहान मुलाला लिहायला शिकवावं तशी ती दोरखंडाच्या गाठी मारायला मला मदत करू लागली. “माझ्या दहा मुलांना जन्म देताना, मी दोरखंडाच्या गाठी मारायला शिकले!” चिन्मयी देवी माझ्या कानात कुजबुजली. “फाशी देण्याची सातशे अठ्ठाविसावी पद्धतही असते हंऽऽ...” माझ्या कुरळ्या केसांच्या बटांमध्ये लडिवाळपणे हात फिरवत, पिंगलकेशिनी सांगून गेली. “एलोकेशी...” निहारिकाने हाक मारली. “जपून गं, छोटडी...” ठाकूमाने मला सावध केलं. थोड्या वेळाने तेरा गाठी मारलेल्या दोरखंड दर्शकांसमोर धरत, मी मनापासून हसले. मग तो दोरखंड संजीवकुमारसमोर धरत मी म्हणाले,

“संजीवकुमार बाबू, जरा जवळ येता का?”

माझा आवाज मादक होता. माझ्या हातात फाशीच्या दोरखंडाऐवजी वरमाला असल्याच्या आविर्भावात मी त्याला जवळ येण्याचा संकेत केला. तो जवळ आला, तशी माझ्या मनात त्या पडक्या वाड्याची आठवण सरसरून जागी झाली. बनकल्मी, रामसार, अंगुलीलता आणि चेहूरलतांनी नटलेल्या त्या वाड्याची आठवण होताच माझ्या मनात संजीवकुमारसाठी पुन्हा एकदा लालसा जागृत झाली. आता या क्षणी, त्याने मला आपल्या कवेत घ्यावं अशी अनावर इच्छा झाली. मला त्याच्या तोंडून एकदा तरी हे ऐकायचं होतं – ‘मी मरेपर्यंत तुझ्या सोबत राहीन, चेतना!’

मी त्याच्या जवळ गेले आणि त्याच्या नाकावर रुळणारा चष्मा बाजूला केला. तो काढत असताना, मी त्याच्या कानात कुजबुजले,

“मला एकदातरी तुला जोरकस धडा शिकवायचा आहे!”

संजीवकुमारच्या चेहऱ्यावरचा रंग उडाला.

“बाबू, तुमच्या गळ्यातला टाय काढता का?”

त्याने टाय काढला; मी त्याच टायने त्याचे हात बांधले. मग मी त्याच्या शर्टाची वरची दोन बटणं उघडली आणि त्याच्या गळ्यातल्या खळग्यावर हळुवारपणे बोट फिरवलं. त्याचा चेहरा बघण्यासारखा झाला होता! मला त्रैलोक्य, उत्पलवर्णा

आणि अन्नपूर्णा दिसू लागल्या. मला त्याच्या आईचे मेंदीने रंगलेले हात आणि काकीमाचे अल्ता लावलेले पाय दिसू लागले. सुल्तानाने आपल्या स्वप्नात पाहिलेल्या दूर देशात, युद्ध नावाचा प्रकार अस्तित्वात नव्हता. दुसऱ्याची जन्मीन, दुसऱ्याचं धन आणि दुसऱ्याचं पद यावर डोळा ठेवायची कुणाला तिथे परवानगीच नव्हती. तिथल्या बायकांना आस होती ती फक्त त्या मोत्यांची ज्यांचा उगम ज्ञानाच्या कुशीत झाला होता. त्या स्त्रिया निसर्गाच्या दानांमध्ये धन्यता मानणाऱ्या होत्या.

संजीवकुमारच्या गळ्यामध्ये दोरखंड अडकवून, मी कॅमेऱ्याकडे बघून आत्मविश्वासाने म्हणाले,

"या इथे, सी-२ हाडावर, गाठ चपखल बसली पाहिजे. हे हाड मोडता आलं पाहिजे."

आमची शरीरं एकमेकांच्या अगदी जवळ होती. आमच्यावर इतक्या लोकांची आणि कॅमेऱ्याची नजर रोखलेली आहे हे विसरून, मी त्याच्या डोळ्यांत पाहू लागले. हाच तो माणूस ज्याच्यावर मी जीव ओवाळून टाकला. त्याचे गोरे गाल, लांब पापण्या, गळ्यावरच्या शिरा... त्याच्यासोबत कोलकात्याच्या रस्त्यांवर मला भटकायचं होतं... आमच्या शहराचा इतिहास त्याच्यासोबत पुन्हा जागृत करायचा होता...

माझ्या अंगात सळसळणारं जल्लादाचं रक्त त्याच्या जिवासाठी आकांत करू लागलं!

"घाबरू नकोस संजीवकुमार मित्रा... घाबरण्यासारखं काही नाही..." मी मोश आजोबांसारखी बोलू लागले.

त्याचे डोळे माझ्या नजरेत अडकले होते. माझ्या नजरेत प्रेम होतं; त्याच्या नजरेत भय! निळ्या फुलांची अपराजिता वेल माझ्या धमन्यांतून फुटून बाहेर येऊ लागली. हळूवार हाताने मी गाठ घट्ट करू लागले.

मग एका बेसावध क्षणी, मी दोरखंडाचं दुसरं टोक खस्सकन ओढलं! कण्हत, विव्हळत संजीवकुमार छताला टेकला! त्याचं वजन ७० किलोंच्या आसपास होतं.

"ये, तुझ्या पूर्वजाप्रमाणे आम्हाला हे सांगायला परत ये की, मृत्यूचा अनुभव कसा असतो ते!" दोरखंडाचं दुसरं टोक फाशीस्तंभाला बांधत, मी त्याला चिडवलं. त्याचा गळफास घट्ट होऊ लागला. तो किंचाळला, "अम्मे!" मी उत्तर दिलं, "मा, माटी, मानूश!" त्याचे पाय हवेत झटापट करू लागले. पाण्याने भरलेली प्लॅस्टिकची पिशवी दाबल्यावर जसं होतं, तसा त्याचा जीव निरनिराळ्या छिद्रांमधून बाहेर पडण्यासाठी धडपडू लागला. त्याचे डोळे गरागरा फिरू लागले. जीभ लोंबकळू लागली. त्याचे बंदिस्त हात, वेदना असह्य होऊन त्याच्या मांड्यांवर

ओरखडे काढू लागले. मी कॅमेऱ्यामध्ये बघून छान, दिलखुलास हसले; माइक बाजूला फेकून दिला आणि टेबलाखाली ठेवलेली माझी जुनी पिशवी खांद्यावर अडकवून स्टुडिओच्या बाहेर पडले. जगानं जे मला दिलं, ते मी जगाला परत केलं. पद्मा नदीमध्ये पोहत जाणाऱ्या इलिश माशाप्रमाणे, तडफड करणाऱ्या संजीवकुमारच्या समोरून मी निघून गेले. तोपर्यंत मती गुंग होऊन पाहत बसलेली माणसं, त्याला वाचवण्यासाठी धावली. त्या माणसांच्या गर्दीतून, आजूबाजूला उभं राहून सगळं चित्रण करणाऱ्या कॅमेऱ्यांना डावलून, मी चालत राहिले. कुणीही मला अडवण्याची हिंमत केली नाही. मी बाहेर आले. संजीवकुमारची आई माझ्यासाठी थांबली होती. तिला पाहून मला फार थिटं झाल्यासारखं वाटलं.

'हंऽऽ... मुलं!' मी मनातल्या मनात गहिवरून म्हणाले.

"माझे हात घाणेरडे झाले आहेत."

"काही हरकत नाही..." असं म्हणून, तिने माझ्या कपाळाचं चुंबन घेतलं आणि माती भरलेलं एक लहानसं पुडकं माझ्या हातात ठेवलं.

"दुर्गेची मूर्ती बनवण्यासाठी लागणारी माती, वेश्येच्या दारातून उपसली जाते. का, ठाऊक आहे? कारण जो माणूस वेश्येचा उंबरठा ओलांडून आत येतो, त्याचा अहंकार त्या उंबरठ्यापाशीच गळून जातो."

मी जोरजोरात हसत सुटले! अगदी फाशीस्तंभाजवळ हसले होते, तशीच! रेशमी कापडामध्ये लपेटलेले मातीचे दाणे एकमेकांना घासून करकर आवाज करू लागले. मृत्यूने ओशट झालेल्या हातांनी मी ते पुडकं घट्ट पकडून ठेवलं. अशा रीतीने – माझं नाव आणि माझं जीवन हे प्रेम, मृत्तिका आणि मृत्यूच्या संदर्भामध्ये आपल्या भारत देशात आणि जगभरात प्रसिद्ध झालं. आता मला कुणी थांबवू शकत नव्हतं. पाऊस, वारा, धरणी, प्रकाश आणि इतिहास माझी प्रतीक्षा करत होते.

माझ्या भविष्याकडे चालत जात, मी गुणगुणू लागले :

'जोडी तोर दाक शुने केवो ओना आशे तोबे एकला चालो रे...!'